D1520235

KITABU CHA
AGANO JIPYA

la

Bwana na Mwokozi wetu
YESU KRISTO

THE BIBLE SOCIETY OF TANZANIA

The New Testament & Psalms in Swahili
Union Version

UBS-EPF 1990-100M-342
ISBN 9966 40 059 1

MAJINA NA TARATIBU YA VITABU VYOTE VYA AGANO JIPYA

Maelezo ya Vifungo

Maneno yaliyofungwa kwa vifungo vya mviringo, hivi ( ), yaleta maelezo au msaada, ili kwamba mwenye kusoma apate kuelewa zaidi na maana yake maneno asomayo.

Taz. Mathayo 9:6, Yohana 1:38, Yohana 4:9, wakadhalika.

Vifungo vya mraba, hivi [ ], vyafunga maneno ambayo yameonekana katika nakili kadha wa kadha za zamani za kale, ila hayaonekani katika nakili nyingine.

Taz. Mathayo 6:13, Marko 9:43, wakadhalika.

MATHAYO MTAKATIFU

Orodha ya wazazi wa Bwana Yesu

1 Kitabu cha ukoo wa Yesu Kristo, mwana wa Daudi, mwana wa Ibrahimu.

2 Ibrahimu alimzaa Isaka; Isaka akamzaa Yakobo; Yakobo akamzaa Yuda na ndugu zake; 3 Yuda akamzaa Peresi na Zera kwa Tamari; Peresi akamzaa Esromu; Esromu akamzaa Aramu; 4 Aramu akamzaa Aminadabu; Aminadabu akamzaa Nashoni; Nashoni akamzaa Salmoni; 5 Salmoni akamzaa Boazi kwa Rahabu; Boazi akamzaa Obedi kwa Ruthu; Obedi akamzaa Yese; 6 Yese akamzaa mfalme Daudi.

Daudi akamzaa Sulemani kwa yule mke wa Uria; 7 Sulemani akamzaa Rehoboamu; Rehoboamu akamzaa Abiya; Abiya akamzaa Asa; 8 Asa akamzaa Yehoshafati; Yehoshafati akamzaa Yoramu; Yoramu akamzaa Uzia; 9 Uzia akamzaa Yothamu; Yothamu akamzaa Ahazi; Ahazi akamzaa Hezekia; 10 Hezekia akamzaa Manase; Manase akamzaa Amoni;

Amoni akamzaa Yosia; 11 Yosia akamzaa Yekonia na ndugu zake, wakati wa ule uhamisho wa Babeli.

12 Na baada ya ule uhamisho wa Babeli, Yekonia akamzaa Shealtieli; Shealtieli akamzaa Zerubabeli; 13 Zerubabeli akamzaa Abihudi; Abihudi akamzaa Eliakimu; Eliakimu akamzaa Azori; 14 Azori akamzaa Sadoki; Sadoki akamzaa Akimu; Akimu akamzaa Eliudi; 15 Eliudi akamzaa Eleazari; Eleazari akamzaa Matani; Matani akamzaa Yakobo; 16 Yakobo akamzaa Yusufu mumewe Mariamu aliyemzaa YESU aitwaye Kristo.

17 Basi vizazi vyote tangu Ibrahimu hata Daudi ni vizazi kumi na vinne; na tangu Daudi hata ule uhamisho wa Babeli ni vizazi kumi na vinne; na tangu ule uhamisho wa Babeli hata Kristo ni vizazi kumi na vinne.

Uzazi wa Bwana Yesu

18 Kuzaliwa kwake Yesu Kristo kulikuwa hivi. Mari-

amu mama yake alipokuwa ameposwa na Yusufu, kabla hawajakaribiana, alionekana ana mimba kwa uweza wa Roho Mtakatifu. 19 Naye Yusufu, mumewe, kwa vile alivyokuwa mtu wa haki, asitake kumwaibisha, aliazimu kumwacha kwa siri. 20 Basi alipokuwa akifikiri hayo, tazama, malaika wa Bwana alimtokea katika ndoto, akisema, Yusufu, mwana wa Daudi, usihofu kumchukua Mariamu mkeo, maana mimba yake ni kwa uweza wa Roho Mtakatifu. 21 Naye atazaa mwana, nawe utamwita jina lake Yesu, maana, yeye ndiye atakayewaokoa watu wake na dhambi zao. 22 Hayo yote yamekuwa, ili litimie neno lililonenwa na Bwana kwa ujumbe wa nabii akisema,

23 Tazama, bikira atachukua mimba,

Naye atazaa mwana;

Nao watamwita jina lake Imanueli;

Yaani, Mungu pamoja nasi.

24 Naye Yusufu alipoamka katika usingizi, alifanya kama malaika wa Bwana alivyomwagiza; akamchukua mkewe; 25 asimjue kamwe hata alipomzaa mwanawe; akamwita jina lake YESU.

Kuzuru kwa mamajusi

2 Yesu alipozaliwa katika Bethlehemu ya Uyahudi zamani za mfalme Herode, tazama, mamajusi wa mashariki walifika Yerusalemu, 2 wakisema, Yuko wapi yeye aliyezaliwa mfalme wa Wayahudi? Kwa maana tuliiona nyota yake mashariki, nasi tumekuja kumsujudia. 3 Basi mfalme Herode aliposikia hayo, alifadhaika, na Yerusalemu pia pamoja naye. 4 Akakusanya wakuu wa makuhani wote na waandishi wa watu, akatafuta habari kwao, Kristo azaliwa wapi? 5 Nao wakamwambia, Katika Bethlehemu ya Uyahudi; kwa maana ndivyo ilivyoandikwa na nabii,

6 Nawe Bethlehemu, katika nchi ya Yuda,

Hu mdogo kamwe katika majumbe wa Yuda;

Kwa kuwa kwako atatoka mtawala

Atakayewachunga watu wangu Israeli.

7 Kisha Herode akawaita wale mamajusi faraghani, akapata kwao hakika ya muda tangu ilipoonekana ile nyota. 8 Akawapeleka Bethlehemu, akasema, Shikeni njia, mkaulize sana mambo ya mtoto; na mkiisha kumwona, nileteeni habari, ili mimi nami niende nimsujudie. 9 Nao

waliposikia maneno ya mfalme, walishika njia; na tazama, ile nyota waliyoiona mashariki ikawatangulia, hata ikaenda ikasimama juu ya mahali alipokuwapo mtoto. 10 Nao walipoiona ile nyota, walifurahi furaha kubwa mno. 11 Wakaingia nyumbani, wakamwona mtoto pamoja na Mariamu mamaye, wakaanguka wakamsujudia; nao walipokwisha kufungua hazina zao, wakamtolea tunu; dhahabu na uvumba na manemane. 12 Nao wakiisha kuonywa na Mungu katika ndoto wasimrudie Herode, wakaenda zao kwao kwa njia nyingine.

Kukimbia mpaka Misri

13 Na hao walipokwisha kwenda zao, tazama, malaika wa Bwana alimtokea Yusufu katika ndoto, akasema, Ondoka, umchukue mtoto na mama yake, ukimbilie Misri, ukae huko hata nikuambie; kwa maana Herode anataka kumtafuta mtoto amwangamize. 14 Akaondoka akamchukua mtoto na mama yake usiku, akaenda zake Misri; 15 akakaa huko hata alipokufa Herode; ili litimie neno lililonenwa na Bwana kwa ujumbe wa nabii, akisema,

Kutoka Misri nalimwita mwanangu.

Herode awaua ovyo watoto wa Bethlehemu

16 Ndipo Herode, alipoona ya kuwa amedhihakiwa na wale mamajusi, alighadhibika sana, akatuma watu akawaua watoto wote wanaume waliokuwako huko Bethlehemu na viungani mwake mwote, tangu wenye miaka miwili na waliopungua, kwa muda ule aliouhakikisha kwa wale mamajusi. 17 Ndipo lililotimia neno lililonenwa na nabii Yeremia, akisema,

18 Sauti ilisikiwa Rama,
    Kilio. na maombolezo mengi,
Raheli akiwalilia watoto wake,
    Asikubali kufarijiwa, kwa kuwa hawako.

Kurudi kutoka Misri

19 Hata alipofariki Herode, tazama, malaika wa Bwana alimtokea Yusufu katika ndoto huko Misri, 20 akasema, Ondoka, umchukue mtoto na mamaye, ushike njia kwenda nchi ya Israeli; kwa maana wamekufa walioitafuta roho ya mtoto. 21 Akaondoka akamchukua mtoto na mamaye, akafika nchi ya Israeli.

22 Lakini aliposikia ya kwamba Arkelao anamiliki huko Uyahudi mahali pa Herode babaye, aliogopa kwenda huko; naye akiisha kuonywa katika ndoto, akasafiri pande za Galilaya, 23 akaenda, akakaa katika mji ulioitwa Nazareti; ili litimie neno lililonenwa na manabii, Ataitwa Mnazorayo.

Yohana Mbatizaji na ujumbe wake

3 Siku zile aliondokea Yohana Mbatizaji akihubiri katika nyika ya Uyahudi, 2 na kusema, Tubuni; kwa maana ufalme wa mbinguni umekaribia. 3 Kwa sababu huyo ndiye aliyenenwa na nabii Isaya, akisema,

Sauti ya mtu aliaye nyikani,
Itengenezeni njia ya Bwana,
Yanyosheni mapito yake.

4 Naye Yohana mwenyewe alikuwa na vazi lake la singa za ngamia, na mshipi wa ngozi kiunoni mwake; na chakula chake kilikuwa nzige na asali ya mwitu.

5 Ndipo walipomwendea Yerusalemu, na Uyahudi wote, na nchi zote za kandokando ya Yordani; 6 naye akawabatiza katika mto wa Yordani, huku wakiziungama dhambi zao. 7 Hata alipoona wengi miongoni mwa Mafarisayo na Masadukayo wakiujia ubatizo wake, aliwaambia, Enyi wazao wa nyoka, ni nani aliyewaonya ninyi kuikimbia hasira itakayokuja? 8 Basi zaeni matunda yapasayo toba; 9 wala msiwaze mioyoni mwenu kwamba, Tunaye baba, ndiye Ibrahimu; kwa maana nawaambia ya kwamba Mungu aweza katika mawe haya kumwinulia Ibrahimu watoto. 10 Na shoka limekwisha kuwekwa penye mashina ya miti; basi kila mti usiozaa matunda mazuri hukatwa na kutupwa motoni. 11 Kweli mimi nawabatiza kwa maji kwa ajili ya toba; bali yeye ajaye nyuma yangu ana nguvu kuliko mimi, wala sistahili hata kuvichukua viatu vyake; yeye atawabatiza kwa Roho Mtakatifu na kwa moto. 12 Ambaye pepeto lake li mkononi mwake, naye atausafisha sana uwanda wake; na kuikusanya ngano yake ghalani, bali makapi atayateketeza kwa moto usiozimika.

Bwana Yesu abatizwa

13 Wakati huo Yesu akaja kutoka Galilaya mpaka Yordani kwa Yohana ili abatizwe. 14 Lakini Yohana alitaka kumzuia, akisema, Mimi nahitaji kubatizwa na wewe, nawe waja kwangu? 15 Yesu akajibu akamwambia, Kubali

hivi sasa; kwa kuwa ndivyo itupasavyo kuitimiza haki yote. Basi akamkubali. 16 Naye Yesu alipokwisha kubatizwa mara akapanda kutoka majini; na tazama, mbingu zikamfunukia, akamwona Roho wa Mungu akishuka kama hua, akija juu yake; 17 na tazama, sauti kutoka mbinguni ikisema, Huyu ni Mwanangu, mpendwa wangu, ninayependezwa naye.

Bwana Yesu ajaribiwa nyikani

4 Kisha Yesu alipandishwa na Roho nyikani, ili ajaribiwe na Ibilisi. 2 Akafunga siku arobaini mchana na usiku, mwisho akaona njaa. 3 Mjaribu akamjia akamwambia, Ukiwa ndiwe Mwana wa Mungu, amuru kwamba mawe haya yawe mikate. 4 Naye akajibu akasema, Imeandikwa, Mtu hataishi kwa mkate tu, ila kwa kila neno litokalo katika kinywa cha Mungu. 5 Kisha Ibilisi akamchukua mpaka mji mtakatifu, akamweka juu ya kinara cha hekalu, 6 akamwambia, Ukiwa ndiwe Mwana wa Mungu jitupe chini; kwa maana imeandikwa,

Atakuagizia malaika zake;
Na mikononi mwao watakuchukua;

Usije ukajikwaa mguu wako katika jiwe.

7 Yesu akamwambia, Tena imeandikwa, Usimjaribu Bwana Mungu wako. 8 Kisha Ibilisi akamchukua mpaka mlima mrefu mno, akamwonyesha milki zote za ulimwengu, na fahari yake, 9 akamwambia, Haya yote nitakupa, ukianguka kunisujudia. 10 Ndipo Yesu alipomwambia, Nenda zako, Shetani; kwa maana imeandikwa, Msujudie Bwana Mungu wako, umwabudu yeye peke yake. 11 Kisha Ibilisi akamwacha; na tazama, wakaja malaika wakamtumikia.

Bwana Yesu akaa kule Kapernaumu ya Galilaya

12 Basi Yesu aliposikia ya kwamba Yohana amefungwa, alikwenda zake mpaka Galilaya; 13 akatoka Nazareti, akaja akakaa Kapernaumu, mji ulioko pwani, mipakani mwa Zabuloni na Naftali: 14 ili litimie neno lililonenwa na nabii Isaya, akisema,

15 Nchi ya Zabuloni na nchi ya Naftali,
Njia ya bahari, ng'ambo ya Yordani,
Galilaya ya mataifa,
16 Watu wale waliokaa katika giza
Wameona mwanga mkuu,

Nao waliokaa katika nchi
na uvuli wa mauti
Mwanga umewazukia.

Bwana Yesu aanza kuhubiri

17 Tokea wakati huo Yesu
alianza kuhubiri, na kusema,
Tubuni; kwa maana ufalme
wa mbinguni umekaribia.

Awaita wanafunzi wake wa kwanza

18 Naye alipokuwa akite-
mbea kando ya bahari ya
Galilaya, aliona ndugu wawili,
Simoni aitwaye Petro, na
Andrea nduguye, wakitupa
jarife baharini; kwa maana
walikuwa wavuvi. 19 Aka-
waambia, Nifuateni, nami
nitawafanya kuwa wavuvi wa
watu. 20 Mara wakaziacha
nyavu zao, wakamfuata.
21 Akaendelea mbele, akaona
ndugu wengine wawili, Yakobo
wa Zebedayo, na Yohana
nduguye, ambao walikuwamo
chomboni pamoja na Zebe-
dayo baba yao, wakizite-
ngeneza nyavu zao; akawaita.
22 Mara wakakiacha chombo
na baba yao, wakamfuata.

Azunguka na kutenda kazi Galilaya

23 Naye alikuwa aki-
zunguka katika Galilaya yote,
akifundisha katika masina-
gogi yao, na kuhubiri Habari
Njema ya ufalme, na kuponya
ugonjwa na udhaifu wa kila
namna katika watu. 24 Na
habari zake zikaenea katika
Shamu yote; wakamletea wote
waliokuwa hawawezi, wali-
oshikwa na maradhi mbali-
mbali na mateso, wenye pepo,
na wenye kifafa, na wenye
kupooza; akawaponya.
25 Na makutano mengi
wakamfuata, kutoka Galilaya,
na Dekapoli, na Yerusalemu,
na Uyahudi, na ng'ambo
ya Yordani.

"Hotuba ya Mlimani"

5 Naye alipowaona maku-
tano, alipanda mlimani;
na alipokwisha kuketi, wana-
funzi wake walimjia; 2 aka-
fumbua kinywa chake, aka-
wafundisha, akisema,

Sifa za heri

3 Heri walio maskini wa
  roho;
  Maana ufalme wa mbi-
  nguni ni wao.
4 Heri wenye huzuni;
  Maana hao watafarijika.
5 Heri wenye upole;
  Maana hao watairithi
  nchi.
6 Heri wenye njaa na kiu
  ya haki;

Maana hao watashibishwa.

7 Heri wenye rehema;

Maana hao watapata rehema.

8 Heri wenye moyo safi;

Maana hao watamwona Mungu.

9 Heri wapatanishi;

Maana hao wataitwa wana wa Mungu.

10 Heri wenye kuudhiwa kwa ajili ya haki;

Maana ufalme wa mbinguni ni wao.

11 Heri ninyi watakapowashutumu na kuwaudhi na kuwanenea kila neno baya kwa uongo, kwa ajili yangu. 12 Furahini, na kushangilia; kwa kuwa thawabu yenu ni kubwa mbinguni; kwa maana ndivyo walivyowaudhi manabii waliokuwa kabla yenu.

Mafundisho kwa mifano ya chumvi na taa

13 Ninyi ni chumvi ya dunia; lakini chumvi ikiwa imeharibika itatiwa nini hata ikolee? Haifai tena kabisa, ila kutupwa nje na kukanyagwa na watu.

14 Ninyi ni nuru ya ulimwengu. Mji hauwezi kusi-

tirika ukiwa juu ya mlima. 15 Wala watu hawawashi taa na kuiweka chini ya pishi, bali juu ya kiango; nayo yawaangaza wote waliomo nyumbani. 16 Vivyo hivyo nuru yenu na iangaze mbele ya watu, wapate kuyaona matendo yenu mema, wamtukuze Baba yenu aliye mbinguni.

Torati ya kale na maagizo ya Bwana Yesu

17 Msidhani ya kuwa nalikuja kuitangua torati au manabii; la, sikuja kutangua, bali kutimiliza. 18 Kwa maana, amin,* nawaambia, Mpaka mbingu na nchi zitakapoondoka, yodi moja wala nukta moja ya torati haitaondoka, hata yote yatimie. 19 Basi mtu ye yote atakayevunja amri moja katika hizi zilizo ndogo, na kuwafundisha watu hivyo, ataitwa mdogo kabisa katika ufalme wa mbinguni; bali mtu atakayezitenda na kuzifundisha, huyo ataitwa mkubwa katika ufalme wa mbinguni. 20 Maana nawaambia ya kwamba, Haki yenu isipozidi hiyo haki ya waandishi na Mafarisayo,

---

* Amin. taz. 2 Wakorintho 1:20, hakika, au Ni kweli hasa nisemayo. Ni neno lililotamkwa, kwa lugha iyo hiyo ya Kiaramu, na Yesu Kristo mwenyewe. Ufunuo 3:14. Maana yake ni Ni Hilo ni neno la Kiaramu lisilofasiriwa kwa Kiyunani. Litumiwapo mwisho wa sala, maana yake ni Na iwe hivyo.

hamtaingia kamwe katika
ufalme wa mbinguni.

Hasira na uaji

21 Mmesikia watu wa kale
walivyoambiwa, Usiue; na
mtu akiua, itampasa hukumu.
22 Bali mimi nawaambieni,
Kila amwoneaye ndugu yake
hasira itampasa hukumu; na
mtu akimfyolea ndugu yake,
itampasa baraza; na mtu
akimwapiza, itampasa jeha-
num ya moto. 23 Basi ukileta
sadaka yako madhabahuni,
na huku ukikumbuka ya
kuwa ndugu yako ana neno
juu yako, 24 iache sadaka yako
mbele ya madhabahu, uende
zako, upatane kwanza na
ndugu yako, kisha urudi
uitoe sadaka yako. 25 Patana
na mshitaki wako upesi,
wakati uwapo pamoja naye
njiani; yule mshitaki asije
akakupeleka kwa kadhi, na
kadhi akakupeleka kwa askari,
ukatupwa gerezani. 26 Amin,
nakuambia, Hutoki humo
kamwe hata uishe kulipa senti
ya mwisho.

Unajisi

27 Mmesikia kwamba ime-
nenwa, Usizini; 28 lakini
mimi nawaambia, Kila mtu
atazamaye mwanamke ' kwa
kumtamani, amekwisha kuzini

naye moyoni mwake. 29 Jicho
lako la kuume likikukosesha,
ling'oe ulitupe mbali nawe;
kwa maana yakufaa kiungo
chako kimoja kipotee wala
mwili wako mzima usitupwe
katika jehanum. 30 Na
mkono wako wa kuume uki-
kukosesha, ukate uutupe
mbali nawe; kwa maana
yakufaa kiungo chako kimoja
kipotee, wala mwili wako
mzima usitupwe katika jeha-
num. 31 Imenenwa pia, Mtu
akimwacha mkewe, na ampe
hati ya talaka; 32 lakini
mimi nawaambia, Kila mtu
amwachaye mkewe, isipokuwa
kwa habari ya uasherati,
amfanya kuwa mzinzi; na
mtu akimwoa yule aliyeachwa,
azini.

Viapo na ukweli

33 Tena mmesikia watu wa
kale walivyoambiwa, Usizuri,
ila mtimizie Bwana nyapo
zako; 34 lakini mimi nawa-
ambia, Usiape kabisa; hata
kwa mbingu, kwa maana
ndicho kiti cha enzi cha
Mungu; 35 wala kwa nchi,
kwa maana ndiyo pa kuwekea
miguu yake; wala kwa Yerusa-
lemu, kwa maana ndio mji wa
Mfalme mkuu. 36 Wala
usiape kwa kichwa chako,
maana   huwezi   kufanya
unywele mmoja kuwa mweupe

au mweusi. 37 Bali maneno yenu yawe, Ndiyo, ndiyo; Siyo, siyo; kwa kuwa yazidiyo hayo yatoka kwa yule mwovu.

Malipo ya kisasi

38 Mmesikia kwamba imenenwa, Jicho kwa jicho, na jino kwa jino; 39 lakini mimi nawaambia, Msishindane na mtu mwovu; lakini mtu akupigaye shavu la kuume, mgeuzie na la pili. 40 Na mtu atakaye kukushitaki na kuitwaa kanzu yako, mwachie na joho pia. 41 Na mtu atakayekulazimisha mwendo wa maili moja, nenda naye mbili. 42 Akuombaye, mpe; naye atakaye kukopa kwako, usimpe kisogo.

Upendo na tabia kamilifu

43 Mmesikia kwamba imenenwa, Umpende jirani yako, na, Umchukie adui yako; 44 lakini mimi nawaambia, Wapendeni adui zenu, waombeeni wanaowaudhi; 45 ili mpate kuwa wana wa Baba yenu aliye mbinguni; maana yeye huwaangazia jua lake waovu na wema, huwanyeshea mvua wenye haki na wasio haki. 46 Maana mkiwapenda wanaowapenda ninyi, mwapata thawabu gani?

Hata watoza ushuru, je! nao hawafanyi yayo hayo? 47 Tena mkiwaamkia ndugu zenu tu, mnatenda tendo gani la ziada? Hata watu wa mataifa, je! nao hawafanyi kama hayo? 48 Basi ninyi mtakuwa wakamilifu, kama Baba yenu wa mbinguni alivyo mkamilifu.

Kutoa sadaka kwa siri

6 Angalieni msifanye wema wenu machoni pa watu, kusudi mtazamwe na wao; kwa maana mkifanya kama hayo, hampati thawabu kwa Baba yenu aliye mbinguni.

2 Basi wewe utoapo sadaka, usipige panda mbele yako, kama wanafiki wafanyavyo katika masinagogi na njiani, ili watukuzwe na watu. Amin nawaambieni, Wamekwisha kupata thawabu yao. 3 Bali wewe utoapo sadaka, hata mkono wako wa kushoto usijue ufanyalo mkono wako wa kuume; 4 sadaka yako iwe kwa siri; na Baba yako aonaye sirini atakujazi.

Sala za siri

5 Tena msalipo, msiwe kama wanafiki; kwa maana wao wapenda kusali hali wamesimama katika masinagogi na katika pembe za njia,

ili waonekane na watu. Amin, nawaambia, Wamekwisha kupata thawabu yao. 6 Bali wewe usalipo, ingia katika chumba chako cha ndani, na ukiisha kufunga mlango wako, usali mbele za Baba yako aliye sirini; na Baba yako aonaye sirini atakujazi.

7 Nanyi mkiwa katika kusali, msipayuke-payuke, kama watu wa mataifa; maana wao hudhani ya kuwa watasikiwa kwa sababu ya maneno yao kuwa mengi. 8 Basi msifanane na hao; maana Baba yenu anajua mnayohitaji kabla ninyi hamjamwomba. 9 Basi ninyi salini hivi:

"Sala ya Bwana"

Baba yetu uliye mbinguni,
  Jina lako litukuzwe,
10 Ufalme wako uje,
  Mapenzi yako yatimizwe,
    hapa duniani kama huko
      mbinguni.
11 Utupe leo riziki yetu.
12 Utusamehe deni zetu,
    kama sisi nasi tuwasamehevyo wadeni wetu.
13 Na usitutie majaribuni,
    lakini utuokoe na yule
      mwovu.
[Kwa kuwa ufalme ni wako,
  na nguvu, na utukufu,
  hata milele. Amina.]
14 Kwa maana mkiwasamehe

watu makosa yao, na Baba yenu wa mbinguni atawasamehe ninyi. 15 Bali msipowasamehe watu makosa yao, wala Baba yenu hatawasamehe ninyi makosa yenu.

Kufunga

16 Tena mfungapo, msiwe kama wanafiki wenye uso wa kukunjamana; maana hujiumbua nyuso zao, ili waonekane na watu kuwa wanafunga. Amin, nawaambia, wamekwisha kupata thawabu yao. 17 Bali wewe ufungapo, jipake mafuta kichwani, unawe uso; 18 ili usionekane na watu kuwa unafunga, ila na Baba yako aliye sirini; na Baba yako aonaye sirini atakujazi.

Hazina ya kweli

19 Msijiwekee hazina duniani, nondo na kutu viharibupo, na wevi huvunja na kuiba; 20 bali jiwekeeni hazina mbinguni, kusikoharibika kitu kwa nondo wala kutu, wala wevi hawavunji wala hawaibi; 21 kwa kuwa hazina yako ilipo, ndipo utakapokuwapo na moyo wako.

Nuru na giza

22 Taa ya mwili ni jicho; basi jicho lako likiwa safi,

mwili wako wote utakuwa na nuru. 23 Lakini jicho lako likiwa bovu, mwili wako wote utakuwa na giza. Basi ile nuru iliyomo ndani yako ikiwa giza; si giza hilo!

Kusumbuka, na kumtumaini Mungu

24 Hakuna mtu awezaye kutumikia mabwana wawili; kwa maana atamchukia huyu, na kumpenda huyu; ama atashikamana na huyu, na kumdharau huyu. Hamwezi kumtumikia Mungu na mali. 25 Kwa sababu hiyo nawaambieni, Msisumbukie maisha yenu, mle nini au mnywe nini; wala miili yenu, mvae nini. Maisha je! si zaidi ya chakula, na mwili zaidi ya mavazi? 26 Waangalieni ndege wa angani, ya kwamba hawapandi, wala hawavuni, wala hawakusanyi ghalani; na Baba yenu wa mbinguni huwalisha hao. Ninyi je! si bora kupita hao? 27 Ni yupi kwenu ambaye akijisumbua aweza kujiongeza kimo chake hata mkono mmoja? 28 Na mavazi, ya nini kuyasumbukia? Fikirini maua ya mashamba, jinsi yameavyo; hayafanyi kazi, wala hayasokoti; 29 nami nawaambia, ya kwamba hata Sulemani katika fahari yake yote haku-

vikwa vizuri kama mojawapo la hayo. 30 Basi, ikiwa Mungu huyavika hivi majani ya kondeni, yaliyopo leo, na kesho hutupwa kalibuni, je! hatazidi sana kuwavika ninyi, enyi wa imani haba? 31 Msisumbuke, basi, mkisema, Tule nini? au, Tunywe nini? au, Tuvae nini? 32 Kwa maana hayo yote Mataifa huyatafuta; kwa sababu Baba yenu wa mbinguni anajua ya kuwa mnahitaji hayo yote. 33 Bali utafuteni kwanza ufalme wake, na haki yake; na hayo yote mtazidishiwa. 34 Basi msisumbukie ya kesho; kwa kuwa kesho itajisumbukia yenyewe. Yatosha kwa siku maovu yake.

Juu ya kuhukumu wengine

7 Msihukumu, msije mkahukumiwa ninyi. 2 Kwa kuwa hukumu ile mhukumuyo, ndiyo mtakayohukumiwa; na kipimo kile mpimiacho, ndicho mtakachopimiwa. 3 Basi, mbona wakitazama kibanzi kilicho ndani ya jicho la ndugu yako, na boriti iliyo ndani ya jicho lako mwenyewe huiangalii? 4. Au utamwambiaje nduguyo, Niache nikitoe kibanzi katika jicho lako; na kumbe! mna boritindani ya jicho lako mwenyewe? 5 Mnafiki wewe, itoe kwanza

ile boriti katika jicho lako
mwenyewe; ndipo utakapoona
vema kukitoa kile kibanzi
katika jicho la ndugu yako.

6 Msiwape mbwa kilicho
kitakatifu, wala msitupe lulu
zenu mbele ya nguruwe, wasije
wakazikanyaga chini ya miguu
yao, wakageuka na kuwa-
rarua.

Misaada ya kutia moyo kwa sala

7 Ombeni, nanyi mtapewa;
tafuteni, nanyi mtaona;
bisheni, nanyi mtafunguliwa;
8 kwa maana kila aombaye
hupokea; naye atafutaye
huona; naye abishaye ata-
funguliwa. 9 Au kuna mtu
yupi kwenu, ambaye, mwana-
we akimwomba mkate, ata-
mpa jiwe? 10 Au akiomba
samaki, atampa nyoka?
11 Basi ikiwa ninyi, mlio wa-
ovu, mnajua kuwapa watoto
wenu vipawa vyema, je! si zaidi
sana Baba yenu aliye mbi-
nguni atawapa mema wao
wamwombao?

Amri iliyo na maana kuliko zote

12 Basi yo yote myatakayo
mtendewe na watu, nanyi
watendeeni vivyo hivyo;
maana hiyo ndiyo torati na
manabii.

Njia mbili

13 Ingieni kwa kupitia
mlango ulio mwembamba;
maana mlango ni mpana, na
njia ni pana iendayo upote-
vuni, nao ni wengi waingiao
kwa mlango huo. 14 Bali
mlango ni mwembamba, na
njia imesonga iendayo uzi-
mani, nao waionao ni
wachache.

Uongo na ukweli

15 Jihadharini na manabii
wa uongo, watu wanaowajia
wamevaa mavazi ya kondoo,
walakini kwa ndani ni mbwa-
mwitu wakali. 16 Mtawata-
mbua kwa matunda yao. Je!
watu huchuma zabibu katika
miiba, au tini katika mibaruti?
17 Vivyo hivyo kila mti
mwema huzaa matunda
mazuri; na mti mwovu huzaa
matunda mabaya. 18 Mti
mwema hauwezi kuzaa matu-
nda mabaya, wala mti mwo-
vu kuzaa matunda mazuri.
19 Kila mti usiozaa tunda
zuri hukatwa ukatupwa mo-
toni. 20 Ndiposa kwa matu-
nda yao mtawatambua.

Maneno na matendo

21 Si kila mtu aniambiaye,
Bwana, Bwana, atakayeingia
katika ufalme wa mbinguni;

bali ni yeye afanyaye mapenzi
ya Baba yangu aliye mbinguni.
22 Wengi wataniambia siku
ile, Bwana, Bwana, hatukufa-
nya unabii kwa jina lako, na
kwa jina lako kutoa pepo, na
kwa jina lako kufanya miujiza
mingi? 23 Ndipo nita-
waambia dhahiri, Sikuwajua
ninyi kamwe; ondokeni kwa-
ngu, ninyi mtendao maovu.

Misingi miwili

24 Basi kila asikiaye hayo
maneno yangu, na kuyafanya,
atafananishwa na mtu mwenye
akili, aliyejenga nyumba yake
juu ya mwamba; 25 mvua
ikanyesha, mafuriko yakaja,
pepo zikavuma, zikaipiga
nyumba ile, isianguke; kwa
maana misingi yake imewekwa
juu ya mwamba. 26 Na kila
asikiaye hayo maneno yangu
asiyafanye atafananishwa na
mtu mpumbavu, aliyejenga
nyumba yake juu ya mchanga;
27 mvua ikanyesha, mafuriko
yakaja, pepo zikavuma, zika-
ipiga nyumba ile, ikaanguka;
nalo anguko lake likawa
kubwa.

28 Ikawa, Yesu alipoyama-
liza maneno hayo, makutano
walishangaa mno kwa mafu-
ndisho yake; 29 kwa maana
alikuwa akiwafundisha kama
mtu mwenye amri, wala si
kama waandishi wao.

Mwenye ukoma atakaswa

8 Naye aliposhuka mlimani,
makutano mengi wali-
mfuata. 2 Na tazama, akaja
mtu mwenye ukoma akamsu-
judia, akisema, Bwana,
ukitaka, waweza kunitakasa.
3 Yesu akanyosha mkono,
akamgusa, akisema, Nataka;
takasika. Na mara ukoma
wake ukatakasika. 4 Yesu
akamwambia, Angalia, usi-
mwambie mtu; ila enenda
zako, ukajionyeshe kwa ku-
hani, ukaitoe sadaka kama
alivyoamuru Musa, iwe ushu-
huda kwao.

Mtumishi wa akida aponywa

5 Hata alipoingia Kaperna-
umu, akida mmoja alimjia,
akamsihi, 6 akisema, Bwana,
mtumishi wangu amelala nyu-
mbani, mgonjwa wa kupooza,
anaumwa sana. 7 Yesu aka-
mwambia, Nitakuja, nimpo-
nye. 8 Yule akida akamjibu,
akasema, Bwana, mimi sista-
hili wewe uingie chini ya dari
yangu; lakini sema neno tu,
na mtumishi wangu atapona.
9 Kwa maana mimi nami ni
mtu niliyewekwa chini ya
mamlaka, mwenye askari chini
yangu; nikimwambia huyu,
Nenda, huenda; na huyu,
Njoo, huja; na mtumwa
wangu, Fanya hivi, hufanya.

10 Yesu aliposikia hayo, alistaajabu, akawaambia wale waliomfuata, Amin, nawaambieni, Sijaona imani kubwa namna hii, kwa ye yote katika Israeli. 11 Nami nawaambieni, ya kwamba wengi watakuja kutoka mashariki na magharibi, nao wataketi pamoja na Ibrahimu, na Isaka, na Yakobo katika ufalme wa mbinguni; 12 bali wana wa ufalme watatupwa katika giza la nje; ndiko kutakuwako kilio na kusaga meno. 13 Naye Yesu akamwambia yule akida, Nenda zako; na iwe kwako kama ulivyoamini. Mtumishi wake akapona saa ile ile.

Bwana Yesu amponya mkwewe Petro na wengine wengi

14 Hata Yesu alipofika nyumbani kwa Petro, akamwona mkwewe Petro, mamaye mkewe, amelala kitandani hawezi homa. 15 Akamgusa mkono, homa ikamwacha; naye akaondoka, akawatumikia. 16 Hata kulipokuwa jioni, wakamletea wengi wenye pepo; akawatoa pepo kwa neno lake, akawaponya wote waliokuwa hawawezi, 17 ili litimie lile neno lililonenwa na nabii Isaya, akisema,

Mwenyewe aliutwaa udhaifu wetu,

Na kuyachukua magonjwa yetu.

Majaribu ya kuwadhihirisha wanafunzi wapendao kumfuata Bwana

18 Naye Yesu alipoona makutano mengi wakimzunguka, aliamuru kuvuka kwenda ng'ambo. 19 Mwandishi mmoja akamwendea, akamwambia, Mwalimu, nitakufuata ko kote uendako. 20 Yesu akamwambia, Mbweha wana pango, na ndege wa angani wana vioto; lakini Mwana wa Adamu hana pa kulaza kichwa chake. 21 Mwingine katika wanafunzi wake akamwambia, Bwana, nipe ruhusa kwanza, niende nikamzike baba yangu. 22 Lakini Yesu akamwambia, Nifuate; waache wafu wazike wafu wao.

Bwana Yesu atuliza dhoruba

23 Akapanda chomboni, wanafunzi wake wakamfuata. 24 Kukawa msukosuko mkuu baharini, hata chombo kikafunikizwa na mawimbi; naye alikuwa amelala usingizi. 25 Wanafunzi wake wakamwendea, wakamwamsha, wakisema, Bwana, tuokoe, tunaangamia. 26 Akawaambia Mbona mmekuwa waoga, enyi

wa imani haba? Mara aka-
ondoka, akazikemea pepo na
bahari; kukawa shwari kuu.
27 Wale watu wakamaka
wakisema, Huyu ni mtu wa
namna gani hata pepo na
bahari zamtii?

Wagerasi wenye pepo

28 Naye alipofika ng'ambo,
katika nchi ya Wagerasi, watu
wawili wenye pepo walikutana
naye, wanatoka makaburini,
wakali mno, hata mtu asiweze
kuipitia njia ile. 29 Na ta-
zama wakapiga kelele, waki-
sema, Tuna nini nawe, Mwana
wa Mungu? Je! umekuja
kututesa kabla ya muhula
wetu? 30 Basi, kulikuwako
mbali nao kundi la nguruwe
wengi wakilisha. 31 Wale
pepo wakamsihi, wakisema,
Ukitutoa, tuache twende, tu-
kaingie katika lile kundi la
nguruwe. 32 Akawaambia,
Nendeni. Wakatoka, wakai-
ngia katika nguruwe; na
kumbe! kundi lote wakate-
lemka kwa kasi gengeni hata
baharini, wakafa majini.
33 Lakini wachungaji waliki-
mbia, wakaenda zao mjini,
wakazieneza habari zote, na
habari za wale wenye pepo pia.
34 Na tazama, mji wote uka-
toka kwenda kumlaki Yesu
nao walipomwona, walimsihi
aondoke mipakani mwao.

Mwenye kupooza aponywa

9 Akapanda chomboni, aka-
vuka, akafika mjini kwao.
2 Na tazama, wakamletea mtu
mwenye kupooza, amelala
kitandani; naye Yesu, alipo-
iona imani yao, alimwambia
yule mwenye kupooza, Jipe
moyo mkuu, mwanangu; ume-
samehewa dhambi zako. 3 Na
tazama, baadhi ya waandishi
wakasema nafsini mwao,
Huyu anakufuru. 4 Naye
Yesu, hali akijua mawazo yao,
akasema, Mbona mnawaza
maovu mioyoni mwenu?
5 Kwa maana rahisi ni lipi, ni
kusema, Umesamehewa dha-
mbi zako, au ni kusema,
Ondoka, uende? 6 Lakini
mpate kujua ya kwamba
Mwana wa Adamu anayo amri
duniani ya kusamehe dhambi,
(amwambia yule mwenye ku-
pooza,) Ondoka, ujitwike kita-
nda chako, uende nyumbani
kwako. 7 Akaondoka, aka-
enda zake nyumbani kwake.
8 Makutano walipomwona,
walishikwa na hofu, waka-
mtukuza Mungu, aliyewapa
watu amri ya namna hii.

Mathayo aitwa

9 Naye Yesu alipokuwa aki-
pita kutoka huko aliona mtu
ameketi forodhani, aitwaye
Mathayo, akamwambia, Ni-

fuate. Akaondoka, akamfuata.

10 Ikawa alipoketi nyumbani ale chakula, tazama, watoza ushuru wengi na wenye dhambi walikuja wakaketi pamoja na Yesu na wanafunzi wake. 11 Mafarisayo walipoona, waliwaambia wanafunzi wake, Mbona mwalimu wenu anakula pamoja na watoza ushuru na wenye dhambi? 12 Naye aliposikia, aliwaambia, Wenye afya hawahitaji tabibu, bali walio hawawezi. 13 Lakini nendeni, mkajifunze maana yake maneno haya, Nataka rehema, wala si sadaka; kwa maana sikuja kuwaita wenye haki, bali wenye dhambi.

Habari ya kufunga

14 Wakati ule wanafunzi wake Yohana wakamwendea, wakasema, Kwa nini sisi na Mafarisayo twafunga, bali wanafunzi wako hawafungi? 15 Yesu akawaambia, Walioalikwa arusini wawezaje kuomboleza, muda bwana arusi akiwapo pamoja nao? Lakini siku zitakuja watakapoondolewa bwana arusi; ndipo watakapofunga. 16 Hakuna mtu atiaye kiraka cha nguo mpya katika vazi kuukuu; maana kile kilichotiwa huondoa kipande cha lile vazi, na pale palipotatuka huzidi. 17 Wala watu hawatii divai mpya katika viriba vikuukuu; na kama wakitia, vile viriba hupasuka, divai ikamwagika, na viriba vikaharibika; bali hutia divai mpya katika viriba vipya, vikahifadhika vyote.

Binti wa Yairo na mwanamke mwenye ugonjwa wa kutoka damu

18 Alipokuwa akiwaambia hayo, tazama, akaja jumbe mmoja, akamsujudia, akisema, Binti yangu sasa hivi amekufa; lakini njoo, uweke mkono wako juu yake, naye ataishi. 19 Akaondoka Yesu, akamfuata, pamoja na wanafunzi wake.

20 Na tazama, mwanamke aliyekuwa na ugonjwa wa kutoka damu muda wa miaka kumi na miwili, alikuja kwa nyuma, akaugusa upindo wa vazi lake. 21 Kwa maana alisema moyoni mwake, Nikigusa tu upindo wa vazi lake nitapona. 22 Yesu akageuka, akamwona, akamwambia, Jipe moyo mkuu, binti yangu; imani yako imekuponya. Yule mwanamke akapona tangu saa ile.

23 Yesu alipofika nyumbani kwa yule jumbe, aliona wapiga filimbi, na makutano wakifanya maombolezo, 24 akawaambia, Ondokeni; kwa maana kijana hakufa, amela-

la tu. Wakamcheka sana.
25 Lakini makutano wali-
poondoshwa, aliingia, aka-
mshika mkono; yule kijana
akasimama. 26 Zikaenea ha-
bari hizi katika nchi ile yote.

Vipofu wawili

27 Yesu alipokuwa akipita
kutoka huko, vipofu wawili
wakamfuata wakipaza sauti,
wakisema, Uturehemu, Mwa-
na wa Daudi. 28 Naye ali-
pofika nyumbani, wale vipofu
walimwendea; Yesu aka-
waambia, Mnaamini kwamba
naweza kufanya hili? Waka-
mwambia, Naam, Bwana.
29 Ndipo alipowagusa macho,
akasema, Kwa kadiri ya imani
yenu mpate. 30 Macho yao
yakafumbuka. Naye Yesu
akawaagiza kwa nguvu, aki-
sema, Angalieni hata mtu
mmoja asijue. 31 Lakini wa-
katoka, wakaeneza habarizake
katika nchi ile yote.

Mtu bubu mwenye pepo

32 Hata hao walipokuwa
wakitoka, tazama, walimletea
mtu bubu mwenye pepo.
33 Na pepo alipotolewa, yule
bubu alinena, makutano wa-
kastaajabu, wakasema, Haija-
onekana hivi katika Israeli
wakati wo wote. 34 Lakini
Mafarisayo wakasema, Kwa

nguvu za mkuu wa pepo atoa
pepo.

Huruma za Kristo kwa watu

35 Naye Yesu alikuwa aki-
zunguka katika miji yote na
vijiji, akifundisha katika masi-
nagogi yao, na kuihubiri
habari njema ya ufalme, na
kuponya magonjwa yote na
udhaifu wa kila aina, 36 Na
alipowaona makutano, ali-
wahurumia, kwa sababu wali-
kuwa wamechoka na kuta-
wanyika kama kondoo wasio
na mchungaji. 37 Ndipo ali-
powaambia wanafunzi wake,
Mavuno ni mengi, lakini
watenda kazi ni wachache.
38 Basi mwombeni Bwana wa
mavuno, apeleke watenda kazi
katika mavuno yake.

Mitume waagizwa na
kutajwa kwa majina

10 Akawaita wanafunzi
wake kumi na wawili,
akawapa amri juu ya pepo
wachafu, wawatoe, na kupoza
magonjwa yote na udhaifu wa
kila aina.

2 Na majina ya hao mitume
kumi na wawili ni haya; Wa
kwanza Simoni aliyeitwa Petro,
na Andrea nduguye; Yakobo
wa Zebedayo, na Yohana ndu-
guye; 3 Filipo, na Bartholo-
mayo; Tomaso, na Mathayo

mtoza ushuru; Yakobo wa
Alfayo, na Thadayo; 4 Si-
moni Mkananayo, na Yuda
Iskariote, naye ndiye mwenye
kumsaliti.

Kazi yao

5 Hao Thenashara Yesu ali-
watuma, akawaagiza, akisema,
Katika njia ya Mataifa msi-
ende, wala katika mji wo
wote wa Wasamaria msiingie.
6 Afadhali shikeni njia kuwa-
endea kondoo waliopotea wa
nyumba ya Israeli. 7 Na
katika kuenenda kwenu, hubi-
rini, mkisema, Ufalme wa
mbinguni umekaribia. 8 Po-
zeni wagonjwa, fufueni wafu,
takaseni wenye ukoma, toeni
pepo; mmepata bure, toeni
bure. 9 Msichukue dhahabu,
wala fedha, wala mapesa mi-
shipini mwenu; 10 wala mko-
ba wa safari, wala kanzu mbili,
wala viatu, wala fimbo; maana
mtenda kazi astahili posho
lake. 11 Na mji wo wote au
kijiji cho chote mtakachoingia,
tafuteni ni nani humo aliye
mtu mwaminifu; mkae kwake
hata mtakapotoka. 12 Nanyi
mkiingia katika nyumba isali-
muni. 13 Na nyumba ile iki-
stahili, amani yenu na iifikilie;
la, kwamba haistahili, amani
yenu na iwarudie ninyi. 14 Na
mtu asipowakaribisha wala
kuyasikiliza maneno yenu,

mtokapo katika nyumba ile,
au mji ule, kung'uteni mavu-
mbi ya miguuni mwenu.
15 Amin, nawaambia, Ita-
kuwa rahisi nchi ya Sodoma
na Gomora kustahimili adha-
bu ya siku ya hukumu, kuliko
mji ule.

Mateso

16 Angalieni, mimi nawa-
tuma kama kondoo kati ya
mbwa-mwitu; basi iweni na
busara kama nyoka, na kuwa
watu wapole kama hua. 17 Ji-
hadharini na wanadamu; kwa
maana watawapeleka mabara-
zani, na katika masinagogi yao
watawapiga; 18 nanyi mta-
chukuliwa mbele ya maliwali
na wafalme kwa ajili yangu,
kuwa ushuhuda kwao na kwa
mataifa. 19 Lakini hapo wa-
takapowapeleka, msifikirifikiri
jinsi mtakavyosema; maana
mtapewa saa ile mtakayosema.
20 Kwa kuwa si ninyi msemao,
bali ni Roho wa Baba yenu
asemaye ndani yenu. 21 Na
ndugu atamsaliti nduguye ili
auawe, na baba atamsaliti
mwana, na wana watawainukia
wazazi wao, na kuwafisha.
22 Nanyi mtakuwa mkichu-
kiwa na watu wote kwa ajili ya
jina langu; lakini mwenye
kuvumilia hata mwisho, ndiye
atakayeokoka. 23 Lakini wa-
takapowafukuza katika mji

huu, kimbilieni mwingine; kwa maana ni kweli nawaambia, Hamtaimaliza miji ya Israeli, hata ajapo Mwana wa Adamu.

24 Mwanafunzi hampiti mwalimu wake, wala mtumwa hampiti bwana wake. 25 Yamtosha mwanafunzi kuwa kama mwalimu wake, na mtumwa kuwa kama bwana wake. Ikiwa wamemwita mwenye nyumba Beelzebuli, je! si zaidi wale walio wa nyumbani mwake?

Mwenye kuogopwa

26 Basi, msiwaogope, kwa maana hakuna neno liliositirika, ambalo halitafunuliwa; wala lililofichwa, ambalo halitajulikana. 27 Niwaambialo ninyi katika giza, lisemeni katika nuru; na msikialo kwa siri, lihubirini juu ya nyumba. 28 Msiwaogope wauuao mwili, wasiweze kuiua na roho; afadhali mwogopeni yule awezaye kuangamiza mwili na roho pia katika jehanum.

29 Je! mashomoro wawili hawauzwi kwa senti moja? Wala hata mmoja haanguki chini asipojua Baba yenu; 30 lakini ninyi, hata nywele za vichwa vyenu zimehesabiwa zote. 31 Msiogope basi; bora ninyi kuliko mashomoro wengi. 32 Basi, kila mtu atakayenikiri mbele ya watu, nami nitamkiri mbele za Baba yangu aliye mbinguni. 33 Bali mtu ye yote atakayenikana mbele ya watu, nami nitamkana mbele za Baba yangu aliye mbinguni.

Chaguo gumu na thawabu yake

34 Msidhani ya kuwa nimekuja kuleta amani duniani; la! sikuja kuleta amani, bali upanga. 35 Kwa maana nalikuja kumfitini mtu na babaye, na binti na mamaye, na mkwe na mkwe mtu; 36 na adui za mtu ni wale wa nyumbani mwake. 37 Apendaye baba au mama kuliko mimi, hanistahili; wala apendaye mwana au binti kuliko mimi, hanistahili. 38 Wala mtu asiyechukua msalaba wake akanifuata, hanistahili. 39 Mwenye kuiona nafsi yake ataipoteza; naye mwenye kuipoteza nafsi yake kwa ajili yangu ataiona. 40 Awapokeaye ninyi, anipokea mimi; naye anipokeaye mimi, ampokea yeye aliyenituma. 41 Ampokeaye nabii kwa kuwa ni nabii, atapata thawabu ya nabii; naye ampokeaye mwenye haki kwa kuwa ni mwenye haki, atapata thawabu ya mwenye haki. 42 Na mtu awaye yote atakayemnywesha mmojawapo wa wadogo hawa ngaa kikombe

cha maji ya baridi, kwa kuwa
ni mwanafunzi, amin, nawa-
ambia, haitampotea kamwe
thawabu yake.

11 Ikawa Yesu alipokwisha
kuwaagiza wanafunzi
wake kumi na wawili, alitoka
huko kwenda kufundisha na
kuhubiri katika miji yao.

Yohana Mbatizaji

2 Naye Yohana aliposikia
huko gerezani matendo yake
Kristo, alituma wanafunzi
wake, 3 kumwuliza, Wewe
ndiwe yule ajaye, au tumta-
zamie mwingine? 4 Yesu
akajibu akawaambia, Nendeni
mkamweleze Yohana mnayo-
yasikia na kuyaona; 5 vipofu
wanapata kuona, viwete wana-
kwenda, wenye ukoma wana-
takaswa, viziwi wanasikia,
wafu wanafufuliwa, na maskini
wanahubiriwa habari njema.
6 Naye heri awaye yote asiye-
chukizwa nami. 7 Na hao
walipokwenda zao, Yesu ali-
anza kuwaambia makutano
habari za Yohana, Mlitoka
kwenda nyikani kutazama
nini? Unyasi ukitikiswa na
upepo? 8 Lakini mlitoka
kwenda kuona nini? Mtu
aliyevikwa mavazi mororo?
Tazama, watu wavaao mavazi
mororo wamo katika nyumba
za wafalme. 9 Lakini kwa
nini mlitoka? Ni kuona na-

bii? Naam, nawaambia, na
aliye mkuu zaidi ya nabii.
10 Huyo ndiye aliyeandikiwa
haya,

Tazama, mimi namtuma
mjumbe wangu
Mbele ya uso wako,
Atakayeitengeneza njia yako
mbele yako.

11 Amin, nawaambieni, Haja-
ondokea mtu katika wazao wa
wanawake aliye mkuu kuliko
Yohana Mbatizaji; walakini
aliye mdogo katika ufalme wa
mbinguni ni mkuu kuliko yeye.
12 Tangu siku za Yohana
Mbatizaji hata sasa ufalme wa
mbinguni hupatikana kwa
nguvu, nao wenye nguvu wau-
teka. 13 Kwa maana manabii
wote na torati wali tabiri mpaka
wakati wa Yohana. 14 Na
ikiwa mnataka kukubali, yeye
ndiye Eliya atakayekuja.
15 Mwenye masikio, na asikie.
16 Lakini nitakifananisha
na nini kizazi hiki? Kime-
fanana na watoto wanaokaa
sokoni, wanaowaita wenzao,
17 wakisema, Tuliwapigia fili-
mbi, wala hamkucheza; tuli-
ombolez a, wala hamkulia.
18 Maana Yohana alikuja,
hali wala hanywi, wakasema,
Yuna pepo. 19 Mwana wa
Adamu alikuja, akila na
kunywa, wakasema, Mlafi
huyu, na mlevi, rafiki yao
watoza ushuru na wenye
dhambi! Na hekima imejuli-

kana kuwa ina haki kwa kazi zake.

Ole wa miji ya watu wasioamini

20 Ndipo akaanza kuikemea miji ile ambamo ndani yake ilifanyika miujiza yake iliyo mingi, kwa sababu haikutubu. 21 Ole wako, Korazini! Ole wako, Bethsaida! Kwa kuwa kama miujiza iliyofanyika kwenu ingalifanyika katika Tiro na Sidoni, wangalitubu zamani kwa kuvaa magunia na majivu. 22 Walakini nawaambieni, itakuwa rahisi Tiro na Sidoni kustahimili adhabu zao siku ya hukumu kuliko ninyi. 23 Nawe Kapernaumu, je! utakuzwa mpaka mbinguni? utashushwa mpaka kuzimu; kwa kuwa kama miujiza iliyofanyika kwako ingalifanyika katika Sodoma, ungalikuwapo mji huo hata leo. 24 Walakini nawaambieni, itakuwa rahisi nchi ya Sodoma kustahimili adhabu yake siku ya hukumu kuliko wewe.

Nia ya mtoto

25 Wakati ule Yesu akajibu, akasema, Nakushukuru, Baba, Bwana wa mbingu na nchi, kwa kuwa mambo haya uliwaficha wenye hekima na akili, ukawafunulia watoto wachanga. 26 Naam, Baba, kwa kuwa ndivyo ilivyopendeza mbele zako.

Maelezo ya ujumbe aliotumiwa Bwana Yesu

27 Akasema, Nimekabidhiwa vyote na baba yangu; wala hakuna amjuaye Mwana, ila Baba; wala hakuna amjuaye Baba, ila Mwana, na ye yote ambaye Mwana apenda kumfunulia. 28 Njoni kwangu, ninyi nyote msumbukao na wenye kulemewa na mizigo, nami nitawapumzisha. 29 Jitieni nira yangu, mjifunze kwangu; kwa kuwa mimi ni mpole na mnyenyekevu wa moyo; nanyi mtapata raha nafsini mwenu; 30 kwa maana nira yangu ni laini, na mzigo wangu ni mwepesi.

Kutunza sabato

12 Wakati ule Yesu alipita katika mashamba siku ya sabato; wanafunzi wake wakaona njaa, wakaanza kuvunja masuke, wakala. 2 Na Mafarisayo walipoona, walimwambia, Tazama! wanafunzi wako wanafanya neno ambalo si halali kulifanya siku ya sabato. 3 Akawaambia, Hamkusoma alivyotenda Daudi, alipokuwa na njaa, yeye na wenziwe? 4 jinsi alivyoingia

katika nyumba ya Mungu, akaila mikate ile ya wonyesho, ambayo si halali kwake kuila wala kwa wale wenziwe, ila kwa makuhani peke yao? 5 Wala hamkusoma katika torati, kwamba siku ya sabato makuhani hekaluni huinajisi sabato wasipate hatia? 6 Lakini nawaambieni, kwamba hapa yupo aliye mkuu kuliko hekalu. 7 Lakini kama mngalijua maana yake maneno haya, Nataka rehema, wala si sadaka, msingaliwalaumu wasio na hatia. 8 Kwa maana Mwana wa Adamu ndiye Bwana wa sabato.

Kumponya mtu mwenye mkono uliopooza

9 Akaondoka huko, akaingia katika sinagogi lao. 10 Na tazama, yumo mtu mwenye mkono umepooza; wakamwuliza, wakisema, Ni halali kuponya watu siku ya sabato? wapate kumshitaki. 11 Akawaambia, Ni mtu yupi miongoni mwenu mwenye kondoo mmoja, na yule kondoo ametumbukia shimoni siku ya sabato, asiyemshika akamwopoa? 12 Je! mtu ni bora kuliko kondoo mara ngapi? Basi ni halali kutenda mema siku ya sabato. 13 Kisha akamwambia yule mtu, Nyosha mkono wako;

akaunyosha, ukapona, ukawa mzima kama wa pili. 14 Lakini wale Mafarisayo wakatoka wakafanya shauri juu yake jinsi ya kumwangamiza.

Mtumishi mteule

15 Naye Yesu hali akiyafahamu hayo akaondoka huko; na watu wengi wakamfuata; akawaponya wote, 16 akawakataza wasimdhihirishe; 17 ili litimie neno lililonenwa na nabii Isaya, akisema,

18 Tazama, mtumishi wangu niliyemteua;
Mpendwa wangu, moyo wangu uliyependezwa naye;
Nitatia roho yangu juu yake,
Naye atawatangazia Mataifa hukumu.
19 Hatateta wala hatapaza sauti yake;
Wala mtu hatasikia sauti yake njiani.
20 Mwanzi uliopondeka hatauvunja,
Wala utambi utokao moshi hatauzima,
Hata ailetapo hukumu ikashinda.
21 Na jina lake Mataifa watalitumainia.

Bwana Yesu aitika kwa vile aliyoshitakiwa kuwa anasaidiwa na Shetani

22 Wakati ule akaletewa mtu mwenye pepo, kipofu,

naye ni bubu; akamponya, hata yule bubu akanena na kuona. 23 Makutano wote wakashangaa, wakasema, Huyu siye mwana wa Daudi? 24 Lakini Mafarisayo waliposikia, walisema, Huyu hatoi pepo, ila kwa Beelzebuli mkuu wa pepo. 25 Basi Yesu akijua mawazo yao, akawaambia, Kila ufalme ukifitinika juu ya nafsi yake, hufanyika ukiwa; tena mji au nyumba yo yote ikifitinika juu ya nafsi yake, haitasimama. 26 Na Shetani akimtoa Shetani, amefitinika juu ya nafsi yake; basi ufalme wake utasimamaje? 27 Na mimi nikitoa pepo kwa Beelzebuli, je! wana wenu huwatoa kwa nani? Kwa sababu hiyo hao ndio watakaowahukumu. 28 Lakini mimi nikitoa pepo kwa Roho wa Mungu, basi ufalme wa Mungu umekwisha kuwajilia. 29 Ama awezaje mtu kuingia ndani ya nyumba ya mtu mwenye nguvu na kuviteka vyombo vyake, asipomfunga kwanza yule mwenye nguvu? ndipo atakapoiteka nyumba yake. 30 Mtu asiye pamoja nami yu kinyume changu; na mtu asiyekusanya pamoja nami hutapanya. 31 Kwa sababu hiyo nawaambia, Kila dhambi na kila neno la kufuru watasamehewa wanadamu, ila kwa kumkufuru Roho hawatasamehewa.

32 Naye mtu ye yote atakayenena neno juu ya Mwana wa Adamu atasamehewa, bali yeye atakayenena neno juu ya Roho Mtakatifu hatasamehewa - katika ulimwengu wa sasa, wala katika ule ujao. 33 Ufanyeni mti kuwa mzuri na matunda yake kuwa mazuri; au ufanyeni mti kuwa mbaya na matunda yake mabaya, kwa maana kwa matunda yake mti hutambulikana. 34 Enyi wazao wa nyoka, mwawezaje kunena mema, mkiwa wabaya? Maana, kinywa cha mtu huyanena yaujazayo moyo wake. 35 Mtu mwema katika akiba njema hutoa mema; na mtu mbaya katika akiba mbaya hutoa mabaya. 36 Basi, nawaambia, Kila neno lisilo maana, watakalolinena wanadamu, watatoa hesabu ya neno hilo siku ya hukumu. 37 Kwa kuwa kwa maneno yako utahesabiwa haki, na kwa maneno yako utahukumiwa.

Akataa kuonyesha dalili kama walivyotaka

38 Hapo baadhi ya waandishi na Mafarisayo wakamjibu, wakasema, Mwalimu, twataka kuona ishara kwako. 39 Akajibu, akawaambia, Kizazi kibaya na cha zinaa chatafuta ishara, wala hakitapewa ishara,

ila ishara ya nabii Yona.
40 Kwani kama vile Yona
alivyokuwa siku tatu mchana
na usiku katika tumbo la
nyangumi, hivyo ndivyo Mwa-
na wa Adamu atakavyokuwa
siku tatu mchana na usiku ka-
tika moyo wa nchi. 41 Watu
wa Ninawi watasimama siku
ya hukumu pamoja na watu
wa kizazi hiki, nao watawa-
hukumu kuwa wamekosa; kwa
sababu wao walitubu kwa
mahubiri ya Yona; na hapa
yupo aliye mkuu kuliko Yona.
42 Malkia wa kusini atasi-
mama siku ya hukumu pamoja
na watu wa kizazi hiki, naye
atawahukumu kuwa wame-
kosa; kwa sababu yeye alikuja
kutoka pande za mwisho za
dunia ili asikie hekima ya Sule-
mani; na hapa yupo aliye
mkuu kuliko Sulemani.

Hatari za kukosa
kutengeneza mambo ya
kiroho kwa ukamilifu

43 Pepo mchafu, amtokapo
mtu, hupitia mahali pasipo
maji, akitafuta mahali pa ku-
pumzika, asipate. 44 Halafu
husema, Nitarudi nyumbani
kwangu nilikotoka; hata akija,
aiona tupu, imefagiwa, na
kupambwa. 45 Mara huenda,
akachukua pamoja naye pepo
wengine saba walio waovu
kuliko yeye mwenyewe, nao

huingia na kukaa humo; na
mtu yule hali yake ya mwisho
huwa mbaya kuliko ya kwanza.
Ndivyo itakavyokuwa kwa
kizazi hiki kilicho kibaya.

Ujamaa wa kweli

46 Alipokuwa katika ku-
sema na makutano, tazama,
mama yake na ndugu zake
walikuwa wakisimama nje, wa-
kitaka kusema naye. 47 Mtu
mmoja akamwambia, Tazama,
mama yako na ndugu zako
wamesimama nje, wanataka
kusema nawe. 48 Akajibu,
akamwambia yule aliyempasha
habari, Mama yangu ni nani?
Na ndugu zangu ni akina nani?
49 Akawanyoshea mkono wa-
nafunzi wake, akasema, Taza-
ma, mama yangu na ndugu
zangu! 50 Kwa maana ye
yote atakayeyafanya mapenzi
ya baba yangu aliye mbinguni,
huyu ndiye ndugu yangu, na
umbu langu, na mama ya-
ngu.

Mfano wa mpanzi

13 Siku ile Yesu akatoka
nyumbani, akaketi ka-
ndo ya bahari. 2 Wakamku-
sanyikia makutano mengi,
hata akapanda chomboni, aka-
keti; na ule mkutano wote
wakasimama pwani. 3 Aka-

waambia mambo mengi kwa
mifano, akisema, Tazama,
mpanzi alitoka kwenda ku-
panda. 4 Hata alipokuwa
akipanda, mbegu nyingine zili-
anguka karibu na njia, ndege
wakaja wakazila; 5 nyingine
zikaanguka penye miamba,
pasipokuwa na udongo mwi-
ngi; mara zikaota, kwa udongo
kukosa kina; 6 na jua lili-
pozuka ziliungua; na kwa
kuwa hazina mizizi zikanya-
uka. 7 Nyingine zikaanguka
penye miiba; ile miiba ikamea,
ikazisonga; 8 nyingine zika-
anguka penye udongo mzuri,
zikazaa, moja mia, moja sitini,
moja thelathini. 9 Mwenye
masikio na asikie.

Matumizi ya mifano

10 Wakaja wanafunzi, wa-
kamwambia, Kwa nini wasema
nao kwa mifano? 11 Aka-
jibu, akawaambia, Ninyi mme-
jaliwa kuzijua siri za ufalme
wa mbinguni, bali wao hawa-
kujaliwa. 12 Kwa maana ye
yote mwenye kitu atapewa,
naye atazidishiwa tele; lakini
ye yote asiye na kitu, hata kile
alicho nacho atanyang'anywa.
13 Kwa sababu hii nasema nao
kwa mifano; kwa kuwa waki-
tazama hawaoni, na waki-
sikia hawasikii, wala kuelewa.
14 Na neno la nabii Isaya
linatimia kwao, likisema,

Kusikia mtasikia, wala ha-
    mtaelewa;
Kutazama mtatazama,
    wala hamtaona.
15 Maana mioyo ya watu
    hawa imekuwa mizito,
Na kwa masikio yao hawa-
    sikii vema,
Na macho yao wameya-
    fumba;
Wasije wakaona kwa macho
    yao,
Wakasikia kwa masikio yao,
Wakaelewa kwa mioyo yao,
    Wakaongoka, nikawa-
    ponya.
16 Lakini, heri macho yenu,
kwa kuwa yanaona; na masi-
kio yenu, kwa kuwa yanasikia.
17 Kwa maana, amin, nawaa-
mbia, Manabii wengi na wenye
haki walitamani kuyaona mna-
yoyaona ninyi, wasiyaone; na
kuyasikia mnayoyasikia ninyi,
wasiyasikie.

Maelezo ya mfano wa
mpanzi

18 Basi ninyi sikilizeni
mfano wa mpanzi. 19 Kila
mtu alisikiapo neno la ufalme
asielewe nalo, huja yule mwo-
vu, akalinyakua lililopandwa
moyoni mwake. Huyo ndiye
aliyepandwa karibu na njia.
20 Naye aliyepandwa penye
miamba, huyo ndiye alisikiaye
lile neno, akalipokea mara
kwa furaha; 21 lakini hana

mizizi ndani yake, bali hudu-
mu kwa muda; ikitukia dhiki
au udhia kwa ajili ya lile neno,
mara huchukizwa. 22 Naye
aliyepandwa penye miiba, hu-
yo ndiye alisikiaye lile neno;
na shughuli za dunia, na uda-
nganyifu wa mali hulisonga lile
neno; likawa halizai. 23 Naye
aliyepandwa penye udongo
mzuri, huyo ndiye alisikiaye
lile neno, na kuelewa nalo;
yeye ndiye azaaye matunda,
huyu mia, na huyu sitini, na
huyu thelathini.

Mfano wa magugu

24 Akawatolea mfano mwi-
ngine, akisema, Ufalme wa
mbinguni umefanana na mtu
aliyepanda mbegu njema ka-
tika konde lake; 25 lakini
watu walipolala, akaja adui
yake akapanda magugu kati-
kati ya ngano, akaenda zake.
26 Baadaye majani ya ngano
yalipomea na kuzaa, yakao-
nekana na magugu. 27 Wa-
tumwa wa mwenye nyumba
wakaenda   wakamwambia,
Bwana, hukupanda mbegu
njema katika konde lako?
limepata wapi basi magugu?
28 Akawaambia, Adui ndiye
aliyetenda hivi. Watumwa
wakamwambia, Basi, wataka
twende tukayakusanye?
29 Akasema, La; msije mka-
kusanya magugu, na kuzing'oa
ngano pamoja nayo. 30 Via-
cheni vyote vikue hata wakati
wa mavuno; na wakati wa
mavuno nitawaambia wavu-
nao, Yakusanyeni kwanza ma-
gugu, myafunge matita matita
mkayachome; bali ngano iku-
sanyeni ghalani mwangu.

Mifano ya punje ya haradali na chachu

31 Akawatolea mfano mwi-
ngine, akisema, Ufalme wa
mbinguni umefanana na punje
ya haradali, aliyoitwaa mtu
akaipanda katika shamba lake;
32 nayo ni ndogo kuliko
mbegu zote; lakini ikiisha
kumea, huwa kubwa kuliko
mboga zote, ikawa mti, hata
nyuni wa angani huja na kukaa
katika matawi yake.
33 Akawaambia mfano mwi-
ngine; Ufalme wa mbinguni
umefanana na chachu aliyoi-
twaa mwanamke, akaisitiri
ndani ya pishi tatu za unga,
hata ukachachwa wote pia.
34 Hayo yote Yesu aliwa-
ambia makutano kwa mifano;
wala pasipo mfano hakuwa-
ambia neno; 35 ili litimie
neno lililonenwa na nabii,
akisema,

Nitafumbua kinywa changu
kwa mifano,
Nitayatamka yaliyositiri-
ka tangu awali.

Maelezo ya mfano wa
magugu

36 Kisha Yesu akawaaga makutano, akaingia nyumbani; wanafunzi wake wakamwendea, wakasema, Tufafanulie mfano wa magugu ya kondeni. 37 Akajibu, akasema, Azipandaye zile mbegu njema ni Mwana wa Adamu; 38 lile konde ni ulimwengu; zile mbegu njema ni wana wa ufalme; na yale magugu ni wana wa yule mwovu; 39 yule adui aliyeyapanda ni Ibilisi; mavuno ni mwisho wa dunia; na wale wavunao ni malaika. 40 Basi, kama vile magugu yakusanywavyo na kuchomwa motoni; ndivyo itakavyokuwa katika mwisho wa dunia. 41 Mwana wa Adamu atawatuma malaika zake, nao watakusanya kutoka katika ufalme wake machukizo yote, na hao watendao maasi, 42 na kuwatupa katika tanuru ya moto; ndiko kutakuwako kilio na kusaga meno. 43 Ndipo wenye haki watakapong'aa kama jua katika ufalme wa Baba yao. Mwenye masikio, nayo asikie.

Mifano ya hazina,
lulu na juya

44 Tena ufalme wa mbinguni umefanana na hazina iliyositirika katika shamba; ambayo mtu alipoiona, aliificha; na kwa furaha yake akaenda akauza alivyo navyo vyote, akalinunua shamba lile.

45 Tena ufalme wa mbinguni umefanana na mfanya biashara, mwenye kutafuta lulu nzuri; 46 naye alipoona lulu moja ya thamani kubwa, alikwenda akauza alivyo navyo vyote, akainunua.

47 Tena ufalme wa mbinguni umefanana na juya, liliotupwa baharini, likakusanya wa kila namna; 48 hata lilipojaa, walilivuta pwani; wakaketi, wakakusanya walio wema vyomboni, bali walio wabaya wakawatupa. 49 Ndivyo itakavyokuwa katika mwisho wa dunia; malaika watatokea, watawatenga waovu mbali na wenye haki, 50 na kuwatupa katika tanuru ya moto; ndiko kutakuwako kilio na kusaga meno.

51 Yesu aliwauliza, Mmeyafahamu hayo yote? Wakamwambia, Naam. 52 Akawaambia, Kwa sababu hiyo, kila mwandishi mwenye elimu ya ufalme wa mbinguni amefanana na mtu mwenye nyumba atoaye katika hazina yake vitu vipya na vya kale.

Bwana Yesu akanwa Nazareti

53 Ikawa Yesu alipoimaliza mifano hiyo, alitoka akaenda

zake. 54 Na alipofika nchi
yake, akawafundisha katika
sinagogi lao, hata wakasha-
ngaa, wakasema, Huyu ame-
pata wapi hekima hii na
miujiza hii? 55 Huyu si mwa-
na wa seremala? mamaye si
yeye aitwaye Mariamu? Na
nduguze si Yakobo, na Yusu-
fu, na Simoni, na Yuda?
56 Na maumbu yake wote ha-
wapo hapa petu? Basi huyu
amepata wapi haya yote?
57 Wakachukizwa naye. Yesu
akawaambia, Nabii hakosi
kupata heshima, isipokuwa
katika nchi yake, na nyu-
mbani mwake mwenyewe.
58 Wala hakufanya miujiza
mingi huko, kwa sababu ya
kutokuamini kwao.

Kifo cha Yohana Mbatizaji

14 Wakati ule mfalme He-
rode alisikia habari za
Yesu, 2 akawaambia watu-
mishi wake, Huyo ndiye Yo-
hana Mbatizaji; amefufuka ka-
tika wafu; na kwa hiyo nguvu
hizo zinatenda kazi ndani yake.
3 Maana Herode alikuwa ame-
mkamata Yohana, akamfu-
nga, akamtia gerezani, kwa
ajili ya Herodia, mke wa Filipo
nduguye. 4 Kwa sababu Yo-
hana alimwambia, Si halali
kwako kuwa naye. 5 Naye
alipotaka kumwua, aliwa-
ogopa watu, maana wali-

mwona Yohana kuwa nabii.
6 Hata ilipofika sikukuu ya
kuzaliwa kwake Herode, binti
Herodia alicheza mbele ya
watu, akampendeza Herode.
7 Hata akaahidi kwa kiapo
ya kwamba atampa lo lote
atakaloliomba. 8 Naye, huku
akichochewa na mamaye, aka-
sema, Nipe hapa katika kombe
kichwa cha Yohana Mbatizaji.
9 Naye mfalme akasikitika;
lakini kwa ajili ya viapo vyake,
na kwa ajili ya wale walioketi
chakulani pamoja naye, akaa-
muru apewe; 10 akatuma mtu,
akamkata kichwa Yohana mle
gerezani. 11 Kichwa chake
kikaletwa katika kombe, aka-
pewa yule kijana: akakichukua
kwa mamaye. 12 Wanafunzi
wake wakaenda, wakamchu-
kua yule maiti, wakamzika;
kisha wakaenda wakampasha
Yesu habari.

Kulishwa kwa watu elfu tano

13 Naye Yesu aliposikia
hayo, aliondoka huko katika
chombo, akaenda mahali pasi-
po watu, faraghani. Na ma-
kutano waliposikia, walimfu-
ata kwa miguu kutoka mijini
mwao. 14 Yesu akatoka, aka-
ona mkutano mkuu, akawa-
hurumia, akawaponya wago-
njwa wao. 15 Hata kulipo-
kuwa jioni, wanafunzi wake
walimwendea, wakasema, Ma-

hali hapa ni nyika tupu, na saa imekwisha pita; uwaage makutano, waende zao vijijini, wakajinunulie vyakula. 16 Yesu akawaambia, Hawana haja kwenda zao, wapeni ninyi kula. 17 Wakamwambia, Hatuna kitu hapa ila mikate mitano na samaki wawili. 18 Akasema, Nileteeni hapa. 19 Akawaagiza makutano waketi katika majani; akaitwaa ile mikate mitano na wale samaki wawili, akatazama juu mbinguni, akabariki, akaimega ile mikate, akawapa wanafunzi, wanafunzi wakawapa makutano. 20 Wakala wote wakashiba; wakayaokota masazo ya vipande vya mikate, vikapu kumi na viwili, vimejaa. 21 Nao waliokula walikuwa wanaume wapata elfu tano, bila wanawake na watoto.

Bwana Yesu atembea juu ya bahari

22 Mara akawalazimisha wanafunzi wake wapande chomboni na kutangulia mbele yake kwenda ng'ambo, wakati yeye alipokuwa akiwaaga makutano. 23 Naye alipokwisha kuwaaga makutano, alipanda mlimani faraghani, kwenda kuomba. Na kulipokuwa jioni, alikuwako huko peke yake. 24 Na kile chombo kimekwisha kufika katikati ya bahari, kinataabika sana na mawimbi; maana upepo ulikuwa wa mbisho. 25 Hata wakati wa zamu ya nne ya usiku Yesu akawaendea, akienda kwa miguu juu ya bahari. 26 Wanafunzi walipomwona akienda juu ya bahari, wakafadhaika, wakisema, Ni kivuli; wakapiga yowe kwa hofu. 27 Mara Yesu akanena, akawaambia, Jipeni moyo; ni mimi; msiogope. 28 Petro akamjibu, akasema, Bwana, ikiwa ni wewe, niamuru nije kwako juu ya maji. 29 Akasema, Njoo. Petro akashuka chomboni, akaenda kwa miguu juu ya maji, ili kumwendea Yesu. 30 Lakini alipouona upepo, akaogopa; akaanza kuzama, akapiga yowe, akisema, Bwana, niokoe. 31 Mara Yesu akanyosha mkono wake, akamshika, akamwambia, Ewe mwenye imani haba, mbona uliona shaka? 32 Nao walipopanda chomboni, upepo ulikoma. 33 Nao waliokuwamo ndani ya chombo wakamsujudia, wakisema, Hakika wewe u Mwana wa Mungu.

Matendo ya kuponya Genesareti

34 Na walipokwisha kuvuka, walifika nchi ya Gene-

sareti. 35 Na watu wa mahali pale walipomtambua, walituma watu kwenda nchi zile zilizo kandokando, wakamletea wote waliokuwa hawawezi; 36 nao wakamsihi waguse hata pindo la vazi lake tu; na wote waliogusa wakaponywa kabisa.

Bwana Yesu aitika kwa alivyoshitakiwa kuwa hafuati desturi

15 Ndipo Mafarisayo na waandishi toka Yerusalemu walipomwendea Yesu wakisema, 2 Mbona wanafunzi wako huyahalifu mapokeo ya wazee, kwa maana hawanawi mikono walapo chakula. 3 Akajibu, akawaambia, Mbona ninyi nanyi huihalifu amri ya Mungu kwa ajili ya mapokeo yenu? 4 Kwa kuwa Mungu alisema, Mheshimu baba yako na mama yako, na, Amtukanaye baba yake au mama yake kufa na afe. 5 Bali ninyi husema, Atakayemwambia babaye au mamaye, Cho chote kikupasacho kusaidiwa na mimi ni wakfu, 6 basi asimheshimu baba yake au mama yake. Mkalitangua neno la Mungu kwa ajili ya mapokeo yenu. 7 Enyi wanafiki, ni vema alivyotabiri Isaya kwa habari zenu, akisema,

8 Watu hawa hunihceshimu kwa midomo;

Ila mioyo yao iko mbali nami.

9 Nao waniabudu bure, Wakifundisha mafundisho

Yaliyo maagizo ya wanadamu.

10 Akawaita makutano akawaambia, Sikilizeni, mfahamu; 11 Sicho kiingiacho kinywani kimtiacho mtu unajisi; bali kitokacho kinywani ndicho kimtiacho mtu unajisi. 12 Ndipo wanafunzi wake walipomwendea, wakamwambia, Wajua ya kuwa Mafarisayo walipolisikia neno lile walichukizwa? 13 Akajibu, akasema, Kila pando asilolipanda Baba yangu wa mbinguni litang'olewa. 14 Waacheni; hao ni viongozi vipofu wa vipofu. Na kipofu akimwongoza kipofu mwenzake, watatumbukia shimoni wote wawili. 15 Basi Petro akajibu, akamwambia, Tueleze mfano huo. 16 Yesu akasema, Hata sasa ninyi nanyi mngali hamna akili? 17 Hamjafahamu bado ya kuwa kila kiingiacho kinywani hupita tumboni, kikatupwa chooni? 18 Bali vitokavyo kinywani vyatoka moyoni; navyo ndivyo vimtiavyo mtu unajisi. 19 Kwa maana moyoni hutoka mawazo mabaya, uuaji, uzinzi, uasherati, wivi, ushuhuda wa uongo, na matukano;

20 hayo ndiyo yamtiayo mtu unajisi; lakini kula kabla hajanawa mikono hakumtii mtu unajisi.

Binti wa mwanamke wa Mataifa aponywa

21 Yesu akaondoka huko, akaenda kando pande za Tiro na Sidoni. 22 Na tazama, mwanamke Mkananayo wa mipaka ile akatokea, akampazia sauti akisema, Unirehemu, Bwana, Mwana wa Daudi; binti yangu amepagawa sana na pepo. 23 Wala yeye hakumjibu neno. Nao wanafunzi wake wakamwendea, wakamwomba, wakisema, Mwache aende zake; kwa maana anapiga kelele nyuma yetu. 24 Akajibu, akasema, Sikutumwa ila kwa kondoo waliopotea wa nyumba ya Israeli. 25 Naye akaja akamsujudia, akisema, Bwana, unisaidie. 26 Akajibu, akasema, Si vema kukitwaa chakula cha watoto na kuwatupia mbwa. 27 Akasema, Ndiyo, Bwana, lakini hata mbwa hula makombo yaangukayo mezani pa bwana zao. 28 Ndipo Yesu akajibu, akamwambia, Mama, imani yako ni kubwa; na iwe kwako kama utakavyo. Akapona binti yake tangu saa ile.

Wengi waponywa

29 Yesu akaondoka huko, akafika kando ya bahari ya Galilaya; akapanda mlimani, akaketi huko. 30 Wakamwendea makutano mengi wakimletea viwete, vipofu, mabubu, vilema, na wengine wengi, wakawaweka miguuni pake; akawaponya; 31 hata ule mkutano wakastaajabu, walipowaona mabubu wanasema, vilema wanakuwa wazima, viwete wanakwenda, na vipofu wanaona; wakamtukuza Mungu wa Israeli.

Kulishwa kwa watu elfu nne

32 Yesu akawaita wanafunzi wake, akasema, Nawahurumia mkutano, kwa kuwa yapata siku tatu wamekaa pamoja nami, wala hawana kitu cha kula; tena kuwaaga wakifunga sipendi, wasije wakazimia njiani. 33 Wanafunzi wake wakamwambia, Tupate wapi mikate mingi hapa nyikani, hata kushibisha mkutano mkuu namna hii? 34 Yesu akawaambia, Mnayo mikate mingapi? Wakasema, Saba, na visamaki vichache. 35 Akawaagiza mkutano waketi chini; 36 akaitwaa ile mikate saba na vile visamaki, akashukuru, akavimega, akawapa wanafunzi wake, nao wanafunzi

wakawapa makutano. 37 Wa-
kala wote wakashiba; waka-
yaokota masazo ya vipande
vya mikate, makanda saba,
yamejaa. 38 Nao waliokula
walikuwa wanaume elfu nne,
bila wanawake na watoto.
39 Akawaaga makutano, aka-
panda chomboni, akaenda
pande za Magadani.

*Bwana Yesu akataa kuwapa
dalili kama walivyomwomba*

16 Wakamjia Mafarisayo
na Masadukayo, waka-
mjaribu, wakamwomba awao-
nyeshe ishara itokayo mbingu-
ni. 2 Akajibu, akawaambia,
[Kukiwa jioni, mwasema, Ku-
takuwa na kianga; kwa maana
mbingu ni nyekundu. 3 Na
asubuhi, mwasema, Leo kuta-
kuwa na dhoruba; kwa maana
mbingu ni nyekundu, tena
kumetanda. Enyi wanafiki,
mwajua kuutambua uso wa
mbingu; lakini, je! ishara za
zamani hizi hamwezi kuzi-
tambua?] 4 Kizazi kibaya
na cha zinaa chataka ishara;
wala hakitapewa ishara, isipo-
kuwa ishara ya Yona. Aka-
waacha, akaenda zake.

*Awakemea wanafunzi kwa
kuwa ni vipofu*

5 Nao wanafunzi wakaenda
hata ng'ambo, wakasahau ku-

chukua mikate. 6 Yesu aka-
waambia, Angalieni, jilindeni
na chachu ya Mafarisayo na
Masadukayo. 7 Wakabishana
wao kwa wao, wakisema, Ni
kwa sababu hatukuchukua
mikate. 8 Naye Yesu aka-
fahamu, akawaambia, Mbona
mnabishana ninyi kwa ninyi,
enyi wa imani chache, kwa
sababu hamna mikate? 9 Ha-
mjafahamu bado, wala ha-
mkumbuki ile mikate mitano
kwa wale elfu tano, na vikapu
vingapi mlivyoviokota? 10
Wala ile mikate saba kwa wale
elfu nne, na makanda ma-
ngapi mliyoyaokota? 11 Ime-
kuwaje hamkufahamu ya kuwa
si kwa sababu ya mkate nali-
waambia? Ila jilindeni na
chachu ya Mafarisayo na
Masadukayo. 12 Ndipo wali-
pofahamu ya kuwa hakuwa-
ambia kujilinda na chachu ya
mkate, bali na mafundisho ya
Mafarisayo na Masadukayo.

*Petro amkiri Bwana Yesu kuwa
ndiye Kristo*

13 Basi Yesu akaenda pande
za Kaisaria-Filipi, akawauliza
wanafunzi wake akasema,
Watu hunena Mwana wa
Adamu kuwa ni nani? 14 Wa-
kasema, Wengine hunena u
Yohana Mbatizaji, wengine
Eliya, wengine Yeremia au
mmojawapo wa manabii.

15 Akawaambia, Nanyi mwa-ninena mimi kuwa ni nani? 16 Simoni Petro akajibu aka-sema, Wewe ndiwe Kristo, Mwana wa Mungu aliye hai. 17 Yesu akajibu, akamwa-mbia, Heri wewe Simoni Bar-yona; kwa kuwa mwili na damu havikukufunulia hili, bali Baba yangu aliye mbi-nguni. 18 Nami nakuambia, Wewe ndiwe Petro, na juu ya mwamba huu nitalijenga kanisa langu; wala milango ya kuzimu haitalishinda. 19 Nami nitakupa wewe fu-nguo za ufalme wa mbinguni; na lo lote utakalolifunga duniani, litakuwa limefungwa mbinguni; na lo lote uta-kalolifungua duniani, litaku-wa limefunguliwa mbinguni. 20 Ndipo alipowakataza sana wanafunzi wake wasimwambie mtu ye yote ya kwamba yeye ndiye Kristo.

Bwana Yesu aonyesha kifo na kufufuka vitakavyompata

21 Tangu wakati huo Yesu alianza kuwaonya wanafunzi wake ya kwamba imempasa kwenda Yerusalemu, na ku-pata mateso mengi kwa wazee na wakuu wa makuhani, na waandishi, na kuuawa, na siku ya tatu kufufuka. 22 Petro akamchukua, akaanza kumke-mea, akisema, Hasha, Bwana,

hayo hayatakupata. 23 Aka-geuka, akamwambia Petro, Nenda nyuma yangu, Shetani; u kikwazo kwangu; maana huyawazi yaliyo ya Mungu, bali ya wanadamu.

Mwito wa kujikana

24 Wakati huo Yesu ali-waambia wanafunzi wake, Mtu ye yote akitaka kunifuata, na ajikane mwenyewe, ajitwike msalaba wake, anifuate. 25 Kwa kuwa mtu atakaye kuiokoa nafsi yake, ataipo-teza; na mtu atakayepoteza nafsi yake kwa ajili yangu, ataiona. 26 Kwani atafaidi-wa nini mtu akiupata uli-mwengu wote, na kupata hasara ya nafsi yake? au mtu atatoa nini badala ya nafsi yake? 27 Kwa sababu Mwa-na wa Adamu atakuja katika utukufu wa Baba yake pamoja na malaika zake; ndipo ata-kapomlipa kila mtu kwa kadiri ya matendo yake. 28 Amin, nawaambieni, Pana watu katika hawa wasimamao hapa, ambao hawataonja mau-ti kabisa, hata watakapo-mwona Mwana wa Adamu akija katika ufalme wake.

Ugeuko wa Bwana Yesu

17 Na baada ya siku sita Yesu akawatwaa Petro,

na Yakobo, na Yohana nduguye, akawaleta juu ya mlima mrefu faraghani; 2 akageuka sura yake mbele yao; uso wake ukang'aa kama jua, mavazi yake yakawa meupe kama nuru. 3 Na tazama, wakatokewa na Musa na Eliya, wakizungumza naye. 4 Petro akajibu akamwambia Yesu, Bwana, ni vizuri sisi kuwapo hapa; ukitaka, nitafanya hapa vibanda vitatu, kimoja chako wewe, na kimoja cha Musa, na kimoja cha Eliya. 5 Alipokuwa katika kusema, tazama, wingu jeupe likawatia uvuli; na tazama, sauti ikatoka katika lile wingu, ikasema, Huyu ni Mwanangu, mpendwa wangu, ninayependezwa naye; msikieni yeye. 6 Na wale wanafunzi waliposikia, walianguka kifulifuli, wakaogopa sana. 7 Yesu akaja, akawagusa, akasema, Inukeni, wala msiogope. 8 Wakainua macho yao wasione mtu ila Yesu peke yake.

9 Na walipokuwa wakishuka mlimani, Yesu aliwaagiza, akasema, Msimwambie mtu ye yote habari ya maono hayo, hata Mwana wa Adamu atakapofufuka katika wafu. 10 Wanafunzi wake wakamwuliza, wakisema, Basi kwa nini waandishi hunena ya kwamba imempasa Eliya kuja kwanza? 11 Naye akajibu, akawaambia,

Kweli Eliya yuaja kwanza naye atatengeneza yote; 12 ila, nawaambia, ya kwamba Eliya amekwisha kuja, wasimtambue, lakini wakamtenda yote waliyotaka. Vivyo hivyo Mwana wa Adamu naye yuaenda kuteswa kwao. 13 Ndipo wale wanafunzi walipofahamu ya kuwa amesema nao habari za Yohana Mbatizaji.

Mvulana mwenye pepo aponywa

14 Nao walipoufikia mkutano, mtu mmoja akamjia, akampigia magoti, akisema. 15 Bwana, umrehemu mwanangu, kwa kuwa ana kifafa, na kuteswa vibaya; maana mara nyingi huanguka motoni, na mara nyingi majini. 16 Nikamleta kwa wanafunzi wako, wasiweze kumponya. 17 Yesu akajibu, akasema, Enyi kizazi kisichoamini, kilichopotoka, nitakaa pamoja nanyi hata lini? Nitachukuliana nanyi hata lini? Mleteni huku kwangu. 18 Yesu akamkemea pepo, naye akamtoka; yule kijana akapona tangu saa ile. 19 Kisha wale wanafunzi wakamwendea Yesu kwa faragha wakasema, Mbona sisi hatukuweza kumtoa? 20 Yesu akawaambia, Kwa sababu ya upungufu wa imani yenu. Kwa maana, amin, nawa-

ambia, Mkiwa na imani kiasi
cha punje ya haradali mtaua-
mbia mlima huu ,Ondoka hapa
uende kule; nao utaondoka;
wala halitakuwako neno lisilo-
wezekana kwenu. 21 [Lakini
namna hii haitoki ila kwa
kusali na kufunga.]

Maonyo ya pili aliyotoa
Bwana Yesu juu ya kifo
chake

22 Nao walipokuwa waki-
kaa Galilaya, Yesu akawa-
ambia, Mwana wa Adamu
anakwenda kutiwa katika mi-
kono ya watu, 23 nao wata-
mwua, na siku ya tatu atafu-
fuka. Wakasikitika sana.

Alipa kodi ya hekalu

24 Hata walipofika Kaper-
naumu, wale watozao nusu-
shekeli walimwendea Petro,
wakasema, Je! Mwalimu wenu
hatoi nusu-shekeli? 25 Aka-
sema, Hutoa. Naye alipoi-
ngia nyumbani, Yesu alita-
ngulia kumwuliza, akisema,
Waonaje, Simoni? Wafalme
wa dunia hutwaa kodi ama
ushuru kwa watu gani? kwa
wana wao au kwa wageni?
26 Naye aliposema, Kwa wa-
geni, Yesu alimwambia, Basi,
kama ni hivyo, wana ni ma-
huru. 27 Lakini tusije tuka-

wakwaza, enenda baharini
ukatupe ndoana, ukatwae sa-
maki yule azukaye kwanza; na
ukifumbua mdomo wake uta-
ona shekeli*; ichukue hiyo
ukawape kwa ajili yangu na
kwa ajili yako.

Fundisho la unyenyekevu.
Onyo juu ya kukosesha
watu wengine

18 Saa ile wanafunzi waka-
mwendea Yesu waki-
sema, Ni nani basi aliye mkuu
katika ufalme wa mbinguni?
2 Akaita mtoto mmoja, aka-
mweka katikati yao, 3 aka-
sema, Amin, nawaambia, Msi-
poongoka na kuwa kama
vitoto, hamtaingia kamwe ka-
tika ufalme wa mbinguni.
4 Basi, ye yote ajinyenye-
keshaye mwenyewe kama mto-
to huyu, huyo ndiye aliye
mkuu katika ufalme wa mbi-
nguni. 5 Na ye yote ata-
kayempokea mtoto mmoja
mfano wa huyu kwa jina
langu, anipokea mimi; 6 bali
atakayemkosesha mmojawapo
wa wadogo hawa waniaminio,
yamfaa afungiwe shingoni jiwe
kubwa la kusagia, na kutoswa
katika kilindi cha bahari.
7 Ole ni wa ulimwengu kwa
sababu ya mambo ya kuko-
sesha! Maana hayana budi
kuja mambo ya kukosesha;

* Shekeli moja ni kama shilingi 3.

lakini ole wake mtu yule alileta-ye jambo la kukosesha! 8 Basi mkono wako au mguu wako ukikukosesha, ukate, ukautupe mbali nawe; ni afadhali kuingia katika uzima hali umepungukiwa na mkono au mguu, kuliko kuwa na mikono miwili au miguu miwili, na kutupwa katika moto wa milele. 9 Na jicho lako likikukosesha, ling'oe, ukalitupe mbali nawe; ni afadhali kuingia katika uzima una chongo, kuliko kuwa na macho mawili, na kutupwa katika jehanum ya moto. 10 Angalieni msidhirau mmojawapo wa wadogo hawa; kwa maana nawaambia ya kwamba malaika zao mbinguni sikuzote huutazama uso wa Baba yangu aliye mbinguni. 11 [Kwa maana Mwana wa Adamu alikuja kukiokoa kilichopotea.]

Mfano wa kondoo aliyepotea

12 Mwaonaje? mtu akiwa na kondoo mia, mmoja akampotea, je! hawaachi wale tisa na tisini, akaenda milimani, na kumtafuta yule aliyepotea? 13 Hata akipata kumwona, amin, nawaambia, amfurahia huyo zaidi, kuliko wale tisa na tisini wasiopotea. 14 Vivyo hivyo haipendezi mbele za Baba yenu aliye mbinguni

kwamba mmoja wa wadogo hawa apotee.

Jinsi ya kuwatendea waovu

15 Na ndugu yako akikukosa, enenda ukamwonye, wewe na yeye peke yenu; akikusikia, umempata nduguyo. 16 La, kama hasikii, chukua pamoja nawe tena mtu mmoja au wawili, ili kwa vinywa vya mashahidi wawili au watatu kila neno lithibitike. 17 Na asipowasikiliza wao, liambie kanisa; na asipolisikiliza kanisa pia, na awe kwako kama mtu wa mataifa na mtoza ushuru. 18 Amin, nawaambieni, yo yote mtakayoyafunga duniani yatakuwa yamefungwa mbinguni; na yo yote mtakayoyafungua duniani yatakuwa yamefunguliwa mbinguni.

Maombi ya umoja

19 Tena nawaambia, ya kwamba wawili wenu watakapopatana duniani katika jambo lo lote watakaloliomba, watafanyiwa na Baba yangu aliye mbinguni. 20 Kwa kuwa walipo wawili watatu wamekusanyika kwa jina langu, nami nipo papo hapo katikati yao.

21 Kisha Petro akamwendea akamwambia, Bwana, ndugu yangu anikose mara ngapi nami nimsamehe? hata mara saba? 22 Yesu akamwambia, Sikuambii hata mara saba, bali hata saba mara sabini. 23 Kwa sababu hii ufalme wa mbinguni umefanana na mfalme mmoja aliyetaka kufanya hesabu na watumwa wake. 24 Alipoanza kuifanya, aliletewa mtu mmoja awiwaye talanta* elfu kumi. 25 Naye alipokosa cha kulipa, bwana wake akaamuru auzwe, yeye na mkewe na watoto wake, na vitu vyote alivyo navyo, ikalipwe ile deni. 26 Basi yule mtumwa akaanguka, akamsujudia akisema, Bwana, nivumilie, nami nitakulipa yote pia. 27 Bwana wa mtumwa yule akamhurumia, akamfungua, akamsamehe ile deni. 28 Mtumwa yule akatoka, akamwona mmoja wa wajoli wake, aliyemwia dinari† mia; akamkamata, akamshika koo, akisema, Nilipe uwiwacho. 29 Basi mjoli wake akaanguka miguuni pake, akamsihi, akisema, Nivumilie, nami nitakulipa yote pia. 30 Lakini hakutaka, akaenda, akamtupa kifungoni, hata atakapoilipa ile deni. 31 Basi wajoli wake walipoyaona yaliyotendeka, walisikitika sana, wakaenda wakamweleza bwana wao yote yaliyotendeka. 32 Ndipo bwana wake akamwita, akamwambia, Ewe mtumwa mwovu, nalikusamehe wewe deni ile yote, uliponisihi; 33 nawe, je! haikukupasa kumrehemu mjoli wako, kama mimi nilivyokurehemu wewe? 34 Bwana wake akaghadhibika, akampeleka kwa watesaji, hata atakapoilipa deni ile yote. 35 Ndivyo na Baba yangu wa mbinguni atakavyowatenda ninyi, msiposamehe kwa mioyo yenu kila mtu ndugu yake.

19 Ikawa Yesu alipomaliza maneno hayo, akatoka Galilaya akafika mipaka ya Uyahudi, ng'ambo ya Yordani. 2 Makutano mengi wakamfuata, akawaponya huko.

3 Basi Mafarisayo wakamwendea, wakamjaribu, wakimwambia, Je! ni halali mtu kumwacha mkewe kwa kila sababu? 4 Akajibu, akawaambia, Hamkusoma ya kwamba yeye aliyewaumba mwa-

---

* Talanta moja ni kama shilingi 5,000.
† Dinari moja ni kama senti 75.

nzo, aliwaumba mtu mume na
mtu mke, 5 akasema, Kwa
sababu hiyo, mtu atamwacha
babaye na mamaye, ataamba-
tana na mkewe; na hao wawili
watakuwa mwili mmoja?
6 Hata wamekuwa si wawili
tena, bali mwili mmoja.
Basi aliowaunganisha Mungu,
mwanadamu asiwatenganishe.
7 Wakamwambia, Jinsi gani
basi Musa aliamuru kumpa
hati ya talaka, na kumwacha?
8 Akawaambia, Musa, kwa
sababu ya ugumu wa mioyo
yenu, aliwapa ruhusa kuwa-
acha wake zenu; lakini tangu
mwanzo haikuwa hivi.   9 Na-
mi nawaambia ninyi, Kila mtu
atakayemwacha mkewe, isipo-
kuwa ni kwa sababu ya uashe-
rati, akaoa mwingine, azini;
naye amwoaye yule aliyeachwa
azini. 10 Wanafunzi wake
wakamwambia, Mambo ya
mtu na mkewe yakiwa hivyo,
haifai kuoa. 11 Lakini yeye
akawaambia, Si wote wawezao
kulipokea neno hilo, ila wale
waliojaliwa. 12 Maana wako
matowashi waliozaliwa hali
hiyo toka matumboni mwa
mama zao; tena wako mato-
washi waliofanywa na watu
kuwa matowashi: tena wako
matowashi waliojifanya kuwa
matowashi kwa ajili ya ufalme
wa mbinguni. Awezaye kuli-
pokea neno hili, na alipo-
kee.

*Bwana Yesu abariki
watoto wadogo*

13 Ndipo akaletewa watoto
wadogo ili aweke mikono yake
juu yao na kuwaombea; wana-
funzi wake wakawakemea.
14 Lakini Yesu akasema, Wa-
acheni watoto wadogo waje
kwangu; wala msiwazuie; kwa
maana walio mfano wa hao,
ufalme wa mbinguni ni wao.
15 Akaweka mikono yake juu
yao akatoka huko.

*Kijana mwenye mali
atafuta uzima wa milele*

16 Na tazama, mtu mmoja
akamwendea akamwambia,
Mwalimu, nitende jambo gani
jema, ili nipate uzima wa
milele? 17 Akamwambia,
Kwani kuniuliza habari ya
wema? Aliye mwema ni
mmoja. Lakini ukitaka kui-
ngia katika uzima, zishike
amri. 18 Akamwambia, Zipi?
Yesu akasema, Ni hizi, Usiue,
Usizini, Usiibe, Usishuhudie
uongo, 19 Waheshimu baba
yako na mama yako, na,
Mpende jirani yako kama
nafsi yako. 20 Yule kijana
akamwambia, Haya yote nime-
yashika; nimepungukiwa na
nini tena? 21 Yesu akamwa-
mbia, Ukitaka kuwa mkami-
lifu, enenda ukauze ulivyo
navyo, uwape maskini, nawe

utakuwa na hazina mbinguni; kisha njoo unifuate. 22 Yule kijana alipolisikia neno lile, akaenda zake kwa huzuni; kwa sababu alikuwa na mali nyingi.

Shida za kuwa mwenye mali

23 Yesu akawaambia wanafunzi wake, Amin, nawaambieni, ya kwamba itakuwa shida tajiri kuingia katika ufalme wa mbinguni. 24 Nawaambia tena, Ni rahisi zaidi ngamia kupenya tundu ya sindano, kuliko tajiri kuingia katika ufalme wa Mungu. 25 Wanafunzi waliposikia, walishangaa mno, wakisema, Ni nani basi awezaye kuokoka? 26 Yesu akawakazia macho, akawaambia, Kwa wanadamu hilo haliwezekani; bali kwa Mungu yote yawezekana.

27 Ndipo Petro akajibu, akamwambia, Tazama, sisi tumeacha vyote tukakufuata; tutapata nini basi? 28 Yesu akawaambia, Amin, nawaambia ya kwamba ninyi mlionifuata mimi, katika ulimwengu mpya, atakapoketi Mwana wa Adamu katika kiti cha utukufu wake, ninyi nanyi mtaketi katika viti kumi na viwili, mkiwahukumu kabila kumi na mbili za Israeli. 29 Na kila mtu aliyeacha nyumba, au ndugu wa kiume au wa kike,

au baba, au mama, au watoto, au mashamba, kwa ajili ya jina langu, atapokea mara mia, na kuurithi uzima wa milele. 30 Lakini wengi walio wa kwanza watakuwa wa mwisho, na walio wa mwisho watakuwa wa kwanza.

Mfano wa wakulima katika shamba la mizabibu

20 Kwa maana ufalme wa mbinguni umefanana na mtu mwenye nyumba, aliyetoka alfajiri kwenda kuajiri wakulima awapeleke katika shamba lake la mizabibu. 2 Naye alipokwisha kupatana na wakulima kuwapa kutwa dinari, aliwapeleka katika shamba lake la mizabibu. 3 Akatoka mnamo saa tatu, akaona wengine wamesimama sokoni wasiokuwa na kazi; 4 na hao nao akawaambia, Enendeni nanyi katika shamba langu la mizabibu, na iliyo haki nitawapa. Wakaenda. 5 Akatoka tena mnamo saa sita na saa kenda, akafanya vile vile. 6 Hata kama saa kumi na moja akatoka, akakuta wengine wamesimama, akawaambia, Mbona mmesimama hapa mchana kutwa bila kazi? 7 Wakamwambia, Kwa sababu hakuna mtu aliyetuajiri. Akawaambia, Enendeni nanyi katika shamba la mizabibu.

8 Kulipokuchwa, yule bwana wa shamba akamwambia msimamizi wake, Waite wakulima, uwalipe ujira wao, ukianzia wa mwisho hata wa kwanza. 9 Na walipokuja wale wa saa kumi na moja, walipokea kila mtu dinari. 10 Na wale wa kwanza walipokuja, walidhani kwamba watapokea zaidi; na hao pia wakapokea kila mtu dinari. 11 Basi wakiisha kuipokea, wakamnung'unikia mwenye nyumba, 12 wakisema, Hao wa mwisho wametenda kazi saa moja tu, nawe umewasawazisha na sisi tuliostahimili taabu na hari za mchana kutwa. 13 Naye akamjibu mmoja wao, akamwambia, Rafiki, sikudhulumu; hukupatana nami kwa dinari? 14 Chukua iliyo yako, uende zako; napenda kumpa huyu wa mwisho sawa na wewe. 15 Si halali yangu kutumia vilivyo vyangu kama nipendavyo? Au jicho lako limekuwa ovu kwa sababu ya mimi kuwa mwema? 16 Vivyo hivyo wa mwisho watakuwa wa kwanza, na wa kwanza watakuwa wa mwisho.

Maonyo ya tatu aliyotoa Bwana Yesu juu ya kifo chake

17 Hata Yesu alipokuwa akipanda kwenda Yerusa-lemu, aliwachukua wale wanafunzi kumi na wawili faraghani; na njiani akawaambia, 18 Angalieni, tunapanda kwenda Yerusalemu; na Mwana wa Adamu atatiwa mikononi mwa wakuu wa makuhani na waandishi; nao watamhukumu afe; 19 kisha watampeleka kwa Mataifa wapate kumdhihaki, na kumpiga mijeledi, na kumsulibisha; na siku ya tatu atafufuka.

Ombi la heshima ya kidunia

20 Ndipo mama yao wana wa Zebedayo akamwendea pamoja na wanawe, akamsujudia, na kumwomba neno. 21 Akamwambia, Wataka nini? Akamwambia, Agiza kwamba hawa wanangu wawili waketi mmoja mkono wako wa kuume, na mmoja mkono wako wa kushoto, katika ufalme wako. 22 Yesu akajibu akasema, Hamjui mnaloliomba. Je! mwaweza kunywea kikombe nitakachonywea mimi? Wakamwambia, Twaweza. 23 Akawaambia, Hakika mtakinywea kikombe changu; lakini kuketi mkono wangu wa kuume na mkono wangu wa kushoto, sina amri kuwapa, bali watapewa waliowekewa tayari na Baba yangu.

Ukuu wa kweli

24 Na wale kumi walipo-
sikia, waliwakasirikia wale
ndugu wawili. 25 Lakini Yesu
akawaita, akasema, Mwajua
ya kuwa wakuu wa Mataifa
huwatawala kwa nguvu, na
wakubwa wao huwatumikisha.
26 Lakini haitakuwa hivyo
kwenu; bali mtu ye yote ana-
yetaka kuwa mkubwa kwenu,
na awe mtumishi wenu; 27 na
mtu ye yote anayetaka kuwa
wa kwanza kwenu na awe
mtumwa wenu; 28 kama vile
Mwana wa Adamu asivyokuja
kutumikiwa, bali kutumika, na
kutoa nafsi yake iwe fidia ya
wengi.

*Vipofu wawili wapokea
kuona*

29 Hata walipokuwa waki-
toka Yeriko mkutano mku-
bwa wakamfuata. 30 Na ta-
zama, vipofu wawili wameketi
kando ya njia, nao waliposikia
ya kwamba Yesu anapita,
walipaza sauti, wakisema, Utu-
rehemu, Bwana, mwana wa
Daudi! 31 Mkutano waka-
wakaripia, wanyamaze. La-
kini wao wakazidi kupaza
sauti, wakisema, Uturehemu,
Bwana, mwana wa Daudi!
32 Yesu akasimama, aka-
waita, akasema, Mnataka
niwafanyie nini? 33 Waka-

mwambia, Bwana, twataka
macho yetu yafumbuliwe.
34 Yesu akawahurumia, aka-
wagusa macho yao; mara wa-
kapata kuona, wakamfuata.

*Bwana Yesu aingia
Yerusalemu kwa shangwe*

21 Hata walipokaribia Ye-
rusalemu, na kufika Be-
thfage, katika mlima wa
Mizeituni, ndipo Yesu alipo-
tuma wanafunzi wawili, 2 aki-
waambia, Enendeni mpaka
kijiji kile kinachowakabili, na
mara mtaona punda amefu-
ngwa, na mwana-punda pa-
moja naye; wafungueni mni-
letee. 3 Na kama mtu akiwa-
ambia neno, semeni, Bwana
ana haja nao; na mara hiyo
atawapeleka. 4 Haya yote
yamekuwa, ili litimie neno lili-
lonenwa na nabii, akisema,

5 Mwambieni binti Sayuni,
Tazama, mfalme wako ana-
kuja kwako,
Mpole, naye amepanda
punda,
Na mwana-punda, mtoto
wa punda.

6 Wale wanafunzi wakaenda
zao, wakafanya kama Yesu
alivyowaamuru, 7 wakamleta
yule punda na mwanapunda,
wakaweka nguo zao juu
yao, naye akaketi juu yake.
8 Watu wengi katika ule mku-
tano wakatandaza nguo zao

njiani; na wengine wakakata
matawi ya miti, wakayata-
ndaza njiani.   9 Na makutano
waliotangulia, na wale walio-
fuata, wakapaza sauti, waki-
sema, Hosana, Mwana wa
Daudi;   ndiye   mbarikiwa,
yeye ajaye kwa jina la
Bwana; Hosana juu mbi-
nguni. 10 Hata alipoingia
Yerusalemu, mji wote uka-
taharuki, watu wakisema, Ni
nani huyu? 11 Makutano
wakasema, Huyu ni yule nabii,
Yesu, wa Nazareti ya Galilaya.

Atakasa hekalu

12 Yesu akaingia ndani ya
hekalu, akawafukuza wote
waliokuwa wakiuza na kunu-
nua hekaluni, akazipindua
meza za wabadili fedha, na
viti vyao waliokuwa wakiuza
njiwa; 13 akawaambia, Ime-
andikwa, Nyumba yangu itai-
twa nyumba ya sala; bali
ninyi mmeifanya kuwa pango
la wanyang'anyi. 14 Na vi-
pofu na viwete wakamwendea
mle hekaluni, akawaponya.
15 Lakini wakuu wa makuhani
na waandishi walipoyaona ma-
ajabu aliyoyafanya, na watoto
waliopaza sauti zao hekaluni,
wakisema, Hosana, Mwana
wa Daudi! walikasirika,
16 wakamwambia, Wasikia
hawa wasemavyo? Yesu aka-
waambia, Naam; hamkupata

kusoma, Kwa vinywa vya
watoto wachanga na wanyo-
nyao umekamilisha   sifa?
17 Akawaacha, akatoka nje ya
mji mpaka Bathania, akalala
huko.

Mtini usio na matunda

18 Hata asubuhi alipokuwa
akienda mjini, aliona njaa.
19 Akaona mtini mmoja kando
ya njia, akauendea, asione
kitu juu yake ila majani tu;
akauambia, Yasipatikane ma-
tunda kwako tangu leo hata
milele. Mtini   ukanyauka
mara. 20 Wanafunzi wali-
poona, walistaajabu, waki-
sema, Jinsi gani mtini umenya-
uka mara? 21 Yesu akajibu,
akawaambia, Amin, nawa-
ambia, Mkiwa na imani, msi-
pokuwa na shaka, mtafanya si
hilo la mtini tu, lakini
hata mkiuambia mlima huu,
Ng'oka, ukatupwe baharini,
litatendeka. 22 Na yo yote
mtakayoyaomba katika sala
mkiamini, mtapokea.

Amri aliyo nayo Bwana
Yesu yapingwa

23 Hata alipokwisha kuingia
hekaluni, wakuu wa makuhani
na wazee wa watu wakamwe-
ndea alipokuwa akifundisha,
wakasema, Ni kwa amri
gani unatenda mambo haya?

Naye ni nani aliyekupa amri hii? 24 Yesu akajibu, akawaambia, Na mimi nitawauliza neno moja; ambalo mkinijibu, nami nitawaambia ni kwa amri gani ninatenda haya. 25 Ubatizo wa Yohana ulitoka wapi? Ulitoka mbinguni, au kwa wanadamu? Wakahojiana wao kwa wao, wakisema, Tukisema, Ulitoka mbinguni, atatuambia, Mbona basi hamkumwamini? 26 Na tukisema, Ulitoka kwa wanadamu, twaogopa mkutano; maana watu wote wamwona Yohana kuwa ni nabii. 27 Wakamjibu Yesu wakasema, Hatujui. Naye akawaambia, Wala mimi siwaambii ninyi ni kwa amri gani ninatenda haya.

Mfano wa wana wawili

28 Lakini mwaonaje? Mtu mmoja alikuwa na wana wawili; akamwendea yule wa kwanza, akasema, Mwanangu, leo nenda kafanye kazi katika shamba la mizabibu. 29 Akajibu akasema, Naenda bwana; asiende. 30 Akamwendea yule wa pili, akasema vile vile. Naye akajibu akasema, Sitaki; baadaye akatubu, akaenda. 31 Je! katika hao wawili ni yupi aliyefanya mapenzi ya babaye? Wakamwambia, Ni yule wa pili. Basi Yesu akawaambia, Amin, nawaambia, watoza ushuru na makahaba wanatangulia mbele yenu kuingia katika ufalme wa Mungu. 32 Kwa sababu Yohana alikuja kwenu kwa njia ya haki, ninyi msimwamini; lakini watoza ushuru na makahaba walimwamini; nanyi hata mlipoona, hamkutubu baadaye, ili kumwamini.

Mfano wa shamba la mizabibu

33 Sikilizeni mfano mwingine. Kulikuwa na mtu mwenye nyumba, naye alipanda shamba la mizabibu, akalizungusha ugo, akachimba shimo la shinikizo ndani yake, akajenga mnara, akapangisha wakulima, akasafiri. 34 Wakati wa matunda ulipokuwa karibu, akawatuma watumwa wake kwa wale wakulima, wapokee matunda yake. 35 Wale wakulima wakawakamata watumwa wake, huyu wakampiga, na huyu wakamwua, na huyu wakampiga kwa mawe. 36 Akawatuma tena watumwa wengine wengi kuliko wa kwanza, wakawatenda vile vile. 37 Mwishowe akamtuma mwanawe kwao, akisema, Watamstahi mwanangu. 38 Lakini wale wakulima walipomwona yule mwana, waka-

semezana wao kwa wao, Huyu ni mrithi; haya na tumwue, tuutwae urithi wake. 39 Wakamkamata, wakamtupa nje ya shamba la mizabibu, wakamwua. 40 Basi atakapokuja yule bwana wa shamba la mizabibu, atawatendaje wale wakulima? 41 Wakamwambia, Atawaangamiza vibaya wale wabaya; na shamba la mizabibu atawapangisha wakulima wengine, watakaomlipa matunda kwa wakati wake. 42 Yesu akawaambia, Hamkupata kusoma katika maandiko,

Jiwe walilolikataa waashi,
    Hilo limekuwa jiwe kuu
        la pembeni;
Neno hili limetoka kwa
        Bwana,
    Nalo ni ajabu machoni
        petu?

43 Kwa sababu hiyo nawaambia, Ufalme wa Mungu utaondolewa kwenu, nao watapewa taifa lingine lenye kuzaa matunda yake. 44 Naye aangukaye juu ya jiwe hilo atavunjikavunjika; naye ye yote ambaye litamwangukia, litamsaga tikitiki. 45 Wakuu wa makuhani na Mafarisayo, waliposikia mifano yake, walitambua ya kuwa anawanenea wao. 46 Nao walipotafuta kumkamata, waliwaogopa makutano, kwa maana wao walimwona kuwa nabii.

Mfano wa karamu ya arusi

22 Yesu akajibu, akawaambia tena kwa mithali, akisema, 2 Ufalme wa mbinguni umefanana na mfalme mmoja aliyemfanyia mwanawe arusi. 3 Akawatuma watumwa wake wawaite walioalikwa kuja arusini; nao wakakataa kuja. 4 Akatuma tena watumwa wengine, akisema, Waambieni wale walioalikwa, Tazameni, nimeandaa karamu yangu; ng'ombe zangu na vinono vimekwisha kuchinjwa, na vyote vimekuwa tayari, njoni arusini. 5 Lakini hawakujali, wakaenda zao, mmoja shambani kwake, mmoja kwenye biashara yake; 6 nao waliosalia wakawakamata watumwa wake, wakawatenda jeuri, na kuwaua. 7 Basi yule mfalme akaghadhibika; akapeleka majeshi yake, akawaangamiza wauaji wale, akauteketeza mji wao. 8 Kisha akawaambia watumwa wake, Arusi i tayari, lakini wale walioalikwa hawakustahili. 9 Basi enendeni hata njia panda za barabara, na wote mwaonao waiteni arusini. 10 Watumwa wale wakatoka wakaenda njia kuu, wakakusanya wote waliowaona, waovu kwa wema; arusi ikajaa wageni. 11 Lakini alipoingia yule mfalme ili kuwatazama wageni wake, akaona mle mtu

mmoja asiyevaa vazi la arusi.
12 Akamwambia, Rafiki, uli-
ngiaje humu nawe huna vazi
la arusi? Naye akatekewa.
13 Mfalme akawaambia watu-
mishi, Mfungeni mikono na
miguu, mchukueni mkamtupe
katika giza la nje; ndiko kuta-
kuwako kilio na kusaga meno.
14 Kwa maana waitwao ni
wengi, bali wateule ni wa-
chache.

Swali juu ya kumlipa Kaisari kodi

15 Ndipo Mafarisayo waka-
enda zao, wakafanya shauri,
jinsi ya kumtega kwa maneno.
16 Wakatuma kwake wana-
funzi wao pamoja na Mahe-
rodi, wakasema, Mwalimu,
twajua ya kuwa wewe u mtu
wa kweli, na njia ya Mungu
waifundisha katika kweli, wala
hujali cheo cha mtu awaye
yote, kwa maana hutazami
sura za watu. 17 Basi utua-
mbie, Waonaje? Ni halali
kumpa Kaisari kodi, ama
sivyo? 18 Lakini Yesu aka-
ufahamu uovu wao, akasema,
Mbona mnanijaribu, enyi
wanafiki? 19 Nionyesheni
fedha ya kodi. Nao waka-
mletea dinari. 20 Akawa-
ambia, Ni ya nani sanamu
hii, na anwani hii? 21 Waka-
mwambia, Ni ya Kaisari.
Akawaambia, Basi mlipeni

Kaisari yaliyo ya Kaisari, na
Mungu yaliyo ya Mungu.
22 Waliposikia, walistaajabu,
wakamwacha, wakaenda zao.

Swali juu ya kufufuka

23 Siku ile Masadukayo,
watu wasemao ya kwamba
hakuna kiyama, waka-
mwendea, wakamwuliza, 24
wakisema, Mwalimu, Musa
alisema, Mtu akifa, akiwa
hana watoto, ndugu yake na
amwoe yule mkewe, ili ampa-
tie nduguye mzao. 25 Basi,
kwetu kulikuwa na ndugu
saba; wa kwanza akaoa, aka-
fariki, na kwa kuwa hana
mzao, akamwachia nduguye
mke wake. 26 Vivyo hivyo
wa pili naye, na wa tatu, hata
wote saba. 27 Mwisho wa
wote yule mwanamke akafa
naye. 28 Basi, katika kiyama,
atakuwa mke wa yupi katika
wale saba? Maana wote wali-
kuwa naye. 29 Yesu akajibu,
akawaambia, Mwapotea, kwa
kuwa hamyajui maandiko wa-
la uweza wa Mungu. 30 Kwa
maana kataka kiyama hawaoi
wala hawaolewi, bali huwa ka-
ma malaika mbinguni. 31 Te-
na kwa habari ya kiyama ya
wafu, hamjalisoma neno lilio-
nenwa na Mungu, akisema,
32 Mimi ni Mungu wa Ibra-
himu, na Mungu wa Isaka, na
Mungu wa Yakobo? Mungu

si Mungu wa wafu, bali wa walio hai. 33 Na makutano waliposikia, walishangaa kwa mafunzo yake.

Swali juu ya amri iliyo kuu

34 Na Mafarisayo waliposikia ya kwamba amewafumba kinywa wale Masadukayo, walifanya shauri pamoja. 35 Mmoja wao, mwana-sheria, akamwuliza, akimjaribu; 36 Mwalimu, katika torati ni amri ipi iliyo kuu? 37 Akamwambia, Mpende Bwana Mungu wako kwa moyo wako wote, na kwa roho yako yote, na kwa akili zako zote. 38 Hii ndiyo amri iliyo kuu, tena ni ya kwanza. 39 Na ya pili yafanana nayo, nayo ni hii, Mpende jirani yako kama nafsi yako. 40 Katika amri hizi mbili hutegemea torati yote na manabii.

Swali juu ya Kristo

41 Na Mafarisayo walipokusanyika, Yesu aliwauliza, 42 akisema, Mwaonaje katika habari za Kristo? Ni mwana wa nani? Wakamwambia, Ni wa Daudi. 43 Akawauliza, Imekuwaje basi Daudi katika Roho kumwita Bwana, akisema,

44 Bwana alimwambia Bwana wangu,

Uketi mkono wangu wa kuume,
Hata niwawekapo adui zako
Kuwa chini ya miguu yako?

45 Basi, Daudi akimwita Bwana, amekuwaje ni mwanawe? 46 Wala hakuweza mtu kumjibu neno; wala hakuthubutu mtu ye yote tangu siku ile kumwuliza neno tena.

Bwana Yesu awashitaki waandishi na Mafarisayo

23 Kisha Yesu akawaambia makutano na wanafunzi wake, 2 akasema, Waandishi na Mafarisayo wameketi katika kiti cha Musa; 3 basi, yo yote watakayowaambia, myashike na kuyatenda; lakini kwa mfano wa matendo yao, msitende; maana wao hunena lakini hawatendi. 4 Wao hufunga mizigo mizito na kuwatwika watu mabegani mwao; wasitake wenyewe kuigusa kwa kidole chao. 5 Tena matendo yao yote huyatenda ili kutazamwa na watu; kwa kuwa hupanua hirizi zao, huongeza matamvua yao; 6 hupenda viti vya mbele katika karamu, na kuketi mbele katika masinagogi, 7 na kusalimiwa masokoni, na kuitwa na watu, Rabi. 8 Bali ninyi msiitwe Rabi, maana mwalimu wenu ni mmoja, nanyi nyote ni ndugu. 9 Wala msimwite mtu baba duniani; maana Baba yenu ni mmoja, aliye wa mbinguni. 10 Wala msiitwe viongozi; maana kiongozi wenu ni mmoja, naye ndiye Kristo. 11 Naye aliye mkubwa wenu atakuwa mtumishi wenu. 12 Na ye yote atakayejikweza, atadhiliwa; na ye yote atakayejidhili, atakwezwa.

13 Ole wenu waandishi na Mafarisayo, wanafiki! kwa kuwa mnawafungia watu ufalme wa mbinguni; ninyi wenyewe hamwingii, wala wanaoingia hamwaachi waingie.

14 [Ole wenu waandishi na Mafarisayo, wanafiki! kwa kuwa mnakula nyumba za wajane, na kwa unafiki mnasali sala ndefu; kwa hiyo mtapata hukumu iliyo kubwa zaidi.]

15 Ole wenu waandishi na Mafarisayo, wanafiki! kwa kuwa mnazunguka katika bahari na nchi kavu ili kumfanya mtu mmoja kuwa mwongofu; na akiisha kufanyika, mnamfanya kuwa mwana wa jehanum mara mbili zaidi kuliko ninyi wenyewe.

16 Ole wenu viongozi vipofu, ninyi msemao, Mtu atakayeapa kwa hekalu, si kitu; bali mtu atakayeapa kwa dhahabu ya hekalu, amejifunga. 17 Wapumbavu ninyi na vipofu; maana ni ipi iliyo kubwa, ile dhahabu, au lile hekalu liitakasalo dhahabu? 18 Tena, Mtu atakayeapa kwa madhabahu, si kitu; bali mtu atakayeapa kwa sadaka iliyo juu yake, amejifunga. 19 Vipofu ninyi; maana ni ipi iliyo kubwa, ile sadaka, au ile madhabahu iitakasayo sadaka? 20 Basi yeye aapaye kwa madhabahu, huapa kwa hiyo, na kwa vitu vyote vilivyo juu yake. 21 Naye aapaye kwa hekalu, huapa kwa hilo, na kwa yeye akaaye ndani yake. 22 Naye aapaye kwa mbingu, huapa kwa kiti cha enzi cha Mungu, na kwa yeye aketiye juu yake.

23 Ole wenu waandishi na Mafarisayo, wanafiki! kwa kuwa mnalipa zaka za mnanaa na bizari na jira, lakini mmeacha mambo makuu ya sheria, yaani, adili, na rehema, na imani; hayo imewapasa kuyafanya, wala yale mengine msiyaache. 24 Viongozi vipofu, wenye kuchuja mbu na kumeza ngamia.

25 Ole wenu waandishi na Mafarisayo, wanafiki! kwa kuwa mnasafisha nje ya kikombe na chano, na ndani yake vimejaa unyang'anyi na kutokuwa na kiasi. 26 Ewe Farisayo kipofu, safisha kwanza ndani ya kikombe, ili nje yake nayo ipate kuwa safi.

27 Ole wenu, waandishi na Mafarisayo, wanafiki! kwa kuwa mmefanana na makaburi yaliyopakwa chokaa, nayo kwa nje yaonekana kuwa mazuri, bali ndani yamejaa mifupa ya wafu, na uchafu wote. 28 Vivyo hivyo ninyi nanyi, kwa nje mwaonekana na watu kuwa wenye haki, bali ndani mmejaa unafiki na maasi.

29 Ole wenu, waandishi na Mafarisayo, wanafiki! kwa kuwa mnayajenga makaburi ya manabii, na kuyapamba maziara ya wenye haki, 30 na kusema, Kama sisi tunga- likuwako zamani za baba zetu, hatungalishirikiana nao katika damu ya manabii. 31 Hivi mwajishuhudia wenye- we, ya kwamba ninyi ni wana wao waliowaua manabii. 32 Kijazeni basi kipimo cha baba zenu. 33 Enyi nyoka, wa majoka, mtaikimbiaje hu- kumu ya jehanum? 34 Kwa sababu hiyo, angalieni, mimi natuma kwenu manabii na wenye hekima na waandishi; na wengine wao ninyi mta- waua na kuwasulibisha, na wengine wao mtawapiga ka- tika masinagogi yenu, na kuwafukuza mji kwa mji; 35 hivyo ije juu yenu damu yote ya haki iliyomwagika juu ya nchi, tangu damu ya Habili, yule mwenye haki, hata damu ya Zakaria bin Barakia, mliyemwua kati ya patakatifu na madhabahu. 36 Amin, nawaambieni, Mambo hayo yote yatakuja juu ya kizazi hiki.

Bwana Yesu alia machozi juu ya Yerusalemu na matokeo yajayo

37 Ee Yerusalemu, Yeru- salemu, uwauaye manabii, na kuwapiga kwa mawe wale waliotumwa kwako! ni mara ngapi nimetaka kuwakusanya pamoja watoto wako, kama vi- le kuku avikusanyavyo pamo- ja vifaranga vyake chini ya mabawa yake, lakini hamku- taka! 38 Angalieni, nyumba yenu mmeachiwa hali ya ukiwa. 39 Kwa maana na- waambia, Hamtaniona kamwe tangu sasa, hata mtakaposema, Amebarikiwa ajaye kwa jina la Bwana.

Bwana Yesu aonyesha jinsi hekalu litakavyoangamia

24 Yesu akaenda zake, aka- toka hekaluni; wana- funzi wake wakamwendea ili kumwonyesha majengo ya hekalu. 2 Naye akajibu aka- waambia, Hamyaoni haya yote? Amin, nawaambieni, Halitasalia hapa jiwe juu ya jiwe ambalo halitabomoshwa.

Misiba ijayo

3 Hata alipokuwa ameketi katika mlima wa Mizeituni, wanafunzi wake waka-mwendea kwa faragha, waki-sema, Tuambie, mambo hayo yatakuwa lini? Nayo ni nini dalili ya kuja kwako, na ya mwisho wa dunia? 4 Yesu akajibu, akawaambia, Angali-eni, mtu asiwadanganye. 5 Kwa sababu wengi watakuja kwa jina langu, wakisema, Mimi ni Kristo; nao wata-danganya wengi. 6 Nanyi mtasikia habari za vita na matetesi ya vita; angalieni, msitishwe; maana hayo haya-na budi kutukia; lakini ule mwisho bado. 7 Kwa maana taifa litaondoka kupigana na taifa, na ufalme kupigana na ufalme; kutakuwa na njaa, na matetemeko ya nchi mahali mahali. 8 Hayo yote ndiyo mwanzo wa utungu. 9 Wa-kati huo watawasaliti ninyi mpate dhiki, nao watawaua; nanyi mtakuwa watu wa kuchukiwa na mataifa yote kwa ajili ya jina langu. 10 Ndipo wengi watakapoji-kwaa, nao watasalitiana, na kuchukiana. 11 Na manabii wengi wa uongo watatokea, na kudanganya wengi. 12 Na kwa sababu ya kuongezeka maasi, upendo wa wengi utapoa. 13 Lakini mwenye kuvumilia hata mwisho, ndiye atakayeokoka. 14 Tena ha-bari njema ya ufalme ita-hubiriwa katika ulimwengu wote, kuwa ushuhuda kwa mataifa yote; hapo ndipo ule mwisho utakapokuja.

15 Basi hapo mtakapo-liona chukizo la uharibifu, lile lililonenwa na nabii Danieli, limesimama katika pataka-tifu (asomaye na afahamu), 16 ndipo walio katika Uyahu-di na wakimbilie milimani; 17 naye aliye juu ya dari asishuke kuvichukua vitu vili-vyomo nyumbani mwake; 18 wala aliye shambani asirudi nyuma kuichukua nguo yake. 19 Ole wao wenye mimba na waamwishao siku hizo! 20 Ombeni, ili kukimbia kwenu kusiwe wakati wa baridi, wala siku ya sabato. 21 Kwa kuwa wakati huo kutakuwapo dhiki kubwa, ambayo haijatokea namna yake tangu mwanzo wa uli-mwengu hata sasa, wala haitakuwapo kamwe. 22 Na kama siku hizo zisingalifu-pizwa, asingeokoka mtu ye yote; lakini kwa ajili ya wateule zitafupizwa siku hizo. 23 Wakati huo mtu aki-waambia, Tazama, Kristo yupo hapa, au yuko kule, msisadiki. 24 Kwa maana watatokea makristo wa uongo, na manabii wa uongo, nao

watatoa ishara kubwa na
maajabu; wapate kuwapoteza,
kama yamkini, hata walio
wateule. 25 Tazama, nime-
kwisha kuwaonya mbele.
26 Basi wakiwaambia, Yuko
jangwani, msitoke; yumo nyu-
mbani, msisadiki. 27 Kwa
maana kama vile umeme uto-
kavyo mashariki ukaonekana
hata magharibi, hivyo ndivyo
kutakavyokuwa kuja kwake
Mwana wa Adamu. 28 Kwa
kuwa po pote ulipo mzo-
ga, ndipo watakapokusanyika
tai.

Mwisho wa ulimwengu

29 Lakini mara, baada ya
dhiki ya siku zile, jua litatiwa
giza, na mwezi hautatoa
mwanga wake, na nyota zitaa-
nguka mbinguni, na nguvu
za mbinguni zitatikisika;
30 ndipo itakapoonekana
ishara yake Mwana wa Adamu
mbinguni; ndipo mataifa yote
ya ulimwengu watakapoo-
mboleza, nao watamwona
Mwana wa Adamu akija juu
ya mawingu ya mbinguni
pamoja na nguvu na utukufu
mwingi. 31 Naye atawatuma
malaika zake pamoja na sauti
kuu ya parapanda, nao wata-
wakusanya wateule wake toka
pepo nne, toka mwisho huu
wa mbingu mpaka mwisho
huu.

Jinsi ipasavyo kukesha

32 Basi kwa mtini jifunzeni
mfano; tawi lake likiisha
kuchipuka na kuchanua maja-
ni, mwatambua ya kuwa
wakati wa mavuno u karibu;
33 nanyi kadhalika, myaonapo
hayo yote, tambueni ya ku-
wa yu karibu, milangoni.
34 Amin, nawaambia, Kizazi
hiki hakitapita, hata hayo
yote yatakapotimia. 35 Mbi-
ngu na nchi zitapita; lakini
maneno yangu hayatapita
kamwe.

36 Walakini habari ya siku
ile na saa ile hakuna aijuaye,
hata malaika walio mbinguni,
wala Mwana, ila Baba peke
yake. 37 Kwa maana kama
vile ilivyokuwa siku za Nuhu,
ndivyo kutakavyokuwa kuja
kwake Mwana wa Adamu.
38 Kwa kuwa kama vile siku
zile zilizokuwa kabla ya Ghari-
ka watu walivyokuwa wakila,
na kunywa, wakioa na kuo-
lewa, hata siku ile aliyoingia
Nuhu katika safina, 39 wasita-
mbue, hata Gharika ikaja,
ikawachukua wote, ndivyo
kutakavyokuwa kuja kwake
Mwana wa Adamu. 40 Wa-
kati ule watu wawili wata-
kuwako kondeni; mmoja
atwaliwa, mmoja aachwa;
41 wanawake wawili watakuwa
wakisaga; mmoja atwaliwa,
mmoja aachwa.

42 Kesheni basi; kwa maana hamjui ni siku ipi atakayokuja Bwana wenu. 43 Lakini fahamuni neno hili; kama mwenye nyumba angalijua ile zamu mwivi atakayokuja, angalikesha, wala asingaliiacha nyumba yake kuvunjwa. 44 Kwa sababu hiyo ninyi nanyi jiwekeni tayari; kwa kuwa katika saa msiyodhani Mwana wa Adamu yuaja.

Mfano wa watumishi, wengine waaminifu na wengine wasio waaminifu

45 Ni nani basi yule mtumwa mwaminifu mwenye akili, ambaye bwana wake alimweka juu ya nyumba yake, awape watu chakula kwa wakati wake? 46 Heri mtumwa yule, ambaye bwana wake ajapo atamkuta akifanya hivyo. 47 Amin, nawaambieni, atamweka juu ya vitu vyake vyote. 48 Lakini mtumwa yule mbaya akisema moyoni mwake, Bwana wangu anakawia; 49 akaanza kuwapiga wajoli wake, na kula na kunywa pamoja na walevi; 50 bwana wake mtumwa huyo atakuja siku asiyodhani, na saa asiyojua, 51 atamkata vipande viwili, na kumwekea fungu lake pamoja na wanafiki; ndiko kutakuwako kilio na kusaga meno.

Mfano wa wanawali kumi wangojezi wa arusi

25 Ndipo ufalme wa mbinguni utakapofanana na wanawali kumi, waliotwaa taa zao, wakatoka kwenda kumlaki bwana arusi. 2 Watano wao walikuwa wapumbavu, na watano wenye busara. 3 Wale waliokuwa wapumbavu walizitwaa taa zao, wasitwae na mafuta pamoja nao; 4 bali wale wenye busara walitwaa mafuta katika vyombo vyao pamoja na taa zao. 5 Hata bwana arusi alipokawia, wote wakasinzia wakalala usingizi. 6 Lakini usiku wa manane, pakawa na kelele, Haya, bwana arusi; tokeni mwende kumlaki. 7 Mara wakaondoka wanawali wale wote, wakazitengeneza taa zao. 8 Wale wapumbavu wakawaambia wenye busara, Tupeni mafuta yenu kidogo; maana taa zetu zinazimika. 9 Lakini wale wenye busara wakawajibu, wakisema, Sivyo; hayatatutosha sisi na ninyi; afadhali shikeni njia mwende kwa wauzao, mkajinunulie. 10 Na hao walipokuwa wakienda kununua, bwana arusi akaja, nao waliokuwa tayari wakaingia pamoja naye arusini; mlango ukafungwa. 11 Halafu wakaja na wale wanawali wengine, wakasema,

Bwana, Bwana, utufungulie.
12 Akajibu, akasema, Amin,
nawaambia, siwajui ninyi.
13 Basi kesheni, kwa sababu
hamwijui siku wala saa.

Mfano wa talanta

14 Maana ni mfano wa mtu
atakaye kusafiri, aliwaita watu-
mwa wake, akaweka kwao
mali zake. 15 Akampa
mmoja talanta tano, na mmoja
talanta mbili, na mmoja
talanta moja; kila mtu kwa
kadiri ya uwezo wake; aka-
safiri. 16 Mara yule aliye-
pokea talanta tano akaenda,
akafanya biashara nazo, aka-
chuma faida talanta nyingine
tano. 17 Vile vile na yule
mwenye mbili, yeye naye
akachuma nyingine mbili
faida. 18 Lakini yule aliye-
pokea moja alikwenda aka-
fukua chini, akaificha fedha
ya bwana wake. 19 Baada ya
siku nyingi akaja bwana wa
watumwa wale, akafanya hesa-
bu nao. 20 Akaja yule aliye-
pokea talanta tano, akaleta
talanta nyingine tano, aki-
sema, Bwana, uliweka kwa-
ngu talanta tano; tazama,
talanta nyingine tano nilizo-
pata faida. 21 Bwana wake
akamwambia, Vema, mtumwa
mwema na uaminifu; ulikuwa
mwaminifu kwa machache,
nitakuweka juu ya mengi; ingia

katika furaha ya bwana wako.
22 Akaja na yule aliyepokea
talanta   mbili,   akasema,
Bwana, uliweka kwangu tala-
nta mbili; tazama, talanta
nyingine mbili nilizopata faida.
23 Bwana wake akamwambia,
Vema, mtumwa mwema na
uaminifu; ulikuwa mwaminifu
kwa machache, nitakuweka
juu ya mengi; ingia katika
furaha ya bwana wako.
24 Akaja na yule aliyepokea
talanta moja, akasema, Bwana,
nalitambua ya kuwa wewe u
mtu mgumu, wavuna usipo-
panda, wakusanya usipotawa-
nya; 25 basi nikaogopa, nika-
enda nikaificha talanta yako
katika ardhi; tazama, unayo
iliyo yako. 26 Bwana wake
akajibu, akamwambia, Wewe
mtumwa mbaya na ulegevu,
ulijua ya kuwa navuna usipo-
panda, nakusanya nisipota-
wanya; 27 basi, ilikupasa
kuiweka fedha yangu kwa
watoao riba; nami nikija ninga-
lipata iliyo yangu na faida
yake. 28 Basi, mnyang'a-
nyeni talanta hiyo, mpeni yule
aliye nazo talanta kumi.
29 Kwa maana kila mwenye
kitu atapewa, na kuongezewa
tele; lakini asiye na kitu, hata
kile alicho nacho atanyang'a-
nywa. 30 Na mtumwa yule
asiyefaa, mtupeni mbali katika
giza la nje; ndiko kutakuwako
kilio na kusaga meno.

Siku ya Hukumu

31 Hapo atakapokuja Mwana wa Adamu katika utukufu wake, na malaika watakatifu wote pamoja naye, ndipo atakapoketi katika kiti cha utukufu wake; 32 na mataifa yote watakusanyika mbele zake; naye atawabagua kama vile mchungaji abaguavyo kondoo na mbuzi; 33 atawaweka kondoo mkono wake wa kuume, na mbuzi mkono wake wa kushoto. 34 Kisha Mfalme atawaambia wale walioko mkono wake wa kuume, Njoni, mliobarikiwa na Baba yangu, urithini ufalme mliowekewa tayari tangu kuumbwa ulimwengu; 35 kwa maana nalikuwa na njaa, mkanipa chakula; nalikuwa na kiu, mkaninywesha; nalikuwa mgeni, mkanikaribisha; 36 nalikuwa uchi, mkanivika; nalikuwa mgonjwa, mkaja kunitazama; nalikuwa kifungoni, mkanijia. 37 Ndipo wenye haki watakapomjibu, wakisema, Bwana, ni lini tulipokuona una njaa, tukakulisha, au una kiu tukakunywesha? 38 Tena ni lini tulipokuona u mgeni, tukakukaribisha, au u uchi, tukakuvika? 39 ni lini tena tulipokuona u mgonjwa, au kifungoni, tukakujia? 40 Na Mfalme atajibu, akiwaambia, Amin, nawaa-

mbia, kadiri mlivyomtendea mmojawapo wa hao ndugu zangu walio wadogo, mlinitendea mimi. 41 Kisha atawaambia na wale walioko mkono wake wa kushoto, Ondokeni kwangu, mliolaaniwa, mwende katika moto wa milele, aliowekewa tayari Ibilisi na malaika zake; 42 kwa maana nalikuwa na njaa, msinipe chakula; nalikuwa na kiu, msininyweshe; 43 nalikuwa mgeni, msinikaribishe; nalikuwa uchi, msinivike; nalikuwa mgonjwa, na kifungoni, msije kunitazama. 44 Ndipo hao pia watajibu, wakisema, Bwana, ni lini tulipokuona wewe una njaa, au una kiu, au u mgeni, au u uchi, au u mgonjwa, au u kifungoni, tusikuhudumie? 45 Naye atawajibu, akisema, Amin, nawaambia, Kadiri msivyomtendea mmojawapo wa hao walio wadogo, hamkunitendea mimi. 46 Na hao watakwenda zao kuingia katika adhabu ya milele; bali wenye haki watakwenda katika uzima wa milele.

Shauri la kumwua Bwana Yesu

26 Ikawa Yesu alipomaliza maneno hayo yote, aliwaambia wanafunzi wake, 2 Mnajua ya kuwa baada ya siku mbili itakuwa Pasaka, na

Mwana wa Adamu atasalitiwa asulibiwe. 3 Wakati ule wakuu wa makuhani, na wazee wa watu, wakakusanyika katika behewa ya Kuhani Mkuu, jina lake Kayafa; 4 wakafanya shauri pamoja, ili wamkamate Yesu kwa hila na kumwua. 5 Lakini wakasema, Isiwe wakati wa sikukuu, isije ikatokea ghasia katika watu.

Bwana Yesu apakwa mafuta Bethania

6 Naye Yesu alipokuwapo Bethania katika nyumba ya Simoni mkoma, 7 mwanamke mwenye kibweta cha marhamu ya thamani kubwa alimkaribia, akaimimina kichwani pake alipoketi chakulani. 8 Wanafunzi wake walipoona, wakachukiwa, wakasema, Ni wa nini upotevu huu? 9 Maana marhamu hii ingaliweza kuuzwa kwa fedha nyingi wakapewa maskini. 10 Yesu akatambua akawaambia, Mbona mnamtaabisha mwanamke? Maana ni kazi njema aliyonitendea mimi. 11 Kwa maana sikuzote mnao maskini pamoja nanyi; lakini mimi hamnami sikuzote. 12 Maana kwa kunimwagia mwili wangu marhamu hiyo, ametenda hivyo ili kuniweka tayari kwa

mazikо yangu. 13 Amin, nawaambieni, Kila patakapohubiriwa Injili hii katika ulimwengu wote, tendo hilo alilolitenda huyu litatajwa pia kwa kumbukumbu lake.

Usaliti wa Yuda

14 Wakati huo mmoja wa wale Thenashara, jina lake Yuda Iskariote, aliwaendea wakuu wa makuhani, 15 akasema, Ni nini mtakachonipa, nami nitamsaliti kwenu? Wakampimia vipande thelathini vya fedha.* 16 Tokea wakati huo akawa akitafuta nafasi apate kumsaliti.

Karamu ya Mwisho

17 Hata siku ya kwanza ya mikate isiyotiwa chachu, wanafunzi wake wakamwendea Yesu, wakamwambia, Ni wapi utakapo tukuandalie uile Pasaka? 18 Akasema, Enendeni mjini kwa mtu fulani, mkamwambie, Mwalimu asema, Majira yangu ni karibu; kwako nitafanya Pasaka pamoja na wanafunzi wangu. 19 Wanafunzi wakafanya kama Yesu alivyowaagiza, wakaiandaa Pasaka. 20 Basi kulipokuwa jioni aliketi chakulani pamoja na wale Thenashara. 21 Nao

* Yapata kama shilingi 90.

walipokuwa wakila, alisema, Amin, nawaambia, Mmoja wenu atanisaliti. 22 Wakahuzunika sana, wakaanza kumwuliza mmoja mmoja, Ni mimi, Bwana? 23 Akajibu akasema, Yeye aliyetia mkono wake pamoja nami katika kombe, ndiye atakayenisaliti. 24 Mwana wa Adamu aenda zake, kama alivyoandikiwa; lakini ole wake mtu yule ambaye amsaliti Mwana wa Adamu! Ingekuwa heri kwake mtu yule kama asingalizaliwa. 25 Yuda, yule mwenye kumsaliti, akajibu, akasema, Ni mimi, Rabi? Akamwambia, Wewe umesema.

26 Nao walipokuwa wakila, Yesu alitwaa mkate, akabariki, akaumega, akawapa wanafunzi wake, akasema, Twaeni, mle; huu ndio mwili wangu. 27 Akakitwaa kikombe, akashukuru, akawapa, akisema, Nyweni nyote katika hiki; 28 kwa maana hii ndiyo damu yangu ya agano, imwagikayo kwa ajili ya wengi kwa ondoleo la dhambi. 29 Lakini nawaambieni, Sitakunywa kabisa tangu sasa uzao huu wa mzabibu, hata siku ile nitakapokunywa mpya pamoja nanyi katika ufalme wa Baba yangu.

30 Nao walipokwisha kuimba, wakatoka nje kwenda mlima wa Mizeituni.

Bwana Yesu aonyesha mbeleni jinsi wanafunzi watakavyokimbia

31 Ndipo Yesu akawaambia, Ninyi nyote mtachukizwa kwa ajili yangu usiku huu; kwa kuwa imeandikwa, Nitampiga mchungaji, na kondoo wa kundi watatawanyika. 32 Lakini baada ya kufufuka kwangu, nitawatangulia kwenda Galilaya. 33 Petro akajibu, akamwambia, Wajapochukizwa wote kwa ajili yako, mimi sitachukizwa kamwe. 34 Yesu akamwambia, Amin, nakuambia wewe, usiku huu kabla ya kuwika jogoo, utanikana mara tatu. 35 Petro akamwambia, Ijaponipasa kufa nawe, sitakukana kamwe. Na wanafunzi wote wakasema vivyo hivyo.

Bwana Yesu huko Gethsemane

36 Kisha Yesu akaenda pamoja nao mpaka bustani iitwayo Gethsemane, akawaambia wanafunzi wake, Ketini hapa, hata niende kule nikaombe. 37 Akamchukua Petro na wale wana wawili wa Zebedayo, akaanza kuhuzunika na kusononeka. 38 Ndipo akawaambia, Roho yangu ina huzuni nyingi kiasi cha kufa; kaeni hapa, mkeshe

pamoja nami. 39 Akaendelea mbele kidogo, akaanguka kifulifuli, akaomba, akisema, Baba yangu, ikiwezekana, kikombe hiki kiniepuke; walakini si kama nitakavyo mimi, bali kama utakavyo wewe. 40 Akawajia wale wanafunzi, akawakuta wamelala, akamwambia Petro, Je! hamkuweza kukesha pamoja nami hata saa moja? 41 Kesheni, mwombe, msije mkaingia majaribuni; roho i radhi, lakini mwili ni dhaifu. 42 Akaenda tena mara ya pili, akaomba, akisema, Baba yangu, ikiwa haiwezekani kikombe hiki kiniepuke nisipokunywa, mapenzi yako yatimizwe. 43 Akaja tena, akawakuta wamelala; maana macho yao yamekuwa mazito. 44 Akawaacha tena, akaenda, akaomba mara ya tatu, akisema maneno yale yale. 45 Kisha akawajia wanafunzi wake, akawaambia, Laleni sasa, mpumzike; tazama, saa imekaribia, na Mwana wa Adamu anatiwa katika mikono ya wenye dhambi. 46 Ondokeni, twende zetuni! Tazama, yule anayenisaliti amekaribia.

Bwana Yesu akamatwa

47 Basi alipokuwa katika kusema, tazama, Yuda, mmoja wa wale Thenashara akaja, na pamoja naye kundi kubwa wenye panga na marungu, wametoka kwa wakuu wa makuhani na wazee wa watu. 48 Na yule mwenye kumsaliti alikuwa amewapa ishara, akisema, Nitakayembusu, huyo ndiye; mkamateni. 49 Mara akamwendea Yesu, akasema, Salamu, Rabi, akambusu. 50 Yesu akamwambia, Rafiki, fanya ulilolijia. Wakaenda, wakanyosha mikono yao wakamkamata Yesu. 51 Na tazama, mmoja wao waliokuwa pamoja na Yesu akanyosha mkono wake, akaufuta upanga wake, akampiga mtumwa wa Kuhani Mkuu, akamkata sikio. 52 Ndipo Yesu akamwambia, Rudisha upanga wako mahali pake; maana wote waushikao upanga, wataangamia kwa upanga. 53 Ama wadhani ya kuwa mimi siwezi kumsihi Baba yangu, naye ataniletea sasa hivi zaidi ya majeshi kumi na mawili ya malaika? 54 Yatatimizwaje basi maandiko, ya kwamba hivyo ndivyo vilivyopasa kujiri? 55 Saa ile Yesu akawaambia makutano, Je, mmetoka kama kumkamata mnyang'anyi, wenye panga na marungu, ili kunishika? Kila siku naliketi hekaluni nikifundisha, msinikamate. 56 Lakini haya yote yamekuwa, ili maandiko ya

manabii yatimizwe. Ndipo wanafunzi wote wakamwacha, wakakimbia.

Hukumu ya Bwana Yesu mbele ya Kuhani Mkuu

57 Nao waliomkamata Yesu wakampeleka kwa Kayafa, Kuhani Mkuu, walikokuwa wamekutanika waandishi na wazee. 58 Na Petro akamfuata kwa mbali mpaka behewa ya Kuhani Mkuu, akaingia ndani, akaketi pamoja na watumishi, auone mwisho. 59 Basi wakuu wa makuhani na baraza yote wakatafuta ushuhuda wa uongo juu ya Yesu, wapate kumwua; 60 wasiuone; wangawa walitokea mashahidi wa uongo wengi. Hata baadaye wawili wakatokea, 61 wakasema, Huyu alisema, Naweza kuvunja hekalu la Mungu, na kulijenga kwa siku tatu. 62 Kisha Kuhani Mkuu akasimama akamwambia, Hujibu neno? Hawa wanakushuhudia nini? 63 Lakini Yesu akanyamaza. Kuhani Mkuu akamwambia, Nakuapisha kwa Mungu aliye hai, utuambie kama wewe ndiwe Kristo, Mwana wa Mungu. 64 Yesu akamwambia, Wewe umesema; lakini nawaambieni, Tangu sasa mtamwona Mwana wa Adamu ameketi mkono wa kuume wa nguvu, akija juu ya mawingu ya mbinguni. 65 Ndipo Kuhani Mkuu akararua mavazi yake, akisema, Amekufuru; tuna haja gani tena ya mashahidi? Tazameni, sasa mmesikia hiyo kufuru yake; 66 mwaonaje ninyi? Wakajibu, wakasema, Imempasa kuuawa. 67 Ndipo wakamtemea mate ya uso, wakampiga makonde; wengine wakampiga makofi, 68 wakisema, Ewe Kristo, tufumbulie; ni nani aliyekupiga?

Petro amkana Bwana Yesu

69 Na Petro alikuwa ameketi nje behewani; kijakazi mmoja akamwendea, akasema Wewe nawe ulikuwapo pamoja na Yesu wa Galilaya. 70 Akakana mbele ya wote, akisema, Sijui usemalo. 71 Naye alipotoka nje hata ukumbini, mwanamke mwingine alimwona, akawaambia watu waliokuwako huko, Huyu alikuwapo pamoja na Yesu Mnazareti. 72 Akakana tena kwa kiapo, Simjui mtu huyu. 73 Punde kidogo, wale waliohudhuria wakamwendea, wakamwambia Petro, Hakika wewe nawe u mmoja wao; kwa sababu hata usemi wako wakutambulisha. 74 Ndipo akaanza kulaani na kuapa akisema, Simjui mtu huyu. Na

mara akawika jogoo. 75 Petro akalikumbuka lile neno la Yesu alilolisema, Kabla ya kuwika jogoo, utanikana mara tatu. Akatoka nje, akalia kwa majonzi.

Bwana Yesu atiwa mikononi mwa Pilato, liwali Mrumi

27 Na ilipokuwa asubuhi, wakuu wa makuhani wote na wazee wa watu wakafanya shauri juu ya Yesu, wapate kumwua; 2 wakamfunga, wakamchukua, wakampeleka kwa Pilato aliyekuwa liwali.

Kifo cha Yuda

3 Kisha Yuda, yule mwenye kumsaliti, alipoona ya kuwa amekwisha kuhukumiwa, alijuta, akawarudishia wakuu wa makuhani na wazee vile vipande thelathini vya fedha, akasema, Nalikosa nilipoisaliti damu isiyo na hatia. 4 Wakasema, Basi, haya yatupasani sisi? Yaangalie haya wewe mwenyewe. 5 Akavitupa vile vipande vya fedha katika hekalu, akaondoka; akaenda, akajinyonga. 6 Wakuu wa makuhani wakavitwaa vile vipande vya fedha, wakasema, Si halali kuviweka katika sanduku ya sadaka, kwa kuwa ni kima cha damu. 7 Waka-

fanya shauri, wakavitumia kwa kununua konde la mfinyanzi liwe mahali pa kuzika wageni. 8 Kwa hiyo konde lile huitwa konde la damu hata leo. 9 Ndipo likatimia neno lililonenwa na nabii Yeremia, akisema, Wakavitwaa vipande thelathini vya fedha, kima chake aliyetiwa kima, ambaye baadhi ya Waisraeli walimtia kima; 10 wakavitumia kwa kununua konde la mfinyanzi, kama Bwana alivyoniagiza.

Bwana Yesu mbele ya Pilato

11 Naye Yesu akasimama mbele ya liwali; liwali akamwuliza, akasema, Wewe ndiwe mfalme wa Wayahudi? Yesu akamwambia, Wewe wasema. 12 Lakini aliposhitakiwa na wakuu wa makuhani na wazee, hakujibu hata neno. 13 Ndipo Pilato akamwambia, Husikii ni mambo mangapi wanayokushuhudia? 14 Asimjibu hata neno moja, hata liwali akastaajabu sana. 15 Basi wakati wa siku kuu, liwali desturi yake huwafungulia mkutano mfungwa mmoja waliyemtaka. 16 Basi palikuwa na mfungwa mashuhuri siku zile, aitwaye Baraba. 17 Basi walipokutanika, Pilato akawaambia, Mnataka niwafungulie yupi? yule Baraba, au

Yesu aitwaye Kristo? 18 Kwa maana alijua ya kuwa wamemtoa kwa husuda.

19 Na alipokuwa ameketi juu ya kiti cha hukumu, mkewe alimpelekea mjumbe, kumwambia, Usiwe na neno na yule mwenye haki; kwa sababu nimeteswa mengi leo katika ndoto kwa ajili yake.

20 Nao wakuu wa makuhani na wazee wakawashawishi makutano ili wamtake Baraba, na kumwangamiza Yesu. 21 Basi liwali akajibu, akawaambia, Mnataka niwafungulie yupi katika hawa wawili? Wakasema, Baraba. 22 Pilato akawaambia, Basi, nimtendeje Yesu aitwaye Kristo? Wakasema wote, Asulibiwe. 23 Akasema, Kwani? ni ubaya gani alioutenda? Wakazidi sana kupiga kelele, wakisema, Na asulibiwe. 24 Basi Pilato alipoona ya kuwa hafai lo lote, bali ghasia inazidi tu, akatwaa maji, akanawa mikono yake mbele ya mkutano, akasema, Mimi sina hatia katika damu ya mtu huyu mwenye haki; yaangalieni haya ninyi wenyewe. 25 Watu wote wakajibu wakasema, Damu yake na iwe juu yetu, na juu ya watoto wetu. 26 Ndipo akawafungulia Baraba; na baada ya kumpiga Yesu mijeledi, akamtoa ili asulibiwe.

Kusulibishwa kwa Bwana Yesu

27 Ndipo askari wa liwali wakamchukua Yesu ndani ya Praitorio,* wakamkusanyikia kikosi kizima. 28 Wakamvua nguo, wakamvika vazi jekundu. 29 Wakasokota taji ya miiba, wakaiweka juu ya kichwa chake, na mwanzi katika mkono wake wa kuume; wakapiga magoti mbele yake, wakamdhihaki, wakisema, Salamu, Mfalme wa Wayahudi! 30 Kisha wakamtemea mate, wakautwaa ule mwanzi, wakampiga-piga kichwani. 31 Walipokwisha kumdhihaki, wakalivua lile vazi, wakamvika mavazi yake, wakamchukua kumsulibisha.

32 Hata walipokuwa wakitoka, wakamwona mtu Mkirene, jina lake Simoni; huyu wakamshurutisha auchukue msalaba wake. 33 Na walipofika mahali paitwapo Golgotha, yaani, Fuvu la kichwa, 34 wakampa kunywa divai iliyochanganyika na nyongo; lakini yeye alipoionja hakutaka kunywa. 35 Walipokwisha kumsulibisha, waligawa mavazi yake, wakipiga kura; [ili litimie neno lililonenwa na nabii, Waligawa nguo zangu kati yao, na juu ya vazi langu walipiga kura.] 36 Wakaketi,

* Praitorio, maana yake ni Nyumba ya Uliwali.

wakamlinda huko. 37 Waka-
weka juu ya kichwa chake
mashitaka yake, yaliyoandi-
kwa, HUYU NI YESU, MFALME
WA WAYAHUDI. 38 Wakati uo
huo wanyang'anyi wawili wa-
kasulibiwa pamoja naye,
mmoja mkono wake wa
kuume, na mmoja mkono
wake wa kushoto. 39 Nao
waliokuwa wakipita njiani wa-
kamtukana, wakitikisa-tikisa
vichwa vyao, 40 wakisema,
Ewe mwenye kulivunja hekalu
na kulijenga kwa siku tatu,
jiokoe nafsi yako; ukiwa ndi-
we Mwana wa Mungu, shuka
msalabani. 41 Kadhalika na
wale makuu wa makuhani
wakamdhihaki pamoja na wa-
andishi na wazee, wakisema,
42 Aliokoa wengine, hawezi
kujiokoa mwenyewe. Yeye ni
mfalme wa Israeli; na ashuke
sasa msalabani, nasi tutamwa-
mini. 43 Amemtegemea Mu-
ngu; na amwokoe sasa, kama
anamtaka; kwa maana ali-
sema, Mimi ni Mwana wa
Mungu. 44 Pia wale wanya-
ng'anyi waliosulibiwa pamoja
naye walimshutumu vile vile.

Kifo cha Bwana Yesu

45 Basi tangu saa sita pali-
kuwa na giza juu ya nchi yote
hata saa tisa. 46 Na kama
saa tisa, Yesu akapaza sauti
vake kwa nguvu akisema,
Eloi, Eloi, lama sabakthani?
yaani, Mungu wangu, Mungu
wangu, mbona umeniacha?
47 Na baadhi yao waliohudhu-
ria, waliposikia, walisema, Hu-
yu anamwita Eliya. 48 Mara
mmoja wao akaenda mbio,
akatwaa sifongo, akaijaza siki,
akaitia juu ya mwanzi, aka-
mnywesha. 49 Wale wengine
wakasema, Acha; na tuone
kama Eliya anakuja kumwo-
koa. 50 Naye Yesu akiisha
kupaza sauti tena kwa nguvu,
akaitoa roho yake.

51 Na tazama, pazia la
hekalu likapasuka vipande vi-
wili toka juu hata chini; nchi
ikatetemeka; miamba ikapa-
suka; 52 makaburi yakafu-
nuka; ikainuka miili mingi ya
watakatifu waliolala; 53 nao
wakiisha kutoka makaburini
mwao, baada ya kufufuka
kwake, wakauingia mji mta-
katifu, wakawatokea wengi.
54 Basi yule akida, na hao
waliokuwa pamoja naye waki-
mlinda Yesu, walipoliona tete-
meko la nchi na mambo yali-
yofanyika, wakaogopa sana,
wakisema, Hakika huyu ali-
kuwa Mwana wa Mungu.
55 Palikuwa na wanawake
wengi pale wakitazama kwa
mbali, hao ndio waliomfuata
Yesu toka Galilaya, na kumtu-
mikia. 56 Miongoni mwao
alikuwamo Mariamu Magda-
lene, na Mariamu mama yao

Yakobo na Yusufu, na mama yao wana wa Zebedayo.

Maziko ya Bwana Yesu

57 Hata ilipokuwa jioni aka-fika mtu tajiri wa Arimathaya, jina lake Yusufu, naye mwe-nyewe alikuwa mwanafunzi wa Yesu; 58 mtu huyu ali-mwendea Pilato, akauomba mwili wa Yesu. Ndipo Pilato akaamuru apewe. 59 Yusufu akautwaa mwili, akauzonga-zonga katika sanda ya kitani safi, 60 akauweka katika ka-buri lake jipya, alilokuwa amelichonga mwambani; aka-vingirisha jiwe kubwa mbele ya mlango wa kaburi, akaenda zake. 61 Na pale walikuwapo Mariamu Magdalene, na Ma-riamu yule wa pili, wameketi kulielekea kaburi.

62 Hata siku ya pili, ndiyo iliyo baada ya Maandalio, wakuu wa makuhani, na Mafa-risayo wakamkusanyikia Pi-lato, 63 wakasema, Bwana, tumekumbuka kwamba yule mjanja alisema, alipokuwa akali hai, Baada ya siku tatu nitafufuka. 64 Basi amuru kwamba kaburi lilindwe sa-lama hata siku ya tatu; wasije wanafunzi wake wakamwiba, na kuwaambia watu, Amefu-fuka katika wafu; na udanga-nyifu wa mwisho utapita ule wa kwanza. 65 Pilato aka-

waambia, Mna askari; nendeni mkalilinde salama kadiri mju-avyo. 66 Wakaenda, wakali-linda kaburi salama, kwa kulitia lile jiwe muhuri, pamo-ja na wale askari walinzi.

Kufufuka kwa Bwana Yesu

28 Hata sabato ilipokwi-sha, ikipambazuka siku ya kwanza ya juma, Mariamu Magdalene, na Mariamu yule wa pili, walikwenda kulita-zama kaburi. 2 Na tazama, palikuwa na tetemeko kubwa la nchi; kwa sababu malaika wa Bwana alishuka kutoka mbinguni, akaja akalivingiri-sha lile jiwe akalikalia. 3 Na sura yake ilikuwa kama ume-me, na mavazi yake meupe kama theluji. 4 Na kwa kumwogopa, wale walinzi wa-katetemeka, wakawa kama wafu. 5 Malaika akajibu, akawaambia wale wanawake, Msiogope ninyi; kwa maana najua ya kuwa mnamtafuta Yesu aliyesulibiwa. 6 Hayupo hapa; kwani amefufuka kama alivyosema. Njoni, mpataza-me mahali alipolazwa. 7 Na-nyinendeni upesi, mkawaambie wanafunzi wake, Amefufuka katika wafu. Tazama, awata-ngulia kwenda Galilaya; ndiko mtakakomwona. Haya, ni-mekwisha waambia. 8 Wa-kaondoka upesi kutoka kaburini, kwa hofu na furaha nyingi, wakaenda mbio kuwapasha wanafunzi wake habari. 9 Na tazama, Yesu akakutana nao, akisema, Salamu! Wakakaribia wakamshika miguu, wakamsujudia. 10 Kisha Yesu akawaambia, Msiogope; enendeni, mkawaambie ndugu zangu waende Galilaya, ndiko watakakoniona.

11 Nao wale walipokuwa wakienda, tazama, baadhi ya askari waliingia mjini, wakawapasha wakuu wa makuhani habari za mambo yote yaliyotendeka. 12 Wakakusanyika pamoja na wazee, wakafanya shauri, wakawapa askari fedha nyingi, 13 wakisema, Semeni, ya kwamba wanafunzi wake walikuja usiku, wakamwiba, sisi tulipokuwa tumelala. 14 Na neno hili likisikilikana kwa liwali, sisi tutasema naye, nanyi tutawaondolea wasiwasi. 15 Basi wakazitwaa zile fedha, wakafanya kama walivyofundishwa. Na neno hilo likaenea kati ya Wayahudi hata leo.

Bwana Yesu atokea kwa wanafunzi kumi na mmoja Galilaya

16 Na wale wanafunzi kumi na mmoja wakaenda Galilaya mpaka mlima ule aliowaagiza Yesu. 17 Nao walipomwona, walimsujudia; lakini baadhi yao waliona shaka. 18 Yesu akaja kwao, akasema nao, akawaambia, Nimepewa mamlaka yote mbinguni na duniani. 19 Basi, enendeni, mkawafanye mataifa yote kuwa wanafunzi, mkiwabatiza kwa jina la Baba, na Mwana, na Roho Mtakatifu; 20 na kuwafundisha kuyashika yote niliyowaamuru ninyi; na tazama, mimi nipo pamoja nanyi sikuzote, hata ukamilifu wa dahari.

INJILI KAMA ALIVYOIANDIKA
MARKO MTAKATIFU

Yohana Mbatizaji na ujumbe wake

1 Mwanzo wa Injili ya Yesu Kristo, Mwana wa Mungu. 2 Kama ilivyoandikwa katika nabii Isaya,

Tazama, namtuma mjumbe wangu

Mbele ya uso wako,
    Atakayeitengeneza njia yako.

3 Sauti ya mtu aliaye nyikani,

Itengenezeni njia ya Bwana, Yanyosheni mapito yake. 4 Yohana alitokea, akibatiza nyikani, na kuuhubiri ubatizo wa toba liletalo ondoleo la dhambi. 5 Wakamwendea nchi yote ya Uyahudi, nao wa Yerusalemu wote, wakabatizwa katika mto wa Yordani, wakiziungama dhambi zao. 6 Na Yohana alikuwa amevaa singa za ngamia na mshipi wa ngozi kiunoni mwake, akala nzige na asali ya mwitu. 7 Akahubiri akisema, Yuaja nyuma yangu aliye na nguvu kuliko mimi, ambaye mimi sistahili kuinama na kuilegeza gidamu ya viatu vyake. 8 Mimi niliwabatiza kwa maji; bali yeye atawabatiza kwa Roho Mtakatifu.

Bwana Yesu abatizwa

9 Ikawa siku zile, Yesu alikuja kutoka Nazareti ya Galilaya, akabatizwa na Yohana katika Yordani. 10 Mara alipopanda kutoka majini, akaona mbingu zinapasuka, na Roho, kama hua, akishuka juu yake; 11 na sauti ikatoka mbinguni, Wewe ndiwe Mwanangu, mpendwa wangu; nimependezwa nawe.

Jaribio

12 Mara Roho akamtoa aende nyikani. 13 Akawako huko jangwani siku arobaini, hali akijaribiwa na Shetani; naye alikuwa pamoja na wanyama wa mwitu, na malaika walikuwa wakimhudumia.

Bwana Yesu aanza kuhubiri

14 Hata baada ya Yohana kutiwa gerezani, Yesu akaenda Galilaya, akiihubiri Habari Njema ya Mungu. 15 akisema, Wakati umetimia, na ufalme wa Mungu umekaribia; tubuni, na kuiamini Injili.

Awaita wanafunzi wake wa kwanza

16 Naye alipokuwa akipita kando ya bahari ya Galilaya, akamwona Simoni na Andrea nduguye, wakitupa jarife baharini; kwa maana walikuwa wavuvi. 17 Yesu akawaambia, Njoni mnifuate, nami nitawafanya kuwa wavuvi wa watu. 18 Mara wakaziacha nyavu zao, wakamfuata.

19 Akaendelea mbele kidogo, akamwona Yakobo wa Zebedayo, na Yohana nduguye, nao pia walikuwa chomboni, wakizitengeneza nyavu zao. 20 Mara akawaita, wakamwacha baba yao Zebedayo ndani ya chombo pamoja na watu wa mshahara, wakaenda, wakamfuata.

Bwana Yesu aponya mtu mwenye pepo Kapernaumu

21 Wakashika njia mpaka Kapernaumu, na mara siku ya sabato akaingia katika sinagogi, akafundisha. 22 Wakashangaa mno kwa mafundisho yake; kwa maana alikuwa akiwafundisha kama mtu mwenye amri, wala si kama waandishi. 23 Na mara palikuwapo ndani ya sinagogi lao mtu mwenye pepo mchafu; akapaza sauti, 24 akisema, Tuna nini nawe, Yesu wa Nazareti? Je! umekuja kutuangamiza? Nakutambua u nani, Mtakatifu wa Mungu. 25 Yesu akamkemea, akisema, Fumba kinywa, umtoke. 26 Yule pepo mchafu akamtia kifafa, akalia kwa sauti kuu, akamtoka. 27 Wakashangaa wote, hata wakaulizana, wakisema, Nini hii? Ni elimu mpya! Maana kwa uweza awaamuru hata pepo wachafu, nao wamtii? 28 Habari zake zikaenea mara kotekote katika nchi zote kandokando ya Galilaya.

Bwana Yesu amponya mkwewe Simoni na wengine wengi

29 Na mara walipotoka katika sinagogi, walifika nyumbani kwa Simoni na Andrea, pamoja na Yakobo na Yo-...a. 30 Naye mkwewe Si-moni, mamaye mkewe, alikuwa kitandani, hawezi homa; na mara wakamwambia habari zake. 31 Akamkaribia, akamwinua kwa kumshika mkono, homa ikamwacha, akawatumikia.

32 Hata kulipokuwa jioni, na jua limekwisha kuchwa, walikuwa wakimletea wote waliokuwa hawawezi, na wenye pepo. 33 Na mji wote ulikuwa umekusanyika mlangoni. 34 Akaponya wengi waliokuwa na maradhi mbalimbali, akatoa pepo wengi, wala hakuwaacha pepo kunena, kwa sababu walimjua.

Bwana Yesu ajitenga faraghani ili kumwomba Mungu, naye atoka Kapernaumu

35 Hata alfajiri na mapema sana akaondoka, akatoka akaenda zake mahali pasipokuwa na watu, akaomba huko. 36 Simoni na wenziwe wakamfuata; 37 nao walipomwona wakamwambia, Watu wote wanakutafuta. 38 Akawaambia, Twendeni mahali pengine, mpaka vijiji vilivyo karibu, nipate kuhubiri huko nako; maana kwa hiyo nalitokea. 39 Akaenda akihubiri katika masinagogi yao, katika nchi yote ya Galilaya, na kutoa pepo.

Mwenye ukoma aponywa

40 Akaja kwake mtu mwenye ukoma, akamsihi na kumpigia magoti, na kumwambia, Ukitaka, waweza kunitakasa. 41 Naye akamhurumia, akanyosha mkono wake, akamgusa, akamwambia, Nataka, takasika. 42 Na mara ukoma wake ukamtoka, akatakasika. 43 Akamkataza kwa nguvu, akamwondoa mara, 44 akamwambia, Angalia, usimwambie mtu neno lolote, ila enenda zako ukajionyeshe kwa kuhani, ukatoe alivyoamuru Musa kwa kutakasika kwako, iwe ushuhuda kwao. 45 Lakini akatoka, akaanza kuhubiri maneno mengi, na kulitangaza lile neno, hata Yesu asiweze tena kuingia mjini kwa wazi; bali alikuwako nje mahali pasipokuwa na watu, wakamwendea kutoka kila mahali.

Mtu aliyepooza aponywa

2 Akaingia Kapernaumu tena, baada ya siku kadha wa kadha, ikasikiwa ya kwamba yumo nyumbani. 2 Wakakusanyika watu wengi, isibaki nafasi hata mlangoni; akawa akisema nao neno lake. 3 Wakaja watu wakimletea mtu mwenye kupooza, anachukuliwa na watu wanne. 4 Na walipokuwa hawawezi kumkaribia kwa sababu ya makutano, waliitoboa dari pale alipokuwapo; na wakiisha kuivunja wakalitelemsha godoro alilolilalia yule mwenye kupooza. 5 Naye Yesu, alipoiona imani yao, akamwambia yule mwenye kupooza, Mwanangu, umesamehewa dhambi zako. 6 Na baadhi ya waandishi walikuwako huko, wameketi, wakifikiri mioyoni mwao, 7 Mbona huyu anasema hivi? Anakufuru. Ni nani awezaye kusamehe dhambi isipokuwa mmoja, ndiye Mungu? 8 Mara Yesu akafahamu rohoni mwake kwamba wanafikiri hivyo nafsini mwao, akawaambia, Mbona mnafikiri hivi mioyoni mwenu? 9 Vyepesi ni vipi, kumwambia mwenye kupooza, Umesamehewa dhambi zako, au kusema, Ondoka, ujitwike godoro lako, uende? 10 Lakini mpate kujua ya kwamba Mwana wa Adamu anayo amri duniani ya kusamehe dhambi, (hapo amwambia yule mwenye kupooza), 11 Nakuambia, Ondoka, ujitwike godoro lako uende nyumbani kwako. 12 Mara akaondoka, akajitwika godoro lake, akatoka mbele yao wote; hata wakastaajabu wote, wakamtukuza Mungu, wakisema, Namna hii hatujapata kuiona kamwe.

Mwito wa Lawi

13 Akatoka tena, akaenda kando ya bahari, mkutano wote ukamwendea, akawafundisha. 14 Hata alipokuwa akipita, akamwona Lawi wa Alfayo, ameketi forodhani, akamwambia, Nifuate. Akaondoka akamfuata. 15 Hata alipokuwa ameketi chakulani nyumbani mwake, watoza ushuru wengi na wenye dhambi waliketi pamoja na Yesu na wanafunzi wake; kwa maana walikuwa wengi wakimfuata. 16 Na waandishi na Mafarisayo walipomwona anakula pamoja na watoza ushuru na wenye dhambi, waliwaambia wanafunzi wake, Mbona anakula pamoja na watoza ushuru na wenye dhambi? 17 Yesu aliposikia aliwaambia, Wenye afya hawahitaji tabibu, bali walio hawawezi; sikuja kuwaita wenye haki, bali wenye dhambi.

Habari ya kufunga

18 Nao wanafunzi wake Yohana na Mafarisayo walikuwa wakifunga; basi walikuja, wakamwambia, Kwani wanafunzi wa Yohana na wanafunzi wa Mafarisayo hufunga, bali wanafunzi wako hawafungi? 19 Yesu akawa-bia, Walioalikwa arusini wawezaje kufunga maadamu bwana-arusi yupo pamoja nao? Muda wote walipo na bwana-arusi pamoja nao hawawezi kufunga. 20 Lakini siku zitakuja watakapoondolewa bwana-arusi, ndipo watakapofunga siku ile. 21 Hakuna mtu ashonaye kiraka cha nguo mpya katika vazi kuukuu; ikiwa ashona, kile kipya kilichotiwa huliharibu lile vazi kuukuu, na pale palipotatuka huzidi. 22 Wala hakuna mtu atiaye divai mpya katika viriba vikuukuu; ikiwa atia, ile divai mpya itavipasua viriba vile, divai ikamwagika, vile viriba vikaharibika. Bali hutia divai mpya katika viriba vipya.

Habari ya kuitunza sabato

23 Ikawa alipokuwa akipita mashambani siku ya sabato, wanafunzi wake walianza kuendelea njiani wakivunja masuke. 24 Mafarisayo wakamwambia, Tazama, mbona wanafanya lisilokuwa halali siku ya sabato? 25 Akawaambia, Hamkusoma popote alivyofanya Daudi, alipokuwa ana haja, na kuona njaa, yeye na wenziwe? 26 Jinsi alivyoingia katika nyumba ya Mungu, zamani za kuhani mkuu Abiathari, akaila mikate ile ya Wonyesho, ambayo si halali kuliwa ila na makuhani,

akawapa na wenziwe?
27 Akawaambia, Sabato ili-
fanyika kwa ajili ya mwana-
damu, si mwanadamu kwa
ajili ya sabato. 28 Basi
Mwana wa Adamu ndiye
Bwana wa sabato pia.

Mtu mwenye mkono uliopooza aponywa

3 Akaingia tena katika sina-
gogi; na palikuwako huko
mtu mwenye mkono ulio-
pooza; 2 wakamvizia ili kuona
kama atamponya siku ya
sabato; wapate kumshitaki.
3 Akamwambia yule mtu
mwenye mkono uliopooza,
Simama katikati. 4 Akawau-
liza, Ni halali siku ya sabato
kutenda mema, au kutenda
mabaya? kuponya roho au ku-
iua? Wakanyamaza. 5 Aka-
wakazia macho pande zote
kwa hasira, akiona huzuni
kwa ajili ya ugumu wa mioyo
yao, akamwambia yule mtu,
Nyosha mkono wako. Naye
akaunyosha; mkono wake
ukawa mzima tena. 6 Mara
wakatoka wale Mafarisayo,
wakawa wakifanya shauri juu
yake pamoja na Maherodi,
jinsi ya kumwangamiza.

Wengine waponywa

7 Naye Yesu akajitenga,
yeye na wanafunzi wake, aka-
enda baharini. Mkutano mkuu
ukamfuata, kutoka Galilaya,
na Uyahudi, 8 na Yerusalemu,
na Idumaya, na ng'ambo ya
Yordani, na pande za Tiro na
Sidoni, mkutano mkuu, wali-
posikia habari za mambo yote
aliyokuwa akiyatenda, waka-
mwendea. 9 Akawaambia
wanafunzi wake ya kwamba
chombo kidogo kikae karibu
naye, kwa sababu ya mkutano,
wasije wakamsonga. 10 Ma-
ana aliponya wengi, hata wote
waliokuwa na misiba waka-
mrukia wapate kumgusa.
11 Na pepo wachafu, kila
walipomwona, walianguka
mbele yake, wakalia waki-
sema, Wewe ndiwe Mwana
wa Mungu. 12 Akawakataza
sana, wasimdhihirishe.

Bwana Yesu awachagua mitume kumi na wawili

13 Akapanda mlimani, aka-
waita aliowataka mwenyewe;
wakamwendea. 14 Akaweka
watu kumi na wawili, wapate
kuwa pamoja naye, na kwamba
awatuma kuhubiri, 15 tena
wawe na amri ya kutoa pepo.
16 Akawaweka wale Thena-
shara; na Simoni akampa jina
la Petro; 17 na Yakobo,
mwana wa Zebedayo, na Yo-
hana nduguye Yakobo, aka-
wapa jina la Boanerge, maana
yake, wana wa ngurumo;

18 na Andrea, na Filipo, na Bartholomayo, na Mathayo, na Tomaso, na Yakobo wa Alfayo, na Thadayo, na Simoni Mkananayo, 19 na Yuda Iskariote, ndiye aliyemsaliti.

Bwana Yesu aitika kwa vile alivyoshitakiwa kuwa anasaidiwa na Shetani

20 Kisha akaingia nyumbani. Mkutano wakakusanyika tena, hata wao wenyewe wasiweze hata kula mkate. 21 Jamaa zake walipopata habari wakatoka kwenda kumkamata; maana walisema, Amerukwa na akili. 22 Nao waandishi walioshuka kutoka Yerusalemu wakasema, Ana Beelzebuli, na, Kwa mkuu wa pepo huwatoa pepo. 23 Akawaita, akawaambia kwa mifano, Awezaje Shetani kumtoa Shetani? 24 Na ufalme ukifitinika juu ya nafsi yake, ufalme huo hauwezi kusimama; 25 na nyumba ikifitinika juu ya nafsi yake, nyumba hiyo haiwezi kusimama. 26 Na kama Shetani ameondoka juu ya nafsi yake, akafitinika, hawezi kusimama, bali huwa na kikomo. 27 Hawezi mtu kuingia ndani ya nyumba ya mtu mwenye nguvu, na kuviteka vitu vyake, asipomfunga kwanza mwenye nguvu; ndipo

atakapoiteka nyumba yake. 28 Amin, nawaambia, Dhambi zote watasamehewa wanadamu, na kufuru zao watakazokufuru zote; 29 bali mtu atakayemkufuru Roho Mtakatifu, hana msamaha hata milele; ila atakuwa ana dhambi ya milele; 30 kwa vile walivyosema, Ana pepo mchafu.

Ujamaa wa kweli

31 Wakaja mamaye na nduguze; wakasimama nje, wakatuma mtu kumwita. 32 Na makutano walikuwa wameketi, wakimzunguka; wakamwambia, Tazama, mama yako na ndugu zako wako nje, wanakutafuta. 33 Akawajibu, akisema, Mama yangu na ndugu zangu ni akina nani? 34 Akawatazama wale walioketi wakimzunguka pande zote, akasema, Tazama, mama yangu na ndugu zangu! 35 Kwa maana mtu ye yote atakayeyafanya mapenzi ya Mungu, huyo ndiye ndugu yangu, na umbu langu, na mama yangu.

Mfano wa mpanzi

4 Akaanza kufundisha tena kando ya bahari. Wakamkusanyikia mkutano mkubwa mno, hata yeye akapanda chomboni, akakaa baharini;

mkutano wote ulikuwako juu ya nchi kavu kando ya bahari. 2 Akawafundisha mambo mengi kwa mifano, akawaambia katika mafundisho yake, Sikilizeni; 3 Tazama, mpanzi alitoka kwenda kupanda; 4 ikawa alipokuwa akipanda, mbegu nyingine ilianguka kando ya njia, wakaja ndege wakaila. 5 Nyingine ikaanguka penye mwamba, pasipokuwa na udongo mwingi; mara ikaota kwa kuwa na udongo haba; 6 hata jua lilipozuka iliungua, na kwa kuwa haina mizizi ikanyauka. 7 Nyingine ikaanguka penye miiba; ile miiba ikamea, ikaisonga, isizae matunda. 8 Nyingine zikaanguka penye udongo ulio mzuri, zikazaa matunda, zikimea na kukua, na kuzaa, moja thelathini, moja sitini, na moja mia. 9 Akasema, Aliye na masikio ya kusikilia, na asikie.

Matumizi ya mifano

10 Naye alipokuwa peke yake, wale watu waliomzunguka, na wale Thenashara, walimwuliza habari za ile mifano. 11 Akawaambia, Ninyi mmejaliwa kuijua siri ya ufalme wa Mungu, bali kwa wale walio nje yote hufanywa kwa mifano, 12 Ili wakitazama watazame, wasione;

Na wakisikia wasikie, wasielewe; Wasije wakaongoka, na kusamehewa.

Maelezo ya mfano wa mpanzi

13 Akawaambia, Hamjui mfano huu? Basi mifano yote mtaitambuaje? 14 Mpanzi huyo hulipanda neno. 15 Hawa ndio walio kando ya njia, lipandwapo neno; nao, wakiisha kusikia, mara huja Shetani, akaliondoa lile neno lililopandwa mioyoni mwao. 16 Kadhalika na hawa ndio wapandwao penye miamba, ambao kwamba wakiisha kulisikia lile neno, mara hulipokea kwa furaha; 17 ila hawana mizizi ndani yao, bali hudumu muda mchache; kisha ikitokea dhiki au udhia kwa ajili ya lile neno, mara hujikwaa. 18 Na hawa ndio wale wapandwao penye miiba; ni watu walisikiao lile neno, 19 na shughuli za dunia, na udanganyifu wa mali, na tamaa za mambo mengine zikiingia, hulisonga lile neno, likawa halizai. 20 Na hawa ndio waliopandwa penye udongo ulio mzuri; ni watu walisikiao lile neno na kulipokea, na kuzaa matunda, mmoja thelathini, mmoja sitini, na mmoja mia.

Mafundisho kwa taa, na mbegu

21 Akawaambia, Mwaonaje? Taa huja ili kuwekwa chini ya pishi, au mvunguni? si kuwekwa juu ya kiango? 22 Kwa maana hakuna neno lililositirika, ila makusudi lije likadhihirika; wala hakuna lililofichwa, ila makusudi lije likatokea wazi. 23 Mtu akiwa na masikio ya kusikilia, na asikie. 24 Akawambia, Angalieni msikialo; kipimo kile mpimacho ndicho mtakachopimiwa, na tena mtazidishiwa. 25 Kwa maana mwenye kitu atapewa, naye asiye na kitu, hata kile alicho nacho atanyang'anywa.

26 Akasema, Ufalme wa Mungu, mfano wake ni kama mtu aliyemwaga mbegu juu ya nchi; 27 akawa akilala na kuondoka, usiku na mchana, nayo mbegu ikamea na kukua, asivyojua yeye. 28 Maana nchi huzaa yenyewe; kwanza jani, tena suke, kisha ngano pevu katika suke. 29 Hata matunda yakiiva, mara aupeleka mundu, kwa kuwa mavuno yamefika.

30 Akasema, Tuulinganishe na nini ufalme wa Mungu? au tuutie katika mfano gani? 31 Ni kama punje ya haradali, ambayo ipandwapo katika nchi, ingawa ni ndogo kuliko mbegu zote zilizo katika nchi, 32 lakini ikiisha kupandwa hukua, ikawa kubwa kuliko miti yote ya mboga, ikafanya matawi makubwa; hata ndege wa angani waweza kukaa chini ya uvuli wake.

33 Kwa mifano mingi ya namna hii alikuwa akisema nao neno lake, kwa kadiri walivyoweza kulisikia; 34 wala pasipo mfano hakusema nao; lakini akawaeleza wanafunzi wake mwenyewe mambo yote kwa faragha.

Bwana Yesu atuliza dhoruba

35 Siku ile kulipokuwa jioni, akawaambia, Na tuvuke mpaka ng'ambo. 36 Wakauacha mkutano, wakamchukua vile vile alivyo katika chombo. Na vyombo vingine vilikuwako pamoja naye. 37 Ikatokea dhoruba kuu ya upepo, mawimbi yakakipiga chombo hata kikaanza kujaa maji. 38 Naye mwenyewe alikuwapo katika shetri, amelala juu ya mto; wakamwamsha, wakamwambia, Mwalimu, si kitu kwako kuwa tunaangamia? 39 Akaamka, akaukemea upepo, akaiambia bahari, Nyamaza, utulie. Upepo ukakoma, kukawa shwari kuu. 40 Akawaambia, Mbona mmekuwa waoga? Hamna imani bado? 41 Wakaingiwa na hofu kuu,

wakaambiana, Ni nani huyu, basi, hata upepo na bahari humtii?

Mwenye pepo Mgerasi aponywa

5 Wakafika ng'ambo ya bahari mpaka nchi ya Wagerasi. 2 Na alipokwisha kushuka chomboni, mara alikutana na mtu, ambaye ametoka makaburini, mwenye pepo mchafu; 3 makao yake yalikuwa pale makaburini; wala hakuna mtu ye yote aliyeweza kumfunga tena, hata kwa minyororo; 4 kwa sababu alikuwa amefungwa mara nyingi kwa pingu na minyororo, akaikata ile minyororo, na kuzivunja-vunja zile pingu; wala hakuna mtu aliyekuwa na nguvu za kumshinda. 5 Na sikuzote, usiku na mchana, alikuwako makaburini na milimani, akipiga kelele na kujikata-kata kwa mawe. 6 Na alipomwona Yesu kwa mbali, alipiga mbio, akamsujudia; 7 akapiga kelele kwa sauti kuu, akasema, Nina nini nawe, Yesu, Mwana wa Mungu aliye juu? Nakuapisha kwa Mungu usinitese. 8 Kwa sababu amemwambia, Ewe pepo mchafu, mtoke mtu huyu. 9 Akamwuliza, Jina lako nani?

Akamjibu, Jina langu ni Legioni,* kwa kuwa tu wengi. 10 Akamsihi sana asiwapeleke nje ya nchi ile. 11 Na hapo milimani palikuwa na kundi kubwa la nguruwe, wakilisha. 12 Pepo wote wakamsihi, wakisema, Tupeleke katika nguruwe, tupate kuwaingia wao. 13 Akawapa ruhusa. Wale pepo wachafu wakatoka, wakaingia katika wale nguruwe; nalo kundi lote likatelemka kwa kasi gengeni, wakaingia baharini, wapata elfu mbili; wakafa baharini. 14 Wachungaji wao wakakimbia, wakaieneza habari mjini na mashamba. Watu wakatoka walione lililotokea. 15 Wakamwendea Yesu, wakamwona yule mwenye pepo, ameketi, amevaa nguo, ana akili zake, naye ndiye aliyekuwa na lile jeshi; wakaogopa. 16 Na wale waliokuwa wameona waliwaeleza ni mambo gani yaliyompata yule mwenye pepo, na habari za nguruwe. 17 Wakaanza kumsihi aondoke mipakani mwao. 18 Naye alipokuwa akipanda chomboni, yule aliyekuwa na pepo akamsihi kwamba awe pamoja naye; 19 lakini hakumruhusu, bali alimwambia, Enenda zako nyumbani kwako, kwa watu wa kwenu, kawahubiri ni mambo gani makuu

* Legioni, maana yake ni Jeshi.

aliyokutendea Bwana, na jinsi alivyokurehemu. 20 Akaenda zake, akaanza kuhubiri katika Dekapoli, ni mambo gani makuu Yesu aliyomtendea; watu wote wakastaajabu.

Binti Yairo na mwanamke mwenye ugonjwa wa kutoka damu

21 Hata Yesu alipokwisha kuvuka kurudia ng'ambo katika kile chombo wakamkusanyikia mkutano mkuu; naye alikuwa kando ya bahari. 22 Akaja mtu mmoja katika wakuu wa sinagogi, jina lake Yairo; hata alipomwona, akaanguka miguuni pake, 23 akimsihi sana, akisema, Binti yangu mdogo yu katika kufa; nakuomba uje, uweke mkono wako juu yake, apate kupona, na kuishi. 24 Akaenda pamoja naye; mkutano mkuu wakamfuata, wakimsonga-songa.

25 Na mwanamke mmoja mwenye kutoka damu muda wa miaka kumi na miwili, 26 na kuteswa mengi kwa mikono ya matabibu wengi, amegharimiwa vitu vyote alivyo navyo, kusimfae hata kidogo, bali hali yake ilizidi kuwa mbaya; 27 aliposikia habari za Yesu, alipita katika mkutano kwa nyuma, ᵃⁱ{}ᵃgusa vazi lake; 28 maana

alisema, Nikiyagusa mavazi yake tu, nitapona. 29 Mara chemchemi ya damu yake ikakauka, naye akafahamu mwilini mwake kwamba amepona msiba ule. 30 Mara Yesu, hali akifahamu nafsini mwake kwamba nguvu zimemtoka, akageuka kati ya mkutano, akasema, Ni nani aliyenigusa mavazi yangu? 31 Wanafunzi wake wakamwambia, Je! wawaona makutano wanavyokusonga-songa, nawe wasema, Ni nani aliyenigusa? 32 Akatazama pande zote ili amwone yule aliyelitenda neno hilo. 33 Na yule mwanamke akaingiwa na hofu na kutetemeka, akijua lililompata, akaja akamwangukia, akamweleza kweli yote. 34 Akamwambia, Binti, imani yako imekuponya, enenda zako kwa amani, uwe mzima, usiwe na msiba wako tena.

35 Hata alipokuwa katika kunena, wakaja watu kutoka kwa yule mkuu wa sinagogi, wakisema, Binti yako amekwisha kufa; kwani kuzidi kumsumbua mwalimu? 36 Lakini Yesu, alipolisikia lile neno likinenwa, akamwambia mkuu wa sinagogi, Usiogope, amini tu. 37 Wala hakumruhusu mtu afuatane naye, ila Petro, na Yakobo, na Yohana nduguye Yakobo. 38 Wakafika nyumbani kwa yule mkuu wa

sinagogi, akaona ghasia, na watu wakilia, wakifanya maombolezo makuu. 39 Alipokwisha kuingia, akawaambia, Mbona mnafanya ghasia na kulia? Kijana hakufa, bali amelala tu. 40 Wakamcheka sana. Naye alipokwisha kuwatoa nje wote, akamtwaa babaye yule kijana na mamaye, na wale walio pamoja naye, akaingia ndani alimokuwamo yule kijana. 41 Akamshika mkono kijana, akamwambia, Talitha, kumi; tafsiri yake, Msichana, nakuambia, Inuka. 42 Mara akasimama yule kijana, akaenda; maana alikuwa amepata umri wa miaka kumi na miwili. Mara wakashangaa mshangao mkuu. 43 Akawaonya sana, mtu asijue habari ile; akaamuru apewe chakula.

Bwana Yesu akanwa Nazareti

6 Akatoka huko, akafika mpaka nchi ya kwao; wanafunzi wake wakamfuata. 2 Na ilipokuwa sabato, alianza kufundisha katika sinagogi; wengi waliposikia wakashangaa, wakisema, Huyu ameyapata wapi haya? na, Ni hekima gani hii aliyopewa huyu? na, Ni nini miujiza hii mikubwa inayotendeka kwa mikono yake? 3 Huyu si yule seremala, mwana wa Mariamu, na ndugu yao Yakobo, na Yose, na Yuda, na Simoni? na maumbu yake hawapo hapa petu? Wakajikwaa kwake. 4 Yesu akawaambia, Nabii hakosi heshima, isipokuwa katika nchi yake mwenyewe, na kwa jamaa zake, na nyumbani mwake. 5 Wala hakuweza kufanya mwujiza wo wote huko, isipokuwa aliweka mikono yake juu ya wagonjwa wachache, akawaponya. 6 Akastaajabu kwa sababu ya kutokuamini kwao.

Kutumwa kwa mitume kumi na wawili

Akazunguka-zunguka katika vile vijiji, akifundisha. 7 Akawaita wale Thenashara, akaanza kuwatuma wawili wawili, akawapa amri juu ya pepo wachafu; 8 akawakataza wasichukue kitu cha njiani isipokuwa fimbo tu; wala mkate, wala mkoba, wala pesa za bindoni; 9 lakini wajifunge viatu; akasema, Msivae kanzu mbili. 10 Akawaambia, Mahali po pote mtakapoingia katika nyumba, kaeni humo hata mtakapotoka mahali pale. 11 Na mahali po pote wasipowakaribisha ninyi wala kuwasikia, mtokapo huko, yakung'uteni mavumbi yaliyo chini ya miguu

yenu, kuwa ushuhuda kwao.
12 Wakatoka, wakahubiri kwamba watu watubu. 13 Wakatoa pepo wengi, wakapaka mafuta watu wengi waliokuwa wagonjwa, wakawapoza.

Kifo cha Yohana Mbatizaji

14 Naye Mfalme Herode akasikia habari; kwa maana jina lake lilikuwa kutangaa, akasema, Yohana Mbatizaji amefufuka katika wafu, na kwa hiyo nguvu hizi zinatenda kazi ndani yake. 15 Wengine walisema, Ni Eliya. Wengine walisema, Huyu ni nabii, au ni kama mmoja wa manabii. 16 Lakini Herode aliposikia, alisema, Yohana, niliyemkata kichwa, amefufuka.

17 Kwa maana Herode mwenyewe alikuwa ametuma watu, akamkamata Yohana, akamfunga gerezani, kwa ajili ya Herodia, mkewe Filipo ndugu yake; kwa kuwa amemwoa; 18 kwa sababu Yohana alimwambia Herode, Si halali kwako kuwa na mke wa nduguyo. 19 Naye yule Herodia akawa akimvizia, akataka kumwua, asipate. 20 Maana Herode alimwogopa Yohana; akimjua kuwa ni mtu wa haki, mtakatifu, akamlinda; na alipokwisha kumsikiliza alifadhaika sana; ... alikuwa akimsikiliza kwa

furaha. 21 Hata ilipotokea siku ya kufaa, na Herode, sikukuu ya kuzaliwa kwake, alipowafanyia karamu wakubwa wake, na majemadari, na watu wenye cheo wa Galilaya; 22 ndipo binti yake yule Herodia alipoingia, akacheza, akampendeza Herode na wale walioketi pamoja naye karamuni. Mfalme akamwambia yule kijana, Niombe lo lote utakalo, nitakupa. 23 Akamwapia, Lo lote utakaloniomba, nitakupa, hata nusu ya ufalme wangu. 24 Basi akatoka, akamwuliza mamaye, Niombe nini? Naye akasema, Kichwa cha Yohana Mbatizaji. 25 Mara akaingia kwa haraka mbele ya mfalme, akaomba akisema, Nataka unipe sasa hivi katika kombe kichwa cha Yohana Mbatizaji. 26 Mfalme akafanya huzuni sana, lakini kwa ajili ya viapo vyake, na kwa ajili ya hao walioketi karamuni, hakutaka kumkatalia. 27 Mara mfalme akatuma askari, akaamuru kuleta kichwa chake. Basi akaenda, akamkata kichwa mle gerezani, 28 akakileta kichwa chake katika kombe, akampa yule kijana, naye yule kijana akampa mamaye. 29 Wanafunzi wake waliposikia habari, walikwenda, wakauchukua mwili wake, wakauzika kaburini.

Mitume warudi

30 Na mitume wakakusa-
nyika mbele ya Yesu; waka-
mpa habari za mambo yote wa-
liyoyafanya, na mambo yote
waliyoyafundisha. 31 Akawa-
ambia, Njoni ninyi peke
yenu kwa faragha, mahali
pasipokuwa na watu, mka-
pumzike kidogo. Kwa saba-
bu walikuwako watu wengi,
wakija, wakienda, hata haiku-
wapo nafasi ya kula. 32 Waka-
enda zao faragha mashuani,
mahali pasipokuwa na watu.
33 Watu wakawaona wakienda
zao, na wengi wakatambua,
wakaenda huko mbio kwa mi-
guu, toka miji yote, waka-
tangulia kufika. 34 Naye ali-
poshuka mashuani, akaona
mkutano mkuu, akawahuru-
mia; kwa sababu walikuwa
kama kondoo wasio na mchu-
ngaji; akaanza kuwafundisha
mambo mengi.

Kulishwa kwa watu elfu tano

35 Hata zilipopita saa nyingi
za mchana, wanafunzi wake
walimwendea, wakasema, Ma-
hali hapa ni nyika tupu, na
sasa kunakuchwa; 36 uwaa-
ge watu hawa, ili waende zao
mashambani na vijijini kando-
kando, wakajinunulie chakula.
37 Akajibu, akawaambia, Wa-
peni ninyi chakula. Waka-
mwambia, Je! twende tuka-
nunue mikate ya dinari mia
mbili ili tuwape kula? 38 Aka-
waambia, Mnayo mikate mi-
ngapi? Nendeni mkatazame.
Walipokwisha kujua waka-
sema, Mitano, na samaki
wawili. 39 Akawaagiza wa-
waketishe wote, vikao vikao,
penye majani mabichi. 40 Wa-
kaketi safu safu, hapa mia
hapa hamsini. 41 Akaitwaa
ile mikate mitano na wale
samaki wawili, akatazama
mbinguni, akashukuru, aka-
imega ile mikate, akawapa
wanafunzi wake wawaandike;
na wale samaki wawili aka-
wagawia wote. 42 Wakala
wote wakashiba. 43 Waka-
okota vipande vilivyomegwa
vya kuweza kujaza vikapu
kumi na viwili; na vipande
vya samaki pia. 44 Na walio-
ila ile mikate wapata elfu tano
wanaume.

Bwana Yesu atembea juu ya bahari

45 Mara akawalazimisha
wanafunzi wake wapande ma-
shuani, watangulie kwenda
ng'ambo hata Bethsaida, wa-
kati yeye alipokuwa akiwaaga
mkutano. 46 Hata alipo-
kwisha kuagana nao akaenda
zake mlimani kuomba.
47 Na kulipokuwa jioni
mashua ilikuwa katikati ya

bahari, na yeye yu peke yake katika nchi kavu. 48 Aka-waona wakitaabika kwa kuvu-ta makasia, kwa maana upepo ulikuwa wa mbisho; hata ili-popata kama zamu ya nne ya usiku akawaendea, akitembea juu ya bahari; akataka kuwa-pita. 49 Nao walipomwona anatembea juu ya bahari, walidhani ya kuwa ni kivuli, wakapiga yowe, 50 kwa kuwa wote, walimwona, wakafa-dhaika. Mara akasema nao, akawaambia, Changamkeni; ni mimi, msiogope. 51 Aka-panda mle chomboni walimo; upepo ukakoma; wakasha-ngaa sana mioyoni mwao; 52 kwa maana hawakufahamu habari za ile mikate, lakini mioyo yao ilikuwa mizito.

Maponyi katika nchi ya Genesareti

53 Hata walipokwisha kuvu-ka, walifika nchi ya Genesa-reti, wakatia nanga. 54 Nao wakiisha kutoka mashuani, mara watu walimtambua, 55 wakaenda mbio, waki-zunguka nchi ile yote, waka-anza kuwachukua vitandani walio hawawezi, kwenda kila mahali waliposikia kwamba yupo. 56 Na kila alikokwe-nda, akiingia vijijini, au mijini, au mashambani, wakawaweka ......njiwa sokoni, wakamsihi

waguse ngaa pindo la vazi lake; nao wote waliomgusa wakapona.

Bwana Yesu aitika kwa alivyoshitakiwa kuwa hafuati desturi

7 Kisha Mafarisayo, na baa-dhi ya waandishi walio-toka Yerusalemu, wakaku-sanyika mbele yake, 2 waka-ona wengine katika wanafunzi wake wakila vyakula kwa mikono najisi, yaani, isi-yonawiwa. 3 Kwa maana Mafarisayo na Wayahudi wote wasiponawa mikono mpaka kiwiko, hawali, wakishika ma-pokeo ya wazee wao; 4 tena wakitoka sokoni, wasipotawa-dha, hawali; na yako mambo mengine waliyopokea kuya-shika, kama kuosha vikombe, na midumu, na vyombo vya shaba. 5 Basi wale Mafari-sayo na waandishi waka-mwuliza, Mbona wanafunzi wako hawaendi kwa kuyafuata mapokeo ya wazee, bali hula chakula kwa mikono najisi? 6 Akawaambia, Isaya ali-tabiri vema juu yenu ninyi wanafiki, kama ilivyoandikwa,

Watu hawa huniheshimu
kwa midomo

Ila mioyo yao iko mbali
nami;

7 Nao waniabudu bure,
Wakifundisha mafundisho

Yaliyo maagizo ya wana-
damu.

8 Ninyi mwaiacha amri ya
Mungu, na kuyashika mapo-
keo ya wanadamu. 9 Aka-
waambia, Vema! Mwaikataa
amri ya Mungu mpate kuya-
shika   mapokeo   yenu.
10 Maana Musa alisema,
Waheshimu baba yako na
mama yako, na, Amtukanaye
babaye au mamaye kufa na
afe. 11 Bali ninyi husema,
Mtu akimwambia babaye au
mamaye, Ni Korbani, yaani
wakfu, kitu changu cho chote
kikupasacho kufaidiwa nacho,
huwa basi; 12 wala hammru-
husu baada ya hayo ku-
mtendea neno babaye au
mamaye; 13 huku mkili-
tangua neno la Mungu kwa
mapokeo yenu mliyopokeana;
tena mwafanya mambo mengi
yaliyo sawasawa na hayo.
14 Akawaita makutano tena,
akawaambia, Nisikieni nyote
na kufahamu. 15 Hakuna
kitu kilicho nje ya mtu amba-
cho kikimwingia chaweza ku-
mtia unajisi, bali vile vimto-
kavyo, ndivyo vimtiavyo una-
jisi yule mtu. 16 [Mtu akiwa
na masikio ya kusikilia, na
asikie.]

17 Hata alipoingia nyu-
mbani ameuacha mkutano,
wanafunzi wake wakamwuliza
habari za ule mfano. 18 Aka-
waambia, Hivi hata ninyi
hamna akili? Hamfahamu ya
kwamba kila kitu kilicho nje
ya mtu, kikimwingia, haki-
wezi kumtia unajisi; 19 kwa
sababu hakimwingii moyoni,
ila tumboni tu; kisha chatoka
kwenda chooni? Kwa kuse-
ma hivi alivitakasa vyakula
vyote. 20 Akasema, kimto-
kacho mtu ndicho kimtiacho
unajisi. 21 Kwa maana ndani
ya mioyo ya watu hutoka
mawazo mabaya, uasherati,
22 wivi, uuaji, uzinzi, tamaa
mbaya, ukorofi, hila, ufisadi,
kijicho, matukano, kiburi,
upumbavu. 23 Haya yote
yaliyo maovu yatoka ndani,
nayo yamtia mtu unajisi.

Binti wa mwanamke wa
Mataifa aponywa

24 Akaondoka huko, aka-
enda zake hata mipaka ya Tiro
na Sidoni. Akaingia katika
nyumba, akataka isijulikane
na mtu; lakini hakuweza
kusitirika. 25 Ila mara mwa-
namke, ambaye binti yake
yuna pepo mchafu, alisikia
habari zake, akaja akamwa-
ngukia miguuni pake. 26 Na
yule mwanamke ni Myunani,
kabila yake ni Msirofoinike.
Akamwomba amtoe pepo kati-
ka binti yake. 27 Akamwa-
mbia, Waache watoto washibe
kwanza; maana si vizuri kuki-
twaa chakula cha watoto, na

kuwatupia mbwa. 28 Naye akajibu, akamwambia, Naam, Bwana, lakini hata mbwa walio chini ya meza hula makombo ya watoto. 29 Akamwambia, Kwa sababu ya neno hilo, enenda zako; pepo amemtoka binti yako. 30 Akaenda zake nyumbani kwake, akamkuta yule kijana amelazwa kitandani, na yule pepo amekwisha kumtoka.

Mtu bubu na kiziwi aponywa

31 Akatoka tena katika mipaka ya Tiro, akapita katikati ya Sidoni, akaenda mpaka bahari ya Galilaya, kati ya mipaka ya Dekapoli. 32 Wakamletea kiziwi, naye ni mwenye utasi, wakamsihi amwekee mikono. 33 Akamtenga na mkutano faraghani, akatia vidole vyake masikioni mwake, akatema mate, akamgusa ulimi, 34 akatazama juu mbinguni, akaugua, akamwambia, Efatha, maana yake, Funguka. 35 Mara masikio yake yakafunguka, kifungo cha ulimi wake kikalegea, akasema vizuri. 36 Akawaonya wasimwambie mtu; lakini kadiri ya alivyozidi kuwaagiza, ndivyo walivyozidi kutangaza habari; 37 wakashangaa mno kupita kiasi, wakinena, Ametenda mambo yote vema;

viziwi awafanya wasikie, na bubu waseme.

Kulishwa kwa watu elfu nne

8 Katika siku zile, kwa vile ulivyokuwa mkuu tena ule mkutano, nao wamekosa kitu cha kula, akawaita wanafunzi wake, akawaambia, 2 Nawahurumia mkutano kwa sababu yapata siku tatu wamekaa nami, wala hawana kitu cha kula; 3 nami nikiwaaga waende zao nyumbani kwao hali wanafunga, watazimia njiani; na baadhi yao wametoka mbali. 4 Wanafunzi wake wakamjibu, Je! ataweza wapi mtu kuwashibisha hawa mikate hapa nyikani? 5 Akawauliza, Mnayo mikate mingapi? Wakasema, Saba. 6 Akawaagiza mkutano waketi chini; akaitwaa ile mikate saba, akashukuru, akaimega, akawapa wanafunzi wake wawaandikie; wakawaandikia mkutano. 7 Walikuwa na visamaki vichache; akavibarikia, akasema wawaandikie na hivyo pia. 8 Wakala, wakashiba, wakakusanya mabaki ya vipande vya mikate makanda saba. 9 Na watu waliokula wapata elfu nne. Akawaaga. 10 Mara akapanda chomboni pamoja na wanafunzi wake, akaenda pande za Dalmanutha.

*Bwana Yesu akataa kuwapa
dalili kama walivyotaka*

11 Wakatokea Mafarisayo,
wakaanza kuhojiana naye;
wakitafuta kwake ishara ito-
kayo mbinguni; wakimjaribu.
12 Akaugua rohoni mwake,
akasema, Mbona kizazi hiki
chatafuta ishara? Amin, na-
waambieni, Hakitapewa ishara
kizazi hiki. 13 Akawaacha,
akapanda tena chomboni, aka-
enda zake hata ng'ambo.

*Bwana Yesu akemea
wanafunzi kwa kuwa ni vipofu*

14 Wakasahau kuchukua
mikate, wala chomboni ha-
wana ila mkate mmoja tu.
15 Akawaagiza, akasema,
Angalieni, jihadharini na cha-
chu ya Mafarisayo na chachu
ya Herode. 16 Wakabishana
wao kwa wao, kwa kuwa
hawana mikate. 17 Naye
Yesu akatambua, akawaa-
mbia, Mbona mnabishana
kwa sababu hamna mikate?
Hamfahamu bado, wala ha-
mjaelewa? Je! mioyo yenu
ni mizito? 18 Mna macho,
hamwoni; mna masikio, ha-
msikii? wala hamkumbuki?
19 Nilipoivunja ile mikate
mitano na kuwapa wale elfu
tano, mlichukua vikapu vinga-
pi vimejaa vipande? Waka-
mwambia, Kumi na viwili.

20 Na ile saba kuwapa wale
elfu nne, mlichukua maka-
nda mangapi yamejaa vipa-
nde? Wakamwambia, Saba.
21 Akawaambia, Hamjafaha-
mu bado?

Aponywa mtu kipofu Bethsaida

22 Wakafika Bethsaida, wa-
kamletea kipofu, wakamsihi
amguse. 23 Akamshika mko-
no yule kipofu, akamchukua
nje ya kijiji, akamtemea mate
ya macho, akamwekea mikono
yake, akamwuliza, Waona
kitu? 24 Akatazama juu,
akasema, Naona watu kama
miti, inakwenda. 25 Ndipo
akaweka tena mikono yake
juu ya macho yake, naye aka-
tazama sana; akawa mzima,
akaona vyote waziwazi. 26 Aka-
mpeleka nyumbani kwake,
akisema, Hata kijijini usiingie.

*Petro amkiri Bwana Yesu
kuwa ndiye Kristo*

27 Akatoka Yesu na wana-
funzi wake, wakaenda kwenye
vijiji vya Kaisaria-Filipi; na
njiani akawauliza wanafunzi
wake, akasema, Watu huni-
nena mimi ni nani?
28 Wakamjibu, Yohana Mba-
tizaji; wengine, Eliya; wen-
gine, Mmojawapo wa manabii.
29 Naye akawauliza, Na ninyi
mnasema ya kuwa mimi ni
nani? Petro akamjibu, aka-

mwambia, Wewe ndiwe Kristo.
30 Akawaonya wasimwambie mtu habari zake.

Bwana Yesu aonyesha mbeleni kifo chake na kufufuka tena

31 Akaanza kuwafundisha kwamba imempasa Mwana wa Adamu kupatikana na mateso mengi, na kukataliwa na wazee, na wakuu wa makuhani, na waandishi, na kuuawa, na baada ya siku tatu kufufuka. 32 Naye alikuwa akinena neno hilo waziwazi. Petro akamchukua, akaanza kumkemea. 33 Akageuka, akawatazama wanafunzi wake, akamkemea Petro, akasema, Nenda nyuma yangu, Shetani; maana huyawazi yaliyo ya Mungu, bali ya wanadamu.

Mwito wa kujikana

34 Akawaita mkutano pamoja na wanafunzi wake, akawaambia, Mtu ye yote akitaka kunifuata na ajikane mwenyewe, ajitwike na msalaba wake, anifuate. 35 Kwa kuwa mtu atakaye kuiponya nafsi yake, ataiangamiza, na mtu atakayeiangamiza nafsi yake kwa ajili yangu na kwa ajili ya Injili, huyu ataisalimisha. 36 Kwa kuwa kwa itamfaidia mtu nini kuupata ulimwengu wote, akipata hasara

ya nafsi yake? 37 Ama mtu atoe nini badala ya nafsi yake? 38 Maana kila mtu atakayenionea haya mimi, na maneno yangu, katika kizazi hiki cha uzinzi na dhambi, Mwana wa Adamu atamwonea haya mtu huyo, atakapokuja katika utukufu wa Baba yake pamoja na malaika watakatifu.

9 Akawaambia, Amin, nawaambia, Pana watu katika hawa wasimamao hapa, ambao hawataonja mauti kabisa, hata watakapouona ufalme wa Mungu umekuja kwa nguvu.

Ugeuko wa Bwana Yesu

2 Hata baada ya siku sita Yesu akawatwaa Petro, na Yakobo, na Yohana, akawaleta juu ya mlima mrefu faraghani, peke yao; akageuka sura yake mbele yao; 3 mavazi yake yakimeta-meta, meupe mno, jinsi asivyoweza dobi duniani kuyafanya meupe. 4 Wakatokewa na Eliya pamoja na Musa, nao walikuwa wakizungumza na Yesu. 5 Petro akajibu, akamwambia Yesu, Rabi, ni vizuri sisi kuwapo hapa; na tufanye vibanda vitatu, kimoja chako wewe, kimoja cha Musa, na kimoja cha Eliya. 6 Maana,

hakujua la kunena, kwa kuwa waliingiwa na hofu nyingi. 7 Kisha likatokea wingu, likawatia uvuli; sauti ikatoka katika lile wingu, Huyu ni Mwanangu, mpendwa wangu, msikieni yeye. 8 Mara hiyo walipotazama huku na huku, hawakuona mtu pamoja nao ila Yesu peke yake.

9 Na walipokuwa wakishuka mlimani aliwakataza wasimweleze mtu waliyoyaona, hata Mwana wa Adamu atakapokuwa amefufuka katika wafu. 10 Wakalishika neno lile, wakiulizana wao kwa wao, Huko kufufuka katika wafu maana yake nini? 11 Wakamwuliza, wakisema, Mbona waandishi hunena ya kwamba imempasa Eliya kuja kwanza? 12 Akajibu akawaambia, Ni kweli Eliya yuaja kwanza, na kurejeza upya yote; lakini, pamoja na haya, ameandikiwaje Mwana wa Adamu ya kwamba atateswa mengi na kudharauliwa? 13 Lakini nawaambia, Eliya amekwisha kuja, nao wakamtenda yote waliyoyataka kama alivyoandikiwa.

Mvulana mwenye pepo aponywa

14 Hata walipowafikia wanafunzi, waliona mkutano mkuu wakiwazunguka, na waandishi wakijadiliana nao; 15 mara mkutano wote walipomwona walishangaa, wakamwendea mbio, wakamsalimu. 16 Akawauliza, Mnajadiliana nini nao? 17 Mtu mmoja katika mkutano akamjibu, Mwalimu, nimemleta mwanangu kwako, ana pepo bubu; 18 na kila ampagaapo, humbwaga chini, naye hutoka povu na kusaga meno na kukonda; nikasema na wanafunzi wako wamtoe pepo, wasiweze. 19 Akawajibu, akasema, Enyi kizazi kisichoamini, nikae nanyi hata lini? nichukuliane nanyi hata lini? Mleteni kwangu. 20 Wakamleta kwake; hata alipomwona, mara yule pepo alimtia kifafa; naye akaanguka chini, akagaa-gaa, akitokwa na povu. 21 Akamwuliza babaye, Amepatwa na haya tangu lini? Akasema, Tangu utoto. 22 Na mara nyingi amemtupa katika moto, na katika maji, amwangamize; lakini ukiweza neno lo lote, utuhurumie, na kutusaidia. 23 Yesu akamwambia, Ukiweza! Yote yawezekana kwake aaminiye. 24 Mara babaye yule kijana akapaza sauti, akasema, Naamini, nisaidie kutokuamini kwangu. 25 Naye Yesu akiona ya kuwa mkutano unakusanyika mbio, akamkemea yule pepo mchafu, akamwambia, Ewe pepo bubu

na kiziwi, mimi nakuamuru, mtoke huyu, wala usimwingie tena. 26 Akalia, akamtia kifafa sana, akamtoka; naye akawa kama amekufa; hata wengi wakasema, Amekufa. 27 Lakini Yesu akamshika mkono akamwinua; naye akasimama. 28 Hata alipoingia nyumbani, wanafunzi wake wakamwuliza kwa faragha, Mbona sisi hatukuweza kumtoa? 29 Akawaambia, Namna hii haiwezi kutoka kwa neno lo lote, isipokuwa kwa kuomba.

Maonyo ya pili aliyotoa Bwana Yesu juu ya kifo chake

30 Wakatoka huko, wakapita katikati ya Galilaya; naye hakutaka mtu kujua. 31 Kwa sababu alikuwa akiwafundisha wanafunzi wake, akawaambia, Mwana wa Adamu yuaenda kutiwa katika mikono ya watu, nao watamwua; hata akiisha kuuawa, baada ya siku tatu atafufuka. 32 Lakini hawakulifahamu neno lile, wakaogopa kumwuliza.

Fundisho la unyenyekevu

33 Wakafika Kapernaumu; hata alipokuwamo nyumbani, akawauliza, Mlishindania nini njiani? 34 Wakanyamaza; kwa maana njiani walikuwa wakibishana wao kwa wao, ni nani aliye mkubwa. 35 Aka-

keti chini, akawaita wale Thenashara akawaambia, Mtu atakaye kuwa wa kwanza atakuwa wa mwisho kuliko wote, na mtumishi wa wote. 36 Akatwaa kitoto, akamweka katikati yao, akamkumbatia, akawaambia, 37 Mtu akimpokea mtoto mmoja wa namna hii kwa jina langu, anipokea mimi; na mtu akinipokea mimi, humpokea, si mimi, bali yeye aliyenituma.

Mafundisho juu ya kuchukuana na watu wengine

38 Yohana akamjibu, akamwambia, Mwalimu, tulimwona mtu akitoa pepo kwa jina lako, ambaye hafuatani nasi; tukamkataza, kwa sababu hafuatani nasi. 39 Yesu akasema, Msimkataze, kwa kuwa hakuna mtu atakayefanya mwujiza kwa jina langu akaweza mara kuninenea mabaya; 40 kwa sababu asiye kinyume chetu, yu upande wetu. 41 Kwa kuwa ye yote atakayewanywesha ninyi kikombe cha maji, kwa kuwa ninyi ni watu wa Kristo, amin, nawaambia, hatakosa thawabu yake.

Maonyo juu kukunguwaza watu wengine

42 Na ye yote atakayemkosesha mmojawapo wa wadogo

hawa waniaminio, afadhali afungiwe jiwe la kusagia shingoni mwake, na kutupwa baharini. 43 Na mkono wako ukikukosesha, ukate; ni afadhali kuingia katika uzima u kigutu, kuliko kuwa na mikono miwili, na kwenda zako jehanum, kwenye moto usiozimika; 44 [ambamo humo funza wao hafi, wala moto hauzimiki.] 45 Na mguu wako ukikukosesha, ukate; ni afadhali kuingia katika uzima, u kiwete, kuliko kuwa na miguu miwili, na kutupwa katika jehanum; 46 [ambamo humo funza wao hafi, wala moto hauzimiki.] 47 Na jicho lako likikukosesha, lingoe, ulitupe; ni afadhali kuingia katika ufalme wa Mungu, una chongo, kuliko kuwa na macho mawili, na kutupwa katika jehanum; 48 ambamo humo funza wao hafi, wala moto hauzimiki.

Habari ya chumvi

49 Kwa sababu kila mtu atatiwa chumvi kwa moto. 50 Chumvi ni njema; lakini chumvi ikiwa si chumvi tena, mtaitia nini ikolee? Mwe na chumvi ndani yenu, mkakae kwa amani ninyi kwa ninyi.

Swali juu ya talaka

10 Akaondoka huko akafika mipakani mwa Uyahudi, na ng'ambo ya Yordani; makutano mengi wakakutanika tena wakamwendea; akawafundisha tena kama alivyozoea. 2 Basi Mafarisayo wakamwendea, wakamwuliza, Je! ni halali mtu kumwacha mkewe? huku wakimjaribu. 3 Naye akajibu, akawaambia, Musa aliwaamuru nini? 4 Wakasema, Musa alitoa ruhusa kuandika hati ya talaka na kumwacha. 5 Yesu akawaambia, Kwa sababu ya ugumu wa mioyo yenu aliwaandikia amri hii. 6 Lakini tangu mwanzo wa kuumbwa ulimwengu, aliwafanya mume na mke. 7 Kwa sababu hiyo mtu atamwacha babaye na mamaye, ataambatana na mkewe; 8 na hao wawili watakuwa mwili mmoja; hata wamekuwa si wawili tena, bali mwili mmoja. 9 Basi alichokiunganisha Mungu, mwanadamu asikitenganishe. 10 Hata nyumbani tena wanafunzi wakamwuliza habari ya neno hilo. 11 Akawaambia, Kila mtu atakayemwacha mkewe na kuoa mwingine azini juu yake; 12 na mke, akimwacha mumewe na kuolewa na mtu mwingine, azini.

Bwana Yesu awabariki watoto wadogo

13 Basi wakamletea watoto wadogo ili awaguse; wanafunzi wake wakawakemea. 14 Ila Yesu alipoona alichukizwa sana, akawaambia, Waacheni watoto wadogo waje kwangu, msiwazuie; kwa maana watoto kama hawa ufalme wa Mungu ni wao. 15 Amin, nawaambieni, Ye yote asiyeukubali ufalme wa Mungu kama mtoto mdogo hatauingia kabisa. 16 Akawakumbatia, akaweka mikono yake juu yao, akawabarikia.

Kijana mwenye mali nyingi atafuta uzima wa milele

17 Hata alipokuwa akitoka kwenda njiani, mtu mmoja akaja mbio, akampigia magoti, akamwuliza, Mwalimu mwema, nifanye nini nipate kuurithi uzima wa milele? 18 Yesu akamwambia, Kwa nini kuniita mwema? hakuna aliye mwema ila mmoja, ndiye Mungu. 19 Wazijua amri, Usiue, Usizini, Usiibe, Usishuhudie uongo, Usidanganye, Waheshimu baba yako na mama yako. 20 Akamwambia, Mwalimu, haya yote nimeyashika tangu utoto wangu. 21 Yesu akamkazia macho, akampenda, akamwa-mbia, Umepungukiwa na neno moja. Enenda, ukauze ulivyo navyo vyote, uwape maskini, nawe utakuwa na hazina mbinguni; kisha njoo unifuate. 22 Walakini yeye akakunja uso kwa neno hilo, akaenda zake kwa huzuni; kwa sababu alikuwa na mali nyingi.

Shida za kuwa na mali nyingi

23 Yesu akatazama kotekote, akawaambia wanafunzi wake, Jinsi itakavyokuwa shida wenye mali kuingia katika ufalme wa Mungu! 24 Wanafunzi wakashangaa kwa maneno yake. Yesu akajibu tena, akawaambia, Watoto, jinsi ilivyo shida wenye kutegemea mali kuingia katika ufalme wa Mungu! 25 Ni rahisi ngamia kupenya katika tundu ya sindano kuliko tajiri kuingia katika ufalme wa Mungu. 26 Nao wakashangaa mno, wakimwambia, Ni nani, basi, awezaye kuokoka? 27 Yesu akawakazia macho, akasema, Kwa wanadamu haiwezekani, bali kwa Mungu sivyo; maana yote yawezekana kwa Mungu. 28 Petro akaanza kumwambia, Tazama, sisi tumeacha vyote tukakufuata wewe. 29 Yesu akasema, Amin, nawaambieni, Hakuna mtu aliyeacha nyumba, au waume, au ndugu wake, au

mama, au baba, au watoto, au mashamba, kwa ajili yangu, na kwa ajili ya Injili, 30 ila atapewa mara mia sasa wakati huu, nyumba, na ndugu waume, na ndugu wake, na mama, na watoto, na mashamba, pamoja na udhia; na katika ulimwengu ujao uzima wa milele. 31 Lakini wengi walio wa kwanza watakuwa wa mwisho; na wa mwisho watakuwa wa kwanza.

Maonyo ya tatu aliyotoa Bwana Yesu juu ya kifo chake

32 Nao walikuwako njiani, huku wakipanda kwenda Yerusalemu; na Yesu alikuwa akiwatangulia; wakashangaa, nao katika kufuata wakaogopa. Akawatwaa tena wale Thenashara, akaanza kuwaambia habari za mambo yatakayompata, 33 akisema, Angalieni, tunapanda kwenda Yerusalemu; na Mwana wa Adamu atatiwa mikononi mwa wakuu wa makuhani na waandishi, nao watamhukumu afe, watamtia mikononi mwa Mataifa, 34 nao watamdhihaki, na kumtemea mate, na kumpiga mijeledi, na kumwua; na baada ya siku tatu atafufuka.

Ombi la heshima ya kidunia

35 Na Yakobo na Yohana, wana wa Zebedayo, wakamwe-ndea, wakamwambia, Mwalimu, twataka utufanyie lo lote tutakalokuomba. 36 Akawaambia, Mwataka niwafanyie nini? 37 Wakamwambia, Utujalie sisi tuketi, mmoja mkono wako wa kuume, na mmoja mkono wako wa kushoto, katika utukufu wako 38 Yesu akawaambia, Hamjui mnaloliomba. Mwaweza kunywea kikombe ninyweacho mimi, au kubatizwa ubatizo nibatizwao mimi? 39 Wakamwambia Twaweza. Yesu akawaambia, Kikombe ninyweacho mimi mtakinywea, na ubatizo nibatizwao mimi mtabatizwa; 40 lakini habari ya kuketi mkono wangu wa kuume au mkono wangu wa kushoto si langu kuwapa, ila wao watapewa waliowekewa tayari.

Ukuu wa kweli

41 Hata wale kumi waliposikia wakaanza kuwakasirikia Yakobo na Yohana. 42 Yesu akawaita, akawaambia, Mwajua ya kuwa wale wanaohesabiwa kuwa wakuu wa Mataifa huwatawala kwa nguvu, na wakubwa wao huwatumikisha. 43 Lakini haitakuwa hivyo kwenu; bali mtu anayetaka kuwa mkubwa kwenu, atakuwa mtumishi wenu, 44 na mtu anayetaka kuwa wa

kwanza wenu, atakuwa mtu-
mwa wa wote. 45 Kwa
maana Mwana wa Adamu
naye hakuja kutumikiwa, bali
kutumika, na kutoa nafsi
yake iwe fidia ya wengi.

Bartimayo, yule kipofu, aponywa

46 Wakafika Yeriko; hata
alipokuwa akishika njia ku-
toka Yeriko, pamoja na wa-
nafunzi wake, na mkutano
mkubwa, mwana wa Timayo,
Bartimayo, yule mwombaji
kipofu, alikuwa ameketi kando
ya njia. 47 Naye aliposikia
ya kwamba ni Yesu Mnazareti,
alianza kupaza sauti yake, na
kusema, Mwana wa Daudi,
Yesu, unirehemu. 48 Na
wengi wakamkemea ili anya-
maze, lakini alizidi kupaza
sauti, Mwana wa Daudi, unire-
hemu. 49 Yesu akasimama
akasema, Mwiteni. Waka-
mwita yule kipofu, waka-
mwambia, Jipe moyo; inuka,
anakuita. 50 Akatupa vazi
lake, akaruka, akamwendea
Yesu. 51 Yesu akamjibu,
akamwambia Wataka niku-
fanyie nini? Yule kipofu aka-
mwambia, Mwalimu wangu,
nataka nipate kuona. 52 Yesu
akamwambia, Enenda zako,
imani yako imekuponya.
Mara akapata kuona; aka-
mfuata njiani.

Bwana Yesu aingia Yerusalemu kwa shangwe

11 Hata walipokaribia
Yerusalemu karibu na
Bethfage na Bethania, kuka-
bili mlima wa Mizeituni,
aliwatuma wawili katika wa-
nafunzi wake, 2 akawaambia
Nendeni mpaka kile kijiji
kinachowakabili; na katika
kuingia ndani yake, mara
mtaona mwana-punda ame-
fungwa, asiyepandwa na mtu
bado; mfungueni, kamleteni.
3 Na mtu akiwaambia, Mbona
mnafanya hivi? semeni, Bwana
ana haja naye, na mara ata-
mrudisha tena hapa. 4 Wa-
kaenda zao, wakamwona
mwana-punda amefungwa pe-
nye mlango, nje katika njia
kuu, wakamfungua. 5 Baa-
dhi ya watu waliosimama
huko wakawaambia, Mna-
fanya nini kumfungua mwana-
punda? 6 Wakawaambia ka-
ma Yesu alivyowaagiza, nao
wakawaruhusu. 7 Wakamle-
tea Yesu yule mwana-punda,
wakatandika mavazi yao juu
yake; akaketi juu yake.
8 Watu wengi wakatandaza
mavazi yao njiani, na wengine
matawi waliyoyakata masha-
mbani. 9 Nao watu walio-
tangulia na wale waliofuata
wakapaza sauti, Hosana; ndiye
mbarikiwa ajaye kwa jina la
Bwana; 10 umebarikiwa na

ufalme ujao, wa baba yetu
Daudi. Hosana juu mbi-
nguni.

11 Naye akaingia Yerusa-
lemu hata ndani ya hekalu;
na alipokwisha kutazama yote
pande zote, kwa kuwa ni
wakati wa jioni, akatoka,
akaenda Bethania pamoja na
wale Thenashara.

Mtini usiozaa matunda

12 Hata asubuhi yake wali-
potoka Bethania aliona njaa.
13 Akaona kwa mbali mtini
wenye majani, akaenda ili
labda aone kitu juu yake; na
alipoufikilia hakuona kitu ila
majani; maana si wakati wa
tini. 14 Akajibu, akauambia,
Tangu leo hata milele mtu asile
matunda kwako. Wanafunzi
wake wakasikia.

Bwana Yesu atakasa hekalu

15 Wakafika Yerusalemu,
naye akaingia ndani ya hekalu,
akaanza kuwafukuza wale
waliokuwa wakiuza na kunu-
nua ndani ya hekalu, akazi-
pindua meza za wabadili
fedha, na viti vyao wauzao
njiwa; 16 wala hakuacha
mtu achukue chombo kati ya
hekalu. 17 Akafundisha, aka-
sema, Je! haikuandikwa,
Nyumba yangu itaitwa nyu-
mba ya sala kwa mataifa
yote? Bali ninyi mmeifanya

kuwa pango la wanyang'anyi.
18 Wakuu wa makuhani na
waandishi wakapata habari
wakatafuta jinsi ya kumwa-
ngamiza; maana walimwo-
gopa, kwa sababu mkutano
wote walishangaa kwa mafu-
ndisho yake. 19 Na kuli-
pokuwa jioni alitoka mjini.

Nguvu za imani

20 Na asubuhi walipokuwa
wakipita, waliuona ule mtini
umenyauka toka shinani.
21 Petro akakumbuka habari
yake, akamwambia, Rabi, ta-
zama, mtini ulioulaani ume-
nyauka. 22 Yesu akajibu,
akamwambia, Mwaminini
Mungu. 23 Amin, nawaa-
mbia, Ye yote atakayeuambia
mlima huu, Ng'oka uka-
tupwe baharini, wala asione
shaka moyoni mwake, ila
aamini kwamba hayo asemayo
yametukia, yatakuwa yake.
24 Kwa sababu hiyo nawaa-
mbia, Yo yote myaombayo
mkisali, aminini ya kwamba
mnayapokea, nayo yatakuwa
yenu. 25 Nanyi, kila msima-
mapo na kusali, sameheni,
mkiwa na neno juu ya mtu;
ili na Baba yenu aliye mbi-
nguni awasamehe na ninyi
makosa yenu. 26 [Lakini
kama ninyi hamsamehe, wala
Baba yenu aliye mbinguni hata-
wasamehe ninyi makosa yenu.]

*Amri aliyo nayo Bwana
Yesu yapingwa*

27 Wakafika Yerusalemu
tena; hata alipokuwa akite-
mbea hekaluni, walimwendea
wakuu wa makuhani, na waa-
ndishi, na wazee, 28 waka-
mwambia, Ni kwa mamlaka
gani unatenda mambo haya?
naye ni nani aliyekupa ma-
mlaka hii uyatende haya?
29 Yesu akawaambia, Nita-
wauliza neno moja, nanyi
mnijibu, kisha nitawaambia ni
kwa mamlaka gani nayatenda
haya. 30 Ubatizo wa Yohana
ulitoka mbinguni, au kwa
wanadamu? Nijibuni. 31 Wa-
kasemezana wao kwa wao,
wakisema, ·Kama tukisema,
Ulitoka mbinguni, atasema,
Mbona, basi, hamkumwa-
mini? 32 Ila tukisema, Uli-
toka watu; maana watu
wote walimwona Yohana
kuwa nabii halisi. 33 Wa-
kamjibu Yesu, wakasema,
Hatujui. Yesu akawaambia,
Wala mimi siwaambii ninyi ni
kwa mamlaka gani nayatenda
haya.

Mfano wa shamba la mizabibu

12 Akaanza kusema nao
kwa mifano; Mtu mmo-
ja alipanda shamba la miza-
bibu, akazungusha ugo, aka-
chimba shimo la shinikizo,
akajenga mnara, akapangisha

wakulima, akasafiri. 2 Hata
kwa wakati wake akatuma
mtumwa kwa wale wakulima,
ili apokee kwa wakulima ka-
tika matunda ya mizabibu.
3 Wakamtwaa, wakampiga,
wakamtoa nje, hana kitu.
4 Akatuma tena kwao mtu-
mwa mwingine, na huyo
wakamtia jeraha za kichwa,
wakamfanyia jeuri. 5 Aka-
mtuma mwingine, huyo waka-
mwua; na wengine wengi,
hawa wakiwapiga na hawa
wakiwaua. 6 Basi alikuwa
na mmoja bado, mwana mpe-
ndwa wake; huyu naye aka-
mtuma kwao mwisho, akisema,
Watamstahi mwanangu. 7 La-
kini wale wakulima wakaseme-
zana, Huyu ni mrithi; haya,
na tumwue, na urithi utakuwa
wetu. 8 Wakamkamata, wa-
kamwua, wakamtupa nje ya
shamba la mizabibu. 9 Basi
atafanyaje yule Bwana wa
shamba la mizabibu? Ata-
kuja na kuwaangamiza wale
wakulima, na lile shamba la
mizabibu atawapa wengine.
10 Hata andiko hili hamjali-
soma,
Jiwe walilolikataa waashi,
Hilo limekuwa jiwe kuu la
pembeni.
11 Neno hili limetoka kwa
Bwana,
Nalo ni ajabu machoni
petu?
12 Nao wakatafuta kumka-

mata, wakaogopa mkutano;
maana walitambua ya kwamba ule mfano amewanenea
wao. Wakamwacha wakaenda zao.

Swali juu ya kumlipa Kaisari kodi

13 Wakatuma kwake baadhi ya Mafarisayo na Maherodi, ili wamnase kwa maneno. 14 Hata walipofika walimwambia, Mwalimu, twajua ya kuwa wewe u mtu wa kweli, wala hujali cheo cha mtu; kwa maana hutazami sura za watu; lakini katika kweli waifundisha njia ya Mungu. Je! ni halali kumpa Kaisari kodi au siyo? 15 Tumpe, tusimpe? Naye, akijua unafiki wao, akawaambia, Mbona mmenijaribu? nileteeni dinari niione. 16 Wakaileta. Akawaambia, Ni ya nani sanamu hii na unwani hii? Wakamwambia, Ni ya Kaisari. 17 Yesu akajibu, akawaambia, Mpeni Kaisari yaliyo ya Kaisari, na yaliyo ya Mungu mpeni Mungu. Wakamstaa jabia sana.

Swali juu ya kufufuka

18 Kisha Masadukayo, watu wasemao ya kwamba hakuna kiyama, wakamwendea, wakamwuliza na kusema, 19 Mwalimu, Musa alituandikia ya kwamba ndugu ya mtu akifa, akamwacha mkewe wala hana mtoto, ndugu yake amtwae yule mkewe akampatie ndugu yake mzao. 20 Basi kulikuwa na ndugu saba; wa kwanza akatwaa mke, akafa, asiache mzao. 21 Wa pili naye akamtwaa akafa, wala yeye hakuacha mzao. Na wa tatu kadhalika; 22 hata na wote saba, wasiache mzao. Mwisho wa wote yule mwanamke akafa naye. 23 Basi, katika kiyama atakuwa mke wa yupi katika hao? Maana wote saba walikuwa naye. 24 Yesu akajibu, akawaambia, Je! hampotei kwa sababu hii, kwa kuwa hamyajui maandiko wala uweza wa Mungu? 25 Kwa maana watakapofufuka katika wafu, hawaoi wala hawaolewi, bali huwa kama malaika walioko mbinguni. 26 Na kwa habari ya wafu ya kwamba wafufuliwa, hamjasoma katika kitabu cha Musa, Sura -ya Kijiti, jinsi Mungu alivyomwambia, akisema, Mimi ni Mungu wa Ibrahimu, na Mungu wa Isaka, na Mungu wa Yakobo? 27 Yeye si Mungu wa wafu, bali wa walio hai. Hivyo mwapotea sana.

Swali juu ya amri iliyo kuu

28 Na mmojawapo wa waandishi akafika, akawasikia wa-

kisemezana naye, akatambua ya kuwa amewajibu vema, akamwuliza, Katika amri zote ni ipi iliyo ya kwanza? 29 Yesu akamjibu, Ya kwanza ndiyo hii, Sikia, Israeli, Bwana Mungu wetu ni Bwana mmoja; 30 nawe mpende Bwana Mungu wako kwa moyo wako wote, na kwa roho yako yote, na kwa akili zako zote, na kwa nguvu zako zote. 31 Na ya pili ndiyo hii, Mpende jirani yako kama nafsi yako. Hakuna amri nyingine iliyo kuu kuliko hizi. 32 Yule mwandishi akamwambia, Hakika, Mwalimu, umesema vema ya kwamba Mungu ni mmoja, wala hakuna mwingine ila yeye; 33 na kumpenda yeye kwa moyo wote, na kwa ufahamu wote, na kwa nguvu zote, na kumpenda jirani kama nafsi yako, kwafaa kuliko sadaka nzima za kuteketezwa na dhabihu zote pia. 34 Naye Yesu, alipoona kwamba amejibu kwa busara, alimwambia, Wewe hu mbali na ufalme wa Mungu. Wala hakuthubutu mtu kumsaili neno tena tokea hapo.

Swali juu ya Kristo

35 Hata Yesu alipokuwa akifundisha katika hekalu, alijibu, akasema, Husemaje waandishi ya kwamba Kristo ni Mwana wa Daudi? 36 Daudi mwenyewe alisema, kwa uweza wa Roho Mtakatifu,

Bwana alimwambia Bwana wangu,

Uketi mkono wangu wa kuume,

Hata niwawekapo adui zako Kuwa chini ya miguu yako.

37 Daudi mwenyewe asema ni bwana; basi amekuwaje mwanawe? Na mkutano mkubwa walikuwa wakimsikiliza kwa furaha.

Waandishi washitakiwa

38 Akawaambia katika mafundisho yake, Jihadharini na waandishi, wapendao kutembea wamevaa mavazi marefu, na kusalimiwa masokoni, 39 na kuketi mbele katika masinagogi, na viti vya mbele katika karamu; 40 ambao hula nyumba za wajane, na kwa unafiki husali sala ndefu; hawa watapata hukumu iliyo kubwa.

Toleo la mjane

41 Naye akaketi kulielekea sanduku la hazina, akatazama jinsi mkutano watiavyo mapesa katika sanduku. Matajiri wengi wakatia mengi. 42 Akaja mwanamke mmoja, mjane, maskini, akatia senti

mbili, kiasi cha nusu pesa. 43 Akawaita wanafunzi wake, akawaambia, Amin, nawaambia, Huyu mjane maskini ametia zaidi kuliko wote wanaotia katika sanduku la hazina; 44 maana hao wote walitia baadhi ya mali iliyowazidi; bali huyu katika umaskini wake ametia vyote alivyokuwa navyo, ndiyo riziki yake yote pia.

Bwana Yesu aonyesha mbeleni maangimizo ya hekalu

13 Hata alipokuwa akitoka hekaluni, mmoja wa wanafunzi wake alimwambia, Mwalimu, tazama, yalivyo mawe na majengo haya! 2 Yesu akajibu, akamwambia, Wayaona majengo haya makubwa? Halitasalia hapa jiwe juu ya jiwe ambalo halitabomolewa.

Ole zijazo

3 Hata alipokuwa ameketi katika mlima wa Mizeituni, kuelekea hekalu, Petro, na Yakobo, na Yohana, na Andrea walimwuliza kwa faragha, 4 Tuambie, mambo hayo yatakuwa lini? Nayo ni nini dalili ya wakati, hayo yote yatakapokuwa karibu kutimia?

5 Yesu akaanza kuwaambia, Jihadharini, mtu asiwadanga-nye. 6 Wengi watakuja kwa jina langu, wakisema, Mimi ndiye, nao watadanganya wengi. 7 Nanyi mtakaposikia habari za vita na uvumi wa vita, msitishwe; hayo hayana budi kutukia, lakini ule mwisho bado. 8 Kwa maana taifa litaondoka litaondoka kupigana na taifa, na ufalme kupigana na ufalme; kutakuwa na matetemeko ya nchi mahali mahali; kutakuwako na njaa; hayo ndiyo mwanzo wa utungu.

9 Nanyi jihadharini nafsi zenu; maana watawapeleka ninyi mabarazani; na katika masinagogi mtapigwa; nanyi mtachukuliwa mbele ya maliwali na wafalme kwa ajili yangu, kuwa ushuhuda kwao. 10 Na sharti Injili ihubiriwe kwanza katika mataifa yote. 11 Na watakapowachukua ninyi, na kuwasaliti, msitafakari kwanza mtakayosema, lakini lo lote mtakalopewa saa ile, lisemeni; kwa maana si ninyi msemao, bali ni Roho Mtakatifu. 12 Na ndugu atamsaliti ndugu yake ili auawe, na baba atamsaliti mtoto, na watoto wataondoka juu ya wazazi wao, na kuwafisha. 13 Nanyi mtakuwa mkichukiwa na watu wote kwa ajili ya jina langu; lakini mwenye kusaburi hata mwisho, ndiye atakayeokoka.

14 Lakini mlionapo chukizo

la uharibifu likisimama pasi-
polipasa, (asomaye na afa-
hamu), ndipo walio katika
Uyahudi na wakimbilie mili-
mani; 15 na mtu aliye juu ya
dari asishuke, wala asiingie
kuchukua kitu nyumbani
mwake; 16 naye aliye sha-
mbani asirudi nyuma kuli-
chukua vazi lake. 17 Lakini ole
wao wenye mimba, nao wa-
nyonyeshao siku hizo! 18 Ila
ombeni yasitokee hayo wakati
wa baridi. 19 Kwa maana
siku hizo zitakuwa na dhiki,
jinsi isivyokuwa tangu
mwanzo wa kuumba ali-
poumba Mungu hata sasa, wala
haitakuwa kamwe. 20 Na
kama Bwana asingalizikatiza
siku hizo, asingeokoka mtu
ye yote; lakini kwa ajili ya wa-
teule aliowateua amezikatiza
siku hizo. 21 Na wakati huo
mtu akiwaambia, Tazama,
Kristo yupo hapa, au, yuko
kule, msisadiki; 22 kwa maa-
na wataondoka Makristo wa
uongo, na manabii wa uongo,
watatoa ishara na maajabu,
wapate kuwadanganya, kama
yamkini, hata hao wateule.
23 Bali ninyi jihadharini;
nimekwisha kuwaonya yote
mbele.

Mwisho wa ulimwengu

24 Lakini siku zile, baada ya
dhiki hiyo, jua litatiwa giza,
na mwezi hautatoa mwanga
wake, 25 na nyota za mbi-
nguini zitakuwa zikianguka,
na nguvu zilizo mbinguni
zitatikisika. 26 Hapo ndipo
watakapomwona Mwana wa
Adamu akija mawinguni kwa
nguvu nyingi na utukufu.
27 Ndipo atakapowatuma ma-
laika na kuwakusanya wateule
wake toka pepo nne, toka
upande wa mwisho wa nchi
hata upande wa mwisho wa
mbingu.

Jinsi ipasavyo kukesha

28 Kwa mtini jifunzeni
mfano; tawi lake liishapo
kuwa laini, na kuchanua
majani, mwatambua ya kuwa
wakati wa mavuno ni karibu;
29 nanyi kadhalika, myaonapo
mambo hayo yanaanza, ta-
mbueni ya kuwa yu karibu
milangoni. 30 Amin, nawaa-
mbieni, Kizazi hiki hakita-
pita, hata hayo yote yatimie.
31 Mbingu na nchi zitapita;
lakini maneno yangu haya-
tapita kamwe. 32 Walakini
habari ya siku ile na saa ile
hakuna aijuaye, hata malaika
walio mbinguni, wala Mwana,
ila Baba.

33 Angalieni, kesheni, [ombe-
ni], kwa kuwa hamjui wa-
kati ule utakapokuwapo.
34 Mfano wake ni kama mtu
mwen　kusafiri ameiacha

nyumba yake, amewapa watumwa wake amri, na kila mtu kazi yake, naye amemwamuru bawabu akeshe. 35 Kesheni basi, kwa maana hamjui ajapo bwana wa nyumba, kwamba ni jioni, au kwamba ni usiku wa manane, au awikapo jimbi, au asubuhi; 36 asije akawasili ghafula akawakuta mmelela. 37 Na hilo niwaambialo ninyi, nawaambia wote, Kesheni.

Shauri la kumwua Bwana Yesu

14 Baada ya siku mbili ilikuwa sikukuu ya Pasaka, na mikate isiyochachwa; wakuu wa makuhani na waandishi wakatafuta njia ya kumkamata kwa hila na kumwua. 2 Kwa maana walisema, Isiwe kwa wakati wa sikukuu, isije ikatokea ghasia katika watu.

Bwana Yesu apakwa mafuta Bethania

3 Naye alipokuwapo Bethania, nyumbani mwa Simoni mkoma, ameketi chakulani, alikuja mwanamke mwenye kibweta cha marhamu ya nardo safi ya thamani nyingi; akakivunja kibweta akaimimina kichwani pake. 4 Palikuwa na watu waliochukizwa katika nafsi zao wakisema,

Kwani kupoteza marhamu namna hii? 5 maana marhamu hii ingaliweza kuuzwa kwa dinari mia tatu na kuzidi, wakapewa maskini. Wakamnung'unikia sana yule mwanamke. 6 Yesu akasema, Mwacheni; mbona mnamtaabisha? amenitendea kazi njema; 7 maana sikuzote mnao maskini pamoja nanyi, na kila mpendapo mwaweza kuwatendea mema; lakini mimi hamnami sikuzote. 8 Ametenda alivyoweza; ametangulia kuupaka mwili wangu marhamu kwa ajili ya maziko. 9 Amin, nawaambia, Kila ihubiriwapo Injili katika ulimwengu wote, na hili alilotenda huyu litatajwa kwa kumbukumbu lake.

Usaliti wa Yuda

10 Yuda Iskariote, yule mmoja katika wale Thenashara, akaenda zake kwa wakuu wa makuhani, apate kumsaliti kwao. 11 Nao waliposikia walifurahi, wakaahidi kumpa fedha. Akatafuta njia ya kumsaliti wakati wa kufaa.

Karamu ya Mwisho

12 Hata siku ya kwanza ya mikate isiyochachwa, walipoichinja pasaka, wanafunzi wake wakamwambia, Ni wapi utakapo tuende tukuandalie

uile pasaka? 13 Akatuma
wawili katika wanafunzi wake,
akawaambia Nendeni zenu
mjini; atakutana nanyi mwa-
namume amechukua mtungi
wa maji; mfuateni; 14 na po
pote atakapoingia, mwambieni
mwenye nyumba, Mwalimu
asema, Ki wapi chumba
changu cha wageni, niile
pasaka humo, pamoja na
wanafunzi wangu? 15 Naye
mwenyewe atawaonyesha oro-
fa kubwa, imeandikwa tayari;
humo tuandalieni. 16 Wana-
funzi wakatoka, wakaenda
mjini, wakaona kama alivyo-
waambia, wakaiandaa pasaka.

17 Basi ilipokuwa jioni
yuaja pamoja na wale Thena-
shara. 18 Nao walipokuwa
wameketi chakulani, wakila,
Yesu alisema, Amin, nawaa-
mbia, Mmoja wenu, naye ana-
kula pamoja nami, atanisaliti.
19 Wakaanza kuhuzunika wa-
kamwambia mmoja mmoja
Je! ni mimi? 20 Akawaa-
miba, Ni mmoja wa hao The-
nashara, ambaye achovya pa-
moja nami katika kombe.
21 Kwa maana Mwana wa
Adamu aenda zake kama
alivyoandikiwa; lakini ole
wake mtu yule ambaye amsa-
liti Mwana wa Adamu; inge-
kuwa heri kwake mtu yule
kama asingalizaliwa.

22 Nao walipokuwa wakila,
alitwaa mkate, akabariki, aka-
umega, akawapa akasema,
Twaeni; huu ndio mwili
wangu. 23 Akatwaa kikombe,
akashukuru, akawapa; waka-
kinywea wote. 24 Akawaa-
mbia, Hii ndiyo damu yangu
ya agano, imwagikayo kwa aji-
li ya wengi. 25 Amin, nawaa-
mbia ninyi, Sitakunywa tena
kabisa uzao wa mzabibu, hata
siku ile nitakapounywa mpya
katika ufalme wa Mungu.

26 Nao walipokwisha kui-
mba walitoka kwenda mlima
wa Mizeituni.

Bwana Yesu aonyesha mbeleni jinsi wanafunzi watakavyo-kimbia

27 Yesu akawaambia, Mta-
kunguwazwa ninyi nyote kwa
ajili yangu usiku huu; kwa
kuwa imeandikwa,
    Nitampiga mchungaji, na
        kondoo watatawanyika.
28 Lakini baada ya kufufuka
kwangu, nitawatangulia kwe-
nda Galilaya. 29 Petro aka-
mwambia, Hata wajapoku-
nguwazwa wote, lakini siyo
mimi. 30 Yesu akamwambia,
Amin, nakuambia wewe, Leo,
usiku huu, kabla ya kuwika
jogoo mara mbili, utanikana
mara tatu. 31 Naye akazidi
sana kusema, Ijaponipasa kufa
nawe, hata hivyo sitakukana
kamwe. Na wote wakasema
vile vile.

*Bwana Yesu huko
Gethsemane*

32 Kisha wakaja mpaka
bustani iitwayo Gethsemane;
akawaambia wanafunzi wake,
Ketini hapa muda niombapo.
33 Akamtwaa Petro na Yako-
bo na Yohana pamoja naye,
akaanza kufadhaika sana na
kuhangaika. 34 Akawaambia,
Roho yangu ina huzuni nyingi
kiasi cha kufa; kaeni hapa
mkeshe. 35 Akaendelea mbe-
le kidogo, akaanguka kifudi-
fudi, akiomba ya kuwa, iki-
wezekana, saa hiyo imwepuke.
36 Akasema, Aba, Baba, yote
yawezekana kwako; uniondo-
lee kikombe hiki; walakini, si
kama nitakavyo mimi, bali
utakavyo wewe. 37 Akaja
akawakuta wamelala usingizi,
akamwambia Petro, Je!
Simoni, umelala? Huku-
weza kukesha saa moja?
38 Kesheni muombe, msije
mkaingia majaribuni; roho i
radhi ila mwili ni dhaifu.
39 Akaenda zake tena, aka-
omba, akisema neno lilo hilo.
40 Akaja tena akawakuta
wamelala, maana macho yao
yamekuwa mazito, wala hawa-
kujua la kumjibu. 41 Akaja
mara ya tatu, akawaambia,
Laleni sasa, mpumzike; yato-
sha, saa imekuja; tazama,
Mwana wa Adamu anatiwa
mikononi mwao wenye dha-

mbi. 42 Ondokeni, twendeni
zetu; tazama, yule anaye-
nisaliti amekaribia.

Bwana Yesu akamatwa

43 Basi alipokuwa katika
kusema, mara Yuda alifika,
mmoja wa wale Thenashara,
na pamoja naye mkutano,
wana panga na marungu,
wametoka kwa wakuu wa
makuhani, na waandishi, na
wazee. 44 Na yule anaye-
msaliti alikuwa amewapa isha-
ra, akisema, Nitakayembusu,
huyo ndiye; mkamateni, mka-
mchukue salama. 45 Basi
alipokuja, mara akamwendea,
akasema, Rabi, akambusu.
46 Wakanyosha mikono yao
wakamkamata. 47 Na mmo-
ja wao waliokuwapo akafuta
upanga, akampiga mtumwa
wa Kuhani Mkuu, akamkata
sikio. 48 Yesu akajibu, aka-
waambia, Je! ni kama juu ya
mnyang'anyi mmetoka wenye
panga na marungu, kunitwaa
mimi? 49 Kila siku nalikuwa
mbele yenu hekaluni niki-
fundisha, msinikamate; lakini
haya yamekuwa ili maandiko
yapate kutimia. 50 Ndipo
wakamwacha, wakakimbia
wote.

Kijana aliyekimbia

51 Na kijana mmoja ali-
mfuata, amejitanda mwili

wake nguo ya kitani; waka-mkamata; 52 naye akaiacha ile nguo ya kitani, akakimbia yu uchi.

Hukumu ya Bwana Yesu mbele ya Kuhani Mkuu

53 Nao wakamchukua Yesu kwa Kuhani Mkuu; waka-mkusanyikia wote, wakuu wa makuhani na wazee na waandishi. 54 Naye Petro akamfuata kwa mbali, hata ndani katika behewa ya Kuhani Mkuu; akawa ameketi pamoja na watumishi, anakota moto mwangani. 55 Basi wakuu wa makuhani na baraza yote wakatafuta ushuhuda juu ya Yesu wapate kumwua; wasione. 56 Kwa maana wengi walimshuhudia uongo, walakini ushuhuda wao haukupatana. 57 Hata wengine wakasimama, wakamshuhudia uongo, wakisema, 58 Sisi tulimsikia akisema, Mimi nitalivunja hekalu hili lililofanyika kwa mikono, na katika siku tatu nitajenga jingine lisilofanyika kwa mikono. 59 Wala hata hivi ushuhuda wao haukupatana. 60 Kisha Kuhani Mkuu akasimama katikati, akamwuliza Yesu, akisema, Hujibu neno? Hawa wanakushuhudia nini? 61 Lakini akanyamaza, wala hakujibu neno. Kuhani Mkuu aka-

mwuliza tena, akamwambia, Wewe ndiwe Kristo, Mwana wake Mtukufu? 62 Yesu akasema, Mimi ndiye, nanyi mtamwona Mwana wa Adamu ameketi mkono wa kuume wa nguvu, akija na mawingu ya mbinguni. 63 Kuhani Mkuu akararua nguo zake, akisema, Tuna haja gani tena ya mashahidi? 64 Mmesikia kufuru yake; mwaonaje ninyi? Wote wakamhukumu kuwa imempasa kuuawa. 65 Wengine wakaanza kumtemea mate, wakamfunika uso, na kumpiga makonde, na kumwambia, Tabiri. Hata watumishi nao wakampiga makofi.

Petro amkana Bwana Yesu

66 Na Petro alikuwa chini behewani; akaja mmoja wa vijakazi wa Kuhani Mkuu, 67 akamwona Petro akikota moto; akamkazia macho, akasema, Wewe nawe ulikuwapo pamoja na yule Mnazareti, Yesu. 68 Akakana, akasema, Sijui wala sisikii unayoyasema wewe. Akatoka nje hata ukumbini; jogoo akawika. 69 Na yule kijakazi akamwona tena, akaanza tena kuwaambia waliosimama pake, Huyu ni mmoja wao. 70 Akakana tena. Kitambo kidogo tena wale waliosimama pale wakamwambia Petro, Hakika u

mmoja wao, kwa sababu u Mgalilaya wewe. 71 Akaanza kulaani na kuapiza, Simjui mtu huyu mnayemnena. 72 Na mara jogoo akawika mara ya pili. Petro akalikumbuka lile neno aliloambiwa na Yesu, Kabla ya kuwika jogoo mara mbili, utanikana mara tatu. Na alipolifikiri, akalia.

Bwana Yesu mbele ya Pilato, liwali Mrumi

15 Mara kulipokuwa asubuhi wakuu wa makuhani walifanya shauri pamoja na wazee na waandishi na baraza nzima, wakamfunga Yesu, wakamchukua, wakamleta mbele ya Pilato. 2 Pilato akamwuliza, Wewe ndiwe mfalme wa Wayahudi? Akajibu, akamwambia, Wewe wasema. 3 Nao wakuu wa makuhani walikuwa wakimshitaki mambo mengi. 4 Pilato akamwuliza tena akisema, Hujibu neno? Tazama ni mambo mangapi wanayokushitaki! 5 Wala Yesu hakujibu neno tena, hata Pilato akastaajabu.

6 Basi wakati wa sikukuu huwafungulia mfungwa mmoja, wamwombaye. 7 Palikuwa na mtu aitwaye Baraba, amefungwa pamoja na watu waliofanya fitina, na kufanya uuaji katika fitina ile. 8 Makutano wakaja, wakaanza kuomba awafanyie kama vile alivyozoea. 9 Pilato akawajibu akisema, Je! mnataka niwafungulie mfalme wa Wayahudi? 10 Kwa maana alitambua ya kuwa wakuu wa makuhani wamemtoa kwa husuda. 11 Lakini wakuu wa makuhani wakawataharakisha makutano, kwamba afadhali awafunguie Baraba. 12 Pilato akajibu tena akawaambia, Basi nimtendeje huyu mnayemnena kuwa ni mfalme wa Wayahudi? 13 Wakapiga kelele tena, Msulibishe. 14 Pilato akawaambia, Kwani, ni ubaya gani alioutenda? Wakazidi sana kupiga kelele, Msulibishe. 15 Pilato akipenda kuwaridhisha makutano, akawafungulia Baraba; akamtoa Yesu, baada ya kumpiga mijeledi, ili asulibiwe.

Askari wanfanyia Bwana Yesu dhihaki

16 Nao askari wakamchukua ndani ya behewa, ndiyo Praitorio (yaani, nyumba ya uliwali), wakakusanya pamoja kikosi kizima. 17 Wakamvika vazi la rangi ya zambarau, wakasokota taji ya miiba, wakamtia kichwani; 18 wakaanza kumsalimu, Salamu,

Mfalme wa Wayahudi!
19 Wakampiga mwanzi wa
kichwa, wakamtemea mate,
wakapiga magoti, wakamsu-
judia. 20 Hata wakiisha ku-
mdhihaki, wakamvua lile vazi
la rangi ya zambarau, waka-
mvika, mavazi yake mwenye-
we; wakamchukua nje ili
wamsulibishe.

Kusulibishwa kwa Bwana
Yesu

21 Wakamshurutisha mtu
aliyekuwa akipita, akitoka
mashamba, Simoni Mkirene,
baba yao Iskanda na Rufo,
ili auchukue msalaba wake.
22 Wakamleta mpaka mahali
paitwapo Golgotha, yaani,
Fuvu la kichwa. 23 Waka-
mpa mvinyo iliyotiwa mane-
mane, asiipokee. 24 Waka-
msulibisha, wakagawa mavazi
yaka, wakayapigia kura kila
mtu atwae nini. 25 Basi ili-
kuwa saa tatu, nao waka-
msulibisha. 26 Palikuwa na
anwani ya mashitaka yake ili-
yoandikwa juu, MFALME WA
WAYAHUDI. 27 Na pamoja
naye walisulibisha wanyang'a-
nyi wawili, mmoja mkono
wake wa kuume na mmoja
mkono wake wa kushoto.
28 [Basi andiko likatimizwa
linenalo, Alihesabiwa pamoja
na waasi.] 29 Nao walio-
kuwa wakipita njiani waka-

mtukana, wakitikisa-tikisa vi-
chwa, wakisema, Ahaa! wewe
mwenye kulivunja hekalu na
kulijenga katika siku tatu,
30 jiponye nafsi yako, ushuke
msalabani. 31 Kadhalika na
wakuu wa makuhani waka-
mdhihaki wao kwa wao, pa-
moja na waandishi, wakisema,
Aliponya wengine; hawezi ku-
jiponya mwenyewe. 32 Kri-
sto, mfalme wa Israeli, na
ashuke sasa msalabani tupate
kuona na kuamini. Hata
wale waliosulibiwa pamoja
naye wakamfyolea.

Kifo cha Bwana Yesu

33 Na ilipokuwa saa sita,
palikuwa na giza juu ya nchi
yote, hata saa tisa. 34 Na saa
tisa Yesu akapaza sauti yake
kwa nguvu, Eloi, Eloi, lama
sabakthani? maana yake, Mu-
ngu wangu, Mungu wangu,
mbona umeniacha? 35 Na
baadhi yao waliosimama pale,
walisema, Tazama, anamwita
Eliya. 36 Na mmoja akaenda
mbio, akajaza sifongo siki,
akaitia juu ya mwanzi, aka-
mnywesha, akisema, Acheni;
na tuone kwamba Eliya ana-
kuja kumtelemsha. 37 Naye
Yesu akatoa sauti kuu, aka-
kata roho.

38 Pazia la hekalu likapa-
suka vipande viwili toka juu
hata chini. 39 Basi yule

akida, aliyesimama hapo aki-mwelekea, alipoona ya kuwa alikata roho jinsi hii, akasema, Hakika mtu huyu alikuwa Mwana wa Mungu. 40 Pali-kuwako na wanawake wakita-zama kwa mbali; miongoni mwao alikuwamo Mariamu Magdalene, na Mariamu ma-ma yao Yakobo mdogo na Yose, na Salome; 41 hao ndio waliofuatana naye huko Gali-laya, na kumtumikia; na we-ngine wengi waliopanda pamo-ja naye mpaka Yerusalemu.

Maziko ya Bwana Yesu

42 Hata ikiisha kuwa jioni, kwa sababu ni Maandalio, ndiyo siku iliyo kabla ya sabato, 43 akaenda Yusufu, mtu wa Arimathaya, mstahiki, mtu wa baraza ya mashauri, naye mwenyewe anautazamia ufalme wa Mungu; akafanya ujasiri, akaingia mbele ya Pilato akauomba mwili wake Yesu. 44 Lakini Pilato aka-staajabu, kwamba amekwisha kufa. Akamwita yule akida, akamwuliza kwamba amekufa kitambo. 45 Hata alipokwi-sha kupata hakika kwa yule akida, alimpa Yusufu yule maiti. 46 Naye akanunua sanda ya kitani, akamtele-msha, akamfungia ilo sanda, akamweka katika kaburi lililo-chongwa mwambani; akavi-ngirisha jiwe mbele ya mlango wa kaburi. 47 Nao Mariamu Magdalene na Mariamu ma-maye Yose wakapatazama mahali alipowekwa.

Kufufuka kwa Bwana Yesu

16 Hata sabato ilipokwisha kupita, Mariamu Mag-dalene na Mariamu mamaye Yakobo, na Salome walinunua manukato wapate kwenda ku-mpaka. 2 Hata alfajiri ma pema, siku ya kwanza ya juma, wakaenda kaburini, jua lilipo-anza kuchomoza; 3 wakase-mezana wao kwa wao, Ni nani atakayetuvingirishia lile jiwe mlangoni pa kaburi? 4 Hata walipotazama, waliona ya ku-wa lile jiwe limekwisha kuvi-ngirishwa; nalo lilikuwa ku-bwa mno.

5 Wakaingia kaburini waka-ona kijana ameketi upande wa kuume, amevaa vazi jeupe; wakastaajabu. 6 Naye aka-waambia, Msistaajabu; mna-mtafuta Yesu Mnazareti, ali-yesulibiwa; amefufuka; ha-yupo hapa; patazameni mahali walipomweka. 7 Lakini ene-ndeni zenu, mkawaambie wa-nafunzi wake, na Petro, ya kwamba awatangulia kwenda Galilaya; huko mtamwona, kama alivyowaambia. 8 Wa-katoka nje, wakakimbia ku-toka kaburini; kwa maana

wameingia tetemeko na usha-
ngao; wala hawakumwambia
mtu neno, maana waliogopa.

Matokeo mengine ya Bwana Yesu

9 [Naye alipofufuka alfajiri
siku ya kwanza ya juma, ali-
mtokea kwanza Mariamu Mag-
dalene, ambaye kwamba ali-
mtoa pepo saba. 10 Huyo
akashika njia akawapasha ha-
bari wale waliokuwa pamoja
naye, nao wakali wanaombole-
za na kulia. 11 Walakini hao
waliposikia kama yu hai, naye
amemwona, hawakusadiki.

12 Baada ya hayo akawato-
kea watu wawili miongoni
mwao, ana sura nyingine; nao
walikuwa wakishika njia kwe-
nda shamba. 13 Na hao
wakaenda zao wakawapa ha-
bari wale wengine; wala hao
hawakuwasadiki.

14 Baadaye akaonekana na
wale kumi na mmoja walipo-
kuwa wakila, akawakemea
kwa kutokuamini kwao na

ugumu wa mioyo yao, kwa
kuwa hawakuwasadiki wale
waliomwona alipofufuka kati-
ka wafu. 15 Akawaambia,
Enendeni ulimwenguni mwote,
mkaihubiri Injili kwa kila
kiumbe. 16 Aaminiye na ku-
batizwa ataokoka; asiyeamini,
atahukumiwa. 17 Na ishara
hizi zitafuatana na hao waa-
minio; kwa jina langu wata-
toa pepo; watasema kwa lu-
gha mpya; 18 watashika
nyoka; hata wakinywa kitu
cha kufisha, hakitawadhuru
kabisa; watawaka mikono yao
juu ya wagonjwa, nao wata-
pata afya.

Bwana Yesu apaa mbinguni

19 Basi Bwana Yesu, baada
ya kusema nao, akachukuliwa
juu mbinguni, akaketi mkono
wa kuume wa Mungu. 20 Nao
wale wakatoka, wakahubiri
kotekote, Bwana akitenda kazi
pamoja nao, na kulithibitisha
lile neno kwa ishara zilizofua-
tana nalo.]

INJILI KAMA ALIVYOIANDIKA
LUKA MTAKATIFU

Dibaji

1 Kwa kuwa watu wengi
wametia mikono kutunga
kwa taratibu habari za mambo
yale yaliyotimizwa katikati

yetu, 2 kama walivyotuhadi-
thia wale waliokuwa masha-
hidi wenye kuyaona, na watu-
mishi wa lile neno tokea
mwanzo, 3 nimeona vema

mimi nami, kwa kuwa nimeji-tafutia usahihi wa mambo hayo yote tangu mwanzo, ku-kuandikia kwa taratibu, Theo-filo mtukufu, 4 upate kujua hakika ya mambo yale uliyo-fundishwa.

Kutabiri kuzaliwa kwa Yohana Mbatizaji

5 Zamani za Herode, mfa-lme wa Uyahudi, palikuwa na kuhani mmoja, jina lake Zaka-ria, wa zamu ya Abiya, na mkewe alikuwa mmojawapo wa uzao wa Haruni, jina lake Elisabeti. 6 Na wote wawili walikuwa wenye haki mbele za Mungu, wakiendelea katika amri zote za Bwana na maa-gizo yake bila lawama. 7 Nao walikuwa hawana mtoto, ma-ana Elisabeti alikuwa tasa, na wote wawili ni wazee sana.

8 Basi ikawa, alipokuwa akifanya kazi ya ukuhani katika taratibu ya zamu yake mbele za Mungu, 9 kama ili-vyokuwa desturi ya ukuhani, kura ilimwangukia kuingia katika hekalu la Bwana ili kufukiza uvumba. 10 Na ma-kutano yote ya watu walikuwa wakisali nje saa ya kufukiza uvumba. 11 Akatokewa na malaika wa Bwana, amesi-mama upande wa kuume wa madhabahu ya kufukizia. 12 Zakaria alipomwona ali-fadhaika, hofu ikamwingia. 13 Lakini yule malaika aka-mwambia, Usiogope, Zakaria, maana dua yako imesikiwa, na mkeo Elisabeti atakuzalia mto-to mwanamume, na jina lake utamwita Yohana. 14 Nawe utakuwa na furaha na sha-ngwe, na watu wengi wata-kufurahia kuzaliwa kwake. 15 Kwa sababu atakuwa mkuu mbele za Bwana; hatakunywa divai wala kileo; naye ataja-zwa Roho Mtakatifu hata tangu tumboni mwa mamaye. 16 Na wengi katika Waisraeli atawarejeza kwa Bwana Mu-ngu wao. 17 Naye atatangu-lia mbele zake katika roho ya Eliya, na nguvu zake, ili kui-geuza mioyo ya baba iwaelekee watoto, na kuwatilia waasi akili za wenye haki, na kumwe-kea Bwana tayari watu walio-tengenezwa. 18 Zakaria aka-mwambia malaika, Nitajuaje neno hilo? maana mimi ni mzee, na mke wangu ni mko-ngwe wa siku nyingi. 19 Ma-laika akamjibu akamwambia, Mimi ni Gabrieli, nisimamaye mbele za Mungu; nami nime-tumwa niseme nawe, na kuku-pasha habari hizi njema. 20 Na tazama! utakuwa bubu, usiweze kusema, mpaka siku ile yatakapotukia hayo, kwa sababu hukuyasadiki maneno yangu; nayo yatatimizwa kwa wakati wake.

21 Na wale watu walikuwa wakimngojea Zakaria, wakastaajabia kukawia kwake mle hekaluni. 22 Alipotoka hali hawezi kusema nao, walitambua ya kuwa ameona maono ndani ya hekalu, naye aliendelea kuwaashiria akakaa bubu. 23 Ikawa siku za huduma yake zilipokuwa zimetimia akaenda nyumbani kwake. 24 Hata baada ya siku zile mkewe Elisabeti alichukua mimba akatwaa miezi mitano, akisema, 25 Hivi ndivyo alivyonitendea Bwana katika siku zile alizoniangalia ili kuniondolea aibu yangu mbele ya watu.

Kutabiri kuzaliwa kwa Bwana Yesu

26 Mwezi wa sita, malaika Gabrieli alitumwa na Mungu kwenda mpaka mji wa Galilaya, jina lake Nazareti, 27 kwa mwanamwali bikira aliyekuwa ameposwa na mtu, jina lake Yusufu, wa mbari ya Daudi; na jina lake bikira huyo ni Mariamu. 28 Akaingia nyumbani kwake akasema, Salamu, uliyepewa neema, Bwana yu pamoja nawe. 29 Naye akafadhaika sana kwa ajili ya maneno yake, akawaza moyoni, Salamu hii ni ya namna gani? 30 Malaika akamwambia, Usiogope, Mariamu,

kwa maana umepata neema kwa Mungu. 31 Tazama, utachukua mimba na kuzaa mtoto mwanamume; na jina lake utamwita Yesu. 32 Huyo atakuwa mkuu, ataitwa Mwana wa Aliye juu, na Bwana Mungu atampa kiti cha enzi cha Daudi, baba yake. 33 Ataimiliki nyumba ya Yakobo hata milele, na ufalme wake utakuwa hauna mwisho. 34 Mariamu akamwambia malaika, Litakuwaje neno hili, maana sijui mume? 35 Malaika akajibu akamwambia, Roho Mtakatifu atakujilia juu yako, na nguvu zake Aliye juu zitakufunika kama kivuli; kwa sababu hiyo hicho kitakachozaliwa kitaitwa kitakatifu, Mwana wa Mungu. 36 Tena, tazama, jamaa yako Elisabeti naye amechukua mimba ya mtoto mwanamume katika uzee wake; na mwezi huu ni wa sita kwake yeye aliyeitwa tasa; 37 kwa kuwa hakuna neno lisilowezekana kwa Mungu. 38 Mariamu akasema, Tazama, mimi ni mjakazi wa Bwana; na iwe kwangu kama ulivyosema. Kisha malaika akaondoka akaenda zake.

Mariamu aenda kumwamkia Elisabeti: "Magnificat"

39 Basi, Mariamu akaondoka siku hizo, akaenda hata

nchi ya milimani kwa haraka mpaka mji mmoja wa Yuda, 40 akaingia nyumbani kwa Zakaria akamwamkia Elisabeti. 41 |Ikawa Elisabeti aliposikia kule kuamkia kwake Mariamu, kitoto kichanga kikaruka ndani ya tumbo lake; Elisabeti akajazwa Roho Mtakatifu; 42 akapaza sauti kwa nguvu akasema, Umebarikiwa wewe katika wanawake, naye mzao wa tumbo lako amebarikiwa. 43 Limenitokeaje neno hili, hata mama wa Bwana wangu anijilie mimi? 44 Maana sauti ya kuamkia kwako ilipoingia masikioni mwangu, kitoto kichanga kikaruka kwa shangwe ndani ya tumbo langu. 45 Naye heri aliyesadiki; kwa maana yatatimizwa aliyoambiwa na Bwana. 46 Mariamu akasema,

Moyo wangu wamwadhimisha Bwana,

47 Na roho yangu imemfurahia Mungu, Mwokozi wangu;

48 Kwa kuwa ameutazama Unyonge wa mjakazi wake.

Kwa maana, tazama, tokea sasa Vizazi vyote wataniita mbarikiwa;

49 Kwa kuwa Mwenye nguvu amenitendea makuu, Na jina lake ni takatifu.

50 Na rehema zake hudumu vizazi hata vizazi Kwa hao wanaomcha.

51 Amefanya nguvu kwa mkono wake; Amewatawanya walio na kiburi katika mawazo ya mioyo yao;

52 Amewaangusha wakuu katika viti vyao vya enzi; Na wanyonge amewakweza.

53 Wenye njaa amewashibisha mema, Na wenye mali amewaondoa mikono mitupu.

54 Amemsaidia Israeli, mtumishi wake; Ili kukumbuka rehema zake;

55 Kama alivyowaambia baba zetu, Ibrahimu na uzao wake hata milele.

56 Mariamu akakaa naye kadiri ya miezi mitatu, kisha akarudi kwenda nyumbani kwake.

Kuzaliwa kwa Yohana Mbatizaji: "Benedictus"

57 Ikawa, siku za kuzaa kwake Elisabeti zilipotimia, alizaa mtoto mwanamume. 58 Wakasikia jirani zake na jamaa zake ya kwamba Bwana amemwongezea rehema zake, wakafurahi pamoja naye.

59 Ikawa siku ya nane wakaja kumtahiri mtoto; wakataka kumpa jina la babaye, Zakaria. 60 Mamaye akajibu akasema, La, sivyo; bali, ataitwa Yohana. 61 Wakamwambia, Hapana mtu katika jamaa zako aitwaye jina hilo. 62 Wakamwashiria babaye wajue atakavyo kumwita. 63 Akataka kibao, akaandika ya kwamba, Jina lake ni Yohana. Wakastaajabu wote. 64 Papo hapo kinywa chake kikafunguliwa na ulimi wake pia, akaanza kunena akimsifu Mungu. 65 Wakaingiwa na hofu wote waliokuwa wakikaa karibu nao; na mambo hayo yote yakatangazwa katika nchi yote ya milima milima ya Uyahudi. 66 Na wote walioyasikia wakayaweka mioyoni mwao, wakisema, Mtoto huyu atakuwa wa namna gani? Kwa sababu mkono wa Bwana ulikuwa pamoja naye.

67 Na Zakaria, baba yake, akajazwa Roho Mtakatifu, akatabiri, akisema,

68 Atukuzwe Bwana, Mungu wa Israeli,

Kwa kuwa amewajia watu wake, na kuwakomboa.

69 Ametusimamishia pembe ya wokovu

Katika mlango wa Daudi, mtumishi wake.

70 Kama alivyosema tangu mwanzo

Kwa kinywa cha manabii wake watakatifu;

71 Tuokolewe na adui zetu

Na mikononi mwao wote wanaotuchukia;

72 Ili kuwatendea rehema baba zetu,

Na kulikumbuka agano lake takatifu;

73 Uapo aliomwapia Ibrahimu, baba yetu,

74 Ya kwamba atatujalia sisi,

Tuokoke mikononi mwa adui zetu,

Na kumwabudu pasipo hofu,

75 Kwa utakatifu na kwa haki

Mbele zake siku zetu zote.

76 Nawe, mtoto, utaitwa nabii wake Aliye juu,

Kwa maana utatangulia mbele za uso wa Bwana umtengenezee njia zake;

77 Uwajulishe watu wake wokovu,

Katika kusamehewa dhambi zao.

78 Kwa njia ya rehema za Mungu wetu,

Ambazo kwa hizo mwangaza utokao juu umetufikia,

79 Kuwaangaza wakaao katika giza na uvuli wa mauti,

Na kuiongoza miguu yetu kwenye njia ya amani.

80 Yule mtoto akakua, akaongezeka nguvu rohoni, akakaa majangwani hata siku ya kutokea kwake kwa Israeli.

Uzazi wa Bwana Yesu

2 Siku zile amri ilitoka kwa Kaisari Augusto ya kwamba iandikwe orodha ya majina ya watu wote wa ulimwengu. 2 Orodha hii ndiyo ya kwanza iliyoandikwa hapo Kirenio alipokuwa liwali wa Shamu. 3 Watu wote wakaenda kuandikwa, kila mtu mjini kwao. 4 Yusufu naye aliondoka Galilaya, toka mji wa Nazareti, akapanda kwenda Uyahudi mpaka mji wa Daudi, uitwao Bethlehemu, kwa kuwa yeye ni wa mbari na jamaa ya Daudi; 5 ili aandikwe pamoja na Mariamu mkewe, ambaye amemposa, naye ana mimba. 6 Ikawa, katika kukaa huko, siku zake za kuzaa zikatimia, 7 akamzaa mwanawe, 7 kifungua mimba, akamvika nguo za kitoto, akamlaza katika hori ya kulia ng'ombe, kwa sababu hawakupata nafasi katika nyumba ya wageni.

8 Na katika nchi ile ile walikuwako wachungaji walikaa makondeni na kulinda kundi lao kwa zamu usiku. 9 Malaika wa Bwana akawatokea ghafula, utukufu wa Bwana ukawang'aria pande zote, wakaingiwa na hofu kuu. 10 Malaika akawaambia, Msiogope; kwa kuwa mimi ninawaletea habari njema ya furaha kuu itakayokuwa kwa watu wote; 11 maana leo katika mji wa Daudi amezaliwa, kwa ajili yenu, Mwokozi, ndiye Kristo Bwana. 12 Na hii ndiyo ishara kwenu; mtamkuta mtoto mchanga amevikwa nguo za kitoto, amelala katika hori ya kulia ng'ombe. 13 Mara walikuwapo pamoja na huyo malaika wingi wa jeshi la mbinguni, wakimsifu Mungu, na kusema,

14 Atukuzwe Mungu juu mbinguni,
Na duniani iwe amani kwa watu aliowaridhia.

15 Ikawa, malaika hao walipoondoka kwenda zao mbinguni, wale wachungaji waliambiana, Haya, na twendeni mpaka Bethlehemu, tukalione hilo lililofanyika, alilotujulisha Bwana. 16 Wakaenda kwa haraka wakamkuta Mariamu na Yusufu, na yule mtoto mchanga amelala horini. 17 Walipomwona wakatoa habari waliyoambiwa juu ya huyo mtoto. 18 Wote waliosikia wakastaajabu kwa hayo waliyoambiwa na wachungaji. 19 Lakini Mariamu akayaweka maneno hayo yote, akiyafikiri moyoni mwake.

20 Wale wachungaji wakarudi, huku wanamtukuza Mungu na kumsifu kwa mambo yote waliyosikia na kuyaona, kama walivyoambiwa.

21 Hata zilipotimia siku nane za kumtahiri, aliitwa jina lake Yesu; kama alivyoitwa na malaika kabla hajachukuliwa mimba.

Kumweka Bwana Yesu kwa Bwana hekaluni

22 Kisha, zilipotimia siku za kutakasika kwao, kama ilivyo torati ya Musa, walikwenda naye hata Yerusalemu, wamweke kwa Bwana, 23 (kama ilivyoandikwa katika sheria ya Bwana, Kila mtoto mwanamume aliye kifungua mimba ya mamaye na aitwe mtakatifu kwa Bwana), 24 wakatoe na sadaka, kama ilivyonenwa katika sheria ya Bwana, Hua wawili au makinda ya njiwa wawili.

Simeoni: "Nunc Dimittis"

25 Na tazama, pale Yerusalemu palikuwa na mtu, jina lake Simeoni, naye ni mtu mwenye haki, mcha Mungu, akiitarajia faraja ya Israeli; na Roho Mtakatifu alikuwa juu yake. 26 Naye alikuwa ameonywa na Roho Mtakatifu ya kwamba hataona mauti kabla ya kumwona Kristo wa Bwana. 27 Basi akaja hekaluni ameongozwa na Roho; na wale wazazi walipomleta mtoto Yesu ndani, ili wamfanyie kama ilivyokuwa desturi ya sheria, 28 yeye mwenyewe alimpokea mikononi mwake, akamshukuru Mungu, akisema,

29 Sasa, Bwana, wamruhusu mtumishi wako
Kwa amani, kama ulivyosema;
30 Kwa kuwa macho yangu yameuona wokovu wako,
31 Uliouweka tayari machoni pa watu wote;
32 Nuru ya kuwa mwangaza wa Mataifa,
Na kuwa utukufu wa watu wako Israeli.
33 Na babaye na mamaye walikuwa wakiyastaajabia hayo yaliyonenwa juu yake. 34 Simeoni akawabariki, akamwambia Mariamu mama yake, Tazama, huyu amewekwa kwa kuanguka na kuinuka kwa wengi walio katika Israeli, na kuwa ishara itakayonenewa. 35 Nawe mwenyewe, upanga utaingia moyoni mwako, ili yafunuliwe mawazo ya mioyo mingi.

Ana

36 Palikuwa na nabii mke, jina lake Ana, binti Fanueli,

wa kabila ya Asheri, na umri wake ulikuwa miaka mingi, alikuwa amekaa na mume miaka saba baada ya uanawali wake. 37 Naye ni mjane wa miaka themanini na minne; haondoki katika hekalu, ila huabudu usiku na mchana kwa kufunga na kuomba. 38 Huyu alitokea saa ile ile akamshukuru Mungu, na wote waliokuwa wakiutarajia ukombozi katika Yerusalemu akawatolea habari zake.

Ujana wa Bwana Yesu

39 Basi, walipokwisha kuyatimiza yote kama yalivyoagizwa katika sheria ya Bwana, walirejea Galilaya mpaka mjini kwao, Nazareti. 40 Yule mtoto akakua, akaongezeka nguvu, amejaa hekima, na neema ya Mungu ilikuwa juu yake.

41 Basi, wazee wake huenda Yerusalemu kila mwaka, wakati wa sikukuu ya Pasaka. 42 Na alipopata umri wake miaka kumi na miwili, walipanda kama ilivyokuwa desturi ya sikukuu; 43 na walipokwisha kuzitimiza siku, wakati wa kurudi kwao, yule mtoto Yesu alibaki nyuma huko Yerusalemu, na wazee wake walikuwa hawana habari. 44 Nao wakadhani ya kuwa yumo katika msafara;

wakaenenda mwendo wa kutwa, wakawa wakimtafuta katika jamaa zao na wenzao; 45 na walipomkosa, wakarejea Yerusalemu, huku wakimtafuta. 46 Ikawa baada ya siku tatu wakamwona hekaluni, ameketi katikati ya waalimu, akiwasikiliza na kuwauliza maswali. 47 Nao wote waliomsikia walistaajabia fahamu zake na majibu yake. 48 Na walipomwona walishangaa, na mama yake akamwambia, Mwanangu, mbona umetutenda hivi? Tazama, baba yako na mimi tulikuwa tukikutafuta kwa huzuni. 49 Akawaambia, Kwani kunitafuta? Hamkujua ya kuwa imenipasa kuwamo katika nyumba ya Baba yangu? 50 Nao hawakuelewa na neno hilo aliowaambia. 51 Akashuka pamoja nao mpaka Nazareti, naye alikuwa akiwatii; na mamaye aliyaweka hayo yote moyoni mwake.

52 Naye Yesu akazidi kuendelea katika hekima na kimo, akimpendeza Mungu na wanadamu.

Yohana Mbatizaji na ujumbe wake

3 Mwaka wa kumi na tano wa kutawala kwake Kaisari Tiberio, Pontio Pilato alipokuwa liwali wa Uyahudi,

na Herode mfalme wa Galilaya, na Filipo, ndugu yake, mfalme wa Iturea na nchi ya Trakoniti, na Lisania mfalme wa Abilene, 2 wakati wa ukuhani mkuu wa Anasi na Kayafa, neno la Mungu lilimfikia Yohana, mwana wa Zakaria, jangwani. 3 Akafika nchi yote iliyo karibu na Yordani, akihubiri ubatizo wa toba liletalo ondoleo la dhambi, 4 kama ilivyoandikwa katika chuo cha maneno ya nabii Isaya;

Sauti ya mtu aliaye nyikani,
Itengenezeni njia ya Bwana,
Yanyosheni mapito yake.

5 Kila bonde litajazwa,
Na kila mlima na kilima
kitashushwa;
Palipopotoka patakuwa pa-
menyoka,
Na palipoparuza pata-
lainishwa;

6 Na wote wenye mwili watauona wokovu wa Mungu. 7 Basi, aliwaambia makutano ya wale waliomwendea ili awabatize, Enyi wazao wa nyoka, ni nani aliyewaonya ninyi kuikimbia hasira itakayokuja? 8 Basi, toeni matunda yapatanayo na toba; wala msianze kusema mioyoni mwenu, Tunaye baba, ndiye Ibrahimu; kwa maana nawaambia ya kwamba katika mawe haya Mungu aweza kumwinulia Ibrahimu watoto. 9 Na sasa hivi shoka limekwisha kuwekwa penye mashina ya miti; basi kila mti usiozaa matunda mazuri hukatwa na kutupwa motoni. 10 Makutano wakamwuliza, Tufanye nini basi? 11 Akawajibu akiwaambia, Mwenye kanzu mbili na ampe asiye na kanzu; na mwenye vyakula na afanye vivyo hivyo. 12 Watoza ushuru nao wakaja kubatizwa, wakamwuliza, Mwalimu, tufanye nini sisi? 13 Akawaambia, Msitoze kitu zaidi kuliko mlivyoamriwa. 14 Askari nao wakamwuliza, wakisema, Sisi nasi tufanye nini? Akawaambia, Msidhulumu mtu, msishitaki kwa uongo; tena mtoshewe na mshahara wenu.

15 Basi, watu walipokuwa wakingoja yatakayotokea, wote wakiwaza-waza mioyoni mwao habari za Yohana, kama labda yeye ndiye Kristo, 16 Yohana alijibu akawaambia wote, Kweli mimi nawabatiza kwa maji; lakini yuaja mtu mwenye nguvu kuliko mimi, ambaye mimi sistahili kuilegeza gidamu ya viatu vyake; yeye atawabatiza kwa Roho Mtakatifu na kwa moto; 17 ambaye pepeo lake li mkononi mwake, naye atausafisha sana uwanda wake, na kuikusanya ngano ghalani mwake, bali makapi atayateketeza kwa moto usiozimika.

18 Basi, kwa maonyo mengine mengi aliwahubiri watu. 19 Lakini mfalme Herode alipokaripiwa na yeye kwa ajili ya Herodia, mke wa nduguye, na maovu yote aliyoyafanya Herode, 20 aliongeza na hili juu ya yote, alimfunga Yohana gerezani.

Kubatizwa kwa Bwana Yesu

21 Ikawa, watu wote walipokwisha kubatizwa, na Yesu naye amebatizwa, naye anaomba, mbingu zilifunuka; 22 Roho Mtakatifu akashuka juu yake kwa mfano wa kiwiliwili, kama hua; sauti ikatoka mbinguni, Wewe ndiwe Mwanangu, mpendwa wangu; nimependezwa nawe.

Orodha ya wazazi wa Bwana Yesu

23 Na Yesu mwenyewe, alipoanza kufundisha, alikuwa amepata umri wake kama miaka thelathini, akidhaniwa kuwa ni mwana wa Yusufu, wa Eli, 24 wa Mathati, wa Lawi, wa Melki, wa Yana, wa Yusufu, 25 wa Matathia, wa Amosi, wa Nahumu, wa Esli, wa Nagai, 26 wa Maathi, wa Matathia, wa Semei, wa Yusufu, wa Yuda. 27 wa Yoana, wa Resa, wa Zerubabeli, wa Shealtieli, wa Neri, 28 wa Melki, wa Adi, wa Kosamu, wa Elmadamu, wa Eri, 29 wa Yoshua, wa Eliezeri, wa Yorimu, wa Mathati, wa Lawi, 30 wa Simeoni, wa Yuda, wa Yusufu, wa Yonamu, wa Eliakimu, 31 wa Melea, wa Mena, wa Matatha, wa Nathani, wa Daudi, 32 wa Yese, wa Obedi, wa Boazi, wa Salmoni, wa Nashoni, 33 wa Aminadabu, wa Aramu, wa Hesroni, wa Peresi, wa Yuda, 34 wa Yakobo, wa Isaka, wa Ibrahimu, wa Tera, wa Nahori, 35 wa Serugi, wa Ragau, wa Pelegi, wa Eberi, wa Sala, 36 wa Kenani, wa Arfaksadi, wa Shemu, wa Nuhu, wa Lameki, 37 wa Methusela, wa Henoko, wa Yaredi, wa Mahalaleli, wa Kenani, 38 wa Enoshi, wa Sethi, wa Adamu, wa Mungu.

Majaribio ya Bwana Yesu

4 Na Yesu, hali amejaa Roho Mtakatifu, alirudi kutoka Yordani, akaongozwa na Roho muda wa siku arobaini nyikani, 2 akijaribiwa na Ibilisi. Na siku hizo alikuwa hali kitu; hata zilipotimia, aliona njaa. 3 Ibilisi akamwambia, Ukiwa ndiwe Mwana wa Mungu, liambie jiwe hili liwe mkate. 4 Yesu akamjibu, Imeandikwa ya kwamba mtu hataishi kwa mkate tu. 5 Akampandisha juu, akamwonyesha milki zote za ulimwengu kwa dakika moja. 6 Ibilisi akamwambia, Nitakupa wewe enzi hii yote, na fahari yake, kwa kuwa imo mikononi mwangu, nami humpa ye yote kama nipendavyo. 7 Basi, wewe ukisujudu mbele yangu, yote yatakuwa yako. 8 Yesu akajibu akamwambia, Imeandikwa, Msujudie Bwana Mungu wako, umwabudu yeye peke yake. 9 Akamwongoza mpaka Yerusalemu, akamweka juu ya kinara cha hekalu, akamwambia, Ukiwa ndiwe Mwana wa Mungu, jitupe chini; 10 kwa maana imeandikwa,

Atakuagizia malaika zake wakulinde;

11 na ya kwamba,

Mikononi mwao watakuchukua,

Usije ukajikwaa mguu wako katika jiwe.

12 Yesu akajibu akamwambia, Imenenwa, Usimjaribu Bwana Mungu wako. 13 Basi alipomaliza kila jaribu, Ibilisi akamwacha akaenda zake kwa muda.

Bwana Yesu aanza kuhubiri

14 Yesu akarudi kwa nguvu, za Roho, akaenda Galilaya; habari zake zikaenea katika nchi zote za kandokando. 15 Naye alikuwa akifundisha katika masinagogi yao, akitukuzwa na watu wote.

Bwana Yesu akataliwa Nazareti

16 Akaenda Nazareti, hapo alipolelewa; na siku ya sabato akaingia katika sinagogi kama ilivyokuwa desturi yake, akasimama ili asome. 17 Akapewa chuo cha nabii Isaya, akakifungua chuo, akatafuta mahali palipoandikwa,

18 Roho wa Bwana yu juu yangu,

Kwa maana amenitia mafuta kuwahubiri maskini habari njema

Amenituma kuwatangazia wafungwa kufunguliwa, kwao,

Na vipofu kupata kuona tena,

Kuwaacha huru waliosetwa,

19 Na kutangaza mwaka wa Bwana uliokubaliwa.

20 Akakifunga chuo, akamrudishia mtumishi, akaketi; na watu wote waliokuwamo katika sinagogi wakamkazia macho. 21 Akaanza kuwaambia, Leo maandiko haya yametimia masikioni mwenu. 22 Wakamshuhudia wote, wakiyastaajabia maneno ya neema yaliyotoka kinywani mwake, wakasema, Huyu siye mwana wa Yusufu? 23 Aka-

waambia, Hapana shaka mtaniambia mithali hii, Tabibu, jiponye nafsi yako; mambo yote tuliyosikia kwamba yametendeka Kapernaumu, yatende na hapa pia katika nchi yako mwenyewe. 24 Akasema, Amin, nawaambia ya kwamba, Hakuna nabii mwenye kukubaliwa katika nchi yake mwenyewe. 25 Lakini, kwa hakika nawaambia, Palikuwa na wajane wengi katika nchi ya Israeli zamani za Eliya, wakati mbingu zilipofungwa miaka mitatu na miezi sita, njaa kuu ikaingia nchi nzima; 26 wala Eliya hakutumwa kwa mmojawapo, ila kwa mjane mmoja wa Sarepta katika nchi ya Sidoni. 27 Tena, palikuwa na wenye ukoma wengi katika Israeli zamani za nabii Elisha, wala hapana aliyetakaswa ila Naamani, mtu wa Shamu. 28 Wakajaa ghadhabu wote waliokuwa katika sinagogi walipoyasikia hayo. 29 Wakaondoka wakamtoa nje ya mji, wakempeleka mpaka ukingo wa kilima ambacho mji wao umejengwa juu yake, wapate kumtupa chini; 30 lakini yeye alipita katikati yao, akaenda zake.

Mtu mwenye pepo aponywa

31 Akashuka mpaka Kapernaumu, mji wa Galilaya, akawa akiwafundisha siku ya sabato; 32 wakashangaa mno kwa mafundisho yake, kwa kuwa neno lake lilikuwa na uwezo. 33 Na ndani ya sinagogi mlikuwa na mtu mwenye roho ya pepo mchafu, akalia kwa sauti kuu, 34 akisema, Acha! tuna nini nawe, Yesu wa Nazareti? Umekuja kutuangamiza? Nakujua u nani, Mtakatifu wa Mungu. 35 Yesu akamkemea, akisema, Fumba kinywa, mtoke. Ndipo yule pepo akamwangusha katikati, akamtoka asimdhuru neno. 36 Mshangao ukawashika wote, wakasemezana wakisema, Ni neno gani hili, maana awaamuru pepo wachafu kwa uwezo na nguvu, nao hutoka. 37 Habari zake zikaenea kila mahali katika nchi ile.

Bwana Yesu amponya mkwewe Simoni na wengine wengi

38 Akatoka katika sinagogi, akaingia katika nyumba ya Simoni. Naye mkwewe Simoni, mamaye mkewe, alikuwa ameshikwa na homa kali, wakamwomba kwa ajili yake. 39 Akasimama karibu naye, akaikemea ile homa, ikamwacha; mara hiyo akaondoka, akawatumikia.

40 Na jua lilipokuwa likichwa, wote waliokuwa na wagonjwa wenye maradhi

mbali mbali waliwaleta kwake, akaweka mikono yake juu ya kila mmoja akawaponya. 41 Pepo nao waliwatoka watu wengi, wakipiga kelele na kusema, Wewe u Mwana wa Mungu. Akawakemea, asiwaache kunena, kwa sababu walimjua kuwa ndiye Kristo.

42 Hata kulipokucha alitoka akaenda mahali pasipokuwa na watu; makutano wakawa wakimtafuta-tafuta, wakafika kwake, wakataka kumzuia asiondoke kwao. 43 Akawaambia, Imenipasa kuihubiri habari njema ya ufalme wa Mungu katika miji mingine pia; maana kwa sababu hiyo nalitumwa.

44 Basi, alikuwa akihubiri katika masinagogi ya Galilaya.

Awaita wanafunzi wake wa kwanza

5 Ikawa makutano walipomsonga wakilisikiliza neno la Mungu yeye alikuwa amesimama kando ya ziwa la Genesareti, 2 akaona vyombo viwili vimekaa kando ya ziwa, lakini wavuvi wametoka, wanaosha nyavu zao. 3 Akaingia katika chombo kimoja, ndicho chake Simoni, akamtaka akipeleke mbali kidogo na pwani. Akaketi, akawafundisha makutano ali chomboni. 4 Hata alipokwisha kunena, alimwambia Simoni, Tweka mpaka kilindini, mkashushe nyavu zenu mvue samaki. 5 Simoni akajibu akamwambia, Bwana mkubwa, tumefanya kazi ya kuchosha usiku kucha, tusipate kitu; lakini kwa neno lako nitazishusha nyavu. 6 Basi, walipofanya hivyo walipata samaki wengi mno, nyavu zao zikaanza kukatika; 7 wakawapungia mikono washirika wao waliokuwa katika chombo cha pili, waje kuwasaidia; wakaja, wakavijaza vyombo vyote viwili, hata vikataka kuzama. 8 Simoni Petro alipoona hayo, alianguka magotini pa Yesu, akisema, Ondoka kwangu, kwa kuwa mimi ni mtu mwenye dhambi, Bwana. 9 Maana alishikwa na ushangao, yeye na wote waliokuwa pamoja naye, kwa sababu ya wingi wa samaki walioupata; 10 na kadhalika Yakobo na Yohana, wana wa Zebedayo, waliokuwa washirika wa Simoni. Yesu akamwambia Simoni, Usiogope, tangu sasa utakuwa ukivua watu. 11 Hata walipokwisha kuviegesha pwani vyombo vyao, wakaacha vyote wakamfuata.

Mwenye ukoma aponywa

12 Ikawa, alipokuwa katika mmojawapo wa miji ile, taza-

ma, palikuwa na mtu amejaa ukoma; naye alipomwona Yesu alianguka kifudifudi, akamwomba akisema, Bwana, ukitaka, waweza kunitakasa. 13 Naye akaunyosha mkono wake, akamgusa akisema, Nataka; takasika. Na mara ukoma wake ukamwondoka. 14 Akamkataza asimwambie mtu, ila, Nenda ukajionyeshe kwa kuhani; ukatoe kwa ajili ya kutakasika kwako kama Musa alivyoamuru, iwe ushuhuda kwao. 15 Lakini habari zake zikazidi kuenea, wakakutanika makutano mengi wamsikilize na kuponywa magonjwa yao. 16 Lakini yeye alikuwa akijiepua, akaenda mahali pasipokuwa na watu, akaomba.

Mwenye kupooza aponywa

17 Ikawa siku zile mojawapo alikuwa akifundisha, na Mafarisayo na waalimu wa torati walikuwa wameketi hapo, waliotoka katika kila kijiji cha Galilaya na Uyahudi, na Yerusalemu; na uweza wa Bwana ulikuwapo apate kuponya. 18 Na tazama, wakaja watu wanamchukua kitandani mtu mwenye kupooza; wakataka kumpeleka ndani na kumweka mbele yake. 19 Hata walipokosa

nafasi ya kumpeleka ndani kwa ajili ya lile kundi la watu, walipanda juu ya dari wakampisha katika matofali ya juu, wakamshusha yeye na kitanda chake katikati mbele ya Yesu. 20 Naye alipoiona imani yao, alimwambia, Ee rafiki, umesamehewa dhambi zako. 21 Basi, wale waandishi na Mafarisayo wakaanza kuhojiana wakisema, Ni nani huyu asemaye manen ya kukufuru? N'nani awezaye kusamehe dhambi isipokuwa Mungu peke yake? 22 Na Yesu alijua hoja zao, akajibu akawaambia, Mnahojiana nini mioyoni mwenu? 23 Lililo jepesi ni lipi? Kusema, Umesamehewa dhambi zako, au kusema, Ondoka, uende? 24 Lakini, mpate kujua ya kwamba Mwana wa Adamu anayo amri duniani ya kusamehe dhambi, (alimwambia yule mwenye kupooza), Nakuambia, Ondoka, ujitwike kitanda chako, ukaende zako nyumbani kwako. 25 Mara hiyo akasimama mbele yao, akajitwika kile alichokilalia, akaenda zake nyumbani kwake, huku akimtukuza Mungu. 26 Ushangao ukawashika wote, wakamtukuza Mungu; wakajaa hofu, wakisema, Leo tumeona mambo ya ajabu.

Mwito wa Lawi

27 Baada ya hayo akatoka, akaona mtoza ushuru, jina lake Lawi, ameketi forodhani, akamwambia, Nifuate. 28 Akaacha vyote, akaondoka, akamfuata. 29 Na Lawi akamfanyia karamu kubwa nyumbani mwake; palikuwa na mkutano mkuu wa watoza ushuru na watu wengineo waliokuwa wameketi chakulani pamoja nao. 30 Ikawa Mafarisayo na waandishi wao kuwanung'unikia wanafunzi wake, wakisema, Mbona mnakula na kunywa pamoja na watoza ushuru na wenye dhambi? 31 Yesu akajibu akawaambia, Wenye afya hawana haja na tabibu, isipokuwa walio hawawezi. 32 Sikuja kuwaita wenye haki, bali wenye dhambi, wapate kutubu.

Habari ya kufunga

33 Nao wakamwambia, Wanafunzi wa Yohana hufunga mara nyingi, na kuomba dua; na kadhalika wanafunzi wa Mafarisayo; lakini wanafunzi wako hula na kunywa! 34 Lakini Yesu akawaambia, Je! mwaweza kuwafanya wafunge walioalikwa arusini, akiwapo bwana arusi pamoja nao? 35 Lakini siku zitakuja watakapoondolewa bwana arusi, ndipo watakapofunga siku zile.

36 Akawaambia na mithali, Hakuna akataye kiraka cha vazi jipya na kukitia katika vazi kuukuu; na kama akitia, amelikata lile jipya, na kile kiraka cha vazi jipya hakilingani na lile vazi kuukuu. 37 Wala hakuna mtu atiaye divai mpya katika viriba vikuukuu; na kama akitia, ile divai mpya itavipasua vile viriba, divai yenyewe itamwagika, na viriba vitaharibika. 38 Lakini divai mpya sharti kutiwa katika viriba vipya. 39 Wala hakuna anywaye divai ya kale akatamani divai mpya; kwa kuwa asema, Ile ya kale ndiyo iliyo njema.

Habari ya kuitunza sabato

6 Ikawa siku ya sabato moja alikuwa akipita katika mashamba, wanafunzi wake wakawa wakivunja masuke na kuyala, wakiyapukusapukusa mikononi mwao. 2 Basi baadhi ya Mafarisayo wakawaambia, Mbona mnafanya lisilo halali siku ya sabato? 3 Yesu akawajibu akawaambia, Hamkulisoma hata hilo alilofanya Daudi, alipokuwa na njaa, yeye na wale aliokuwa nao? 4 Jinsi alivyoingia katika nyumba ya

Mungu, akaitwaa mikate ile ya Wonyesho, akaila akawapa na hao wenziwe, ambayo si halali kuila ila kwa makuhani peke yao. 5 Akawaambia, Mwana wa Adamu ndiye Bwana wa sabato.

6 Ikawa siku ya sabato nyingine aliingia katika sinagogi akafundisha; na mlikuwamo mtu ambaye mkono wake wa kuume umepooza. 7 Na waandishi na Mafarisayo walikuwa wakimvizia, ili waone kwamba ataponya siku ya sabato; kusudi wapate neno la kumshitakia. 8 Lakini yeye akayatambua mawazo yao, akamwambia yule mwenye mkono uliopooza, Ondoka, simama katikati; akaondoka akasimama. 9 Ndipo Yesu akawaambia, Nawauliza ninyi, Je! ni halali siku ya sabato kutenda mema, au kutenda mabaya; kuponya roho au kuangamiza? 10 Akawakazia macho wote pande zote; akamwambia yule mtu, Nyosha mkono wako. Akaunyosha; mkono wake ukawa mzima tena. 11 Wakajawa na uchungu, wakashauriana wao kwa wao wamtendeje Yesu.

Bwana Yesu awachagua mitume kumi na wawili

12 Ikawa siku zile aliondoka akaenda mlimani ili kuomba, akakesha usiku kucha katika kumwomba Mungu. 13 Hata kulipokuwa mchana aliwaita wanafunzi wake; akachagua kumi na wawili miongoni mwao, ambao aliwaita Mitume. 14 Simoni, aliyemwita jina la pili Petro, na Andrea nduguye, na Yakobo na Yohana, na Filipo na Bartolomayo, 15 na Mathayo na Tomaso, na Yakobo wa Alfayo, na Simoni aitwaye Zelote, 16 na Yuda wa Yakobo, na Yuda Iskariote, ndiye aliyekuwa msaliti.

17 Akashuka pamoja nao, akasimama mahali tambarare, pamoja na wanafunzi wake wengi, na makutano makubwa ya watu waliotoka Uyahudi wote na Yerusalemu, na pwani ya Tiro na Sidoni; waliokuja kumsikiliza na kuponywa magonjwa yao; 18 na wale waliosumbuliwa na pepo wachafu; waliponywa. 19 Na makutano yote walikuwa wakitaka kumgusa, kwa sababu uweza ulikuwa ukimtoka ukiwaponya wote.

Baraka na ole

20 Akainua macho yake akawatazama wanafunzi wake, akasema, Heri ninyi mlio maskini, kwa sababu ufalme wa Mungu ni wenu. 21 Heri ninyi mlio na njaa sasa, kwa

sababu mtashiba. Heri ninyi mliao sasa, kwa sababu mtacheka. 22 Heri ninyi watu watakapowachukia, na kuwatenga, na kuwashutumu, na kulitupa nje jina lenu kama neno ovu, kwa ajili ya Mwana wa Adamu. 23 Furahiwani siku ile na kurukaruka, kwa kuwa, tazama, thawabu yenu ni kubwa mbinguni; maana, baba zao waliwatenda manabii vivyo hivyo. 24 Lakini, ole wenu ninyi mlio na mali, kwa kuwa faraja yenu mmekwisha kuipata. 25 Ole wenu ninyi ambao mmeshiba sasa, kwa kuwa mtaona njaa. Ole wenu ninyi mnaocheka sasa, kwa kuwa mtaomboleza na kulia. 26 Ole wenu ninyi watu wote watakapowasifu, kwa kuwa baba zao waliwatenda manabii wa uongo mambo kama hayo.

Kupenda adui

27 Lakini nawaambia ninyi mnaosikia, Wapendeni adui zenu, watendeeni mema wale ambao wawachukia ninyi, 28 wabarikieni wale ambao wawalaani ninyi, waombeeni wale ambao wawaonea ninyi. 29 Akupigaye shavu moja, mgeuzie la pili, naye akunyang'anyaye joho yako, usimzuilie na kanzu. 30 Mpe kila akuombaye, na akunyang'anyaye vitu vyako, usitake akurudishie. 31 Na kama mnavyotaka watu wawatendee ninyi, watendeeni vivyo hivyo. 32 Maana mkiwapenda wale wawapendao ninyi, mwaonyesha fadhili gani? Kwa kuwa hata wenye dhambi huwapenda wale wawapendao. 33 Nanyi mkiwatendea mema wale wawatendeao mema, mwaonyesha fadhili gani? Hata wenye dhambi hufanya vivyo hivyo. 34 Na mkiwakopesha watu huku mkitumaini kupata kitu kwao, mwaonyesha fadhili gani? Hata wenye dhambi huwakopesha wenye dhambi, ili warudishiwe vile vile. 35 Bali wapendeni adui zenu, tendeni mema, na kukopesha msitumaini kupata malipo, na thawabu yenu itakuwa nyingi; nanyi mtakuwa wana wa Aliye juu, kwa kuwa yeye ni mwema kwa wasiomshukuru, na waovu. 36 Basi, iweni na huruma, kama Baba yenu alivyo na huruma.

Juu ya kuwahukumu wengine

37 Msihukumu, nanyi hamtahukumiwa; msilaumu, nanyi hamtalaumiwa; achilieni, nanyi mtaachiliwa. 38 Wapeni watu vitu, nanyi mta-

pewa; kipimo cha kujaa na kushindiliwa, na kusukwa-sukwa hata kumwagika, ndicho watu watakachowapa vifuani mwenu. Kwa kuwa kipimo kile kile mpimacho ndicho mtakachopimiwa.

39 Akawaambia mithali, Je! aliye kipofu aweza kuongoza kipofu? Hawatatumbukia shimoni wote wawili? 40 Mwanafunzi hawi mkuu kuliko mwalimu wake, lakini kila mtu ambaye amehitimu hulingana na mwalimu wake. 41 Basi, mbona wakitazama kibanzi kilicho ndani ya jicho la ndugu yako, na boriti iliyo ndani ya jicho lako mwenyewe huiangalii? 42 Au, utawezaje kumwambia ndugu yako, Ndugu yangu, niache nikitoe kibanzi kilicho ndani ya jicho lako, nawe huiangalii boriti iliyo ndani ya jicho lako mwenyewe? Mnafiki wewe, itoe kwanza ile boriti katika jicho lako mwenyewe, ndipo utakapoona vema kukitoa kile kibanzi kilichomo katika jicho la ndugu yako.

43 Kwa maana hakuna mti mzuri uzaao matunda mabaya, wala mti mbaya uzaao matunda mazuri; 44 kwa kuwa kila mti hutambulikana kwa matunda yake; maana, katika miiba hawachumi tini, wala katika michongoma hawachu-mi zabibu. 45 Mtu mwema katika hazina njema ya moyo wake hutoa yaliyo mema, na mtu mwovu katika hazina mbovu ya moyo wake hutoa yaliyo maovu; kwa kuwa mtu, kinywa chake hunena yale yaujazayo moyo wake.

Misingi miwili

46 Na kwa nini mnaniita, Bwana, Bwana, walakini hamyatendi nisemayo? 47 Kila mtu ajaye kwangu, na kuyasikia maneno yangu na kuyatenda, nitawaonyesha mfano wake. 48 Mfano wake ni mtu ajengaye nyumba, na kuchimba chini sana, na kuweka msingi juu ya mwamba; na kulipokuja gharika, mto uliishukia nyumba ile kwa nguvu, usiweze kuitikisa; kwa kuwa imejengwa vizuri. 49 Lakini yule aliyesikia ila hakutenda, mfano wake ni mtu aliyejenga nyumba juu ya ardhi pasipokuwa na msingi, mto ukaishukia kwa nguvu, ikaanguka mara; na maangamizi yake nyumba ile yakawa makubwa.

Mtumishi wa akida aponywa

7 Alipokwisha kuyamaliza maneno yake yote masikioni mwa watu, aliingia Kapernaumu.

2 Na mtumwa wake akida mmoja alikuwa hawezi, karibu na kufa; naye ni mtu aliyempenda sana. 3 Aliposikia habari za Yesu, alituma wazee wa Wayahudi kwake kumwomba aje amponye mtumwa wake. 4 Nao walipofika kwa Yesu, walimsihi sana wakisema, Amestahili huyu umtendee neno hili; 5 maana, analipenda taifa letu, naye alitujengea sinagogi. 6 Basi Yesu akaenda pamoja nao. Hata alipokuwa si mbali na nyumba yake, yule akida alituma rafiki kwake, akamwambia, Bwana, usijisumbue, maana mimi sistahili wewe uingie chini ya dari yangu; 7 kwa hiyo nilijiona sistahili mwenyewe kuja kwako; lakini, sema neno tu, na mtumwa wangu atapona. 8 Kwa maana mimi nami ni mtu niliyewekwa chini ya mamlaka, mwenye askari chini yangu; nikimwambia huyu, Nenda, huenda; na huyu, Njoo, huja; na mtumwa wangu, Fanya hivi, hufanya. 9 Yesu aliposikia hayo alimstaajabia, akaugeukia mkutano uliokuwa ukimfuata, akasema, Nawaambia, hata katika Israeli sijaona imani kubwa namna hii. 10 Na wale waliotumwa waliporudi nyumbani, wakamkuta yule mtumwa ni mzima.

Kumfufua mwana wa mjane wa Naini

11 Baadaye kidogo alikwenda mpaka mji mmoja uitwao Naini, na wanafunzi wake walifuatana naye pamoja na mkutano mkubwa. 12 Na alipolikaribia lango la mji, hapo palikuwa na maiti anachukuliwa nje, ni mwana pekee wa mamaye ambaye ni mjane, na watu wa mjini wengi walikuwa pamoja naye. 13 Bwana alipomwona alimwonea huruma, akamwambia, Usilie. 14 Akakaribia, akaligusa jeneza; wale waliokuwa wakilichukua wakasimama. Akasema, Kijana, nakuambia, Inuka. 15 Yule maiti akainuka, akaketi, akaanza kusema. Akampa mama yake. 16 Hofu ikawashika wote, wakamtukuza Mungu, wakisema, Nabii mkuu ametokea kwetu; na, Mungu amewaangalia watu wake. 17 Habari hii yake ikaenea katika Uyahudi wote, na katika nchi zote za kando kando.

Yohana Mbatizaji

18 Wanafunzi wa Yohana wakamletea habari za hayo

yote. 19 Ndipo Yohana alipowaita wawili katika wanafunzi wake, akawatuma kwa Yesu, akiuliza, Wewe ndiwe yule ajaye, au tumtazamie mwingine? 20 Nao walipofika kwake, walisema, Yohana Mbatizaji ametutuma kwako, akisema, Wewe ndiwe yule ajaye, au tumtazamie mwingine? 21 Na saa ile ile aliwaponya wengi magonjwa yao, na misiba, na pepo wabaya; na vipofu wengi aliwakirimia kuona. 22 Ndipo alipojibu, akawaambia, Nendeni mkamweleze Yohana hayo mliyoyaona na kuyasikia; vipofu wanapata kuona, viwete wanatembea, wenye ukoma wanatakasika, viziwi wanasikia, wafu wanafufuliwa, maskini wanahubiriwa habari njema. 23 Naye heri mtu ye yote asiyechukizwa nami.

24 Basi, wajumbe wa Yohana walipokwisha ondoka, alianza kuwaambia makutano habari za Yohana, Mlitoka kwenda nyikani kutazama nini? Unyasi ukitikiswa na upepo? 25 Lakini mlitoka kwenda kuona nini? Mtu aliyevikwa mavazi mororo? Jueni, watu wenye mavazi ya utukufu, wanaokula raha, wamo katika majumba ya kifalme. 26 Lakini, mlitoka kwenda kuona nini? Nabii? Naam, nawaambia, na aliye zaidi ya nabii. 27 Huyo ndiye aliyeandikiwa haya,

Tazama, namtuma mjumbe wangu

Mbele ya uso wako,
Atakayeitengeneza njia mbele yako.

28 Nami nawaambia, Katika wale waliozaliwa na wanawake hakuna aliye mkuu kuliko Yohana; lakini aliye mdogo katika ufalme wa Mungu ni mkuu kuliko yeye. 29 Na watu wote na watoza ushuru waliposikia hayo, waliikiri haki ya Mungu, kwa kuwa wamebatizwa kwa ubatizo wa Yohana. 30 Lakini, Mafarisayo na wana-sheria walilipinga shauri la Mungu juu yao, kwa kuwa hawakubatizwa naye. 31 Bwana akasema, Niwafananishe na nini watu wa kizazi hiki? nao wamefanana na nini? 32 Wamefanana na watoto walioketi sokoni na kuitana, wakisema, Tuliwapigia filimbi wala hamkucheza; tuliomboleza, wala hamkulia. 33 Kwa kuwa Yohana Mbatizaji alikuja, hali mkate wala hanywi divai, nanyi mwasema, Ana pepo. 34 Mwana wa Adamu amekuja, anakula na kunywa; nanyi mwasema, Tazama, mlafi huyu, na mnywaji wa divai, rafiki wao watoza ushuru na wenye dhambi. 35 Na hekima imejulikana kuwa ina

haki kwa watoto wake wote.

Kupaka mafuta kwa miguu ya Bwana Yesu, na mfano wa wadeni wawili

36 Mtu mmoja katika Mafarisayo alimwalika ale chakula kwake; akaingia katika nyumba yake yule Farisayo, akaketi chakulani. 37 Na tazama, mwanamke mmoja wa mji ule, aliyekuwa mwenye dhambi, alipopata habari ya kuwa ameketi chakulani katika nyumba ya yule Farisayo, alileta chupa ya marimari yenye marhamu. 38 Akasimama nyuma karibu na miguu yake, akilia, akaanza kumdondoshea miguu machozi yake, na kuipangusa kwa nywele za kichwa chake, akiibusu-busu miguu yake na kuipaka yale marhamu. 39 Basi, yule Farisayo aliyemwalika alipoona vile, alisema moyoni mwake, Mtu huyu kama angekuwa nabii, angemtambua mwanamke huyu amgusaye, ni nani, naye ni wa namna gani, ya kwamba ni mwenye dhambi. 40 Yesu akajibu akamwambia, Simoni, nina neno nitakalo kukuambia. Akasema, Mwalimu, nena. 41 Akasema, Mtu mmoja mkopeshaji alikuwa na wadeni wawili; mmoja amwia dinari mia tano, na wa pili hamsini. 42 Nao walipokuwa hawana cha kumlipa, aliwasamehe wote wawili. Katika hao wawili ni yupi atakayempenda zaidi? 43 Simoni akajibu akasema, Nadhani ni yule ambaye alimsamehe nyingi. Akamwambia, Umeamua haki. 44 Akamgeukia yule mwanamke, akamwambia Simoni, Wamwona mwanamke huyu? Niliingia nyumbani kwako, hukunipa maji kwa miguu yangu; bali huyu amenidondoshea machozi miguu yangu, na kuipangusa kwa nywele za kichwa chake. 45 Wewe hukunibusu; lakini huyu tangu nilipoingia hakuacha kunibusu sana miguu yangu. 46 Hukunipaka kichwa changu mafuta; bali huyu amenipaka miguu yangu marhamu. 47 Kwa ajili ya hayo nakuambia, Amesamehewa dhambi zake ambazo ni nyingi, kwa kuwa amependa sana; lakini asamehewaye kidogo, huyo hupenda kidogo. 48 Kisha alimwambia mwanamke, Umesamehewa dhambi zako. 49 Ndipo wale walioketi chakulani pamoja naye walianza kusema mioyoni mwao, Ni nani huyu hata asamehe dhambi? 50 Akamwambia yule mwanamke, Imani yako imekuokoa, enenda zako kwa amani.

Wanawake waliomhudumia Bwana Yesu

8 Ikawa baada ya hayo alikuwa akizungukazunguka katika miji na vijiji akihubiri na kuitangaza habari njema ya ufalme wa Mungu; na wale Thenashara walikuwa pamoja naye, 2 na wanawake kadha wa kadha ambao walikuwa na pepo wabaya na magonjwa wakaponywa; nao ni Mariamu aitwaye Magdalene aliyetokwa na pepo saba, 3 na Yoana mkewe Kuza, wakili wake Herode, na Susana, na wengine wengi, waliokuwa wakimhudumia kwa mali zao.

Mfano wa mpanzi

4 Mkutano mkuu ulipokutanika, na wale waliotoka kila mji wakimjia, alisema kwa mfano; 5 Mpanzi alitoka kwenda kupanda mbegu zake; naye alipokuwa akizipanda, nyingine zilianguka karibu na njia, zikakanyagwa, ndege wa angani wakazila. 6 Nyingine zikaanguka penye mwamba; zilipoanza kumea zikakauka kwa kukosa rutuba. 7 Nyingine zikaanguka kati ya miiba, na miiba ikamea pamoja nazo ikazisonga. 8 Nyingine zikaanguka penye udongo mzuri; zikamea, zikazaa moja kwa mia. Alipokuwa akinena hayo alipaza sauti akisema, Mwenye masikio ya kusikilia, na asikie.

Maelezo ya mfano huo

9 Wanafunzi wake wakamwuliza, Maana yake nini mfano huo? 10 Akasema, Ninyi mmepewa kuzijua siri za ufalme wa Mungu; bali wengine kwa mfano, ili wakiona wasione, na wakisikia wasielewe. 11 Na huo mfano, maana yake ni hii; Mbegu ni neno la Mungu. 12 Wale wa karibu na njia ndio wasikiao, kisha huja Ibilisi akaliondoa hilo neno mioyoni mwao, wasije wakaamini na kuokoka. 13 Na wale penye mwamba ndio wale ambao wasikiapo hulipokea lile neno kwa furaha; nao hawana mizizi, huamini kitambo kidogo, na wakati wa kujaribiwa hujitenga. 14 Na zilizoanguka penye miiba ni wale waliosikia, na katika kuenenda kwao husongwa na shughuli na mali, na anasa za maisha haya, wasiivishe lo lote. 15 Na zile penye udongo mzuri, ndio wale ambao kwa unyofu na wema wa mioyo yao hulisikia neno, na kulishika; kisha huzaa matunda kwa kuvumilia.

Mafundisho kwa taa

16 Hakuna mtu ambaye akiisha washa taa huifunika kwa chombo, au kuiweka mvunguni, bali huiweka juu ya kiango, ili waingiao wapate kuona nuru yake. 17 Kwa maana hakuna neno lililositirika ambalo halitafunuliwa; wala lililofichwa ambalo halitajulikana na kutokea wazi. 18 Jiangalieni basi jinsi msikiavyo; kwa kuwa mwenye kitu atapewa, na yule asiye na kitu atanyang'anywa hata kile ambacho anadhaniwa kuwa nacho.

Ujamaa wa kweli

19 Wakamwendea mama yake na ndugu zake, wasiweze kumkaribia kwa sababu ya mkutano. 20 Akaletewa habari akiambiwa, Mama yako na ndugu zako wamesimama nje wakitaka kuonana nawe. 21 Akawajibu akasema, Mama yangu na ndugu zangu ndio hao walisikiao neno la Mungu na kulifanya.

Bwana Yesu atuliza dhoruba

22 Ikawa siku zile mojawapo alipanda chomboni yeye na wanafunzi wake, akawaambia, Na tuvuke mpaka ng'ambo ya ziwa. Waka-

tweka matanga. 23 Nao walipokuwa wakienda, alilala usingizi. Ikashuka tufani juu ya ziwa, chombo kikaanza kujaa maji, wakawa katika hatari. 24 Wakamwendea, wakamwamsha, wakisema, Bwana mkubwa, Bwana mkubwa, tunaangamia. Akaamka, akaukema upepo na msukosuko wa maji, vikakoma; kukawa shwari. 25 Akawaambia, Imani yenu iko wapi? Wakaogopa, wakamaka, wakisema wao kwa wao, Ni nani huyu basi, hata anaamuru upepo na maji, navyo vyamtii?

Kumponya mtu Mgerasi mwenye pepo

26 Wakafika pwani ya nchi ya Wagerasi, inayoelekea Galilaya. 27 Naye aliposhuka pwani, alikutana na mtu mmoja wa mji ule, mwenye pepo, hakuvaa nguo siku nyingi, wala hakukaa nyumbani, ila makaburini. 28 Alipomwona Yesu alipiga kelele, akaanguka mbele yake, akasema kwa sauti kuu, Nina nini nawe, Yesu, Mwana wa Mungu aliye juu? Nakusihi usinitese. 29 Kwa kuwa amemwamuru yule pepo mchafu amtoke mtu yule. Maana amepagawa naye mara nyingi, hata alilindwa kifungoni na

kufungwa kwa minyororo na pingu; akavikata vile vifungo, akakimbizwa jangwani kwa nguvu za yule pepo. 30 Yesu akamwuliza, Jina lako nani? Akasema, Jina langu ni Jeshi; kwa sababu pepo wengi wamemwingia. 31 Wakamsihi asiwaamuru watoke kwenda shimoni. 32 Basi, hapo palikuwa na kundi la nguruwe wengi wakilisha mlimani; wakamsihi awape ruhusa kuwaingia wale. Akawapa ruhusa. 33 Pepo wakamtoka mtu yule wakawaingia nguruwe, nalo kundi lilitelemka gengeni kwa kasi, wakaingia ziwani, wakafa maji. 34 Wachungaji walipoona lililotokea walikimbia, wakaieneza habari mjini na mavueni. 35 Watu wakatoka kwenda kuliona lililotokea, wakamwendea Yesu, wakamwona mtu yule aliyetokwa na pepo ameketi miguuni pa Yesu, amevaa nguo, ana akili zake; wakaogopa. 36 Na wale waliokuwa wameona waliwaeleza jinsi alivyoponywa yule aliyepagawa na pepo. 37 Na jamii ya watu wa nchi ya Wagerasi iliyo kando kando walimwomba aondoke kwao, kwa kuwa walishikwa na hofu nyingi; basi akapanda chomboni, akarudi. 38 Na mtu yule aliyetokwa na pepo alimwomba ruhusa afuatane naye; lakini yeye alimwaga

akisema, 39 Rudi nyumbani kwako, ukahubiri yalivyo makuu Mungu aliyokutendea. Akaenda zake, akihubiri katika mji wote, yalivyo makuu mambo aliyotendewa na Yesu.

Binti Yairo na mwanamke mwenye ugonjwa wa kutoka damu

40 Basi Yesu aliporudi mkutano ulimkaribisha kwa furaha, maana walikuwa wakimngojea wote. 41 Na tazama, mtu mmoja akaja, jina lake Yairo, naye ni mtu mkuu wa sinagogi, akaanguka miguuni pa Yesu, akamsihi aingie nyumbani kwake; 42 kwa kuwa binti yake yu katika kufa, ambaye ni mwana pekee, umri wake amepata miaka kumi na miwili. Na alipokuwa akienda makutano walimsonga.

43 Na mwanamke mmoja, ambaye ametokwa na damu muda wa miaka kumi na miwili, [aliyekuwa amegharimiwa mali zake zote kwa kuwapa waganga] asipate kuponywa na mtu ye yote, 44 alikwenda nyuma yake, akaugusa upindo wa vazi lake; na mara hiyo kutoka damu kwake kulikoma. 45 Yesu akasema, Ni nani aliyenigusa? Basi, watu wote walipokana,

Petro alimwambia, Bwana mkubwa, makutano haya wanakuzunguka na kukusonga. 46 Yesu akasema, Mtu alinigusa, maana naona ya kuwa nguvu zimenitoka. 47 Yule mwanamke, alipoona ya kwamba hawezi kusitirika, akaja akitetemeka, akaanguka mbele yake, akamweleza mbele ya watu wote sababu yake ya kumgusa, na jinsi alivyoponywa mara. 48 Akamwambia, Binti, imani yako imekuponya; enenda zako na amani.

49 Alipokuwa akinena hayo, alikuja mtu kutoka nyumbani kwa yule mkuu wa sinagogi, akamwambia, Binti yako amekwisha kufa; usimsumbue mwalimu. 50 Lakini Yesu aliposikia hayo, alimjibu, Usiwe na hofu, amini tu, naye ataponywa. 51 Alipofika nyumbani hakuacha mtu kuingia pamoja naye ila Petro, na Yohana, na Yakobo, na babaye yule mtoto na mamaye. 52 Na watu wote walikuwa wakilia na kumwombolezea; akasema, Msilie, hakufa huyu, bali amelala usingizi tu. 53 Wakamcheka sana, maana walijua ya kuwa amekwisha kufa. 54 Akamshika mkono, akapaza sauti, akisema, Kijana, inuka. 55 Roho yake ikamrejea, naye mara hiyo akasimama. Akaamuru apewe chakula. 56 Wazazi wake wakastaajabu sana, lakini akawakataza wasimwambie mtu liliotukia.

Kutumwa kwa mitume kumi na wawili

9 Akawaita wale Thenashara, akawapa uwezo na mamlaka juu ya pepo wote na kuponya maradhi. 2 Akawatuma wautangaze ufalme wa Mungu, na kupoza wagonjwa. 3 Akawaambia, Msichukue kitu kwa safari yenu, fimbo, wala mkoba, wala mkate, wala fedha, wala mmoja wenu asiwe na kanzu mbili. 4 Na nyumba yo yote mtakayoingia kaeni humo, tokeni humo. 5 Na wale wasiowakaribisha, mtokapo katika mji huo, yakung'uteni hata mavumbi ya miguuni mwenu, kuwa ushuhuda juu yao. 6 Wakaenda, wakazunguka katika vijiji, wakihubiri injili, na kupoza watu kila mahali.

Shaka ya Herode

7 Na Herode mfalme akasikia habari za yote yaliyotendeka, akafadhaika kwa sababu watu wengine walisema ya kwamba Yohana amefufuka katika wafu, 8 na wengine ya kwamba Eliya ametokea, na wengine ya kwamba mmoja-

wapo wa manabii wa kale amefufuka. 9 Lakini Herode akasema, Yohana nilimkata kichwa; basi ni nani huyu ambaye ninasikia mambo haya juu yake? Akataka kumwona.

Kulishwa kwa watu elfu tano

10 Basi wale mitume waliporudi walimweleza mambo yote waliyoyatenda; akawachukua, akaenda nao faraghani mpaka mji mmoja uitwao Bethsaida. 11 Na makutano walipojua walimfuata; akawakaribisha, akawa akisema nao habari za ufalme wa Mungu, akawaponya wale wenye haja ya kuponywa. 12 Na jua likaanza kushuka; wakamwendea wale Thenashara, wakamwambia, Uage mkutano, ili waende katika vijiji na mashamba ya kandokando wapate mahali pa kulala na vyakula, maana hapa tulipo ni nyika tupu. 13 Akawaambia, Wapeni ninyi chakula. Wakasema, Hatuna kitu zaidi ya mikate mitano na samaki wawili, tusipokwenda tukawanunulie watu hawa wote vyakula. 14 Kwa kuwa wanaume waliokuwako walipata kama elfu tano. Akawaambia wanafunzi wake, Waketisheni watu kwa safu, kila safu watu hamsini. 15 Wa-

kafanya hivyo, wakawaketisha wote. 16 Akaitwaa ile mikate mitano na wale samaki wawili, akatazama juu mbinguni akavibariki, akavimega, akawapa wanafunzi wake ili wawaandikie mkutano. 17 Wakala, wakashiba wote; na katika vile vipande vilivyowabakia walikusanya vikapu kumi na viwili.

Petro akiri kuwa Bwana Yesu ndiye Kristo

18 Ikawa alipokuwa akisali kwa faragha, wanafunzi wake walikuwapo pamoja naye, akawauliza, Je! makutano hao wanasema ya kuwa mimi ni nani! 19 Wakamjibu wakisema, Yohana Mbatizaji; lakini wengine, Eliya; na wengine kwamba mmojawapo wa manabii wa kale amefufuka. 20 Akawaambia, Nanyi mwasema ya kwamba mimi ni nani? Petro akamjibu akasema, Ndiwe Kristo wa Mungu.

Bwana Yesu aonyesha mbeleni kifo chake na kufufuka tena

21 Akawaonya, akawakataza wasimwambie mtu ye nyo hilo; 22 akisema, Imempasa Mwana wa Adamu kupata mateso mengi, na kukataliwa na wazee na wa-

kuu wa makuhani na waandi-
shi, na kuuawa, na siku ya tatu
kufufuka.

Mwito wa kujikana

23 Akawaambia wote, Mtu
ye yote akitaka kunifuata, na
ajikane mwenyewe, ajitwike
msalaba wake kila siku, ani-
fuate. 24 Kwa kuwa mtu ata-
kaye kuiponya nafsi yake
ataiangamiza, na mtu ataka-
yeiangamiza nafsi yake kwa
ajili yangu ndiye atakayeisali-
misha. 25 Kwa kuwa yamfaa
nini mtu kuupata ulimwengu
wote, kama akijiangamiza,
au kujipoteza mwenyewe?
26 Kwa sababu kila atakayeni-
onea haya mimi na maneno
yangu, Mwana wa Adamu
atamwonea haya mtu huyo,
atakapokuja katika utukufu
wake na wa Baba na wa
malaika watakatifu. 27 Nami
nawaambia kweli, Wapo ka-
tika hawa wanaosimama hapa,
ambao hawataonja mauti ka-
bisa, hata wauone kwanza
ufalme wa Mungu.

Ugeuko wa Bwana Yesu

28 Baada ya maneno hayo
yapata siku nane, aliwatwaa
Petro na Yohana na Yakobo,
akapanda mlimani ili kuomba.
29 Ikawa katika kusali kwake
sura ya uso wake ikageuka,
mavazi yake yakawa meupe,
yakimeta-meta. 30 Na ta-
zama, watu wawili walikuwa
wakizungumza naye, nao ni
Musa na Eliya; 31 walioone-
kana katika utukufu, waka-
nena habari za kufariki kwake
atakakotimiza Yerusalemu.
32 Petro na wale waliokuwa
pamoja naye walikuwa wame-
lemewa na usingizi; lakini
walipokwisha amka waliuona
utukufu wake, na wale wawili
waliosimama pamoja naye.
33 Ikawa hao walipokuwa
wakijitenga naye, Petro ali-
mwambia Yesu, Bwana mku-
bwa, ni vizuri sisi kuwapo
hapa; na tufanye vibanda
vitatu; kimoja chako wewe, na
kimoja cha Musa, na kimoja
cha Eliya; hali hajui asemalo.
34 Alipokuwa akisema hayo,
lilitokea wingu likawatia uvuli,
wakaogopa walipoingia katika
wingu hilo. 35 Sauti ikatoka
katika wingu, ikisema, Huyu
ni Mwanangu, mteule wangu,
msikieni yeye. 36 Na sauti
hiyo ilipokwisha, Yesu alione-
kana yu peke yake. Nao
wakanyamaza, wasitangaze
kwa mtu siku zile lo lote
katika hayo waliyoyaona.

Kuponywa kwa mvulana
mwenye pepo

37 Ikawa siku ya pili yake,
waliposhuka mlimani, mku-

tano mkubwa ulikutana naye. 38 Na tazama, mtu mmoja katika mkutano alipaza sauti, akisema, Mwalimu, nakuomba umwangalie mwanangu; kwa kuwa yeye ni mwanangu pekee. 39 Na tazama, pepo humpagaa, naye mara hupiga kelele; tena humtia kifafa, huku anatokwa na povu, wala hamwachi ila kwa shida, aki- mchubua-chubua. 40 Nika- wasihi wanafunzi wako wa- mtoe, wasiweze. 41 Yesu akajibu akasema, Enyi kizazi kisicho na imani, kilichopo- toka, nitakaa nanyi na kuwa- chukulia hata lini? Mlete mwanao hapa. 42 Alipo- kuwa katika kumwendea, pepo akambwaga chini, akamtia kifafa. Yesu akamkemea pe- po mchafu, akamponya mto- to, akamrudishia babaye. 43 Wote wakashangaa, waki- uona ukuu wa Mungu.

Maonyo ya pili aliyotoa Bwana Yesu juu ya kifo chake

Nao walipokuwa wakiya- staajabia mambo yote aliyoya- fanya, aliwaambia wanafunzi wake, 44 Yashikeni maneno haya masikioni mwenu, kwa kuwa Mwana wa Adamu ana- kwenda kutiwa katika mikono ya watu. 45 Lakini hawaku- lifahamu neno lile, likafichwa kwao wasilitambue; wakao- gopa kumwuliza maana yake neno lile.

Fundisho juu ya unyenyekevu

46 Wakaanza kuhojiana, ni nani atakayekuwa mkubwa miongoni mwao. 47 Naye Yesu alipotambua mawazo ya mioyo yao, alitwaa mtoto mdogo akamweka karibu naye, 48 akawaambia, Ye yote ata- kayempokea mtoto huyu kwa jina langu anipokea mimi; na ye yote atakayenipokea mimi ampokea yeye aliyenituma. Kwa kuwa aliye mdogo mio- ngoni mwenu nyote huyo ndiye mkubwa.

Fundisho juu ya kuchukuana na watu wengine

49 Yohana akajibu aka- mwambia, Bwana mkubwa, tuliona mtu anatoa pepo kwa jina lako; tukamkataza, kwa sababu hafuatani na sisi. 50 Yesu akamwambia, Msi- mkataze, kwa kuwa yeye ambaye si kinyume chenu yu upande wenu.

Bwana Yesu afunga safari kwenda Yerusalemu: Wasamaria wasiomkaribisha

51 Ikawa, siku za kupaa kwake zilipokuwa karibu kuti-

mia, yeye aliukaza uso wake kwenda Yerusalemu; 52 akatuma wajumbe kutangulia mbele ya uso wake; wakaenda wakaingia katika kijiji cha Wasamaria, ili kumtengenezea mahali. 53 Lakini wenyeji hawakumkaribisha kwa vile alivyouelekeza uso wake kwenda Yerusalemu. 54 Wanafunzi wake Yakobo na Yohana walipoona hayo, walisema, Bwana, wataka tuagize moto ushuke kutoka mbinguni, uwaangamize; [kama Eliya naye alivyofanya]? 55 Akawageukia, akawakanya. [Akasema, Hamjui ni roho ya namna gani mliyo nayo.] 56 Kwa maana Mwana wa Adamu hakuja kuziangamiza roho za watu, bali kuziokoa. Wakaondoka wakaenda mpaka kijiji kingine.

Majaribio yanayoonyesha tabia ya watu wanaosema wanataka kuwa wanafunzi

57 Nao walipokuwa wakienda njiani, mtu mmoja alimwambia, Nitakufuata ko kote utakakokwenda. 58 Yesu akamwambia, Mbweha wana pango, na ndege wa angani wana vioto, lakini Mwana wa Adamu hana pa kujilaza kichwa chake. 59 Akamwambia mwingine, Nifuate. Akasema, Bwana, nipe ruhusa kwanza niende nikamzike baba yangu. 60 Akamwambia, Waache wafu wawazike wafu wao; bali wewe enenda ukautangaze ufalme wa Mungu. 61 Mtu mwingine pia akamwambia, Bwana, nitakufuata; lakini, nipe ruhusa kwanza nikawaage watu wa nyumbani mwangu. 62 Yesu akamwambia, Mtu aliyetia mkono wake kulima, kisha akaangalia nyuma, hafai kwa ufalme wa Mungu.

Kutumwa kwa wanafunzi sabini

10 Basi, baada ya hayo Bwana aliweka na wengine, sabini, akawatuma wawili wawili wamtangulie kwenda kila mji na kila mahali alipokusudia kwenda mwenyewe. 2 Akawaambia, Mavuno ni mengi, lakini watenda kazi ni wachache; basi mwombeni Bwana wa mavuno apeleke watenda kazi katika mavuno yake. 3 Enendeni, angalieni, nawatuma kama wana-kondoo kati ya mbwamwitu. 4 Msichukue mfuko, wala mkoba, wala viatu; wala msimwamkie mtu njiani. 5 Na nyumba yo yote mtakayoingia, semeni kwanza, Amani iwemo nyumbani humu; 6 na akiwamo mwana wa amani, amani yenu itamkalia; la, hayumo, amani yenu itarudi

kwenu. 7 Basi, kaeni katika
nyumba iyo hiyo, mkila na
kunywa vya kwao; maana,
mtenda kazi amestahili ku-
pewa ujira wake. Msihame-
hame kutoka nyumba hii
kwenda nyumba hii. 8 Na
mji wo wote mtakaouingia,
wakiwakaribisha, vileni vya-
kula viwekwavyo mbele yenu;
9 wapozeni wagonjwa wali-
omo, waambieni, Ufalme wa
Mungu umewakaribia. 10 Na
mji wo wote mtakaouingia,
nao hawawakaribishi, tokeni
humo, nanyi mkipita katika
njia zake semeni, 11 Hata
mavumbi ya mji wenu yaliyo-
gandamana na miguu yetu
tunayakung'uta juu yenu. La-
kini jueni hili, ya kuwa Ufa-
lme wa Mungu umekaribia.
12 Nawaambia ya kwamba
siku ile itakuwa rahisi zaidi
Sodoma kuistahimili adhabu
yake kuliko mji huo.

*Ole wa miji ya watu
wasioamini*

13 Ole wako, Korazini!
Ole wako, Bethsaida! kwa
kuwa kama miujiza hiyo iliyo-
fanyika kwenu ingalifanyika
katika Tiro na Sidoni, wanga-
litubu tangu hapo, huku wa-
kiketi katika nguo za kigunia
na majivu. 14 Lakini, siku ya
hukumu itakuwa rahisi Tiro
na Sidoni kustahimili adhabu

zake kuliko ninyi. 15 Nawe
Kapernaumu, je! utakuzwa
hata mbinguni? Utashushwa
hata kuzimu. 16 Awasikili-
zaye ninyi anisikiliza mimi,
naye awakataaye ninyi anika-
taa mimi; naye anikataaye
mimi amkataa yeye aliyeni-
tuma.

Wanafunzi sabini warudi

17 Ndipo wale sabini wali-
porudi kwa furaha, wakisema,
Bwana, hata pepo wanatutii
kwa jina lako. 18 Akawa-
ambia, Nilimwona Shetani
akianguka kutoka mbinguni
kama umeme. 19 Tazama,
nimewapa amri ya kukanyaga
nyoka na nge, na nguvu zote
za yule adui, wala hakuna kitu
kitakachowadhuru. 20 La-
kini, msifurahi kwa vile pepo
wanavyowatii; bali furahini
kwa sababu majina yenu
yameandikwa mbinguni.

Shukrani za Bwana Yesu

21 Saa ile ile alishangilia
kwa Roho Mtakatifu, aka-
sema, Nakushukuru, Baba,
Bwana wa mbingu na nchi,
kwa kuwa mambo haya ume-
waficha wenye hekima na
akili; umewafunulia watoto
wachanga. Naam, Baba, kwa
kuwa ndivyo ilivyokupendeza.
22 Akasema, Nimekabidhiwa

vyote na Baba yangu, wala hakuna amjuaye Mwana ila Baba; wala hakuna amjuaye Baba ila Mwana, na ye yote ambaye Mwana apenda kumfunulia. 23 Akawageukia wanafunzi wake, akasema nao kwa faragha, Heri macho yaonayo mnayoyaona ninyi. 24 Kwa kuwa nawaambia ya kwamba manabii wengi na wafalme walitamani kuyaona mnayoyaona ninyi wasiyaone; na kuyasikia mnayoyasikia ninyi wasiyasikie.

Jinsi uzima wa milele upatikanavyo

25 Na tazama, mwanasheria mmoja alisimama amjaribu; akisema, Mwalimu, nifanye nini ili niurithi uzima wa milele? 26 Akamwambia, Imeandikwa nini katika torati? Wasomaje? 27 Akajibu akasema, Mpende Bwana Mungu wako kwa moyo wako wote, na kwa roho yako yote, na kwa nguvu zako zote, na kwa akili zako zote; na jirani yako kama nafsi yako. 28 Akamwambia, Umejibu vema; fanya hivi nawe utaishi.

Mfano wa Msamaria mwema

29 Naye akitaka kujidai haki, alimwuliza Yesu, Na jirani yangu ni nani? 30 Yesu akajibu akasema, Mtu mmoja alishuka toka Yerusalemu kwenda Yeriko, akaangukia kati ya wanyang'anyi; wakamvua nguo, wakamtia jeraha, wakaenda zao, wakimwacha karibu ya kufa. 31 Kwa nasibu kuhani mmoja alishuka kwa njia ile; na alipomwona alipitia kando. 32 Na Mlawi vivyo hivyo, alipofika pale akamwona, akapitia kando. 33 Lakini, Msamaria mmoja katika kusafiri kwake alifika hapo alipo; na alipomwona alimhurumia, 34 akakaribia, akamfunga jeraha zake, akizitia mafuta na divai; akampandisha juu ya mnyama wake, akampeleka mpaka nyumba ya wageni, akamtunza. 35 Hata siku ya pili akatoa dinari mbili, akampa mwenye nyumba ya wageni, akisema, Mtunze huyu, na cho chote utakachogharimiwa zaidi, mimi nitakaporudi nitakulipa. 36 Waonaje wewe, katika hao watatu, ni yupi aliyekuwa jirani yake yule aliyeangukia kati ya wanyang'anyi? 37 Akasema, Ni huyo aliyemwonea huruma. Yesu akamwambia, Enenda zako, nawe ukafanye vivyo hivyo.

Martha na Mariamu

38 Ikawa katika kuenenda kwao aliingia katika kijiji

kimoja; mwanamke mmoja jina lake Martha akamkaribisha nyumbani kwake. 39 Naye alikuwa na umbu lake aitwaye Mariamu, aliyeketi miguuni pake Yesu, akasikiliza maneno yake. 40 Lakini Martha alikuwa akihangaika kwa utumishi mwingi; akamwendea, akasema, Bwana, huoni vibaya hivyo ndugu yangu alivyoniacha nitumike peke yangu? Basi mwambie anisaidie. 41 Bwana akajibu akamwambia, Martha, Martha, unasumbuka na kufadhaika kwa ajili ya vitu vingi; 42 lakini kinatakiwa kitu kimoja tu; na Mariamu amelichagua fungu lililo jema, ambalo hataondolewa.

"Sala ya Bwana"

11 Ikawa alipokuwa mahali fulani akiomba, alipokwisha, mmoja katika wanafunzi wake alimwambia, Bwana, tufundishe sisi kusali, kama vile Yohana alivyowafundisha wanafunzi wake. 2 Akawaambia, Msalipo, semeni, Baba [yetu uliye mbinguni], Jina lako litakaswe, Ufalme wako uje, [Mapenzi yako yatimizwe, hapa duniani kama huko mbinguni.] 3 Utupe siku kwa siku riziki yetu. 4 Utusamehe dhambi zetu, kwa kuwa sisi nasi

tunamsamehe kila tumwiaye. Na usitutie majaribuni [lakini tuokoe na yule mwovu].

Maombi yasiyoachwa na mfano wa rafiki aliyekuja usiku wa manane

5 Akawaambia, Ni nani kwenu aliye na rafiki, akamwendea usiku wa manane, na kumwambia, Rafiki yangu, nikopeshe mikate mitatu, 6 kwa sababu rafiki yangu amefika kwangu, atoka safarini, nami sina kitu cha kuweka mbele yake; 7 na yule wa ndani amjibu akisema, Usinitaabishe; mlango umekwisha fungwa, nasi tumelala kitandani mimi na watoto wangu; siwezi kuondoka nikupe? 8 Nawaambia ya kwamba, ijapokuwa haondoki ampe kwa kuwa ni rafiki yake, lakini kwa vile asivyoacha kumwomba, ataondoka na kumpa kadiri ya haja yake. 9 Nami nawaambia, Ombeni, nanyi mtapewa; tafuteni, nanyi mtaona; bisheni, nanyi mtafunguliwa. 10 Kwa kuwa kila aombaye hupokea; naye atafutaye huona; naye abishaye atafunguliwa. 11 Maana ni yupi kwenu aliye baba, ambaye mwanawe akimwomba mkate, atampa jiwe? au samaki, badala ya samaki atampa nyoka? 12 au aki-

mwomba yai, atampa nge? 13 Basi, ikiwa ninyi mlio waovu mnajua kuwapa watoto wenu vipawa vyema, je! Baba aliye mbinguni hatazidi sana kuwapa Roho Mtakatifu hao wamwombao?

Bwana Yesu aitika kwa vile alivyoshitakiwa kuwa anasaidiwa na Shetani

14 Naye alikuwa akitoa pepo bubu; ikawa pepo alipotoka, yule bubu akanena, makutano wakastaajabu. 15 Wengine wao wakasema, Atoa pepo kwa Beelzebuli, mkuu wa pepo. 16 Wengine walimjaribu, wakimtaka ishara itokayo mbinguni. 17 Naye akajua mawazo yao, akawaambia, Kila ufalme uliofitinika wenyewe kwa wenyewe hufanyika ukiwa; na nyumba juu ya nyumba huanguka. 18 Basi, ikiwa Shetani naye amefitinika juu ya nafsi yake, ufalme wake utasimamaje? Kwa kuwa ninyi mnasema kwamba mimi natoa pepo kwa Beelzebuli. 19 Basi, kama mimi nikitoa pepo kwa Beelzebuli, wana wenu je! huwatoa kwa nani? Kwa sababu hiyo, hao ndio watakaowahukumu. 20 Lakini, ikiwa mimi natoa pepo kwa kidole cha Mungu, basi ufalme wa Mungu umekwisha kuwajilia. 21 Mtu

mwenye nguvu aliyejifunga silaha zake, alindapo nyumba yake, vitu vyake vi salama; 22 lakini mtu mwenye nguvu kuliko yeye atakapomwendea na kumshinda, amnyang'anya silaha zake zote alizokuwa akizitegemea, na kuyagawanya mateka yake. 23 Mtu ambaye si pamoja nami yu kinyume changu; na mtu asiyekusanya pamoja nami hutawanya.

Hatari za kukosa kutengeneza mambo ya kiroho kwa ukamilifu

24 Pepo mchafu amtokapo mtu, hupitia mahali pasipo maji, akitafuta mahali pa kupumzika; asipoona, husema, Nitairudia nyumba yangu niliyotoka. 25 Hata afikapo, akaiona imefagiwa na kupambwa, 26 ndipo huenda akachukua pepo wengine saba, walio waovu kuliko yeye mwenyewe, wakaingia na kukaa humo; na mtu yule hali yake ya mwisho huwa mbaya kuliko ya kwanza.

27 Ikawa alipokisema maneno hayo, mwanamke mmoja katika mkutano alipaza sauti yake, akamwambia, Heri tumbo lililokuzaa, na matiti uliyonyonya. 28 Lakini yeye alisema, Afadhali, heri walisikiao neno la Mungu na kulishika.

*Maonyo juu ya
kutafuta ishara*

29 Na makutano walipo-
kuwa wakimkusanyikia, ali-
anza kusema, Kizazi hiki
ni kizazi kibaya; kinatafuta
ishara, wala hakitapewa ishara,
ila ishara ya Yona. 30 Ma-
ana, kama vile Yona alivyo-
kuwa ishara kwa Waninawi,
ndivyo atakavyokuwa Mwana
wa Adamu kwa kizazi hiki.
31 Malkia wa Kusini atao-
ndoka siku ya hukumu pamoja
na watu wa kizazi hiki, naye
atawahukumu kuwa na hatia;
kwa sababu yeye alikuja ku-
toka ncha za dunia aisikie
hekima ya Sulemani; na hapa
pana mkubwa kuliko Sule-
mani. 32 Watu wa Ninawi
watasimama siku ya hukumu
pamoja na kizazi hiki, nao
watakihukumu kuwa na hatia;
kwa sababu wao walitubu kwa
mahubiri ya Yona, na hapa
pana mkubwa kuliko Yona.

Mafundisho kwa taa

33 Hakuna mtu awashaye
taa na kuiweka mahali palipo-
sitirika, au chini ya pishi; bali
huiweka juu ya kiango, ili
waingiao wapate kuuona mwa-
nga. 34 Taa ya mwili ni
jicho; basi jicho lako likiwa
safi, mwili wako wote unao
mwanga; lakini likiwa bovu,

mwili wako nao una giza.
35 Angalia basi, mwanga ulio
ndani yako usije ukawa giza.
36 Basi kama mwanga ume-
enea katika mwili wako wote,
wala hauna sehemu iliyo na
giza, mwili wako wote uta-
kuwa na mwanga mtupu;
kama vile taa ikumulikiapo
kwa mwanga wake.

*Bwana Yesu awashitaki
Mafarisayo na wana-sheria*

37 Alipokuwa akinena, Fari-
sayo mmoja alimwita aje
kwake ale chakula; akaingia,
akaketi chakulani. 38 Fari-
sayo huyo alipomwona, ali-
staajabu kwa sababu haku-
nawa kabla ya chakula.
39 Bwana akamwambia, Ninyi
Mafarisayo mwasafisha kiko-
mbe na sahani kwa nje, lakini
ndani yenu mmejaa unya-
ng'anyi na uovu. 40 Enyi
wapumbavu; aliyevifanya vya
nje, siye yeye aliyevifanya vya
ndani pia? 41 Lakini, toeni
sadaka vile vya ndani, na taza-
ma, vyote huwa safi kwenu.

42 Lakini, ole wenu, Mafari-
sayo, kwa kuwa mwatoa zaka
za mnanaa na mchicha na kila
mboga, na huku mwaacha
mambo ya adili, na upendo
wa Mungu; iliwapasa kuya-
fanya hayo ya kwanza, bila
kuyaacha hayo ya pili. 43 Ole
wenu, Mafarisayo, kwa kuwa

mwapenda kuketi mbele katika masinagogi, na kusalimiwa masokoni. 44 Ole wenu, kwa kuwa mmefanana na makaburi yasiyoonekana, ambayo watu wapitao juu yake hawana habari nayo.

45 Mtu mmoja katika wanasheria akajibu, akamwambia, Mwalimu, kwa kusema hayo umetushutumu sisi nasi. 46 Akasema, Nanyi wanasheria, ole wenu, kwa sababu mwawatwika watu mizigo isiyochukulika, wala ninyi wenyewe hamwigusi mizigo hiyo hata kwa kimoja cha vidole vyenu. 47 Ole wenu, kwa kuwa mwajenga maziara ya manabii, na baba zenu ndio waliowaua. 48 Basi, mwashuhudia na kuziridhia kazi za baba zenu; kwa kuwa wao waliwaua nanyi mwawajengea maziara. 49 Na kwa sababu hiyo hekima ya Mungu ilisema, Tazama, nitatuma kwao manabii na mitume, nao watawaua baadhi yao na kuwafukuza, 50 ili kwa kizazi hiki itakwe damu ya manabii wote, iliyomwagika tangu kupigwa msingi wa ulimwengu; 51 tangu damu ya Habili hata damu ya Zakaria, aliyeuawa kati ya madhabahu na hekalu. Naam, nawaambieni ya kwamba itatakwa kwa kizazi hiki. 52 Ole wenu, enyi wana-sheria, kwa kuwa mmeuondoa ufu-

nguo wa maarifa; wenyewe hamkuingia, na wale waliokuwa wakiingia mmewazuia.

53 Aliopotoka humo, waandishi na Mafarisayo walianza kumsonga vibaya, na kumchokoza kwa maswali mengi, 54 wakimvizia, ili wapate neno litokalo kinywani mwake.

*Bwana Yesu awaonya
wanafunzi wake wasiwe
wanafiki*

12 Wakati huo, makutano walipokutanika elfu elfu, hata wakakanyagana, alianza kuwaambia wanafunzi wake kwanza, Jilindeni na chachu ya Mafarisayo, ambayo ni unafiki. 2 Lakini hakuna neno lililositirika ambalo halitafunuliwa, wala lililofichwa ambalo halitajulikana. 3 Basi, yo yote mliyosema gizani yatasikiwa mwangani; na mliyonena sikioni mwa mtu katika vyumba vya ndani, yatahubiriwa juu ya dari.

Kumwogopa nani?

4 Nami nawaambia ninyi rafiki zangu, msiwaogope hao wauuao mwili, kisha baada ya hayo hawana wawezalo kutenda zaidi. 5 Lakini nitawaonya mtakayemwogopa; mwogopeni yule ambaye akiisha kumwua mtu ana uweza wa

kumtupa katika Jehanum; naam, nawaambia, Mwogopeni huyo. 6 Je! mashomoro watano hawauzwi kwa senti mbili? wala hasahauliwi hata mmojawapo mbele za Mungu. 7 Lakini hata nywele za vichwa vyenu zimehesabiwa zote. Msiogope basi, bora ninyi kuliko mashomoro wengi. 8 Nami nawaambia, kila atakayenikiri mbele ya watu, Mwana wa Adamu naye atamkiri yeye mbele ya malaika wa Mungu; 9 na mwenye kunikana mbele ya watu, huyo atakanwa mbele ya malaika wa Mungu. 10 Na kila mtu atakayenena neno juu ya Mwana wa Adamu atasamehewa, bali aliyemkufuru Roho Mtakatifu hatasamehewa. 11 Na watakapowapeleka ninyi mbele ya masinagogi na maliwali na wenye mamlaka, msifadhaike kwa kuwaza maneno yenu jinsi mtakavyojibu au kusema; 12 kwa kuwa Roho Mtakatifu atawafundisha saa ile ile yawapasayo kuyasema.

Choyo, na mfano wa mpumbavu mwenye mali nyingi

13 Mtu mmoja katika mkutano akamwambia, Mwalimu, mwambie ndugu yangu anigawie urithi wetu. 14 Akamwambia, Mtu wewe, ni nani aliyeniweka mimi kuwa mwamuzi au mgawanyi juu yenu? 15 Akawaambia, Angalieni, jilindeni na choyo, maana uzima wa mtu haumo katika wingi wa vitu vyake alivyo navyo. 16 Akawaambia mithali, akisema, Shamba la mtu mmoja tajiri lilikuwa limezaa sana; 17 akaanza kuwaza moyoni mwake, akisema, Nifanyeje? maana sina pa kuyaweka akiba mavuno yangu. 18 Akasema, Nitafanya hivi; nitazivunja ghala zangu, nijenge nyingine kubwa zaidi, na humo nitaweka nafaka yangu yote na vitu vyangu. 19 Kisha, nitajiambia, Ee nafsi yangu, una vitu vyema vingi ulivyojiwekea akiba kwa miaka mingi; pumzika basi, ule, unywe, ufurahi. 20 Lakini Mungu akamwambia, Mpumbavu wewe, usiku huu wa leo wanataka roho yako! Na vitu ulivyojiwekea tayari vitakuwa vya nani? 21 Ndivyo alivyo mtu ajiwekeaye nafsi yake akiba, asijitajirishe kwa Mungu.

Kujisumbua, na kumtumaini Mungu

22 Akawaambia wanafunzi wake, Kwa sababu hiyo nawaambia, Msisumbukie maisha yenu, mtakula nini; wala miili yenu, mtavaa nini. 23 Kwa

kuwa maisha ni zaidi ya cha-
kula, na mwili ni zaidi ya
mavazi. 24 Watafakarini ku-
nguru, ya kwamba hawapandi
wala hawavuni; hawana ghala
wala uchaga, na Mungu huwa-
lisha. Bora ninyi mara nyingi
kuliko ndege! 25 Ni yupi
kwenu ambaye akijisumbua
aweza kujiongeza kimo chake
hata mkono mmoja? 26 Basi,
ikiwa hamwezi hata neno lililo
dogo, kwa nini kujisumbua
kwa ajili ya yale mengine?
27 Yatafakarini maua jinsi ya-
meavyo; hayatendi kazi wala
hayasokoti; nami nawaambia
ya kwamba hata Sulemani
katika fahari yake yote haku-
vikwa vizuri kama mojawapo
la hayo. 28 Basi, ikiwa Mu-
ngu huvika hivi majani ya
kondeni, yaliyopo leo na kesho
hutupwa kalibuni, je! hatawa-
tendea ninyi zaidi, enyi wa
imani haba? 29 Ninyi msita-
fute mtakavyokula wala mta-
kavyokunywa; wala msifanye
wasiwasi, 30 kwa maana, hayo
yote ndiyo watafutayo mataifa
ya duniani, lakini Baba yenu
anajua ya kuwa mna haja na
hayo. 31 Bali utafuteni ufa-
lme wa Mungu, na hayo mtao-
ngezewa. 32 Msiogope, enyi
kundi dogo; kwa kuwa Baba
yenu ameona vema kuwapa
ule ufalme. 33 Viuzeni mli-
vyo navyo, mtoe sadaka. Jifa-
nyieni mifuko isiyochakaa,

akiba isiyopungua katika mbi-
ngu, mahali pasipokaribia
mwivi, wala nondo haharibu.
34 Kwa kuwa hazina yenu
ilipo, ndipo itakapokuwapo na
mioyo yenu.

*Jinsi ipasavyo kukesha,
na mfano wa watumishi
waaminifu na watumishi
wasio waaminifu*

35 Viuno vyenu na viwe
vimefungwa, na taa zenu ziwe
zinawaka; 36 nanyi iweni
kama watu wanaomngojea
bwana wao, atakaporudi ku-
toka arusini, ili atakapokuja
na kubisha, wamfungulie
mara. 37 Heri watumwa
wale, ambao bwana wao ajapo
atawakuta wanakesha. Amin,
nawaambieni, atajifunga na
kuwakaribisha chakulani, ata-
kuja na kuwahudumia. 38 Na
akija zamu ya pili, au akija
zamu ya tatu, na kuwakuta
hivi, heri watumwa hao.
39 Lakini fahamuni neno hili,
Kwamba mwenye nyumba
angalijua saa atakayokuja
mwivi, angalikesha, wala asi-
ngaliacha nyumba yake kuvu-
njwa. 40 Nanyi, jiwekeni ta-
yari, kwa kuwa saa msiyo-
dhani ndipo ajapo Mwana wa
Adamu.

41 Petro akamwambia,
Bwana, mithali hiyo umetu-
ambia sisi tu, au watu wote

pia? 42 Bwana akasema, Ni
nani, basi, aliye wakili mwa-
minifu, mwenye busara,
ambaye bwana wake ata-
mweka juu ya utumishi wake
wote, awape watu posho kwa
wakati wake? 43 Heri mtu-
mwa yule, ambaye bwana wake
ajapo atamkuta anafanya hi-
vyo. 44 Kweli nawaambia,
atamweka juu ya vitu vyake
vyote. 45 Lakini, mtumwa
yule akisema moyoni mwake,
Bwana wangu anakawia kuja,
akaanza kuwapiga wajoli
wake, wanaume kwa wana-
wake, akila na kunywa na
kulewa; 46 bwana wake mtu-
mwa huyo atakuja siku asiyo-
dhani na saa asiyojua, ata-
mkata vipande viwili, na
kumwekea fungu lake pamoja
na wasioamini. 47 Na mtu-
mwa yule aliyejua mapenzi ya
bwana wake, asijiweke tayari,
wala kuyatenda mapenzi yake,
atapigwa sana. 48 Na yule
asiyejua, naye amefanya yasta-
hiliyo mapigo, atapigwa ki-
dogo. Na kila aliyepewa vi-
ngi, kwake huyo vitatakwa
vingi; naye waliyemwekea
amana vitu vingi, kwake huyo
watataka na zaidi.

Ishara za majira

49 Nimekuja kutupa moto
duniani; na ukiwa umekwisha
washwa, ni nini nitakalo

zaidi? 50 Lakini nina uba-
tizo unipasao kubatizwa, nami
nina dhiki kama nini hata
utimizwe! 51 Je! mwadhani
ya kwamba nimekuja kuleta
amani duniani? Nawaambia,
La, sivyo, bali mafarakano.
52 Kwa kuwa tokea sasa
katika nyumba moja wataku-
wamo watu watano wamefara-
kana, watatu kwa wawili, wa-
wili kwa watatu. 53 Wata-
farakana baba na mwanawe,
na mwana na babaye; mama
na binti yake, na binti na
mamaye; mkwe mtu na
mkwewe, mkwe na mkwe mtu.
54 Akawaambia makutano
pia, Kila mwonapo wingu
likizuka pande za magharibi
mara husema, Mvua inakuja;
ikawa hivyo. 55 Na kila ivu-
mapo kaskazi, husema, Kuta-
kuwa na joto; na ndivyo
ilivyo. 56 Enyi wanafiki,
mwajua kuutambua uso wa
nchi na mbingu; imekuwaje
basi, kuwa hamjui kutambua
majira haya? 57 Na mbona
ninyi wenyewe kwa nafsi zenu
hamwamui yaliyo haki?

58 Maana, unapofuatana na
mshitaki wako kwenda kwa
mwamuzi, hapo njiani fanya
bidii kupatanishwa naye, asije
akakuburuta mpaka mbele ya
kadhi: yule kadhi akakutia
mikononi mwake mwenye
kulipiza, na yule mwenye
kulipiza akakutupa gerezani.

59 Nakuambia, Hutoki humo kamwe hata uishe kulipa senti ya mwisho.

Masisitizo juu ya kutubu

13 Na wakati uo huo walikuwapo watu waliompasha habari ya Wagalilaya wale ambao Pilato alichanganya damu yao na dhabihu zao. 2 Akawajibu akawaambia, Je! mwadhani ya kwamba Wagalilaya hao walikuwa wenye dhambi kuliko Wagalilaya wote, hata wakapatwa na mambo hayo? 3 Nawaambia, Sivyo; lakini msipotubu, ninyi nyote mtaangamia vivyo hivyo. 4 Au wale kumi na wanane, walioangukiwa na mnara huko Siloamu, ukawaua, mwadhani ya kwamba wao walikuwa wakosaji kuliko watu wote waliokaa Yerusalemu? 5 Nawaambia, Sivyo; lakini msipotubu, ninyi nyote mtaangamia vivyo hivyo.

Mfano wa mtini usiozaa matunda

6 Akanena mfano huu; Mtu mmoja alikuwa na mtini umepandwa katika shamba lake la mizabibu; akaenda akitafuta matunda juu yake, asipate. 7 Akamwambia mtunzaji wa shamba la mizabibu, Tazama, miaka mitatu hii naja nikitafuta matunda juu ya mtini huu,

nisipate kitu; uukate, mbona hata nchi unaiharibu? 8 Akajibu akamwambia, Bwana, uuache mwaka huu nao, hata niupalilie, niutilie samadi; 9 nao ukizaa matunda baadaye, vema! la, usipozaa, ndipo uukate.

Mwanamke aponywa siku ya sabato

10 Siku ya sabato alikuwa akifundisha katika sinagogi mojawapo. 11 Na tazama, palikuwa na mwanamke aliyekuwa na pepo wa udhaifu muda wa miaka kumi na minane, naye amepindana, hawezi kujinyosha kabisa. 12 Yesu alipomwona alimwita, akamwambia, Mama, umefunguliwa katika udhaifu wako. 13 Akaweka mikono yake juu yake, naye akanyoka mara hiyo, akamtukuza Mungu. 14 Basi mkuu wa sinagogi alikasirika kwa sababu Yesu amemponya mtu siku ya sabato, akajibu, akawaambia mkutano, Kuna siku sita zifaazo kufanya kazi, basi njoni mponywe katika siku hizo, wala si katika siku ya sabato. 15 Lakini Bwana akajibu akasema, Enyi wanafiki, kila mmoja wenu, je! hamfungui ng'ombe wake au punda wake siku ya sabato katika zizi, aende naye kumnywesha?

16 Na huyu mwanamke, aliye
wa uzao wa Ibrahimu,
ambaye Shetani amemfunga
miaka kumi na minane hii,
haikupasa afunguliwe kifungo
hiki siku ya sabato? 17 Ali-
posema haya wakatahayari
wote walioshindana naye;
mkutano wote wakafurahi
kwa sababu ya mambo matu-
kufu yaliyotendwa na yeye.

Mifano ya punje ya
haradali na uchachu

18 Kisha alisema, Ufalme
wa Mungu umefanana na
nini? nami niufananishe na
nini? 19 Umefanana na pu-
nje ya haradali aliyotwaa mtu
akaitupa katika shamba lake;
ikamea, ikawa mti; ndege
wa angani wakakaa katika
matawi yake. 20 Akasema
mara ya pili, Niufananishe
na nini ufalme wa Mungu?
21 Umefanana na chachu ali-
yotwaa mwanamke akisitiri
ndani ya pishi tatu za unga,
hata ukachacha wote pia.

Maingilio membamba
ya uzima

22 Naye alikuwa akipita
katika miji na vijiji, aki-
fundisha, katika safari yake
kwenda Yerusalemu. 23 Mtu
mmoja akamwuliza, Je!
Bwana, watu wanaookolewa
ni wachache? Akawaambia,
24 Jitahidini kuingia katika
mlango ulio mwembamba,
kwa maana nawaambia ya
kwamba wengi watataka kui-
ngia, wasiweze. 25 Wakati
mwenye nyumba atakaposi-
mama na kuufunga mlango,
nanyi mkaanza kusimama nje
na kuubisha mlango, mkisema,
Ee Bwana, tufungulie; yeye
atajibu na kuwaambia, Siwajui
mtokako; 26 ndipo mtaka-
poanza kusema, Tulikula na
kunywa mbele yako, nawe uli-
fundisha katika njia zetu.
27 Naye atasema, Nawaambia,
Siwajui mtokako; ondokeni
kwangu ninyi nyote mlio
wafanyaji wa udhalimu.
28 Ndipo kutakapokuwa na
kilio na kusaga meno, mtaka-
pomwona Ibrahimu na Isaka
na Yakobo na manabii wote
katika ufalme wa Mungu,
nanyi wenyewe mmetupwa nje.
29 Nao watakuja watu toka
mashariki na magharibi, na
toka kaskazini na kusini, nao
wataketi chakulani katika
ufalme wa Mungu. 30 Na
tazama, wako walio wa mwisho
watakaokuwa wa kwanza, na
wa kwanza watakaokuwa wa
mwisho.

Uadui wa Herode

31 Saa ile ile Mafarisayo
kadha wa kadha walimwe-

ndea, wakamwambia, Toka
hapa, uende mahali pengine,
kwa sababu Herode anataka
kukuua. 32 Akawaambia,
Nendeni, mkamwambie yule
mbweha, Tazama, leo na kesho
natoa pepo na kuponya wago-
njwa, siku ya tatu nakamilika.
33 Pamoja na hayo imenipasa
kushika njia yangu leo na
kesho na kesho kutwa; kwa
kuwa haimkini nabii aangamie
nje ya Yerusalemu.

Maombolezo juu ya
Yerusalemu

34 Ee Yerusalemu, Yerusa-
lemu, uwauaye manabii na
kuwapiga kwa mawe walio-
tumwa kwako, mara ngapi
nimetaka kuwakusanya wato-
to wako kama vile kuku
avikusanyavyo vifaranga vyake
chini ya mbawa zake, wala
hamkutaka. 35 Angalieni,
mmeachiwa nyumba yenu!
Nami nawaambia, Hamta-
niona tena kamwe, hata mta-
kaposema, Amebarikiwa ajaye
kwa jina la Bwana.

Mgonjwa wa safura
aponywa siku ya sabato

14 Ikawa alipoingia ndani
ya nyumba ya mtu
mmoja miongoni mwa wakuu
wa Mafarisayo siku ya saba-
to, ale chakula, walikuwa
wakimvizia. 2 Na tazama,
mbele yake palikuwa na mtu
mwenye ugonjwa wa safura.
3 Yesu akajibu, akawaambia
wana-sheria na Mafarisayo,
Je! ni halali kuponya siku ya
sabato, ama sivyo? 4 Wao
wakanyamaza. Akamshika,
akamponya, akamruhusu
aende zake. 5 Akawaambia,
Ni nani miongoni mwenu,
ikiwa ng'ombe wake au punda
wake ametumbukia kisimani,
asiyemwopoa mara hiyo siku
ya sabato? 6 Nao hawa-
kuweza kujibu maneno
haya.

Unyenyekevu na ukarimu

7 Akawaambia mfano wale
walioalikwa, alipoona jinsi
walivyochagua viti vya mbele;
akisema, 8 Ukialikwa na mtu
arusini, usiketi katika kiti cha
mbele; isiwe kwamba ameali-
kwa mtu mwenye kustahiwa
kuliko wewe, 9 akaja yule
aliyewaalika wewe na yeye, na
kukuambia, Mpishe huyu!
Ndipo utakapoanza kwa haya
kushika mahali pa nyuma.
10 Bali ukialikwa, nenda
ukaketi mahali pa nyuma, ili
ajapo yule aliyekualika aku-
ambie, Rafiki yangu, njoo
huku mbele zaidi; ndipo
utakapokuwa na utukufu
mbele ya wote walioketi
pamoja nawe. 11 Kwa maana

kila ajikwezaye atadhiliwa,
naye ajidhiliye atakwezwa.

12 Akamwambia na yule
aliyemwalika, Ufanyapo cha-
kula cha mchana au cha jioni,
usiwaite rafiki zako, wala
ndugu zako, wala jamaa zako,
wala jirani zako wenye mali;
wao wasije wakakualika wewe
ukapata malipo. 13 Bali ufa-
nyapo karamu waite maski-
ni, vilema, viwete, vipofu,
14 nawe utakuwa heri, kwa
kuwa hao hawana cha kuku-
lipa; kwa maana utalipwa
katika ufufuo wa wenye haki.

Mfano wa karamu kuu

15 Basi aliposikia hayo
mmojawapo wa wale walioketi
chakulani pamoja naye ali-
mwambia, Heri yule atakaye-
kula mkate katika ufalme wa
Mungu. 16 Akamwambia,
Mtu mmoja alifanya karamu
kubwa, akaalika watu wengi,
17 akamtuma mtumwa wake
saa ya chakula awaambie wale
walioalikwa, Njoni, kwa kuwa
vitu vyote vimekwisha kuwe-
kwa tayari. 18 Wakaanza
wote kutoa udhuru kwa nia
moja. Wa kwanza alimwa-
mbia, Nimenunua shamba,
sharti niende nikalitazame;
tafadhali unisamehe. 19 Mwi-
ngine akasema, Nimenunua
ng'ombe jozi tano, nina-
kwenda kuwajaribu; tafadhali

unisamehe. 20 Mwingine aka-
sema, Nimeoa mke, na kwa
sababu hiyo siwezi kuja.
21 Yule mtumwa akaenda,
akampa bwana wake habari
ya mambo hayo. Basi, yule
mwenye nyumba akakasirika,
akamwambia mtumwa wake,
Toka upesi, uende katika njia
kuu na vichochoro vya mji,
ukawalete hapa maskini, na
vilema, na vipofu, na viwete.
22 Mtumwa akasema, Bwana
hayo uliyoagiza yamekwisha
tendeka, na hata sasa ingaliko
nafasi. 23 Bwana akamwa-
mbia mtumwa, Toka nje
uende barabarani na mipaka-
ni, ukawashurutishe kuingia
ndani, nyumba yangu ipate
kujaa. 24 Maana nawaambia
ya kwamba katika wale wali-
oalikwa, hapana hata mmoja
atakayeionja karamu yangu.

*Gharama za kupata kuwa
mwanafunzi*

25 Makutano mengi wali-
pokuwa wakifuatana naye,
aligeuka, akawaambia, 26 Ka-
ma mtu akija kwangu naye
hamchukii baba yake, na
mama yake, na mke wake, na
wanawe, na ndugu zake wau-
me na wake; naam, na hata
nafsi yake mwenyewe, hawezi
kuwa mwanafunzi wangu.
27 Mtu ye yote asiyeuchukua
msalaba wake na kuja nyuma

yangu, hawezi kuwa mwana-
funzi wangu. 28 Maana ni
nani katika ninyi, kama aki-
taka kujenga mnara, asiyeketi
kwanza na kuhesabu gharama,
kwamba anavyo vya kuuma-
lizia? 29 Asije akashindwa
kuumaliza baada ya kuupiga
msingi, watu wote waonao
wakaanza kumdhihaki, 30 wa-
kisema, Mtu huyu alianza
kujenga, akawa hana nguvu
za kumaliza. 31 Au kuna
mfalme gani, akitaka kwenda
kupigana na mfalme mwi-
ngine, asiyeketi kwanza na
kufanya shauri, kwamba yeye
pamoja na watu elfu kumi
ataweza kukutana na yule ana-
yekuja juu yake na watu elfu
ishirini? 32 Na kama akiona
hawezi, hutuma ujumbe kuta-
ka sharti za amani, mtu yule
akali mbali. 33 Basi, kadha-
lika kila mmoja wenu asiyea-
cha vyote alivyo navyo, hawe-
zi kuwa mwanafunzi wangu.
34 Chumvi ni kitu chema;
lakini chumvi ikiwa imehari-
bika, itiwe nini ikolee? 35 Ha-
iifai nchi wala jaa; watu hui-
tupa nje. Mwenye masikio
ya kusikilia, na asikie.

Kondoo aliyepotea

15 Basi watoza ushuru
wote na wenye dhambi
walikuwa wakimkaribia wa-
msikilize. 2 Mafarisayo na
waandishi wakanung'unika,
wakisema, Mtu huyu huwa-
karibisha wenye dhambi, tena
hula nao.

3 Akawaambia mfano huu,
akisema, 4 Ni nani kwenu,
mwenye kondoo mia, aki-
potewa na mmojawapo, asi-
yewaacha wale tisini na kenda
nyikani, aende akamtafute
yule aliyepotea hata amwone?
5 Naye akiisha kumwona,
humweka mabegani pake aki-
furahi. 6 Na afikapo nyu-
mbani kwake, huwaita rafiki
zake na jirani zake, aka-
waambia, Furahini pamoja
nami, kwa kuwa nimekwisha
kumpata kondoo wangu aliye-
potea. 7 Nawaambia, Vivyo
hivyo kutakuwa na furaha
mbinguni kwa ajili ya mwenye
dhambi mmoja atubuye, kuli-
ko kwa ajili ya wenye haki
tisini na kenda ambao hawana
haja ya kutubu.

Shilingi iliyopotea

8 Au kuna mwanamke gani
mwenye shilingi kumi, aki-
potewa na moja, asiyewasha
taa na kufagia nyumba, na
kutafuta kwa bidii hata aione?
9 Na akiisha kuiona, huwaita
rafiki zake na jirani zake,
akawaambia, Furahini pamo-
ja nami, kwa kuwa nimeipata
tena shilingi ile iliyonipotea.
10 Nawaambia, Vivyo hivyo

kuna furaha mbele ya malaika wa Mungu kwa ajili ya mwenye dhambi mmoja atubuye.

Mwana mpotevu

11 Akasema, Mtu mmoja alikuwa na wana wawili; 12 yule mdogo akamwambia babaye, Baba, nipe sehemu ya mali inayoniangukia. Akawagawia vitu vyake. 13 Hata baada ya siku si nyingi, yule mdogo akakusanya vyote, akasafiri kwenda nchi ya mbali; akatapanya mali zake kuko kwa maisha ya uasherati. 14 Alipokuwa amekwisha tumia vyote, njaa kuu iliingia nchi ile, yeye naye akaanza kuhitaji. 15 Akaenda akashikamana na mwenyeji mmoja wa nchi ile; naye alimpeleka shambani kwake kulisha nguruwe. 16 Akawa akitamani kujishibisha kwa maganda waliyokula nguruwe, wala hapana mtu aliyempa kitu. 17 Alipozingatia moyoni mwake, alisema, Ni watumishi wangapi wa baba yangu wanaokula chakula na kusaza, na mimi hapa ninakufa kwa njaa. 18 Nitaondoka, nitakwenda kwa baba yangu na kumwambia, Baba, nimekosa juu ya mbingu na mbele yako; 19 sistahili kuitwa mwana wako tena; nifanye kama mmoja wa watumishi wako.

20 Akaondoka, akaenda kwa babaye. Alipokuwa angali mbali, baba yake alimwona, akamwonea huruma, akaenda mbio akamwangukia shingoni, akambusu sana. 21 Yule mwana akamwambia, Baba, nimekosa juu ya mbingu na mbele yako; sistahili kuitwa mwana wako tena. 22 Lakini baba aliwaambia watumwa wake, Lileteni upesi vazi lililo bora, mkamvike; mtieni na pete kidoleni, na viatu miguuni; 23 mleteni ndama yule aliyenona mkamchinje; nasi tule na kufurahi; 24 kwa kuwa huyu mwanangu alikuwa amekufa, naye amefufuka; alikuwa amepotea, naye ameonekana. Wakaanza kushangilia. 25 Basi, yule mwanawe mkubwa alikuwako shamba, naalipokuwa akija na kuikaribia nyumba, alisikia sauti ya nyimbo na machezo. 26 Akaita mtumishi mmoja, akamwuliza, Mambo haya, maana yake nini? 27 Akamwambia, Ndugu yako amekuja, na baba yako amemchinja ndama aliyenona, kwa sababu amempata tena, yu mzima. 28 Akakasirika, akakataa kuingia ndani. Basi babaye alitoka nje, akamsihi. 29 Akamjibu baba yake, akasema. Tazama, mimi nimekutumikia miaka mingapi hii, wala sijakosa amri yako wakati wo wote,

lakini hujanipa mimi mwana-mbuzi, nifanye furaha na rafiki zangu; 30 lakini, alipokuja huyu mwana wako aliyekula vitu vyako pamoja na maka-haba, umemchinjia yeye ndama aliyenona. 31 Aka-mwambia, Mwanangu, wewe u pamoja nami sikuzote, na vyote nilivyo navyo ni vyako. 32 Tena, kufanya furaha na shangwe ilipasa, kwa kuwa huyu ndugu yako alikuwa amekufa, naye amefufuka; alikuwa amepotea, naye ameo-nekana.

Wakili dhalimu

16 Tena, aliwaambia wana-funzi wake, Palikuwa na mtu mmoja, tajiri, aliye-kuwa na wakili wake; huyu alishitakiwa kwake kuwa ana-tapanya mali zake. 2 Aka-mwita, akamwambia, Ni ha-bari gani hii ninayosikia juu yako? Toa hesabu ya uwa-kili wako, kwa kuwa huwezi kuwa wakili tena. 3 Yule wakili akasema moyoni mwa-ke, Nifanyeje? maana, bwana wangu ananiondolea uwakili. Kulima, siwezi; kuomba, na-ona haya. 4 Najua nita-kalotenda, ili nitakapotolewa katika uwakili, wanikaribishe nyumbani mwao. 5 Akawaita wadeni wa bwana wake, kila mmoja; akamwambia wa kwa-

nza, Wawiwani na bwana wangu? 6 Akasema, Vipimo mia vya mafuta. Akamwa-mbia, Twaa hati yako, keti upesi, andika hamsini. 7 Kisha akamwambia mwi-ngine, Na wewe wawiwani? Akasema, Makanda mia ya ngano. Akamwambia, Twaa hati yako, andika themanini. 8 Yule bwana akamsifu waki-li dhalimu kwa vile alivyo-tenda kwa busara; kwa kuwa wana wa ulimwengu huu kati-ka kizazi chao wenyewe huwa na busara kuliko wana wa nuru. 9 Nami nawaambia, Jifanyieni rafiki kwa mali ya udhalimu, ili itakapokosekana wawakaribishe katika makao ya milele.

Matumizi mema ya mali

10 Aliye mwaminifu katika lililo dogo sana, huwa mwami-nifu katika lililo kubwa pia; na aliye dhalimu katika lililo dogo, huwa dhalimu katika lililo kubwa pia. 11 Basi, kama ninyi hamkuwa waami-nifu katika mali ya udhalimu, ni nani atakayewapa amana mali ya kweli? 12 Na kama hamkuwa waaminifu katika mali ya mtu mwingine, ni nani atakayewapa iliyo yenu wenyewe? 13 Hakuna mtu-mishi awezaye kutumikia ma-bwana wawili; kwa maana,

ama atamchukia huyu na kumpenda huyu, ama atashikamana na huyu na kumdharau huyu. Hamwezi kumtumikia Mungu na mali.

Mafarisayo wakemewa

14 Basi Mafarisayo, ambao wenyewe ni wapenda fedha, waliyasikia hayo yote, wakamdhihaki. 15 Akawaambia, Ninyi ndinyi mnaojidai haki mbele ya wanadamu, lakini Mungu awajua mioyo yenu; kwa kuwa lililotukuka kwa wanadamu huwa chukizo mbele za Mungu. 16 Torati na manabii vilikuwapo mpaka Yohana; tangu wakati huo habari njema ya ufalme wa Mungu hutangazwa, na kila mtu hujingiza kwa nguvu. 17 Lakini ni vyepesi zaidi mbingu na nchi vitoweke, kuliko itanguke nukta moja ya torati. 18 Kila amwachaye mkewe na kumwoa mke mwingine azini; naye amwoaye yeye aliyeachwa na mumewe azini.

Mtu tajiri na mwombaji Lazaro

19 Akasema, Palikuwa na mtu mmoja, tajiri, aliyevaa nguo za rangi ya zambarau na kitani safi, na kula sikuzote kwa anasa. 20 Na maskini mmoja, jina lake Lazaro, huwekwa mlangoni pake, ana vidonda vingi, 21 naye alikuwa akitamani kushibishwa kwa makombo yaliyoanguka katika meza ya yule tajiri; hata mbwa wakaja wakamramba vidonda vyake. 22 Ikawa yule maskini alikufa, akachukuliwa na malaika mpaka kifuani kwa Ibrahimu. Yule tajiri naye akafa, akazikwa. 23 Basi, kule kuzimu aliyainua macho yake, alipokuwa katika mateso, akamwona Ibrahimu kwa mbali, na Lazaro kifuani mwake. 24 Akalia, akasema, Ee baba Ibrahimu, nihurumie, umtume Lazaro achovye ncha ya kidole chake majini, auburudishe ulimi wangu; kwa sababu ninateswa katika moto huu. 25 Ibrahimu akasema, Mwanangu, kumbuka ya kwamba wewe uliyapokea mambo mema yako katika maisha yako, na Lazaro vivyo alipata mabaya; na sasa yeye yupo hapa anafarijiwa, na wewe unaumizwa. 26 Na zaidi ya hayo, kati yetu sisi na ninyi kumewekwa shimo kubwa, ili wale watakao kutoka huku kwenda kwenu wasiweze; wala watu wa kwenu wasivuke kuja kwetu. 27 Akasema, Basi, baba, nakuomba, umtume nyumbani kwa baba yangu, 28 kwa kuwa ninao ndugu watano, ili awashuhudie, wasi-

je wao pia wakafika mahali hapa pa mateso. 29 Ibrahimu akasema, Wanao Musa na manabii; na wawasikilize wao. 30 Akasema, La, baba Ibrahimu, lakini kama akiwaendea mtu atokaye kwa wafu, watatubu. 31 Akamwambia, Wasipowasikia Musa na manabii, hawatashawishiwa hata mtu akifufuka katika wafu.

Maneno kadha wa kadha ya Bwana Yesu

17 Akawaambia wanafunzi wake, Makwazo hayana budi kuja, lakini ole wake mtu yule ambaye yaja kwa sababu yake! 2 Ingemfaa zaidi mtu huyo jiwe la kusagia lifungwe shingoni mwake, akatupwe baharini, kuliko kumkosesha mmojawapo wa wadogo hawa. 3 Jilindeni; kama ndugu yako akikosa, mwonye; akitubu msamehe. 4 Na kama akikukosa mara saba katika siku moja, na kurudi kwako mara saba, akisema, Nimetubu, msamehe.

5 Mitume wakamwambia Bwana, Tuongezee imani. 6 Bwana akasema, Kama mngekuwa na imani kiasi cha chembe ya haradali, mngeuambia mkuyu huu, Ng'oka, ukapandwe baharini, nao ungewatii. 7 Lakini, ni nani kwenu mwenye mtumwa ali-maye au achungaye ng'ombe, atakayemwambia mara arudipo kutoka shambani, Njoo upesi, keti, ule chakula? 8 Je! hatamwambia, Nifanyie tayari chakula, nile; jifunge unitumikie, hata niishe kula na kunywa, ndipo nawe utakapokula na kunywa? 9 Je! atampa asante yule mtumwa, kwa sababu ameyafanya aliyoagizwa? 10 Vivyo hivyo nanyi, mtakapokwisha kuyafanya yote mliyoagizwa, semeni, Sisi tu watumwa wasio na faida; tumefanya tu yaliyotupasa kufanya.

Bwana Yesu aponya wenye ukoma kumi

11 Ikawa walipokuwa njiani kwenda Yerusalemu, alikuwa akipita katikati ya Samaria na Galilaya. 12 Na alipoingia katika kijiji kimoja, alikutana na watu kumi wenye ukoma; wakasimama mbali, 13 wakapaza sauti wakisema, Ee Yesu, Bwana mkubwa, uturehemu! 14 Alipowaona aliwaambia, Enendeni, mkajionyeshe kwa makuhani. Ikawa walipokuwa wakienda walitakasika. 15 Na mmoja wao alipoona kwamba amepona, alirudi, huku akimtukuza Mungu kwa sauti kuu; 16 akaanguka kifudifudi miguuni pake, akamshukuru;

naye alikuwa Msamaria.
17 Yesu akajibu, akanena,
Hawakutakaswa wote kumi?
Wale kenda wa wapi?
18 Je! hawakuonekana wa-
liorudi kumpa Mungu utu-
kufu ila mgeni huyu? 19 Aka-
mwambia, Inuka, enenda
zako, imani yako imekuokoa.

Kuja kwa Ufalme

20 Na alipoulizwa na Ma-
farisayo, Ufalme wa Mungu
utakuja lini? aliwajibu aka-
waambia, Ufalme wa Mungu
hauji kwa kuuchunguza;
21 wala hawatasema, Taza-
ma, upo huku, au, kule, kwa
maana, tazama, ufalme wa
Mungu umo ndani yenu.

22 Akawaambia wanafunzi,
Siku zitakuja mtakapotamani
kuona siku moja katika
siku zake Mwana wa Ada-
mu, msiione. 23 Tena wata-
waambia, Tazama, kule! Ta-
zama, huku! Msiondoke
mahali mlipo, wala msiwa-
fuate; 24 kwa kuwa, kama
vile umeme umulikavyo
toka upande huu chini ya
mbingu hata upande huu chini
ya mbingu, ndivyo atakavyo-
kuwa Mwana wa Adamu kati-
ka siku yake. 25 Lakini
kwanza, hana budi kupata
mateso mengi, na kukataliwa
na kizazi hiki. 26 Na kama
ilivyokuwa siku za Nuhu,

ndivyo itakavyokuwa katika
siku zake Mwana wa Adamu.
27 Walikuwa wakila na ku-
nywa, walikuwa wakioa na
kuolewa, hata siku ile Nuhu
aliyoingia katika safina, ghari-
ka ikashuka ikawaangamiza
wote. 28 Na kadhalika, kama
ilivyokuwa katika siku za
Lutu, walikuwa wakila na
kunywa, walikuwa wakinu-
nua na kuuza, wakipanda na
kujenga; 29 lakini siku ile
Lutu aliyotoka Sodoma kuli-
kunya moto na kibiriti kuto-
ka mbinguni vikawaangamiza
wote. 30 Hivyo ndivyo ita-
kavyokuwa siku ile atakayo-
funuliwa Mwana wa Adamu.
31 Katika siku ile, aliye juu ya
dari, na vyombo vyake vimo
ndani ya nyumba, asishuke ili
kuvitwaa; na kadhalika, aliye
shambani asirejee nyuma.
32 Mkumbukeni mkewe Lutu.
33 Mtu ye yote atakaye kuipo-
nya nafsi yake, ataiangamiza;
na ye yote atakayeiangamiza,
ataiponya. 34 Nawaambia,
usiku huo watu wawili wata-
kuwa katika kitanda kimoja;
mmoja atatwaliwa, mmoja ataa-
chwa. 35 Wanawake wawili
watakuwa wakisaga pamoja;
mmoja atatwaliwa, mmoja
ataachwa. 36 [Watu wawili
watakuwa shambani, mmoja
atatwaliwa, mmoja ataachwa.]
37 Wakajibu, wakamwuliza,
Wapi, Bwana? Akawaa-

mbia, Ulipo mzoga, ndipo
watakapokutanika tai.

Mfano wa mjane na kadhi

18 Akawaambia mfano, ya
kwamba imewapasa ku-
mwomba Mungu sikuzote,
wala wasikate tamaa. 2 Aka-
sema, Palikuwa na kadhi
katika mji fulani, hamchi
Mungu, wala hajali watu.
3 Na katika mji huo palikuwa
na mwanamke mjane, aliye-
kuwa akimwendea-endea, aki-
sema, Nipatie haki na adui
wangu. 4 Naye kwa muda
alikataa; halafu akasema mo-
yoni mwake, Ijapokuwa sim-
chi Mungu wala sijali watu,
5 lakini, kwa kuwa mjane
huyu ananiudhi, nitampatia
haki yake, asije akanichosha
kwa kunijia daima. 6 Bwana
akasema, Sikilizeni asemavyo
yule kadhi dhalimu. 7 Na
Mungu, je! hatawapatia haki
wateule wake wanaomlilia
mchana na usiku, naye ni
mvumilivu kwao? 8 Na-
waambia, atawapatia haki
upesi; walakini, atakapokuja
Mwana wa Adamu, je! ataona
imani duniani?

Farisayo na mtoza ushuru

9 Akawaambia mfano huu
watu waliojikinai ya kuwa wao
ni wenye haki, wakiwadharau

wengine wote. 10 Watu wa-
wili walipanda kwenda heka-
luni kusali, mmoja Farisayo,
wa pili mtoza ushuru. 11 Yule
Farisayo akasimama akiomba
hivi moyoni mwake; Ee Mu-
ngu, nakushukuru kwa kuwa
mimi si kama watu wengine,
wanyang'anyi, wadhalimu, wa-
zinzi, wala kama huyu mtoza
ushuru.   12 Mimi nafunga
mara mbili kwa juma; hutoa
zaka katika mapato yangu
yote. 13 Lakini yule mtoza
ushuru alisimama mbali, wala
hakuthubutu hata kuinua
macho yake mbinguni, bali
alijipiga-piga kifua akisema,
Ee Mungu, uniwie radhi mi-
mi mwenye dhambi.   14 Na-
waambia, huyu alishuka kwe-
nda nyumbani kwake ame-
hesabiwa haki kuliko yule;
kwa maana kila ajikwezaye
atadhiliwa, naye ajidhiliye ata-
kwezwa.

Bwana Yesu abariki watoto wadogo

15 Wakamletea na watoto
wachanga ili awaguse; lakini
wanafunzi walipoona wali-
wakemea. 16 Bali Yesu aka-
waita waje kwake, akasema,
Waacheni watoto wadogo waje
kwangu, wala msiwazuie, kwa
kuwa watu kama hao ufalme
wa Mungu ni wao.   17 Amin,
nawaambia, Mtu ye yote asi-

yeupokea ufalme wa Mungu kama mtoto mdogo hauingii kamwe.

Uzima wa milele na mazuio ya mali

18 Tena, mtu mkubwa mmoja alimwuliza, akisema, Mwalimu mwema, nifanye nini ili nipate kuurithi uzima wa milele? 19 Yesu akamwambia, Mbona unaniita mwema? Hakuna aliye mwema ila mmoja, naye ndiye Mungu. 20 Wazijua amri; Usizini, Usiue, Usiibe, Usishuhudie uongo, Waheshimu baba yako na mama yako. 21 Akasema, Hayo yote nimeyashika tangu utoto wangu. 22 Yesu aliposikia hayo alimwambia, Umepungukiwa na neno moja bado; viuze ulivyo navyo vyote, ukawagawanyie maskini, nawe utakuwa na hazina mbinguni; kisha, njoo unifuate. 23 Lakini aliposikia hayo alihuzunika sana, maana alikuwa na mali nyingi. 24 Yesu alipoona vile alisema, Kwa shida gani wenye mali watauingia ufalme wa Mungu! 25 Kwa maana ni vyepesi ngamia kupita katika tundu la sindano kuliko tajiri kuingia katika ufalme wa Mungu. 26 Nao waliosikia walisema, Ni nani basi awezaye kuokoka? 27 Akasema, Yasi-

yowezekana kwa wanadamu. yawezekana kwa Mungu. 28 Petro akasema, Tazama, sisi tumeviacha vitu vyetu vyote na kukufuata. 29 Akawaambia, Hakika nawaambia, hakuna mtu aliyeacha nyumba, au mke, au ndugu, au wazazi, au wana, kwa ajili ya ufalme wa Mungu, 30 asiyepokea zaidi mara nyingi katika zamani hizi, na katika ulimwengu ujao uzima wa milele.

Maonyo ya tatu aliyotoa Bwana Yesu juu ya kifo chake

31 Akawachukua wale Thenashara, akawaambia, Tazameni, tunapanda kwenda Yerusalemu, na mambo yote yatatimizwa, Mwana wa Adamu aliyoandikiwa na manabii. 32 Kwa kuwa atatiwa mikononi mwa Mataifa, atafanyiwa dhihaka; atatendwa jeuri, na kutemewa mate; 33 nao watampiga mijeledi, kisha watamwua; na siku ya tatu atafufuka. 34 Walakini hawakuelewa na maneno hayo hata kidogo, na jambo hilo lilikuwa limefichwa kwao, wala hawakufahamu yaliyonenwa.

Bwana Yesu aponya mtu kipofu

35 Ikawa alipokaribia Yeriko, mtu mmoja kipofu alikuwa

ameketi kando ya njia, aki-
omba sadaka; 36 na alipo-
wasikia makutano wakipita,
aliuliza, Kuna nini? 37 Wa-
kamwambia, Yesu wa Nazareti
anapita. 38 Akapiga kelele,
akisema, Yesu, Mwana wa
Daudi, unirehemu. 39 Basi
wale waliotangulia waka-
mkemea ili anyamaze; lakini
yeye alizidi sana kupaza sauti,
Ee Mwana wa Daudi, unire-
hemu. 40 Yesu akasimama,
akaamuru aletwe kwake; na
alipomkaribia, alimwuliza,
41 Wataka nikufanyie nini?
Akasema, Bwana, nipate ku-
ona. 42 Yesu akamwambia,
Upewe kuona; imani yako
imekuponya. 43 Mara hiyo
akapata kuona, akamfuata,
huku akimtukuza Mungu.
Na watu wote walipoona
hayo walimsifu Mungu.

Zakayo

19 Naye alipoingia Yeriko
alipita katikati yake.
2 Na tazama, palikuwa na
mtu, jina lake Zakayo, mku-
bwa mmoja katika watoza
ushuru, naye ni tajiri. 3 Huyu
alikuwa akitafuta kumwona
Yesu ni mtu wa namna gani,
asiweze kwa sababu ya umati
wa watu, maana ni mfupi wa
kimo. 4 Akatangulia mbio,
akapanda juu ya mkuyu apate
kumwona, kwa kuwa atakuja

kuipitia njia ile. 5 Na Yesu,
alipofika mahali pale, alita-
zama juu, akamwambia, Zaka-
yo, shuka upesi, kwa kuwa leo
imenipasa kushinda nyumbani
mwako. 6 Akafanya haraka,
akashuka, akamkaribisha kwa
furaha. 7 Hata watu wali-
poona, walinung'unika wote,
wakisema, Ameingia kukaa
kwa mtu mwenye dhambi.
8 Zakayo akasimama, aka-
mwambia Bwana, Tazama,
Bwana, nusu ya mali yangu
nawapa maskini, na ikiwa
nimenyang'anya mtu kitu kwa
hila namrudishia mara nne.
9 Yesu akamwambia, Leo wo-
kovu umefika nyumbani humu,
kwa sababu huyu naye ni
mwana wa Ibrahimu. 10 Kwa
kuwa Mwana wa Adamu ali-
kuja kutafuta na kuokoa kile
kilichopotea.

Mfano wa mafungu kumi ya
fedha

11 Waliposikia hayo, alio-
ngeza kusema mfano, kwa
sababu alikuwa karibu na
Yerusalemu, na wao walidhani
ya kuwa ufalme wa Mungu
utaonekana mara. 12 Basi
akasema, Mtu mmoja, kabaila,
alisafiri kwenda nchi ya mbali,
ili ajipatie ufalme na kurudi.
13 Akaita watu kumi katika
watumwa wake, akawapa ma-
fungu kumi ya fedha, aka-

waambia, Fanyeni biashara hata nitakapokuja. 14 Lakini watu wa mji wake walimchukia, wakatuma wajumbe kumfuata na kusema, Hatumtaki huyu atutawale. 15 Ikawa aliporudi, ameupata ufalme wake, aliamuru waitwe wale watumwa aliowapa fedha, ili ajue faida aliyopata kila mtu kwa biashara yake. 16 Akaja wa kwanza, akasema, Bwana, fungu lako limeleta faida ya mafungu kumi zaidi. 17 Akamwambia, Vema, mtumwa mwema; kwa vile ulivyokuwa mwaminifu katika neno lililo dogo, uwe na mamlaka juu ya miji kumi. 18 Akaja wa pili, akasema, Bwana, fungu lako limeleta mafungu matano faida. 19 Akamwambia huyu naye, Wewe uwe juu ya miji mitano. 20 Akaja mwingine akasema, Bwana, hili ndilo fungu lako, ambalo nililiweka akiba katika leso. 21 Kwa maana nilikuogopa kwa kuwa u mtu mgumu; waondoa usichoweka, wavuna usichopanda. 22 Akamwambia, Nitakuhukumu kwa kinywa chako, mtumwa mwovu wewe. Ulinijua kuwa ni mtu mgumu, niondoaye nisichoweka, na kuvuna nisichopanda; 23 basi, mbona hukuiweka fedha yangu kwa watoao riba, ili nijapo niipate pamoja na faida yake? 24 Akawaambia waliosimama karibu, Mnyang'anyeni hilo fungu, mkampe yule mwenye mafungu kumi. 25 Wakamwambia, Bwana, anayo mafungu kumi. 26 Nawaambia, Kila aliye na kitu atapewa, bali yule asiye na kitu atanyang'anywa hata alicho nacho. 27 Tena, wale adui zangu, wasiotaka niwatawale, waleteni hapa mwachinje mbele yangu.

Bwana Yesu aingia Yerusalemu kwa shangwe

28 Na alipokwisha kusema hayo, alitangulia mbele akipanda kwenda Yerusalemu. 29 Ikawa alipokaribia Bethfage na Bethania, kwenye mlima uitwao wa Mizeituni, alituma wawili katika wale wanafunzi, 30 akisema, Nendeni mpaka kijiji kile kinachowakabili, na mtakapoingia ndani mtaona mwanapunda, amefungwa, ambaye hajapandwa na mtu ye yote bado, mfungueni mkamlete hapa. 31 Na kama mtu akiwauliza, Mbona mnamfungua? Semeni hivi, Bwana ana haja naye. 32 Na wale waliotumwa wakaenda wakaona kama alivyowaambia. 33 Na walipokuwa wakimfungua mwana-punda, wenyewe waliwaambia, Mbona mnamfu-

ngua mwana-punda? 34 Wa-
kasema, Bwana ana haja
naye. 35 Wakampeleka kwa
Yesu, wakatandika nguo zao
juu ya mwana-punda, waka-
mpandisha Yesu. 36 Na ali-
pokuwa akienda walitandaza
nguo zao njiani. 37 Hata
alipokuwa amekaribia mate-
lemko ya mlima wa Mizeituni,
kundi zima la wanafunzi wake
walianza kufurahi na kumsifu
Mungu kwa sauti kuu, kwa
ajili ya matendo yote ya uwezo
waliyoyaona, 38 wakasema,
Ndiye mbarikiwa Mfalme aja-
ye kwa jina la Bwana; amani
mbinguni, na utukufu huko
juu. 39 Baadhi ya Mafa-
risayo waliokuwa katika mku-
tano wakamwambia, Mwa-
limu, uwakanye wanafunzi
wako. 40 Akajibu, akasema,
Nawaambia ninyi, wakinya-
maza hawa, mawe yatapiga
kelele.

Bwana Yesu aomboleza juu ya Yerusalemu

41 Alipofika karibu aliuona
mji, akaililia, 42 akisema,
Laiti ungalijua, hata wewe,
katika siku hii, yapasayo
amani! lakini sasa yamefichwa
machoni pako. 43 Kwa kuwa
siku zitakuja, adui zako wata-
kapokujengea boma, likuzu-
nguke; watakuzingira na ku-
kuhusuru pande zote; 44 wata-

kuangusha chini wewe na
watoto wako ndani yako,
wasikuachie jiwe juu ya jiwe,
kwa sababu hukutambua ma-
jira ya kujiliwa kwako.

Bwana Yesu atakasa hekalu

45 Akaingia hekaluni, akaa-
nza kuwatoa wale waliokuwa
wakifanya biashara, 46 aki-
waambia, Imeandikwa, Nyu-
mba yangu itakuwa nyumba
ya sala; lakini ninyi mmeifanya
kuwa pango la wanyang'anyi.
47 Naye akawa akifundisha
kila siku hekaluni. Lakini
wakuu wa makuhani, na
waandishi, na wakuu wa watu
walikuwa wakitafuta njia ya
kumwangamiza; 48 wasione
la kutenda, kwa kuwa watu
wote walikuwa wakiandamana
naye, wakimsikiliza.

Amri ya Bwana Yesu inabishwa

20 Ikawa siku moja, ali-
pokuwa akiwafundisha
watu hekaluni, na kuihubiri
habari njema, wakuu wa
makuhani na waandishi pa-
moja na wazee walimtokea
ghafula; 2 wakamwambia,
wakisema, Tuambie, unatenda
mambo hayo kwa mamlaka
gani? tena, ni nani aliyekupa
mamlaka hii? 3 Akajibu aka-
waambia, Nami nitawauliza

ninyi neno moja; niambieni, 4 Ubatizo wa Yohana, je! ulitoka mbinguni au kwa wanadamu? 5 Wakahojiana wao kwa wao, wakisema, Kama tukisema ulitoka mbinguni, atasema, Basi, mbona hamkumwamini? 6 Na tukisema ulitoka kwa wanadamu, watu wote watatupiga kwa mawe, kwa kuwa wamemkubali Yohana kuwa ni nabii. 7 Wakajibu kwamba, Hatujui ulikotoka. 8 Yesu akawaambia, Wala mimi siwaambii ninyi ni kwa mamlaka gani ninatenda mambo haya.

Mfano wa shamba la mizabibu

9 Akaanza kuwaambia watu mfano huu; Mtu mmoja alipanda shamba la mizabibu; akapangisha wakulima, akaenda akakaa katika nchi nyingine muda mrefu. 10 Na wakati wa mavuno alituma mtumwa kwa wale wakulima ili wampe baadhi ya matunda ya mizabibu; wakulima wakampiga wakamfukuza mikono mitupu. 11 Akatuma na mtumwa mwingine. Wakampiga huyu naye, wakamwaibisha wakamfukuza mikono mitupu. 12 Akamtuma na wa tatu; huyu naye wakamtia jeraha, wakamtupa nje. 13 Basi, bwana wa shamba la mizabibu

alisema, Nifanyeje? Nitamtuma mwanangu, mpendwa wangu; yamkini watamheshimu yeye. 14 Lakini, wale wakulima walipomwona, walishauriana wao kwa wao, wakisema, Huyu ndiye mrithi; haya, na tumwue, ili urithi uwe wetu. 15 Wakamtupa nje ya shamba la mizabibu, wakamwua. Basi, bwana wa shamba la mizabibu atawatendeje? 16 Atakuja na kuwaangamiza wakulima wale, na lile shamba la mizabibu atawapa wengine. Waliposikia hayo walisema, Hasha! yasitukie haya! 17 Akawakazia macho akasema, Maana yake nini basi neno hili lililoandikwa,

Jiwe walilolikataa waashi,
Hilo limekuwa jiwe kuu la pembeni?

18 Kila mtu aangukaye juu ya jiwe hilo atavunjika-vunjika; na ye yote ambaye litamwangukia litamsaga kabisa. 19 Nao waandishi na wakuu wa makuhani walitafuta kumkamata saa iyo hiyo, wakawaogopa watu, maana walitambua ya kwamba mfano huu amewanenea wao.

Swali juu ya kumtolea Kaisari kodi

20 Wakamvizia-vizia, wakatuma wapelelezi waliojifanya

kuwa watu wa haki, ili wamnase katika maneno yake, wapate kumtia katika enzi na mamlaka ya liwali. 21 Wakamwuliza, wakisema, Mwalimu, twajua ya kwamba wasema na kufundisha yaliyo ya haki, wala hujali cheo cha mtu, bali unafundisha njia ya Mungu kwa kweli. 22 Je! ni halali tumpe Kaisari kodi, au sivyo? 23 Lakini yeye alitambua hila yao, akawaambia, 24 Nionyesheni dinari. Ina sura na anwani ya nani? Wakamjibu, Ya Kaisari. 25 Akawaambia, Basi, vya Kaisari mpeni Kaisari, na vya Mungu mpeni Mungu. 26 Wala hawakuweza kumshitaki kwa maneno yake mbele ya watu; wakastaajabia majibu yake, wakanyamaa.

Swali juu ya ufufuo

27 Kisha baadhi ya Masadukayo wakamwendea, wale wasemao ya kwamba hakuna ufufuo, wakamwuliza, 28 wakisema, Mwalimu, Musa alituandikia ya kuwa, mtu akifiwa na ndugu yake mwenye mke, lakini hana mtoto, na amtwae huyo mke, ampatie ndugu yake mzao. 29 Basi, kulikuwa na ndugu saba. Wa kwanza alioa mke, akafa hana mtoto; 30 Na wa pili [akamtwaa yule mke, akafa hana mtoto;] 31 hata wa tatu akamwoa, na kadhalika wote saba, wakafa, wasiache watoto. 32 Mwisho akafa yule mke naye. 33 Basi, katika ufufuo atakuwa mke wa yupi? maana aliolewa na wote saba. 34 Yesu akawaambia, Wana wa ulimwengu huu huoa na kuolewa; 35 lakini, wale wahesabiwao kuwa wamestahili kuupata ulimwengu ule, na kule kufufuka katika wafu, hawaoi wala hawaolewi; 36 wala hawawezi kufa tena; kwa sababu huwa sawasawa na malaika. nao ni wana wa Mungu, kwa vile walivyo wana wa ufufuo, 37 Lakini, ya kuwa wafu hufufuliwa, hata na Musa alionyesha katika sura ya Kijiti, hapo alipomtaja Bwana kuwa ni Mungu wa Ibrahimu, na Mungu wa Isaka, na Mungu wa Yakobo. 38 Naye si Mungu wa wafu, bali wa walio hai; kwa kuwa wote huishi kwake. 39 Waandishi wengine wakajibu wakamwambia, Mwalimu, umesema vema; 40 wala hawakuthubutu kumwuliza neno baada ya hayo.

Swali juu ya Kristo

41 Akawaambia, Wasemaje watu kwamba Kristo ni Mwana wa Daudi? 42 Maana,

Daudi mwenyewe asema katika chuo cha Zaburi,

Bwana alimwambia Bwana wangu,

Uketi mkono wangu wa kuume,

43 Hata niwaweke adui zako
Kuwa kiti cha kuwekea miguu yako.

44 Basi Daudi amwita Bwana; amekuwaje mwana wake?

Maonyo juu ya waandishi wa sheria

45 Na watu wote walipokuwa wakimsikiliza, aliwaambia wanafunzi wake, 46 Jilindeni na waandishi, wapendao kutembea wamevaa mavazi marefu, na kusalimiwa masokoni, na kuketi mbele katika masinagogi, na viti vya mbele karamuni. 47 Wanakula nyumba za wajane, na kwa unafiki husali sala ndefu. Hao watapata hukumu iliyo kuu.

Sadaka ya mjane

21 Akainua macho yake akawaona matajiri wakitia sadaka zao katika sanduku la hazina. 2 Akamwona mjane mmoja maskini akitia mle senti mbili. 3 Akasema, Hakika nawaambia, huyu mjane maskini ametia zaidi kuliko wote; 4 maana, hao wote walitia sadakani katika mali iliyowazidi, bali huyu katika umaskini wake ametia vyote alivyokuwa navyo.

Bwana Yesu aonyesha mbeleni maangamizo ya hekalu

5 Na watu kadha wa kadha walipokuwa wakiongea habari za hekalu, jinsi lilivyopambwa kwa mawe mazuri na sadaka za watu, alisema, 6 Haya mnayoyatazama, siku zitakuja ambapo halitasalia jiwe juu ya jiwe ambalo halitabomoshwa.

Ole zijazo

7 Wakamwuliza wakisema, Mwalimu, mambo hayo yatakuwa lini? nayo ni nini ishara ya kuwa mambo hayo ya karibu kutukia? 8 Akasema, Angalieni, msije mkadanganyika, kwa sababu wengi watakuja kwa jina langu, wakisema, Mimi ndiye; tena, Majira yamekaribia. Basi msiwafuate hao. 9 Nanyi mtakaposikia habari za vita na fitina, msitishwe; maana, hayo hayana budi kutukia kwanza, lakini ule mwisho hauji upesi.

10 Kisha aliwaambia, Taifa litaondoka matajiri kupigana na taifa, na ufalme kupigana na ufalme; 11 kutakuwa na matetemeko makubwa ya nchi; na njaa na tauni mahali mahali; na

mambo ya kutisha na ishara kuu kutoka mbinguni. 12 Lakini, kabla hayo yote hayajatokea, watawakamata na kuwaudhi; watawapeleka mbele ya masinagogi, na kuwatia magerezani, mkipelekwa mbele ya wafalme na maliwali kwa ajili ya jina langu. 13 Na hayo yatakuwa ushuhuda kwenu. 14 Basi, kusudieni mioyoni mwenu, kutofikiri-fikiri kwanza mtakavyojibu; 15 kwa sababu mimi nitawapa kinywa na hekima ambayo watesi wenu wote hawatakuwa kushindana nayo wala kuipinga. 16 Nanyi mtasalitiwa na wazazi wenu, na ndugu zenu, na jamaa zenu, na rafiki zenu, nao watawafisha baadhi yenu. 17 Nanyi mtachukiwa na watu wote kwa ajili ya jina langu. 18 Walakini hautapotea hata unywele mmoja wa vichwa vyenu. 19 Nanyi kwa subira yenu mtaziponya nafsi zenu.

20 Lakini, hapo mtakapoona mji wa Yerusalemu umezungukwa na majeshi, ndipo jueni ya kwamba uharibifu wake umekaribia. 21 Ndipo walio katika Uyahudi na wakimbilie milimani, na walio katikati yake wakimbilie nje, na walio katika mashamba wasiuingie. 22 Kwa kuwa siku hizo ndizo za mapatilizo, ili yatimizwe yote yaliyoandi-

kwa. 23 Ole wao wenye mimba na wanaonyonyesha katika siku hizo! kwa kuwa kutakuwa na shida nyingi katika nchi, na hasira juu ya taifa hili. 24 Wataanguka kwa ukali wa upanga, nao watatekwa nyara na kuchukuliwa katika Mataifa yote; na Yerusalemu utakanyagwa na Mataifa, hata majira ya Mataifa yatakapotimia.

Mwisho wa ulimwengu

25 Tena, kutakuwa na ishara katika jua, na mwezi, na nyota; na katika nchi dhiki ya mataifa wakishangaa kwa uvumi wa bahari na msukosuko wake; 26 watu wakivunjika mioyo kwa hofu, na kwa kutazamia mambo yatakayoupata ulimwengu. Kwa kuwa nguvu za mbinguni zitatikisika. 27 Hapo ndipo watakapomwona Mwana wa Adamu akija katika wingu pamoja na nguvu na utukufu mwingi. 28 Basi mambo hayo yaanzapo kutokea, changamkeni, mkaviinue vichwa vyenu, kwa kuwa ukombozi wenu umekaribia.

Yapasa kukesha

29 Akawaambia mfano; Utazameni mtini na miti mingine yote. 30 Wakati

iishapo kuchipuka, mwaona na kutambua wenyewe ya kwamba majira ya mavuno yamekwisha kuwa karibu. 31 Nanyi kadhalika, mwonapo mambo hayo yanaanza kutokea, tambueni ya kwamba ufalme wa Mungu u karibu. 32 Amin, nawaambieni, Kizazi hiki hakitapita hata hayo yote yatimie. 33 Mbingu na nchi zitapita, lakini maneno yangu hayatapita kamwe.

34 Basi, jiangalieni, mioyo yenu isije ikalemewa na ulafi, na ulevi, na masumbufu ya maisha haya; siku ile ikawajia ghafula, kama mtego unasavyo; 35 kwa kuwa ndivyo itakavyowajilia watu wote wakaao juu ya uso wa dunia nzima. 36 Basi, kesheni ninyi kila wakati, mkiomba, ili mpate kuokoka katika hayo yote yatakayotokea, na kusimama mbele za Mwana wa Adamu.

37 Basi, kila mchana alikuwa akifundisha hekaluni, na usiku huenda kulala katika mlima uitwao wa Mizeituni. 38 Na watu wote walikuwa wakiamka mapema waende hekaluni ili kumsikiliza.

Usaliti wa Yuda

22 Ikakaribia sikukuu ya mikate isiyotiwa chachu, iitwayo Sikukuu ya Pasaka. 2 Na wakuu wa makuhani na waandishi walikuwa wakitafuta njia ya kumwua; maana walikuwa wakiwaogopa watu.

3 Shetani akamwingia Yuda, aitwaye Iskariote, naye ni mmoja wa wale Thenashara. 4 Akaondoka, akaenda akasema na wakuu wa makuhani na majemadari, jinsi atakavyoweza kumtia mikononi mwao. 5 Wakafurahi, wakapatana naye kumpa fedha. 6 Akakubali, akatafuta nafasi ya kumsaliti kwao pasipokuwapo mkutano.

Matengenezo ya Karamu ya Mwisho

7 Ikafika siku ya mikate isiyotiwa chachu, ambayo ilipasa kuchinja pasaka. 8 Akawatuma Petro na Yohana, akisema, Nendeni, mkatuandalie pasaka tupate kuila. 9 Wakamwambia, Wataka tuandae wapi? 10 Akawaambia, Tazama, mtakapoingia mjini mtakutana na mwanamume akichukua mtungi wa maji: mfuateni mkaingie katika nyumba atakayoingia yeye. 11 Na mtamwambia mwenye nyumba, Mwalimu akuambia, Ki wapi chumba cha wageni, nipate kula pasaka humo pamoja na wanafunzi wangu? 12 Naye atawaonye-

sha chumba kikubwa orofani, kimekwisha andikwa; andaeni humo. 13 Wakaenda, wakaona kama alivyowaambia, wakaiandaa pasaka.

Karamu ya Mwisho

14 Hata saa ilipofika aliketi chakulani, yeye na wale mitume pamoja naye. 15 Akawaambia, Nimetamani sana kuila pasaka hii pamoja nanyi kabla ya kuteswa kwangu; 16 kwa maana nawaambia ya kwamba siili tena hata itakapotimizwa katika ufalme wa Mungu. 17 Akapokea kikombe, akashukuru, akasema, Twaeni hiki, mgawanye ninyi kwa ninyi; 18 maana nawaambia ya kwamba tangu sasa sinywi mazao ya mzabibu hata ufalme wa Mungu utakapokuja. 19 Akatwaa mkate, akashukuru, akaumega, akawapa, akisema, Huu ndio mwili wangu unaotolewa kwa ajili yenu; fanyeni hivi kwa ukumbusho wangu. 20 Kikombe nacho vivyo hivyo baada ya kula; akisema, Kikombe hiki ni agano jipya katika damu yangu, inayomwagika kwa ajili yenu. 21 Walakini, tazama, mkono wake yeye anayenisaliti upo hapa pamoja nami mezani. 22 Kwa kuwa Mwana wa Adamu aenda zake kama ilivyokusudiwa; lakini,

ole wake mtu yule amsalitiye. 23 Wakaanza kuulizana wao kwa wao, ni yupi miongoni mwao atakayelitenda jambo hilo.

Ukuu wa kweli

24 Yakatokea mashindano kati yao, kwamba ni nani anayehesabiwa kuwa mkubwa. 25 Akawaambia, Wafalme wa Mataifa huwatawala, na wenye mamlaka juu yao huitwa Wenye fadhili; 26 lakini kwenu ninyi sivyo; bali aliye mkubwa kwenu na awe kama aliye mdogo; na mwenye kuongoza kama yule atumikaye. 27 Maana aliye mkubwa ni yupi? yeye aketiye chakulani, au yule atumikaye? Siye yule aketiye chakulani? Lakini mimi kati yenu ni kama atumikaye. 28 Nanyi ndinyi mliodumu pamoja nami katika majaribu yangu. 29 Nami nawawekea ninyi ufalme, kama vile Baba yangu alivyoniwekea mimi; 30 mpate kula na kunywa mezani pangu katika ufalme wangu; na kuketi katika viti vya enzi, huku mkiwahukumu kabila kumi na mbili za Israeli.

Mkano wa Petro wadhihirishwa mbeleni

31 Akasema, Simoni, Simoni, tazama, Shetani ame-

wataka ninyi apate kuwapepeta kama vile ngano; 32 lakini nimekuombea wewe ili imani yako isitindike; nawe utakapoongoka waimarishe ndugu zako. 33 Akamwambia, Bwana, niwapo pamoja nawe, mimi ni tayari kwenda gerezani au hata kifoni. 34 Akasema, Nakuambia, Petro, jogoo hatawika leo, kabla wewe hujanikana mara tatu ya kuwa hunijui.

35 Akawauliza, Je! hapo nilipowatuma hamna mfuko, wala mkoba, wala viatu, mlipungukiwa na kitu? Wakasema, La! 36 Akawaambia, Lakini sasa mwenye mfuko na auchukue, na mkoba vivyo hivyo; naye asiye na upanga, na auze joho yake akanunue. 37 Kwa kuwa nawaambia, hayo yaliyoandikwa hayana budi kutimizwa kwangu; ya kuwa, Alihesabiwa pamoja na wahalifu. Kwa sababu yanipasayo yanao mwisho wake. 38 Wakasema, Bwana, tazama, hapa pana panga mbili. Akawaambia, Basi.

Bwana Yesu huko Gethsemane

39 Akatoka akaenda mpaka mlima wa Mizeituni kama ilivyokuwa desturi yake; wanafunzi wake nao wakafuatana naye.

40 Alipofika mahali pale aliwaambia, Ombeni kwamba msiingie majaribuni. 41 Mwenyewe akajitenga nao kama kiasi cha kutupa jiwe, akapiga magoti akaomba, 42 akisema, Ee Baba, ikiwa ni mapenzi yako, uniondolee kikombe hiki; walakini si mapenzi yangu, bali yako yatendeke. 43 Malaika kutoka mbinguni akamtokea akamtia nguvu. 44 Naye kwa vile alivyokuwa katika dhiki, akazidi sana kuomba; hari yake ikawa kama matone ya damu yakidondoka nchi. 45 Alipoondoka katika kuomba kwake, akawajia wanafunzi wake, akawakuta wamelala usingizi kwa huzuni. 46 Akawaambia, Mbona mmelala usingizi? Ondokeni, mkaombe, msije mkaingia majaribuni.

Bwana Yesu akamatwa

47 Basi alipokuwa katika kusema, tazama, mkutano wa watu, na yule aitwaye Yuda, ambaye ni mmoja wa wale Thenashara, amewatangulia. Akamkaribia Yesu ili kumbusu. 48 Yesu akamwambia, Yuda, wamsaliti Mwana wa Adamu kwa kumbusu? 49 Na wale waliokuwa karibu naye walipoona yatakayotukia, walisema, Bwana, tuwapige kwa upanga? 50 Mmoja

wao akampiga mtumwa wa Kuhani Mkuu, akamkata sikio la kuume. 51 Yesu akajibu akasema, Mwe radhi kwa hili. Akamgusa sikio, akamponya. 52 Yesu akawaambia wakuu wa makuhani, na maakida wa hekalu, na wazee, waliokuja juu yake, Je! mmekuja wenye panga na marungu kama kukamata mnyang'anyi? 53 Kila siku nilipokuwa pamoja nanyi hekaluni hamkuninyoshea mikono, lakini hii ndiyo saa yenu, na mamlaka ya giza.

Petro amkana Bwana Yesu

54 Wakamkamata, wakamchukua, wakaenda naye nyumbani kwa Kuhani Mkuu. Na Petro alimfuata kwa mbali. 55 Na walipokwisha washa moto katikati ya kiwanja, waliketi pamoja, naye Petro akaketi kati yao. 56 Ndipo mjakazi mmoja akamwona ameketi mwangani, akamkazia macho akasema, Na huyu alikuwa pamoja naye. 57 Akakana, akisema, Ee mwanamke, simjui. 58 Baadaye kitambo mtu mwingine alimwona akasema, Wewe nawe u mmoja wao. Petro akasema, Ee mtu, si mimi. 59 Halafu, yapata saa moja, mtu mwingine alikaza kusema, Hakika na huyu alikuwa pamoja naye, kwa kuwa yeye

pia ni Mgalilaya. 60 Petro akasema, Ee mtu, sijui usemalo. Na papo hapo alipokuwa katika kusema, jogoo aliwika. 61 Bwana akageuka akamtazama Petro. Petro akalikumbuka lile neno la Bwana jinsi alivyomwambia, Leo kabla hajawika jogoo utanikana mara tatu. 62 Akatoka nje akalia kwa majonzi.

Bwana Yesu afanyiwa dhihaka na kupigwa

63 Na wale watu waliokuwa wakimshika Yesu walimfanyia dhihaka, wakampiga. 64 Wakamfunika macho, kisha wakamwuliza-uliza wakisema, Tabiri, ni nani aliyekupiga? 65 Wakamtolea na maneno mengine mengi ya kumtukana.

Bwana Yesu mbele ya makuhani wakuu

66 Hata kulipokucha, walikutanika jamii ya wazee, na wakuu wa makuhani, na waandishi, wakamleta katika baraza yao, wakisema, 67 Kama wewe ndiwe Kristo, tuambie. Akawaambia, Nijapowaambia, hamtasadiki kabisa. 68 Tena, nikiwauliza, hamtajibu. 69 Lakini tangu sasa Mwana wa Adamu atakuwa ameketi upande wa kuume wa Mungu Mwenyezi. 70 Waka-

sema wote, Basi, wewe ndiwe
Mwana wa Mungu? Akawa-
ambia, Ninyi mwasema kwa-
mba mimi ndiye. 71 Waka-
sema, Basi, tuna haja gani tena
ya ushuhuda? maana, sisi
wenyewe tumesikia maneno ya
kinywa chake.

Bwana Yesu mbele ya
Pilato, liwali Mrumi

23 Wakasimama mkutano
wote, wakampeleka kwa
Pilato. 2 Wakaanza kumshi-
taki, wakisema, Tumemwona
huyu akipotosha taifa letu, na
kuwazuia watu wasimpe Kai-
sari kodi, akisema kwamba
yeye mwenyewe ni Kristo,
mfalme. 3 Pilato akamwu-
liza, akisema, Wewe ndiwe
mfalme wa Wayahudi? Aka-
jibu akamwambia, Wewe wa-
sema. 4 Pilato akawaambia
wakuu wa makuhani na maku-
tano, Sioni neno lililo ovu
katika mtu huyu. 5 Nao
walikaza sana, wakisema, Hu-
wataharakisha watu, akifundi-
sha katika Uyahudi wote,
tokea Galilaya mpaka huku.

Bwana Yesu mbele ya
Herode

6 Pilato aliposikia hayo ali-
uliza kama huyu ni mtu wa
Galilaya. 7 Na alipopata ha-
bari ya kuwa yu chini ya

mamlaka ya Herode, alimpe-
leka kwa Herode, kwa kuwa
yeye naye alikuwapo Yeru-
salemu siku zile.
8 Na Herode alipomwona
Yesu alifurahi sana, kwa sa-
babu alikuwa akitaka sana
kumwona tangu siku nyingi,
maana amesikia habari zake,
akataraji kuona ishara iliyo-
fanywa na yeye. 9 Akamwu-
liza maneno mengi, yeye asi-
mjibu lo lote. 10 Wakuu wa
makuhani na waandishi waka-
simama wakamshitaki kwa
nguvu sana. 11 Basi Herode
akamfanya duni, pamoja na
askari zake, akamdhihaki,
na kumvika mavazi mazuri;
kisha akamrudisha kwa Pilato.
12 Basi siku ile ile Herode na
Pilato walipatana kwa urafiki;
kwa maana hapo kwanza wali-
kuwa na uadui wao kwa wao.

Pilato, Baraba, na Bwana
Yesu

13 Na Pilato akawakuta-
nisha wakuu wa makuhani, na
wakubwa, na watu, 14 akawa-
ambia, Mtu huyu mmemleta
kwangu kana kwamba anapo-
tosha watu; nami, tazama,
nimeamua mambo yake mbele
yenu, ila sikuona kwale kosa
lo lote katika mambo hayo
mliyomshitaki; 15 wala hata
Herode, kwa maana amemru-
disha kwetu; basi tazama,

hakuna neno lo lote alilolitenda lipasalo kufa. 16 Kwa hiyo nitamrudi, kisha nitamfungua. 17 [Maana ililmlazimu kuwafungulia mfungwa mmoja wakati wa sikukuu.] 18 Wakapiga kelele wote pamoja, wakisema, Mwondoe huyu, utufungulie Baraba. 19 Naye ni mtu aliyetupwa gerezani kwa ajili ya fitina iliyotokea mjini, na kwa uuaji. 20 Basi Pilato alisema nao mara ya pili, kwa vile aliyotaka kumfungua Yesu. 21 Lakini wakapiga kelele, wakisema, Msulibishe, msulibishe. 22 Akawaambia mara ya tatu, Kwa sababu gani? huyu ametenda uovu gani? Sikuona kwake hata neno lipasalo kufa. Basi nikiisha kumrudi nitamfungua. 23 Lakini wakatoa sauti zao kwa nguvu sana, wakitaka asulibiwe. Sauti zao na za makuhani wakuu zikashinda. 24 Pilato akahukumu kwamba haja yao ifanyike. 25 Akamfungua yule aliyetupwa gerezani kwa ajili ya fitina na uuaji, yule waliyemtaka, akamtoa Yesu wamfanyie watakavyo.

Bwana Yesu asulibishwa

26 Na walipokuwa wakimwondoa walimkamata mtu mmoja, Simoni Mkirene, aliyekuwa ametoka shamba, wa

kamtwika msalaba, auchukue nyuma yake Yesu.

27 Mkutano mkubwa wa watu wakamfuata, na wanawake waliokuwa wakijipiga vifua na kumwombolezea. 28 Yesu akawageukia, akasema, Enyi binti za Yerusalemu, msinililie mimi, bali jililieni nafsi zenu na watoto wenu. 29 Kwa maana tazama, siku zitakuja watakaposema, Heri walio tasa, na matumbo yasiyozaa, na maziwa yasiyonyonyesha. 30 Ndipo watakapoanza kuiambia milima, Tuangukieni, na vilima, Tufunikeni. 31 Kwa kuwa kama wakitenda mambo haya katika mti mbichi, itakuwaje katika mkavu?

32 Wakapelekwa na wawili wengine, wahalifu, wauawe pamoja naye.

33 Na walipofika mahali paitwapo Fuvu la Kichwa, ndipo walipomsulibisha yeye, na wale wahalifu, mmoja upande wa kuume, na mmoja upande wa kushoto. 34 Yesu akasema, Baba, uwasamehe, kwa kuwa hawajui watendalo. Wakagawa mavazi yake, wakipiga kura. 35 Watu wakasimama wakitazama. Wale wakuu nao walikuwa wakifanyia mzaha, wakisema, Aliokoa wengine; na ajiokoe mwenyewe, kama ndiye Kristo wa Mungu, mteule wake. 36 Wale

askari nao wakamfanyia dhihaka, wakimwendea na kumletea siki, 37 huku wakisema, Kama wewe ndiwe mfalme wa Wayahudi, ujiokoe mwenyewe 38 Na juu yake palikuwa na anwani; HUYU NDIYE MFALME WA WAYAHUDI.

39 Na mmoja wa wale wahalifu waliotungikwa alimtukana, akisema, Je! wewe si Kristo? Jiokoe nafsi yako na sisi. 40 Lakini yule wa pili akamjibu, akamkemea, akisema, Wewe humwogopi hata Mungu, nawe u katika hukumu iyo hiyo? 41 Nayo ni haki kwetu sisi, kwa kuwa tunapokea malipo tuliyostahili kwa matendo yetu; bali huyu hakutenda lo lote lisilofaa. 42 Kisha akasema, Ee Yesu, nikumbuke utakapoingia katika ufalme wako. 43 Yesu akamwambia, Amin, nakuambia, leo hivi utakuwa pamoja nami peponi.

Kifo cha Bwana Yesu

44 Hapo ilikuwa yapata saa sita, kukawa giza juu ya nchi yote hata saa kenda, 45 jua limepungua nuru yake; pazia la hekalu likapasuka katikati. 46 Yesu akalia kwa sauti kuu, akasema, Ee Baba, mikononi mwako naiweka roho yangu. Alipokwisha kusema hayo alikata roho. 47 Yule

akida alipoona yaliyotukia, alimtukuza Mungu, akisema, Hakika yake, mtu huyu alikuwa mwenye haki. 48 Na makutano yote ya watu waliokuwa wamekutanika kutazama mambo hayo, walipoona yaliyotendeka, wakaenda zao kwao, wakijipiga-piga vifua. 49 Na wote waliojuana naye, na wale wanawake walioandamana naye toka Galilaya, wakasimama kwa mbali, wakitazama mambo hayo.

Maziko ya Bwana Yesu

50 Na tazama, akatoka mtu mmoja, jina lake Yusufu, ambaye ni mtu wa baraza, mtu mwema, mwenye haki; 51 (wala hakulikubali shauri na tendo lao), naye ni mtu wa Arimathaya, mji mmoja wa Wayahudi, tena anautazamia ufalme wa Mungu; 52 mtu huyo alikwenda kwa Pilato, akataka kupewa mwili wa Yesu. 53 Akaushusha, akauzinga sanda ya kitani, akauweka katika kaburi lililochongwa mwambani, ambalo hajalazwa mtu bado ndani yake. 54 Na siku ile ilikuwa siku ya Maandalio, na sabato ikaanza kuingia. 55 Na wale wanawake waliokuja naye toka Galilaya walifuata, wakaliona kaburi, na jinsi mwili wake ulivyowekwa. 56 Wakarudi,

wakafanya tayari manukato na marhamu. Na siku ya sabato walistarehe kama ilivyoamriwa.

Kufufuka kwa Bwana Yesu

24 Hata siku ya kwanza ya juma, ilipoanza kupambazuka, walikwenda kaburini, wakiyaleta manukato waliyoweka tayari. 2 Wakalikuta lile jiwe limevingirishwa mbali na kaburi, 3 wakaingia, wasiuone mwili wa Bwana Yesu. 4 Ikawa walipokuwa wakifadhaika kwa ajili ya neno hilo, tazama, watu wawili walisimama karibu nao, wamevaa nguo za kumeta-meta; 5 nao walipoingiwa na hofu na kuinama kifudifudi hata nchi, hao waliwaambia, Kwa nini mnamtafuta aliye hai katika wafu? 6 Hayupo hapa, amefufuka. Kumbukeni alivyosema nanyi alipokuwa akaliko Galilaya, 7 akisema, Imempasa Mwana wa Adamu kutiwa mikononi mwa wenye dhambi, na kusulibiwa, na kufufuka siku ya tatu. 8 Wakayakumbuka maneno yake. 9 Wakaondoka kaburini, wakarudi; wakawaarifu wale kumi na mmoja na wengine wote habari za mambo hayo yote. 10 Nao ni Mariamu Magdalene, na Yoana, na Mariamu mamaye Yakobo, na wale wanawake wengine waliokuwa pamoja nao; hao waliwaambia mitume habari ya mambo hayo. 11 Maneno yao yakaonekana kuwa kama upuzi kwao, wala hawakuwasadiki. 12 Lakini Petro aliondoka akaenda mbio hata kaburini, akainama akachungulia ndani, akaviona vile vitambaa vya sanda tu; akaenda zake akiyastaajabia yaliyotukia.

Bwana Yesu aonekana katika njia ya Emau

13 Na tazama, siku ile ile watu wawili miongoni mwao walikuwa wakienda kijiji kimoja, jina lake Emau, kilichokuwa mbali na Yerusalemu kama mwendo wa saa mbili. 14 Nao walikuwa wakizungumza mambo kwa wao habari za mambo hayo yote yaliyotukia. 15 Ikawa katika kuzungumza na kuulizana kwao, Yesu mwenyewe alikaribia, akaandamana nao. 16 Macho yao yakafumbwa wasimtambue. 17 Akawaambia, Ni maneno gani haya mnayosemezana hivi mnapotembea? Wakasimama wamekunja nyuso zao. 18 Akajibu mmoja wao, jina lake Kleopa, akamwambia, Je! wewe peke yako u mgeni katika Yerusalemu, hata huyajui yaliyotukia humo siku hizi? 19 Akawauliza,

Mambo gani? Wakamwambia, Mambo ya Yesu wa Nazareti, aliyekuwa mtu nabii, mwenye uwezo katika kutenda na kunena mbele za Mungu na watu wote; 20 tena jinsi wakuu wa makuhani na wakubwa wetu walivyomtia katika hukumu ya kufa, wakamsulibisha. 21 Nasi tulikuwa tukitumaini ya kuwa yeye ndiye atakayewakomboa Israeli. Zaidi ya hayo yote, leo ni siku ya tatu tangu yalipotendeka mambo hayo; 22 tena, wanawake kadha wa kadha wa kwetu walitushitusha, waliokwenda kaburini asubuhi na mapema, 23 wasiuone mwili wake; wakaja wakasema ya kwamba wametokewa na malaika waliosema kwamba yu hai. 24 Na wengine waliokuwa pamoja nasi walikwenda kaburini wakaona vivyo hivyo kama wale wanawake walivyosema, ila yeye hawakumwona. 25 Akawaambia, Enyi msiofahamu, wenye mioyo mizito ya kuamini yote waliyoyasema manabii! 26 Je! haikumpasa Kristo kupata mateso haya na kuingia katika utukufu wake? 27 Akaanza kutoka kwa Musa na manabii wote, akawaeleza katika maandiko yote mambo yaliyomhusu yeye mwenyewe. 28 Wakakikaribia kile kijiji walichokuwa wakienda, naye alifanya kama anataka ku-

endelea mbele. 29 Wakamshawishi wakisema, Kaa pamoja nasi, kwa kuwa kumekuchwa, na mchana unakwisha. Akaingia ndani kukaa nao. 30 Ikawa alipokuwa ameketi nao chakulani, alitwaa mkate, akaubariki, akaumega, akawapa. 31 Yakafumbuliwa macho yao, wakamtambua; kisha akatoweka mbele yao. 32 Wakaambiana, Je! mioyo yetu haikuwaka ndani yetu hapo alipokuwa akisema nasi njiani, na kutufunulia maandiko? 33 Wakaondoka saa ile ile, wakarejea Yerusalemu, wakawakuta wale kumi na mmoja wamekutanika, wao na wale waliokuwa pamoja nao, 34 wakisema, Bwana amefufuka kweli kweli, naye amemtokea Simoni. 35 Nao waliwapa habari ya mambo yale ya njiani, na jinsi alivyotambulikana nao katika kuumega mkate.

Bwana Yesu awatokea
mitume

36 Na walipokuwa katika kusema habari hiyo, yeye mwenyewe alisimama katikati yao, akawaambia, Amani iwe kwenu. 37 Wakashituka, wakaogopa sana, wakidhani ya kwamba wanaona roho. 38 Akawaambia, Mbona mnafadhaika? na kwa nini mnao-

na shaka mioyoni mwenu? 39 Tazameni mikono yangu na miguu yangu, ya kuwa ni mimi mwenyewe. Nishikenishikeni, mwone; kwa kuwa roho haina mwili na mifupa kama mnavyoniona mimi kuwa nayo. 40 Na baada ya kusema hayo aliwaonyesha mikono yake na miguu yake. 41 Basi walipokuwa hawajaamini kwa furaha, huku wakistaajabu, aliwaambia, Mna chakula cho chote hapa? 42 Wakampa kipande cha samaki wa kuokwa. 43 Akakitwaa, akala mbele yao.

44 Kisha akawaambia, Hayo ndiyo maneno yangu niliyowaambia nilipokuwa nikali pamoja nanyi, ya kwamba ni lazima yatimizwe yote niliyoandikiwa katika Torati ya Musa, na katika Manabii, na Zaburi. 45 Ndipo akawafunulia akili zao wapate kuelewa na maandiko. 46 Akawa-

ambia, Ndivyo ilivyoandikwa, kwamba Kristo atateswa na kufufuka siku ya tatu; 47 na kwamba mataifa yote watahubiriwa kwa jina lake habari ya toba na ondoleo la dhambi, kuanza tangu Yerusalemu. 48 Nanyi ndinyi mashahidi wa mambo haya. 49 Na tazama, nawaletea juu yenu ahadi ya Baba yangu; lakini kaeni humu mjini, hata mvikwe uwezo utokao juu.

Bwana Yesu apaa mbinguni

50 Akawaongoza mpaka Bethania, akainua mikono yake akawabariki. 51 Ikawa katika kuwabariki, alijitenga nao; akachukuliwa juu mbinguni. 52 Wakamwabudu; kisha wakarudi Yerusalemu wenye furaha kuu. Nao walikuwa daima ndani ya hekalu, wakimsifu Mungu.

INJILI KAMA ALIVYOIANDIKA
YOHANA MTAKATIFU

Dibaji

1 Hapo mwanzo kulikuwako Neno, naye Neno alikuwako kwa Mungu, naye Neno alikuwa Mungu. 2 Huyo mwanzo alikuwako kwa Mungu. 3 Vyote vilifanyika

kwa huyo; wala pasipo yeye hakikufanyika cho chote kilichofanyika. 4 Ndani yake ndimo ulimokuwa uzima, nao ule uzima ulikuwa nuru ya watu. 5 Nayo nuru yang'aa gizani, wala giza halikuiweza.

6 Palitokea mtu, ametumwa kutoka kwa Mungu, jina lake Yohana. 7 Huyo alikuja kwa ushuhuda, ili aishuhudie ile nuru, wote wapate kuamini kwa yeye. 8 Huyo hakuwa ile nuru, bali alikuja ili aishuhudie ile nuru. 9 Kulikuwako Nuru halisi, amtiaye nuru kila mtu, akija katika ulimwengu. 10 Alikuwako ulimwenguni, hata kwa yeye ulimwengu ulipata kuwako, wala ulimwengu haukumtambua. 11 Alikuja kwake, wala walio wake hawakumpokea. 12 Bali wote waliompokea aliwapa uwezo wa kufanyika watoto wa Mungu, ndio wale waliaminio jina lake; 13 waliozaliwa, si kwa damu, wala si kwa mapenzi ya mwili, wala si kwa mapenzi ya mtu, bali kwa Mungu. 14 Naye Neno alifanyika mwili, akakaa kwetu; nasi tukauona utukufu wake, utukufu kama wa Mwana pekee atokaye kwa Baba; amejaa neema na kweli.

15 Yohana alimshuhudia, akapaza sauti yake akasema, Huyu ndiye niliyenena habari zake ya kwamba, Ajaye nyuma yangu amekuwa mbele yangu; kwa maana alikuwa kabla yangu. 16 Kwa kuwa katika utimilifu wake sisi sote tulipokea, na neema juu ya neema. 17 Kwa kuwa torati ilitolewa kwa mkono wa Musa; neema na kweli zilikuja kwa mkono wa Yesu Kristo. 18 Hakuna mtu aliyemwona Mungu wakati wo wote; Mungu Mwana pekee aliye katika kifua cha Baba, huyu ndiye aliyemfunua.

Ushuhuda wa Yohana Mbatizaji juu ya Bwana Yesu

19 Na huu ndio ushuhuda wake Yohana, Wayahudi walipotuma kwake makuhani na Walawi kutoka Yerusalemu ili wamwulize, Wewe u nani? 20 Naye alikiri, wala hakukana; alikiri kwamba, Mimi siye Kristo. 21 Wakamwuliza, Ni nini basi? U Eliya wewe? Akasema, Mimi siye. Wewe u nabii yule? Akajibu, La. 22 Basi wakamwambia, U nani? tuwape majibu wale waliotupeleka. Wanenaje juu ya nafsi yako? 23 Akasema, Mimi ni sauti ya mtu aliye nyikani, Inyosheni njia ya Bwana! kama vile alivyonena nabii Isaya. 24 Nao wale waliotumwa walikuwa wametoka kwa Mafarisayo. 25 Wakamwuliza, wakamwambia, Mbona basi wabatiza, ikiwa wewe si Kristo, wala Eliya, wala nabii yule? 26 Yohana akawajibu akisema, Mimi nabatiza kwa maji. Katikati yenu amesimama yeye msiye-

mjua ninyi. 27 Ndiye yule ajaye nyuma yangu, ambaye mimi sistahili kuilegeza gidamu ya kiatu chake. 28 Hayo yalifanyika huko Bethania ng'ambo ya Yordani, alikokuwako Yohana akibatiza.

29 Siku ya pili yake amwona Yesu anakuja kwake, akasema, Tazama, Mwanakondoo wa Mungu, aichukuaye dhambi ya ulimwengu! 30 Huyu ndiye niliyenena habari zake ya kwamba, Yuaja mtu nyuma yangu, ambaye amekuwa mbele yangu; kwa maana alikuwa kabla yangu. 31 Wala mimi sikumjua; lakini kusudi adhihirishwe kwa Israeli ndiyo maana mimi nalikuja nikibatiza kwa maji. 32 Tena Yohana akashuhudia akisema, Nimemwona Roho akishuka kama hua kutoka mbinguni; naye akakaa juu yake. 33 Wala mimi sikumjua; lakini yeye aliyenipeleka kubatiza kwa maji, huyo aliniambia, Yeye ambaye utamwona Roho akishuka na kukaa juu yake, huyo ndiye abatizaye kwa Roho Mtakatifu. 34 Nami nimeona, tena nimeshuhudia ya kuwa huyu ni Mwana wa Mungu.

Wanafunzi wa kwanza

35 Tena siku ya pili yake Yohana alikuwa amesimama pamoja na wawili katika wanafunzi wake. 36 Akamtazama Yesu akitembea, akasema, Tazama, Mwana-kondoo wa Mungu! 37 Wale wanafunzi wawili wakamsikia akinena, wakamfuata Yesu. 38 Yesu aligeuka, akawaona wakimfuata, akawaambia, Mnatafuta nini? Wakamwambia, Rabi, (maana yake, Mwalimu), unakaa wapi? 39 Akawaambia, Njoni nanyi mtaona. Wakaenda, wakaona akaapo, wakakaa kwake siku ile. Nayo ilikuwa yapata saa kumi. 40 Andrea, nduguye Simoni Petro, alikuwa mmoja wa wale wawili waliomsikia Yohana na kumfuata Yesu. 41 Huyo akamwona kwanza Simoni, ndugu yake mwenyewe, akamwambia, Tumemwona Masihi (maana yake, Kristo). 42 Akampeleka kwa Yesu. Naye Yesu akamtazama, akasema, Wewe u Simoni, mwana wa Yohana; nawe utaitwa Kefa (tafsiri yake Petro, au Jiwe).

43 Siku ya pili yake alitaka kuondoka kwenda Galilaya, naye akamwona Filipo. Yesu akamwambia, Nifuate. 44 Naye Filipo alikuwa mtu wa Bethsaida, mwenyeji wa mji wa Andrea na Petro. 45 Filipo akamwona Nathanaeli, akamwambia, Tumemwona yeye aliyeandikiwa na

Musa katika torati, na mana-
bii, Yesu, mwana wa Yusufu,
mtu wa Nazareti. 46 Natha-
naeli akamwambia, Laweza
neno jema kutoka Nazareti?
Filipo akamwambia, Njoo
uone. 47 Basi Yesu aka-
mwona Nathanaeli anakuja
kwake, akanena habari zake,
Tazama, Mwisraeli kweli
kweli, hamna hila ndani yake.
48 Nathanaeli akamwambia,
Umepataje kunitambua? Ye-
su akajibu, akamwambia,
Kabla Filipo hajakuita, ulipo-
kuwapo chini ya mtini nili-
kuona. 49 Nathanaeli aka-
mjibu, Rabi, wewe u Mwana
wa Mungu, ndiwe Mfalme wa
Israeli. 50 Yesu akajibu, aka-
mwambia, Kwa sababu niliku-
ambia, Nilikuona chini ya
mtini, waamini? Utaona ma-
mbo makubwa kuliko haya.
51 Akamwambia, Amin, amin,
nawaambia, Mtaziona mbi-
ngu zimefunguka, na malai-
ka wa Mungu wakikwea na
kushuka juu ya Mwana wa
Adamu.

Arusi kule Kana

2 Na siku ya tatu palikuwa
na arusi huko Kana, mji wa
Galilaya; naye mama yake
Yesu alikuwapo. 2 Yesu naye
alikuwa amealikwa arusini
pamoja na wanafunzi wake.
3 Hata divai ilipowatindikia,

mamaye Yesu akamwambia,
Hawana divai. 4 Yesu aka-
mwambia, Mama, tuna nini
mimi nawe? Saa yangu hai-
jawadia. 5 Mamaye akawa-
ambia watumishi, Lo lote ata-
kalowaambia, fanyeni. 6 Basi
kulikuwako huko mabalasi
sita ya mawe, nayo yame-
wekwa huko kwa desturi ya
Wayahudi ya kutawadha kila
moja lapata kadiri ya nzio
mbili tatu. 7 Yesu akawa-
ambia, Jalizeni mabalasi maji.
Nao wakayajaliza hata juu.
8 Akawaambia, Sasa tekeni,
mkampelekee mkuu wa meza.
Wakapeleka. 9 Naye mkuu
wa meza alipoyaonja yale
maji yaliyopata kuwa divai,
(wala asijue alikotoka, lakini
watumishi walijua, wale walio-
yateka yale maji), yule mkuu
wa meza alimwita bwana
arusi, 10 akamwambia, Kila
mtu kwanza huandaa divai
iliyo njema; hata watu waki-
isha kunywa sana ndipo huleta
iliyo dhaifu; wewe umeiweka
divai iliyo njema hata sasa.
11 Mwanzo huo wa ishara
Yesu aliufanya huko Kana ya
Galilaya, akaudhihirisha utu-
kufu wake, nao wanafunzi
wake wakamwamini.

12 Baada ya hayo akashuka
mpaka Kapernaumu, yeye na
mama yake na ndugu zake na
wanafunzi wake; wakakaa
huko siku si nyingi.

Kutakaswa kwa hekalu

13 Na Pasaka ya Wayahudi ilikuwa karibu; naye Yesu akakwea mpaka Yerusalemu. 14 Akaona pale hekaluni watu waliokuwa wakiuza ng'ombe na kondoo na njiwa, na wenye kuvunja fedha wameketi. 15 Akafanya kikoto cha kambaa, akawatoa wote katika hekalu, na kondoo na ng'ombe; akamwaga fedha za wenye kuvunja fedha, akazipindua meza zao; 16 akawaambia wale waliokuwa wakiuza njiwa, Yaondoeni haya; msiifanye nyumba ya Baba yangu kuwa nyumba ya biashara. 17 Wanafunzi wake wakakumbuka ya kuwa imeandikwa, Wivu wa nyumba yako utanila. 18 Basi Wayahudi wakajibu, wakamwambia, Ni ishara gani utuonyeshayo, kwamba unafanya haya? 19 Yesu akajibu, akawaambia, Livunjeni hekalu hili, nami katika siku tatu nitalisimamisha. 20 Basi Wayahudi wakasema, Hekalu hili lilijengwa katika muda wa miaka arobaini na sita, nawe utalisimamisha katika siku tatu? 21 Lakini yeye alinena habari za hekalu la mwili wake. 22 Basi alipofufuka katika wafu, wanafunzi wake wakakumbuka ya kuwa alisema hivi, wakaliamini lile andiko na lile neno alilolinena Yesu.

23 Hata alipokuwapo Yerusalemu kwenye sikukuu wakati wa Pasaka, watu wengi waliamini jina lake, walipoziona ishara zake alizozifanya. 24 Lakini Yesu hakujiaminisha kwao; kwa kuwa yeye aliwajua wote; 25 na kwa sababu hakuwa na haja ya mtu kushuhudia habari za mwanadamu; kwa maana yeye mwenyewe alijua yaliyomo ndani ya mwanadamu.

Mazungumzo na Nikodemo

3 Basi palikuwa na mtu mmoja wa Mafarisayo, jina lake Nikodemo, mkuu wa Wayahudi. 2 Huyo alimjia usiku, akamwambia, Rabi, twajua ya kuwa u mwalimu, umetoka kwa Mungu; kwa maana hakuna mtu awezaye kuzifanya ishara hizi uzifanyazo wewe, isipokuwa Mungu yu pamoja naye. 3 Yesu akajibu, akamwambia, Amin, amin, nakuambia, Mtu asipozaliwa mara ya pili, hawezi kuuona ufalme wa Mungu. 4 Nikodemo akamwambia, Awezaje mtu kuzaliwa, akiwa mzee? Aweza kuingia tumboni mwa mamaye mara ya pili akazaliwa? 5 Yesu akajibu, Amin, amin, nakuambia, Mtu asipozaliwa kwa maji na kwa

Roho, hawezi kuuingia ufalme wa Mungu. 6 Kilichozaliwa kwa mwili ni mwili; na kilichozaliwa kwa Roho ni roho. 7 Usistaajabu kwa kuwa nilikuambia, Hamna budi kuzaliwa mara ya pili. 8 Upepo huvuma upendako, na sauti yake waisikia, lakini hujui unakotoka wala unakokwenda; kadhalika na hali yake kila mtu aliyezaliwa kwa Roho. 9 Nikodemo akajibu, akamwambia, Yawezaje kuwa mambo haya? 10 Yesu akajibu, akamwambia, Je! Wewe u mwalimu wa Israeli, na mambo haya huyafahamu? 11 Amin, amin, nakuambia kwamba, Lile tulijualo twalinena, na lile tuliloliona twalishuhudia; wala ushuhuda wetu hamwukubali. 12 Ikiwa nimewaambia mambo ya duniani, wala hamsadiki, mtasadiki wapi niwaambiapo mambo ya mbinguni? 13 Wala hakuna mtu aliyepaa mbinguni, ila yeye aliyeshuka kutoka mbinguni, yaani, Mwana wa Adamu. 14 Na kama vile Musa alivyomwinua yule nyoka jangwani, vivyo hivyo Mwana wa Adamu hana budi kuinuliwa; 15 ili kila mtu aaminiye awe na uzima wa milele katika yeye.

16 Kwa maana jinsi hii Mungu aliupenda ulimwengu, hata akamtoa Mwanawe pe-kee, ili kila mtu amwaminiye asipotee, bali awe na uzima wa milele. 17 Maana Mungu hakumtuma Mwana ulimwenguni ili auhukumu ulimwengu, bali ulimwengu uokolewe katika yeye. 18 Amwaminiye yeye hahukumiwi; asiyeamini amekwisha kuhukumiwa; kwa sababu hakuliamini jina la Mwana pekee wa Mungu. 19 Na hii ndiyo hukumu; ya kuwa nuru imekuja ulimwenguni, na watu wakapenda giza kuliko nuru; kwa maana matendo yao yalikuwa maovu. 20 Maana kila mtu atendaye mabaya huichukia nuru, wala haji kwenye nuru, matendo yake yasije yakakemewa. 21 Bali yeye aitendaye kweli huja kwenye nuru, ili matendo yake yaonekane wazi ya kuwa yametendwa katika Mungu.

Mbatizaji amshuhudia Bwana Yesu tena

22 Baada ya hayo Yesu na wanafunzi wake walikwenda mpaka nchi ya Uyahudi; akashinda huko pamoja nao, akabatiza. 23 Yohana naye alikuwa akibatiza huko Ainoni, karibu na Salimu, kwa sababu huko kulikuwa na maji tele; na watu wakamwendea, wakabatizwa. 24 Maana Yohana alikuwa hajatiwa gerezani. 25 Basi palitokea

mashindano ya wanafunzi wa Yohana na Myahudi mmoja juu ya utakaso. 26 Waka-mwendea Yohana, wakamwa-mbia, Rabi, yeye aliyekuwa pamoja nawe ng'ambo ya Yordani, yeye uliyemshuhu-dia, tazama, huyo anabatiza na watu wote wanamwendea. 27 Yohana akajibu, akasema, Hawezi mtu kupokea neno lo lote isipokuwa amepewa kutoka mbinguni. 28 Ninyi wenyewe mwanishuhudia ya kwamba nalisema, Mimi siye Kristo, bali nimetumwa mbele yake. 29 Aliye naye bibi arusi ndiye bwana arusi; lakini rafiki yake bwana arusi, yeye anayesimama na kumsikia, aifurahia sana sauti yake bwana arusi. Basi hii furaha yangu imetimia. 30 Yeye hana budi kuzidi, bali mimi kupungua.

Yeye atokaye mbinguni

31 Yeye ajaye kutoka juu, huyo yu juu ya yote. Yeye aliye wa dunia, asili yake ni ya dunia, naye anena mambo ya duniani. Yeye ajaye ku-toka mbinguni yu juu ya yote. 32 Yale aliyoyaona na kuya-sikia ndiyo anayoyashuhudia, wala hakuna anayeukubali ushuhuda wake. 33 Yeye aliyeukubali ushuhuda wake ametia muhuri ya kwamba Mungu ni kweli. 34 Kwa kuwa yeye aliyetumwa na Mungu huyanena maneno ya Mungu; kwa sababu hamtoi Roho kwa kipimo. 35 Baba ampenda Mwana, naye ame-mpa vyote mkononi mwake. 36 Amwaminiye Mwana yuna uzima wa milele; asiyem-wamini Mwana hataona uzima, bali ghadhabu ya Mungu inamkalia.

Bwana Yesu na mwanamke wa Samaria

4 Kwa hiyo Bwana, alipo-fahamu ya kuwa Mafari-sayo wamesikia ya kwamba, Yesu anafanya wanafunzi wengi kuliko Yohana, na kuwabatiza, 2 (lakini Yesu mwenyewe hakubatiza, bali wanafunzi wake), 3 aliacha Uyahudi, akaenda zake tena mpaka Galilaya. 4 Naye ali-kuwa hana budi kupita kati-kati ya Samaria. 5 Basi aka-fika kunako mji wa Samaria, uitwao Sikari, karibu na lile shamba ambalo Yakobo ali-mpa Yusufu mwanawe. 6 Na hapo palikuwa na kisima cha Yakobo. Basi Yesu, kwa sababu amechoka kwa safari yake, akaketi vivi hivi kisi-mani. Nayo ilikuwa yapata saa sita. 7 Akaja mwanamke Msamaria kuteka maji. Yesu akamwambia, Nipe maji ni-

nywe. 8 Kwa maana wana-
funzi wake wamekwenda mjini
kununua chakula. 9 Basi
yule mwanamke Msamaria
akamwambia, Imekuwaje we-
we Myahudi kutaka maji
kwangu, nami ni mwanamke
Msamaria? (maana Waya-
hudi hawachangamani na Wa-
samaria). 10 Yesu akajibu,
akamwambia, Kama ungalii-
jua karama ya Mungu, naye
ni nani akuambiaye, Nipe
maji ninywe, ungalimwomba
yeye, naye angalikupa maji
yaliyo hai. 11 Yule mwa-
namke akamwambia, Bwana,
huna kitu cha kutekea, na
kisima ni kirefu; basi umeya-
pata wapi hayo maji yaliyo
hai? 12 Je! Wewe u mku-
bwa kuliko baba yetu, Yako-
bo, aliyetupa kisima hiki,
naye mwenyewe akanywa maji
yake, na wanawe pia, na
wanyama wake? 13 Yesu
akajibu, akamwambia, Kila
anywaye maji haya ataona kiu
tena; 14 walakini ye yote
atakayekunywa maji yale nita-
kayompa mimi hataona kiu
milele; bali yale maji nita-
kayompa yatakuwa ndani yake
chemchemi ya maji, yakibu-
bujikia uzima wa milele.
15 Yule mwanamke aka-
mwambia, Bwana, unipe maji
hayo, nisione kiu, wala nisije
hapa kuteka. 16 Yesu aka-
mwambia, Nenda kamwite

mumeo, uje naye hapa.
17 Yule mwanamke akajibu,
akasema, Sina mume. Yesu
akamwambia, Umesema vema,
Sina mume; 18 kwa maana
umekuwa na waume watano,
naye uliye naye sasa siye
mume wako; hapo umesema
kweli. 19 Yule mwanamke
akamwambia, Bwana, naona
ya kuwa u nabii! 20 Baba
zetu waliabudu katika mlima
huu, nanyi husema ya kwa-
mba huko Yerusalemu ni
mahali patupasapo kuabudia.
21 Yesu akamwambia, Mama,
unisadiki, saa inakuja ambayo
hamtamwabudu Baba katika
mlima huu, wala kule Yeru-
salemu. 22 Ninyi mnaabudu
mischokijua; sisi tunaabudu
tukijuacho; kwa kuwa wo-
kovu watoka kwa Wayahudi.
23 Lakini saa inakuja, nayo
sasa ipo, ambayo waabuduo
halisi watamwabudu Baba
katika roho na kweli. Kwa
maana Baba awatafuta watu
kama hao wamwabudu.
24 Mungu ni Roho, nao
wamwabuduo yeye imewapasa
kumwabudu katika roho na
kweli. 25 Yule mwanamke
akamwambia, Najua ya kuwa
yuaja Masihi, (aitwaye Kristo);
naye atakapokuja, yeye atatu-
funulia mambo yote. 26 Yesu
akamwambia, Mimi ninaye-
sema nawe ndiye.
27 Mara hiyo wakaja wana-

funzi wake, wakastaajabu kwa sababu alikuwa akisema na mwanamke; lakini hakuna aliyesema, Unatafuta nini? au, Mbona unasema naye? 28 Basi yule mwanamke akauacha mtungi wake, akaenda zake mjini, akawaambia watu, 29 Njoni, mtazame mtu aliyeniambia mambo yote niliyoyatenda. Je! haimkini huyu kuwa ndiye Kristo? 30 Basi wakatoka mjini, wakamwendea.

31 Huko nyuma wanafunzi wakamsihi wakisema, Rabi, ule. 32 Akawaambia, Mimi ninacho chakula msichokijua ninyi. 33 Basi wanafunzi wake wakasemezana, Je! mtu amemletea chakula? 34 Yesu akawaambia, Chakula changu ndicho hiki, niyatende mapenzi yake aliyenipeleka, nikaimalize kazi yake. 35 Hamsemi ninyi, Bado miezi minne, ndipo yaja mavuno? Tazama, mimi nawaambieni, Inueni macho yenu myatazame mashamba, ya kuwa yamekwisha kuwa meupe, tayari kwa mavuno. 36 Naye avunaye hupokea mshahara, na kukusanya matunda kwa uzima wa milele; ili yeye apandaye na yeye avunaye wapate kufurahi pamoja. 37 Kwa maana hapo neno hilo huwa kweli, Mmoja hupanda akavuna mwingine. 38 Mimi nali-

watuma myavune yale msiyoyataabikia; wengine walitaabika, nanyi mmeingia katika taabu yao.

39 Na katika mji ule Wasamaria wengi walimwamini kwa sababu ya neno la yule mwanamke, aliyeshuhudia kwamba, Aliniambia mambo yote niliyoyatenda. 40 Basi wale Wasamaria walipomwendea, walimsihi akae kwao; naye akakaa huko siku mbili. 41 Watu wengi zaidi wakaamini kwa sababu ya neno lake. 42 Wakamwambia yule mwanamke, Sasa tunaamini, wala si kwa sababu ya maneno yako tu; maana sisi tumesikia wenyewe, tena twajua ya kuwa hakika huyu ndiye Mwokozi wa ulimwengu.

Bwana Yesu amponya mwana wa diwani wa mfalme huko Galilaya

43 Na baada ya siku mbili hizo akaondoka huko, akaenda Galilaya. 44 Kwa maana Yesu mwenyewe alishuhudia ya kwamba nabii hapati heshima katika nchi yake mwenyewe. 45 Basi alipofika Galilaya, Wagalilaya walimpokea; kwa kuwa wameyaona mambo yote aliyoyatenda huko Yerusalemu wakati wa sikukuu;

maana hao nao waliiendea sikukuu.

46 Basi alifika tena Kana ya Galilaya, hapo alipoyafanya yale maji kuwa divai. Na palikuwa na diwani mmoja ambaye mwanawe hawezi huko Kapernaumu. 47 Huyo aliposikia ya kwamba Yesu amekuja kutoka Uyahudi mpaka Galilaya, alimwendea, akamsihi ashuke na kumponya mwanawe; kwa maana alikuwa kufani. 48 Basi Yesu akamwambia, Msipoona ishara na maajabu hamtaamini kabisa. 49 Yule diwani akamwambia, Bwana, ushuke asijakufa mtoto wangu. 50 Yesu akamwambia, Enenda; mwanao yu hai. Mtu yule akalisadiki lile neno aliloambiwa na Yesu, naye akashika njia. 51 Hata alipokuwa akishuka, watumwa wake walimlaki, wakisema ya kwamba mtoto wake yu hai. 52 Basi akawauliza habari ya saa alipoanza kuwa hajambo; nao wakamwambia, Jana, saa saba, homa ilimwacha. 53 Basi babaye akafahamu ya kuwa ni saa ile ile aliyoambiwa na Yesu, Mwanao yu hai. Akaamini yeye na wote wa nyumbani mwake. 54 Hiyo ni ishara ya pili aliyoifanya Yesu, alipokuwa ametoka Uyahudi kufika Galilaya.

Mtu kiwete katika birika ya Bethzatha

5 Baada ya hayo palikuwa na sikukuu ya Wayahudi; naye Yesu akakwea kwenda Yerusalemu.

2 Na huko Yerusalemu penye mlango wa kondoo pana birika, iitwayo kwa Kiebrania Bethzatha, nayo ina matao Matano. 3 Ndani ya hayo jamii kubwa ya wagonjwa walikuwa wamelala, vipofu, viwete, nao waliopooza [wakingoja maji yachemke. 4 Kwa maana kuna wakati ambapo malaika hushuka, akaingia katika ile birika, akayatibua maji. Basi yeye aliyeingia wa kwanza baada ya maji kutibuliwa, akapona ugonjwa wote uliokuwa umempata]. 5 Na hapa palikuwa na mtu, ambaye amekuwa hawezi muda wa miaka thelathini na minane. 6 Yesu alipomwona huyu amelala, naye akijua ya kuwa amekuwa hali hiyo siku nyingi, alimwambia, Wataka kuwa mzima? 7 Yule mgonjwa akamjibu, Bwana, mimi sina mtu wa kunitia birikani, maji yanapotibuliwa; ila wakati ninapokuja mimi, mtu mwingine hushuka mbele yangu. 8 Yesu akamwambia, Simama, jitwike godoro lako, uende. 9 Mara yule mtu akawa mzima, akajitwika go-

doro lake, akaenda. Nayo ilikuwa ni sabato siku hiyo.

10 Kwa sababu hiyo Wayahudi wakamwambia yule aliyeponywa, Leo ni sabato, wala si halali kwako kujitwika godoro. 11 Akawajibu, Yeye aliyenifanya kuwa mzima ndiye aliyeniambia, Jitwike godoro lako, uende. 12 Basi wakamwuliza, Yule ˈaliyekuambia, Jitwike, uende, ni nani? 13 Lakini yule mtu aliyeponywa hakumjua ni nani; maana Yesu alikuwa amejitenga, kwa sababu palikuwa na watu wengi mahali pale. 14 Baada ya hayo Yesu akamkuta ndani ya hekalu, akamwambia, Angalia, umekuwa mzima; usitende dhambi tena, lisije likakupata jambo lililo baya zaidi. 15 Yule mtu akaenda zake, akawapasha habari Wayahudi ya kwamba ni Yesu aliyemfanya kuwa mzima. 16 Kwa sababu hiyo Wayahudi wakamwudhi Yesu, kwa kuwa alitenda hayo siku ya sabato. 17 Akawajibu, Baba yangu anatenda kazi hata sasa, nami ninatenda kazi. 18 Basi kwa sababu hiyo Wayahudi walizidi kutaka kumwua, kwa kuwa hakuivunja sabato tu, bali pamoja na hayo alimwita Mungu Baba yake, akijifanya sawa na Mungu.

Bwana aeleza jinsi anavyomtumaini Baba

19 Basi Yesu akajibu, akawaambia, Amin, amin, nawaambia, Mwana hawezi kutenda neno mwenyewe ila lile ambalo amwona Baba analitenda; kwa maana yote ayatendayo yeye, ndiyo ayatendayo Mwana vile vile. 20 Kwa kuwa Baba ampenda Mwana, naye humwonyesha yote ayatendayo mwenyewe; hata na kazi kubwa zaidi kuliko hizo atamwonyesha, ili ninyi mpate kustaajabu. 21 Maana kama Baba awafufuavyo wafu na kuwahuisha, vivyo hivyo na Mwana awahuisha wale awatakao. 22 Tena Baba hamhukumu mtu ye yote, bali amempa Mwana hukumu yote; 23 ili watu wote wamheshimu Mwana kama vile wanavyomheshimu Baba. Asiyemheshimu Mwana hamheshimu Baba aliyempeleka. 24 Amin, amin, nawaambia, Yeye alisikiaye neno langu na kumwamini yeye aliyenipeleka yuna uzima wa milele; wala haingii hukumuni, bali amepita kutoka mautini kuingia uzimani. 25 Amin, amin, nawaambia, Saa inakuja, na sasa ipo, wafu watakapoisikia sauti ya Mwana wa Mungu, na wale waisikiao watakuwa hai. 26 Maa-

na kama vile Baba alivyo na uzima nafsini mwake, vivyo hivyo alimpa na Mwana kuwa na uzima nafsini mwake. 27 Naye akampa amri ya kufanya hukumu kwa sababu ni Mwana wa Adamu. 28 Msistaajabie maneno hayo: kwa maana saa yaja, ambayo watu wote waliomo makaburini wataisikia sauti yake. 29 Nao watatoka; wale waliofanya mema kwa ufufuo wa uzima, na wale waliotenda mabaya kwa ufufuo wa hukumu.

Ushuhuda ulivyotolewa juu ya Bwana Yesu

30 Mimi siwezi kufanya neno mwenyewe; kama nisikiavyo ndivyo nihukumuvyo; na hukumu yangu ni ya haki, kwa sababu siyatafuti mapenzi yangu mimi, bali mapenzi yake aliyenipeleka. 31 Mimi nikijishuhudia mwenyewe, ushuhuda wangu si kweli. 32 Yuko mwingine anayenishuhudia; nami najua ya kuwa ushuhuda wake anaonishuhudia ni kweli. 33 Ninyi mlituma watu kwa Yohana, naye akaishuhudia kweli. 34 Lakini mimi siupokei ushuhuda kwa wanadamu; walakini ninasema haya ili ninyi mpate kuokoka. 35 Yeye alikuwa taa iwakayo na

kung'aa, nanyi mlipenda kuishangilia nuru yake kwa muda. 36 Lakini ushuhuda nilio nao mimi ni mkubwa kuliko ule wa Yohana; kwa kuwa zile kazi alizonipa Baba ili nizimalize, kazi hizo zenyewe ninazozitenda, zanishuhudia ya kwamba Baba amenituma. 37 Naye Baba aliyenipeleka amenishuhudia. Sauti yake hamkuisikia wakati wo wote, wala sura yake hamkuiona. 38 Wala neno lake hamnalo likikaa ndani yenu, kwa kuwa ninyi hammwamini yule aliyetumwa na yeye. 39 Mwayachunguza maandiko, kwa sababu mnadhani kwamba ninyi mna uzima wa milele ndani yake; na hayo ndiyo yanayonishuhudia. 40 Wala hamtaki kuja kwangu mpate kuwa na uzima. 41 Mimi siupokei utukufu kwa wanadamu. 42 Walakini nimewajua ninyi ya kuwa hamna upendo wa Mungu ndani yenu. 43 Mimi nimekuja kwa jina la Baba yangu, wala ninyi hamnipokei; mwingine akija kwa jina lake mwenyewe, mtampokea huyo. 44 Mwawezaje kuamini ninyi mnaopokeana utukufu ninyi kwa ninyi, na utukufu ule utokao kwa Mungu aliye wa pekee hamwutafuti? 45 Msidhani kwamba mimi nitawashitaki kwa Baba; yuko anayewashitaki, ndiye Musa, mnayemtumaini ninyi. 46 Kwa maana kama mngalimwamini Musa, mngeniamini mimi; kwa sababu yeye aliandika habari zangu. 47 Lakini msipoyaamini maandiko yake, mtayaamini wapi maneno yangu?

Kulishwa kwa watu elfu tano

6 Baada ya hayo Yesu alikwenda zake ng'ambo ya Bahari ya Galilaya, nayo ndiyo ya Tiberia. 2 Na mkutano mkuu wakamfuata, kwa sababu waliziona ishara alizowafanyia wagonjwa. 3 Naye Yesu akakwea mlimani, akaketi huko pamoja na wanafunzi wake. 4 Na Pasaka, sikukuu ya Wayahudi, ilikuwa karibu. 5 Basi Yesu alipoinua macho yake akaona mkutano mkuu wanakuja kwake, alimwambia Filipo, Tununue wapi mikate, ili hawa wapate kula? 6 Na hilo alilinena ili kumjaribu; kwa maana alijua mwenyewe atakalotenda. 7 Filipo akamjibu, Mikate ya dinari mia mbili haiwatoshi, kila mmoja apate kidogo tu. 8 Wanafunzi wake mmojawapo, Andrea, nduguye Simoni Petro, akamwambia, 9 Yupo hapa mtoto, yuna mikate mitano ya shayiri na samaki wawili, lakini hivi ni nini

kwa watu wengi kama hawa? 10 Yesu akasema, Waketisheni watu. Na mahali pale pali kuwa na majani tele. Basi watu waume wakaketi, wapata elfu tano jumla yao. 11 Basi Yesu akaitwaa ile mikate, akashukuru, akawagawia walioketi; na kadhalika katika wale samaki kwa kadiri walivyotaka. 12 Nao waliposhiba, aliwaambia wanafunzi wake, Kusanyeni vipande vilivyobaki, kisipotee cho chote. 13 Basi wakavikusanya, wakajaza vikapu kumi na viwili, vipande vya mikate mitano ya shayiri vilivyowabakia wale waliokula. 14 Basi watu wale, walipoiona ishara aliyoifanya, walisema, Hakika huyu ni nabii yule ajaye ulimwenguni.

Bwana Yesu ajitenga faraghani, naye atembea juu ya maji

15 Kisha Yesu, hali akitambua ya kuwa walitaka kuja kumshika ili wamfanye mfalme, akajitenga, akaenda tena mlimani yeye peke yake. 16 Hata ilipokuwa jioni wanafunzi wake wakatelemka baharini; 17 wakapanda chomboni, wakaanza kuivuka bahari kwenda Kapernaumu. Nako kumekwisha kuwa giza, wala Yesu hajawafikia. 18 Na bahari ikaanza kuchafuka kwa kuvuma upepo mkuu. 19 Basi

wakavuta makasia kadiri ya maili tatu nne, wakamwona Yesu anakwenda juu ya bahari na kukikaribia chombo; wakaogopa. 20 Naye akawaambia, Ni mimi, msiogope. 21 Basi wakataka kumpokea chomboni; na mara hiyo chombo kikaifikilia nchi waliyokuwa wakiiendea.

Watu watafuta ishara

22 Siku ya pili yake mkutano waliosimama ng'ambo ya bahari waliona ya kuwa hakuna mashua nyingine huko ila moja; tena ya kuwa Yesu hakuingia katika mashua ile pamoja na wanafunzi wake, bali wanafunzi wake walikwenda peke yao. 23 (Walakini zikaja mashua nyingine kutoka Tiberia mpaka karibu na mahali pale walipokula mikate, wakati Bwana aliposhukuru). 24 Basi mkutano, walipoona ya kuwa Yesu hayuko huko wala wanafunzi wake, waliingia mashuani wenyewe, wakaenda Kapernaumu wakimtafuta Yesu. 25 Hata walipomwona ng'ambo ya bahari, walimwambia, Rabi, wewe umekuja lini hapa?

Chakula cha uzima

26 Yesu akawajibu, akasema, Amin, amin, nawaambieni, Ninyi mnanitafuta, si kwa sababu mliona ishara, bali kwa sababu mlikula ile mikate mkashiba. 27 Msikitendee kazi chakula chenye kuharibika, bali chakula kidumucho hata uzima wa milele; ambacho Mwana wa Adamu atawapa, kwa sababu huyo ndiye aliyetiwa muhuri na Baba, yaani, Mungu. 28 Basi wakamwambia, Tufanyeje ili tupate kuzitenda kazi za Mungu? 29 Yesu akajibu, akawaambia, Hii ndiyo kazi ya Mungu, mmwamini yeye aliyetumwa na yeye. 30 Wakamwambia, Unafanya ishara gani basi, ili tuione tukakuamini? Unatenda kazi gani? 31 Baba zetu waliila mana jangwani, kama vile ilivyoandikwa, Aliwapa chakula cha mbinguni ili wale. 32 Yesu akawaambia, Amin, amin, nawaambieni, Siye Musa aliyewapa chakula kile cha mbinguni, bali Baba yangu anawapa ninyi chakula cha kweli kitokacho mbinguni. 33 Kwa maana chakula cha Mungu ni kile kishukacho kutoka mbinguni na kuupa ulimwengu uzima. 34 Basi wakamwambia, Bwana, sikuzote utupe chakula hiki. 35 Yesu akawaambia, Mimi ndimi chakula cha uzima; yeye ajaye kwangu hataona njaa kabisa, naye aniaminiye hataona kiu ka-

mwe. 36 Lakini naliwaambia ya kwamba mmeniona wala hamwamini. 37 Wote anipao Baba watakuja kwangu; wala ye yote ajaye kwangu sitamtupa nje kamwe. 38 Kwa kuwa mimi sikushuka kutoka mbinguni ili niyafanye mapenzi yangu, bali mapenzi yake aliyenipeleka. 39 Na mapenzi yake aliyenipeleka ni haya, ya kwamba katika wote alionipa nisimpoteze hata mmoja bali nimfufue siku ya mwisho. 40 Kwa kuwa mapenzi yake Baba yangu ni haya, ya kwamba kila amtazamaye Mwana na kumwamini yeye, awe na uzima wa milele; nami nitamfufua siku ya mwisho.

41 Basi Wayahudi wakamnung'unikia, kwa sababu alisema, Mimi ni chakula kilichoshuka kutoka mbinguni. 42 Wakasema, Huyu siye Yesu mwana wa Yusufu, ambaye twamjua babaye na mamaye? Sasa asemaje huyu, Nimeshuka kutoka mbinguni? 43 Basi Yesu akajibu, akawaambia, Msinung'unike ninyi kwa ninyi. 44 Hakuna mtu awezaye kuja kwangu, asipovutwa na Baba aliyenipeleka; nami nitamfufua siku ya mwisho. 45 Imeandikwa katika manabii, Na wote watakuwa wamefundishwa na Mungu. Basi kila aliyesikia na kujifunza kwa Baba huja kwangu. 46 Si kwamba mtu amemwona Baba, ila yeye atokaye kwa Mungu; huyo ndiye aliyemwona Baba. 47 Amin, amin, nawaambia, Yeye aaminiye yuna uzima wa milele. 48 Mimi ndimi chakula cha uzima. 49 Baba zenu waliila mana jangwani; wakafa. 50 Hiki ni chakula kishukacho kutoka mbinguni kwamba mtu akile wala asife. 51 Mimi ndimi chakula chenye uzima kilichoshuka kutoka mbinguni; mtu akila chakula hiki, ataishi milele. Na chakula nitakachotoa mimi ni mwili wangu, kwa ajili ya uzima wa ulimwengu.

52 Basi Wayahudi walishindana wao kwa wao wakisema, Awezaje mtu huyu kutupa sisi mwili wake ili tuule? 53 Basi Yesu akawaambia, Amin, amin, nawaambieni, Msipoula mwili wake Mwana wa Adamu na kuinywa damu yake, hamna uzima ndani yenu. 54 Aulaye mwili wangu na kuinywa damu yangu anao uzima wa milele; nami nitamfufua siku ya mwisho. 55 Kwa maana mwili wangu ni chakula cha kweli, na damu yangu ni kinywaji cha kweli. 56 Aulaye mwili wangu na kuinywa damu yangu hukaa ndani yangu, nami hukaa ndani yake. 57 Kama vile Baba

aliye hai alivyonituma mimi, nami ni hai kwa Baba; kadhalika naye mwenye kunila atakuwa hai kwa mimi. 58 Hiki ndicho chakula kishukacho kutoka mbinguni; si kama mababa walivyokula, wakafa; bali akilaye chakula hicho ataishi milele. 59 Maneno hayo aliyasema katika sinagogi, alipokuwa akifundisha, huko Kapernaumu.

Wanafunzi wenye shaka

60 Basi watu wengi miongoni mwa wanafunzi wake waliposikia, walisema, Neno hili ni gumu, ni nani awezaye kulisikia? 61 Naye Yesu akafahamu nafsini mwake ya kuwa wanafunzi wake wanalinung'unikia neno hilo, akawaambia, Je! neno hili linawakwaza? 62 Itakuwaje basi, mmwonapo Mwana wa Adamu akipaa huko alikokuwako kwanza? 63 Roho ndiyo itiayo uzima, mwili haufai kitu; maneno hayo niliyowaambia ni roho, tena ni uzima. 64 Lakini kuna wengine miongoni mwenu wasioamini. Kwa maana Yesu alijua tangu mwanzo ni nani wasioamini, naye ni nani atakayemsaliti. 65 Akasema, Kwa sababu hiyo nimewaambia ya kwamba hakuna mtu awezaye kuja kwangu isipokuwa amejaliwa na Baba yangu.

Petro amshuhudia Bwana Yesu

66 Kwa ajili ya hayo wengi miongoni mwa wanafunzi wake wakarejea nyuma, wasiandamane naye tena. 67 Basi Yesu akawaambia wale Thenashara, Je! ninyi nanyi mwataka kuondoka? 68 Basi Simoni Petro akamjibu, Bwana! Twende kwa nani? Wewe unayo maneno ya uzima wa milele. 69 Nasi tumesadiki, tena tumejua, ya kuwa wewe ndiwe Mtakatifu wa Mungu. 70 Yesu akawajibu, Je! mimi sikuwachagua ninyi Thenashara, na mmoja wenu ni shetani? 71 Alimnena Yuda, mwana wa Simoni Iskariote; maana huyo ndiye atakayemsaliti; naye ni mmojawapo wa wale Thenashara.

Bwana Yesu na ndugu zake

7 Na baada ya hayo Yesu alikuwa akitembea katika Galilaya; maana hakutaka kutembea katika Uyahudi, kwa sababu Wayahudi walikuwa wakitafuta kumwua. 2 Na sikukuu ya Wayahudi, Sikukuu ya Vibanda, ilikuwa karibu. 3 Basi ndugu zake wakamwambia, Ondoka hapa, uende Uyahudi, wanafunzi wako nao wapate kuzitazama kazi zako unazozifanya. 4 Kwa maana hakuna mtu afanyaye neno kwa siri, naye mwenyewe ataka kujulikana. Ukifanya mambo haya, basi jidhihirishe kwa ulimwengu. 5 Maana hata nduguze hawakumwamini. 6 Basi Yesu akawaambia, Haujafika bado wakati wangu; ila wakati wenu sikuzote upo. 7 Ulimwengu hauwezi kuwachukia ninyi; bali hunichukia mimi, kwa sababu mimi naushuhudia ya kuwa kazi zake ni mbovu. 8 Kweeni ninyi kwenda kula sikukuu; mimi sikwei bado kwenda kula sikukuu hii; kwa kuwa haujatimia wakati wangu. 9 Naye alipokwisha kuwaambia hayo, alikaa vivi hivi huko Galilaya.

10 Hata ndugu zake walipokwisha kukwea kuiendea sikukuu, ndipo yeye naye alipokwea, si kwa wazi bali kana kwamba kwa siri. 11 Basi Wayahudi wakamtafuta kwenye sikukuu, wakasema, Yuko wapi yule? 12 Kukawa na manung'uniko mengi katika makutano juu yake. Wengine wakasema, Ni mtu mwema. Na wengine wakasema, Sivyo; bali anawadanganya makutano. 13 Walakini hakuna mtu aliyemtaja waziwazi, kwa sababu ya kuwaogopa Wayahudi.

Bwana Yesu afundisha kule Yerusalemu kwamba ametoka kwa Mungu

14 Hata ikawa katikati ya sikukuu Yesu alikwea kuingia hekaluni, akafundisha. 15 Wayahudi wakastaajabu wakisema, Amepataje huyu kujua elimu, ambaye hakusoma? 16 Basi Yesu akawajibu, akasema, Mafunzo yangu si yangu mimi, ila ni yake yeye aliyenipeleka. 17 Mtu akipenda kuyatenda mapenzi yake, atajua habari ya yale mafunzo, kwamba yatoka kwa Mungu, au kwamba mimi nanena kwa nafsi yangu tu. 18 Yeye anenaye kwa nafsi yake tu hutafuta utukufu wake mwenyewe; bali yeye anayetafuta utukufu wake aliyempeleka, huyo ni wa kweli, wala ndani yake hamna udhalimu. 19 Je! Musa hakuwapa torati? wala hakuna mmoja wenu aitendaye torati. Mbona mnatafuta kuniua? 20 Mkutano wakajibu, Ama! una pepo! Ni nani anayetafuta kukuua? 21 Yesu akajibu, akawaambia, Mimi nalitenda kazi moja, nanyi nyote mnaistaajabia. 22 Musa aliwapa tohara; lakini si kwamba yatoka kwa Musa, bali kwa mababa; nanyi siku ya sabato humtahiri mtu. 23 Basi ikiwa mtu hupashwa tohara siku ya sabato, ili

torati ya Musa isije ikavunjika, mbona mnanikasirikia mimi kwa sababu nalimfanya mtu kuwa mzima kabisa siku ya sabato? 24 Basi msihukumu hukumu ya macho tu, bali ifanyeni hukumu iliyo ya haki.

25 Basi baadhi ya watu wa Yerusalemu wakasema, Je! huyu siye wanayemtafuta ili wamwue? 26 Na kumbe! anena waziwazi, wala hawa-mwambii neno! Yamkini hao wakuu wanajua hakika ya kuwa huyu ndiye Kristo? 27 Lakini huyu twamjua atokako; bali Kristo atakapokuja hakuna ajuaye atokako. 28 Basi Yesu akapaza sauti yake hekaluni, akifundisha na kusema, Mimi mnanijua, na huko nitokako mnakujua; wala sikuja kwa nafsi yangu; ila yeye aliyenipeleka ni wa kweli, msiyemjua ninyi. 29 Mimi namjua, kwa kuwa nimetoka kwake, naye ndiye aliyenituma. 30 Basi waka-tafuta kumkamata; lakini ha-kuna mtu aliyeunyosha mkono wake ili kumshika, kwa sabubu saa yake ilikuwa haijaja bado. 31 Na watu wengi katika mkutano wakamwa-mini; wakasema, Atakapokuja Kristo, je! atafanya ishara nyingi zaidi kuliko hizi ali-zozifanya huyu? 32 Mafa-risayo wakawasikia mkutano wakinung'unika hivi juu yake;

basi wakuu wa makuhani na Mafarisayo wakatuma watu-mishi ili wamkamate.

33 Basi Yesu akasema, Bado kitambo kidogo nipo pamoja nanyi; kisha naenda zangu kwake yeye aliyenipeleka. 34 Mtanitafuta wala hamta-niona; nami nilipo ninyi hamwezi kuja. 35 Basi Wa-yahudi wakasemezana, Huyu atakwenda wapi hata sisi tusimwone? Ati! atakwe-nda kwa Utawanyiko wa Wayunani, na kuwafundi-sha Wayunani? 36 Ni neno gani hilo alilolisema, Mtanitafuta wala hamtani-ona; nami nilipo ninyi ha-mwezi kuja?

Maji yaliyo hai

37 Hata siku ya mwisho, siku ile kubwa ya sikukuu, Yesu akasimama, akapaza sauti yake akisema, Mtu aki-ona kiu, na aje kwangu anywe. 38 Aniaminiye mimi, kama vile maandiko yalivyonena, mito ya maji yaliyo hai itatoka ndani yake. 39 Na neno hilo alilisema katika habari ya Roho, ambaye wale wamwa-minio watampokea baadaye; kwa maana Roho alikuwa hajaja, kwa sababu Yesu ali-kuwa hatatukuzwa. 40 Basi wengine katika mkutano wali-poyasikia maneno hayo, wali-

sema, Hakika huyu ndiye nabii yule. 41 Wengine walisema, Huyu ndiye Kristo. Wengine wakasema, Je! Kristo atoka Galilaya? 42 Andiko halikusema ya kwamba Kristo atoka katika uzao wa Daudi, na kutoka Bethlehemu, mji ule alioukaa Daudi? 43 Basi kukaingia matengano katika mkutano kwa ajili yake. 44 Baadhi yao wakataka kumkamata, lakini hakuna mtu aliyenyosha mikono yake ili kumshika.

45 Basi wale watumishi wakawaendea wakuu wa makuhani na Mafarisayo. Nao wakawaambia, Mbona hamkumleta? 46 Wale watumishi wakajibu, Hajanena kamwe mtu ye yote kama huyu anavyonena. 47 Basi Mafarisayo wakawajibu, Je! ninyi nanyi mmedanganyika? 48 Ni nani katika wakuu amwaminiye, au katika Mafarisayo? 49 Lakini makutano hawa wasioifahamu torati wamelaaniwa. 50 Akawaambia Nikodemo, (naye ni yule aliyemwendea zamani, maana ni mmoja wao), 51 Je! torati yetu humhukumu mtu kabla ya kumsikia kwanza, na kujua atendavyo? 52 Wakajibu, wakamwambia, Je! wewe nawe umetoka Galilaya! Tafuta, ukaone ya kuwa kutoka Galilaya hakutokea nabii.

Mwanamke aliyefumaniwa katika kuzini

8 53 [Walikwenda kila mtu nyumbani kwake; 1 naye Yesu akaenda mpaka mlima wa Mizeituni. 2 Hata asubuhi kulipokucha akaingia tena hekaluni, na watu wote wakamwendea; naye akaketi, akawa akiwafundisha. 3 Waandishi na Mafarisayo wakamletea mwanamke aliyefumaniwa katika uzinzi, wakamweka katikati. 4 Wakamwambia, Mwalimu, mwanamke huyu amefumaniwa alipokuwa akizini. 5 Basi katika torati, Musa alituamuru kuwapiga kwa mawe wanawake wa namna hii; nawe wasemaje? 6 Nao wakasema neno hilo wakimjaribu, ili wapate sababu ya kumshitaki. Lakini Yesu akainama, akaandika kwa kidole chake katika nchi. 7 Nao walipozidi kumhoji, alijiinua, akawaambia, Yeye asiye na dhambi miongoni mwenu ne awe wa kwanza wa kumtupia jiwe. 8 Akainama tena, akaandika kwa kidole chake katika nchi. 9 Nao waliposikia, wakashitakiwa na dhamiri zao, wakatoka mmoja mmoja, wakianzia tangu wazee hata wa mwisho wao; akabaki Yesu peke yake, na yule mwanamke amesimama katikati. 10 Yesu akajiinua asimwone mtu ila yule mwanamke, akamwambia, Mwanamke, wako wapi wale washitaki wako? Hakuna aliyekuhukumu kuwa na hatia? 11 Akamwambia, Hakuna, Bwana. Yesu akamwambia, Wala mimi sikuhukumu. Enenda zako; wala usitende dhambi tena.]

Nuru ya Ulimwengu

12 Basi Yesu akawaambia tena akasema, Mimi ndimi nuru ya ulimwengu, yeye anifuataye hatakwenda gizani kamwe, bali atakuwa na nuru ya uzima. 13 Basi Mafarisayo wakamwambia, Wewe unajishuhudia mwenyewe; ushuhuda wako si kweli. 14 Yesu akajibu, akawaambia, Mimi ningawa ninajishuhudia mwenyewe, ushuhuda wangu ndio kweli; kwa sababu najua nilikotoka na niendako; lakini ninyi hamjui nilikotoka wala niendako. 15 Ninyi mwahukumu kwa kufuata mambo ya mwili; mimi simhukumu mtu. 16 Nami nijapohukumu, hukumu yangu ni kweli; kwa kuwa mimi si peke yangu, bali ni mimi na yeye aliyenipeleka. 17 Tena katika torati yenu imeandikwa kwamba, Ushuhuda wa watu wawili ni kweli. 18 Mimi ndimi ninayejishu-

hudia mwenyewe, naye Baba aliyenipeleka ananishuhudia. 19 Basi wakamwambia, Yuko wapi Baba yako? Yesu akajibu, Mimi hamnijui, wala Baba yangu hammjui; kama mngalinijua mimi, mngalimjua na Baba yangu. 20 Maneno hayo aliyasema alipokuwa akifundisha hekaluni, katika chumba cha hazina; wala hakuna mtu aliyemkamata, kwa sababu saa yake ilikuwa haijaja bado.

Maonyo juu ya hukumu ijayo

21 Basi akawaambia tena, Mimi naondoka, nanyi mtanitafuta; nanyi mtakufa katika dhambi yenu; mimi niendako ninyi hamwezi kuja. 22 Basi Wayahudi wakasema, Je! atajiua! kwa kuwa asema, Mimi niendako ninyi hamwezi kuja? 23 Akawaambia, Ninyi ni wa chini, mimi ni wa juu; ninyi ni wa ulimwengu huu, mimi si wa ulimwengu huu. 24 Kwa hiyo naliwaambieni ya kwamba mtakufa katika dhambi zenu; kwa sababu msiposadiki ya kuwa mimi ndiye, mtakufa katika dhambi zenu. 25 Basi wakamwambia, U nani wewe? Yesu akawaambia, Hasa neno lilo hilo nililowaambia tangu mwanzo. 26 Ninayo mengi ya kusema

na kuhukumu juu yenu; lakini yeye aliyenipeleka ni kweli, nami niliyoyasikia kwake ndiyo ninenayo katika ulimwengu. 27 Wala hawakutambua ya kuwa anawatajia Baba. 28 Basi Yesu akawaambia, Mtakapokuwa mmekwisha kumwinua Mwana wa Adamu, ndipo mtakapofahamu ya kuwa mimi ndiye; na ya kuwa sifanyi neno kwa nafsi yangu, ila kama Baba alivyonifundisha ndivyo ninenavyo. 29 Naye aliyenipeleka yu pamoja nami; hakuniacha peke yangu; kwa sababu nafanya sikuzote yale yampendezayo. 30 Naye alipokuwa akisema hayo, wengi walimwamini.

Majadiliano na Wayahudi

31 Basi Yesu akawaambia wale Wayahudi waliomwamini, Ninyi mkikaa katika neno langu, mmekuwa wanafunzi wangu kweli kweli; 32 tena mtaifahamu kweli, nayo hiyo kweli itawaweka huru.. 33 Wakamjibu, Sisi tu uzao wake Ibrahimu, wala hatujawa watumwa wa mtu wakati wo wote; nawe wasemaje, Mtawekwa huru? 34 Yesu akawajibu, Amin, amin, nawaambia, Kila atendaye dhambi ni mtumwa wa dhambi. 35 Wala mtu-

mwa hakai nyumbani sikuzote; mwana hukaa sikuzote. 36 Basi Mwana akiwaweka huru, mtakuwa huru kweli kweli. 37 Najua ya kuwa ninyi ni uzao wa Ibrahimu; lakini mnatafuta kuniua kwa sababu neno langu halimo ndani yenu. 38 Niliyoyaona kwa Baba ndiyo niyanenayo; nanyi vivyo hivyo mliyoyasikia kwa baba yenu ndiyo myatendayo. 39 Wakajibu, wakamwambia, Baba yetu ndiye Ibrahimu! Yesu akawaambia, Kama mngekuwa watoto wa Ibrahimu, mngezitenda kazi zake Ibrahimu. 40 Lakini sasa mnatafuta kuniua mimi, mtu ambaye nimewaambia iliyo kweli, niliyoisikia kwa Mungu. Ibrahimu hakufanya hivyo. 41 Ninyi mnazitenda kazi za baba yenu. Ndipo walipomwambia, Sisi hatukuzaliwa kwa zinaa; sisi tunaye Baba mmoja, yaani, Mungu. 42 Yesu akawaambia, Kama Mungu angekuwa baba yenu, mngenipenda mimi; kwa maana nalitoka kwa Mungu, nami nimekuja; wala sikuja kwa nafsi yangu, bali yeye ndiye aliyenituma. 43 Mbona hamyafahamu hayo niyasemayo? Ni kwa sababu ninyi hamwezi kulisikia neno langu. 44 Ninyi ni wa baba yenu, Ibilisi, na tamaa za baba yenu ndizo mpendazo kuzitenda. Yeye alikuwa mwuaji tangu mwanzo; wala hakusimama katika kweli, kwa kuwa hamna hiyo kweli ndani yake. Asemapo uongo, husema yaliyo yake mwenyewe; kwa sababu yeye ni mwongo, na baba wa huo. 45 Nami, kwa sababu nasema iliyo kweli, hamnisadiki. 46 Ni nani miongoni mwenu anishuhudiaye ya kuwa nina dhambi? Nami nikisema kweli, mbona ninyi hamnisadiki? 47 Yeye aliye wa Mungu huyasikia maneno ya Mungu; hivyo ninyi hamsikii kwa sababu ninyi si wa Mungu.

48 Wayahudi wakajibu, wakamwambia, Je! sisi hatusemi vema ya kwamba wewe u Msamaria, nawe una pepo? 49 Yesu akajibu, Mimi sina pepo; lakini mimi namheshimu Baba yangu, na ninyi mwanivunjia heshima yangu. 50 Wala mimi siutafuti utukufu wangu; yuko mwenye kutafuta na kuhukumu. 51 Amin, amin, nawaambia, Mtu akilishika neno langu, hataona mauti milele. 52 Basi Wayahudi wakamwambia, Sasa tumeng'amua ya kuwa una pepo. Ibrahimu amekufa, na manabii wamekufa; nawe wasema, Mtu akilishika neno langu, hataonja mauti milele. 53 Wewe u mkuu kuliko baba yetu Ibrahimu, ambaye amekufa? Nao manabii wamekufa. Wajifanya u nani? 54 Yesu akajibu, Nikijitukuza mwenyewe, utukufu wangu si kitu; anitukuzaye ni Baba yangu, ambaye ninyi mwanena kuwa ni Mungu wenu. 55 Wala ninyi hamkumjua; lakini mimi namjua. Nikisema ya kwamba simjui, nitakuwa mwongo kama ninyi; lakini namjua, na neno lake nalishika. 56 Ibrahimu, baba yenu, alishangilia kwa vile atakavyoiona siku yangu; naye akaiona, akafurahi. 57 Basi Wayahudi wakamwambia, Wewe hujapata bado miaka hamsini, nawe umemwona Ibrahimu? 58 Yesu akawaambia, Amin, amin, nawaambia, Yeye Ibrahimu asijakuwako, mimi niko. 59 Basi wakaokota mawe ili wamtupie; lakini Yesu akajificha, akatoka hekaluni.

Bwana Yesu amponya mtu aliyezaliwa kipofu

9 Hata alipokuwa akipita alimwona mtu, kipofu tangu kuzaliwa. 2 Wanafunzi wake wakamwuliza wakisema, Rabi, ni yupi aliyetenda dhambi, mtu huyu au wazazi wake, hata azaliwe kipofu? 3 Yesu akajibu, Huyu hakutenda dhambi, wala wazazi wake; bali kazi za Mungu

zidhihirishwe ndani yake.
4 Imetupasa kuzifanya kazi
zake yeye aliyenipeleka ma-
adamu ni mchana; usiku waja
asipoweza mtu kufanya kazi.
5 Muda nilipo ulimwenguni,
mimi ni nuru ya ulimwengu.
6 Alipokwisha kusema hayo,
alitema mate chini, akafanya
tope kwa yale mate. Aka-
mpaka kipofu tope za macho,
7 akamwambia, Nenda ka-
nawe katika birika ya Siloamu
(maana yake, Aliyetumwa).
8 Basi akaenda na kunawa;
akarudi anaona. 8 Basi jirani
zake, na wale waliomwona
zamani kuwa ni mwombaji,
wakasema, Je! huyu siye yule
aliyekuwa akiketi na kuomba?
9 Wengine wakasema, Ndiye.
Wengine wakasema, La; lakini
amefanana naye. Yeye mwe-
nyewe alisema, Mimi ndiye.
10 Basi wakamwambia,
Macho yako yalifumbuliwaje?
11 Yeye akajibu, Mtu yule
aitwaye Yesu alifanya tope,
akanipaka macho akaniambia,
Nenda Siloamu ukanawe; basi
nikaenda na kunawa, nikapata
kuona. 12 Wakamwambia,
Yuko wapi huyo? Akasema,
Mimi sijui.

13 Basi wakampeleka kwa
Mafarisayo yule aliyekuwa
kipofu zamani. 14 Nayo ili-
kuwa sabato, hapo Yesu ali-
pofanya zile tope na kumfu-
mbua macho. 15 Basi Mafa-

risayo nao wakamwuliza tena
jinsi gani alivyopata kuona.
Akawaambia, Alinitia tope juu
ya macho, nami nikanawa, na
sasa naona. 16 Basi baadhi
ya Mafarisayo wakasema, Mtu
huyo hakutoka kwa Mungu,
kwa sababu haishiki sabato.
Wengine wakasema, Awezaje
mtu mwenye dhambi kufanya
ishara kama hizo? Kukawa
matengano kati yao. 17 Basi
wakamwambia yule kipofu
mara ya pili, Wewe wasemaje
katika habari zake kwa vile
alivyokufumbua macho? Aka-
sema, Ni nabii. 18 Basi
Wayahudi hawakusadiki ha-
bari zake, ya kuwa alikuwa
kipofu, kisha akapata kuona;
hata walipowaita wazazi wake
yule aliyepata kuona. 19 Wa-
kawauliza wakisema, Huyu
ndiye mwana wenu, ambaye
mnasema kwamba alizaliwa
kipofu? Amepataje, basi, ku-
ona sasa? 20 Wazazi wake
wakawajibu, wakasema, Tuna-
jua ya kuwa huyu ndiye
mwana wetu, tena ya kuwa
alizaliwa kipofu; 21 lakini
jinsi aonavyo sasa hatujui;
wala hatujui ni nani aliyemfu-
mbua macho. Mwulizeni ye-
ye mwenyewe; yeye ni mtu
mzima; atajisemea mwenyewe.
22 Wazazi wake waliyasema
hayo kwa sababu waliwaogopa
Wayahudi; kwa maana Waya-
hudi walikuwa wamekwisha

kuafikiana kwamba mtu aki-
mkiri kuwa ni Kristo, atate-
ngwa na sinagogi. 23 Ndiyo
sababu wale wazazi wake
walisema, Ni mtu mzima,
mwulizeni yeye.

24 Basi mara ya pili waka-
mwita yule mtu aliyekuwa
kipofu, wakamwambia, Mpe
Mungu utukufu. Sisi tunajua
ya kuwa mtu huyo ni mwenye
dhambi. 25 Basi yule mtu
akajibu, Kwamba yeye ni
mwenye dhambi sijui. Najua
neno moja, kuwa mimi nali-
kuwa kipofu na sasa naona.
26 Basi wakamwambia, Ali-
kutendea nini? Alikufumbua
macho jinsi gani? 27 Aka-
wajibu, Nimekwisha kuwa-
ambia, wala hamkusikia;
mbona mnataka kusikia tena?
Ninyi nanyi mnataka kuwa
wanafunzi wake? 28 Basi
wakamshutumu, wakasema,
Wewe u mwanafunzi wake
yule; sisi tu wanafunzi wa
Musa. 29 Sisi tunajua ya
kuwa Mungu alisema na
Musa; bali yule hatujui ato-
kako. 30 Yule mtu akajibu,
akawaambia, Hii ni ajabu!
kwamba ninyi hamjui atokako
naye alinifumbua macho!
31 Twajua ya kuwa Mungu
hawasikii wenye dhambi; bali
mtu akiwa ni mcha Mungu,
na kuyafanya mapenzi yake,
humsikia huyo. 32 Tokea
hapo haijasikiwa ya kuwa mtu
ameyafumbua macho ya ki-
pofu, ambaye alizaliwa hali
hiyo. 33 Kama huyo asinga-
litoka kwa Mungu, asingeweza
kutenda neno lo lote. 34 Wa-
kajibu, wakamwambia, Ama!
wewe ulizaliwa katika dhambi
tupu, nawe unatufundisha sisi?
Wakamtoa nje.

35 Yesu akasikia kwamba
wamemtoa nje; naye alipo-
mwona alisema, Wewe wa-
mwamini Mwana wa Mungu?
36 Naye akajibu akasema, Ni
nani, Bwana, nipate kumwa-
mini? 37 Yesu akamwambia,
Umemwona, naye anayesema
nawe ndiye. 38 Akasema,
Naamini, Bwana. Akamsu-
judia. 39 Yesu akasema, Mi-
mi nimekuja ulimwenguni
humu kwa hukumu, ili wao
wasioona waone, nao wanao-
ona wawe vipofu. 40 Baadhi
ya Mafarisayo waliokuwapo
pamoja naye wakasikia hayo,
wakamwambia, Je! sisi nasi tu
vipofu? 41 Yesu akawaambia,
Kama mngekuwa vipofu, msi-
ngekuwa na dhambi; lakini
sasa mwasema, Twaona; basi
dhambi yenu inakaa.

Zizi la kondoo

10 Yesu aliwaambia, Amin,
amin, nawaambieni, Ye-
ye asiyeingia mlangoni katika
zizi la kondoo, lakini akwea
penginepo, huyo ni mwivi naye

ni mnyang'anyi. 2 Aingiaye mlangoni ni mchungaji wa kondoo. 3 Bawabu humfungulia huyo, na kondoo humsikia sauti yake; naye huwaita kondoo wake kwa majina yao, na kuwapeleka nje. 4 Naye awatoapo nje kondoo wake wote, huwatangulia; na wale kondoo humfuata, kwa maana waijua sauti yake. 5 Mgeni hawatamfuata kabisa, bali watamkimbia; kwa maana hawaijui sauti za wageni. 6 Mithali hiyo Yesu aliwaambia; lakini wao hawakuelewa na mambo hayo aliyowaambia.

Mchungaji mwema

7 Basi Yesu aliwaambia tena, Amin, amin, nawaambieni; Mimi ndimi mlango wa kondoo. 8 Wote walionitangulia ni wevi na wanyang'anyi; lakini kondoo hawakuwasikia. 9 Mimi ndimi mlango; mtu akiingia kwa mimi, ataokoka; ataingia na kutoka, naye atapata malisho. 10 Mwivi haji ila aibe na kuchinja na kuharibu; mimi nalikuja ili wawe na uzima, kisha wawe nao tele.

11 Mimi ndimi mchungaji mwema. Mchungaji mwema huutoa uhai wake kwa ajili ya kondoo. 12 Mtu wa mshahara, wala si mchungaji, ambaye kondoo si mali yake, humwona mbwa-mwitu anakuja, akawaacha kondoo na kukimbia; na mbwa-mwitu huwakamata na kuwatawanya. 13 Yule hukimbia kwa kuwa ni mtu wa mshahara; wala mambo ya kondoo si kitu kwake. 14 Mimi ndimi mchungaji mwema; nao walio wangu nawajua; nao walio wangu wanijua mimi; 15 kama vile Baba anijuavyo, nami nimjuavyo Baba. Nami nautoa uhai wangu kwa ajili ya kondoo. 16 Na kondoo wengine ninao, ambao si wa zizi hili; na hao nao imenipasa kuwaleta; na sauti yangu watasikia; kisha kutakuwako kundi moja na mchungaji mmoja. 17 Ndiposa Baba anipenda, kwa sababu nautoa uhai wangu ili niutwae tena. 18 Hakuna mtu aniondoleaye, bali mimi nautoa mwenyewe. Nami ninao uweza wa kuutoa, ninao na uweza wa kuutwaa tena. Agizo hilo nalilipokea kwa Baba yangu.

19 Kukaingia tena matengano kati ya Wayahudi, kwa ajili ya maneno hayo. 20 Wengi wao wakasema, Ana pepo huyu, tena ana wazimu; mbona mnamsikiliza? 21 Wengine wakasema, Maneno hayo siyo ya mtu mwenye pepo. Je! pepo aweza kuwafumbua macho vipofu?

*Bwana Yesu kule
Yerusalemu wakati wa
Sikukuu ya Kutabaruku*

22 Basi huko Yerusalemu ilikuwa Sikukuu ya Kutabaruku; ni wakati wa baridi. 23 Naye Yesu alikuwa akitembea hekaluni, katika ukumbi wa Sulemani. 24 Basi Wayahudi walimzunguka, wakamwambia, Hata lini utatuhangaisha nafsi zetu? Kama wewe ndiwe Kristo, utuambie waziwazi. 25 Yesu akawajibu, Naliwaambia, lakini ninyi hamsadiki. Kazi hizi ninazozifanya kwa jina la Baba yangu ndizo zinazonishuhudia. 26 Lakini ninyi hamsadiki, kwa sababu hammo miongoni mwa kondoo wangu, kama nilivyowaambia. 27 Kondoo wangu waisikia sauti yangu; nami nawajua, nao wanifuata. 28 Nami nawapa uzima wa milele; wala hawatapotea kamwe; wala hakuna mtu atakayewapokonya katika mkono wangu. 29 Baba yangu aliyenipa hao ni mkuu kuliko wote; wala hakuna mtu awezaye kuwapokonya katika mkono wa Baba yangu. 30 Mimi na Baba tu umoja.

Uadui wa Wayahudi

31 Basi Wayahudi wakaokota mawe tena ili wampige.

32 Yesu akawajibu, Kazi njema nyingi nimewaonyesha, zitokazo kwa Baba; kwa ajili ya kazi ipi katika hizo mnanipiga kwa mawe? 33 Wayahudi wakamjibu, Kwa ajili ya kazi njema hatukupigi kwa mawe; bali kwa kukufuru, na kwa sababu wewe uliye mwanadamu wajifanya mwenyewe u Mungu. 34 Yesu akawajibu, Je! haikuandikwa katika torati yenu ya kwamba, Mimi nimesema, Ndinyi miungu? 35 Ikiwa aliwaita miungu wale waliojiliwa na neno la Mungu; (na maandiko hayawezi kutanguka); 36 je! yeye ambaye Baba alimtakasa, akamtuma ulimwenguni, ninyi mnamwambia, Unakufuru; kwa sababu nalisema, Mimi ni Mwana wa Mungu? 37 Kama sizitendi kazi za Baba yangu, msiniamini; 38 lakini nikizitenda, ijapokuwa hamniamini mimi, ziaminini zile kazi; mpate kujua na kufahamu ya kuwa Baba yu ndani yangu, nami ni ndani ya Baba. 39 Wakatafuta tena kumkamata; lakini akatoka mikononi mwao.

40 Akaenda zake tena ng'ambo ya Yordani, mpaka mahali pale alipokuwapo Yohana akibatiza hapo kwanza, akakaa huko. 41 Na watu wengi wakamwendea, wakasema, Yohana kweli hakufanya ishara yo yote, lakini

yote aliyoyasema Yohana ka-
tika habari zake huyu yali-
kuwa kweli. 42 Nao wengi
wakamwamini huko.

Kufufuliwa kwa Lazaro

11 Basi mtu mmoja ali-
kuwa hawezi, Lazaro
wa Bethania, mwenyeji wa
mji wa Mariamu na Martha,
dada yake. 2 Ndiye Mari-
amu yule aliyempaka Bwana
marhamu, akamfuta miguu
kwa nywele zake, ambaye
Lazaro nduguye alikuwa ha-
wezi. 3 Basi wale maumbu
wakatuma ujumbe kwake wa-
kisema, Bwana, yeye umpe-
ndaye hawezi. 4 Naye Yesu
aliposikia, alisema, Ugonjwa
huu si wa mauti, bali ni kwa
ajili ya utukufu wa Mungu, ili
Mwana wa Mungu atukuzwe
kwa huo. 5 Naye Yesu ali-
mpenda Martha na umbu lake
na Lazaro. 6 Basi aliposikia
ya kwamba hawezi, alikaa
bado siku mbili pale pale ali-
pokuwapo. 7 Kisha, baada
ya hayo, akawaambia wana-
funzi wake, Twendeni Uya-
hudi tena. 8 Wale wanafunzi
wakamwambia, Rabi, juzi juzi
tu Wayahudi walikuwa waki-
tafuta kukupiga kwa mawe,
nawe unakwenda huko tena?
9 Yesu akajibu, Je! saa za
mchana si kumi na mbili?
Mtu akienda mchana hajikwai;

kwa sababu aiona nuru ya
ulimwengu huu. 10 Bali aki-
enda usiku hujikwaa; kwa sa-
babu nuru haimo ndani yake.
11 Aliyasema hayo; kisha,
baada ya hayo, akawaambia,
Rafiki yetu, Lazaro, amelala;
lakini ninakwenda nipate ku-
mwamsha. 12 Basi wale wa-
nafunzi wakamwambia, Bwa-
na, ikiwa amelala, atapona.
13 Lakini Yesu alikuwa ame-
nena habari ya mauti yake;
nao walidhania ya kuwa ana-
nena habari ya kulala usi-
ngizi. 14 Basi hapo Yesu
akawaambia waziwazi, Lazaro
amekufa. 15 Nami nafurahi
kwa ajili yenu kwamba siku-
wako huko, ili mpate kuamini;
lakini na twendeni kwake.
16 Basi Tomaso, aitwaye
Pacha, akawaambia wanafunzi
wenziwe, Twendeni na sisi, ili
tufe pamoja naye.
17 Basi Yesu alipofika, ali-
mkuta amekwisha kuwamo
kaburini yapata siku nne.
18 Na Bethania ilikuwa karibu
na Yerusalemu, kadiri ya
maili mbili hivi; 19 na watu
wengi katika Wayahudi wali-
kuwa wamekuja kwa Martha
na Mariamu, ili kuwafariji
kwa habari ya ndugu yao.
20 Basi Martha aliposikia
kwamba Yesu anakuja, ali-
kwenda kumlaki; na Mari-
amu alikuwa akikaa nyu-
mbani. 21 Basi Martha aka-

mwambia Yesu, Bwana, kama ungalikuwapo hapa, ndugu yangu hangalikufa. 22 Lakini hata sasa najua ya kuwa yo yote utakayomwomba Mungu, Mungu atakupa. 23 Yesu akamwambia, Ndugu yako atafufuka. 24 Martha akamwambia, Najua ya kuwa atafufuka katika ufufuo siku ya mwisho. 25 Yesu akamwambia, Mimi ndimi huo ufufuo, na uzima. Yeye aniaminiye mimi, ajapokufa, atakuwa anaishi; 26 naye kila aishiye na kuniamini hatakufa kabisa hata milele. Je! unayasadiki hayo? 27 Akamwambia, Naam, Bwana, mimi nimesadiki ya kwamba wewe ndiwe Kristo, Mwana wa Mungu, yule ajaye ulimwenguni. 28 Naye alipokwisha kusema hayo, alikwenda zake; akamwita umbu lake Mariamu faraghani, akisema, Mwalimu yupo anakuita. ̄ 29 Naye aliposikia, aliondoka upesi, akamwendea. 30 Na Yesu alikuwa hajafika ndani ya kijiji, lakini alikuwa akalipo pale pale alipomlaki Martha. 31 Basi wale Wayahudi waliokuwapo na Mariamu nyumbani, wakimfariji, walipomwona jinsi alivyoondoka upesi na kutoka, walimfuata; huku wakidhania ya kuwa anakwenda kaburini ili alie huko. 32 Basi Mariamu ali-

pofika pale alipokuwapo Yesu, na kumwona, alianguka miguuni pake, akamwambia, Bwana, kama ungalikuwapo hapa, ndugu yangu hangalikufa. 33 Basi Yesu alipomwona analia, na wale Wayahudi waliofuatana naye wanalia, aliugua rohoni, akafadhaika roho yake, 34 akasema, Mmemweka wapi? Wakamwambia, Bwana, njoo utazame. 35 Yesu akalia machozi. 36 Basi Wayahudi wakasema, Angalieni jinsi alivyompenda. 37 Bali wengine wao wakasema, Je! huyu aliyemfumbua macho yule kipofu, hakuweza kumfanya na huyu asife?

38 Basi Yesu, hali akiugua tena nafsini mwake, akafika kwenye kaburi. Nalo lilikuwa ni pango, na jiwe limewekwa juu yake. 39 Yesu akasema, Liondoeni jiwe. Martha, dada yake yule aliyefariki, akamwambia, Bwana, ananuka sasa; maana amekuwa maiti siku nne. 40 Yesu akamwambia, Mimi sikukuambia ya kwamba ukiamini utauona utukufu wa Mungu? 41 Basi wakaliondoa lile jiwe. Yesu akainua macho yake juu, akasema, Baba, nakushukuru kwa kuwa umenisikia. 42 Nami nalijua ya kuwa wewe wanisikia sikuzote; lakini kwa ajili ya mkutano huu wanaohudhuria nalisema

haya, ili wapate kusadiki kwamba ndiwe uliyenituma. 43 Naye akiisha kusema hayo, akalia kwa sauti kuu, Lazaro, njoo huku nje. 44 Akatoka nje yule aliyekufa, amefungwa sanda miguuni na mikononi, na uso wake amefungwa leso. Naye Yesu akawaambia, Mfungueni, mkamwache aende zake.

Makuhani wakuu wafanya
shauri la siri la kumwua
Bwana Yesu

45 Basi wengi katika Wayahudi waliokuja kwa Mariamu, na kuyaona yale aliyoyafanya, wakamwamini. 46 Lakini wengine wakaenda zao kwa Mafarisayo, wakawaambia aliyoyafanya Yesu.

47 Basi wakuu wa makuhani na Mafarisayo wakakusanya baraza, wakasema, Tunafanya nini? Maana mtu huyu afanya ishara nyingi. 48 Tukimwacha hivi, watu wote watamwamini; na Warumi watakuja, watatuondolea mahali petu na taifa letu. 49 Mtu mmoja miongoni mwao, Kayafa, aliyekuwa Kuhani Mkuu mwaka ule, akawaambia, Ninyi hamjui neno lo lote; 50 wala hamfikiri ya kwamba yafaa mtu mmoja afe kwa ajili ya watu, wala lisiangamie taifa zima. 51 Na neno hilo yeye hakulisema

kwa nafsi yake; bali kwa kuwa alikuwa Kuhani Mkuu mwaka ule, alitabiri ya kwamba Yesu atakufa kwa ajili ya taifa hilo. 52 Wala si kwa ajili ya taifa hilo tu; lakini pamoja na hayo awakusanye watoto wa Mungu waliotawanyika, ili wawe kwa moja. 53 Basi tangu siku ile walifanya shauri la kumwua.

54 Kwa hiyo Yesu hakutembea tena kwa wazi katikati ya Wayahudi; bali alitoka huko, akaenda mahali karibu na jangwa, mpaka mji uitwao Efraimu; akakaa huko pamoja na wanafunzi wake. 55 Na Pasaka ya Wayahudi ilikuwa karibu; na wengi wakakwea toka mashambani kwenda Yerusalemu kabla ya Pasaka, ili wajitakase. 56 Basi wao wakamtafuta Yesu, wakasemezana hali wamesimama hekaluni, Mwaonaje? Haji kabisa sikukuu hii? 57 Na wakuu wa makuhani na Mafarisayo walikuwa wametoa amri ya kwamba mtu akimjua alipo, alete habari, ili wapate kumkamata.

Bwana Yesu apakwa mafuta
na Mariamu huko Bethania

12 Basi, siku sita kabla ya Pasaka, Yesu alifika Bethania, alipokuwapo Lazaro, yeye ambaye Yesu alimfufua katika wafu. 2 Basi wakamwandalia karamu huko; naye Martha akatumika; na Lazaro alikuwa mmojawapo wa wale walioketi chakulani pamoja naye. 3 Basi Mariamu akatwaa ratli ya marhamu ya nardo safi yenye thamani nyingi, akampaka Yesu miguu, akamfuta miguu kwa nywele zake. Nayo nyumba pia ikajaa harufu ya marhamu. 4 Basi Yuda Iskariote, mmojawapo wa wanafunzi wake, ambaye ndiye atakaye kumsaliti, akasema, 5 Mbona marhamu hii haikuuzwa kwa dinari mia tatu, wakapewa maskini? 6 Naye aliyasema hayo, si kwa kuwahurumia maskini; bali kwa kuwa ni mwivi, naye ndiye aliyeshika mfuko, akavichukua vilivyotiwa humo. 7 Basi Yesu alisema, Mwache aiweke kwa siku ya maziko yangu. 8 Kwa maana maskini mnao sikuzote pamoja nanyi; bali mimi hamnami sikuzote.

9 Basi watu wengi katika Wayahudi walipata kujua ya kuwa yeye yuko huko; nao wakaja, si kwa ajili yake Yesu tu, ila wamwone na Lazaro, ambaye Yesu alimfufua katika wafu. 10 Nao wakuu wa makuhani wakafanya shauri la kumwua Lazaro naye; 11 maana kwa ajili yake wengi katika Wayahudi walijitenga, wakamwamini Yesu.

Bwana Yesu aingia Yerusalemu kwa shangwe

12 Nayo siku ya pili yake watu wengi walioijia sikukuu walisikia ya kwamba Yesu anakuja Yerusalemu; 13 wakatwaa matawi ya mitende, wakatoka nje kwenda kumlaki wakapiga makelele, Hosana! Ndiye mbarikiwa ajaye kwa jina la Bwana, Mfalme wa Israeli! 14 Naye Yesu alikuwa amepata mwanapunda, akampanda, kama vile ilivyoandikwa, 15 Usiogope, binti Sayuni; tazama, Mfalme wako anakuja, amepanda mwanapunda. 16 Mambo hayo wanafunzi wake hawakuyafahamu hapo kwanza; lakini Yesu alipotukuzwa, ndipo walipokumbuka ya kwamba ameandikiwa hayo, na ya kwamba walimtendea hayo. 17 Basi wakamshuhudia wale mkutano waliokuwapo pamoja naye alipomwita Lazaro kutoka kaburini, akamfufua. 18 Na kwa sababu hiyo mkutano walikwenda kumlaki, kwa kuwa wamesikia ya kwamba ameifanya ishara hiyo. 19 Basi Mafarisayo wakasemezana wao kwa wao, Mwaona kwamba hamfai neno lo lote; tazameni, ulimwengu umekwenda nyuma yake.

Ombi la Wayunani

20 Palikuwa na Wayunani kadha wa kadha miongoni mwa watu waliokwea kwenda kuabudu kwenye sikukuu. 21 Basi hao walimwendea Filipo, mtu wa Bethsaida ya Galilaya, wakamwomba, wakisema, Bwana, sisi tunataka kumwona Yesu. 22 Filipo akaenda, akamwambia Andrea; kisha Andrea na Filipo wakamwambia Yesu. 23 Naye Yesu akawajibu, akasema, Saa imefika atukuzwe Mwana wa Adamu. 24 Amin, amin, nawaambia, Chembe ya ngano isipoanguka katika nchi, ikafa, hukaa hali iyo hiyo peke yake; bali ikifa, hutoa mazao mengi. 25 Yeye aipendaye nafsi yake ataiangamiza; naye aichukiaye nafsi yake katika ulimwengu huu ataisalimisha hata uzima wa milele. 26 Mtu akinitumikia, na anifuate; nami nilipo, ndipo na mtumishi wangu atakapokuwapo. Tena mtu akinitumikia, Baba atamheshimu. 27 Sasa roho yangu imefadhaika; nami nisemeje? Baba, uniokoe katika saa hii? Lakini ni kwa ajili ya hayo nilivyoifikia saa hii. 28 Baba, ulitukuze jina lako. Basi ikaja sauti kutoka mbinguni, Nimelitukuza, nami nitalitukuza tena. 29 Basi mkutano uliosimama karibu wakasikia, walisema ya kwamba kumekuwa ngurumo; wengine walisema, Malaika amesema naye. 30 Yesu akajibu, akasema, Sauti hiyo haikuwako kwa ajili yangu, bali kwa ajili yenu. 31 Sasa hukumu ya ulimwengu huu ipo; sasa mkuu wa ulimwengu huu atatupwa nje. 32 Nami nikiinuliwa juu ya nchi, nitawavuta wote kwangu. 33 Aliyanena hayo akionyesha ni mauti gani atakayokufa. 34 Basi mkutano wakamjibu, Sisi tumesikia katika torati ya kwamba Kristo adumu hata milele; nawe wasemaje ya kwamba imempasa Mwana wa Adamu kuinuliwa? Huyu Mwana wa Adamu ni nani? 35 Basi Yesu akawaambia, Nuru ingaliko pamoja nanyi muda kidogo. Enendeni maadamu mnayo nuru hiyo, giza lisije likawaweza; maana aendaye gizani hajui aendako. 36 Maadamu mnayo nuru, iaminini nuru hiyo, ili mpate kuwa wana wa nuru. Hayo aliyasema Yesu, akaenda zake, akajificha wasimwone.

Kutokuamini katika Yudea, walakini wako wanafunzi kwa siri

37 Walakini ajapokuwa amefanya ishara nyingi namna hiyo mbele yao, hawaku-

mwamini; 38 ili litimie lile neno la nabii Isaya alilolisema, Bwana, ni nani aliyezisadiki habari zetu; Na mkono wa Bwana amefunuliwa nani?

39 Ndiyo sababu wao hawakuweza kusadiki; kwa maana Isaya alisema tena,

40 Amewapofusha macho, Ameifanya mizito mioyo yao; Wasije wakaona kwa macho yao, Wakafahamu kwa mioyo yao, Wakaongoka, nikawaponya.

41 Maneno hayo aliyasema Isaya, kwa kuwa aliuona utukufu wake, akataja habari zake. 42 Walakini hata katika wakuu walikuwamo wengi waliomwamini; lakini kwa sababu ya Mafarisayo hawakumkiri, wasije wakatengwa na sinagogi. 43 Kwa maana walipenda utukufu wa wanadamu kuliko utukufu wa Mungu.

Muhtasari wa mafundisho wa Bwana Yesu aliyofundisha waziwazi

44 Naye Yesu akapaza sauti, akasema, Yeye aniaminiye mimi, haniamini mimi bali yeye aliyenipeleka. 45 Naye anitazamaye mimi amtazama yeye aliyenipeleka. 46 Mimi nimekuja ili niwe nuru ya ulimwengu, ili kila mtu aniaminiye mimi asikae gizani. 47 Na mtu akiyasikia maneno yangu, asiyashike, mimi simhukumu; maana sikuja ili niuhukumu ulimwengu, ila niuokoe ulimwengu. 48 Yeye anikataaye mimi, asiyeyakubali maneno yangu, anaye amhukumuye; neno hilo nililolinena ndilo litakalomhukumu siku ya mwisho. 49 Kwa sababu mimi sikunena kwa nafsi yangu tu; bali Baba aliyenipeleka, yeye mwenyewe ameniagiza nitakayonena na nitakayosema. 50 Nami najua ya kuwa agizo lake ni uzima wa milele; basi hayo ninenayo mimi, kama Baba alivyoniambia, ndivyo ninenavyo.

Bwana Yesu awatawadha wanafunzi miguu

13 Basi, kabla ya sikukuu ya Pasaka, Yesu, hali akijua ya kuwa saa yake imefika, atakayotoka katika ulimwengu kwenda kwa Baba, naye ali amewapenda watu wake katika ulimwengu, aliwapenda upeo. 2 Hata wakati wa chakula cha jioni; naye Ibilisi amekwisha kumtia Yuda, mwana wa Simoni Iskariote, moyo wa kumsaliti;

3 Yesu, hali akijua ya kuwa Baba amempa vyote mikononi mwake, na ya kuwa alitoka kwa Mungu naye anakwenda kwa Mungu, 4 aliondoka chakulani; akaweka kando mavazi yake, akatwaa kitambaa, akajifunga kiunoni. 5 Kisha akatia maji katika bakuli, akaanza kuwatawadha wanafunzi miguu, na kuifuta kwa kile kitambaa alichojifunga. 6 Hivyo yuaja kwa Simoni Petro. Huyo akamwambia, Bwana! Wewe wanitawadha miguu mimi? 7 Yesu akajibu, akamwambia, Nifanyalo wewe hujui sasa; lakini utalifahamu baadaye. 8 Petro akamwambia, Wewe hutanitawadha miguu kamwe. Yesu akamwambia, Kama nisipokutawadha, huna shirika nami. 9 Simoni Petro akamwambia, Bwana, si miguu yangu tu, hata na mikono yangu na kichwa changu pia. 10 Yesu akamwambia, Yeye aliyekwisha kuoga hana haja ila ya kutawadha miguu, bali yu safi mwili wote; nanyi mmekuwa safi, lakini si nyote. 11 Kwa maana alimjua yeye atakayemsaliti; ndiyo maana alisema, Si nyote mlio safi.

12 Basi alipokwisha kuwatawadha miguu, na kuyatwaa mavazi yake, na kuketi tena, akawaambia, Je! mmeelewa na hayo niliyowatendea?

13 Ninyi mwaniita, Mwalimu, na, Bwana; nanyi mwanena vema, maana ndivyo nilivyo. 14 Basi ikiwa mimi, niliye Bwana na Mwalimu, nimewatawadha miguu, imewapasa vivyo kutawadhana miguu ninyi kwa ninyi. 15 Kwa kuwa nimewapa kielelezo; ili kama mimi nilivyowatendea, nanyi mtende vivyo. 16 Amin, amin, nawaambia ninyi, Mtumwa si mkuu kuliko bwana wake; wala mtume si mkuu kuliko yeye aliyempeleka. 17 Mkijua hayo, heri ninyi mkiyatenda. 18 Sisemi habari za ninyi nyote; nawajua wale niliowachagua; lakini andiko lipate kutimizwa,

Aliyekula chakula changu Ameniinulia kisigino chake.

19 Tangu sasa nawaambia kabla hayajatukia, ili yatakapotukia mpate kuamini ya kuwa mimi ndiye. 20 Amin, amin, nawaambieni, Yeye ampokeaye mtu ye yote nimpelekaye, anipokea mimi; naye anipokeaye mimi ampokea yeye aliyenipeleka.

Bwana Yesu amdhihirisha yule atakayemsaliti

21 Naye alipokwisha kusema hayo, Yesu alifadhaika rohoni, akashuhudia akisema, Amin, amin, nawaambieni,

Mmoja wenu atanisaliti. 22 Wanafunzi wakatazamana, huku wakiona shaka ni nani amtajaye. 23 Na palikuwapo mmoja wa wanafunzi wake, ameegama kifuani pa Yesu, ambaye Yesu alimpenda. 24 Basi Simoni Petro akampungia mkono, akamwambia, Uliza, ni nani amtajaye? 25 Basi yeye, hali akimwelekea Yesu kifua chake, akamwambia, Bwana, ni nani? 26 Basi Yesu akajibu, Ndiye mtu yule nitakayemtowelea tonge na kumpa. Akatowelea tonge, akalitwaa akampa Yuda, mwana wa Simoni Iskariote. 27 Na baada ya hilo tonge Shetani alimwingia. Basi Yesu akamwambia, Uyatendayo yatende upesi. 28 Wala hakuna mtu katika wale walioketi chakulani aliyeijua sababu ya kumwambia hivyo. 29 Kwa maana wengine walidhania, kwa kuwa Yuda huchukua mfuko, ya kwamba Yesu alimwambia kama, Nunua tunavyovihitaji kwa sikukuu; au kwamba awape maskini kitu. 30 Basi huyo, akiisha kulipokea lile tonge, akatoka mara hiyo. Nako kulikuwa ni usiku.

Amri mpya ya upendo

31 Basi huyo alipokwisha kutoka, Yesu alisema, Sasa ametukuzwa Mwana wa Adamu, naye Mungu ametukuzwa ndani yake. 32 Mungu naye atamtukuza ndani ya nafsi yake; naye atamtukuza mara. 33 Enyi watoto wadogo, bado kitambo kidogo nipo pamoja nanyi; mtanitafuta; na kama vile nilivyowaambia Wayahudi ya kwamba, Mimi niendako ninyi hamwezi kuja; kadhalika sasa nawaambia ninyi. 34 Amri mpya nawapa, Mpendane. Kama vile nilivyowapenda ninyi, nanyi mpendane vivyo hivyo. 35 Hivyo watu wote watatambua ya kuwa ninyi mmekuwa wanafunzi wangu, mkiwa na upendo ninyi kwa ninyi.

Mkano wa Petro
unadhihirishwa mbeleni

36 Simoni Petro akamwambia, Bwana, unakwendapi? Yesu akamjibu, Niendako huwezi kunifuata sasa; lakini utanifuata baadaye. 37 Petro akamwambia, Bwana, kwa nini mimi nisiweze kukufuata sasa? Mimi nitautoa uhai wangu kwa ajili yako. 38 Yesu akamjibu, Je! wewe utautoa uhai wako kwa ajili yangu? Amin, amin, nakuambia, Jimbi hatawika hata wewe utakapokuwa umenikana mara tatu.

Njia ya kumfikilia Baba

14 Msifadhaike mioyoni mwenu; mnamwamini Mungu, niaminini na mimi. 2 Nyumbani mwa Baba yangu mna makao mengi; kama sivyo, ningaliwaambia; maana naenda kuwaandalia mahali. 3 Basi mimi nikienda na kuwaandalia mahali, nitakuja tena niwakaribishe kwangu; ili nilipo mimi, nanyi mwepo. 4 Nami niendako mwaijua njia. 5 Tomaso akamwambia, Bwana, sisi hatujui uendako; nasi twaijuaje njia? 6 Yesu akamwambia, Mimi ndimi njia, na kweli, na uzima; mtu haji kwa Baba, ila kwa njia ya mimi. 7 Kama mngalinijua mimi, mngalimjua na Baba; tangu sasa mnamjua, tena mmemwona. 8 Filipo akamwambia, Bwana, utuonyeshe Baba, yatutosha. 9 Yesu akamwambia, Mimi nimekuwapo pamoja nanyi siku hizi zote, wewe usinijue, Filipo? Aliyeniona mimi amemwona Baba; basi wewe wasemaje, Utuonyeshe Baba? 10 Husadiki ya kwamba mimi ni ndani ya Baba, na Baba yu ndani yangu? Hayo maneno niwaambiayo mimi siyasemi kwa shauri langu; lakini Baba akaaye ndani yangu huzifanya kazi zake. 11 Mnisadiki ya kwamba mimi ni ndani ya Baba, na Baba yu ndani yangu; la! hamsadiki hivyo, sadikini kwa sababu ya kazi zenyewe. 12 Amin, amin, nawaambieni, Yeye aniaminiye mimi, kazi nizifanyazo mimi, yeye naye atazifanya; naam, na kubwa kuliko hizo atafanya, kwa kuwa mimi naenda kwa Baba. 13 Nanyi mkiomba lo lote kwa jina langu, hilo nitalifanya, ili Baba atukuzwe ndani ya Mwana. 14 Mkiomba neno lo lote kwa jina langu, nitalifanya.

Ahadi ya Roho atakavyokuja

15 Mkinipenda, mtazishika amri zangu. 16 Nami nitamwomba Baba, naye atawapa Msaidizi mwingine, ili akae nanyi hata milele; 17 ndiye Roho wa kweli; ambaye ulimwengu hauwezi kumpokea, kwa kuwa haumwoni wala haumtambui; bali ninyi mnamtambua, maana anakaa kwenu, naye atakuwa ndani yenu. 18 Sitawaacha ninyi yatima; naja kwenu. 19 Bado kitambo kidogo na ulimwengu haunioni tena; bali ninyi mnaniona. Na kwa sababu mimi ni hai, ninyi nanyi mtakuwa hai. 20 Siku ile ninyi mtatambua ya kuwa mimi ni ndani ya Baba yangu, nanyi ndani yangu, nami ndani

yenu. 21 Yeye aliye na amri zangu, na kuzishika, yeye ndiye anipendaye; naye anipendaye atapendwa na Baba yangu; nami nitampenda na kujidhihirisha kwake. 22 Yuda, (siye Iskariote), akamwambia, Bwana, imekuwaje ya kwamba wataka kujidhihirisha kwetu, wala si kwa ulimwengu? 23 Yesu akajibu, akamwambia, Mtu akinipenda, atalishika neno langu; na Baba yangu atampenda; nasi tutakuja kwake, na kufanya makao kwake. 24 Mtu asiyenipenda, yeye hayashiki maneno yangu; nalo neno mnalolisikia silo langu, ila ni lake Baba aliyenipeleka.

25 Hayo ndiyo niliyowaambia wakati nilipokuwa nikikaa kwenu. 26 Lakini huyo Msaidizi, huyo Roho Mtakatifu, ambaye Baba atampeleka kwa jina langu, atawafundisha yote, na kuwakumbusha yote niliyowaambia. 27 Amani nawaachieni; amani yangu nawapa; niwapavyo mimi sivyo kama ulimwengu utoavyo. Msifadhaike mioyoni mwenu, wala msiwe na woga. 28 Mlisikia ya kwamba mimi naliwaambia, Naenda zangu, tena naja kwenu. Kama mngalinipenda, mngalifurahi kwa sababu naenda kwa Baba; kwa

maana Baba ni mkuu kuliko mimi. 29 Na sasa nimewaambia kabla halijatokea, kusudi litakapotokea mpate kuamini. 30 Mimi sitasema nanyi maneno mengi tena, kwa maana yuaja mkuu wa ulimwengu huu, wala hana kitu kwangu. 31 Lakini ulimwengu ujue ya kuwa nampenda Baba; na kama vile, Baba alivyoniamuru, ndivyo nifanyavyo. Ondokeni, twendeni zetu.

Mzabibu na matawi

15 Mimi ndimi mzabibu wa kweli, na Baba yangu ndiye mkulima. 2 Kila tawi ndani yangu lisilozaa huliondoa; na kila tawi lizaalo hulisafisha, ili lizidi kuzaa. 3 Ninyi mmekwisha kuwa safi kwa sababu ya lile neno nililowaambia. 4 Kaeni ndani yangu, nami ndani yenu. Kama vile tawi lisivyoweza kuzaa peke yake, lisipokaa ndani ya mzabibu; kadhalika nanyi, msipokaa ndani yangu. 5 Mimi ni mzabibu; ninyi ni matawi; akaaye ndani yangu nami ndani yake, huyo huzaa sana; maana pasipo mimi ninyi hamwezi kufanya neno lo lote. 6 Mtu asipokaa ndani yangu, hutupwa nje kama tawi na kunyauka; watu huyakusanya na kuyatupa motoni, yakateketea. 7 Ninyi mkikaa ndani yangu, na maneno yangu yakikaa ndani yenu, ombeni mtakalo lote nanyi mtatendewa. 8 Hivyo hutukuzwa Baba yangu, kwa vile mzaavyo sana; nanyi mtakuwa wanafunzi wangu.

9 Kama vile Baba alivyonipenda mimi, nami nilivyowapenda ninyi, kaeni katika pendo langu. 10 Mkizishika amri zangu, mtakaa katika pendo langu; kama vile mimi nilivyozishika amri za Baba yangu na kukaa katika pendo lake. 11 Hayo nimewaambia, ili furaha yangu iwe ndani yenu, na furaha yenu itimizwe. 12 Amri yangu ndiyo hii, Mpendane, kama nilivyowapenda ninyi. 13 Hakuna aliye na upendo mwingi kuliko huu, wa mtu kuutoa uhai wake kwa ajili ya rafiki zake. 14 Ninyi mmekuwa rafiki zangu, mkitenda niwaamuruyo. 15 Siwaiti tena watumwa; kwa maana mtumwa hajui atendalo bwana wake; lakini ninyi nimewaita rafiki; kwa kuwa yote niliyoyasikia kwa Baba yangu nimewaarifu. 16 Si ninyi mlionichagua mimi, bali ni mimi niliyewachagua ninyi; nami nikawaweka mwende mkazae matunda; na matunda yenu yapate kukaa; ili kwamba lo

lote mmwombalo Baba kwa jina langu awapeni. 17 Haya nawaamuru ninyi, mpate kupendana.

Ulimwengu na Roho wa Kweli

18 Iwapo ulimwengu ukiwachukia, mwajua ya kuwa umenichukia mimi kabla ya kuwachukia ninyi. 19 Kama mngekuwa wa ulimwengu, ulimwengu ungewapenda walio wake; lakini kwa kuwa ninyi si wa ulimwengu, bali mimi naliwachagua katika ulimwengu, kwa sababu hiyo ulimwengu huwachukia. 20 Likumbukeni lile neno nililowaambia, Mtumwa si mkubwa kuliko bwana wake. Ikiwa waliniudhi mimi, watawaudhi ninyi; ikiwa walilishika neno langu, watalishika na lenu. 21 Lakini haya yote watawatenda kwa ajili ya jina langu, kwa kuwa hawamjui yeye aliyenipeleka. 22 Kama nisingalikuja na kusema nao, wasingalikuwa na dhambi; lakini sasa hawana udhuru kwa dhambi yao. 23 Yeye anichukiaye mimi humchukia na Baba yangu. 24 Kama nisingalitenda kwao kazi asizozitenda mtu mwingine, wasingalikuwa na dhambi; lakini sasa wametuona mimi na Baba yangu, na kutuchukia. 25 Lakini litimie lile neno

lilioandikwa katika torati yao, Walinichukia bure. 26 Lakini ajapo huyo Msaidizi, nitakayewapelekea kutoka kwa Baba, huyo Roho wa kweli atokaye kwa Baba, yeye atanishuhudia. 27 Nanyi pia mnashuhudia, kwa kuwa tangu mwanzo mmekuwapo pamoja nami.

16 Maneno hayo nimewaambia, msije mkachukizwa. 2 Watawatenga na masinagogi; naam, saa yaja atakapodhania kila mtu awauaye ya kuwa anamtolea Mungu ibada. 3 Na hayo watawatenda kwa sababu hawakumjua Baba wala mimi. 4 Lakini nimewaambia hayo, ili makusudi saa ile itakapokuja myakumbuke ya kuwa mimi naliwaambia. Sikuwaambia hayo tangu mwanzo, kwa sababu nalikuwapo pamoja nanyi. 5 Lakini sasa mimi naenda zangu kwake yeye aliyenipeleka, wala hakuna mmoja wenu aniulizaye, Unakwendapi? 6 Ila kwa sababu nimewaambia hayo huzuni imejaa mioyoni mwenu. 7 Lakini mimi nawaambia iliyo kweli; yawafaa ninyi mimi niondoke; kwa maana mimi nisipoondoka, huyo Msaidizi hatakuja kwenu; bali mimi nikienda zangu, nitampeleka kwenu. 8 Naye akiisha kuja,

huyo atauhakikisha ulimwengu kwa habari ya dhambi, na haki, na hukumu. 9 Kwa habari ya dhambi, kwa sababu hawaniamini mimi; 10 kwa habari ya haki, kwa sababu mimi naenda zangu kwa Baba, wala hamnioni tena; 11 kwa habari ya hukumu, kwa sababu yule mkuu wa ulimwengu huu amekwisha kuhukumiwa. 12 Hata bado nikali ninayo mengi ya kuwaambia, lakini hamwezi kuyastahimili hivi sasa. 13 Lakini yeye atakapokuja, huyo Roho wa kweli, atawaongoza awatie kwenye kweli yote; kwa maana hatanena kwa shauri lake mwenyewe, lakini yote atakayoyasikia atayanena, na mambo yajayo atawapasha habari yake. 14 Yeye atanitukuza mimi; kwa kuwa atatwaa katika yaliyo yangu na kuwapasha habari. 15 Na yote aliyo nayo Baba ni yangu; kwa hiyo nalisema ya kwamba atatwaa katika yaliyo yangu, na kuwapasheni habari.

Maneno ya kuagana na watu wake

16 Bado kitambo kidogo nanyi hamnioni; na tena bado kitambo kidogo nanyi mtaniona. 17 Basi baadhi ya wanafunzi wake wakasemezana, Neno gani hilo ase-

malo, Bado kitambo kidogo nanyi hamnioni, na tena bado kitambo kidogo nanyi mtaniona? na hilo, Kwa sababu naenda zangu kwa Baba? 18 Basi walisema, Neno gani hilo asemalo; hilo, Bado kitambo kidogo? Hatujui asemalo. 19 Yesu alifahamu ya kwamba wanataka kumwuliza, akawaambia, Ndilo hilo mnaloulizana, ya kuwa nalisema, Bado kitambo kidogo nanyi hamnioni, na tena bado kitambo kidogo nanyi mtaniona? 20 Amin, amin, nawaambia, Ninyi mtalia na kuomboleza, bali ulimwengu utafurahi; ninyi mtahuzunishwa, lakini huzuni yenu itageuka kuwa furaha. 21 Mwanamke azaapo, yuna huzuni kwa kuwa saa yake imefika; lakini akiisha kuzaa mwana, haikumbuki tena ile dhiki, kwa sababu ya furaha ya kuzaliwa mtu ulimwenguni. 22 Basi ninyi hivi sasa mna huzuni; lakini mimi nitawaona tena; na mioyo yenu itafurahi, na furaha yenu hakuna awaondoleaye. 23 Tena siku ile hamtaniuliza neno lo lote. Amin, amin, nawaambia, Mkimwomba Baba neno lo lote atawapa kwa jina langu. 24 Hata sasa hamkuomba neno kwa jina langu; ombeni, nanyi mtapata; furaha yenu iwe timilifu.

25 Hayo nimesema nanyi kwa mithali; saa yaja ambapo sitasema nanyi tena kwa mithali, lakini nitawapa waziwazi habari ya Baba. 26 Na siku ile mtaomba kwa jina langu; wala siwaambii ya kwamba mimi nitawaombea kwa Baba; 27 kwa maana Baba mwenyewe awapenda kwa kuwa ninyi mmenipenda mimi, na kusadiki ya kwamba mimi nalitoka kwa Baba. 28 Nalitoka kwa Baba, nami nimekuja hapa ulimwenguni; tena nauacha ulimwengu, na kwenda kwa Baba.

29 Basi wanafunzi wake wakasema, Tazama, sasa wasema waziwazi, wala huneni mithali yo yote. 30 Sasa tumejua ya kuwa wewe wafahamu mambo yote, wala huna haja ya mtu akuulize; kwa hiyo twasadiki ya kwamba ulitoka kwa Mungu. 31 Yesu akawajibu, Je! mnasadiki sasa? 32 Tazama, saa yaja, naam, imekwisha kuja, ambapo mtatawanyika kila mmoja kwao, na kuniacha mimi peke yangu; walakini mimi si peke yangu, kwa kuwa Baba yupo pamoja nami. 33 Hayo nimewaambieni mpate kuwa na amani ndani yangu. Ulimwenguni mnayo dhiki; lakini jipeni moyo; mimi nimeushinda ulimwengu.

*Maombi ya Bwana
Yesu*

17 Maneno hayo aliyasema Yesu; akainua macho yake kuelekea mbinguni, akasema, Baba, saa imekwisha kufika. Mtukuze Mwanao, ili Mwana wako naye akutukuze wewe; 2 kama vile ulivyompa mamlaka juu ya wote wenye mwili, ili kwamba wote uliompa awape uzima wa milele. 3 Na uzima wa milele ndio huu, Wakujue wewe, Mungu wa pekee wa kweli, na Yesu Kristo uliyemtuma. 4 Mimi nimekutukuza duniani, hali nimeimaliza kazi ile uliyonipa niifanye. 5 Na sasa, Baba, unitukuze mimi pamoja nawe, kwa utukufu ule niliokuwa nao pamoja nawe kabla ya ulimwengu kuwako. 6 Jina lako nimewadhihirishia watu wale ulionipa katika ulimwengu; walikuwa wako, ukanipa mimi, na neno lako wamelishika. 7 Sasa wamejua ya kuwa yote uliyonipa yatoka kwako. 8 Kwa kuwa maneno uliyonipa nimewapa wao; nao wakayapokea, wakajua hakika ya kuwa nalitoka kwako, wakasadiki ya kwamba wewe ndiwe uliyenituma. 9 Mimi nawaombea hao; siuombei ulimwengu; bali hao ulionipa, kwa kuwa hao ni

wako; 10 na wote walio wangu ni wako, na walio wako ni wangu; nami nimetukuzwa ndani yao.

11 Wala mimi simo tena ulimwenguni, lakini hawa wamo ulimwenguni, nami naja kwako. Baba mtakatifu, kwa jina lako ulilonipa uwalinde hawa; ili wawe na umoja kama sisi tulivyo. 12 Nilipokuwapo pamoja nao, mimi naliwalinda kwa jina lako ulilonipa, nikawatunza; wala hapana mmojawapo wao aliyepotea, ila yule mwana wa upotevu, ili andiko litimie. 13 Na sasa naja kwako; na maneno haya nayasema ulimwenguni, ili wawe na furaha yangu imetimizwa ndani yao. 14 Mimi nimewapa neno lako; na ulimwengu umewachukia; kwa kuwa wao si wa ulimwengu, kama mimi nisivyo wa ulimwengu. 15 Mimi siombi kwamba uwatoe katika ulimwengu; bali uwalinde na yule mwovu. 16 Wao si wa ulimwengu, kama mimi nisivyo wa ulimwengu. 17 Uwatakase kwa ile kweli; neno lako ndiyo kweli. 18 Kama vile ulivyonituma mimi ulimwenguni, nami vivyo hivyo naliwatuma hao ulimwenguni. 19 Na kwa ajili yao najiweka wakfu mwenyewe, ili na hao watakaswe katika kweli.

20 Wala si hao tu ninao-

waombea; lakini na wale watakaoniamini kwa sababu ya neno lao. 21 Wote wawe na umoja; kama wewe, Baba, ulivyo ndani yangu, nami ndani yako; hao nao wawe ndani yetu; ili ulimwengu upate kusadiki ya kwamba wewe ndiwe uliyenituma. 22 Nami utukufu ule ulionipa nimewapa wao; ili wawe na umoja kama sisi tulivyo umoja. 23 Mimi ndani yao, nawe ndani yangu, ili wawe wamekamilika katika umoja; ili ulimwengu ujue ya kuwa ndiwe uliyenituma, ukawapenda wao kama ulivyonipenda mimi. 24 Baba, hao ulionipa nataka wawe pamoja nami po pote nilipo, wapate na kuutazama utukufu wangu ulionipa; kwa maana ulinipenda kabla ya kuwekwa msingi ulimwengu. 25 Baba mwenye haki, ulimwengu haukukujua; lakini mimi nalikujua, na hao wamejua ya kuwa ndiwe uliyenituma. 26 Nami naliwajulisha jina lako, tena nitawajulisha hilo; ili pendo lile ulilonipenda mimi liwe ndani yao, nami niwe ndani yao.

Kukamatwa kwa Bwana Yesu

18 Alipokwisha kusema hayo, Yesu alitoka pamoja na wanafunzi wake kwenda ng'ambo ya kijito Kedroni, palipokuwapo bustani; akaingia yeye na wanafunzi wake. 2 Naye Yuda, yule aliyetaka kumsaliti, alipajua mahali pale; kwa sababu Yesu alikuwa akienda huko mara nyingi pamoja na wanafunzi wake. 3 Basi Yuda, akiisha kupokea kikosi cha askari na watumishi waliotoka kwa wakuu wa makuhani na Mafarisayo, akaenda huko na taa na mienge na silaha. 4 Basi Yesu, hali akijua yote yatakayompata, akatoka, akawaambia, Ni nani mnayemtafuta? 5 Wao wakamjibu, Ni Yesu Mnazareti. Yesu akawaambia, Ni mimi. Yuda naye aliyemsaliti alikuwa amesimama pamoja nao. 6 Basi alipowaambia, Ni mimi, walirudi nyuma, wakaanguka chini. 7 Basi akawauliza tena, Mnamtafuta nani? Wakasema, Yesu Mnazareti. 8 Yesu akajibu, Nimekwisha kuwaambieni ya kwamba ni mimi; basi ikiwa mnanitafuta mimi, waacheni hawa waende zao. 9 Ili litimizwe lile neno alilolisema, Wale ulionipa sikumpoteza hata mmoja wao. 10 Basi Simoni Petro alikuwa na upanga, akaufuta, akampiga mtumwa wa Kuhani Mkuu, akamkata sikio la kuume. Na yule mtumwa jina lake ni Malko. 11 Basi Yesu akamwambia Petro, Rudisha upanga alani mwake; je! kikombe alichonipa Baba, mimi nisikinywee?

12 Basi wale askari na yule jemadari na wale watumishi wa Wayahudi walimkamata Yesu, wakamfunga. 13 Wakamchukua kwa Anasi kwanza; maana alikuwa mkwewe Kayafa, yule aliyekuwa Kuhani Mkuu mwaka ule. 14 Naye Kayafa ndiye yule aliyewapa Wayahudi lile shauri ya kwamba yafaa mtu mmoja afe kwa ajili ya watu.

Petro amkana Bwana Yesu, na Kuhani Mkuu amwuliza maswali

15 Wakamfuata Yesu, Petro na mwanafunzi mwingine. Na mwanafunzi huyo alikuwa amejulikana na Kuhani Mkuu, akaingia pamoja na Yesu katika behewa ya Kuhani Mkuu. 16 Lakini Petro akasimama nje mlangoni. Basi yule mwanafunzi mwingine aliyejulikana na Kuhani Mkuu akatoka, akasema na mngoja mlango, akamleta Petro ndani. 17 Basi yule kijakazi, aliyekuwa mngoja mlango, akamwambia Petro, Wewe nawe, je! hu mwanafunzi mmojawapo wa mtu huyu? Naye akasema, Si mimi. 18 Na wale watumwa na watumishi walikuwa wakisimama, wamefanya moto wa makaa; maana ilikuwa baridi; wakawa wakikota moto. Petro naye alikuwapo pamoja nao, anakota moto.

19 Basi Kuhani Mkuu akamwuliza Yesu habari za wanafunzi wake, na habari za mafundisho yake. 20 Yesu akamjibu, Mimi nimesema na ulimwengu waziwazi; sikuzote nalifundisha katika sinagogi na katika hekalu, wakusanyikapo Wayahudi wote; wala kwa siri mimi sikusema neno lo lote. 21 Ya nini kuniuliza mimi? Waulize wale waliosikia ni nini niliyowaambia; wao wanajua niliyoyanena. 22 Basi aliposema hayo, mtumishi mmojawapo aliyesimama karibu alimpiga Yesu kofi akisema, Wamjibu hivi Kuhani Mkuu? 23 Yesu akamjibu, Kama nimesema vibaya, ushuhudie ule ubaya; bali kama nimesema vema, wanipigia nini? 24 Basi Anasi akampeleka hali amefungwa kwa Kayafa, Kuhani Mkuu.

25 Na Simoni Petro alikuwa akisimama huko, anakota moto. Basi wakamwambia, Wewe nawe, je! hu mwanafunzi wake mmojawapo? Naye akakana, akasema Si mimi. 26 Mtumwa mmoja-

wapo wa Kuhani Mkuu, naye ni jamaa yake yule aliyekatwa sikio na Petro, akasema, Je! mimi simekuona wewe bustanini pamoja naye? 27 Basi Petro akakana tena, na mara akawika jimbi.

Bwana Yesu mbele ya Pilato, liwali Mrumi

28 Kisha wakamchukua Yesu kutoka kwa Kayafa mpaka Praitorio,* nayo ikawa alfajiri; lakini wao wenyewe hawakuingia ndani ya ile Praitorio, wasije wakanajisika, bali wapate kuila Pasaka. 29 Basi Pilato akawatokea nje, akasema, Ni mashitaka gani mnayoleta juu ya mtu huyu? 30 Wakajibu, wakamwambia, Kama huyu asingekuwa mtenda mabaya, tusingemleta kwako. 31 Basi Pilato akawaambia, Haya! mtwaeni ninyi, mkamhukumu kwa ile torati yenu! Wayahudi wakamwambia, Sisi hatuna ruhusa ya kuua mtu. 32 Ili litimie lile neno lake Yesu alilolisema, akionyesha ni mauti gani atakayokufa.

33 Basi Pilato akaingia tena ndani ya Praitorio, akamwita Yesu, akamwambia, Je! Wewe ni Mfalme wa Wayahudi?

34 Yesu akamjibu, Wewe wasema hivi kwa nafsi yako, au watu wengine walikuambia habari zangu? 35 Pilato akajibu, Ama! Ni Myahudi mimi? Taifa lako na wakuu wa makuhani ndio waliokuleta kwangu. Umefanya nini? 36 Yesu akajibu, Ufalme wangu sio wa ulimwengu huu. Kama ufalme wangu ungekuwa wa ulimwengu huu, watumishi wangu wangenipigania, nisije nikatiwa mikononi mwa Wayahudi. Lakini ufalme wangu sio wa hapa. 37 Basi Pilato akamwambia, Wewe u mfalme basi? Yesu akajibu, Wewe wasema, kwa kuwa mimi ni mfalme. Mimi nimezaliwa kwa ajili ya haya, na kwa ajili ya haya mimi nalikuja ulimwenguni, ili niishuhudie kweli. Kila aliye wa hiyo kweli hunisikia sauti yangu. 38 Pilato akamwambia, Kweli ni nini?

Naye akiisha kusema neno hilo akawatokea Wayahudi tena, akawaambia, Mimi sioni hatia yo yote kwake. 39 Lakini kwenu kuna desturi ya mimi kuwafungulia mtu mmoja wakati wa Pasaka; basi, mwapenda niwafungulie Mfalme wa Wayahudi? 40 Basi wakapiga kelele tena kusema, Si huyu, bali Baraba. Naye

---

* Praitorio, maana yake ni Nyumba ya Uliwali.

yule Baraba alikuwa mnyang'anyi.

Pilato ashindwa na Wayahudi

19 Basi ndipo Pilato alipomtwaa Yesu, akampiga mijeledi. 2 Nao askari wakasokota taji ya miiba, wakamtia kichwani, wakamvika vazi la zambarau. 3 Wakawa wakimwendea, wakisema, Salamu! Mfalme wa Wayahudi! wakampiga makofi. 4 Kisha Pilato akatokea tene nje, akawaambia, Mtu huyu namleta nje kwenu, mpate kufahamu ya kuwa mimi sioni hatia yo yote kwake. 5 Ndipo Yesu alipotoka nje, naye amevaa ile taji ya miiba, na lile vazi la zambarau. Pilato akawaambia, Tazama, mtu huyu! 6 Basi wale wakuu wa makuhani na watumishi wao walipomwona, walipiga kelele wakisema, Msulibishe! Msulibishe! Pilato akawaambia, Mtwaeni ninyi basi, mkamsulibishe; kwa maana mimi sioni hatia kwake. 7 Wayahudi wakamjibu, Sisi tunayo sheria, na kwa sheria hiyo amestahili kufa, kwa sababu alijifanya kuwa Mwana wa Mungu.

8 Basi Pilato aliposikia neno hilo, akazidi kuogopa. 9 Akaingia tena ndani ya ile Praitorio, akamwambia Yesu, Wewe umetokapi? Lakini Yesu hakumpa jibu lo lote. 10 Basi Pilato akamwambia, Husemi nami? Hujui ya kuwa mimi nina mamlaka ya kukufungua, nami nina mamlaka ya kukusulibisha? 11 Yesu akamjibu, Wewe hungekuwa na mamlaka yo yote juu yangu, kama usingepewa kutoka juu; kwa hiyo yeye aliyenitia mikononi mwako yuna dhambi iliyo kubwa zaidi. 12 Na tangu hapo Pilato akatafuta kumfungua; lakini Wayahudi wakapiga makelele wakisema, Ukimfungua huyu, wewe si rafiki yake Kaisari; kila mtu ajifanyaye kuwa mfalme humfitini Kaisari. 13 Basi Pilato, aliposikia maneno hayo, akamleta Yesu nje, akaketi juu ya kiti cha hukumu, mahali paitwapo Sakafu ya Mawe, au kwa Kiebrania, Gabatha. 14 Nayo ilikuwa Maandalio ya pasaka, yapata saa sita. Akawaambia Wayahudi, Tazama, Mfalme wenu! 15 Basi wale wakapiga kelele, Mwondoshe! Mwondoshe! Msulibishe! Pilato akawaambia, Je! nimsulibishe mfalme wenu! Wakuu wa makuhani wakamjibu, Sisi hatuna mfalme ila Kaisari. 16 Basi ndipo alipomtia mikononi mwao ili asulibiwe; nao wakampokea Yesu.

Kusulibishwa kwa Bwana Yesu

17 Akatoka, hali akijichukulia msalaba wake, mpaka mahali paitwapo Fuvu la Kichwa, au kwa Kiebrania, Golgotha. 18 Wakamsulibisha huko, na wengine wawili pamoja naye, mmoja huku na mmoja huku, na Yesu katikati. 19 Naye Pilato akaandika anwani, akaiweka juu ya msalaba, imeandikwa, YESU MNAZARETI, MFALME WA WAYAHUDI. 20 Basi anwani hiyo waliisoma wengi katika Wayahudi; maana mahali pale aliposulibiwa Yesu palikuwa karibu na mji; nayo iliandikwa kwa Kiebrania, na Kirumi, na Kiyunani. 21 Basi wakuu wa makuhani wa Wayahudi wakamwambia Pilato, Usiandike, Mfalme wa Wayahudi; bali ya kwamba yule alisema, Mimi ni mfalme wa Wayahudi. 22 Pilato akajibu, Niliyoandika nimeyaandika.

23 Nao askari walipomsulibisha Yesu, waliyatwaa mavazi yake, wakafanya mafungu manne, kwa kila askari fungu lake; na kanzu nayo. Basi kanzu ile haikushonwa, ilikuwa imefumwa yote pia tangu juu. 24 Basi wakaambiana, Tusiipasue, lakini tuipigie kura, iwe ya nani. Ili litimie andiko lile linenalo,

Waligawanya nguo zangu,
Na vazi langu wakalipigia kura.

Basi ndivyo walivyofanya wale askari.

25 Na penye msalaba wake Yesu walikuwa wamesimama mamaye, na umbu la mamaye, Mariamu wa Klopa, na Mariamu Magdalene. 26 Basi Yesu alipomwona mama yake, na yule mwanafunzi aliyempenda amesimama karibu, alimwambia mama yake, Mama, tazama, mwanao. 27 Kisha akamwambia yule mwanafunzi, Tazama, mama yako. Na tangu saa ile mwanafunzi yule akamchukua nyumbani kwake.

Kifo cha Bwana Yesu

28 Baada ya hayo Yesu, hali akijua ya kuwa yote yamekwisha kumalizika, ili andiko litimizwe, akasema, Naona kiu. 29 Kulikuwako huko chombo kimejaa siki; basi wakatia sifongo iliyojaa siki juu ya ufito wa hisopo, wakampelekea kinywani. 30 Basi Yesu alipokwisha kuipokea ile siki, alisema, Imekwisha. Akainama kichwa, akaisalimu roho yake.

Pigo la mkuki ubavuni, na maziko

31 Basi Wayahudi, kwa sababu ni Maandalio, miili

isikae juu ya misalaba siku ya sabato, (maana sabato ile ili-kuwa siku kubwa), wali-mwomba Pilato miguu yao ivun-jwe, wakaondolewe. 32 Basi askari wakaenda, wakamvunja miguu wa kwanza, na wa pili, aliyesulibiwa pamoja naye. 33 Lakini walipomjia Yesu na kuona ya kuwa amekwisha kufa, hawakumvunja miguu; 34 lakini askari mmojawapo alimchoma ubavu kwa mkuki; na mara ikatoka damu na maji. 35 Naye aliyeona ame-shuhudia, na ushuhuda wake ni kweli; naye anajua ya kuwa anasema kweli ili ninyi nanyi mpate kusadiki. 36 Kwa ma-ana hayo yalitukia ili andiko litimie,

Hapana mfupa wake uta-
    kaovunjwa.
37 Na tena andiko lingine
    lanena,
    Watamtazama yeye wali-
    yemchoma.
38 Hata baada ya hayo Yusufu wa Arimathaya, naye ni mwanafunzi wa Yesu, (lakini kwa siri, kwa hofu ya Wayahudi), alimwomba Pilato ruhusa ili auondoe mwili wake Yesu. Na Pilato akampa ru-husa. Basi akaenda, akauo-ndoa mwili wake. 39 Aka-enda Nikodemo naye, (yule aliyemwendea usiku hapo kwanza), akaleta machanga-nyiko ya manemane na uudi,

yapata ratli mia. 40 Basi wakautwaa mwili wake Yesu, wakaufunga sanda ya kitani pamoja na yale manukato, kama ilivyo desturi ya Waya-hudi katika kuzika. 41 Na pale pale aliposulibiwa pali-kuwa na bustani; na ndani ya bustani mna kaburi jipya, ambalo hajatiwa bado mtu ye yote ndani yake. 42 Humo basi, kwa sababu ya Maanda-lio ya Wayahudi, wakamweka Yesu; maana lile kaburi lili-kuwa karibu.

Kufufuka kwa Bwana Yesu

20 Hata siku ya kwanza ya juma Mariamu Magda-lene alikwenda kaburini alfa-jiri, kungali giza bado; aka-liona lile jiwe limeondolewa kaburini. 2 Basi akaenda mbio, akafika kwa Simoni Petro na kwa yule mwanafunzi mwingine ambaye Yesu ali-mpenda, akawaambia, Wame-mwondoa Bwana kaburini, wala hatujui walikomweka. 3 Basi Petro akatoka, na yule mwanafunzi mwingine, waka-shika njia kwenda kaburini. 4 Wakaenda mbio wote wa-wili; na yule mwanafunzi mwingine akaenda mbio upesi kuliko Petro, akawa wa kwanza wa kufika kaburini. 5 Akainama na kuchungulia, akaviona vitambaa vya sanda

vimelala; lakini hakuingia.
6 Basi akaja na Simoni Petro
akimfuata, akaingia ndani ya
kaburi; akavitazama vitambaa
vilivyolala; 7 na ile leso iliyo-
kuwako kichwani pake; haiku-
lala pamoja na vitambaa, bali
imezongwa-zongwa mbali ma-
hali pa peke yake. 8 Basi
ndipo alipoingia naye yule
mwanafunzi mwingine aliye-
kuwa wa kwanza wa kufika
kaburini, akaona na kuamini.
9 Kwa maana hawajalifahamu
bado andiko, ya kwamba
imempasa kufufuka. 10 Basi
wale wanafunzi wakaenda zao
tena nyumbani kwao.

Bwana Yesu amtokea
Mariamu Magdalene

11 Lakini Mariamu alikuwa
akisimama karibu na kaburi,
nje yake, analia. Basi akilia
hivi, aliinama na kuchungulia
ndani ya kaburi. 12 Akaona
malaika wawili, wenye mavazi
meupe, wameketi, mmoja ki-
chwani na mmoja miguuni,
hapo ulipolazwa mwili wake
Yesu. 13 Nao wakamwa-
mbia, Mama, unalilia nini?
Akawaambia, Kwa sababu
wamemwondoa Bwana wangu,
wala mimi sijui walikomweka.
14 Naye akiisha kusema hayo,
akageuka nyuma, akamwona
Yesu amesimama, asijue ya
kuwa ni Yesu. 15 Yesu
akamwambia, Mama, una-
lilia nini? Unamtafuta nani?
Naye, hukuakidhania ya kuwa
ni mtunza bustani, akamwa-
mbia, Bwana, ikiwa ume-
mchukua wewe, uniambie uli-
pomweka, nami nitamwondoa.
16 Yesu akamwambia, Mari-
amu. Yeye akageuka, aka-
mwambia kwa Kiebrania, Ra-
boni! (yaani, Mwalimu wa-
ngu). 17 Yesu akamwambia,
Usinishike; kwa maana sijapaa
kwenda kwa Baba. Lakini
enenda kwa ndugu zangu
ukawaambie, Ninapaa kwenda
kwa Baba yangu naye ni Baba
yenu, kwa Mungu wangu naye
ni Mungu wenu. 18 Maria-
mu Magdalene akaenda, aka-
wapasha wanafunzi habari ya
kwamba, Nimemwona Bwana,
na ya kwamba amemwambia
hayo.

Bwana Yesu awatokea
mitume

19 Ikawa jioni, siku ile ya
kwanza ya juma, pale walipo-
kuwapo wanafunzi, milango
imefungwa kwa hofu ya Waya-
hudi; akaja Yesu, akasimama
katikati, akawaambia, Amani
iwe kwenu. 20 Naye akiisha
kusema hayo, akawaonyesha
mikono yake na ubavu wake.
Basi wale wanafunzi waka-
furahi walipomwona Bwana.
21 Basi Yesu akawaambia

tena, Amani iwe kwenu; kama Baba alivyonituma mimi, mimi nami nawapeleka ninyi. 22 Naye akiisha kusema hayo, akawavuvia, akawaambia, Pokeeni Roho Mtakatifu. 23 Wo wote mtakaowaondolea dhambi, wameondolewa; na wo wote mtakaowafungia dhambi, wamefungiwa.

Bwana Yesu amtokea Tomaso

24 Walakini mmoja wa wale Thenashara, Tomaso, aitwaye Pacha, hakuwako pamoja nao alipokuja Yesu. 25 Basi wanafunzi wengine wakamwambia, Tumemwona Bwana. Akawaambia, Mimi nisipoziona mikononi mwake kovu za misumari, na kutia kidole changu katika mahali pa misumari, na kutia mkono wangu katika ubavu wake, mimi sisadiki hata kidogo.

26 Basi, baada ya siku nane, wanafunzi wake walikuwamo ndani tena, na Tomaso pamoja nao. Akaja Yesu, na milango imefungwa, akasimama katikati, akasema, Amani iwe kwenu. 27 Kisha akamwambia Tomaso, Lete hapa kidole chako; uitazame mikono yangu; uletena mkono wako uutie ubavuni mwangu; wala usiwe asiyeamini, bali aaminiye. 28 Tomaso akajibu, akamwambia, Bwana wangu na Mungu wangu! 29 Yesu akamwambia, Wewe, kwa kuwa umeniona, umesadiki; wa heri wale wasioona, wakasadiki.

Kusudi la Injili hii

30 Basi kuna ishara nyingine nyingi alizozifanya Yesu mbele ya wanafunzi wake, zisizoandikwa katika kitabu hiki. 31 Lakini hizi zimeandikwa; ili mpate kuamini ya kwamba Yesu ndiye Kristo, Mwana wa Mungu; na kwa kuamini mwe na uzima kwa jina lake.

Bwana Yesu aonekana kando ya bahari ya Tiberia

21 Baada ya hayo Yesu alijidhihirisha tena kwa wanafunzi wake, penye bahari ya Tiberia; naye alijidhihirisha hivi. 2 Simoni Petro, na Tomaso aitwaye Pacha, na Nathanaeli wa Kana ya Galilaya, na wana wa Zebedayo, na wengine wawili wa wanafunzi wake, walikuwapo pamoja. 3 Simoni Petro aliwaambia, Naenda kuvua samaki. Nao wakamwambia, Sisi nasi tutakwenda nawe. Basi wakaondoka, wakapanda chomboni; ila usiku ule hawakupata kitu. 4 Hata asubuhi kulipokucha, Yesu alisimama ufuoni; walakini wanafunzi hawakujua ya kuwa ni Yesu. 5 Basi Yesu akawaambia, Wanangu, mna kitoweo? Wakamjibu, La! 6 Akawaambia, Litupeni jarife upande wa kuume wa chombo, nanyi mtapata. Basi wakatupa; wala sasa hawakuweza kulivuta tena kwa sababu ya wingi wa samaki. 7 Basi yule mwanafunzi ambaye Yesu alimpenda akamwambia Petro, Ndiye Bwana. Naye Simoni Petro, aliposikia ya kwamba ni Bwana, akajifunga vazi lake, (maana alikuwa uchi), akajitupa baharini. 8 Na hao wanafunzi wengine wakaja katika mashua; maana hawakuwa mbali na nchi kavu; ila yapata dhiraa mia mbili; huku wakilikokota lile jarife lenye samaki. 9 Basi waliposhuka pwani, wakaona huko moto wa makaa, na juu yake pametiwa samaki, na mkate. 10 Yesu akawaambia, Leteni hapa baadhi ya samaki mliowavua sasa hivi. 11 Basi

Simoni Petro akapanda chomboni, akalivuta jarife pwani, limejaa samaki wakubwa, mia hamsini na watatu; na ijapokuwa ni wengi namna hiyo, jarife halikupasuka. 12 Yesu akawaambia, Njoni mfungue kinywa. Wala hakuna mtu katika wale wanafunzi aliyethubutu kumwuliza, U nani wewe? wakijua ya kuwa ni Bwana. 13 Yesu akaenda akautwaa mkate, akawapa, na samaki vivyo hivyo. 14 Hiyo ndiyo mara ya tatu ya Yesu kuonekana na wanafunzi wake baada ya kufufuka katika wafu.

Maneno ya mwisho Bwana Yesu aliyosema na Petro

15 Basi walipokwisha kula, Yesu akamwambia Simoni Petro, Je! Simoni wa Yohana, wewe wanipenda* kuliko hawa? Akamwambia, Naam, Bwana, wewe wajua kuwa nakupenda.* Akamwambia, Lisha wana-kondoo wangu. 16 Akamwambia tena mara

* Katika lugha ya Kiyunani neno hili kupenda lina maana mawili. Maana yake ya pili husomeka hivi,

15 Je! Simoni wa Yohana, wewe wanipenda kuliko hawa? Akamwambia, Naam, Bwana, wewe wajua kuwa ni rafiki yako. Akamwambia, Lisha wana-kondoo wangu. 16 Akamwambia tena mara ya pili, Simoni wa Yohana, wanipenda? Akamwambia, Ndiyo, Bwana, wewe wajua kuwa ni rafiki yako. Akamwambia, Chunga kondoo zangu. 17 Akamwambia mara ya tatu, Simoni wa Yohana, u rafiki yangu? Petro alihuzunika kwa vile alivyomwambia mara ya tatu, U rafiki yangu? Akamwambia, Bwana, wewe wajua yote; wewe umetambua ya kuwa ni rafiki yako. Yesu akamwambia, Lisha kondoo zangu.

ya pili, Simoni wa Yohana, wanipenda? Akamwambia, Ndiyo, Bwana, wewe wajua kuwa nakupenda. Akamwambia, Chunga kondoo zangu. 17 Akamwambia mara ya tatu, Simoni wa Yohana, wanipenda? Petro alihuzunika kwa vile alivyomwambia mara ya tatu, Wanipenda? Akamwambia, Bwana, wewe wajua yote; wewe umetambua ya kuwa nakupenda. Yesu akamwambia, Lisha kondoo zangu.

18 Akasema, Amin, amin, nakuambia, Wakati ulipokuwa kijana, ulikuwa ukijifunga mwenyewe na kwenda utakako; lakini utakapokuwa mzee, utainyosha mikono yako, na mwingine atakufunga na kukuchukua usikotaka. 19 Akasema neno hilo kwa kuonyesha ni kwa mauti gani atakayomtukuza Mungu. Naye akiisha kusema hayo, akamwambia, Nifuate. 20 Petro akageuka akamwona yule mwanafunzi aliyependwa na Yesu anafuata; (ndiye huyo aliyeegama kifuani pake wakati wa kula chakula cha jioni, akasema, Bwana, ni nani akusalitiye?). 21 Basi Petro akamwona huyo, akamwambia Yesu, Bwana, na huyu je? 22 Yesu akamwambia, Ikiwa nataka huyu akae hata nijapo, imekupasaje wewe? Wewe unifuate mimi. 23 Basi neno hilo lilienea katikati ya ndugu ya kwamba mwanafunzi yule hafi. Walakini Yesu hakumwambia ya kwamba hafi; bali, Ikiwa nataka huyu akae hata nijapo, imekupasaje wewe?

Mwisho

24 Huyu ndiye yule mwanafunzi ayashuhudiaye haya, na aliyeyaandika haya; nasi twajua ya kuwa ushuhuda wake ni kweli.

25 Kuna na mambo mengine mengi aliyoyafanya Yesu; ambayo yakiandikwa moja moja, nadhani hata ulimwengu usingetosha kwa vile vitabu vitakavyoandikwa.

MATENDO YA MITUME

Dibaji

1 Kitabu kile cha kwanza nalikiandika, Theofilo, katika habari ya mambo yote aliyoanza Yesu kufanya na kufundisha, 2 hata siku ile alipochukuliwa juu, alipokuwa amekwisha kuwaagiza kwa Roho Mtakatifu wale mitume aliowachagua; 3 wale aliowadhihirishia nafsi yake, kwa dalili nyingi, baada ya kuteswa kwake, ya kwamba yu hai, akiwatokea muda wa siku arobaini, na kuyanena mambo yaliyouhusu ufalme wa Mungu. 4 Hata alipokuwa amekutana nao aliwaagiza wasitoke Yerusalemu, bali waingoje ahadi ya Baba, ambayo mlisikia habari zake kwangu; 5 ya kwamba Yohana alibatiza kwa maji, bali ninyi mtabatizwa katika Roho Mtakatifu baada ya siku hizi chache.

Bwana Yesu apaa mbinguni

6 Basi walipokutanika, wakamwuliza, wakisema, Je! Bwana, wakati huu ndipo unapowarudishia Israeli ufalme? 7 Akawaambia, Si kazi yenu kujua nyakati wala majira, Baba aliyoyaweka katika mamlaka yake mwenyewe. 8 Lakini mtapokea nguvu, akiisha kuwajilia juu yenu Roho Mtakatifu; nanyi mtakuwa mashahidi wangu katika Yerusalemu, na katika Uyahudi wote, na Samaria, na hata mwisho wa nchi. 9 Akiisha kusema hayo, walipokuwa wakitazama, akainuliwa, wingu likampokea kutoka machoni pao. 10 Walipokuwa wakikaza macho mbinguni, yeye alipokuwa akienda zake, tazama, watu wawili wakasimama ka-

ribu nao, wenye nguo nyeupe, 11 wakasema, Enyi watu wa Galilaya, mbona mmesimama mkitazama mbinguni? Huyu Yesu aliyechukuliwa kutoka kwenu kwenda juu mbinguni, atakuja jinsi iyo hiyo mlivyomwona akienda zake mbinguni.

Mtume wa kumi na mbili achaguliwa

12 Kisha wakarudi kwenda Yerusalemu kutoka mlima ulioitwa wa Mizeituni, ulio karibu na Yerusalemu, wapata mwendo wa sabato. 13 Hata walipoingia, wakapanda orofani, walipokuwa wakikaa; Petro, na Yohana, na Yakobo, na Andrea, Filipo na Tomaso, Bartholomayo na Mathayo, Yakobo wa Alfayo, na Simoni Zelote, na Yuda wa Yakobo. 14 Hawa wote walikuwa wakidumu kwa moyo mmoja katika kusali, pamoja nao wanawake, na Mariamu mama yake Yesu, na ndugu zake.

15 Siku zile akasimama Petro kati ya hao ndugu (jumla ya majina ilipata mia na ishirini), akasema, 16 Ndugu, ilipasa andiko litimizwe, alilolinena Roho Mtakatifu zamani kwa kinywa cha Daudi, katika habari za Yuda, aliyewaongoza wao waliomkamata Yesu; 17 kwa sa-

babu alikuwa amehesabiwa pamoja na sisi, akapata sehemu ya huduma hii. 18 (Basi mtu huyu alinunua konde kwa ijara ya udhalimu; akaanguka kwa kasi akapasuka, matumbo yake yote yakatoka. 19 Ikajulikana na watu wote wakaao Yerusalemu; hata konde lile likaitwa kwa lugha yao Akeldama, maana yake, konde la damu.) 20 Kwa maana imeandikwa katika chuo cha Zaburi,

Kikao chake na kiwe ukiwa,
Wala asiwepo mtu mwenye
    kukaa humo;
tena,
Usimamizi wake autwae
    mwingine.

21 Basi katika watu waliofuatana nasi wakati wote Bwana Yesu alipokuwa akiingia na kutoka kwetu, 22 kuanza tangu ubatizo wa Yohana, hata siku ile alipochukuliwa kwetu kwenda juu, inapasa mmoja wao awe shahidi wa kufufuka kwake pamoja nasi. 23 Wakaweka wawili, Yusufu, aitwaye Barsaba, aliyekuwa na jina la pili Yusto, na Mathiya. 24 Kisha wakaomba, wakasema, Wewe, Bwana, ujuaye mioyo ya watu wote, tuonyeshe ni nani uliyemchagua katika hawa wawili, 25 ashike mahali katika huduma hii na utume huu alioukosa Yuda, aende zake mahali pake mwenyewe.

26 Wakawapigia kura; kura ikamwangukia Mathiya; naye akahesabiwa kuwa pamoja na mitume kumi na mmoja.

Kipawa cha Roho Mtakatifu

2 Hata ilipotimia siku ya Pentekoste walikuwako wote mahali pamoja. 2 Kukaja ghafula toka mbinguni uvumi kama uvumi wa upepo wa nguvu ukienda kasi, ukaijaza nyumba yote waliyokuwa wameketi. 3 Kukawatokea ndimi zilizogawanyikana, kama ndimi za moto uliowakalia kila mmoja wao. 4 Wote wakajazwa Roho Mtakatifu, wakaanza kusema kwa lugha nyingine, kama Roho alivyowajalia kutamka.

5 Na walikuwako Yerusalemu Wayahudi wakikaa, watu watauwa, watu wa kila taifa chini ya mbingu. 6 Basi sauti hii iliposikiwa makutano walikutanika, wakashikwa na fadhaa, kwa kuwa kila mmoja aliwasikia wakisema kwa lugha yake mwenyewe. 7 Wakashangaa wote, wakastaajabu wakiambiana, Tazama, hawa wote wasemao si Wagalilaya? 8 Imekuwaje basi sisi kusikia kila mtu lugha yetu tuliyozaliwa nayo? 9 Waparthi na Wamedi na Waelami, nao wakaao Mesopotamia, Uyahudi

na Kapadokia, Ponto na Asia,
10 Frigia na Pamfilia, Misri na
pande za Libia karibu na
Kirene, na wageni watokao
Rumi, Wayahudi na wao-
ngofu, 11 Wakrete na Waara-
bu; tunawasikia hawa waki-
sema kwa lugha zetu matendo
makuu ya Mungu.   12 Waka-
shangaa wote wakaingiwa na
shaka, wakiambiana, Maana
yake nini mambo haya?
13 Wengine walidhihaki, waki-
sema, Wamelewa kwa mvinyo
mpya.

Hotuba ya Petro aliyoitoa siku ya Pentekoste

14 Lakini Petro akasimama
pamoja na wale kumi na
mmoja, akapaza sauti yake,
akawaambia, Enyi watu wa
Uyahudi, na ninyi nyote
mkaao Yerusalemu, lijueni
jambo hili, mkasikilize mane-
no yangu.   15 Sivyo mnavyo-
dhani; watu hawa hawakule-
wa, kwa maana ni saa tatu ya
mchana; 16 lakini jambo hili
ni lile lililonenwa kwa kinywa
cha nabii Yoeli,
17 Itakuwa siku za mwisho,
asema Mungu, nitawa-
mwagia watu wote Roho
yangu, na wana wenu na
binti zenu watatabiri; na
vijana wenu wataona ma-
ono; na wazee wenu
wataota ndoto.

18 Naam, na siku zile nita-
wamwagia watumishi wa-
ngu wanaume na wana-
wake Roho yangu, nao
watatabiri.
19 Nami nitatoa ajabu ka-
tika mbingu juu, na ishara
katika nchi chini, damu
na moto, na mvuke wa
moshi.
20 Jua litageuka kuwa giza,
na mwezi kuwa damu,
kabla ya kuja ile siku ya
Bwana iliyo kuu na iliyo
dhahiri.
21 Na itakuwa kila ataka-
yeliitia jina la Bwana
ataokolewa.
22 Enyi waume wa Israeli,
sikilizeni maneno haya: Yesu
wa Nazareti, mtu aliyedhihiri-
shwa kwenu na Mungu kwa
miujiza na ajabu na ishara,
ambazo Mungu alizifanya kwa
mkono wake kati yenu, kama
ninyi wenyewe mnavyojua;
23 mtu huyu alipotolewa kwa
shauri la Mungu lililokusu-
diwa, na kwa kujua kwake
tangu zamani, ninyi mka-
msulibisha kwa mikono ya
watu wabaya, mkamwua;
24 ambaye Mungu alimfufua,
akiufungua uchungu wa mauti,
kwa sababu haikuwezekana
ashikwe nao.   25 Maana Dau-
di ataja habari zake,
Nalimwona Bwana mbele
yangu sikuzote,
Kwa kuwa yuko upande wa

mkono wangu wa kuume, nisitikisike.

26 Kwa hiyo moyo wangu ukapendezewa, ulimi wangu ukafurahi;

Tena mwili wangu nao utakaa katika matumaini.

27 Kwa maana hutaiacha roho yangu katika kuzimu;

Wala hutamtoa Mtakatifu wako aone uharibifu.

28 Umenijuvisha njia za uzima;

Utanijaza furaha kwa uso wako.

29 Waume, ndugu zangu, mniwie radhi, nisema kwa ujasiri mbele yenu habari za baba yetu mkuu, Daudi, ya kuwa alifariki akazikwa, na kaburi lake liko kwetu hata leo. 30 Basi kwa kuwa ni nabii, akijua ya kuwa Mungu amemwapia kwa kiapo, ya kwamba katika uzao wa viuno vyake atamketisha mmoja katika kiti chake cha enzi; 31 yeye mwenyewe akitangulia kuyaona haya, alitaja habari za kufufuka kwake Kristo, ya kwamba roho yake haikuachwa kuzimu, wala mwili wake haukuona uharibifu. 32 Yesu huyo Mungu alimfufua, na sisi sote tu mashahidi wake. 33 Basi kwa yeye, akiisha kupandishwa hata mkono wa kuume wa Mungu, na kupokea kwa Baba ile ahadi ya Roho Mtakatifu, amekimwaga kitu hiki mnachokiona sasa na kukisikia. 34 Maana Daudi hakupanda mbinguni; bali yeye mwenyewe anasema,

Bwana alimwambia Bwana wangu,

Keti upande wa mkono wangu wa kuume,

35 Hata nitakapowaweka adui zako chini ya miguu yako.

36 Basi nyumba yote ya Israeli na wajue yakini ya kwamba Mungu amemfanya Yesu huyo mliyemsulibisha kuwa Bwana na Kristo.

37 Walipoyasikia haya wakachomwa mioyo yao, wakamwambia Petro na mitume wengine, Tutendeje, ndugu zetu? 38 Petro akawaambia, Tubuni mkabatizwe kila mmoja kwa jina lake Yesu Kristo, mpate ondoleo la dhambi zenu, nanyi mtapokea kipawa cha Roho Mtakatifu. 39 Kwa kuwa ahadi hii ni kwa ajili yenu, na kwa watoto wenu, na kwa watu wote walio mbali, na kwa wote watakaoitwa na Bwana Mungu wetu wamjie. 40 Akawashuhudia kwa maneno mengine mengi sana na kuwaonya akisema, Jiokoeni na kizazi hiki chenye ukaidi. 41 Nao waliolipokea neno lake wakabatizwa; na siku ile wakaongezeka watu wapata elfu tatu.

*Maisha ya jumuiya ya
Wakristo ya kuifuata dini yao*

42 Wakawa wakidumu ka-
tika fundisho la mitume, na
katika ushirika, na katika ku-
umega mkate, na katika kusali.

43 Kila mtu akaingiwa na
hofu; ajabu nyingi na ishara
zikafanywa na mitume. 44 Na
wote walioamini walikuwa
mahali pamoja, na kuwa na
vitu vyote shirika, 45 wakiuza
mali zao, na vitu vyao wali-
vyokuwa navyo, na kuwaga-
wia watu wote kama kila mtu
alivyokuwa na haja. 46 Na
siku zote kwa moyo mmoja
walidumu ndani ya hekalu,
wakimega mkate nyumba kwa
nyumba, na kushiriki chakula
chao kwa furaha na kwa moyo
mweupe, 47 wakimsifu Mu-
ngu, na kuwapendeza watu
wote. Bwana akalizidisha ka-
nisa kila siku kwa waliokuwa
wakiokolewa.

Mwombaji kiwete aponywa

3 Basi Petro na Yohana wa-
likuwa wakikwea pamoja
kwenda hekaluni, saa ya ku-
sali, saa tisa. 2 Na mtu mmo-
ja aliyekuwa kiwete toka tu-
mboni mwa mamaye alichu-
kuliwa na watu, ambaye
walimweka kila siku katika
mlango wa hekalu uitwao
Mzuri, ili aombe sadaka kwa

watu waingiao ndani ya he-
kalu. 3 Mtu huyu akiwaona
Petro na Yohana wakiingia
hekaluni aliomba apewe sa-
daka. 4 Na Petro, akimka-
zia macho, pamoja na Yo-
hana, akasema, Tutazame sisi.
5 Akawaangalia, akitaraji ku-
pata kitu kwao. 6 Lakini
Petro akasema, Mimi sina
fedha, wala dhahabu, lakini
nilicho nacho ndicho niku-
pacho. Kwa jina la Yesu
Kristo wa Nazareti, simama
uende. 7 Akamshika mkono
wa kuume, akamwinua, mara
nyayo zake na vifundo vya
miguu yake vikatiwa nguvu.
8 Akaondoka upesi akasi-
mama, akaanza kwenda; aka-
ingia ndani ya hekalu pamoja
nao, akienda, akiruka-ruka,
na kumsifu Mungu. 9 Watu
wote wakamwona akienda,
akimsifu Mungu. 10 Waka-
mtambua, ya kuwa yeye ndiye
aliyekuwa akiketi na kuomba
sadaka penye mlango Mzuri
wa hekalu; wakajaa ushangao
wakastaajabia mambo yale
yaliyompata.

Hotuba ya Petro hekaluni

11 Basi alipokuwa akiwa-
shika Petro na Yohana, watu
wote wakawakusanyikia mbio
katika tao lile lililoitwa tao la
Sulemani, wakishangaa sana.
12 Hata Petro alipoyaona haya

akawajibu wale watu, Enyi Waisraeli, mbona mnastaajabia haya, au mbona mnatukazia macho sisi, kana kwamba tumemfanya huyu aende kwa nguvu zetu sisi, au kwa utauwa wetu sisi? 13 Mungu wa Ibrahimu na wa Isaka na wa Yakobo, Mungu wa baba zetu, amemtukuza mtumishi wake Yesu, ambaye ninyi mlimsaliti na kumkana mbele ya Pilato, alipokuwa ametoa hukumu yake afunguliwe. 14 Bali ninyi mlimkana yule Mtakatifu, yule Mwenye haki, mkataka mpewe mwuaji; 15 mkamwua yule Mkuu wa uzima, ambaye Mungu amemfufua katika wafu; na sisi tu mashahidi wake. 16 Na kwa imani katika jina lake, jina lake limemtia nguvu mtu huyu mnayemwona na kumjua; na imani ile iliyo kwake yeye imempatia huyu uzima huu mkamilifu mbele yenu ninyi nyote.

17 Basi sasa, ndugu, najua ya kuwa mliyatenda haya kwa kutokujua kwenu, kama na wakuu wenu walivyotenda. 18 Lakini mambo yale aliyohubiri Mungu tangu zamani kwa kinywa cha manabii wake wote, ya kwamba Kristo wake atateswa, ameyatimiza hivyo. 19 Tubuni basi, mrejee, ili dhambi zenu zifutwe, zipate kuja nyakati za kuburudishwa kwa kuwako kwake Bwana;

20 apate kumtuma Kristo Yesu mliyewekewa tangu zamani; 21 ambaye ilimpasa kupokewa mbinguni hata zije zamani za kufanywa upya vitu vyote, zilizonenwa na Mungu kwa kinywa cha manabii wake watakatifu tokea mwanzo wa ulimwengu. 22 Kwa maana Musa kweli alisema ya kwamba, Bwana Mungu wenu atawainulieni nabii, katika ndugu zenu, kama mimi; msikieni yeye katika mambo yote atakayonena nanyi. 23 Na itakuwa ya kwamba kila mtu asiyemsikiliza nabii huyo ataangamizwa na kutengwa na watu wake. 24 Naam, na manabii wote tangu Samweli na wale waliokuja baada yake, wote walionena, walihubiri habari za siku hizi. 25 Ninyi mmekuwa watoto wa manabii na wa maagano yale, ambayo Mungu aliagana na baba zenu, akimwambia Ibrahimu, Katika uzao wako kabila zote za ulimwengu zitabarikiwa. 26 Mungu, akiisha kumfufua mtumishi wake Yesu, alimtuma kwenu ninyi kwanza, ili kuwabarikia kwa kumwepusha kila mmoja wenu na maovu yake.

Petro na Yohana mbele ya halmashauri ya makuhani

4 Hata walipokuwa wakisema na watu wale, makuhani na akida wa hekalu na Masadukayo wakawatokea, 2 wakifadhaika sana kwa sababu wanawafundisha watu na kuhubiri katika Yesu ufufuo wa wafu. 3 Wakawakamata, wakawaweka gerezani hata asubuhi; kwa kuwa imekwisha kuwa jioni. 4 Lakini wengi katika hao waliosikia lile neno waliamini; na hesabu ya watu waume ikawa kama elfu tano.

5 Hata asubuhi wakubwa na wazee na waandishi wakakusanyika Yerusalemu, 6 na Anasi Kuhani Mkuu, na Kayafa pia, na Yohana na Iskanda, na wote wale waliokuwa jamaa zake Kuhani Mkuu. 7 Walipowaweka katikati, wakawauliza, Kwa nguvu gani na kwa jina la nani ninyi mmefanya haya? 8 Ndipo Petro, akijaa Roho Mtakatifu, akawaambia, Enyi wakubwa wa watu na wazee wa Israeli, 9 kama tukiulizwa leo habari ya jambo jema alilofanyiwa yule mtu dhaifu, jinsi alivyoponywa, 10 jueni ninyi nyote na watu wote wa Israeli ya kuwa kwa jina la Yesu Kristo wa Nazareti, ambaye ninyi mlimsulibisha, na Mungu akamfufua katika wafu, kwa jina hilo mtu huyu anasimama ali mzima mbele yenu. 11 Yeye ndiye jiwe lile lililodharauliwa na ninyi waashi, nalo limewekwa kuwa

jiwe kuu la pembeni. 12 Wala hakuna wokovu katika mwingine awaye yote, kwa maana hapana jina jingine chini ya mbingu walilopewa wanadamu litupasalo sisi kuokolewa kwalo.

13 Basi walipoona ujasiri wa Petro na Yohana, na kuwajua ya kuwa ni watu wasio na elimu, wasio na maarifa, wakastaajabu, wakawatambua ya kwamba walikuwa pamoja na Yesu. 14 Na wakimwona yule aliyeponywa akisimama pamoja nao hawakuwa na neno la kujibu. 15 Wakawaamuru kutoka katika baraza, wakafanya shauri wao kwa wao, 16 wakisema, Tuwafanyieni watu hawa? Maana ni dhahiri kwa watu wote wakaao Yerusalemu ya kwamba ishara mashuhuri imefanywa nao, wala hatuwezi kuikana. 17 Lakini neno hili lisije likaenea katika watu, na tuwatishe wasiseme tena na mtu awaye yote kwa jina hili. 18 Wakawaita, wakawaamuru wasiseme kabisa wala kufundisha kwa jina la Yesu. 19 Petro na Yohana wakawajibu wakawaambia, Kwamba ni haki mbele za Mungu kuwasikiliza ninyi kuliko Mungu, hukumuni ninyi wenyewe; 20 maana sisi hatuwezi kuacha kuyanena mambo tuliyoyaona na kuyasikia. 21 Nao walipokwisha

kuwatisha tena wakawafungua, wasione njia ya kuwaadhibu, kwa sababu ya watu; kwa kuwa watu wote walikuwa wakimtukuza Mungu kwa hayo yaliyotendeka; 22 maana umri wake yule mtu aliyefanyiwa ishara hii ya kuponya ulipita miaka arobaini.

Petro na Yohana wawarudia rafiki zao

23 Hata walipofunguliwa, wakaenda kwa watu wao, wakawapasha habari ya mambo yote waliyoambiwa na wakuu wa makuhani na wazee. 24 Nao waliposikia, wakampazia Mungu sauti zao kwa moyo mmoja, wakisema, Mola, wewe ndiwe Mungu, ndiwe uliyefanya mbingu na nchi na bahari na vitu vyote vilivyomo; 25 nawe ulinena kwa Roho Mtakatifu kwa kinywa cha babaetu Daudi, mtumishi wako,

Mbona mataifa wamefanya ghasia,
Na makabila wametafakari ubatili?
26 Wafalme wa dunia wamejipanga,
Na wakuu wamefanya shauri pamoja
Juu ya Bwana na juu ya Kristo wake.

27 Maana ni kweli, Herode na Pontio Pilato pamoja na Mataifa na watu wa Israeli, walikusanyika katika mji huu juu ya Mtumishi wako mtakatifu Yesu, uliyemtia mafuta, 28 ili wafanye yote ambayo mkono wako na mashauri yako yamekusudia tangu zamani yatokee. 29 Basi sasa, Bwana, yaangalie matisho yao; ukawajalie watumwa wako kunena neno lako kwa ujasiri wote, 30 ukinyosha mkono wako kuponya; ishara na maajabu vifanyike kwa jina la Mtumishi wako mtakatifu Yesu. 31 Hata walipokwisha kumwomba Mungu, mahali pale walipokusanyika pakatikiswa, wote wakajaa Roho Mtakatifu, wakanena neno la Mungu kwa ujasiri.

Vitu vyote shirika kwa watu wote

32 Na jamii ya watu walioamini walikuwa na moyo mmoja na roho moja; wala hapana mmoja aliyesema ya kuwa kitu cho chote alicho nacho ni mali yake mwenyewe; bai walikuwa na vitu vyote shirika. 33 Na mitume wakatoa ushuhuda wa kufufuka kwake Yesu kwa nguvu nyingi, na neema nyingi ikawa juu yao wote. 34 Wala hapakuwa na mtu mmoja miongoni mwao mwenye mahitaji; kwa sababu

watu wote waliokuwa na viwanja au nyumba waliviuza, wakaileta thamani ya vitu vile vilivyouzwa, 35 wakaiweka miguuni pa mitume; kila mtu akagawiwa kwa kadiri ya alivyohitaji.

36 Na Yusufu, aliyeitwa na mitume Barnaba, (maana yake, Mwana wa faraja), Mlawi, asili yake ni mtu wa Kipro, 37 alikuwa na shamba akaliuza, akaileta fedha, akaiweka miguuni pa mitume.

Anania na Safira

5 Lakini mtu mmoja jina lake Anania, pamoja na Safira mkewe, aliuza mali, 2 akazuia kwa siri sehemu ya thamani yake, mkewe naye akijua haya, akaleta fungu moja akaliweka miguuni pa mitume. 3 Petro akasema, Anania, kwa nini Shetani amekujaza moyo wako kumwambia uongo Roho Mtakatifu, na kuzuia kwa siri sehemu ya thamani ya kiwanja? 4 Kilipokuwa kwako, hakikuwa mali yako? Na kilipokuwa kimekwisha kuuzwa, thamani yake haikuwa katika uwezo wako? Ilikuwaje hata ukaweka neno hili moyoni mwako? Hukumwambia uongo mwanadamu, bali Mungu. 5 Anania aliposikia maneno haya akaanguka, aka-

fa. Hofu nyingi ikawapata watu wote walioyasikia haya. 6 Vijana wakaondoka, wakamtia katika sanda, wakamchukua nje, wakamzika.

7 Hata muda wa saa tatu baadaye mkewe akaingia, naye hana habari ya hayo yaliyotokea. 8 Petro akamjibu, Niambie, Mlikiuza kiwanja kwa thamani hiyo? Akasema, Ndiyo, kwa thamani hiyo. 9 Petro akamwambia, Imekuwaje hata mkapatana kumjaribu Roho wa Bwana? angalia, miguu yao waliomzika mumeo ipo mlangoni, nao watakuchukua nje wewe nawe. 10 Mara akaanguka miguuni pake akafa; wale vijana wakaingia wakamkuta amekufa, wakamchukua nje, wakamzika pamoja na mumewe. 11 Hofu nyingi ikawapata kanisa lote na watu wote walioyasikia haya.

Ishara na maponyi vyatendwa na mitume

12 Na kwa mikono ya mitume zikafanyika ishara na maajabu mengi katika watu; nao wote walikuwako kwa nia moja katika ukumbi wa Sulemani; 13 na katika wote wengine hapana hata mmoja aliyethubutu kuambatana nao; ila watu waliwaadhimisha; 14 walioamini wakazidi kuo-

ngezeka kwa Bwana, wengi, wanaume na wanawake; 15 hata ikawa katika njia kuu hutoa nje wagonjwa, na huwaweka juu ya majamvi na magodoro, ili Petro akija, ngawa kivuli chake kimwangukie mmojawapo wao. 16 Nayo makutano ya watu wa miji iliyoko kandokando ya Yerusalemu wakakutanika, wakileta wagonjwa, nao walioudhiwa na pepo wachafu; nao wote wakaponywa.

Petro na Yohana mbele ya halmashauri tena

17 Akaondoka Kuhani Mkuu na wote waliokuwa pamoja naye, (hao ndio walio wa madhehebu ya Masadukayo), wamejaa wivu, 18 wakawakamata mitume wakawaweka ndani ya gereza; 19 lakini malaika wa Bwana akafungua milango ya gereza usiku, akawatoa, akasema, 20 Enendeni mkasimame hekaluni mkawaambie watu maneno yote ya Uzima huu. 21 Nao waliposikia wakaenda alfajiri hekaluni, wakaanza kufundisha.

Akaja Kuhani Mkuu nao waliokuwa pamoja naye, wakawakutanisha watu wa baraza na wazee wote wa wana wa Israeli, wakatuma watu gerezani ili wawalete. 22 Ha-

ta watumishi walipofika hawakuwaona gerezani, wakarudi wakatoa habari, 23 wakisema, Gereza tumeikuta imefungwa salama, nao walinzi wamesimama mbele ya mlango; lakini tulipoufungua hatukukuta mtu ndani. 24 Basi jemadari wa hekalu na wakuu wa makuhani waliposikia haya, wakaingiwa na shaka, kwa ajili yao, litakuwaje jambo hilo. 25 Mtu mmoja akaja akawapasha habari ya kwamba, Watu wale mliowaweka gerezani wako ndani ya hekalu, wamesimama wakiwafundisha watu. 26 Ndipo yule jemadari akaenda pamoja na watumishi, wakawaleta, lakini si kwa nguvu, kwa maana waliogopa watu wasije wakawapiga kwa mawe. 27 Walipowaleta, wakawaweka katika baraza. Kuhani Mkuu akawauliza, 28 akisema, Je! hatukuwaamuru ninyi kwa nguvu, msifundishe kwa jina hili? nanyi, tazameni, mmeijaza Yerusalemu mafundisho yenu, na mnataka kuileta damu ya mtu yule juu yetu. 29 Petro na mitume wakajibu, wakisema, Imetupasa kumtii Mungu kuliko wanadamu. 30 Mungu wa baba zetu alimfufua Yesu, ambaye ninyi mlimwua mkimtundika katika mti. ·31 Mtu huyo Mungu amemtukuza kwa mkono wake wa kuume, awe Mkuu na Mwokozi, awape Waisraeli toba na msamaha wa dhambi. 32 Na sisi tu mashahidi wa mambo haya, pamoja na Roho Mtakatifu ambaye Mungu amewapa wote wamtiio. 33 Wao waliposikia wakachomwa mioyo yao; wakafanya shauri kuwaua.

34 Lakini mtu mmoja, Farisayo, jina lake Gamalieli, mwalimu wa torati, mwenye kuheshimiwa na watu wote, akasimama katika baraza, akaamuru mitume wawekwe nje kitambo kidogo, 35 akawaambia, Enyi waume wa Israeli, jihadharini jinsi mtakavyowatenda watu hawa. 36 Kwa sababu kabla ya siku hizi aliondoka Theuda, akijidai ya kuwa yeye ni mtu mkuu, watu wapata mia nne wakashikamana naye; naye aliuawa na wote waliomsadiki wakatawanyika wakawa si kitu. 37 Baada ya mtu huyo aliondoka Yuda Mgalilaya, siku zile za kuandikiwa orodha, akawavuta watu kadha wa kadha nyuma yake, naye pia akapotea na wote waliomsadiki wakatawanyika. 38 Basi sasa nawaambia, Jiepusheni na watu hawa, waacheni; kwa kuwa shauri hili au kazi hii ikiwa imetoka kwa binadamu, itavunjwa, 39 lakini ikiwa imetoka kwa Mungu hamwezi kuivunja; msije mkaonekana kuwa mnapigana na Mungu. 40 Wakakubali maneno yake; nao walipowaita mitume, wakawapiga, wakawaamuru wasinene kwa jina lake Yesu; kisha wakawaacha waende zao. 41 Nao wakatoka katika ile baraza, wakifurahi kwa sababu wamehesabiwa kuwa wamestahili kuaibishwa kwa ajili ya Jina hilo. 42 Na kila siku, ndani ya hekalu na nyumbani mwao, hawakuacha kufundisha na kuhubiri habari njema za Yesu kwamba ni Kristo.

Wale saba wawekwa

6 Hata siku zile wanafunzi walipokuwa wakiongezeka hesabu yao, palikuwa na manung'uniko ya Wayahudi wa Kiyunani juu ya Waebrania kwa sababu wajane wao walisahauliwa katika huduma ya kila siku. 2 Wale Thenashara wakawaita jamii ya wanafunzi, wakasema, Haipendezi sisi kuliacha neno la Mungu na kuhudumu mezani. 3 Basi ndugu, chagueni watu saba miongoni mwenu, walioshuhudiwa kuwa wema, wenye kujawa na Roho, na hekima, ili tuwaweke juu ya jambo hili; 4 na sisi tutadumu katika kuomba na kulihudumia lile Neno. 5 Neno hili likape-

ndeza machoni pa mkutano wote; wakamchagua Stefano, mtu aliyejaa imani na Roho Mtakatifu, na Filipo, na Prokoro, na Nikanori, na Timoni, na Parmena, na Nikolao mwongofu wa Antiokia; 6 ambao wakawaweka mbele ya mitume, na walipokwisha kuomba wakaweka mikono yao juu yao.

7 Neno la Mungu likaenea; na hesabu ya wanafunzi ikazidi sana katika Yerusalemu; jamii kubwa ya makuhani wakaitii ile Imani.

Mashtaka ya Stefano

8 Na Stefano, akijaa neema na uwezo, alikuwa akifanya maajabu na ishara kubwa katika watu. 9 Lakini baadhi ya watu wa sinagogi lililoitwa sinagogi la Mahuru, na la Wakirene, na la Waiskanderia, na la wale wa Kilikia na Asia, wakaondoka na kujadiliana na Stefano; 10 lakini hawakuweza kushindana na hiyo hekima na huyo Roho aliyesema naye. 11 Hata wakashawishi watu waliosema, Tumemsikia mtu huyu akinena maneno ya kumtukana Musa na Mungu. 12 Wakawataharakisha watu na wazee na waandishi; wakamwendea, wakamkamata, wakampeleka mbele ya baraza. 13 Wakasi-

mamisha mashahidi wa uongo waliosema, Mtu huyu haachi kusema maneno ya kufuru juu ya mahali hapa patakatifu na juu ya torati; 14 maana tumemsikia akisema akwamba Yesu huyo Mnazareti atapaharibu mahali hapa, na kuzibadili desturi tulizopewa na Musa. 15 Watu wote walioketi katika ile baraza wakamkazia macho yao, wakamwona uso wake kuwa kama uso wa malaika.

Hotuba ya Stefano

7 Kuhani Mkuu akasema, Je! Mambo hayo ndivyo yalivyo? 2 Naye akasema,

Ndugu zangu na baba zangu, sikilizeni: Mungu wa utukufu alimtokea baba yetu Ibrahimu, alipokuwa katika Mesopotamia, kabla hajakaa Harani, 3 akamwambia, Toka katika nchi yako na katika jamaa zako, ukaende hata nchi nitakayokuonyesha. 4 Ndipo alipotoka katika nchi ya Wakaldayo, akakaa Harani, akatoka huko baada ya kufa babaye, Mungu akamhamisha mpaka nchi hii mnayokaa ninyi sasa. 5 Wala hakumpa urithi humu hata kiasi cha kuweka mguu; akaahidi kwamba atampa, iwe milki yake, na ya uzao wake baadaye alipokuwa hana mtoto. 6 Mungu akanena hivi, ya kwamba wazao wake watakuwa wageni katika nchi ya watu wengine, nao watawafanya kuwa watumwa wao, na kuwatenda mabaya kwa muda wa miaka mia nne. 7 Na lile taifa watakaowafanya watumwa nitawahukumu mimi, alisema Mungu; na baada ya hayo watatoka, nao wataniabudu mahali hapa. 8 Akampa agano la tohara; basi Ibrahimu akamzaa Isaka, akamtahiri siku ya nane. Isaka akamzaa Yakobo. Yakobo akawazaa wale kumi na wawili, wazee wetu.

9 Wale wazee wetu wakimwonea wivu Yusufu, wakamwuza aende Misri. Mungu akawa pamoja naye, 10 akamtoa katika dhiki zake zote, akampa fadhili na hekima mbele ya Farao, mfalme wa Misri; naye akamfanya awe mtawala juu ya Misri na nyumba yake yote. 11 Basi kukawa njaa ya nchi yote ya Misri na Kanaani, na dhiki nyingi, wala baba zetu hawakupata chakula cha kuwatosha. 12 Hata Yakobo aliposikia ya kwamba huko Misri kuna nafaka, akawatuma baba zetu mara ya kwanza. 13 Hata safari ya pili Yusufu akajitambulisha kwa ndugu zake, jamaa ya Yusufu ikawa dhahiri kwa Farao. 14 Yusufu akatuma watu akamwita Ya-

kobo babaye na jamaa zake wote pia, watu sabini na watano. 15 Basi Yakobo akashuka mpaka Misri; akafa yeye na baba zetu; 16 wakachukuliwa mpaka Shekemu wakazikwa katika kaburi lile, ambalo Ibrahimu alilinunua kwa kima cha fedha kwa wana wa Hamori, huko Shekemu.

17 Basi wakati wa ile ahadi ambayo Mungu alimpa Ibrahimu ulipokuwa unakaribia, wale watu wakazidi na kuongezeka sana huko Misri, 18 hata mfalme mwingine akainuka juu ya Misri, asiyemfahamu Yusufu. 19 Huyo akawafanyia hila kabila yetu, na kuwatenda mabaya baba zetu, akiwaamuru wawatupe watoto wao wachanga, ili wasiishi. 20 Wakati huo akazaliwa Musa, naye alikuwa mzuri sana, akalelewa muda wa miezi mitatu katika nyumba ya babaye. 21 Hata alipotupwa, binti Farao akamtwaa, akamlea awe kama mwanawe. 22 Musa akafundishwa hekima yote ya Wamisri, akawa hodari wa maneno na matendo. 23 Umri wake ulipopata kama miaka arobaini akaazimu moyoni mwake kwenda kuwatazama ndugu zake Waisraeli. 24 Akamwona mmoja akidhulumiwa, akamtetea, akamlipia

kisasi yule aliyekuwa akionewa, akampiga huyo Mmisri. 25 Alidhani kwamba ndugu zake watafahamu ya kuwa Mungu anawapa wokovu kwa mkono wake, lakini hawakufahamu. 26 Siku ya pili yake akawatokea walipokuwa wakishindana, akataka kuwapatanisha, akisema, Enyi bwana zangu, ninyi ni ndugu. Mbona mnadhulumiana? 27 Lakini yeye aliyemdhulumu mwenziwe akamsukumia mbali, akisema, Ni nani aliyekuweka wewe kuwa mkuu na mwamuzi juu yetu? 28 Je! wataka kuniua mimi kama ulivyomwua yule Mmisri jana? 29 Musa akakimbia kwa neno hilo, akakaa hali ya ugeni katika nchi ya Midiani, akazaa wana wawili huko. 30 Hata miaka arobaini ilipotimia, malaika wa Bwana akamtokea katika jangwa la mlima wa Sinai katika mwali wa moto, kijitini. 31 Musa alipouona, akastaajabia maono yale, na alipokaribia ili atazame, sauti ya Bwana ikamjia, 32 Mimi ni Mungu wa baba zako, Mungu wa Ibrahimu, na Mungu wa Isaka, na Mungu wa Yakobo. Musa akatetemeka, asithubutu kutazama. 33 Bwana akamwambia, Vua viatu miguuni mwako, kwa maana mahali hapa unaposimama ni nchi takatifu. 34 Yakini nimeona mateso ya watu wangu waliomo Misri, nimesikia kuugua kwao, nami nimeshuka niwatoe. Basi sasa, nitakutuma mpaka Misri. 35 Musa huyo waliyemkataa, wakisema, Ni nani aliyekuweka kuwa mkuu na mwamuzi? ndiye aliyetumwa na Mungu kuwa mkuu na mkombozi, kwa mkono wa yule malaika aliyemtokea katika kile kijiti. 36 Huyo ndiye aliyewatoa, akifanya ajabu na ishara katika nchi ya Misri, na katika bahari ya Shamu, na katika jangwa muda wa miaka arobaini. 37 Musa huyo ndiye aliyewaambia Waisraeli, Bwana Mungu wenu atawainulieni nabii, katika ndugu zenu, kama mimi; msikieni yeye. 38 Yeye ndiye aliyekuwa katika kanisa jangwani pamoja na yule malaika aliyesema naye katika mlima wa Sinai, tena pamoja na baba zetu; ndiye aliyepokea maneno ya uzima atupe sisi. 39 Mtu huyo baba zetu hawakutaka kumtii, bali wakamsukumia mbali, na kwa mioyo yao wakarejea Misri, 40 wakamwambia Haruni, Tufanyie miungu, watakaotutangulia; maana huyo Musa, aliyetutoa katika nchi ya Misri hatujui lililompata. 41 Wakafanya ndama siku zile, wakaleta dhabihu kwa sanamu ile,

wakafurahia kazi za mikono
yao. 42 Basi Mungu aka-
ghairi, akawaacha ili wali-
abudu jeshi la mbinguni, kama
ilivyoandikwa katika chuo cha
manabii,

Je! mlinitolea mimi dhabihu
na sadaka

Miaka arobaini katika
jangwa, enyi nyumba ya
Israeli?

43 Nanyi mlichukua hema
ya Moleki,

Na nyota za mungu wenu
Refani,

Sanamu mlizozifanya ili
kuziabudu;

Nami nitawahamisha mwe-
nde mbali kupita Babeli.

44 Ile hema ya ushahidi ili-
kuwa pamoja na baba zetu
jangwani, kama alivyoagiza
yeye aliyesema na Musa, ya
kwamba aifanye sawasawa
na mfano ule aliouona;
45 ambayo baba zetu, kwa
kupokezana, wakaiingiza pa-
moja na Yoshua katika milki
ya Mataifa wale, ambao
Mungu aliwafukuza mbele ya
baba zetu, mpaka siku za
Daudi; 46 aliyepata fadhili
mbele za Mungu, naye alio-
mba ampatie Mungu wa Ya-
kobo maskani. 47 Lakini
Sulemani alimjengea nyumba.
48 Ila Yeye aliye juu hakai
katika nyumba zilizofanywa
kwa mikono, kama vile ase-
mavyo nabii,

49 Mbingu ni kiti changu
cha enzi,

Na nchi ni pa kuwekea
miguu yangu;

Ni nyumba gani mtakayoni-
jengea? asema Bwana,

Au ni mahali gani nitakapo-
starehe?

50 Si mkono wangu ulio-
fanya haya yote?

51 Enyi wenye shingo gumu,
msiotahiriwa mioyo wala ma-
sikio, sikuzote mnampinga
Roho Mtakatifu; kama baba
zenu walivyofanya, na ninyi ni
vivyo hivyo. 52 Ni yupi
katika manabii ambaye baba
zenu hawakumwudhi? nao
waliwaua wale waliotabiri ha-
bari za kuja kwake yule
Mwenye Haki; ambaye ninyi
sasa mmekuwa wasaliti wake,
mkamwua; 53 ninyi mlioi-
pokea torati kwa agizo la
malaika msiishike.

Kifo cha Stefano

54 Basi waliposikia maneno
haya, wakachomwa mioyo,
wakamsagia meno. 55 La-
kini yeye akijaa Roho Mta-
katifu, akakaza macho yake,
akitazama mbinguni, akauona
utukufu wa Mungu, na Yesu
akisimama upande wa mkono
wa kuume wa Mungu.
56 Akasema, Tazama! naona
mbingu zimefunguka, na
Mwana wa Adamu amesi-

mama mkono wa kuume wa Mungu. 57 Wakapiga kelele kwa sauti kuu, wakaziba masikio yao, wakamrukia kwa nia moja, 58 wakamtoa nje ya mji, wakampiga kwa mawe. Nao mashahidi wakaweka nguo zao miguuni pa kijana mmoja aliyeitwa Sauli. 59 Wakampiga kwa mawe Stefano, naye akiomba, akisema, Bwana Yesu, pokea roho yangu. 60 Akapiga magoti, akalia kwa sauti kuu, Bwana, usiwahesabie dhambi hii. Akiisha kusema haya akalala.

Wakristo wateswa na kutawanyika

8 Na Sauli alikuwa akiona vema kwa kuuawa kwake. Siku ile kukatukia adha kuu ya kanisa lililokuwa katika Yerusalemu; wote wakatawanyika katika nchi ya Uyahudi na Samaria, isipokuwa hao mitume. 2 Watu watauwa wakamzika Stefano, wakamfanyia maombolezo makuu. 3 Sauli akaliharibu kanisa, akiingia kila nyumba, na kuwaburuta wanaume na wanawake na kuwatupa gerezani.

Filipo huko Samaria

4 Lakini wale waliotawanyika wakaenda huko na huko wakilihubiri neno. 5 Filipo

akatelemka akaingia mji wa Samaria, akawahubiri Kristo. 6 Na makutano kwa nia moja wakasikiliza maneno yale yaliyosemwa na Filipo walipoyasikia na kuziona ishara alizokuwa akizifanya. 7 Kwa maana pepo wachafu wakawatoka wengi waliopagawa nao, wakilia kwa sauti kuu; na watu wengi waliopooza, na viwete, wakaponywa. 8 Ikawa furaha kubwa katika mji ule.

Simoni, yule mchawi

9 Na mtu mmoja, jina lake Simoni, hapo kwanza alikuwa akifanya uchawi katika mji ule, akiwashangaza watu wa taifa la Wasamaria, akisema ya kuwa yeye ni mtu mkubwa. 10 Wote wakamsikiliza tangu mdogo hata mkubwa, wakisema, Mtu huyu ni uweza wa Mungu, ule Mkuu. 11 Wakamsikiliza, kwa maana amewashangaza muda mwingi kwa uchawi wake. 12 Lakini walipomwamini Filipo, akizihubiri habari njema za ufalme wa Mungu, na jina lake Yesu Kristo, wakabatizwa, wanaume na wanawake. 13 Na yeye Simoni mwenyewe aliamini akabatizwa akashikamana na Filipo; akashangaa alipoziona ishara na miujiza mikubwa inayotendeka.

Petro na Yohana huko Samaria

14 Na mitume waliokuwako Yerusalemu, waliposikia ya kwamba Samaria imelikubali neno la Mungu, wakawapelekea Petro na Yohana; 15 ambao waliposhuka, wakawaombea wampokee Roho Mtakatifu; 16 kwa maana bado hajawashukia hata mmoja wao, ila wamebatizwa tu kwa jina lake Bwana Yesu. 17 Ndipo wakaweka mikono yao juu yao, nao wakampokea Roho Mtakatifu.

18 Hata Simoni alipoona ya kuwa watu wanapewa Roho Mtakatifu kwa kuwekewa mikono ya mitume, akataka kuwapa fedha, 19 akisema, Nipeni na mimi uwezo huu, ili kila mtu nitakayemweka mikono yangu, apokee Roho Mtakatifu. 20 Lakini Petro akamwambia, Fedha yako na ipotelee mbali pamoja nawe, kwa kuwa umedhania ya kuwa karama ya Mungu yapatikana kwa mali. 21 Huna fungu wala huna sehemu katika jambo hili, kwa kuwa moyo wako si mnyofu mbele za Mungu. 22 Basi, tubia uovu wako huu, ukamwombe Bwana, ili kama yamkini, usamehewe fikira hii ya moyo wako. 23 Kwa maana nakuona u katika uchungu kama nyongo, na tena u katika kifungo cha uovu. 24 Simoni akajibu, akasema, Niombeeni ninyi kwa Bwana, yasinifikilie mambo haya mliyosema hata moja.

25 Nao walipokwisha kushuhudia na kulihubiri neno la Bwana wakarudi Yerusalemu, wakaihubiri Injili katika vijiji vingi vya Wasamaria.

Filipo na towashi wa Kushi

26 Malaika wa Bwana akasema na Filipo, akamwambia, Ondoka ukaende upande wa kusini hata njia ile itelemkayo kutoka Yerusalemu kwenda Gaza; nayo ni jangwa.

27 Naye akaondoka, akaenda; mara akamwona mtu wa Kushi, towashi, mwenye mamlaka chini ya Kandake malkia wa Kushi, aliyewekwa juu ya hazina yake yote; naye alikuwa amekwenda Yerusalemu kuabudu, 28 akawa akirejea, ameketi garini mwake akisoma chuo cha nabii Isaya. 29 Roho akamwambia Filipo, Sogea karibu na gari hili, ukashikamane nalo. 30 Basi Filipo akaenda mbio, akamsikia anasoma chuo cha nabii Isaya; akanena, Je! yamekuelea haya unayosoma? 31 Akasema, Nitawezaje kuelewa, mtu asiponiongoza? Akamsihi Filipo apande na

kuketi pamoja naye. 32 Na
fungu la Maandiko alilokuwa
akilisoma ni hili,

Aliongozwa kwenda machi-
njoni kama kondoo,
Na kama vile mwana-
kondoo alivyo kimya
mbele yake amkataye
manyoya,
Vivyo hivyo yeye naye hafu-
nui kinywa chake.
33 Katika kujidhili kwake
hukumu yake iliondo-
lewa.
Ni nani atakayeeleza ki-
zazi chake?
Kwa maana uzima wake
umeondolewa katika
nchi.

34 Yule towashi akamjibu
Filipo, akasema, Nakuomba,
nabii huyu asema maneno
haya kwa habari ya nani; ni
habari zake mwenyewe au za
mtu mwingine? 35 Filipo
akafunua kinywa chake, naye,
akianza kwa andiko lilo hilo,
akamhubiri habari njema za
Yesu. 36 Wakawa wakie-
ndelea njiani, wakafika mahali
penye maji; yule towashi aka-
sema, Tazama, maji haya; ni
nini kinachonizuia nisibatizwe?
37 [Filipo akasema,
Ukiamini kwa moyo wako
wote, inawezekana. Akajibu,
akanena, Naamini ya kuwa
Yesu Kristo ndiye Mwana wa
Mungu.] 38 Akaamuru lile
gari lisimame; wakatelemka

wote wawili majini, Filipo na
yule towashi; naye akamba-
tiza. 39 Kisha, walipopanda
kutoka majini, Roho wa
Bwana akamnyakua Filipo,
yule towashi asimwone tena;
basi alikwenda zake akifurahi.
40 Lakini Filipo akaonekana
katika Azoto, na alipokuwa
akipita akahubiri Injili katika
miji yote, hata akafika Kai-
saria.

Sauli aongoka

9 Lakini Sauli, akizidi ku-
tisha na kuwaza kuwaua
wanafunzi wa Bwana, aka-
mwendea Kuhani Mkuu,
2 akataka ampe barua za
kwenda Dameski zilizoandi-
kwa kwa masinagogi, ili
akiona watu wa Njia hii,
waume kwa wake awafunge,
na kuwaleta Yerusalemu.
3 Hata alipokuwa akisafiri,
ikawa anakaribia Dameski;
ghafula ikamwangaza kote
kote nuru kutoka mbinguni.
4 Akaanguka chini, akasikia
sauti ikimwambia, Sauli, Sauli,
mbona waniudhi? 5 Aka-
sema, U nani wewe, Bwana?
Naye akasema, Mimi ndimi
Yesu unayeniudhi wewe.
6 Lakini simama, uingie
mjini, nawe utaambiwa yaku-
pasayo kutenda. 7 Na wale
watu waliosafiri pamoja naye
wakasimama kimya, waki-
isikia sauti, wasione mtu.

8 Sauli akainuka katika nchi, na macho yake yalipofumbuka, hakuona kitu; wakamshika mkono wakamleta mpaka Dameski. 9 Akawa siku tatu haoni; hali wala hanywi.

Sauli huko Dameski

10 Basi palikuwapo Dameski mwanafunzi jina lake Anania. Bwana akamwambia katika maono, Anania. Akasema, Mimi hapa, Bwana. 11 Bwana akamwambia, Simama, enenda zako katika njia iitwayo Nyofu, ukaulize katika nyumba ya Yuda mtu aitwaye Sauli, wa Tarso; maana, angalia, anaomba; 12 naye amemwona mtu, jina lake Anania, akiingia, na kumwekea mikono juu yake, apate kuona tena. 13 Lakini Anania akajibu, Bwana, nimesikia habari za mtu huyu kwa watu wengi, mabaya mengi aliyowatenda watakatifu wako Yerusalemu; 14 hata hapa ana amri itokayo kwa wakuu wa makuhani awafunge wote wakuitiao Jina lako. 15 Lakini Bwana akamwambia, Nenda tu; kwa maana huyu ni chombo kiteule kwangu, alichukue Jina langu mbele ya Mataifa, na wafalme, na wana wa Israeli. 16 Maana nitamwonyesha yalivyo mengi yatakayompasa kuteswa kwa ajili ya Jina langu.

17 Anania akaenda zake, akaingia mle nyumbani; akamwekea mikono akisema, Ndugu Sauli, Bwana amenituma, Yesu, yeye aliyekutokea katika njia uliyoijia, upate kuona tena, ukajazwe Roho Mtakatifu. 18 Mara vikaanguka machoni pake vitu kama magamba, akapata kuona akasimama, akabatizwa; 19 akala chakula, na kupata nguvu.

Akawa huko siku kadha wa kadha pamoja na wanafunzi Walioko Dameski. 20 Mara akamhubiri Yesu katika masinagogi, kwamba yeye ni Mwana wa Mungu. 21 Na wote waliosikia wakashangaa, wakasema, Siye huyu aliyewaharibu walioliitia Jina hili huko Yerusalemu? Na hapa alikuwa amekuja kwa kusudi hilo, awafunge na kuwapeleka kwa wakuu wa makuhani? 22 Sauli akazidi kuwa hodari, akawatia fadhaa Wayahudi waliokaa Dameski, akithibitisha ya kuwa huyu ndiye Kristo.

23 Hata siku nyingi zilipopita, Wayahudi wakafanya shauri ili wamwue; 24 lakini hila yao ikajulikana na Sauli. Wakamvizia malangoni mchana na usiku wapate kumwua. 25 Wanafunzi wake wakamtwaa usiku wakamshusha

ukutani, wakimtelemsha katika kapu.

Sauli huko Yerusalemu na Tarso

26 Na Sauli alipofika Yerusalemu, alijaribu kujiunga na wanafunzi, nao walikuwa wakimwogopa wote, wasisadiki ya kuwa yeye ni mwanafunzi. 27 Lakini Barnaba akamtwaa akampeleka kwa mitume, akawaeleza jinsi alivyomwona Bwana njiani, na ya kwamba alisema naye, na jinsi alivyohubiri kwa ushujaa katika Dameski kwa jina lake Yesu. 28 Naye akawa pamoja nao katika Yerusalemu akiingia na kutoka. 29 Akahubiri kwa jina la Bwana kwa ushujaa, akinena na kuhojiana na Wayahudi wa Kiyunani. Nao wakajaribu kumwua. 30 Lakini ndugu walipopata habari wakamchukua mpaka Kaisaria, wakampeleka aende Tarso.

31 Basi kanisa likapata raha katika Uyahudi wote na Galilaya na Samaria, likajengwa, likiendelea na kuongezeka katika kicho cha Bwana, na faraja ya Roho Mtakatifu.

Maponyi aliyotenda Petro kule Lida

32 Hata Petro alipokuwa akizunguka-zunguka pande zote akawatelemkia na watakatifu waliokaa Lida. 33 Akamwona mtu mmoja huko, jina lake Ainea, mtu huyo amelala kitandani miaka minane; maana alikuwa amepooza. 34 Petro akamwambia, Ainea, Yesu Kristo akuponya; ondoka, ujitandikie. Mara akaondoka. 35 Na watu wote waliokaa Lida na Sharoni wakamwona, wakamgeukia Bwana.

Dorkasi afanywa hai tena

36 Na mwanafunzi mmoja alikuwako Yafa, jina lake Tabitha, tafsiri yake ni Dorkasi (yaani paa); mwanamke huyu alikuwa amejaa matendo mema na sadaka alizozitoa. 37 Ikawa siku zile akaugua, akafa; hata walipokwisha kumwosha, wakamweka orofani. 38 Na kwa kuwa mji wa Lida ulikuwa karibu na Yafa, nao wanafunzi wamesikia ya kwamba Petro yuko huko, wakatuma watu wawili kwake, kumsihi na kusema, Usikawie kuja kwetu. 39 Petro akaondoka akafuatana nao. Alipofika, wakampeleka juu orofani; wajane wote wakasimama karibu naye, wakilia na kumwonyesha zile kanzu na nguo alizozishona Dorkasi wakati ule alipokuwa pamoja nao. 40 Petro aka-

watoa nje wote, akapiga magoti, akaomba, kisha akaelekea yule maiti, akanena, Tabitha, ondoka. Naye akafumbua macho yake, na alipomwona Petro akajiinua, akaketi. 41 Akampa mkono, akamwinua; hata akiisha kuwaita wale watakatifu na wajane akamweka mbele yao, hali yu hai. 42 Ikajulikana katika mji mzima wa Yafa; watu wengi wakamwamini Bwana. 43 Basi Petro akakaa siku kadha wa kadha huko Yafa, nyumbani mwa mtu mmoja, jina lake Simoni, mtengenezaji wa ngozi.

Petro na Kornelio

10 Palikuwa na mtu Kaisaria, jina lake Kornelio, akida wa kikosi kilichoitwa Kiitalia, 2 mtu mtauwa, mchaji wa Mungu, yeye na nyumba yake yote, naye alikuwa akiwapa watu sadaka nyingi, na kumwomba Mungu daima. 3 Akaona katika maono waziwazi, kama saa tisa ya mchana, malaika wa Mungu, akimjia na kumwambia, Kornelio! 4 Akamtazama sana, akaogopa akasema, Kuna nini, Bwana? Akamwambia, Sala zako na sadaka zako zimefika juu na kuwa ukumbusho mbele za Mungu. 5 Sasa basi, peleka watu Yafa, ukamwite Simoni, aitwaye Petro. 6 Yeye ni mgeni wa mtu mmoja, jina lake Simoni, mtengenezaji wa ngozi, ambaye nyumba yake iko pwani; atakuambia yakupasayo kutenda. 7 Na yule malaika aliyesema naye akiisha kuondoka, Kornelio akawaita wawili katika watumishi wake wa nyumbani, na askari mmoja, mtu mtauwa katika wale waliomhudumia daima; 8 na alipokwisha kuwaeleza mambo yote akawatuma kwenda Yafa.

9 Hata siku ya pili, walipokuwa wakisafiri na kuukaribia mji, Petro alipanda juu darini, kwenda kuemba, yapata saa sita ya mchana; 10 akaumwa na njaa sana, akataka kula; lakini walipokuwa wakiandaa, roho yake ikazimia, 11 akaona mbingu zimefunuka, na chombo kikishuka kama nguo kubwa, inatelemshwa kwa pembe zake nne hata nchi; 12 ambayo ndani yake walikuwamo aina zote za wanyama wenye miguu minne, na hao watambaao, na ndege wa angani. 13 Kisha sauti ikamjia, kusema, Ondoka, Petro, uchinje ule. 14 Lakini Petro akasema, Hasha, Bwana, kwa maana sijakula kamwe kitu kilicho kichafu au najisi. 15 Sauti ikamjia mara ya pili, ikimwambia, Vilivyotakaswa

na Mungu, usiviite wewe na-
jisi. 16 Jambo hili likate-
ndeka mara tatu; kisha kile
chombo kikapokewa tena
mbinguni.

17 Hata Petro alipokuwa
akiona shaka ndani ya nafsi
yake, maana yake ni nini
maono hayo aliyoyaona, wale
watu waliotumwa na Kornelio,
wakiisha kuiulizia nyumba ya
Simoni, wakasimama mbele ya
mlango, 18 wakaita, waka-
uliza kwamba Simoni aitwaye
Petro anakaa humo. 19 Na
Petro alikuwa akiyafikiri yale
maono. Roho akamwambia,
Wako watu watatu wanakuta-
futa. 20 Basi ondoka ushuke
ufuatane nao, usione tashwi-
shi, kwa maana ni mimi niliye-
watuma. 21 Petro akawashu-
kia wale watu, akanena,
Mimi ndiye mnayemtafuta.
Mmekuja kwa sababu gani?
22 Wakasema, Kornelio akida,
mtu mwenye haki, mchaji wa
Mungu, aliye na sifa njema
kwa taifa lote la Wayahudi,
alionywa na malaika mtaka-
tifu kutuma watu kwako,
uende nyumbani kwake, apate
kusikiliza maneno kwako.
23 Akawakaribisha wawe wa-
geni wake.

Hata siku ya pili, Petro aka-
ondoka akatoka pamoja nao,
na baadhi ya ndugu waliokaa
Yafa wakafuatana naye.
24 Siku ya pili yake wakaingia

Kaisaria. Na Kornelio ali-
kuwa akiwangojea, hali ame-
kusanya jamaa zake na rafiki
zake. 25 Petro alipokuwa
akiingia Kornelio akatoka
amlaki akamwangukia miguu,
akamsujudia. 26 Lakini Pe-
tro akamwinua, akasema,
Simama, mimi nami ni
mwanadamu. 27 Na katika
kusema naye akaingia ndani,
akaona watu wengi wameku-
sanyika. 28 Akawaambia,
Ninyi mnajua ya kuwa si
halali mtu aliye Myahudi
ashikamane na mtu aliye wa
taifa lingine wale kumwendea,
lakini Mungu amenionya, nisi-
mwite mtu awaye yote mchafu
wala najisi. 29 Kwa sababu
hiyo nalikuja nilipoitwa, nisi-
katae; basi nawauliza, ni neno
gani mliloniitia? 30 Kornelio
akasema, Siku tatu zilizopita,
katika saa ii hii, yaani saa tisa,
nilikuwa nikisali nyumbani
mwangu; mtu amesimama
mbele yangu, mwenye nguo
zing'arazo, 31 akasema,
Kornelio, kuomba kwako ku-
mesikiwa, na sadaka zako
zinakumbukwa mbele za Mu-
ngu. 32 Basi, tuma watu
kwenda Yafa, ukamwite Si-
moni aitwaye Petro, anakaa
katika nyumba ya Simoni,
mtengenezaji wa ngozi, karibu
na pwani; naye akija atasema
nawe. 33 Mara nikatuma
watu kwako, nawe umefanya

vyema kuja. Basi sasa sisi sote tupo hapa mbele za Mungu, tupate kuyasikiliza maneno yote uliyoamriwa na Bwana.

Hotuba ya Petro

34 Petro akafumbua kinywa chake, akasema, Hakika natambua ya kuwa Mungu hana upendeleo; 35 bali katika kila taifa mtu amchaye na kutenda haki hukubaliwa na yeye. 36 Neno lile alilowapelekea wana wa Israeli, akihubiri habari njema ya amani kwa Yesu Kristo (ndiye Bwana wa wote), 37 jambo lile ninyi mmelijua, lililoenea katika Uyahudi wote likianzia Galilaya, baada ya ubatizo aliouhubiri Yohana; 38 habari za Yesu wa Nazareti, jinsi Mungu alivyomtia mafuta kwa Roho Mtakatifu na nguvu; naye akazunguka huko na huko, akitenda kazi njema na kuponya wote walioonewa na Ibilisi; kwa maana Mungu alikuwa pamoja naye. 39 Nasi tu mashahidi wa mambo yote aliyoyatenda katika nchi ya Wayahudi na katika Yerusalemu; ambaye walimwua wakamtundika mtini. 40 Huyo, Mungu alimfufua siku ya tatu, akamjalia kudhihirika, 41 si kwa watu wote, bali kwa mashahidi waliokuwa wame-

kwisha kuchaguliwa na Mungu, ndio sisi, tuliokula na kunywa pamoja naye baada ya kufufuka kwake kutoka kwa wafu. 42 Akatuagiza tuwahubiri watu na kushuhudia ya kuwa huyu ndiye aliyeamriwa na Mungu awe Mhukumu wa wahai na wafu. 43 Huyo manabii wote humshuhudia, ya kwamba kwa jina lake kila amwaminiye atapata ondoleo la dhambi.

Watu wa Mataifa wampokea Roho Mtakatifu na kubatizwa

44 Petro alipokuwa akisema maneno hayo Roho Mtakatifu akawashukia wote waliolisikia lile neno. 45 Na wale waliotahiriwa, walioamini, wakashangaa, watu wote waliokuja pamoja na Petro, kwa sababu Mataifa nao wamemwagiwa kipawa cha Roho Mtakatifu. 46 Kwa maana waliwasikia wakisema kwa lugha, na kumwadhimisha Mungu. Ndipo Petro akajibu, 47 Ni nani awezaye kukataza maji, hawa wasibatizwe, watu waliompokea Roho Mtakatifu vile vile kama sisi? 48 Akaamuru wabatizwe kwa Jina lake Yesu Kristo. Ndipo wakamsihi azidi kukaa siku kadha wa kadha.

*Petro atetea matendo
yake*

11 Basi mitume na ndugu waliokuwako katika Uyahudi wakapata habari ya kwamba watu wa Mataifa nao wamelipokea neno la Mungu. 2 Na Petro alipopanda kwenda Yerusalemu, wale walio wa tohara wakashindana naye, 3 wakisema, Uliingia kwa watu wasiotahiriwa ukala nao. 4 Petro akaanza kuwaeleza kwa taratibu, akasema,

5 Nalikuwa katika mji wa Yafa, nikiomba, roho yangu ikazimia, nikaona maono; chombo kinashuka, kama nguo kubwa inatelemshwa kutoka mbinguni kwa pembe zake nne, kikanifikilia. 6 Nikakitazama sana, nikifikiri, nikaona wanyama wa nchi wenye miguu minne, na wanyama wa mwituni, nao watambaao, na ndege wa angani. 7 Nikasikia na sauti ikiniambia, Ondoka, Petro, ukachinje ule. 8 Nikasema, Hasha, Bwana, kwa maana kitu kilicho kichafu au kilicho najisi hakijaingia kabisa kinywani mwangu. 9 Sauti ikanijibu mara ya pili kutoka mbinguni, Alivyovitakasa Mungu, usivione wewe najisi. 10 Jambo hili likatendeka mara tatu, kisha vitu vyote vikavutwa tena juu mbinguni. 11 Na tazama, mara hiyo watu watatu wakasimama mbele ya nyumba tuliyokuwamo, waliotumwa kwangu kutoka Kaisaria. 12 Roho akaniambia nifuatane nao, nisione tashwishi. Ndugu hawa sita nao wakaenda pamoja nami, tukaingia katika nyumba ya mtu yule; 13 akatueleza jinsi alivyomwona malaika aliyesimama nyumbani mwake na kumwambia, Tuma watu kwenda Yafa ukamwite Simoni, aitwaye Petro, 14 atakayekuambia maneno ambayo yatakuokoa, wewe na nyumba yako yote. 15 Ikawa nilipoanza kunena, Roho Mtakatifu akawashukia kama alivyotushukia sisi mwanzo. 16 Nikalikumbuka neno lile la Bwana, jinsi alivyosema, Yohana alibatiza kwa maji kweli, bali ninyi mtabatizwa kwa Roho Mtakatifu. 17 Basi ikiwa Mwenyezi Mungu amewapa wao karama ile ile aliyotupa sisi tuliomwamini Bwana Yesu Kristo, mimi ni nani niweze kumpinga Mungu? 18 Waliposikia maneno haya wakanyamaza, wakamtukuza Mungu, wakisema, Basi, Mungu amewajalia hata mataifa nao toba liletalo uzima.

Kanisa la watu wa Mataifa huko Antiokia

19 Basi wale waliotawanyika kwa sababu ya ile dhiki iliyotukia kwa habari ya Stefano, wakasafiri hata Foinike na Kipro na Antiokia, wasilihubiri lile neno ila kwa Wayahudi peke yao. 20 Lakini baadhi ya hao walikuwa watu wa Kipro na Kirene, nao walipofika Antiokia wakasema na Wayahudi wa Kiyunani, wakihubiri habari njema za Bwana Yesu. 21 Mkono wa Bwana ukawa pamoja nao; watu wengi wakaamini, wakamwelekea Bwana. 22 Habari hizo za watu hao zikafika masikioni mwa kanisa lililokuwako katika Yerusalemu; wakamtuma Barnaba, aende hata Antiokia. 23 Naye, alipokwisha kufika na kuiona neema ya Mungu akafurahi, akawasihi wote waambatane na Bwana kwa kusudi la moyo. 24 Maana alikuwa mtu mwema, amejaa Roho Mtakatifu na imani; watu wengi wakaongezeka upande wa Bwana. 25 Kisha akatoka akaenda Tarso kumtafuta Sauli; 26 hata alipokwisha kumwona akamleta Antiokia. Ikawa kwa muda wa mwaka mzima wakakusanyika pamoja na kanisa na kuwafundisha watu wengi. Na wanafunzi waliitwa Wakristo kwanza hapo Antiokia.

Walivyotumwa Barnaba na Sauli kwenda Yerusalemu

27 Siku zizo hizo manabii walitelemka kutoka Yerusalemu hata Antiokia. 28 Na tulipokusanyika akasimama mmoja wao, jina lake Agabo, akaonyesha kwa uweza wa Roho Mtakatifu kwamba njaa kubwa itakuja karibu katika dunia nzima; nayo ikatukia katika siku za Klaudio. 29 Na wale wanafunzi, kila mtu kwa kadiri ya alivyofanikiwa, wakaazimu kupeleka msaada kwa ndugu zao waliokaa Uyahudi. 30 Wakafanya hivyo, wakawapelekea wazee kwa mikono ya Barnaba na Sauli.

Wakristo wateswa na Herode: Petro atoroka gerezani

12 Panapo majira yale yale Herode mfalme akanyosha mikono yake kuwatenda mabaya baadhi ya watu wa kanisa. 2 Akamwua Yakobo, ndugu yake Yohana, kwa upanga. 3 Na akiona ya kuwa imewapendeza Wayahudi akaendelea akamshika na Petro. Siku hizo zilikuwa siku za mikate isiyochachwa. 4 Alipokwisha kumkamata, akamweka gerezani akamtia mikononi mwa vikosi vinne, vya askari wanne wanne, wamlinde, akitaka baada ya Pasaka kumtoa na kumweka mbele ya watu.

5 Basi Petro akalindwa gerezani, nalo kanisa likamwomba Mungu kwa juhudi kwa ajili yake. 6 Hata wakati Herode alipotaka kumtoa, usiku ule ule Petro alikuwa amelala katikati ya askari wawili, amefungwa minyororo miwili; walinzi mbele ya mlango wakailinda gereza. 7 Mara malaika wa Bwana akasimama karibu naye, nuru ikamulika mle chumbani, akampiga Petro ubavuni, akamwamsha, akisema, Ondoka upesi. Minyororo yake ikamwanguka mikononi. 8 Malaika akamwambia, Jifunge, kavae viatu vyako. Akafanya hivyo. Kisha akamwambia, Jivike nguo yako, ukanifuate. 9 Akatoka nje, akamfuata; wala hakujua ya kuwa ni kweli yaliyofanywa na malaika; bali alidhani kwamba anaona maono. 10 Na walipopita lindo la kwanza na la pili, wakaja hata mlango wa chuma wa kuingilia mjini, ukawafungukia wenyewe. Wakatoka nje, wakapita katika njia moja; mara malaika akamwacha. 11 Hata Petro alipopata fahamu akasema, Sasa nimejua yakini ya

kuwa Bwana amempeleka malaika wake na kunitoa katika mkono wa Herode na katika kutazamia kote kwa taifa la Wayahudi. 12 Na alipokuwa akifikiri haya akafika nyumbani kwa Mariamu, mamaye Yohana, ambaye jina lake la pili ni Marko; na watu wengi walikuwa wamekutana humo wakiomba. 13 Naye alipobisha kilango cha lango, kijakazi, jina lake Roda akaja kusikiliza. 14 Alipoitambua sauti ya Petro, hakulifungua lango, kwa ajili ya furaha, bali alipiga mbio, akaingia ndani akawambia kwamba Petro anasimama mbele ya lango. 15 Wakamwambia, Una wazimu. Lakini yeye akakaza sana, akasema ya kwamba ndivyo hivyo. Wakanena, Ni malaika wake. 16 Petro akafuliza kugonga; hata walipokwisha kumfungulia wakamwona, wakastaajabu. 17 Naye akawapungia mkono wanyamaze, akawaeleza jinsi Bwana alivyomtoa katika gereza. Akasema, Kampasheni Yakobo na wale ndugu habari hizi. Akaondoka, akaenda mahali pengine.

18 Hata kulipopambauka askari wakaingiwa na fadhaa nyingi, amekuwaje Petro. 19 Na Herode alipomtafuta, asimwone, aliwauliza-uliza

wale walinzi, akaamuru wauawe. Kisha akatelemka kutoka Uyahudi kwenda Kaisaria, akakaa huko.

Kifo cha Herode

20 Naye Herode alikuwa amewakasirikia sana watu wa Tiro na Sidoni; wakamwendea kwa nia moja, na wakiisha kufanya urafiki na Blasto, mwenye kukitunza chumba cha mfalme cha kulalia, wakataka amani; kwa maana nchi yao ilipata riziki kwa nchi ya mfalme. 21 Basi siku moja iliyoazimiwa, Herode akajivika mavazi ya kifalme, akaketi katika kiti cha enzi, akatoa hotuba mbele yao. 22 Watu wakapiga kelele, wakisema, Ni sauti ya Mungu, si sauti ya mwanadamu. 23 Mara malaika wa Bwana akampiga, kwa sababu hakumpa Mungu utukufu; akaliwa na chango, akatokwa na roho. 24 Neno la Bwana likazidi na kuenea.

25 Na Barnaba na Sauli, walipokwisha kutimiza huduma yao, wakarejea kutoka Yerusalemu, wakamchukua pamoja nao Yohana aitwaye Marko.

Kanisa la Antiokia

13 Na huko Antiokia katika kanisa lililokuwako palikuwa na manabii na waalimu, nao ni Barnaba, na Simeoni aitwaye Nigeri, na Lukio Mkirene, na Manaeni aliyekuwa ndugu wa kunyonya wa mfalme Herode, na Sauli. 2 Basi hawa walipokuwa wakimfanyia Bwana ibada na kufunga, Roho Mtakatifu akasema, Nitengeeni Barnaba na Sauli kwa kazi ile niliyowaitia. 3 Ndipo wakiisha kufunga na kuomba, wakaweka mikono yao juu yao, wakawaacha waende zao.

Barnaba na Sauli kule Kipro

4 Basi watu hao, wakiisha kupelekwa na Roho Mtakatifu wakatelemkia Seleukia, na kutoka huko wakasafiri baharini hata Kipro. 5 Na walipokuwa katika Salami wakalihubiri neno la Mungu katika masinagogi ya Wayahudi, nao walikuwa naye Yohana kuwa mtumishi wao.

6 Walipokwisha kupita katikati ya kisiwa chote mpaka Pafo, wakaona mtu mmoja, mchawi, nabii wa uongo, Myahudi jina lake Bar-Yesu; 7 mtu huyo alikuwa pamoja na liwali Sergio Paulo, mtu mwenye akili. Yeye liwali akawaita Barnaba na Sauli waje kwake, akataka kulisikia neno la Mungu. 8 Lakini Elima, yule mchawi (ma-

ana ndiyo tafsiri ya jina lake), akashindana nao, akitaka kumtia yule liwali moyo wa kuiacha ile Imani. 9 Lakini Sauli, ambaye ndiye Paulo, akijaa Roho Mtakatifu, akamkazia macho, 10 akasema, Ewe mwenye kujaa hila na uovu wote, mwana wa Ibilisi, adui wa haki yote, huachi kuzipotoa njia za Bwana zilizonyoka? 11 Basi, angalia, mkono wa Bwana u juu yako, nawe utakuwa kipofu, usilione jua kwa muda. Mara kiwi kikamwangukia na giza, akazungukazunguka na kumtafuta mtu wa kumshika mkono na kumwongoza. 12 Ndipo yule liwali, alipoyaona yaliyotendeka, akaamini, akiyastaajabia mafundisho ya Bwana.

Wafika Antiokia, mji wa Pisidia; Paulo awahubiri Wayahudi

13 Kisha Paulo na wenziwe wakang'oa nanga wakasafiri kutoka Pafo, wakafika Perge katika Pamfilia. Yohana akawaacha akarejea Yerusalemu. 14 Lakini wao wakatoka Perge, wakapita kati ya nchi, wakafika Antiokia, mji wa Pisidia, wakaingia katika sinagogi siku ya sabato, wakaketi. 15 Kisha, baada ya kusomwa torati na chuo cha manabii, wakuu wa sinagogi wakatuma mtu kwao, na kuwaambia, Ndugu, kama mkiwa na neno la kuwafaa watu hawa, lisemeni.

16 Paulo akasimama, akawapungia mkono, akasema, Enyi waume wa Israeli, nanyi mnaomcha Mungu, sikilezeni. 17 Mungu wa watu hawa Israeli aliwachagua baba zetu, akawatukuza watu hao, walipokuwa wakikaa kama wageni katika nchi ya Misri, na kwa mkono ulioinuliwa akawatoa, akawaongoza. 18 Na kwa muda wa miaka kama arobaini akawavumilia katika jangwa. 19 Na alipokwisha kuwaharibu mataifa saba katika nchi ya Kanaani akawapa nchi yao iwe urithi kwa muda wa miaka kama mia nne na hamsini; 20 baada ya hayo akawapa waamuzi hata zamani za nabii Samweli. 21 Hatimaye wakaomba kupewa mfalme; Mungu akawapa Sauli mwana wa Kishi, mtu wa kabila ya Benyamini, kwa muda wa miaka arobaini. 22 Na alipokwisha kumwondoa huyo, akamwinua Daudi awe mfalme wao ambaye alimshuhudia, akisema, Nimemwona Daudi, mwana wa Yese, mtu anayeupendeza moyo wangu, atakayefanya mapenzi yangu yote. 23 Katika uzao wake

mtu huyo Mungu amewaletea
Israeli Mwokozi, yaani, Yesu,
kama alivyoahidi; 24 Yohana
alipokuwa amekwisha kuwa-
hubiri watu wote wa Israeli
habari za ubatizo wa toba,
kabla ya kuja kwake. 25 Naye
Yohana alipokuwa akima-
liza mwendo wake alinena,
Mwanidhani mimi kuwa nani?
Mimi siye. Lakini, angalieni,
anakuja mmoja nyuma ya-
ngu, ambaye mimi sistahili
kumlegezea viatu vya miguu
yake.

26 Ndugu zangu, wana wa
ukoo wa Ibrahimu, na hao
miongoni mwenu wanaomcha
Mungu, kwetu sisi neno la
wokovu huu limepelekwa.
27 Kwa maana wakaao Yeru-
salemu, na wakuu wao, kwa
kuwa hawakumjua yeye, wala
maneno ya manabii yanayo-
somwa kila sabato, wameya-
timiza kwa kumhukumu.
28 Na ijapokuwa hawakuona
sababu ya kumfisha wakam-
womba Pilato auawe.
29 Hata walipokwisha kuma-
liza yote aliyoandikiwa, waka-
mtelemsha katika ule mti, wa-
kamweka kaburini. 30 Laki-
ni Mungu akamfufua katika
wafu; 31 akaonekana siku
nyingi na wale waliopanda
naye kutoka Galilaya hata
Yerusalemu, ambao sasa ndio
walio mashahidi wake mbele
ya watu. 32 Na sisi tuna-

wahubiri habari njema ya
ahadi ile waliyopewa mababa,
33 ya kwamba Mungu ame-
watimizia watoto wetu ahadi
hiyo, kwa kumfufua Yesu;
kama ilivyoandikwa katika
Zaburi ya pili,
    Wewe ndiwe Mwanangu,
       mimi leo nimekuzaa.
34 Tena ya kuwa alimfufua
katika wafu, asipate kurudia
uharibifu, amenena hivi,
    Nitawapa ninyi mambo ma-
       takatifu ya Daudi yaliyo
       amini.
35 Kwa hiyo anena na pengine,
    Hutamwachia Mtakatifu
       wako kuona uharibifu.
36 Kwa maana Daudi, akiisha
kulitumikia shauri la Mungu
katika kizazi chake, alilala,
akawekwa pamoja na baba
zake,   akaona   uharibifu.
37 Bali huyu aliyefufuliwa na
Mungu hakuona uharibifu.

38 Basi, na ijulikane kwenu,
ndugu zangu, ya kuwa kwa
huyo mnahubiriwa msamaha
wa dhambi; 39 na kwa yeye
kila amwaminiye huhesabi-
wa haki katika mambo yale
yote asiyoweza kuhesabiwa
haki kwa torati ya Musa.
40 Angalieni, basi, isiwajilie
habari ile iliyonenwa katika
manabii,

41 Tazameni, enyi mnao-
dharau,   kastaajabuni,
mkatoweke; kwa kuwa
natenda kazi mimi siku

zenu, kazi ambayo msingeisadiki kabisa, ijapo mtu akiwasimulia sana.

42 Na walipokuwa wakitoka, wakawasihi waambiwe maneno haya sabato ya pili. 43 Sinagogi lilipofumukana, Wayahudi na waongofu watauwa wengi wakashikamana na Paulo na Barnaba; ambao, wakisema nao, wakawatia moyo kudumu katika neema ya Mungu.

Mitume wawageukia watu wa Mataifa

44 Hata sabato ya pili, watu wengi, karibu mji wote, wakakusanyika walisikie neno la Mungu. 45 Bali Wayahudi, walipowaona makutano, wakajaa wivu, wakayakanusha maneno yaliyonenwa na Paulo, wakibisha na kutukana. 46 Paulo na Barnaba wakanena kwa ushujaa wakasema, Ilikuwa lazima neno la Mungu linenwe kwenu kwanza; lakini kwa kuwa mnalisukumia mbali, na kujiona nafsi zenu kuwa hamkustahili uzima wa milele, angalieni, twawageukia Mataifa. 47 Kwa sababu ndivyo tulivyoamriwa na Bwana,

Nimekuweka uwe nuru ya Mataifa,

Upate kuwa wokovu hata mwisho wa dunia.

48 Mataifa waliposikia hayo wakafurahi, wakalitukuza neno la Bwana, nao waliokuwa wamekusudiwa uzima wa milele wakaamini.

49 Neno la Bwana likaenea katika nchi ile yote. 50 Lakini Wayahudi wakawafitinisha wanawake watauwa wenye cheo na wakuu wa mji, wakawataharakisha watu wawaudhi Paulo na Barnaba; wakawatoa katika mipaka yao. 51 Nao wakawakung'utia mavumbi ya miguu yao, wakaenda Ikonio. 52 Na wanafunzi walijaa furaha na Roho Mtakatifu.

Paulo na Barnaba kule Ikonio

14 Ikawa huko Ikonio wakaingia pamoja katika sinagogi la Wayahudi; na kwa vile walivyonena, kundi kubwa la Wayahudi na la Wayunani wakaamini. 2 Walakini Wayahudi wasioamini wakawataharakisha watu wa Mataifa na kuwatia nia mbaya juu ya ndugu.

3 Basi wakakaa huko wakati mwingi, wakinena kwa ushujaa katika Bwana, aliyelishuhudia neno la neema yake, akiwajalia ishara na maajabu yatendeke kwa mikono yao. 4 Lakini jamii ya watu wa mjini wakafarakana; hawa

walikuwa upande wa Wayahudi, na hawa upande wa Mitume. 5 Hata palipotokea shambulio la watu wa Mataifa na Wayahudi pamoja na wakubwa wao juu yao, kuwatenda jeuri na kuwapiga kwa mawe, 6 wao wakapata habari wakakimbilia Listra na Derbe, miji ya Likaonia, na nchi zilizo kando kando; 7 wakakaa huko, wakiihubiri Injili.

Kule Listra

8 Na huko Listra palikuwa na mtu mmoja, dhaifu wa miguu, kiwete tangu tumboni mwa mamaye, ambaye hajaenda kabisa. 9 Mtu huyo alimsikia Paulo alipokuwa akinena; ambaye akamkazia macho na kuona ya kuwa ana imani ya kuponywa, 10 akasema kwa sauti kuu, Simama kwa miguu yako sawasawa. Akasimama upesi akaenda. 11 Na makutano walipoona aliyoyafanya Paulo wakapaza sauti zao, wakisema kwa Kilikaonia, Miungu wametushukia kwa mfano za wanadamu. 12 Wakamwita Barnaba, Zeu, na Paulo, Herme, kwa sababu ndiye aliyekuwa mnenaji. 13 Kuhani wa Zeu ambaye hekalu lake lilikuwa mbele ya mji, akaleta ng'ombe na taji za maua hata malangoni, akitaka kutoa dhabihu pamoja na makutano.

14 Walakini mitume Barnaba na Paulo, walipopata habari, wakararua nguo zao, wakaenda mbio wakaingia katika makutano, wakipiga kelele, 15 wakisema, Akina bwana, mbona mnafanya haya? Sisi nasi tu wanadamu hali moja na ninyi; twawahubiri habari njema, ili mgeuke na kuyaacha mambo haya ya ubatili na kumwelekea Mungu aliye hai, aliyeumba mbingu na nchi na bahari na vitu vyote vilivyomo; 16 ambaye zamani zilizopita aliwaacha mataifa yote waende katika njia zao wenyewe. 17 Lakini hakujiacha pasipo ushuhuda, kwa kuwa alitenda mema, akiwapeni mvua kutoka mbinguni, na nyakati za mavuno, akiwashibisha mioyo yenu chakula na furaha. 18 Na kwa maneno hayo wakawazuia makutano kwa shida, wasiwatolee dhabihu.

19 Lakini Wayahudi wakafika toka Antiokia na Ikonio, wakawashawishi makutano hata wakampiga kwa mawe Paulo, wakamburuta nje ya mji, wakidhania ya kuwa amekwisha kufa. 20 Lakini wanafunzi walipokuwa wakimzunguka pande zote, akasimama, akaingia ndani ya mji; na siku ya pili yake aka

toka, akaenda zake pamoja na Barnaba mpaka Derbe.

Warudia Antiokia

21 Hata walipokwisha kuihubiri Injili katika mji ule, na kupata wanafunzi wengi, wakarejea mpaka Listra na Ikonio na Antiokia, 22 wakifanya imara roho za wanafunzi na kuwaonya wakae katika ile Imani, na ya kwamba imetupasa kuingia katika ufalme wa Mungu kwa njia ya dhiki nyingi. 23 Na walipokwisha kuwachagulia wazee katika kila kanisa, na kuomba pamoja na kufunga, wakawaweka katika mikono ya Bwana waliyemwamini. 24 Wakapita kati ya Pisidia wakaingia Pamfilia. 25 Na baada ya kuhubiri lile neno katika Perge wakatelemka mpaka Atalia.

26 Na kutoka huko wakaabiri kwenda Antiokia. Huko ndiko walikoombewa neema ya Mungu kwa ile kazi waliyokwisha kuitimiza. 27 Hata walipofika wakalikutanisha kanisa, wakawaeleza mambo yote aliyoyafanya Mungu pamoja nao, na ya kwamba amewafungulia Mataifa mlango wa imani. 28 Wakaketi huko wakati usiokuwa mchache, pamoja na wanafunzi.

Wakristo wa Mataifa na Sheria ya Musa

15 Wakashuka watu waliotoka Uyahudi wakawafundisha wale ndugu ya kwamba, Msipotahiriwa kama desturi ya Musa hamwezi kuokoka. 2 Basi baada ya Paulo na Barnaba kushindana na watu hawa na kuhojiana nao sana, ndugu wakaamuru kwamba Paulo na Barnaba na wengine miongoni mwao wapande kwenda Yerusalemu kwa mitume na wazee kwa habari ya swali hilo.

3 Basi, wakisafirishwa na kanisa, wakapita kati ya nchi ya Foinike na Samaria, wakitangaza habari za kuongoka kwao Mataifa; wakawafurahisha ndugu sana. 4 Walipofika Yerusalemu wakakaribishwa na kanisa na mitume na wazee, nao wakawaeleza mambo yote Mungu aliyoyafanya pamoja nao. 5 Lakini baadhi ya madhehebu ya Mafarisayo walioamini wakasimama wakisema, Ni lazima kuwatahiri na kuwaagiza kuishika Torati ya Musa.

Baraza ya Yerusalemu

6 Mitume na wazee wakakusanyika wapate kulifikiri

neno hilo. 7 Na baada ya hoja nyingi Petro akasimama, akawaambia,

Ndugu zangu, ninyi mnajua ya kuwa tangu siku za kwanza Mungu alichagua miongoni mwenu ya kwamba Mataifa walisikie neno. la Injili kwa kinywa changu, na kuliamini. 8 Na Mungu, ajuaye mioyo ya watu, akawashuhudia, akiwapa Roho Mtakatifu vile vile kama alivyotupa sisi; 9 wala hakufanya tofauti kati yetu sisi na wao, akiwasafisha mioyo yao kwa imani. 10 Basi sasa mbona mnamjaribu Mungu na kuweka kongwa juu ya shingo za wanafunzi, ambalo baba zetu wala sisi hatukuweza kulichukua. 11 Bali twaamini kwamba tutaokoka kwa neema ya Bwana Yesu vile vile kama wao.

12 Basi mkutano wote wakanyamaza, wakawasikiliza Barnaba na Paulo wakiwapasha habari za ishara na maajabu, ambayo Mungu aliyafanya kwa ujumbe wao katika Mataifa. 13 Na hao walipokwisha kunyamaza Yakobo akajibu, akisema, Ndugu zangu, nisikilizeni,

14 Simeoni ametueleza jinsi Mungu hapo kwanza aliyowaangalia Mataifa ili achague watu katika hao kwa ajili ya jina lake. 15 Na maneno ya manabii yapatana na hayo, kama ilivyoandikwa,

16 Baada ya mambo haya nitarejea,
Nami nitaijenga tena nyumba ya Daudi iliyoanguka.
Nitajenga tena maanguko yake,
Nami nitaisimamisha;
17 Ili wanadamu waliosalia wamtafute Bwana,
Na mataifa yote ambao jina langu limetajwa kwao;
18 Asema Bwana, ajulishaye hayo tangu milele.
19 Kwa sababu hiyo mimi naamua hivi; Tusiwataabishe wale waliomgeukia Mungu katika Mataifa; 20 bali tuwaandikie kwamba wajiepushe na unajisi wa sanamu, na uasherati, na nyama zilizosongolewa, na damu. 21 Kwa maana tangu zamani za kale Musa anao watu wahubirio mambo yake; katika kila mji husomwa kila sabato katika masinagogi.

Barua walioandikiwa Wakristo wa Mataifa

22 Basi ikawapendeza mitume na wazee na kanisa lote kuwachagua watu miongoni mwao na kuwapeleka Antiokia pamoja na Paulo na Barnaba; nao ni hawa, Yuda aliyeitwa Barsaba, na Sila,

waliokuwa watu wakuu katika ndugu. 23 Wakaandika hivi na kupeleka kwa mikono yao, Mitume na ndugu wazee, kwa ndugu zetu walioko Antiokia na Shamu na Kilikia, walio wa Mataifa; Salamu. 24 Kwa kuwa tumesikia ya kwamba watu waliotoka kwetu wamewasumbua kwa maneno yao, wakipotosha roho zenu, ambao sisi hatukuwaagiza; 25 sisi tumeona vema, hali tumepatana kwa moyo mmoja, kuwachagua watu na kuwapeleka kwenu pamoja na wapendwa wetu Barnaba na Paulo, 26 watu waliohatirisha maisha yao kwa ajili ya jina la Bwana wetu Yesu Kristo. 27 Basi tumewatuma Yuda na Sila, watakaowaambia wenyewe maneno yayo hayo kwa vinywa vyao. 28 Kwa maana ilimpendeza Roho Mtakatifu na sisi, tusiwatwike mzigo ila hayo yaliyo lazima, 29 yaani, mjiepushe na vitu vilivyotolewa sadaka kwa sanamu, na damu, na nyama zilizosongolewa, na uasherati. Mkijizuia na hayo, mtafanya vema. Wasalamu.

30 Hata hao wakiisha kupewa ruhusa wakatelemkia Antiokia; na baada ya kuwakusanya jamii yote wakawapa ile barua. 31 Nao walipokwisha kuisoma, wakafurahi kwa ajili ya faraja ile. 32 Tena Yuda na Sila, kwa kuwa wao wenyewe ni manabii, wakawausia ndugu kwa maneno mengi, wakawathibitisha. 33 Nao wakiisha kukaa huko muda, wakaruhusiwa na ndugu waende kwa amani kwa hao waliowatuma.

34 Lakini Sila akaona vema kukaa huko. 35 Na Paulo na Barnaba wakakaa huko Antiokia, wakifundisha na kulihubiri neno la Bwana, pamoja na watu wengine wengi.

Paulo na Barnaba watengana

36 Baada ya siku kadha wa kadha Paulo akamwambia Barnaba, Haya! turejee sasa tukawaangalie hao ndugu katika kila mji tulipolihubiri neno la Bwana, wa hali gani. 37 Barnaba akaazimu kumchukua Yohana aliyeitwa Marko pamoja nao. 38 Bali Paulo hakuona vema kumchukua huyo aliyewaacha huko Pamfilia, asiende nao kazini. 39 Basi palitokea mashindano baina yao hata wakatengana. Barnaba akamchukua Marko akatweka kwenda Kipro. 40 Lakina Paulo akamchagua Sila, akaondoka, akiombewa na wale ndugu apewe neema ya Bwana. 41 Akapita katika Shamu na Kilikia akiyathibitisha makanisa.

*Timotheo aanza kutembea na
Paulo Listra*

16 Basi akafika Derbe na
Listra, na hapo pali-
kuwa na mwanafunzi mmoja
jina lake Timotheo, mwana
wa mwanamke Myahudi ali-
yeamini; lakini babaye ali-
kuwa Myunani. 2 Mtu huyo
alishuhudiwa vema na ndugu
waliokaa Listra na Ikonio.
3 Paulo akamtaka huyo afu-
atane naye, akamtwaa aka-
mtahiri kwa ajili ya Waya-
hudi waliokuwako pande zile;
kwa maana wote walijua ya
kuwa babaye ni Myunani.

4 Basi walipokuwa wakipita
kati ya miji ile, wakawapa zile
amri zilizoamriwa na mitume
na wazee walioko Yerusalemu,
ili wazishike. 5 Makanisa
yakatiwa nguvu katika ile
Imani, hesabu yao ikao-
ngezeka kila siku.

*Safari ya Paulo katikati ya
nchi ya Asia (yaani Asia
Minor)*

6 Wakapita katika nchi ya
Frigia na Galatia, wakikata-
zwa na Roho Mtakatifu, wasi-
lihubiri lile neno katika Asia.
7 Walipofika kukabili Misia,
wakajaribu kwenda Bithinia,
lakini Roho wa Yesu haku-
wapa ruhusa, 8 wakapita Misia
wakatelemkia Troa. 9 Paulo

akatokewa na maono usiku;
alimwona mtu wa Makedonia
amesimama, akimsihi, na ku-
mwambia, Vuka, uje Make-
donia utusaidie. 10 Basi ali-
pokwisha kuyaona yale mao-
no, mara tukataka kutoka
kwenda Makedonia, kwa
kuwa tuliona hakika ya kwa-
mba Mungu ametuita tuwa-
hubiri Habari Njema.

*Paulo avuka mpaka
Makedonia: afika Filipi*

11 Basi tukang'oa nanga
kutoka Troa, tukafika, Samo-
thrake kwa tanga moja, na
siku ya pili tukafika Neapoli;
12 na kutoka hapo tukafika
Filipi, mji wa Makedonia,
mji ulio mkuu katika jimbo
lile, mahali walipohamia Wa-
rumi; tukawa katika mji huu,
tukikaa siku kadha na kadha.
13 Hata siku ya sabato
tukatoka nje ya lango, tuka-
enda kando ya mto, ambapo
tukadhani ya kuwa pana
mahali pa kusali; tukaketi,
tukasema na wanawake walio-
kutana pale. 14 Mwana-
mke mmoja, jina lake Lidia,
mwenye kuuza rangi ya
zambarau, mwenyeji wa Thia-
tira, mcha Mungu, akatusi-
kiliza, ambaye moyo wake
ulifunguliwa na Bwana, aya-
tunze maneno yaliyonenwa na
Paulo. 15 Hata alipokwisha

kubatizwa, yeye na nyumba
yake, akatusihi, akisema, Ka-
ma mmeniona kuwa mwamini-
fu kwa Bwana, ingieni nyu-
mbani mwangu mkakae. Aka-
tushurutisha.

16 Ikawa tulipokuwa tuki-
enda mahali pale pa kusali,
kijakazi kimoja aliyekuwa na
pepo wa uaguzi akatukuta,
aliyewapatia bwana zake faida
nyingi kwa kuagua. 17 Aka-
mfuata Paulo na sisi akipiga
kelele, akisema, Watu hawa
ni watumishi wa Mungu aliye
juu, wenye kuwahubiria njia
ya wokovu. 18 Akafanya
hayo siku nyingi. Lakini
Paulo akasikitika, akageuka
akamwambia yule pepo,
Nakuamuru kwa jina la Yesu
Kristo, mtoke huyu. Aka-
mtoka saa ile ile.

*Paulo na Sila wafungwa
gerezani, baadaye
wakafunguliwa*

19 Basi bwana zake wali-
poona ya kuwa tumaini la
faida yao limewapotea, waka-
wakamata Paulo na Sila,
wakawakokota mpaka sokoni
mbele ya wakuu wa mji;
20 wakawachukua kwa maka-
dhi, wakasema, Watu hawa
wanachafua sana mji wetu,
nao ni Wayahudi; 21 tena
wanatangaza habari ya desturi
zisizokuwa halali kwetu kuzi-

pokea wala kuzifuata, kwa
kuwa sisi tu Warumi. 22 Ma-
kutano wote wakaondoka
wakawaendea, makadhi wa-
kawavua nguo zao kwa nguvu,
wakatoa amri wapigwe kwa
bakora. 23 Na walipokwisha
kuwapiga mapigo mengi, wa-
kawatupa gerezani, waka-
mwamuru mlinzi wa gereza
awalinde sana. 24 Naye
akiisha kupata amri hii aka-
watupa katika chumba cha
ndani, akawafunga miguu kwa
mkatale. 25 Lakini panapo
usiku wa manane Paulo na
Sila walikuwa wakimwomba
Mungu na kumwimbia nyi-
mbo za kumsifu, na wafungwa
wengine walikuwa wakiwasi-
kiliza. 26 Ghafula pakawa
tetemeko kuu la nchi, hata
misingi ya gereza ikatikisika,
na mara hiyo milango ikafu-
nguka, vifungo vya wote vika-
legezwa. 27 Yule mlinzi wa
gereza akaamka, naye ali-
poona ya kuwa milango ya
gereza imefunguka, alifuta
upanga, akataka kujiua, aki-
dhani ya kuwa wafungwa
wamekimbia. 28 Ila Paulo
akapaza sauti yake kwa ngu-
vu, akisema, Usijidhuru, kwa
maana sisi sote tupo hapa.
29 Akataka taa ziletwe, aka-
rukia ndani, akitetemeka kwa
hofu, akawaangukia Paulo na
Sila; 30 kisha akawaleta nje
akasema, Bwana zangu, yani-

pasa nifanye nini nipate kuo-
koka? 31 Wakamwambia,
Mwamini Bwana Yesu, nawe
utaokoka pamoja na nyumba
yako. 32 Wakamwambia ne-
no la Bwana, yeye na watu
wote waliomo nyumbani mwa-
ke. 33 Akawakaribisha saa
ile ile ya usiku, akawaosha
mapigo yao, kisha akabatizwa,
yeye na watu wake wote waka-
ti uo huo. 34 Akawaleta juu
nyumbani kwake, akawaa-
ndalia chakula, akafurahi
sana, yeye na nyumba yake
yote, maana amekwisha ku-
mwamini Mungu.

35 Kulipopambauka ma-
kadhi wakawatuma wakubwa
wa askari wakisema, Waacheni
watu wale waende zao. 36 Yu-
le mlinzi wa gereza akamwarifu
Paulo maneno haya akisema,
Makadhi wametuma watu ili
mfunguliwe; basi, sasa tokeni
nje, enendeni zenu kwa ama-
ni. 37 Paulo akawaambia,
Wametupiga mbele ya watu
wote bila kutuhukumu, na
sisi tu Warumi, tena wame-
tutupa gerezani; na sasa
wanataka kututoa kwa siri?
la, sivyo, lakini na waje wenye-
we wakatutoe. 38 Wakubwa
wa askari wakawapasha ma-
kadhi habari za maneno haya;
nao wakaogopa, waliposikia
ya kwamba hao ni Warumi.
39 Wakaja wakawasihi; na
walipokwisha kuwatoa nje,

wakawaomba watoke katika
mji ule. 40 Nao wakatoka
gerezani wakaingia nyumbani
mwa Lidia; na walipokwisha
kuonana na ndugu waka-
wafariji, wakaenda zao.

Kule Thesalonike

17 Wakiisha kupita kati ya
Amfipoli na Apolonia
wakafika Thesalonike, ambapo
palikuwa na sinagogi la Waya-
hudi. 2 Na Paulo, kama ili-
vyokuwa desturi yake, aka-
ingia mle walimo, akahojiana
nao kwa maneno ya maandiko
sabato tatu, 3 akiyafunua na
kuwaeleza ya kwamba ili-
mpasa Kristo kuteswa, na
kufufuka katika wafu; na ya
kwamba, Yesu huyu ninaye-
wapasha ninyi habari zake
ndiye Kristo. 4 Wengine mi-
ongoni mwao wakaamini, wa-
kashikamana na Paulo na Sila;
na Wayunani waliomcha Mu-
ngu, wengi sana, na wanawake
wenye cheo si wachache.

5 Na Wayahudi wakaona
wivu, wakajitwalia watu kadha
wa kadha katika watu ovyo
wasio na sifa njema, nao waka-
kutanisha mkutano, waka-
fanya ghasia mjini, waka-
waendea watu wa nyumba ya
Yasoni, wakataka kuwapeleka
mbele ya watu wa mji; 6 na
walipowakosa, wakamkokota
Yasoni na baadhi ya ndugu

mbele ya wakubwa wa mji, wakipiga kelele, wakisema, Watu hawa walioupindua ulimwengu wamefika huku nako, 7 na Yasoni amewakaribisha; na hawa wote wanatenda mambo yaliyo kinyume cha amri za Kaisari, wakisema ya kwamba yupo mfalme mwingine, aitwaye Yesu. 8 Wakafadhaisha ule mkutano na wakubwa wa mji walipoyasikia hayo. 9 Nao walipokwisha kumtoza dhamana Yasoni na wenziwe wakawaacha waende zao.

Kule Beroya

10 Mara hao ndugu wakawapeleka Paulo na Sila usiku hata Beroya. Nao walipofika huko wakaingia katika sinagogi la Wayahudi. 11 Watu hawa walikuwa waungwana kuliko wale wa Thesalonike, kwa kuwa walilipokea lile neno kwa uelekevu wa moyo, wakayachunguza maandiko kila siku, waone kwamba mambo hayo ndivyo yalivyo. 12 Basi watu wengi miongoni mwao wakaamini, na wanawake wa Kiyunani wenye cheo, na wanaume si wachache.

13 Lakini Wayahudi wa Thesalonike walipopata habari ya kwamba neno la Mungu linahubiriwa na Paulo hata katika Beroya, wakaenda huko nako wakawachafua na kuwafadhaisha makutano. 14 Mara hiyo wale ndugu wakampeleka Paulo aende zake mpaka pwani; bali Sila na Timotheo wakasalia huko. 15 Lakini wale waliomsindikiza Paulo wakampeleka mpaka Athene; nao wakiisha kupokea maagizo kuwapelekea Sila na Timotheo, ya kwamba wasikawie kumfuata, wakaenda zao.

Kule Athene

16 Paulo alipokuwa akiwangojea huko Athene na kuona jinsi mji ule ulivyojaa sanamu, roho yake ilichukizwa sana ndani yake. 17 Basi katika sinagogi akahojiana na Wayahudi na waliomcha Mungu, na wale waliokutana naye sokoni kila siku. 18 Na baadhi ya Waepikureo na Wastoiko, wenye ujuzi, wakakutana naye. Wengine wakasema, Mpuzi huyu anataka kusema nini? Wengine walisema, Anaonekana kuwa mtangaza habari za miungu migeni, kwa maana alikuwa akihubiri habari za Yesu na ufufuo.

19 Wakamshika, wakamchukua Areopago, wakisema, Je! twaweza kujua maana ya elimu hii mpya unayoinena? 20 Kwa maana unaleta mambo mageni masi-

kioni mwetu, tutapenda kujua, basi, maana ya mambo haya. 21 Kwa maana Waathene na wageni waliokaa huko walikuwa hawana nafasi kwa neno lo lote ila kutoa habari na kusikiliza habari za jambo jipya.

Hotuba ya Paulo katika Areopago

22 Paulo akasimama katikati ya Areopago, akasema, Enyi watu wa Athene, katika mambo yote naona ya kuwa ninyi ni watu wa kutafakari sana mambo ya dini. 23 Kwa sababu nilipokuwa nikipita huko na huko na kuyaona mambo ya ibada yenu, naliona madhabahu iliyoandikwa maneno haya, KWA MUNGU ASIYEJULIKANA. Basi mimi nawahubirini habari zake yeye ambaye ninyi mnamwabudu bila kumjua.

24 Mungu aliyeufanya ulimwengu na vitu vyote vilivyomo, yeye, kwa kuwa ni Bwana wa mbingu na nchi, hakai katika hekalu zilizojengwa kwa mikono; 25 wala hatumikiwi kwa mikono ya wanadamu kana kwamba anahitaji kitu cho chote; kwa maana ndiye anayewapa wote uzima na pumzi na vitu vyote. 26 Naye alifanya kila taifa la wanadamu kutoka katika mmoja, wakae juu ya uso wa nchi yote, akiisha kuwawekea nyakati alizoziamuru tangu zamani, na mipaka ya makazi yao; 27 ili wamtafute Mungu, ingawa ni kwa kupapasapapasa, wakamwone, ijapokuwa hawi mbali na kila mmoja wetu. 28 Kwa maana ndani yake yeye tunaishi, tunakwenda, na kuwa na uhai wetu. Kama vile mmoja wenu, mtunga mashairi alivyosema, Maana sisi sote tu wazao wake. 29 Basi, kwa kuwa sisi tu wazao wa Mungu, haitupasi kudhani ya kuwa Uungu ni mfano wa dhahabu au fedha au jiwe, vitu vilivyochongwa kwa ustadi na akili za wanadamu.

30 Basi, zamani zile za ujinga Mungu alijifanya kama hazioni; bali sasa anawaagiza watu wote wa kila mahali watubu. 31 Kwa maana ameweka siku atakayowahukumu walimwengu kwa haki, kwa mtu yule aliyemchagua; naye amewapa watu wote uthabiti wa mambo haya kwa kumfufua katika wafu. 32 Basi waliposikia habari za ufufuo wa wafu wengine walifanya dhihaka; wengine wakasema, Tutakusikiliza tena katika habari hiyo. 33 Basi hivi Paulo akaondoka akawaacha. 34 Baadhi ya watu wakashikamana naye, wakaamini; katika hao alikuwamo

Dionisio, Mwareopago, na mwanamke mmoja jina lake Damari, na watu wengine pamoja na hao.

Kule Korintho

18 Baada ya mambo hayo, Paulo akatoka Athene akafika Korintho. 2 Akamwona Myahudi mmoja, jina lake Akila, mzalia wa Ponto; naye amekuja kutoka nchi ya Italia siku za karibu, pamoja na Prisila mkewe, kwa sababu Klaudio amewaamuru Wayahudi wote watoke Rumi, naye akafikilia kwao; 3 na kwa kuwa kazi yao ya ufundi ilikuwa moja, akakaa kwao, wakafanya kazi pamoja, kwa maana walikuwa mafundi wa kushona hema. 4 Akatoa hoja zake katika sinagogi kila sabato, akajaribu kuwavuta Wayahudi na Wayunani.

5 Hata Sila na Timotheo walipotelemka kutoka Makedonia, Paulo akasongwa sana na lile neno, akiwashuhudia Wayahudi ya kwamba Yesu ni Kristo. 6 Walipopingamana naye na kumtukana Mungu, akakung'uta mavazi yake, akawaambia, Damu yenu na iwe juu ya vichwa vyenu; mimi ni safi; tangu sasa nitakwenda kwa watu wa Mataifa. 7 Akaondoka huko akaingia katika nyumba ya mtu mmoja jina lake Tito Yusto, mcha Mungu, ambaye nyumba yake ilikuwa mpaka mmoja na sinagogi. 8 Na Krispo, mkuu wa sinagogi, akamwamini Bwana pamoja na nyumba yake yote. Wakorintho wengi waliposikia, waliamini, wakabatizwa. 9 Bwana akamwambia Paulo kwa maono usiku, Usiogope, bali nena, wala usinyamaze, 10 kwa kuwa mimi ni pamoja nawe, wala hapana mtu atakayekushambulia ili kukudhuru; kwa maana mimi nina watu wengi katika mji huu. 11 Akakaa huko muda wa mwaka mmoja na miezi sita akifundisha kati yao neno la Mungu.

Galio na Paulo

12 Hata Galio alipokuwa liwali wa Akaya, Wayahudi wakamwinukia Paulo kwa nia moja, wakamleta mbele ya kiti cha hukumu, 13 wakisema, Mtu huyu huwavuta watu ili wamwabudu Mungu kinyume cha sheria. 14 Na Paulo alipotaka kufunua kinywa chake, Galio akawaambia Wayahudi, Kama lingekuwa jambo la dhuluma au la hila mbaya, enyi Wayahudi, ingekuwa haki mimi kuchukuliana nanyi; 15 bali ikiwa ni hoja juu ya maneno na majina na sheria yenu, liangalieni ninyi

wenyewe, maana mimi sitaki
kuwa mwamuzi wa mambo
hayo. 16 Akawafukuza wa-
ondoke mbele ya kiti cha
hukumu. 17 Nao wote waka-
mshika Sosthene, mkuu wa
sinagogi, wakampiga mbele ya
kiti cha hukumu. Wala Galio
hakuyaona mambo hayo kuwa
ni kitu.

Paulo arudia Shamu

18 Baada ya hayo Paulo
akazidi kukaa huko siku
nyingi, kisha akaagana na
ndugu akaabiri kwenda Sha-
mu; na Prisila na Akila waka-
enda pamoja naye, alipo-
kwisha kunyoa kichwa chake
huko Kenkrea; maana ali-
kuwa ana nadhiri. 19 Waka-
fika Efeso, akawaacha huko.
Yeye mwenyewe akaingia ka-
tika sinagogi, akahojiana na
Wayahudi. 20 Walipomtaka
akae wakati mwingi zaidi,
hakukubali; 21 bali aliagana
nao, akisema, Nitarejea kwenu
tena, Mungu akinijalia. Aka-
tweka, akatoka Efeso, 22 na
alipokwisha kushuka Kaisaria,
akapanda juu, akawasalimu
kanisa, kisha akatelemkia
Antiokia. 23 Hata akiisha
kukaa huko siku kadha wa
kadha akaondoka, akapita
kati ya nchi ya Galatia na
Frigia, mji kwa mji, akiwathi-
bitisha wanafunzi.

Apolo kule Efeso

24 Basi Myahudi mmoja,
jina lake Apolo, mzalia wa
Iskanderia, mtu wa elimu,
akafika Efeso; naye alikuwa
hodari katika maandiko.
25 Mtu huyo alikuwa ame-
fundishwa njia ya Bwana; na
kwa kuwa roho yake ilikuwa
ikiwaka, alianza kunena na
kufundisha kwa usahihi habari
za Yesu; naye alijua ubatizo
wa Yohana tu. 26 Akaanza
kunena kwa ujasiri katika
sinagogi; hata Prisila na Akila
walipomsikia wakamchukua
kwao, wakamweleza njia ya
Bwana kwa usahihi zaidi.
27 Na alipotaka kuvuka bahari
aende mpaka Akaya, ndugu
wakamhimiza, wakawaandikia
wale wanafunzi wamkaribishe;
naye alipofika akawasaidia
sana wale waliokwisha kua-
mini kwa neema ya Mungu.
28 Kwa maana aliwashinda
Wayahudi kabisa kabisa mbele
ya watu wote, akionyesha kwa
maneno ya maandiko ya kuwa
Yesu ni Kristo.

Wanafunzi wa Yohana
Mbatizaji huko Efeso

19 Ikawa, Apolo alipo-
kuwa Korintho, Paulo,
akiisha kupita kati ya nchi za
juu, akafika Efeso; akakutana
na wanafunzi kadha wa kadha

huko; 2 akawauliza, Je! mlimpokea Roho Mtakatifu mlipoamini? Wakamjibu, La, hata kusikia kwamba kuna Roho Mtakatifu hatukusikia. 3 Akawauliza, Basi mlibatizwa kwa ubatizo gani? Wakasemá, Kwa ubatizo wa Yohana. 4 Paulo akasema, Yohana alibatiza kwa ubatizo wa toba, akiwaambia watu wamwamini yeye atakayekuja nyuma yake, yaani, Yesu. 5 Waliposikia haya wakabatizwa kwa jina la Bwana Yesu. 6 Na Paulo, alipokwisha kuweka mikono yake juu yao, Roho Mtakatifu akaja juu yao; wakaanza kunena kwa lugha, na kutabiri. 7 Na jumla yao walipata wanaume kumi na wawili.

Paulo huko Efeso

8 Akaingia ndani ya sinagogi, akanena kwa ushujaa kwa muda wa miezi mitatu, akihojiana na watu, na kuwavuta katika mambo ya ufalme wa Mungu. 9 Lakini wengine walikaidi, wakakataa kuamini, wakiitukana ile Njia mbele ya mkutano; basi, akaondoka akawaacha, akawatenga wanafunzi, akahojiana na watu kila siku katika darasa ya mtu mmoja, jina lake Tirano. 10 Mambo haya yakaendelea kwa muda wa miaka miwili,

hata wote waliokaa Asia wakalisikia neno la Bwana, Wayahudi kwa Wayunani. 11 Mungu akafanya kwa mikono ya Paulo miujiza ya kupita kawaida; 12 hata wagonjwa wakaletewa leso na nguo zilizotoka mwilini mwake, magonjwa yao yakawaondokea, pepo wachafu wakawatoka. 13 Baadhi ya Wayahudi wenye kutanga-tanga, nao ni wapunga pepo, wakajaribu kutaja jina la Bwana Yesu juu yao waliopagawa na pepo wachafu, wakisema, Nawaapisha kwa Yesu, yule anayehubiriwa na Paulo. 14 Walikuwako wana saba wa mtu mmoja Skewa, Myahudi, kuhani mkuu, waliofanya hivyo. 15 Yule pepo mchafu akawajibu, akawaambia, Yesu namjua na Paulo namfahamu, lakini ninyi ni nani? 16 Na yule mtu aliyepagawa na pepo mchafu akawarukia wawili, akawaweza, akawashinda, hata wakatoka mbio katika nyumba ile hali wa uchi na kujeruhiwa. 17 Habari hii ikajulikana na Wayahudi wote na Wayunani waliokaa Efeso, hofu ikawaingia wote, na jina la Bwana Yesu likatukuzwa. 18 Na wengi wa wale walioamini wakaja wakaungama, wakidhihirisha matendo yao. 19 Na

watu wengi katika wale wali-
otumia mambo ya uganga
wakakusanya vitabu vyao, wa-
kavichoma moto mbele ya
watu wote; wakafanya hesabu
ya thamani yake, wakaona ya
kwamba yapata fedha hamsini
elfu.* 20 Hivyo ndivyo neno
la Bwana lilivyozidi na kushi-
nda kwa nguvu.

Makusudi ya Paulo

21 Mambo hayo yalipo-
kwisha kumalizika, Paulo aka-
azimu rohoni mwake, akiisha
kupita katika Makedonia na
Akaya, aende Yerusalemu,
akisema, Baada ya kuwako
huko, yanipasa kuona na
Rumi pia. 22 Akatuma watu
wawili miongoni mwa wale
waliomtumikia kwenda Make-
donia, nao ni Timotheo na
Erasto, yeye mwenyewe aka-
kaa katika Asia kitambo.

Ghasia iliyotokea Efeso

23 Wakati huo kukatukia
ghasia si haba katika habari ya
Njia ile. 24 Kwa maana mtu
mmoja, jina lake Demetrio,
mfua fedha, aliyekuwa aki-
fanya vihekalu vya fedha vya
Artemi, alikuwa akiwapatia
mafundi faida nyingi. 25 Aka-
wakusanya hao, pamoja na
wengine wenye kazi ile ile,

akasema, Enyi wanaume, mna-
jua ya kuwa utajiri wetu
hutoka katika kazi hii.
26 Tena mnaona na kusikia ya
kwamba si katika Efeso tu,
bali katika Asia yote pia,
Paulo huyo ameshawishi watu
wengi na kuwageuza nia zao,
akisema ya kwamba hiyo ina-
yofanywa kwa mikono siyo
miungu. 27 Si kwamba kazi
hii yetu ina hatari ya kudhara-
uliwa tu; bali na hekalu la
mungu mke aliye mkuu, Arte-
mi, kuhesabiwa si kitu, na
kuondolewa utukufu wake,
ambaye Asia yote pia na wali-
mwengu wote humwabudu.
28 Waliposikia haya wakajaa
ghadhabu, wakapiga kelele,
wakisema, Artemi wa Waefeso
ni mkuu.

29 Mji wote ukajaa ghasia,
wakaenda mbio wakaingia
mahali pa michezo kwa nia
moja, wakiisha kuwakamata
Gayo na Aristarko, watu wa
Makedonia waliosafiri pamoja
na Paulo. 30 Na Paulo alipo-
taka kuingia kati ya watu,
wanafunzi hawakumwacha ai-
ngie. 31 Na baadhi ya wakuu
wa Asia, walio rafiki zake,
wakatuma watu kwake, wa-
kimsihi asijihudhurishe nafsi
yake ndani ya mahali pa
michezo. 32 Basi wengine
walikuwa wakilia hivi na
wengine hivi; kwa maana ule

* Yapata kama shilingi 34,000.

mkutano ulikuwa umechafuka-chafuka, na wengi wao hawa-kuijua sababu ya kukusanyika kwao pamoja. 33 Wakamtoa Iskanda katika mkutano, Wa-yahudi wakimweka mbele ya watu. Iskanda akawapungia mkono, akitaka kujitetea mbele ya wale watu. 34 La-kini walipotambua ya kuwa yeye ni Myahudi, wakapiga kelele wote pia kwa sauti moja kwa muda wa hama saa mbili, wakisema, Artemi wa Waefeso ni mkuu.

35 Na karani wa mji alipo-kwisha kuwatuliza watu, aka-sema, Enyi wanaume wa Efeso, ni mtu gani asiyejua ya kuwa mji wa Efeso ni mtu-nzaji wa hekalu la Artemi, aliye mkuu, na wa kitu kile kilichoanguka kutoka mbi-nguni? 36 Basi kwa kuwa mambo haya hayawezi kuka-nushwa, imewapasa kutulia, msifanye neno la haraka ha-raka. 37 Kwa maana mme-waleta watu hawa, wasioiba vitu vya hekalu wala ku-mtukana mungu mke wetu. 38 Basi ikiwa Demetrio na mafundi walio pamoja naye wana neno juu ya mtu, baraza ziko, na maliwali wako; na washitakiane. 39 Bali mkita-futa neno lo lote katika mambo mengine, yayatengenezwa ka-tika kusanyiko lililo halali. 40 Kwa maana tuna hatari ya kushitakiwa kwa ajili ya ma-tata haya ya leo, ambayo hayana sababu; na katika neno hilo, hatutaweza kujiudhuru kwa mkutano huu. 41 Alipo-kwisha kusema haya aka-uvunja mkutano.

Paulo kule Makedonia, Uyunani, na Troa

20 Kishindo kile kilipo-koma, Paulo akatuma kuwaita wanafunzi akawa-onya, akaagana nao, kisha akaondoka aende zake mpaka Makedonia. 2 Naye akiisha kupita pande zile na kuwa-fariji kwa maneno mengi, akafika Uyunani.

3 Alipokwisha kukaa huko miezi mitatu, na Wayahudi kumfanyia vitimvi, alipotaka kwenda Shamu kwa njia ya bahari; basi akaazimu kurejea kwa njia ya Makedonia. 4 Watu hawa wakafuatana naye, Sopatro Mberoya, mwa-na wa Piro, na Aristarko na Sekundo, watu wa Thesalo-nike; na Gayo mtu wa Derbe, na Timotheo; na Tikiko na Trofimo watu wa Asia. 5 Ila watu hao wamekwisha kuta-ngulia wakatungojea Troa. 6 Sisi tukatweka baada ya siku za mikate isiyotiwa chachu, tukatoka Filipi, tukawafikia Troa, safari ya siku tano, tukakaa huko siku saba.

Eutiko

7 Hata siku ya kwanza ya juma, tulipokuwa tumekutana ili kumega mkate, Paulo aka-wahutubu, akiazimu kusafiri siku ya pili yake, naye akafu-liza maneno yake hata usiku wa manane. 8 Palikuwa na taa nyingi katika orofa ile tulipokuwa tumekusanyika. 9 Kijana mmoja, jina lake Eutiko, alikuwa ameketi diri-shani, akalemewa na usingizi sana; hata Paulo alipoendelea sana kuhubiri, akazidiwa na usingizi wake akaanguka toka orofa ya tatu; akainuliwa ame-kwisha kufa. 10 Paulo aka-shuka, akamwangukia, aka-mkumbatia, akasema, Msi-fanye ghasia, maana uzima wake ungalimo ndani yake. 11 Akapanda juu tena, aka-mega mkate, akala, akazidi ku-ongea nao hata alfajiri, ndipo akaenda zake. 12 Wakamleta yule kijana, yu mzima, waka-farijika faraja kubwa sana.

Safari mpaka Mileto

13 Lakini sisi tukatangulia kwenda merikebuni, tukaabiri kwenda Aso, tukikusudia ku-mpakia Paulo huko; kwa maana ndivyo alivyoagiza, yeye mwenyewe aliazimu kwenda kwa miguu. 14 Ali-potufikia huko Aso, tuka-mpakia kisha tukafika Miti-lene. 15 Tukatweka kutoka huko, na siku ya pili tukafika mahali panapokabili Kio; siku ya tatu tukawasili Samo, tuka-kaa Trogilio, siku ya nne tuka-fika Mileto. 16 Kwa sababu Paulo amekusudia kupita Efe-so merikebuni, asije akakawia katika Asia; kwa maana ali-kuwa na haraka, akitaka kuwahi Yerusalemu siku ya Pentekoste, kama ikiwezekana.

Paulo ahubiri akiagana na wazee wa Efeso

17 Toka Mileto Paulo aka-tuma watu kwenda Efeso, akawaita wazee wa kanisa. 18 Walipofika kwake, akawa-ambia.

Ninyi wenyewe mnajua ta-ngu siku ya kwanza nilipo-kanyaga hapa Asia, jinsi nili-vyokuwa kwenu wakati wote, 19 nikimtumikia Bwana kwa unyenyekevu wote, na kwa machozi, na majaribu yaliyo-nipata kwa hila za Wayahudi; 20 ya kuwa sikujiepusha katika kuwatangazia neno lo lote liwezalo kuwafaa, bali nali-wafundisha wazi wazi, na nyumba kwa nyumba, 21 niki-washuhudia Wayahudi na Wa-yunani wamtubie Mungu, na kumwamini Bwana wetu Yesu Kristo. 22 Basi sasa, anga-lieni, nashika njia kwenda

Yerusalemu hali nimefungwa rohoni, nisiyajue mambo yatakayonikuta huko; 23 isipokuwa Roho Mtakatifu mji kwa mji hunishuhudia akisema, ya kwamba vifungo na dhiki vyaningoja. 24 Lakini siyahesabu maisha yangu kuwa kitu cha thamani kwangu kama kuumaliza mwendo wangu na huduma ile niliyopokea kwa Bwana Yesu, kuishuhudia Habari Njema ya neema ya Mungu. 25 Na sasa, tazameni mimi najua ya kuwa ninyi nyote niliowahubiria ufalme wa Mungu, nikienda huko na huko, hamtaniona uso tena. 26 Kwa hiyo nawashuhudia wote siku hii ya leo, ya kuwa mimi sina hatia kwa damu ya mtu awaye yote. 27 Kwa maana sikujiepusha na kuwahubiria habari ya kusudi lote la Mungu.

28 Jitunzeni nafsi zenu, na lile kundi lote nalo, ambalo Roho Mtakatifu amewaweka ninyi kuwa waangalizi ndani yake, mpate kulilisha kanisa lake Mungu, alilolinunua kwa damu yake mwenyewe. 29 Najua mimi ya kuwa baada ya kuondoka kwangu mbwa-mwitu wakali wataingia kwenu, wasilihurumie kundi; 30 tena katika ninyi wenyewe watainuka watu, wakisema mapotovu, wawavute hao wanafunzi wawaandamie wao.

31 Kwa hiyo kesheni, mkikumbuka ya kwamba miaka mitatu, usiku na mchana, sikuacha kumwonya kila mtu kwa machozi.

32 Basi, sasa nawaweka katika mikono ya Mungu, na kwa neno la neema yake, ambalo laweza kuwajenga na kuwapa urithi pamoja nao wote waliotakaswa. 33 Sikutamani fedha wala dhahabu, wala mavazi ya mtu. 34 Ninyi wenyewe mnajua ya kuwa mikono yangu hii imetumika kwa mahitaji yangu na ya wale waliokuwa pamoja nami. 35 Katika mambo yote nimewaonyesha ya kuwa kwa kushika kazi hivi imewapasa kuwasaidia wanyonge, na kuyakumbuka maneno ya Bwana Yesu, jinsi alivyosema mwenyewe, Ni heri kutoa kuliko kupokea.

36 Alipokwisha kunena haya akapiga magoti, akaomba pamoja nao wote. 37 Wakalia sana wote, wakamwangukia Paulo shingoni, wakambusubusu, 38 wakihuzunika zaidi kwa sababu ya neno lile alilosema, ya kwamba hawatamwona uso tena. Wakamsindikiza hata merikebuni.

Kutoka Mileto mpaka Tiro

21 Ikawa tulipokwisha kujitenga nao na kuabiri,

tukafika Kosi kwa tanga moja, na siku ya pili yake tukafika Rodo na kutoka huko tukafika Patara, 2 tukapata merikebu itakayovuka mpaka Foinike tukapanda tukatweka. 3 Na tulipoona Kipro tukaiacha upande wa kushoto; tukasafiri mpaka Shamu tukashuka Tiro. Kwa maana huko ndiko merikebu yetu itakakoshusha shehena yake. 4 Tukiisha kuwaona wanafunzi tukakaa huko siku saba, nao wakamwambia Paulo kwa uweza wa Roho asipande kwenda Yerusalemu. 5 Hata tulipotimiza siku zile tukaondoka tukaenda zetu, na watu wote, pamoja na wake zao na watoto wao, wakatusindikiza mpaka nje ya mji, tukapiga magoti pwani tukaomba; 6 na baada ya kuagana tukapanda merikebuni, nao wakarudi kwao.

Mpaka Kaisaria

7 Hata tulipomaliza safari yetu kutoka Tiro tukafika Tolemai, tukawaamkua ndugu tukakaa kwao siku moja. 8 Asubuhi yake tukaondoka, tukafika Kaisaria, tukaingia nyumbani mwa Filipo, mhubiri wa Injili, aliyekuwa mmoja wa wale saba, tukakaa kwake. 9 Mtu huyu alikuwa na binti wanne, mabikira, waliokuwa wakitabiri. 10 Basi tulipokuwa tukikaa huko siku nyingi, nabii mmoja jina lake Agabo akashuka kutoka Uyahudi. 11 Alipotufikia akautwaa mshipi wa Paulo, akajifunga miguu na mikono, akasema, Roho Mtakatifu asema hivi, Hivyo ndivyo Wayahudi wa Yerusalemu watakavyomfunga mtu mwenye mshipi huu, nao watamtia katika mikono ya watu wa Mataifa. 12 Basi tuliposikia haya, sisi na watu wa mahali pale, tukamsihi asipande kwenda Yerusalemu. 13 Ndipo Paulo alipojibu, Mnafanya nini, kulia na kunivunja moyo? kwa maana mimi, licha ya kufungwa, ni tayari hata kuuawa katika Yerusalemu kwa ajili ya jina lake Bwana Yesu. 14 Alipokataa shauri letu, tukanyamaza, tukisema, Mapenzi ya Bwana na yatendeke.

Mpaka Yerusalemu

15 Baada ya siku zile tukachukua vyombo vyetu tukapanda kwenda Yerusalemu. 16 Baadhi ya wanafunzi wa Kaisaria wakafuatana na sisi, wakamchukua na Mnasoni, mtu wa Kipro, mwanafunzi wa zamani ambaye ndiye tutakayekaa kwake.

Paulo ajaribu kupatana na Wakristo Wayahudi

17 Tulipofika Yerusalemu wale ndugu wakatukaribisha kwa furaha. 18 Hata siku ya pili yake Paulo akaingia kwa Yakobo pamoja nasi, na wazee wote walikuwako. 19 Na baada ya kuwaamkua, akawaeleza mambo yote moja moja Mungu aliyoyatenda katika Mataifa kwa huduma yake. 20 Nao waliposikia wakamtukuza Mungu, wakamwambia, Ndugu yetu, unaona jinsi Wayahudi walioamini walivyo elfu nyingi, nao wote wana wivu sana kwa ajili ya torati. 21 Nao wameambiwa habari zako, ya kwamba unawafundisha Wayahudi wote wakaao katika Mataifa kumwacha Musa, ukiwaambia wasiwatahiri watoto wao, wala wasizifuate desturi. 22 Basi, ni nini? Bila shaka watasikia kwamba umekuja. 23 Basi fanya neno hili tunalokuambia. Wako kwetu watu wanne waliofungwa na nadhiri. 24 Wachukue watu hao ujitakase pamoja nao, na kuwagharimia ili wanyoe vichwa vyao, watu wote wapate kujua ya kuwa habari zile walizoambiwa juu yako si kitu, bali wewe mwenyewe unaenenda vizuri na kuishika torati. 25 Lakini kwa habari za watu wa Mataifa walioamini, tuliandika na kutoa hukumu yetu ya wao kujilinda nafsi zao na vitu vilivyotolewa sadaka kwa sanamu, na damu, na kitu kilichosongolewa, na uasherati. 26 Ndipo Paulo akawatwaa wanaume wale, na siku ya pili yake akajitakasa nafsi yake pamoja nao, akaingia ndani ya hekalu, akitangaza habari ya kutimiza siku za utakaso, hata sadaka itolewe kwa ajili ya kila mmoja wao.

Ghasia kule Yerusalemu, Paulo akakamatwa

27 Basi zile siku saba zilipokuwa karibu kutimia, Wayahudi waliotoka Asia wakamwona ndani ya hekalu, wakawataharakisha watu wote, wakamkamata, 28 wakapiga kelele, na kusema, Enyi wanaume wa Israeli, tusaidieni. Huyu ndiye mtu yule afundishaye watu wote kila mahali kinyume cha taifa letu na torati na pahali hapa. Tena, zaidi ya haya, amewaingiza Wayunani katika hekalu, akapatia unajisi pahali hapa patakatifu. 29 Kwa maana walikuwa wamemwona Trofimo, Mwefeso, pamoja naye mjini, ambaye walidhania ya kuwa Paulo amemwingiza katika hekalu. 30 Mji wote ukataharuki, watu wakakutanika

mbio mbio, wakamkamata Paulo, wakamkokota, wakamtoa hekaluni; mara milango ikafungwa. 31 Na walipokuwa wakitafuta njia ya kumwua, habari zikamfikilia jemadari wa kikosi ya kwamba Yerusalemu imechafuka, mji mzima. 32 Mara akatwaa askari na maakida, akawashukia mbio. Nao walipomwona jemadari na askari wakaacha kumpiga Paulo. 33 Kisha jemadari akakaribia, akamshika, akaamuru afungwe kwa minyororo miwili; akauliza, Nani huyu? tena, amefanya nini? 34 Wengine katika makutano wakapiga kelele wakisema hivi, na wengine hivi. Basi alipokuwa hawezi kupata hakika ya habari kwa sababu ya zile kelele, akatoa amri aletwe ndani ya ngome. 35 Basi Paulo alipofika darajani ilikuwa kuchukuliwa na askari kwa sababu ya nguvu ya makutano. 36 Maana kundi kubwa la watu wakamfuata, wakipiga kelele, na kusema, Mwondoe huyu.

37 Naye alipokuwa analetwa ndani ya ngome, Paulo akamwambia jemadari, Nina ruhusa nikuambie neno? Naye akasema, Je! unajua Kiyunani? 38 Wewe si yule Mmisri ambaye kabla ya siku hizi aliwafitinisha wale watu elfu nne, walioitwa Wauaji, akawaongoza jangwani? 39 Paulo akasema, Mimi ni mtu wa Kiyahudi, mtu wa Tarso, mji wa Kilikia, mwenyeji wa mji usiokuwa mnyonge. Nakuomba, nipe ruhusa niseme na wenyeji hawa. 40 Basi, alipompa ruhusa, Paulo akasimama madarajani, akawapungia mkono wale wenyeji; na ilipokuwa kimya kabisa, akanena nao kwa lugha ya Kiebrania, akisema.

Hotuba ya Paulo kwa Wayahudi

22 Enyi wanaume, ndugu zangu na baba zangu, nisikilizeni, nikijitetea mbele yenu sasa.

2 Waliposikia kwamba anasema nao kwa lugha ya Kiebrania wakazidi kunyamaza; akasema,

3 Mimi ni mtu wa Kiyahudi, nalizaliwa Tarso, mji wa Kilikia, ila nililelewa katika mji huu, miguuni pa Gamalieli, nikafundishwa sheria ya baba zetu kwa usahihi, nikawa mtu wa jitihadi kwa Mungu kama ninyi nyote mlivyo leo hivi; 4 nikawaudhi watu wa Njia hii hata kuwaua, nikawafunga, nikiwatia gerezani, wanaume na wanawake. 5 Kama Kuhani Mkuu naye anishuhudiavyo, na wazee wa baraza wote pia, ambao nalipokea

barua kwao kuwapelekea ndugu wale, nikaenda Dameski, ili niwalete wale waliokuwa huko hata Yerusalemu, hali wamefungwa ili waadhibiwe.

6 Ikawa nilipokuwa nikisafiri, nikikaribia Dameski, wakati wa adhuhuri, ghafula nuru kuu ilitoka mbinguni, ikanimulikia pande zote. 7 Nikaanguka nchi, nikasikia sauti ikiniambia, Sauli, Sauli, mbona unaniudhi? 8 Nikajibu, Wewe u nani, Bwana? Akaniambia, Mimi ni Yesu Mnazareti, ambaye wewe unaniudhi. 9 Na wale waliokuwa pamoja nami waliiona ile nuru, lakini hawakuisikia ile sauti ya yule aliyesema nami. 10 Nikasema, Nifanye nini, Bwana? Bwana akaniambia, Simama, uingie Dameski, na huko utaambiwa habari za mambo yote yaliyoamriwa uyafanye. 11 Na nilipokuwa sioni kwa sababu ya fahari ya nuru ile, nikaongozwa na mikono yao waliokuwa pamoja nami, nikaingia Dameski. 12 Basi mtu mmoja, Anania, mtauwa kwa kuifuata sheria, aliyeshuhudiwa wema na Wayahudi wote waliokaa huko, 13 akanijia, akasimama karibu nami, akaniambia, Ndugu yangu Sauli, uone. Nikamwinulia macho yangu saa ile ile. 14 Akasema, Mungu wa baba zetu amekuchagua wewe upate kujua mapenzi yake, na kumwona yule Mwenye haki, na kuisikia sauti itokayo katika kinywa chake. 15 Kwa maana utakuwa shahidi wake kwa watu wote, wa mambo hayo uliyoyaona na kuyasikia. 16 Basi sasa, unakawilia nini? Simama, ubatizwe, ukaoshe dhambi zako, ukiliitia jina lake.

17 Ikawa nilipokwisha kurudi Yerusalemu, nilipokuwa nikisali ndani ya hekalu, nikawa hali ya kuzimia roho, 18 nikamwona, naye akiniambia, Hima, utoke Yerusalemu upesi, kwa sababu hawatakubali ushuhuda wako katika habari zangu. 19 Nami nikasema, Bwana, wanajua hao ya kuwa mimi nalikuwa nikiwafunga gerezani wale wanaokuamini na kuwapiga katika kila sinagogi. 20 Na damu ya Stefano shahidi wako ilipomwagwa, mimi nami nilikuwa nikisimama karibu, nikikubali, na kuzitunza nguo zao waliomwua. 21 Naye akaniambia, Enenda zako; kwa kuwa mimi nitakutuma uende mbali kwa watu wa Mataifa.

Paulo adai haki yake kuwa mwenyeji wa Rumi

22 Wakamsikiliza mpaka neno lile, wakapaza sauti zao, wakisema, Mwondoe huyu

katika nchi, kwa maana haifai aishi.

23 Walipokuwa wakipiga kelele na kutupa mavazi yao na kurusha-rusha mavumbi juu, 24 yule jemadari akaamuru aletwe ndani ya ngome, akisema aulizwe habari zake kwa kupigwa mijeledi, ili ajue sababu hata wakampigia kelele namna hii. 25 Hata walipokwisha kumfunga kwa kamba, Paulo akamwambia yule akida aliyesimama karibu, Je! ni halali ninyi kumpiga mtu aliye Mrumi naye hajahukumiwa bado? 26 Yule akida aliposikia, akaenda akamwarifu yule jemadari, akisema, Unataka kufanya nini? kwa maana mtu huyu ni Mrumi. 27 Jemadari akaja, akamwuliza, Niambie, u Mrumi? Akasema, Ndiyo. 28 Jemadari akajibu, Mimi nalipata wenyeji huu kwa mali nyingi. Paulo akasema, Na mimi ni Mrumi wa kuzaliwa. 29 Basi wale waliokuwa tayari kumwuliza wakaondoka wakamwacha. Na yule jemadari naye akaogopa, alipojua ya kuwa ni Mrumi, na kwa sababu amemfunga.

*Paulo ajitetea mbele ya
Baraza Kuu ya makuhani*

30 Siku ya pili yake akitaka kujua hakika, ni kwa sababu gani ameshitakiwa na Waya-hudi, akamfungua, akawaamuru wakuu wa makuhani na baraza yote wakutane. Akamleta Paulo chini, akamweka mbele yao.

23 Paulo akawakazia macho watu wa baraza, akasema, Ndugu zangu, mimi kwa dhamiri safi kabisa nimeishi mbele za Mungu hata leo hivi. 2 Kuhani Mkuu Anania akawaamuru wale waliosimama karibu naye wampige kinywa chake. 3 Ndipo Paulo akamwambia, Mungu atakupiga wewe, ukuta uliopakwa chokaa. Wewe umeketi kunihukumu sawasawa na sheria, nawe unaamuru nipigwe kinyume cha sheria? 4 Wale waliosimama karibu wakasema, Je! unamtukana Kuhani Mkuu wa Mungu? 5 Paulo akasema, Sikujua, ndugu zangu, ya kuwa yeye ni Kuhani Mkuu; maana imeandikwa, Usimnenee mabaya mkuu wa watu wako. 6 Paulo alipotambua ya kuwa sehemu moja ni Masadukayo, na sehemu ya pili ni Mafarisayo, akapaza sauti yake katika ile baraza, Ndugu zangu, mimi ni Farisayo, mwana wa Farisayo; mimi ninahukumiwa kwa ajili ya tumaini la ufufuo wa wafu. 7 Alipokwisha kunena hayo palikuwa na mashindano baina ya Mafarisayo na Masadukayo, mkutano ukafarakana. 8 Kwa maana Masadukayo husema ya kwamba hakuna kiyama wala malaika wala roho; bali Mafarisayo hukiri yote. 9 Pakawa na makelele mengi. Waandishi wengine wa upande wa Mafarisayo wakasimama, wakateta, wakisema, Hatuoni uovu wo wote katika mtu huyu; bali ikiwa roho au malaika amesema naye, ni nini? 10 Ugomvi mkubwa ulipotokea, yule jemadari akachelea Paulo asije akararuliwa nao, akaamuru askari washuke na kumwondoa kwa nguvu mikononi mwao, na kumleta ndani ya ngome.

11 Usiku ule Bwana akasimama karibu naye, akasema, Uwe na moyo mkuu; kwa sababu, kama ulivyonishuhudia habari zangu Yerusalemu, imekupasa kunishuhudia vivyo hivyo Rumi nako.

Shauri la siri walilolifanya Wayahudi kumwua Paulo

12 Kulipopambauka, Wayahudi wakafanya mapatano, wakajifunga kwa kiapo kwamba hawatakula wala hawatakunywa hata wamwue Paulo. 13 Na hao walioapiana hivyo walipata zaidi ya watu arobaini. 14 Nao wakaenda kwa wakuu wa makuhani na wazee, wakasema, Tumejifunga kwa kiapo, tusionje kitu hata tumwue Paulo. 15 Basi sasa ninyi pamoja na wazee wa baraza mwambieni jemadari amlete chini kwenu, kana kwamba mnataka kujua habari zake vizuri zaidi; na sisi tu tayari kumwua kabla hajakaribia. 16 Mjomba wake Paulo akasikia habari za kuotea kwao, akaenda akaingia ndani ya ngome akampasha Paulo habari. 17 Paulo akamwita akida mmoja, akasema, Mchukue kijana huyu kwa jemadari; maana ana neno la kumwarifu. 18 Basi akamchukua, akampeleka kwa jemadari, akamwambia, Paulo, yule mfungwa, aliniita akataka nikuletee kijana huyu kwa kuwa ana neno la kukuambia. 19 Yule jemadari akamshika mkono akajitenga pamoja naye kando, akamwuliza kwa faragha, Una neno gani utakalo kuniarifu? 20 Akasema, Wayahudi wamepatana kukuomba umlete Paulo chini kesho, ukamweke mbele ya baraza, kana kwamba wanataka kupata habari zale kwa usahihi zaidi. 21 Basi wewe usikubali; kwa maana watu zaidi ya arobaini wanamwotea, wamejifunga kwa kiapo wasile wala wasinywe hata watakapomwua; nao sasa wako tayari, wakiitazamia ahadi kwa-

ko. 22 Basi yule jemadari akamwacha kijana aende zake, akimwagiza, Usimwambie mtu awaye yote ya kwamba umeniarifu haya.

Paulo apelekwa Kaisaria

23 Akawaita maakida wawili, akasema, Wekeni tayari askari mia mbili kwenda Kaisaria, na askari wapanda farasi sabini, na wenye mikuki mia mbili, kwa saa tatu ya usiku. 24 Akawaambia kuweka wanyama tayari wampandishe Paulo, na kumchukua salama kwa Feliki liwali. 25 Akaandika barua, kwa namna hii,

26 Klaudio Lisia kwa liwali mtukufu Feliki, Salamu! 27 Mtu huyu alikamatwa na Wayahudi, wakawa karibu kumwua, ndipo nikaenda pamoja na kikosi cha askari nikamwokoa, nilipopata habari ya kuwa yeye ni Mrumi. 28 Nami nikitaka kulijua lile neno walilomshitakia, nikamtelemsha nikamweka mbele ya baraza; 29 nikaona kwamba ameshitakiwa kwa ajili ya maswali ya sheria yao, wala hakushitakiwa neno lo lote la kustahili kuuawa wala kufungwa. 30 Hata nilipopewa habari kwamba patakuwa na vitimvi juu ya mtu huyu, mara nika-

mpeleka kwako, nikawaagiza na wale waliomshitaki, wanene habari zake mbele yako. Wasalamu.

31 Basi, wale askari wakamchukua Paulo kama walivyoamriwa, wakampeleka hata Antipatri usiku; 32 hata asubuhi wakawaacha wale wapanda farasi waende pamoja naye, nao wakarudi zao ngomeni. 33 Na wale walipofika Kaisaria, na kumpa liwali ile barua, wakamweka Paulo mbele yake. 34 Naye alipokwisha kuisoma, akawauliza, Mtu huyu ni wa jimbo gani? Alipoarifiwa ya kuwa ni mtu wa Kilikia, 35 akasema, Nitakusikia wewe watakapokuja wale waliokushitaki; akaamuru alindwe katika nyumba ya uliwali ya Herode.

Paulo asimama kuhukumiwa mbele ya liwali Feliki

24 Baada ya siku tano, Anania, Kuhani Mkuu, akatelemka na baadhi ya wazee pamoja naye, na msemi mmoja, Tertulo, nao wakamweleza liwali habari za Paulo 2 Naye alipoitwa, Tertulo akaanza kumshitaki, akisema.

Kwa kuwa tunapata amani nyingi chini yako, Feliki mtukufu, na kwa maangalizi yako mambo mabaya yanatengenezwa kwa ajili ya taifa hili,

3 basi tunayapokea kila wakati na kila mahali, kwa shukrani yote. 4 Lakini nisikuudhi zaidi, nakusihi utusikilize maneno machache kwa fadhili zako. 5 Kwa maana tumemwona mtu huyu mkorofi, mwanzilizi wa fitina katika Wayahudi wote duniani, tena ni kichwa cha madhehebu ya Wanazorayo. 6 Na tena alijaribu kulitia hekalu unajisi; tukamkamata; [tukataka kumhukumu kwa sheria yetu. 7 Lakini Lisia jemadari akafika, akamwondoa mikononi mwetu kwa nguvu, 8 akawaamuru wale waliomshitaki waje kwako]. Wewe mwenyewe kwa kumwuliza-uliza utaweza kupata habari ya mambo yale yote tunayomshitaki sisi. 9 Wayahudi nao wakamshitaki, wakisema ya kuwa ndivyo yalivyo.

10 Na liwali alipompungia mkono ili anene, Paulo akajibu,

Kwa huwa ninajua ya kwamba wewe umekuwa mwamuzi wa taifa hili kwa muda wa miaka mingi, najitetea mwenyewe kwa moyo wa furaha. 11 Maana waweza kujua ya kuwa hazijapita siku zaidi ya kumi na mbili tangu nilipopanda kwenda Yerusalemu ili kuabudu. 12 Watu hawa hawakuniona ndani ya hekalu, nikihojiana na mtu, au

kufanya fujo katika mkutano, wala katika masinagogi wala ndani ya mji. 13 Wala hawawezi kuyahakikisha mambo haya wanayonishitaki sasa. 14 Ila neno hili naungama kwako ya kwamba kwa Njia ile ambayo waiita uzushi, ndivyo ninavyomwabudu Mungu wa baba zetu, nikiyaamini yote yanayopatana na torati na yaliyoandikwa katika vyuo vya manabii. 15 Nina tumaini kwa Mungu, ambalo hata hao nao wanalitazamia, ya kwamba kutakuwa na ufufuo wa wafu, wenye haki na wasio haki pia. 16 Nami ninajizoeza katika neno hili niwe na dhamiri isiyo na hatia mbele za Mungu na mbele ya watu sikuzote. 17 Baada ya miaka mingi nalifika niwaletee watu wa taifa langu sadaka na matoleo. 18 Wakaniona ndani ya hekalu nikishughulika na mambo haya, hali nimetakaswa, wala sikuwa na mkutano wala ghasia; lakini walikuwako baadhi ya Wayahudi waliotoka Asia, 19 ambao imewapasa hao kuwapo hapa mbele yako na kunishitaki, kama wana neno lo lote juu yangu. 20 Au watu hawa wenyewe na waseme, ni kosa gani waliloliona kwangu niliposimama mbele ya baraza, 21 isipokuwa kwa ajili ya sauti hii moja, nilipolia

nikisimama katikati yao, na
kusema, Kwa ajili ya ufufuo
wa wafu ninahukumiwa mbele
yenu hivi leo.

Feliki aahirisha daawa yake

22 Basi Feliki aliwaahirisha,
kwa sababu alijua habari za
Njia ile kwa usahihi zaidi,
akasema, Lisia jemadari ata-
kapotelemka nitakata maneno
yenu. 23 Akamwamuru yule
akida kwamba Paulo alindwe;
ila awe na nafasi, wala asimka-
taze mmojawapo wa rafiki
zake kumtumikia.

24 Baada ya siku kadha wa
kadha, Feliki akafika pamoja
na Drusila mkewe aliyekuwa
Myahudi, akatuma kumwita
Paulo akamsikiliza habari za
imani iliyo kwa Kristo Yesu.
25 Na Paulo alipokuwa akitoa
hoja zake katika habari ya
haki, na kuwa na kiasi, na
hukumu itakayokuja, Feliki
akafanya hofu akajibu, Sasa
enenda zako, nami nikipata
nafasi nitakuita. 26 Pamoja
na hayo alitaraji kwamba ata-
pewa fedha na Paulo; kwa
hiyo alimwita mara nyingi aka-
ongea naye.

27 Na miaka miwili ilipo-
timia, Feliki akampokea
Porkio Festo atawale badala
yake. Na Feliki, akitaka ku-
wafanyia Wayahudi fadhili,
akamwacha Paulo amefungwa.

*Paulo asimama mbele ya
Festo kuhukumiwa*

25 Hata Festo alipokwisha
kuingia katika uliwali,
baada ya siku tatu akapanda
kwenda Yerusalemu kutoka
Kaisaria.
2 Kuhani Mkuu na wakuu
wa Wayahudi wakampasha
habari za Paulo, wakamsihi,
3 na kumwomba fadhili juu
yake, kwamba atoe amri ale-
twe Yerusalemu, wapate ku-
mwotea na kumwua njiani.
4 Lakini Festo akajibu ya
kwamba Paulo analindwa Kai-
saria; naye mwenyewe yu
tayari kwenda huko karibu.
5 Akasema, Wale walio na
mamlaka kwenu na watelemke
pamoja nami wakamshitaki,
ikiwa liko neno baya katika
mtu huyu.

6 Alipokwisha kukaa kwao
siku nane au kumi si zaidi,
akatelemkia Kaisaria; hata
siku ya pili akaketi katika kiti
cha hukumu akaamuru Paulo
aletwe. 7 Alipokuja, wale
Wayahudi walioshuka kutoka
Yerusalemu wakasimama ka-
ribu yake wakaleta mashitaka
mengi mazito juu yake, wasiyo-
weza kuyayakinisha. 8 Paulo
akasema akijitetea, Mimi siku-
kosa neno juu ya sheria ya
Wayahudi, wala juu ya hekalu,
wala juu ya Kaisari. 9 Lakini
Festo akitaka kujipendekeza

kwa Wayahudi akamjibu Paulo, akisema, Je! wataka kwenda Yerusalemu, ukahukumiwe huko mbele yangu kwa ajili ya mambo hayo? 10 Paulo akasema, Mimi ninasimama hapa mbele ya kiti cha hukumu cha Kaisari, ndipo panipasapo kuhukumiwa; sikuwakosa Wayahudi neno, kama wewe ujuavyo sana. 11 Basi ikiwa ni mkosa au nimetenda neno la kustahili kufa, sikatai kufa; bali, kama si kweli neno hili wanalonishitaki, hapana awezaye kunitia mikononi mwao. Nataka rufani kwa Kaisari. 12 Basi Festo alipokwisha kusema na watu wa baraza, akajibu, Umetaka rufani kwa Kaisari! basi, utakwenda kwa Kaisari.

Agripa na Bernike

13 Siku kadha wa kadha zilipokwisha kupita, Agripa mfalme na Bernike wakafika Kaisaria, wakimwamkia Festo. 14 Na walipokuwa wakikaa huko siku nyingi, Festo akamweleza mfalme habari za Paulo, akisema, Yupo hapa mtu mmoja aliyeachwa na Feliki kifungoni; 15 ambaye nilipokuwa Yerusalemu wakuu wa makuhani na wazee wa Wayahudi wakaniarifu habari zake, wakinitaka hukumu juu yake. 16 Nikawajibu kwamba

si desturi ya Warumi kumtoa mtu awaye yote, kabla mtu yule aliyeshitakiwa hajaonana na washitaki wake uso kwa uso, na kupewa nafasi ya kujitetea katika mashitaka yake. 17 Basi walipokutanika hapa sikukawia; bali siku ya pili nikaketi katika kiti cha hukumu nikaamuru mtu huyo aletwe. 18 Na wale waliomshitaki waliposimama hawakuleta neno lo lote baya, kama nilivyodhani, 19 bali walikuwa na maswali mengine mengine juu yake katika dini yao wenyewe, na katika habari ya mtu mmoja Yesu, aliyekuwa amekwisha kufa, ambaye Paulo alikaza kusema kwamba yu hai. 20 Nami nikaona shaka jinsi ya kutafuta hakika ya habari hii, nikamwuliza kama anataka kwenda Yerusalemu ahukumiwe huko katika mambo haya. 21 Lakini Paulo alipodai kuwekwa ahukumiwe na Kaisari, nikaamuru alindwe hata nitakapompeleka kwa Kaisari. 22 Agripa akamwambia Festo, Mimi nami nalikuwa nikitaka kumsikia mtu huyu. Akasema, Utamsikia kesho.

23 Hata asubuhi Agripa akaja pamoja na Bernike kwa fahari nyingi, wakaingia mahali pa kusikia maneno, pamoja na maakida wakuu na

watu wakuu wa mji; Festo
akatoa amri, Paulo akaletwa.
24 Festo akasema, Mfalme
Agripa, na ninyi nyote mliopo
hapa pamoja nasi, mnamwona
mtu huyu, ambaye jamii
yote ya Wayahudi huko
Yerusalemu na hapa pia
wamenitaka niwasaidie, waki-
piga kelele kwamba haimpasi
kuishi zaidi. 25 Lakini mimi
naliona kwamba hakutenda
neno la kustahili kuuawa; na
yeye mwenyewe alipotaka ku-
hukumiwa na Kaisari, nali-
kusudia kumpeleka kwake.
26 Nami katika habari yake
sina neno la hakika la ku-
mwandikia bwana. Kwa hiyo
nimemleta hapa mbele yenu,
hasa mbele yako wewe, mfa-
lme Agripa, ili akiisha kuuli-
zwa-ulizwa nipate neno la
kuandika. 27 Kwa maana
naona ni neno lisilo maana
kumpeleka mfungwa, bila
kuonyesha mashitaka yale
aliyoshitakiwa.

Paulo anena mbele ya Agripa

26 Agripa akamwambia
Paulo, Una ruhusa ku-
sema maneno yako. Ndipo
Paulo akanyosha mkono wake,
akajitetea, 2 Najiona nafsi
yangu kuwa na heri, Ee
mfalme Agripa, kwa kuwa
nitajitetea mbele yako leo,
katika mambo yale yote nili-
yoshitakiwa na Wayahudi.
3 Hasa kwa sababu wewe una-
jua sana desturi na maswali
yote waliyo nayo Wayahudi;
kwa sababu hiyo nakuomba
unisikilize kwa uvumilivu.
4 Kwa maana Wayahudi
wote wanajua maisha yangu
tangu ujana, yaliyokuwa tangu
mwanzo katika taifa langu
huko Yerusalemu, 5 waki-
nijua sana tangu mwanzo,
kama wakipenda kushuhudia,
ya kwamba nalikuwa Farisaye
kwa kuifuata madhehebu ya
dini yetu iliyo sahihi kabisa.
6 Na sasa ninasimama hapa
nihukumiwe kwa ajili ya tu-
maini la ahadi baba zetu wali-
yopewa na Mungu, 7 ambayo
kabila zetu kumi na mbili wa-
nataraji kuifikia, wakimwa-
budu Mungu kwa bidii mcha-
na na usiku. Nami ninashi-
takiwa na Wayahudi kwa ajili
ya tumaini hilo, Ee Mfalme.
8 Kwa nini limedhaniwa
kwenu kuwa ni neno lisilo-
sadikika, kwamba Mungu
awafufua wafu? 9 Kweli,
mimi mwenyewe naliona ndani
ya nafsi yangu kwamba yani-
pasa kutenda mambo mengi
yaliyopingamana na jina lake
Yesu Mnazareti; 10 nami
nikayafanya hayo Yerusalemu;
niliwafunga wengi miongoni
mwa watakatifu ndani ya
magereza, nikiisha kupewa
amri na wakuu wa makuhani;

na walipouawa nalitoa idhini yangu. 11 Na mara nyingi katika masinagogi yote naliwaadhibu, nikawashurutisha kukufuru; nikawaonea hasira kama mwenye wazimu, nikawaudhi hata katika miji ya ugenini.

12 Basi katika kazi hiyo nilipokuwa nikienda Dameski, mwenye mamlaka na maagizo ya wakuu wa makuhani; 13 Ee Mfalme, ndipo wakati wa adhuhuri njiani naliona nuru inatoka mbinguni ipitayo mwangaza wa jua, ikinimulikia mimi, na wale waliofuatana nami pande zote. 14 Tukaanguka nchi sote, nikasikia sauti ikisema nami kwa lugha ya kiebrania, Sauli! Sauli! mbona waniudhi? ni vigumu kwako kuupiga mateke mchokoo. 15 Nami nikasema, Wewe u nani, Bwana? Bwana akaniambia, Mimi ni Yesu, ambaye wewe unaniudhi. 16 Lakini inuka, usimame kwa miguu yako, maana nimekutokea kwa sababu hii, nikuweke wewe uwe mtumishi na shahidi wa mambo haya uliyoyaona, na wa mambo ambayo katika hayo nitajidhihirisha kwako; 17 nikikuokoa na watu wako, na watu wa Mataifa, ambao nakutuma kwao; 18 uwafumbue macho yao, na kuwa-

geuza waiache giza na kuielekea nuru, waziache na nguvu za Shetani na kumwelekea Mungu; kisha wapate msamaha wa dhambi zao, na urithi miongoni mwa waliotakaswa kwa imani iliyo kwangu mimi.

19 Kwa hiyo, Ee Mfalme Agripa, sikuyaasi yale maono ya mbinguni, 20 bali kwanza niliwahubiri wale wa Dameski na Yerusalemu, na katika nchi yote ya Uyahudi na watu wa Mataifa, kwamba watubu na kumwelekea Mungu, wakiyatenda matendo yanayopatana na kutubu kwao. 21 Kwa sababu ya hayo Wayahudi wakanikamata ndani ya hekalu wakajaribu kuniua. 22 Basi kwa kuwa nimeupata msaada utokao kwa Mungu nimesimama hata leo hivi nikiwashuhudia wadogo kwa wakubwa, wala sisemi neno ila yale ambayo manabii na Musa waliyasema, kwamba yatakuwa; 23 ya kwamba Kristo hana budi kuteswa na ya kwamba yeye kwanza kwa kufufuliwa katika wafu atatangaza habari za nuru kwa watu wake na kwa watu wa Mataifa.

24 Alipokuwa akijitetea hivi, Festo akasema kwa sauti kuu, Paulo, una wazimu, kusoma kwako kwingi kumekugeuza akili. 25 Lakini Paulo akasema, Sina wazimu, Ee Festo

mtukufu, bali nanena maneno ya kweli na ya akili kamili. 26 Kwa maana mfalme anajua habari za mambo haya, nami naweza kusema naye kwa ujasiri, kwa sababu najua sana ya kuwa hapana neno moja katika hayo asilolijua; kwa maana jambo hilo halikutendeka pembeni. 27 Mfalme Agripa, je! wawaamini manabii? Najua ya kuwa wawaamini. 28 Agripa akamwambia Paulo, Kwa maneno machache wadhani kunifanya mimi kuwa Mkristo. 29 Paulo akamjibu, Namwomba Mungu kwamba, ikiwa kwa machache au ikiwa kwa mengi, si wewe tu ila na hao wote wananionisikia leo wawa kama mimi, isipokuwa vifungo hivi.

30 Mfalme na liwali na Bernike na wale walioketi pamoja nao wakasimama; 31 hata walipoondoka wakasemezana, wakisema, Mtu huyo hatendi neno linalostahili kifo wala kufungwa. 32 Agripa akamwambia Festo, Mtu huyo angeweza kufunguliwa, kama asingalitaka rufani kwa Kaisari.

Safari ya Paulo mpaka Rumi; mpaka Kirete

27 Basi ilipoamriwa tuabiri hata Italia, wakamtia Paulo na wafungwa we-

ngine katika mikono ya akida mmoja, jina lake Yulio, wa kikosi cha Augusto. 2 Tukapanda katika merikebu ya Adramitio iliyokuwa tayari kusafiri mpaka miji ya pwani za Asia, tukatweka; Aristarko, Mmakedonia wa Thesalonike, akiwa pamoja nasi. 3 Siku ya pili tukawasili Sidoni; Yulio akamfadhili sana Paulo akampa ruhusa kwenda kwa rafiki zake, apate kutunzwa. 4 Kutoka huko tukatweka, tukasafiri chini ya Kipro ili kuukinga upepo, kwa maana pepo zilikuwa za mbisho. 5 Tulipopita bahari ya upande wa Kilikia na Pamfilia, tukafika Mira, mji wa Likia. 6 Na huko yule akida akakuta merikebu ya Iskanderia, tayari kusafiri kwenda Italia, akatupandisha humo. 7 Tukasafiri polepole kwa muda wa siku nyingi, tukafika mpaka Nido kwa shida; na kwa sababu upepo ulikuwa ukituzuia tukapita chini ya Krete, tukaikabili Salmone. 8 Tukaipita kwa shida, pwani kwa pwani, tukafika mahali paitwapo Bandari Nzuri. Karibu na hapo pana mji uitwao Lasea.

Mpaka Melita; dhoruba; merikebu yavunjika

9 Na wakati mwingi ulipokwisha kupita, na safari

ikiwa ina hatari sasa, kwa sababu siku za kufunga zilikuwa zimekwisha kupita, Paulo akawaonya, 10 akawaambia, Wanaume, naona kwamba safari hii itakuwa na madhara na hasara nyingi, si ya shehena na merikebu tu, ila na ya maisha yetu pia. 11 Lakini yule akida akawasikiliza nahodha na mwenye merikebu zaidi ya yale aliyoyasema Paulo. 12 Na kwa sababu bandari ile ilikuwa haifai kukaa wakati wa baridi, wengi wao wakatoa shauri la kutweka kutoka huko ili wapate kufika Foinike, kama ikiwezekana, na kukaa huko wakati wa baridi; nayo ni bandari ya Krete, inaelekea kaskazini-mashariki na kusini-mashariki. 13 Na upepo wa kusi ulipoanza kuvuma kidogo, wakidhani ya kuwa wamepata waliyoazimu kupata, wakang'oa nanga, wakasafiri karibu na Krete pwani kwa pwani. 14 Baada ya muda mchache ukavuma upepo wa nguvu wa namna ya tufani, uitwao Eurakilo, 15 merikebu iliposhikwa, na kutoweza kushindana na upepo, tukaiacha tukachukuliwa. 16 Na tukipita upesi karibu na kisiwa kidogo kiitwacho Kauda tukadiriki kuikweza mashua; lakini kwa shida. 17 Walipokwisha kuikweza wakatumia misaada, wakaika-

za merikebu kwa kupitisha kamba chini yake; nao wakiogopa wasije wakakwama katika fungu liitwalo Sirti, wakatua matanga wakachukuliwa vivi hivi. 18 Na kwa maana tulikuwa tukipigwa sana na ile tufani, siku ya pili yake wakaanza kuitupa shehena baharini. 19 Siku ya tatu wakatupa vyombo vya merikebu kwa mikono yao wenyewe. 20 Jua wala nyota hazikuonekana kwa muda wa siku nyingi, na tufani kuu ikatushika, basi tukakata tamaa ya kuokoka.

21 Na walipokuwa wamekaa wakati mwingi bila kula chakula, Paulo akasimama katikati yao, akasema, Wanaume, iliwapasa kunisikiliza mimi na kutokung'oa nanga huko Krete, na kupata madhara haya na hasara hii. 22 Sasa nawapeni shauri, iweni na moyo mkuu, kwa maana hapana hata nafsi mmoja miongoni mwenu atakayepotea, ila merikebu tu. 23 Kwa maana usiku huu wa leo malaika wa Mungu yule ambaye mimi ni wake, naye ndiye nimwabuduye, alisimama karibu nami, 24 akaniambia, Usiogope, Paulo, huna budi kusimama mbele ya Kaisari; tena, tazama, Mungu amekupa watu wote wanaosafiri pamoja nawe. 25 Basi,

wanaume, changamkeni; kwa
sababu namwamini Mungu,
ya kwamba yatakuwa vile vile
kama nilivyoambiwa. 26 La-
kini hatuna budi kupwelewa
katika kisiwa kimoja.

27 Hata usiku wa kumi na
nne ulipofika, tulipokuwa tu-
kichukuliwa huko na huko
katika bahari ya Adria, kama
usiku wa manane baharia
wakadhani ya kuwa wanai-
karibia nchi kavu. 28 Waka-
tupa bildi wakapata pima
ishirini, wakaendelea kidogo
wakatupa bildi tena, waka-
pata pima kumi na tano.
29 Wakachelea tusije tuka-
pwelewa mahali penye mia-
mba, wakatupa nanga nne
za tezi, wakaomba kuche.
30 Na baharia walipotaka
kukimbia na kuiacha merike-
bu, wakiishusha mashua ba-
harini kana kwamba wana-
taka kutupa nanga za omo,
31 Paulo akawaambia akida
na askari, Hawa wasipokaa
ndani ya merikebu hamtaweza
kuokoka. 32 Basi askari wa-
kazikata kamba za mashua,
wakaiacha ianguke.

33 Na kulipokuwa kuki-
pambauka Paulo akawasihi
wote wale chakula, akisema,
Leo ni siku ya kumi na nne
kungoja na kufunga, hamkula
kitu cho chote. 34 Basi
nawasihi mle chakula, maana
itakuwa kwa wokovu wenu;

kwa maana hapana hata
unywele wa kichwa cha mmoja
wenu utakaopotea. 35 Ali-
pokwisha kusema hayo aka-
twaa mkate, akamshukuru
Mungu mbele yao wote aka-
umega akaanza kula. 36 Ndi-
po wakachangamka wote,
wakala chakula wenyewe.
37 Na sisi tuliokuwa ndani
ya merikebu tulipata watu
mia mbili na sabini na sita.
38 Walipokwisha kushiba wa-
kaipunguza shehena ya meri-
kebu, wakiitupa ngano ba-
harini.

39 Kulipokucha hawakui-
tambua ile nchi, ila waliona
hori yenye ufuo, wakashauri-
ana kuiegesha merikebu huko,
kama ikiwezekana. 40 Wa-
kazitupilia mbali zile nanga,
na kuziacha baharini, pamoja
na kuzilegeza kamba za su-
kani, wakalitweka tanga dogo
ili liushike upepo, wakaue-
ndea ule ufuo. 41 Lakini
wakafikia mahali palipoku-
tana bahari mbili, wakaiegesha
merikebu, omo ikakwama ika-
kaa isitikiswe, bali tezi ili-
kuwa imefumuliwa kwa nguvu
za mawimbi. 42 Shauri la
askari lilikuwa kuwaua wa-
fungwa, mtu asiogelee na
kukimbia. 43 Bali akida,
akitaka kumponya Paulo, aka-
wazuia, wasifanye kama wali-
vyokusudia, akawaamuru wale
wawezao kuogelea wajitupe

kwanza baharini, wafike nchi kavu; 44 nao waliosalia, hawa juu ya mbao na hawa juu ya vitu vingine vya merikebu. Na hivyo watu wote wakapata kuifikilia nchi kavu salama.

Paulo katika Melita

28 Tulipokwisha kuokoka, ndipo tulipojua ya kuwa kisiwa kile chaitwa Melita. 2 Wenyeji wakatufanyia fadhili zisizokuwa za kawaida. Kwa maana waliwasha moto, wakatukaribisha sote, kwa sababu ya mvua iliyonyesha na kwa sababu ya baridi. 3 Paulo alipokuwa amekusanya mzigo wa kuni, na kuuweka motoni, nyoka akatoka kwa ajili ya ule moto akamzonga-zonga mkononi. 4 Wenyeji walipomwona yule nyoka akilewalewa mkononi, wakaambiana, Hakosi mtu huyu ni mwuaji; ambaye ijapokuwa ameokoka katika bahari, haki haimwachi kuishi. 5 Lakini yeye akamtukusia motoni asipate madhara. 6 Wao wakadhani ya kuwa atavimba au kuanguka chini kwa kufa ghafula; na wakiisha kumwangalia sana, na kuona kwamba halimpati dhara lo lote, wakageuka, wakasema kwamba yeye ni mungu.

7 Karibu na mahali pale palikuwa na mashamba ya mkuu wa kisiwa, jina lake Publio; mtu huyu akatukaribisha kwa moyo wa urafiki, akatufanya wageni wake kwa muda wa siku tatu. 8 Ikawa babaake Publio alikuwa hawezi homa na kuhara damu. Paulo akaingia kwake, akaomba, akaweka mikono yake juu yake, na kumpoza. 9 Yalipokwisha kutendeka hayo wengine waliokuwa na magonjwa katika kisiwa wakaja wakapozwa; 10 nao wakatuheshimu kwa heshima nyingi; basi tulipoabiri wakatupakilia vitu vile tulivyokuwa na haja navyo.

Safari ya Rumi inaendelea tena

11 Baada ya miezi mitatu tukasafiri katika merikebu ya Iskanderia iliyokuwa imekaa pale kisiwani wakati wa baridi; na alama yake ni Ndugu Pacha. 12 Tukafika Sirakusa, tukakaa siku tatu. 13 Kutoka huko tukazunguka tukafikia Regio; baada ya siku moja upepo wa kusi ukavuma, na siku ya pili tukawasili Puteoli. 14 Huko tukakuta ndugu, wakatusihi tukae nao siku saba; na hivi tukafika Rumi.

15 Na kutoka huko ndugu, waliposikia habari zetu, waka-

ja kutulaki mpaka Soko la Apio na Mikahawa Mitatu. Paulo alipowaona alimshukuru Mungu, akachangamka.

16 Tulipoingia Rumi Paulo alipewa ruhusa kukaa kwake mwenyewe pamoja na askari aliyemlinda.

Paulo aonana na Wayahudi huko Rumi

17 Ikawa baada ya siku tatu akawaita wakuu wa Wayahudi wakutane; hata walipokutanika akawaambia, Ndugu zangu, ningawa sikufanya neno kinyume cha watu wetu wala neno lililopingamana na desturi za baba zetu, nalitiwa katika mikono ya Warumi, hali nimefungwa, tokea Yerusalemu. 18 Na hao walipokwisha kuniuliza-uliza walitaka kunifungua, kwa maana hapakuwa na sababu yo yote kwangu ya kuuawa. 19 Lakini Wayahudi walipotoa hoja juu ya shauri hili nalishurutishwa kutaka rufani kwa Kaisari. Si kwamba nalikuwa na neno la kuwashitaki watu wa taifa langu. 20 Basi kwa ajili ya hayo, nimewaita mje kunitazama na kusema nami; kwa maana nimefungwa kwa mnyororo huu kwa ajili ya tumaini la Israeli. 21 Wale wakamwambia, Sisi hatuku-

pata nyaraka zenye habari zako kutoka Uyahudi, wala hapana ndugu hata mmoja aliyefika hapa na kutupasha habari, au kunena neno baya juu yako. 22 Lakini tunataka kusikia kwako uonavyo wewe; kwa maana katika habari za madhehebu hiyo imejulikana kwetu kwamba inanenwa vibaya kila mahali.

23 Wakiisha kuagana naye siku, wakamjia katika nyumba aliyokaa, watu wengi sana, akawaeleza kwa taratibu na kuushuhudia ufalme wa Mungu, akiwaonya mambo yake Yesu, kwa maneno ya sheria ya Musa na ya manabii, tangu asubuhi hata jioni. 24 Wengine waliamini yale yaliyonenwa, wengine hawakuyaamini. 25 Na walipokuwa hawapatani wao kwa wao, wakaenda zao, Paulo alipokwisha kusema neno hili moja, ya kwamba, Roho Mtakatifu alinena vema na baba zetu, kwa kinywa cha nabii Isaya, 26 akisema,

Enenda kwa watu hawa, ukawaambie,

Kusikia, mtasikia wala hamtafahamu;

Na kuona mtaona, wala hamtatambua;

27 Kwa maana mioyo ya watu hawa imepumbaa, Na masikio yao ni mazito ya kusikia,

Na macho yao wameya-
fumba;

Wasije wakaona kwa macho
yao,

Na kusikia kwa masikio
yao,

Na kufahamu kwa mioyo
yao,

Na kubadili nia zao, nika-
waponya.

28 Basi ijulikane kwenu ya
kwamba wokovu huu wa
Mungu umepelekwa kwa Ma-
taifa, nao watasikia! 29 [Ali-
pokwisha kusema hayo, Wa-
yahudi wakaenda zao, waki-
ulizana mengi wao kwa wao.]

Injili inahubiriwa Rumi bila kizuizi

30 Akakaa muda wa miaka
miwili mizima katika nyumba
yake aliyokuwa ameipanga,
akawakaribisha watu wote
waliokuwa wakimwendea,
31 akihubiri habari za ufalme
wa Mungu, na kuyafundisha
mambo ya Bwana Yesu Kristo,
kwa ujasiri mwingi, asika-
tazwe na mtu.

WARAKA WA PAULO MTUME
KWA
WARUMI

Salamu

1 Paulo, mtumwa wa Kristo
Yesu, aliyeitwa kuwa mtu-
me, na kutengwa aihubiri
Injili ya Mungu; 2 ambayo
Mungu amekwisha kuiahidi
kwa kinywa cha manabii wake
katika maandiko matakatifu;
3 yaani, habari za Mwanawe,
aliyezaliwa katika ukoo wa
Daudi kwa jinsi ya mwili,
4 na kudhihirishwa kwa uweza
kuwa Mwana wa Mungu, kwa
jinsi ya roho ya utakatifu,
kwa ufufuo wa wafu, Yesu
Kristo Bwana wetu; 5 amba-
ye katika yeye tulipokea neema
na utume ili mataifa yote
wapate kujitiisha kwa imani,
kwa ajili ya jina lake;
6 ambao katika hao ninyi
mmekuwa wateule wa Yesu
Kristo; 7 wote walioko
Rumi, wapendwao na Mungu,
walioitwa kuwa watakatifu.
Neema na iwe kwenu na
amani itokayo kwa Mungu
Baba yetu, na kwa Bwana
Yesu Kristo.

Makusudi ya Paulo kufika Rumi

8 Kwanza namshukuru
Mungu wangu katika Yesu
Kristo kwa ajili yenu nyote,

kwa kuwa imani yenu inahu-
biriwa katika dunia nzima.
9 Kwa maana Mungu, nimwa-
buduye kwa roho yangu kati-
ka Injili ya Mwana wake, ni
shahidi wangu jinsi niwata-
javyo pasipo kukoma, 10 si-
kuzote katika sala zangu,
nikiomba nije kwenu hivi
karibu, Mungu akipenda kui-
fanikisha   safari   yangu.
11 Kwa maana ninatamani
sana kuwaona, nipate ku-
wapa karama ya rohoni, ili
mfanywe imara;   12 yaani,
tufarijiane mimi na ninyi,
kila mtu kwa imani ya mwe-
nzake, yenu na yangu. 13 La-
kini, ndugu zangu, sipendi
msiwe na habari, ya kuwa
mara nyingi nalikusudia kuja
kwenu, nikazuiliwa hata sasa,
ili nipate kuwa na matunda
kwenu ninyi pia kama nili-
vyo nayo katika Mataifa
wengine. 14 Nawiwa na Wa-
yunani na wasio Wayunani,
nawiwa na wenye hekima na
wasio na hekima. 15 Kwa
hiyo, kwa upande wangu,
mimi ni tayari kuihubiri
Injili hata na kwenu ninyi
mnaokaa Rumi.

Jinsi Injili ilivyo

16 Kwa maana siionei haya
Injili; kwa sababu ni uweza wa
Mungu uuletao wokovu, kwa
kila aaminiye, kwa Myahudi

kwanza, na kwa Myunani pia.
17 Kwa maana haki ya Mungu
inadhihirishwa ndani yake,
toka imani hata imani; kama
ilivyoandikwa, Mwenye haki
ataishi kwa imani.

Uovu wa watu wa Mataifa

18 Kwa maana ghadhabu
ya Mungu imedhihirishwa ku-
toka mbinguni juu ya uasi
wote na uovu wa wanadamu
waipingao kweli kwa uovu.
19 Kwa kuwa mambo ya Mu-
ngu yanayojulikana yameku-
wa dhahiri ndani yao, kwa ma-
ana Mungu aliwadhihirishia.
20 Kwa sababu mambo yake
yasiyoonekana tangu kuu-
mbwa ulimwengu yanaone-
kana, na kufahamika kwa
kazi zake; yaani, uweza wake
wa milele na Uungu wake;
hata wasiwe na udhuru;
21 kwa sababu, walipomjua
Mungu hawakumtukuza kama
ndiye Mungu wala kumshuku-
ru; bali walipotea katika uzu-
shi wao, na mioyo yao yenye
ujinga ikatiwa giza. 22 Wa-
kijinena kuwa wenye hekima
walipumbazika;   23 wakau-
badili utukufu wa Mungu asiye
na uharibifu kwa mfano wa
sura ya binadamu aliye na
uharibifu, na ya ndege, na ya
wanyama, na ya vitambaavyo.
24 Kwa ajili ya hayo Mungu
aliwaacha katika tamaa za

mioyo yao, waufuate uchafu, hata wakavunjiana heshima miili yao. 25 Kwa maana waliibadili kweli ya Mungu kuwa uongo, wakakisujudia kiumbe na kukiabudu badala ya Muumba anayehimidiwa milele. Amina.

26 Hivyo Mungu aliwaacha wafuate tamaa zao za aibu, hata wanawake wakabadili matumizi ya asili kwa matumizi yasiyo ya asili; 27 wanaume nao vivyo hivyo waliyaacha matumizi ya mke, ya asili, wakawakiana tamaa, wanaume wakiyatenda yasiyopasa, wakapata nafsini mwao malipo ya upotevu wao yaliyo haki yao.

28 Na kama walivyokataa kuwa na Mungu katika fahamu zao, Mungu aliwaacha wafuate akili zao zisizofaa, wayafanye yasiyowapasa. 29 Wamejawa na udhalimu wa kila namna, uovu na tamaa na ubaya; wamejawa na husuda, na uuaji, na fitina, na hadaa; watu wa nia mbaya, wenye kusengenya, 30 wenye kusingizia, wenye kumchukia Mungu, wenye jeuri, wenye kutakabari, wenye majivuno, wenye kutunga mabaya, wasiowatii wazazi wao, 31 wasio na ufahamu, wenye kuvunja maagano, wasiopenda jamaa zao, wasio na rehema; 32 ambao wakijua sana huku-

mu ya haki ya Mungu, ya kwamba wayatendao hayo wamestahili mauti, wanatenda hayo, wala si hivyo tu, bali wanakubaliana nao wayatendao.

Wayahudi pia ni wenye hatia

2 Kwa hiyo, wewe mtu uwaye yote uhukumuye, huna udhuru; kwa maana katika hayo umhukumuyo mwingine wajihukumu mwenyewe kuwa na hatia; kwa maana wewe uhukumuye unafanya yale yale. 2 Nasi twajua ya kuwa hukumu ya Mungu ni ya kweli juu yao wafanyao hayo. 3 Wewe binadamu, uwahukumuye wale wafanyao hayo na kutenda yayo hayo mwenyewe, je! wadhani ya kwamba utajiepusha na hukumu ya Mungu? 4 Au waudharau wingi wa wema wake na ustahimili wake na uvumilivu wake, usijue ya kuwa wema wa Mungu wakuvuta upate kutubu? 5 Bali kwa kadiri ya ugumu wako, na kwa moyo wako usio na toba, wajiwekea akiba ya hasira kwa siku ile ya hasira na ufunuo wa hukumu ya haki ya Mungu, 6 atakayemlipa kila mtu kwa kadiri ya matendo yake; 7 wale ambao kwa saburi katika kutenda mema wanatafuta utukufu na heshi-

ma na kutokuharibika, wata-
pewa uzima wa milele; 8 na
wale wenye fitina, wasioitii
kweli, bali wakubalio dhu-
luma, watapata hasira na
ghadhabu; 9 dhiki na shida
juu ya kila nafsi ya mwana-
damu atendaye uovu, Mya-
hudi kwanza na Myunani pia;
10 bali utukufu na heshima na
amani kwa kila mtu atendaye
mema, Myahudi kwanza na
Myunani pia; 11 kwa maana
hakuna upendeleo kwa Mu-
ngu. 12 Kwa kuwa wote
waliokosa pasipo sheria wata-
potea pasipo sheria, na wote
waliokosa wenye sheria, wata-
hukumiwa kwa sheria. 13
Kwa sababu sio wale waisi-
kiao sheria walio wenye haki
mbele za Mungu, bali ni wale
waitendao sheria watakaohe-
sabiwa haki. 14 Kwa maana
watu wa Mataifa wasio na
sheria wafanyapo kwa tabia
zao yaliyo ndani ya torati, hao
wasio na sheria wamekuwa
sheria kwa nafsi zao wenyewe.
15 Hao waionyesha kazi ya
torati iliyoandikwa mioyoni
mwao, dhamiri yao ikiwashu-
hudia, na mawazo yao, yenye-
we kwa yenyewe, yakiwa-
shitaki au kuwatetea; 16 ka-
tika siku ile Mungu atakapo-
zihukumu siri za wanadamu,
sawasawa na injili yangu, kwa
Kristo Yesu.

17 Lakini wewe, ukiwa
unaitwa Myahudi na kuite-
gemea torati, na kujisifu ka-
tika Mungu, 18 na kuyajua
mapenzi yake, na kuyakubali
mambo yaliyo bora, nawe
umeelimishwa katika torati,
19 na kujua hakika ya kuwa
wewe mwenyewe u kiongozi
wa vipofu, mwanga wao walio
gizani, 20 mkufunzi wa wa-
jinga, mwalimu wa watoto
wachanga, mwenye namna ya
maarifa na ya kweli katika
torati; 21 basi wewe umfu-
ndishaye mwingine, je! huji-
fundishi mwenyewe? Wewe
uhubiriye kwamba mtu asiibe,
waiba mwenyewe? 22 Wewe
usemaye kwamba mtu asi-
zini, wazini mwenyewe? We-
we uchukiaye sanamu, wateka
mahekalu? 23 Wewe ujisi-
fuye katika torati, wamvunjia
Mungu heshima kwa kuiasi
torati? 24 Kwa maana jina
la Mungu latukanwa katika
Mataifa kwa ajili yenu, kama
ilivyoandikwa. 25 Kwa ma-
ana kutahiriwa kwafaa kama
ukiwa mtendaji wa sheria,
lakini ukiwa mvunjaji wa
sheria kutahiriwa kwako ku-
mekuwa kutokutahiriwa. 26
Basi ikiwa yeye asiyetahiriwa
huyashika maagizo ya torati,
je! kutokutahiriwa kwake ha-
kutahesabiwa kuwa kutahiri-
wa? 27 Na yeye asiyetahi-
riwa kwa asili, aishikaye torati,
je! hatakuhukumu wewe, uliye

na kutahiriwa, ukaihalifu to-
rati? 28 Maana yeye si Mya-
hudi aliye Myahudi kwa nje
tu, wala tohara siyo ile ya nje
tu katika mwili; 29 bali yeye
ni Myahudi aliye Myahudi
kwa ndani; na tohara ni ya
moyo, katika roho, si katika
andiko; ambayo sifa yake
haitoki kwa wanadamu bali
kwa Mungu.

Makinzano yafikiriwa

3 Basi Myahudi ana ziada
gani? Na kutahiriwa kwa-
faa nini? 2 Kwafaa sana kwa
kila njia. Kwanza kwa kuwa
wamekabidhiwa mausia ya
Mungu. 3 Ni nini, basi, ikiwa
baadhi yao hawakuamini?
Je! kutokuamini kwao kutau-
batili uaminifu wa Mungu?
4 Hasha! Mungu aonekane
kuwa amini na kila mtu
mwongo; kama ilivyoandikwa,
 Ili ujulike kuwa una haki
  katika maneno yako,
 Ukashinde uingiapo katika
  hukumu.
5 Lakini, ikiwa udhalimu wetu
waithibitisha haki ya Mungu,
tuseme nini? Je! Mungu ni
dhalimu aletaye ghadhabu?
(Nasema kwa jinsi ya kibina-
damu.) 6 Hasha! kwa maana
hapo Mungu atawezaje kuhu-
kumu ulimwengu? 7 Lakini,
ikiwa kweli ya Mungu imezidi
kudhihirisha utukufu wake

kwa sababu ya uongo wangu,
mbona mimi ningali nahuku-
miwa kuwa ni mwenye dha-
mbi? 8 Kwa nini tusiseme
(kama tulivyosingiziwa, na
kama wengine wanavyokaza
kusema ya kwamba twasema
hivyo), Na tufanye mabaya, ili
yaje mema? ambao kuhuku-
miwa kwao kuna haki.

Wanadamu walivyoshindwa kabisa po pote

9 Ni nini basi? Tu bora
kuliko wengine? La! hata
kidogo. Kwa maana tume-
kwisha kuwashitaki Wayahudi
na Wayunani ya kwamba pia
wamekuwa chini ya dhambi;
10 kama ilivyoandikwa, ya
kwamba,
 Hakuna mwenye haki
  hata mmoja.
11 Hakuna afahamuye; ha-
  kuna amtafutaye
  Mungu.
12 Wote wamepotoka, wa-
  meoza wote pia;
 Hakuna mtenda mema,
  la! hata mmoja.
13 Koo lao ni kaburi wazi,
 Kwa ndimi zao wame-
  tumia hila.
 Sumu ya fira i chini ya
  midomo yao.
14 Vinywa vyao vimejaa
  laana na uchungu.
15 Miguu yao ina mbio
  kumwaga damu.

16 Uharibifu na mashaka yamo njiani mwao.

17 Wala njia ya amani hawakuijua.

18 Kumcha Mungu hakupo machoni pao.

19 Basi twajua ya kuwa mambo yote inenayo torati huyanena kwa hao walio chini ya torati, ili kila kinywa kifumbwe, na ulimwengu wote uwe chini ya hukumu ya Mungu; 20 kwa sababu hakuna mwenye mwili atakayehesabiwa haki mbele zake kwa matendo ya sheria; kwa maana kutambua dhambi huja kwa njia ya sheria.

Haki ipatikanayo kwa kumwamini Kristo

21 Lakini sasa, haki ya Mungu imedhihirika pasipo sheria; nashuhudiwa na torati na manabii; 22 ni haki ya Mungu iliyo kwa njia ya imani katika Yesu Kristo kwa wote waaminio. Maana hakuna tofauti; 23 kwa sababu wote wamefanya dhambi, na kupungukiwa na utukufu wa Mungu; 24 wanahesabiwa haki bure kwa neema yake, kwa njia ya ukombozi ulio katika Kristo Yesu; 25 ambaye Mungu amekwisha kumweka awe upatanisho* kwa njia ya imani katika damu yake, ili aonyeshe

haki yake, kwa sababu ya kuziachilia katika ustahimili wa Mungu dhambi zote zilizotangulia kufanywa; 26 apate kuonyesha haki yake wakati huu, ili awe mwenye haki na mwenye kumhesabia haki yeye amwaminiye Yesu.

27 Ku wapi, basi, kujisifu? Kumefungiwa nje. Kwa sheria ya namna gani? Kwa sheria ya matendo? La! bali kwa sheria ya imani. 28 Basi, twaona ya kuwa mwanadamu huhesabiwa haki kwa imani pasipo matendo ya sheria. 29 Au je! Mungu ni Mungu wa Wayahudi tu? Siye Mungu wa Mataifa pia? Naam, ni Mungu wa Mataifa pia; 30 kama kwa kweli Mungu ni mmoja, atakayewahesabia haki wale waliotahiriwa katika imani, nao wale wasiotahiriwa atawahesabia haki kwa njia ya imani iyo hiyo. 31 Basi, je! twaibatilisha sheria kwa imani hiyo? Hasha! kinyume cha hayo twaithibitisha sheria.

Mfano wa Ibrahimu

4 Basi, tusemeje juu ya Ibrahimu, baba yetu kwa jinsi ya mwili? 2 Kwa maana ikiwa Ibrahimu alihesabiwa haki kwa ajili ya matendo yake, analo la kujisifia; lakini si mbele za Mungu. 3 Maana

---

* Upatanisho: hapa maana yake ni, Kiti cha rehema.

maandiko yasemaje? Ibrahimu alimwamini Mungu, ikahesabiwa kwake kuwa haki. 4 Lakini kwa mtu afanyaye kazi, ujira wake hauhesabiwi kuwa ni neema, bali kuwa ni deni. 5 Lakini kwa mtu asiyefanya kazi, bali anamwamini yeye ambaye amhesabia haki asiyekuwa mtauwa, imani yake mtu huyo imehesabiwa kuwa haki. 6 Kama vile Daudi aunenavyo uheri wake mtu yule ambaye Mungu amhesabia kuwa na haki pasipo matendo,

7 Heri waliosamehewa makosa yao,
   Na waliositiriwa dhambi zao.
8 Heri mtu yule ambaye
   Bwana hamhesabii dhambi.

9 Basi je! uheri huo ni kwa hao waliotahiriwa, au kwa hao pia wasiotahiriwa? Kwa kuwa twanena ya kwamba kwake Ibrahimu imani yake ilihesabiwa kuwa ni haki. 10 Alihesabiwaje basi? Alipokwisha kutahiriwa, au kabla hajatahiriwa? Si baada ya kutahiriwa, bali kabla ya kutahiriwa. 11 Naye aliipokea dalili hii ya kutahiriwa, muhuri ya ile haki ya imani aliyokuwa nayo kabla hajatahiriwa; apate kuwa baba yao wote waaminio, ijapokuwa hawakutahiriwa, ili na wao pia wahesabiwe haki;

12 tena awe baba ya kutahiriwa, kwa wale ambao si waliotahiriwa tu, bali pia wanazifuasa nyayo za imani yake baba yetu Ibrahimu aliyokuwa nayo kabla hajatahiriwa.

Ahadi yapatikana kwa njia ya imani

13 Kwa maana ahadi ile ya kwamba atakuwa mrithi wa ulimwengu alipewa Ibrahimu na uzao wake, si kwa sheria bali kwa haki aliyohesabiwa kwa imani. 14 Maana ikiwa wale wa sheria ndio warithi, imani imekuwa bure, na ahadi imebatilika. 15 Kwa sababu sheria ndiyo ifanyayo hasira; maana pasipokuwapo sheria, hapana kosa. 16 Kwa hiyo ilitoka katika imani, iwe kwa njia ya neema, ili kwamba ile ahadi iwe imara kwa wazao wote; si kwa wale wa torati tu, ila na kwa wale wa imani ya Ibrahimu; aliye baba yetu sisi sote; 17 (kama ilivyoandikwa, Nimekuweka kuwa baba wa mataifa mengi); mbele zake yeye aliyemwamini, yaani Mungu, mwenye kuwahuisha wafu, ayatajaye yale yasiyokuwako kana kwamba yamekuwako. 18 Naye aliamini kwa kutarajia yasiyoweza kutarajiwa, ili apate kuwa baba wa mataifa mengi, kama ilivyonenwa, Ndivyo

utakavyokuwa uzao wako. 19 Yeye asiyekuwa dhaifu wa imani, alifikiri hali ya mwili wake uliokuwa umekwisha kufa, (akiwa amekwisha kupata umri wa kama miaka mia), na hali ya kufa ya tumbo lake Sara. 20 Lakini akiiona ahadi ya Mungu hakusita kwa kutokuamini, bali alitiwa nguvu kwa imani, akimtukuza Mungu; 21 huku akijua hakika ya kuwa Mungu aweza kufanya yale aliyoahidi. 22 Kwa hiyo ilihesabiwa kwake kuwa ni haki. 23 Walakini haikuandikwa kwa ajili yake tu kwamba ilihesabiwa kwake; 24 bali na kwa ajili yetu sisi tutakaohesabiwa vivyo hivyo, sisi tunaomwamini yeye aliyemfufua Yesu Bwana wetu katika wafu; 25 ambaye alitolewa kwa ajili ya makosa yetu, na kufufuliwa ili tupate kuhesabiwa haki.

Matokeo ya imani

5 Basi tukiisha kuhesabiwa haki itokayo katika imani, na tuwe na amani kwa Mungu, kwa njia ya Bwana wetu Yesu Kristo. 2 Ambaye kwa yeye tumepata kwa njia ya imani kuifikia neema hii ambayo tunasimama ndani yake; na kufurahi katika tumaini la utukufu wa Mungu. 3 Wala si hivyo tu, ila na

tufurahi katika dhiki pia; tukijua ya kuwa dhiki, kazi yake ni kuleta saburi; 4 na kazi ya saburi ni uthabiti wa moyo; na kazi ya uthabiti wa moyo ni tumaini; 5 na tumaini halitahayarishi; kwa maana pendo la Mungu limekwisha kumiminwa katika mioyo yetu na Roho Mtakatifu tuliyepewa sisi.

Upendo wa Mungu waonekana katika kifo cha Kristo

6 Kwa maana hapo tulipokuwa hatuna nguvu, wakati ulipotimia, Kristo alikufa kwa ajili ya waovu. 7 Kwa kuwa ni shida mtu kufa kwa ajili ya mtu mwenye haki; lakini yawezekana mtu kuthubutu kufa kwa ajili ya mtu aliye mwema. 8 Bali Mungu aonyesha pendo lake yeye mwenyewe kwetu sisi, kwa kuwa Kristo alikufa kwa ajili yetu, tulipokuwa tungali wenye dhambi. 9 Basi zaidi sana tukiisha kuhesabiwa haki katika damu yake, tutaokolewa na ghadhabu kwa yeye. 10 Kwa maana ikiwa tulipokuwa adui tulipatanishwa na Mungu kwa mauti ya Mwana wake; zaidi sana baada ya kupatanishwa tutaokolewa katika uzima wake. 11 Wala si hivyo tu, ila pia twajifurahisha katika Mungu

kwa Bwana wetu Yesu Kristo, ambaye kwa yeye sasa tumeupokea huo upatanisho.

Kifo kwa njia ya Adamu, uzima kwa njia ya Kristo

12 Kwa hiyo, kama kwa mtu mmoja dhambi iliingia ulimwenguni, na kwa dhambi hiyo mauti; na hivyo mauti ikawafikia watu wote kwa sababu wote wamefanya dhambi; 13 maana kabla ya sheria dhambi ilikuwamo ulimwenguni, lakini dhambi haihesabiwi isipokuwapo sheria; 14 walakini mauti ilitawala tangu Adamu mpaka Musa, nayo iliwatawala hata wao wasiofanya dhambi ifananayo na kosa la Adamu, aliye mfano wake yeye atakayekuja. 15 Lakini karama ile haikuwa kama lile kosa; kwa maana ikiwa kwa kukosa kwake yule mmoja wengi walikufa, zaidi sana neema ya Mungu, na kipawa kilicho katika neema yake mwanadamu mmoja Yesu Kristo kimezidi kwa ajili ya wale wengi. 16 Wala kadiri ya yule mtu mmoja aliyefanya dhambi si kadiri ya kile kipawa; kwa maana hukumu ilikuja kwa njia ya mtu mmoja ikaleta adhabu; bali karama ya neema ilikuja kwa ajili ya makosa mengi, ikaleta kuhesabiwa haki. 17 Kwa maana ikiwa kwa kukosa mtu mmoja mauti ilitawala kwa sababu ya yule mmoja, zaidi sana wao wapokeao wingi wa neema, na kile kipawa cha haki, watatawala katika uzima kwa yule mmoja, Yesu Kristo. 18 Basi tena, kama kwa kosa moja watu wote walihukumiwa adhabu, kadhalika kwa tendo moja la haki watu wote walihesabiwa haki yenye uzima. 19 Kwa sababu kama kwa kuasi kwake mtu mmoja watu wengi waliingizwa katika hali ya wenye dhambi, kadhalika kwa kutii kwake mmoja watu wengi wameingizwa katika hali ya wenye haki. 20 Lakini sheria iliingia ili kosa lile liwe kubwa sana; na dhambi ilipozidi, neema ilikuwa nyingi zaidi; 21 ili kwamba, kama vile dhambi ilivyotawala katika mauti, vivyo hivyo kwa njia ya haki neema itawale hata uzima wa milele kwa Yesu Kristo Bwana wetu.

Kuunganishwa na Kristo hakupatani na dhambi

6 Tuseme nini basi? Tudumu katika dhambi ili neema izidi kuwa nyingi? 2 Hasha! Sisi tulioifia dhambi tutaishije tena katika dhambi? 3 Hamfahamu ya kuwa sisi sote tuliobatizwa katika Kristo

Yesu tulibatizwa katika mauti yake? 4 Basi tulizikwa pamoja naye kwa njia ya ubatizo katika mauti yake, kusudi kama Kristo alivyofufuka katika wafu kwa njia ya utukufu wa Baba, vivyo hivyo na sisi tuenende katika upya wa uzima. 5 Kwa maana kama tulivyounganika naye katika mfano wa mauti yake, kadhalika tutaunganika kwa mfano wa kufufuka kwake; 6 tukijua neno hili, ya kuwa utu wetu wa kale ulisulibishwa pamoja naye, ili mwili wa dhambi ubatilike, tusitumikie dhambi tena; 7 kwa kuwa yeye aliyekufa amehesabiwa haki mbali na dhambi. 8 Lakini tukiwa tulikufa pamoja na Kristo twaamini ya kuwa tutaishi pamoja naye; 9 tukijua ya kuwa Kristo akiisha kufufuka katika wafu hafi tena, wala mauti haimtawali tena. 10 Maana kwa kule kufa kwake, aliifia dhambi mara moja tu; lakini kwa kule kuishi kwake, amwishia Mungu. 11 Vivyo hivyo ninyi nanyi jihesabuni kuwa wafu kwa dhambi, na walio hai kwa Mungu katika Kristo Yesu.

12 Basi, dhambi isitawale ndani ya miili yenu ipatikanayo na mauti, hata mkazitii tamaa zake; 13 wala msiendelee kuvitoa viungo vyenu kuwa silaha za dhuluma kwa dhambi; bali jitoeni wenyewe kwa Mungu kama walio hai baada ya kufa, na viungo vyenu kwa Mungu kuwa silaha za haki. 14 Kwa maana dhambi haitawatawala ninyi, kwa sababu hamwi chini ya sheria, bali chini ya neema.

Mfano wa utumwa

15 Ni nini basi? Tufanye dhambi kwa sababu hatuwi chini ya sheria bali chini ya neema? Hasha! 16 Hamjui ya kuwa kwake yeye ambaye mnajitoa nafsi zenu kuwa watumwa wake katika kumtii, mmekuwa watumwa wake yule mnayemtii, kwamba ni utumishi wa dhambi uletao mauti, au kwamba ni utumishi wa utii uletao haki. 17 Lakini Mungu na ashukuriwe, kwa maana mlikuwa watumwa wa dhambi, lakini mliitii kwa mioyo yenu ile namna ya elimu ambayo mliwekwa chini yake; 18 na mlipokwisha kuwekwa huru mbali na dhambi, mkawa watumwa wa haki. 19 Nasema kwa jinsi ya kibinadamu kwa sababu ya udhaifu wa miili yenu. Kwa kuwa kama mlivyovitoa viungo venu vitumiwe na uchafu na uasi mpate kuasi, vivyo hivyo sasa vitoeni viungo vyenu vitumiwe na haki mpate kutakaswa. 20 Kwa

maana mlipokuwa watumwa wa dhambi, mlikuwa huru mbali na haki. 21 Ni faida gani basi mliyopata siku zile kwa mambo hayo mnayoyata-hayarikia sasa? Kwa maana mwisho wa mambo hayo ni mauti. 22 Lakini sasa mki-isha kuwekwa huru, na kuwa mbali na dhambi, na kufanywa watumwa wa Mungu, mnayo faida yenu, ndiyo kutakaswa, na mwisho wake ni uzima wa milele. 23 Kwa maana msha-hara wa dhambi ni mauti; bali karama ya Mungu ni uzima wa milele katika Kristo Yesu Bwana wetu.

Mfano wa ndoa

7 Ndugu zangu, hamjui, (maana nasema na hao waijuao sheria), ya kuwa torati huntawala mtu wakati anapo-kuwa yu hai? 2 Kwa maana mwanamke aliye na mume amefungwa na sheria kwa yule mume wakati anapokuwa yu hai; bali akifa yule mume, amefunguliwa ile sheria ya mume. 3 Basi wakati awapo hai mumewe, kama akiwa na mume mwingine huitwa mzinzi. Ila mumewe akifa, amekuwa huru, hafungwi na sheria hiyo, hata yeye si mzinzi, ajapoolewa na mume mwingine. 4 Ka-dhalika, ndugu zangu, ninyi pia mmeifia torati, kwa njia ya

mwili wa Kristo, mpate kuwa mali ya mwingine, yeye aliye-fufuka katika wafu, kusudi tumzalie Mungu matunda. 5 Kwa maana tulipokuwa katika hali ya mwili, tamaa za dhambi, zilizokuwako kwa sababu ya torati, zilitenda kazi katika viungo vyetu hata tuka-izalia mauti mazao. 6 Bali sasa tumefunguliwa katika torati, tumeifia hali ile iliyotu-pinga, ili sisi tupate kutumika katika hali mpya ya roho, si katika hali ya zamani, ya andiko.

Sheria na dhambi

7 Tusemeje, basi? Torati ni dhambi? Hasha! Wala-kini singalitambua dhambi ila kwa sheria; kwa kuwa singa-lijua kutamani, kama torati isi-ngalisema, Usitamani. 8 La-kini dhambi ilipata nafasi kwa ile amri, ikafanya ndani yangu kila namna ya kutamani. Kwa maana dhambi bila sheria imekufa. 9 Nami nalikuwa hai hapo kwanza bila sheria; ila ilipokuja ile amri, dhambi ilihuika, nami nikafa. 10 Ni-kaona ile amri iletayo uzima ya kuwa kwangu mimi ilileta mauti. 11 Kwa maana dha-mbi, kwa kupata nafasi kwa ile amri, ilinidanganya, na kwa hiyo ikaniua. 12 Basi torati ni takatifu, na ile amri

ni takatifu, na ya haki, na njema. 13 Basi je! ile iliyo njema ilikuwa mauti kwangu mimi? Hasha! bali dhambi, ili ionekane kuwa ni dhambi hasa, ilifanya mauti ndani yangu kwa njia ya ile njema, kusudi kwa ile amri dhambi izidi kuwa mbaya mno.

Tabia ya asili ya binadamu na tabia yake mpya

14 Kwa maana twajua ya kuwa torati asili yake ni ya rohoni; bali mimi ni mtu wa mwilini, nimeuzwa chini ya dhambi. 15 Maana sijui nifanyalo; kwa sababu lile nilipendalo, silitendi; bali lile nilichukialo ndilo ninalolitenda. 16 Lakini kama nikilitenda lile nisilolipenda, naikiri ile sheria ya kuwa ni njema. 17 Basi sasa si mimi nafsi yangu ninayetenda hilo, bali ni ile dhambi ikaayo ndani yangu. 18 Kwa maana najua ya kuwa ndani yangu, yaani, ndani ya mwili wangu, halikai neno jema; kwa kuwa kutaka nataka, bali kutenda lililo jema sipati. 19 Kwa maana lile jema nilipendalo, silitendi; bali lile baya nisilolipenda ndilo nilitendalo. 20 Basi kama lile nisilolipenda ndilo nilitendalo, si mimi nafsi yangu nilitendaye, bali ni ile dhambi ikaayo ndani yangu. 21 Basi

nimeona sheria hii, ya kuwa kwangu mimi nitakaye kutenda lililo jema, lipo lililo baya. 22 Kwa maana naifurahia sheria ya Mungu kwa utu wa ndani; 23 lakini katika viungo vyangu naona sheria iliyo mbali, inapiga vita na ile sheria ya akili zangu, na kunifanya mateka ya ile sheria ya dhambi iliyo katika viungo vyangu. 24 Ole wangu, maskini mimi! ni nani atakayeniokoa na mwili huu wa mauti? 25 Namshukuru Mungu, kwa Yesu Kristo Bwana wetu. Basi, kama ni hivyo, mimi mwenyewe kwa akili zangu naitumikia sheria ya Mungu, bali kwa mwili wangu sheria ya dhambi.

Uzima katika Roho

8 Sasa, basi, hakuna hukumu ya adhabu juu yao walio katika Kristo Yesu. 2 Kwa sababu sheria ya Roho wa uzima ule ulio katika Kristo Yesu imeniacha huru, mbali na sheria ya dhambi na mauti. 3 Maana yale yasiyowezekana kwa sheria, kwa vile ilivyokuwa dhaifu kwa sababu ya mwili, Mungu, kwa kumtuma Mwanawe mwenyewe katika mfano wa mwili ulio wa dhambi, na kwa sababu ya dhambi, aliihukumu dhambi katika mwili; 4 ili maagizo ya torati yatimizwe ndani yetu sisi, tusioenenda kwa kufuata mambo ya mwili, bali mambo ya roho. 5 Kwa maana wale waufuatao mwili huyafikiri mambo ya mwili; bali wale waifuatao roho huyafikiri mambo ya roho. 6 Kwa kuwa nia ya mwili ni mauti; bali nia ya roho ni uzima na amani. 7 Kwa kuwa ile nia ya mwili ni uadui juu ya Mungu, kwa maana haitii sheria ya Mungu, wala haiwezi kuitii. 8 Wale waufuatao mwili hawawezi kumpendeza Mungu. 9 Lakini ikiwa Roho wa Mungu anakaa ndani yenu, ninyi hamwufuati mwili; bali mwaifuata roho. Lakini mtu awaye yote asipokuwa na Roho wa Kristo, huyo si wake. 10 Na Kristo akiwa ndani yenu, mwili wenu umekufa kwa sababu ya dhambi; bali roho yenu i hai, kwa sababu ya haki. 11 Lakini, ikiwa Roho wake yeye aliyemfufua Yesu katika wafu anakaa ndani yenu, yeye aliyemfufua Kristo Yesu katika wafu ataihuisha na miili yenu iliyo katika hali ya kufa, kwa Roho wake anayekaa ndani yenu.

12 Basi, kama ni hivyo, ndugu, tu wadeni, si wa mwili tuishi kwa kufuata mambo ya mwili; 13 kwa maana kama mkiishi kwa kufuata mambo ya mwili, mwataka

kufa; bali kama mkiyafisha matendo ya mwili kwa Roho, mtaishi.

Wana wa Mungu

14 Kwa kuwa wote wanaoongozwa na Roho wa Mungu, hao ndio wana wa Mungu. 15 Kwa kuwa hamkupokea tena roho ya utumwa iletayo hofu; bali mlipokea roho ya kufanywa wana, ambayo kwa hiyo twalia, Aba, yaani Baba. 16 Roho mwenyewe hushuhudia pamoja na roho zetu, ya kuwa sisi tu watoto wa Mungu; 17 na kama tu watoto, basi, tu warithi; warithi wa Mungu, warithio pamoja na Kristo; naam, tukiteswa pamoja naye ili tupate na kutukuzwa pamoja naye.

Utukufu huo utakaofunuliwa

18 Kwa maana nayahesabu mateso ya wakati huu wa sasa kuwa si kitu kama utukufu ule utakaofunuliwa kwetu. 19 Kwa maana viumbe vyote pia vinatazamia kwa shauku nyingi kufunuliwa kwa wana wa Mungu. 20 Kwa maana viumbe vyote pia vilitiishwa chini ya ubatili; si kwa hiari yake, ila kwa sababu yake yeye aliyevitiisha katika tumaini; 21 kwa kuwa viumbe vyenyewe navyo vitawekwa huru

na kutolewa katika utumwa
wa uharibifu, hata viingie
katika uhuru wa utukufu wa
watoto wa Mungu. 22 Kwa
maana twajua ya kuwa viumbe
vyote pia vinaugua pamoja,
navyo vina utungu pamoja
hata sasa. 23 Wala si hivyo
tu; ila na sisi wenyewe tulio na
malimbuko ya Roho, sisi pia
tunaugua katika nafsi zetu,
tukikutazamia kufanywa wa-
na, yaani, ukombozi wa mwili
wetu. 24 Kwa maana tulio-
kolewa kwa taraja; lakini kitu
kilichotarajiwa kikionekana,
hakuna taraja tena. Kwa
maana ni nani anayekitarajia
kile akionacho? 25 Bali tuki-
kitarajia kitu tusichokiona,
twakingojea kwa saburi.

26 Kadhalika Roho naye
hutusaidia udhaifu wetu, kwa
maana hatujui kuomba jinsi
itupasavyo; lakini Roho mwe-
nyewe hutuombea kwa ku-
ugua kusikoweza kutamkwa.
27 Na yeye aichunguzaye
mioyo aijua nia ya Roho
ilivyo, kwa kuwa huwaombea
watakatifu kama apendavyo
Mungu. 28 Nasi twajua ya
kuwa katika mambo yote
Mungu hufanya kazi pamoja
na wale wampendao katika
kuwapatia mema, yaani, wale
walioitwa kwa kusudi lake.
29 Maana wale aliowajua
tangu asili, aliwachagua tangu
asili wafananishwe na mfano

wa Mwana wake, ili yeye awe
mzaliwa wa kwanza miongoni
mwa ndugu wengi. 30 Na
wale aliowachagua tangu asili,
hao akawaita; na wale alio-
waita, hao akawahesabia haki;
na wale aliowahesabia haki,
hao akawatukuza.

Upendo wa Mungu

31 Basi, tuseme nini juu
ya hayo? Mungu akiwapo
upande wetu, ni nani aliye juu
yetu? 32 Yeye asiyemwachi-
lia Mwana wake mwenyewe,
bali alimtoa kwa ajili yetu sisi
sote, atakosaje kutukirimia na
mambo yote pamoja naye?
33 Ni nani atakayewashitaki
wateule wa Mungu? Mungu
ndiye mwenye kuwahesabia
haki. 34 Ni nani atakayewa-
hukumia adhabu? Kristo Ye-
su ndiye aliyekufa; naam, na
zaidi ya hayo, amefufuka
katika wafu, naye yuko mkono
wa kuume wa Mungu; tena
ndiye anayetuombea. 35 Ni
nani atakayetutenga na upendo
wa Kristo? Je! ni dhiki, au
shida, au adha, au njaa, au
uchi, au hatari, au upanga?
36 Kama ilivyoandikwa, ya
kwamba,

Kwa ajili yako tunauawa
    mchana kutwa,
Tumehesabiwa kuwa kama
    kondoo wa kuchinjwa.
37 Lakini katika mambo hayo

yote tunashinda, na zaidi ya kushinda, kwa yeye aliyetupenda. 38 Kwa maana nimekwisha kujua hakika ya kwamba, wala mauti, wala uzima, wala malaika, wala wenye mamlaka, wala yaliyopo, wala yatakayokuwapo, wala wenye uwezo, 39 wala yaliyo juu, wala yaliyo chini, wala kiumbe kinginecho chote hakitaweza kututenga na upendo wa Mungu ulio katika Kristo Yesu Bwana wetu.

Huzuni ya Paulo juu ya kutokuamini kwa Waisraeli

9 Nasema kweli katika Kristo, sisemi uongo, dhamiri yangu ikinishuhudia katika Roho Mtakatifu, 2 ya kwamba nina huzuni nyingi na maumivu yasiyokoma moyoni mwangu. 3 Kwa maana ningeweza kuomba mimi mwenyewe niharimishwe na kutengwa na Kristo kwa ajili ya ndugu zangu, jamaa zangu kwa jinsi ya mwili; 4 ambao ni Waisraeli, wenye kule kufanywa wana, na ule utukufu, na maagano, na kupewa torati, na ibada ya Mungu, na ahadi zake; 5 ambao mababu ni wao, na katika hao alitoka Kristo kwa jinsi ya mwili. Ndiye aliye juu ya mambo yote, Mungu, mwenye kuhimidiwa milele. Amina.

Ahadi za Mungu hazikutanguka

6 Si kana kwamba neno la Mungu limetanguka. Maana hawawi wote Waisraeli walio wa uzao wa Israeli. 7 Wala hawawi wote wana kwa kuwa wazao wa Ibrahimu, bali, Katika Isaka wazao wako wataitwa; 8 yaani, si watoto wa mwili walio watoto wa Mungu, bali watoto wa ile ahadi wanahesabiwa kuwa wazao. 9 Kwa maana neno la ahadi ni hili, Panapo wakati huu nitakuja, na Sara atakuwa na mwana. 10 Wala si hivyo tu, lakini Rebeka naye, akiisha kuchukua mimba kwa mume mmoja, naye ni Isaka, baba yetu, 11 (kwa maana kabla hawajazaliwa wale watoto, wala hawajatenda neno jema wala baya, ili lisimame kusudi la Mungu la kuchagua, si kwa sababu ya matendo, bali kwa sababu ya nia yake aitaye), 12 aliambiwa hivi, Mkubwa atamtumikia mdogo. 13 Kama ilivyoandikwa, Nimempenda Yakobo, bali Esau nimemchukia.

Mungu si dhalimu

14 Tuseme nini basi? Kuna udhalimu kwa Mungu? Hasha! 15 Maana amwambia Musa, Nitamrehemu yeye nimrehemuye, nitamhurumia

yeye nimhurumiaye. 16 Basi, kama ni hivyo, si katika uwezo wa yule atakaye, wala wa yule apigaye mbio; bali wa yule arehemuye, yaani Mungu. 17 Kwa maana maandiko yaseme juu ya Farao, ya kwamba, Nilikusimamisha kwa kusudi hili, ili nionyeshe nguvu zangu kwako, jina langu likatangazwe katika nchi yote. 18 Basi, kama ni hivyo, atakaye kumrehemu humrehemu, na atakaye kumfanya mgumu humfanya mgumu.

Mungu ni Mtawala

19 Basi, utaniambia, Mbona angali akilaumu? Kwa maana ni nani ashindanaye na kusudi lake? 20 La! sivyo, Ee binadamu; wewe u nani umjibuye Mungu? Je! kitu kilichoumbwa kimwambie yeye aliyekiumba, Kwani kuniumba hivi? 21 Au mfinyanzi je! hana amri juu ya udongo, kwa fungu moja la udongo kuumba chombo kimoja kiwe cha heshima, na kimoja kiwe hakina heshima? 22 Ni nini basi, ikiwa Mungu kwa kutaka kuonyesha ghadhabu yake, na kuudhihirisha uweza wake, kwa uvumilivu mwingi, alichukuliana na vile vyombo vya ghadhabu vilivyofanywa tayari kwa uharibifu; 23 tena, ili audhihirishe wingi wa utukufu wake katika vile vyombo vya rehema, alivyovitengeneza tangu zamani vipate utukufu; 24 ndio sisi aliotuita, si watu wa Wayahudi tu, ila na watu wa Mataifa pia? 25 Ni kama vile alivyosema katika Hosea,

Nitawaita watu wangu wale wasiokuwa watu wangu,
Na mpenzi wangu yeye asiyekuwa mpenzi wangu.
26 Tena itakuwa mahali pale walipoambiwa,
Ninyi si watu wangu,
Hapo wataitwa wana wa Mungu aliye hai.
27 Isaya naye atoa sauti yake juu ya Israeli, kusema,
Hesabu ya wana wa Israeli, ijapokuwa ni kama mchanga wa bahari, ni mabaki yao tu watakaookolewa.
28 Kwa maana Bwana atalitekeleza neno lake juu ya nchi, akilimaliza na kulikata.
29 Tena kama Isaya alivyotangulia kunena,
Kama Bwana wa majeshi asingalituachia uzao,
Tungalikuwa kama Sodoma, tungalifananishwa na Gomora.

Sababu ya ukosefu wa Israeli

30 Tuseme nini, basi? Ya kwamba watu wa Mataifa, wasioifuata haki, walipata

haki; lakini ni ile haki iliyo ya imani; 31 bali Israeli waki-ifuata sheria ya haki hawakui-fikilia ile sheria. 32 Kwa sababu gani? Kwa sababu hawakuifuata kwa njia ya imani, bali kana kwamba kwa njia ya matendo. Wakaji-kwaa juu ya jiwe lile likwazalo, 33 kama ilivyoandikwa,

Tazama, naweka katika Sa-
yuni jiwe likwazalo, na
mwamba uanguashao;
Na kila amwaminiye
hatatahayarika.

10 Ndugu zangu, nitakayo sana moyoni mwangu, na dua yangu nimwombayo Mungu, ni kwa ajili yao, ili waokolewe. 2 Kwa maana nawashuhudia kwamba wana juhudi kwa ajili ya Mungu, lakini si katika maarifa. 3 Kwa maana, wakiwa hawaijui haki ya Mungu, na wakitaka kuithibitisha haki yao wenyewe, hawakujitia chini ya haki ya Mungu. 4 Kwa maana Kristo ni mwisho wa sheria, ili kila aaminiye ahesabiwe haki.

Njia mpya ya haki ni kwa
ajili ya watu wote

5 Kwa maana Musa ali-andika juu ya haki itokayo kwa sheria, ya kuwa, Mtu afanyaye hiyo ataishi kwa hiyo. 6 Bali ile haki ipati-kanayo kwa imani yanena hivi, Usiseme moyoni mwako, Ni nani atakayepanda kwenda mbinguni? (yaani, ni kumleta Kristo chini), 7 au, Ni nani atakayeshuka kwenda kuzi-muni? (yaani, ni kumleta Kristo juu, kutoka kwa wafu.) 8 Lakini yanenaje? Lile neno li karibu nawe, katika kinywa chako, na katika moyo wako; yaani, ni lile neno la imani tulihubirilo. 9 Kwa sababu, ukimkiri Yesu kwa kinywa chako ya kuwa ni Bwana, na kuamini moyoni mwako ya kuwa Mungu alimfufua katika wafu, utaokoka. 10 Kwa ma-ana kwa moyo mtu huamini hata kupata haki, na kwa kinywa hukiri hata kupata wokovu. 11 Kwa mana andiko lanena, Kila amwami-niye hatatahayarika. 12 Kwa maana hakuna tofauti ya Myahudi na Myunani; maana yeye yule ni Bwana wa wote, mwenye utajiri kwa wote wa-mwitao; 13 kwa kuwa, Kila atakayeliitia Jina la Bwana ataokoka. 14 Basi wamwiteje yeye wasiyemwamini? Tena wamwaminiye yeye wasiyemsi-kia? Tena wamsikieje pa-sipo mhubiri? 15 Tena wahu-biriye, wasipopelekwa? Kama ilivyoandikwa, Ni mizuri kama nini miguu yao wahubirio ha-bari ya mema!

16 Lakini si wote walioitii ile habari njema. Kwa maana Isaya asema, Bwana, ni nani aliyeziamini habari zetu? 17 Basi imani, chanzo chake ni kusikia; na kusikia huja kwa neno la Kristo. 18 Lakini nasema, Je! wao hawakusikia? Naam, wamesikia,

Sauti yao imeenea duniani mwote,
Na maneno yao hata miisho ya ulimwengu.

19 Lakini nasema, Je! Waisraeli hawakufahamu? Kwanza Musa anena,

Nitawatia wivu kwa watu ambao si taifa,
Kwa taifa lisilo na fahamu nitawaghadhibisha.

20 Na Isaya anao ujasiri mwingi, asema,

Nalipatikana nao wasionitafuta,
Nalidhihirika kwao wasioniulizia.

21 Lakini kwa Israeli asema, Mchana kutwa naliwanyoshea mikono watu wasiotii na ukaidi.

Si Waisraeli wote waliosukumiwa mbali

11 Basi, nauliza, Je! Mungu aliwasukumia mbali watu wake? Hasha! Kwa kuwa mimi nami ni Mwisraeli, mmoja wa wazao wa Ibrahimu, mtu wa kabila ya Benyamini. 2 Mungu hakuwasukumia mbali watu wake aliowajua tokea awali. Au hamjui yale yaliyonenwa na maandiko juu ya Eliya? jinsi anavyowashitaki Waisraeli mbele za Mungu 3 Bwana, wamewaua manabii wako, wamezibomoa madhabahu zako, nami nimesalia peke yangu, nao wananitafuta roho yangu. 4 Lakini ile jawabu ya Mungu yamwambiaje? Nimejisazia watu elfu saba wasiopiga goti mbele ya Baali. 5 Basi ni vivi hivi wakati huu wa sasa, yako mabaki waliochaguliwa kwa neema. 6 Lakini ikiwa ni kwa neema, haiwi kwa matendo tena, au hapo neema isingekuwa neema. 7 Imekuwaje basi? Kitu kile ambacho Israeli alikuwa akikitafuta hakukipata; lakini wale waliochaguliwa walikipata, na wengine walitiwa uzito. 8 Kama ilivyoandikwa, Mungu aliwapa roho ya usingizi, macho hata wasione, na masikio hata wasisikie, hata siku hii ya leo. 9 Na Daudi asema,

Meza yao na iwe tanzi na mtego,
Na kitu cha kuwakwaza, na malipo kwao;

10 Macho yao yatiwe giza ili wasione,
Ukawainamishe mgongo wao sikuzote.

11 Basi nasema, Je! wameji-
kwaa hata waanguke kabisa?
Hasha! Lakini kwa kosa lao
wokovu umewafikilia Mataifa,
ili wao wenyewe watiwe wivu.
12 Basi, ikiwa kosa lao lime-
kuwa utajiri wa ulimwengu, na
upungufu wao umekuwa uta-
jiri wa Mataifa, je! si zaidi
sana utimilifu wao?

Watakavyookolewa Mataifa: mfano wa mapandikizo

13 Lakini nasema na ninyi,
mlio watu wa Mataifa. Basi,
kwa kadiri nilivyo mtume wa
watu wa Mataifa, naitukuza
huduma iliyo yangu. 14 Hu-
enda nikapata kuwatia wivu
walio damu moja na mimi
na kuwaokoa baadhi yao.
15 Maana ikiwa kutupwa
kwao kumeleta upatanisho
kwa ulimwengu, je! kukuba-
liwa kwao kutakuwa nini
kama si uhai baada ya kufa?
16 Tena malimbuko yakiwa
matakatifu, kadhalika na
donge lote; na shina likiwa
takatifu, matawi nayo kadha-
lika. 17 Lakini iwapo mata-
wi mengine yamekatwa, na
wewe mzeituni mwitu ulipa-
ndikizwa kati yao, ukawa
mshirika wa shina la mzeituni
na unono wake, usijisifu juu
ya matawi yale; 18 au ikiwa
wajisifu, si wewe ulichukuaye
shina, bali ni shina likuchu-

kualo wewe. 19 Basi utasema,
Matawi yale yalikatwa kusudi
ili nipandikizwe mimi. 20 Ve-
ma. Yalikatwa kwa kutokua-
mini kwao, na wewe wasi-
mama kwa imani yako. Usi-
jivune, bali uogope. 21 Kwa
maana ikiwa Mungu hakuya-
achia matawi ya asili, wala
hatakuachia wewe. 22 Ta-
zama, basi, wema na ukali wa
Mungu; kwa wale walio-
anguka, ukali, bali kwako
wewe wema wa Mungu, uki-
kaa katika wema huo; kama
sivyo, wewe nawe utakatiliwa
mbali. 23 Na hao pia, wasi-
pokaa katika kutokuamini
kwao, watapandikizwa; kwa
kuwa Mungu aweza kuwa-
pandikiza tena. 24 Kwa ma-
ana ikiwa wewe ulikatwa
ukatolewa katika mzeituni,
ulio mzeituni mwitu kwa asili
yake, kisha ukapandikizwa,
kinyume cha asili, katika mze-
ituni ulio mwema; si zaidi sana
wale walio wa asili kuweza
kupandikizwa katika mzeituni
wao wenyewe.

Shabaha ya Mungu ni kuwahurumia wote

25 Kwa maana, ndugu
zangu, sipendi msiijue siri hii;
ili msijione kuwa wenye akili;
ya kwamba kwa sehemu ugu-
mu umewapata Israeli, mpaka
utimilifu wa Mataifa uwasili.

26 Hivyo Israeli wote wata-
okoka; kama ilivyoandikwa,
Mwokozi atakuja kutoka
Sayuni;
Atamtenga Yakobo na
maasia yake.
27 Na hili ndilo agano
langu nao,
Nitakapowaondolea dha-
mbi zao.
28 Basi kwa habari ya Injili
wamekuwa adui kwa ajili
yenu; bali kwa habari ya kule
kuchaguliwa wamekuwa wa-
penzi kwa ajili ya baba zetu.
29 Kwa sababu karama za
Mungu hazina majuto, wala
mwito wake. 30 Kwa maana
kama ninyi zamani mlivyo-
mwasi Mungu, lakini sasa
mmepata rehema kwa kuasi
kwao; 31 kadhalika na hao
wameasi sasa, ili kwa kupata
rehema kwenu wao nao wa-
pate rehema. 32 Maana Mu-
ngu amewafunga wote pamoja
katika kuasi ili awarehemu
wote.

33 Jinsi zilivyo kuu utajiri
na hekima na maarifa ya
Mungu! hukumu zake hazi-
chunguziki, wala njia zake
hazitafutikani! 34 Maana ni
nani aliyeijua nia ya Bwana?
Au ni nani aliyekuwa mshauri
wake? 35 Au ni nani ali-
yempa yeye kitu kwanza, naye
atalipwa tena? 36 Kwa kuwa
vitu vyote vyatoka kwake,
viko kwa uweza wake, tena
vinarejea kwake. Utukufu
una yeye milele. Amina.

Maisha mapya

12 Basi, ndugu zangu, na-
wasihi, kwa huruma
zake Mungu, itoeni miili yenu
iwe dhabihu iliyo hai, takatifu,
ya kumpendeza Mungu, ndiyo
ibada yenu yenye maana.
2 Wala msiifuatishe namna ya
dunia hii; bali mgeuzwe kwa
kufanywa upya nia zenu,
mpate kujua hakika mapenzi
ya Mungu yaliyo mema, ya
kumpendeza, na ukamilifu.

Jinsi ya kutumia karama
za kiroho kwa halali

3 Kwa maana kwa neema
niliyopewa namwambia kila
mtu aliyeko kwenu asinie
makuu kupita ilivyompasa
kunia; bali awe na nia ya kiasi,
kama Mungu alivyomgawia
kila mtu kiasi cha imani.
4 Kwa kuwa kama vile katika
mwili mmoja tuna viungo
vingi, wala viungo vyote havi-
tendi kazi moja; 5 vivyo
hivyo na sisi tulio wengi tu
mwili mmoja katika Kristo, na
viungo, kila mmoja kwa mwe-
nzake. 6 Basi kwa kuwa tuna
karama zilizo mbalimbali, kwa
kadiri ya neema tuliyopewa;
ikiwa unabii, tutoe unabii kwa
kadiri ya imani; 7 ikiwa

huduma, tuwemo katika huduma yetu; mwenye kufundisha, katika kufundisha kwake; 8 mwenye kuonya, katika kuonya kwake; mwenye kukirimu, kwa moyo mweupe; mwenye kusimamia, kwa bidii; mwenye kurehemu, kwa furaha.

Sheria za maisha ya Kikristo

9 Pendo na lisiwe na unafiki; lichukieni lililo ovu, mkiambatana na lililo jema. 10 Kwa pendo la udugu, mpendane ninyi kwa ninyi; kwa heshima mkiwatanguliza wenzenu; 11 kwa bidii, si walegevu; mkiwa na juhudi katika roho zenu; mkimtumikia Bwana; 12 kwa tumaini, mkifurahi; katika dhiki, mkisubiri; katika kusali, mkidumu; 13 kwa mahitaji ya watakatifu, mkifuata ukarimu; katika kukaribisha wageni, mkijitahidi. 14 Wabarikini wanaowaudhi; barikini, wala msilaani. 15 Furahini pamoja nao wafurahio; lieni pamoja nao waliao. 16 Mpatane nia zenu ninyi kwa ninyi. Msinie yaliyo makuu, lakini mkubali kushughulishwa na mambo manyonge. Msiwe watu wa kujivunia akili. 17 Msimlipe mtu ovu kwa ovu. Angalieni yaliyo mema machoni pa watu wote. 18 Kama yamkini, kwa upande wenu, mkae katika amani na watu wote. 19 Wapenzi, msijilipize kisasi, bali ipisheni ghadhabu ya Mungu; maana imeandikwa, Kisasi ni juu yangu mimi; mimi nitalipa, anena Bwana. 20 Lakini, Adui yako akiwa na njaa, mlishe; akiwa na kiu, mnyweshe; maana ufanyapo hivyo, utampalia makaa ya moto kichwani pake. 21 Usishindwe na ubaya, bali uushinde ubaya kwa wema.

Juu ya kutii wenye amri ya kutawala

13 Kila mtu na aitii mamlaka iliyo kuu; kwa maana hakuna mamlaka isiyotoka kwa Mungu; na ile iliyopo imeamriwa na Mungu. 2 Hivyo amwasiye mwenye mamlaka hushindana na agizo la Mungu; nao washindanao watajipatia hukumu. 3 Kwa maana watawalao hawatishi watu kwa sababu ya matendo mema, bali kwa sababu ya matendo mabaya. Basi, wataka usimwogope mwenye mamlaka? Fanya mema, nawe utapata sifa kwake; 4 kwa kuwa yeye ni mtumishi wa Mungu kwako kwa ajili ya mema. Lakini ufanyapo mabaya, ogopa; kwa maana hauchukui upanga bure; kwa kuwa ni mtumishi wa Mungu, amlipizaye kisasi mtenda mabaya kwa ajili ya ghadhabu. 5 Kwa hiyo ni lazima kutii, si kwa sababu ya ile ghadha-bu tu, ila na kwa sababu ya dhamiri. 6 Kwa sababu hiyo tena mwalipa kodi; kwa kuwa wao ni wahudumu wa Mungu, wakidumu katika kazi iyo hiyo. 7 Wapeni wote haki zao; mtu wa kodi, kodi; mtu wa ushuru, ushuru; astahiliye hofu, hofu; astahiliye heshima, heshima.

Upendo wa ndugu

8 Msiwiwe na mtu cho chote, isipokuwa kupendana; kwa maana ampendaye mwe-nzake ameitimiza sheria. 9 Maana kule kusema, Usizini, Usiue, Usiibe, Usitamani; na ikiwapo amri nyingine yo yote, inajumlishwa katika neno hili, ya kwamba, Mpende jirani yako kama nafsi yako. 10 Pendo halimfanyii jirani neno baya; basi pendo ndilo utimilifu wa sheria.

Kuja kwake Siku ya Kristo

11 Naam, tukiujua wakati, kwamba saa ya kuamka katika usingizi imekwisha kuwadia; kwa maana sasa wokovu wetu u karibu nasi kuliko tulipo-anza kuamini. 12 Usiku umeendelea sana, mchana umekaribia; basi na tuyavue matendo ya giza, na kuzivaa silaha za nuru. 13 Kama ilivyohusika na mchana na tuenende kwa adabu; si kwa ulafi na ulevi, si kwa ufisadi na uasherati, si kwa ugomvi na wivu. 14 Bali mvaeni Bwana Yesu Kristo, wala msiua-ngalie mwili, hata kuwasha tamaa zake.

Kuchukuana na watu wenye imani dhaifu

14 Yeye aliye dhaifu wa imani, mkaribisheni, walakini msimhukumu ma-wazo yake. 2 Mtu mmoja anayo imani, anakula vyote; lakini yeye aliye dhaifu hula mboga. 3 Yeye alaye asi-mdharau huyo asiyekula, wala yeye asiyekula asimhukumu huyo alaye; kwa maana Mungu amemkubali. 4 Wewe u nani unayemhukumu mtumishi wa mwingine? Kwa bwana wake mwenyewe yeye husimama au huanguka. Naam, atasima-mishwa, kwa kuwa Bwana aweza kumsimamisha. 5 Mtu mmoja afanya tofauti kati ya siku na siku; mwingine aona siku zote kuwa sawasawa. Kila mtu na athibitike katika akili zake mwenyewe. 6 Yeye aadhimishaye siku, huiadhi-misha kwa Bwana; naye alaye, hula kwa Bwana, kwa maana amshukuru Mungu; tena asiyekula, hali kwa Bwana, naye pia amshukuru Mungu. 7 Kwa sababu hakuna mtu miongoni mwetu aishiye kwa nafsi yake, wala hakuna afaye kwa nafsi yake. 8 Kwa maana kama tukiishi, twaishi kwa Bwana, au kama tukifa, twafa kwa Bwana. Basi kama tukiishi au kama tukifa, tu mali ya Bwana. 9 Maana Kristo alikufa akawa hai tena kwa sababu hii, awamiliki waliokufa na walio hai pia.

10 Lakini wewe je! mbona wamhukumu ndugu yako? au wewe je! mbona wamdharau ndugu yako? Kwa maana sisi sote tutasimama mbele ya kiti cha hukumu cha Mungu. 11 Kwa kuwa imeandikwa.

Kama niishivyo, anena Bwana, kila goti litapigwa mbele zangu,

Na kila ulimi utamkiri Mungu.

12 Basi ni hivyo, kila mtu miongoni mwetu atatoa habari zake mwenyewe mbele za Mungu. 13 Basi tusizidi kuhukumiana, bali afadhali toeni hukumu hii, mtu asitie kitu cha kumkwaza ndugu au cha kumwangusha. 14 Najua, tena nimehakikishwa sana katika Bwana Yesu, ya kuwa hakuna kitu kilicho najisi kwa asili yake; lakini kwake yeye akionaye kitu kuwa najisi, kwake huyo kitu kile ni najisi. 15 Na ndugu yako akiingia huzuni kwa sababu ya chakula, umeacha kwenda katika upendo. Kwa chakula chako usimharibu mtu yule ambaye Kristo alikufa kwa ajili yake. 16 Basi, huo wema wenu usitajwe kwa ubaya. 17 Maana ufalme wa Mungu si kula wala kunywa, bali ni haki na amani na furaha katika Roho Mtakatifu. 18 Kwa kuwa yeye amtumikiaye Kristo katika mambo hayo humpendeza Mungu, tena hukubaliwa na wanadamu. 19 Basi kama ni hivyo, na tufuate mambo ya amani na mambo yafaayo kwa kujengana. 20 Kwa ajili ya chakula usiiharibu kazi ya Mungu. Kweli, vyote ni safi; bali ni vibaya kwa mtu alaye na kujikwaza. 21 Ni vyema kutokula nyama wala kunywa divai wala kutenda neno lo lote ambalo kwa hilo ndugu yako hukwazwa. 22 Ile imani uliyo nayo uwe nayo nafsini mwako mbele za Mungu. Heri mtu yule asiyejihukumu nafsi yake katika neno lile analolikubali. 23 Lakini aliye na shaka, kama akila, amehukumiwa kuwa ana hatia, kwa maana hakula kwa imani.

Na kila tendo lisilotoka katika imani ni dhambi.

15 Basi imetupasa sisi tulio na nguvu kuuchukua udhaifu wao wasio na nguvu, wala haitupasi kujipendeza wenyewe. 2 Kila mtu miongoni mwetu na ampendeze jirani yake, apate wema, akajengwe. 3 Kwa maana Kristo naye hakujipendeza mwenyewe; bali kama ilivyoandikwa, Malaumu yao waliokulaumu wewe yalinipata mimi. 4 Kwa kuwa yote yaliyotangulia kuandikwa yaliandikwa ili kutufundisha sisi; ili kwa saburi na faraja ya maandiko tupate kuwa na tumaini. 5 Na Mungu mwenye saburi na faraja awajalie kunia mamoja ninyi kwa ninyi, kwa mfano wa Kristo Yesu; 6 ili kwa moyo mmoja na kwa kinywa kimoja mpate kumtukuza Mungu, Baba wa Bwana wetu Yesu Kristo.

Injili kwa Mataifa

7 Kwa hiyo mkaribishane ninyi kwa ninyi, kama naye Kristo alivyotukaribisha, ili Mungu atukuzwe. 8 Kwa maana nasema, ya kwamba Kristo amefanyika mhudumu wa agano la kutahiriwa kwa ajili ya kweli ya Mungu, kusudi azithibitishe ahadi walizopewa baba zetu; 9 tena ili Mataifa wamtukuze Mungu kwa ajili ya rehema zake; kama ilivyoandikwa,

Kwa hiyo nitakushukuru kati ya Mataifa,
Nami nitaliimbia jina lako.

10 Na tena anena,
Furahini, Mataifa, pamoja na watu wake.

11 Na tena,
Enyi Mataifa yote, msifuni Bwana;
Enyi watu wote, mhimidini.

12 Na tena Isaya anena,
Litakuwako shina la Yese,
Naye aondokeaye kuwatawala Mataifa;
Ndiye Mataifa watakayemtumaini.

13 Basi Mungu wa tumaini na awajaze ninyi furaha yote na amani katika kuamini, mpate kuzidi sana kuwa na tumaini, katika nguvu za Roho Mtakatifu.

Paulo aomba radhi kwa vile alivyowaandikia barua kwa ujasiri

14 Ndugu zangu, nimehakikishwa mimi mwenyewe kwa habari zenu ya kuwa ninyi nanyi mmejaa wema, mmejazwa elimu yote, tena mwaweza kuonyana. 15 Lakini nawaandikia, kwa ujasiri zaidi katika sehemu za waraka huu,

kana kwamba kuwaku- mbusha, kwa neema ile nili- yopewa na Mungu, 16 ili niwe mhudumu wa Kristo Yesu kati ya watu wa Mataifa, niifanyie Injili ya Mungu kazi ya ukuhani, kusudi Mataifa wawe sadaka yenye kibali, ikiisha kutakaswa na Roho Mtakatifu. 17 Basi, nina sa- babu ya kuona fahari katika Kristo Yesu mbele za Mungu. 18 Maana sitathubutu kutaja neno asilolitenda Kristo kwa kazi yangu, Mataifa wapate kutii, kwa neno au kwa tendo, 19 kwa nguvu za ishara na maajabu, katika nguvu za Roho Mtakatifu; hata ikawa tangu Yerusalemu, na kando kando yake, mpaka Iliriko nimekwisha kuihubiri Injili ya Kristo kwa utimilifu; 20 kadhalika nikijitahidi kui- hubiri Injili, nisihubiri hapo ambapo jina la Kristo lime- kwisha kutajwa, nisije nika- jenga juu ya msingi wa mtu mwingine; 21 bali kama ili- vyoandikwa,

Wale wasiohubiriwa habari zake wataona,
Na wale wasiojasikia watafahamu.

Makusudi ya Paulo kwa kazi atakayotenda, na safari zake

22 Ndiyo sababu nalizuiwa mara nyingi nisije kwenu.

23 Lakini sasa, kwa kuwa sina wasaa tena pande hizi, tena tangu miaka mingi nina shau- ku kuja kwenu; 24 wakati wo wote nitakaosafiri kwenda Spania [nitakuja kwenu]. Kwa maana nataraji kuwaona ninyi katika kusafiri kwangu, na kusafirishwa nanyi, moyo wa- ngu ushibe kwenu kidogo. 25 Ila sasa ninakwenda Yeru- salemu, nikiwahudumu wata- katifu; 26 maana imewape- ndeza watu wa Makedonia na Akaya kufanya changizo kwa ajili ya watakatifu huko Yeru- salemu walio maskini. 27 Na- am, imewapendeza, tena wamekuwa wadeni wao. Kwa maana ikiwa Mataifa wame- yashiriki mambo yao ya roho, imewabidi kuwahudumu kwa mambo yao ya mwili. 28 Basi nikiisha kuimaliza kazi hiyo, na kuwatilia muhuri tunda hilo, nitapitia kwenu, kwe- nda Spania. 29 Nami najua ya kuwa nikija kwenu nita- kuja kwa utimilifu wa baraka ya Kristo.

30 Ndugu zangu, nawasihi kwa Bwana wetu Yesu Kristo, na kwa upendo wa Roho, jitahidini pamoja nami katika maombi yenu kwa ajili yangu mbele za Mungu; 31 kwa- mba niokolewe na wale wa- sioamini katika Uyahudi, na tena huduma yangu niliyo nayo huko Yerusalemu iku-

balike kwa watakatifu; 32 ni-
pate kufika kwenu kwa fura-
ha, kama apendavyo Mungu,
nikapate kupumzika pamoja
nanyi. 33 Mungu wa amani
na awe pamoja nanyi nyote.
Amina.

*Salamu atoazo kwa watu
kadha wa kadha*

16 Namkabidhi kwenu
Fibi, ndugu yetu, aliye
mhudumu wa kanisa lililoko
Kenkrea; 2 kwamba mmpo-
kee katika Bwana, kama iwa-
pasavyo watakatifu; mkamsa-
idie katika neno lo lote ata-
kalohitaji kwenu; kwa sababu
yeye naye amekuwa msaidizi
wa watu wengi, akanisaidia
mimi pia.

3 Nisalimieni Priska na
Akila, watenda kazi pamoja
nami katika Kristo Yesu;
4 waliokuwa tayari hata kuka-
twa kichwa kwa ajili ya
maisha yangu; ambao nina-
washukuru, wala si mimi tu,
ila na makanisa ya Mataifa
yote pia; 5 nisalimieni na
kanisa lililomo katika nyu-
mba yao. Nisalimieni Epai-
neto, mpenzi wangu, aliye
malimbuko ya Asia kwa
Kristo. 6 Nisalimieni Mari-
amu, aliyejitaabisha sana kwa
ajili yenu. 7 Nisalimieni An-
droniko na Yunia, jamaa
zangu, waliofungwa pamoja

nami, ambao ni maarufu
miongoni mwa mitume; nao
walikuwa katika Kristo kabla
yangu. 8 Nisalimieni Ampli-
ato, mpenzi wangu katika
Bwana. 9 Nisalimieni Urba-
no, mtenda kazi pamoja nami
katika Kristo, na Stakisi,
mpenzi wangu. 10 Nisali-
mieni Apele, mwenye kuku-
baliwa katika Kristo. Nisa-
limieni watu wa nyumbani
mwa Aristobulo. 11 Nisa-
limieni Herodioni, jamaa ya-
ngu. Nisalimieni watu wa
nyumbani mwa Narkiso, walio
katika Bwana. 12 Nisali-
mieni Trifaina na Trifosa,
wenye bidii katika Bwana.
Nisalimieni Persisi, mpenzi
aliyejitahidi sana katika
Bwana. 13 Nisalimieni Rufo,
mteule katika Bwana, na
mamaye, aliye mama yangu
pia. 14 Nisalimieni Asinkrito,
Flegoni, Herme, Patroba,
Herma, na ndugu walio pa-
moja nao. 15 Nisalimieni
Filologo na Yulia, Nerea na
dada yake, na Olimpa, na
watakatifu wote walio pamoja
nao. 16 Salimianeni kwa
busu takatifu. Makanisa yote
ya Kristo yawasalimu.

17 Ndugu zangu, nawasihi,
waangalieni wale wafanyao
fitina na mambo ya kukwaza
kinyume cha mafundisho mli-
yojifunza; mkajiepushe nao.
18 Kwa sababu walio hivyo

hawamtumikii Bwana wetu Kristo, bali matumbo yao wenyewe; na kwa maneno laini na ya kujipendekeza waidanganya mioyo ya watu wanyofu. 19 Maana utii wenu umewafikilia watu wote; basi nafurahi kwa ajili yenu, lakini nataka ninyi kuwa wenye hekima katika mambo mema, na wajinga katika mambo mabaya. 20 Naye Mungu wa amani atamseta Shetani chini ya miguu yenu upesi.

Neema ya Bwana wetu Yesu Kristo na iwe pamoja nanyi. [Amina.]

21 Timotheo, mtenda kazi pamoja nami, awasalimu, na Lukio, na Yasoni, na Sosipatro, jamaa zangu. 22 Mimi Tertio, niliyeandika waraka huu, nawasalimu katika Bwana. 23 Gayo, mwenyeji wangu na wa Kanisa lote pia awasalimu. Erasto, wakili wa mji, awasalimu, na Kwarto, ndugu yetu.

24 [Neema ya Bwana wetu Yesu Kristo na iwe pamoja nanyi nyote. Amina.]

Sifa kwa Mungu

25 Sasa na atukuzwe yeye awezaye kuwafanya imara, sawasawa na injili yangu na kwa kuhubiriwa kwake Yesu Kristo, sawasawa na ufunuo wa ile siri iliyositirika tangu zamani za milele, 26 ikadhihirishwa wakati huu kwa maandiko ya manabii, ikajulikana na mataifa yote kama alivyoamuru Mungu wa milele, ili waitii Imani. 27 Ndiye Mungu mwenye hekima peke yake. Utukufu una yeye kwa Yesu Kristo, milele na milele. Amina.

WARAKA WA KWANZA WA PAULO MTUME

KWA

WAKORINTHO

Salamu na shukrani

1 Paulo, aliyeitwa kuwa mtume wa Yesu Kristo kwa mapenzi ya Mungu, na Sosthene ndugu yetu, 2 kwa kanisa la Mungu lililoko Korintho, wale waliotakaswa katika Kristo Yesu, walioitwa wawe watakatifu, pamoja na wote wanaoliitia jina la Bwana wetu Yesu Kristo kila mahali, Bwana wao na wetu. 3 Neema na iwe kwenu na amani, zitokazo kwa Mungu Baba yetu, na kwa Bwana Yesu Kristo.

4 Namshukuru Mungu sikuzote kwa ajili yenu, kwa sababu ya neema ya Mungu mliyopewa katika Kristo Yesu; 5 kwa kuwa katika kila jambo mlitajirika katika yeye, katika maneno yote, na maarifa yote; 6 kama ushuhuda wa Kristo ulivyothibitika kwenu; 7 hata hamkupungukiwa na karama yo yote, mkikutagamia sana kufunuliwa kwake Bwana wetu Yesu Kristo; 8 ambaye atawathibitisha hata mwisho, ili msilaumiwe siku ile ya Bwana wetu Yesu Kristo. 9 Mungu ni mwaminifu ambaye mliitwa na yeye mwingie katika ushirika wa Mwanawe, Yesu Kristo Bwana wetu.

Roho ya kupendelea viongozi ndani ya kanisa

10 Basi ndugu, nawasihi, kwa jina la Bwana wetu Yesu Kristo, kwamba nyote mnene mamoja; wala pasiwe kwenu faraka, bali mhitimu katika nia moja na shauri moja. 11 Kwa maana, ndugu zangu, nimearifiwa habari zenu na wale walio wa nyumbani mwa Kloe, ya kwamba iko fitina kwenu. 12 Basi, maana yangu ni hii, ya kwamba kila mtu wa kwenu husema, Mimi ni wa Paulo, na, Mimi ni wa Apolo, na, Mimi ni wa Kefa, na, Mimi ni wa Kristo. 13 Je! Kristo amegawanyika? Je! Paulo alisulibiwa kwa ajili yenu? Au je! mlibatizwa kwa jina la Paulo? 14 Nashukuru, kwa sababu sikumbatiza mtu kwenu, ila Krispo na Gayo; 15 mtu asije akasema kwamba mlibatizwa kwa iina langu. 16 Tena naliwabatiza watu wa nyumbani mwa Stefana; zaidi ya hao, sijui kama nalimbatiza mtu ye yote mwingine. 17 Maana Kristo hakunituma ili nibatize, bali niihubiri Habari Njema; wala si kwa hekima ya maneno, msalaba wa Kristo usije ukabatilika.

Nguvu ya msalaba

18 Kwa sababu neno la msalaba kwao wanaopotea ni upuzi, bali kwetu sisi tunaookolewa ni nguvu ya Mungu. 19 Kwa kuwa imeandikwa,

Nitaiharibu hekima yao wenye hekima,
Na akili zao wenye akili nitazikataa.

20 Yu wapi mwenye hekima? Yu wapi mwandishi? Yu wapi mleta hoja wa zamani hizi? Je! Mungu hakuifanya hekima ya dunia kuwa ni

upumbavu? 21 Kwa maana katika hekima ya Mungu, dunia isipopata kumjua Mungu kwa hekima yake, Mungu alipenda kuwaokoa waaminio kwa upuzi wa lile neno linalohubiriwa. 22 Kwa sababu Wayahudi wanataka ishara, na Wayunani wanatafuta hekima; 23 bali sisi tunamhubiri Kristo, aliyesulibiwa; kwa Wayahudi ni kikwazo, na kwa Wayunani ni upuzi; 24 bali kwao waitwao, Wayahudi kwa Wayunani, ni Kristo, nguvu ya Mungu, na hekima ya Mungu. 25 Kwa sababu upumbavu wa Mungu una hekima zaidi ya wanadamu, na udhaifu wa Mungu una nguvu zaidi ya wanadamu.

26 Maana, ndugu zangu, angalieni mwito wenu, ya kwamba si wengi wenye hekima ya mwilini, si wengi wenye nguvu, si wengi wenye cheo walioitwa; 27 bali Mungu aliyachagua mambo mapumbavu ya dunia awaaibishe wenye hekima; tena Mungu alivichagua vitu dhaifu vya dunia ili aviaibishe vyenye nguvu; 28 tena Mungu alivichagua vitu vinyonge vya dunia na vilivyodharauliwa, naam, vitu ambavyo haviko, ili avibatilishe vile vilivyoko; 29 mwenye mwili awaye yote asije akajisifu mbele za Mungu. 30 Bali kwa yeye

ninyi mmepata kuwa katika Kristo Yesu, aliyefanywa kwetu hekima itokayo kwa Mungu, na haki, na utakatifu, na ukombozi; 31 kusudi, kama ilivyoandikwa, Yeye aonaye fahari na aone fahari juu ya Bwana.

Ujuzi wa kibinadamu na mafunuo ya Mungu

2 Basi, ndugu zangu, mimi nilipokuja kwenu, sikuja niwahubiri siri ya Mungu kwa ufasaha wa maneno, wala kwa hekima. 2 Maana naliazimu nisijue neno lo lote kwenu ila Yesu Kristo, naye amesulibiwa. 3 Nami nalikuwako kwenu katika hali ya udhaifu na hofu na matetemeko mengi. 4 Na neno langu na kuhubiri kwangu hakukuwa kwa maneno ya hekima yenye kushawishi akili za watu, bali kwa dalili za Roho na za nguvu, 5 ili imani yenu isiwe katika hekima ya wanadamu, bali katika nguvu za Mungu.

6 Walakini iko hekima tusemayo kati ya wakamilifu; ila si hekima ya dunia hii, wala ya hao wanaoitawala dunia hii, wanaobatilika; 7 bali twanena hekima ya Mungu katika siri, ile hekima iliyofichwa, ambayo Mungu aliiazimu tangu milele, kwa utu-

kufu wetu; 8 ambayo wenye kuitawala dunia hii hawaijui hata mmoja; maana kama wangaliijua, wasingalimsulibisha Bwana wa utukufu; 9 lakini, kama ilivyoandikwa,

Mambo ambayo jicho halikuyaona wala sikio halikuyasikia,

(Wala hayakuingia katika moyo wa mwanadamu,)

Mambo ambayo Mungu aliwaandalia wampendao. 10 Lakini Mungu ametufunulia sisi kwa Roho. Maana Roho huchunguza yote, hata mafumbo ya Mungu. 11 Maana ni nani katika binadamu ayajuaye mambo ya binadamu ila roho ya binadamu iliyo ndani yake? Vivyo na mambo ya Mungu hakuna ayafahamuye ila Roho wa Mungu. 12 Lakini sisi hatukuipokea roho ya dunia, bali Roho atokaye kwa Mungu, makusudi tupate kuyajua tuliyokirimiwa na Mungu. 13 Nayo twayanena, si kwa maneno yanayofundishwa kwa hekima ya kibinadamu, bali yanayofundishwa na Roho, tukiyafasiri mambo ya rohoni kwa maneno ya rohoni. 14 Basi mwanadamu wa tabia ya asili hayapokei mambo ya Roho wa Mungu; maana kwake huyo ni upuzi, wala hawezi kuyafahamu, kwa kuwa yatambulikana kwa jinsi ya rohoni. 15 Lakini mtu wa rohoni huyatambua yote, wala yeye hatambuliwi na mtu. 16 Maana, Ni nani aliyeifahamu nia ya Bwana, amwelimishe? Lakini sisi tunayo nia ya Kristo.

Upendeleo walaumiwa

3 Lakini, ndugu zangu, mimi sikuweza kusema nanyi kama na watu wenye tabia ya rohoni, bali kama na watu wenye tabia ya mwilini, kama na watoto wachanga katika Kristo. 2 Naliwanywesha maziwa, sikuwalisha chakula; kwa kuwa mlikuwa hamjakiweza. Naam, hata sasa hamkiwezi, 3 kwa maana hata sasa ninyi ni watu wa tabia ya mwilini. Maana, ikiwa kwenu kuna husuda na fitina, je! si watu wa tabia ya mwilini ninyi; tena mnaenenda kwa jinsi ya kibinadamu? 4 Maana hapo mtu mmoja asemapo, Mimi ni wa Paulo; na mwingine, Mimi ni wa Apolo, je! ninyi si wanadamu? 5 Basi Apolo ni nani? na Paulo ni nani? Ni wahudumu ambao kwao mliamini; na kila mtu kama Bwana alivyompa. 6 Mimi nilipanda, Apolo akatia maji; bali mwenye kukuza ni Mungu. 7 Hivyo, apandaye si kitu, wala atiaye maji, bali

Mungu akuzaye. 8 Basi yeye apandaye, na yeye atiaye maji ni wamoja, lakini kila mtu atapata thawabu yake mwenyewe sawasawa na taabu yake mwenyewe. 9 Maana sisi tu wafanya kazi pamoja na Mungu; ninyi ni shamba la Mungu, ni jengo la Mungu.

Madaraka waliyo nayo waalimu

10 Kwa kadiri ya neema ya Mungu niliyopewa, mimi, kama mkuu wa wajenzi mwenye hekima, naliuweka msingi, na mtu mwingine anajenga juu yake. Lakini kila mtu na aangalie jinsi anavyojenga juu yake. 11 Maana msingi mwingine hakuna mtu awezaye kuuweka, isipokuwa ni ule uliokwisha kuwekwa, yaani, Yesu Kristo. 12 Lakini kama mtu akijenga juu ya msingi huo, dhahabu au fedha au mawe ya thamani, au miti au majani au manyasi, 13 kazi ya kila mtu itakuwa dhahiri. Maana siku ile itaidhihirisha, kwa kuwa yafunuliwa katika moto; na ule moto wenyewe utaijaribu kazi ya kila mtu, ni ya namna gani. 14 Kazi ya mtu aliyoijenga juu yake ikikaa, atapata thawabu. 15 Kazi ya mtu ikiteketea, atapata hasara; ila yeye mwenyewe ataokolewa; lakini ni kama kwa moto.

16 Hamjui ya kuwa ninyi mmekuwa hekalu la Mungu, na ya kuwa Roho wa Mungu anakaa ndani yenu? 17 Kama mtu akiliharibu hekalu la Mungu, Mungu atamharibu mtu huyo. Kwa maana hekalu la Mungu ni takatifu, ambalo ndilo ninyi.

18 Mtu asijidanganye mwenyewe; kama mtu akijiona kuwa mwenye hekima miongoni mwenu katika dunia hii, na awe mpumbavu, ili apate kuwa mwenye hekima. 19 Maana hekima ya dunia hii ni upuzi mbele za Mungu. Kwa maana imeandikwa, Yeye ndiye awanasaye wenye hekima katika hila yao. 20 Na tena, Bwana anayafahamu mawazo ya wenye hekima ya kwamba ni ya ubatili. 21 Basi, mtu ye yote na asijisifie wanadamu. Kwa maana vyote ni vyenu; 22 kwamba ni Paulo, au Apolo, au Kefa; au dunia, au uzima, au mauti; au vile vilivyopo sasa, au vile vitakavyokuwapo; vyote ni vyenu; 23 nanyi ni wa Kristo, na Kristo ni wa Mungu.

Madaraka ambayo mitume wamepewa na Mungu

4 Mtu na atuhesabu hivi, kuwa tu watumishi wa

Kristo, na mawakili wa siri za Mungu. 2 Hapo tena inayohitajiwa katika mawakili, ndiyo mtu aonekane kuwa mwaminifu. 3 Lakini, kwangu mimi, si kitu kabisa nihukumiwe na ninyi, wala kwa hukumu ya kibinadamu, wala sijihukumu hata nafsi yangu. 4 Maana sijui sababu ya kujishitaki nafsi yangu, lakini sihesabiwi haki kwa ajili hiyo; ila anihukumuye mimi ni Bwana. 5 Basi ninyi msihukumu neno kabla ya wakati wake, hata ajapo Bwana; ambaye atayamulikisha yaliyositirika ya giza, na kuyadhihirisha mashauri ya mioyo; ndipo kila mtu atakapoipata sifa yake kwa Mungu.

6 Basi ndugu, mambo hayo nimeyafanya kuwa mfano wa mimi na Apolo kwa ajili yenu, ili kwamba kwa mfano wetu mpate kujifunza kutokupita yale yaliyoandikwa; ili mmoja wenu asijivune kwa ajili ya huyu, kinyume cha mwenziwe. 7 Maana ni nani anayekupambanua na mwingine? nawe una nini usichokipokea? Lakini iwapo ulipokea, wajisifia nini kana kwamba hukupokea? 8 Mmekwisha kushiba, mmekwisha kupata utajiri, mmemiliki pasipo sisi. Naam, laiti mngemiliki, ili sisi nasi tumiliki pamoja nanyi! 9 Maana nadhani ya

kuwa Mungu ametutoa sisi mitume mwisho, kama watu waliohukumiwa wauawe; kwa sababu tumekuwa tamasha kwa dunia; kwa malaika na wanadamu. 10 Sisi tu wapumbavu kwa ajili ya Kristo, lakini ninyi ni wenye akili katika Kristo; sisi tu dhaifu, lakini ninyi mna nguvu; ninyi mna utukufu, lakini sisi hatupati heshima. 11 Hata saa hii ya sasa, tuna njaa na kiu, tu uchi, twapigwa ngumi, tena hatuna makao; 12 kisha twataabika tukifanya kazi kwa mikono yetu wenyewe. Tukitukanwa twabariki, tukiudhiwa twastahimili; 13 tukisingiziwa twasihi; tumefanywa kama takataka za dunia, na tama ya vitu vyote hata sasa.

Mashauri na maonyo yatolewayo kama na baba

14 Siyaandiki hayo ili kuwatahayarisha; bali kuwaonya kama watoto niwapendao. 15 Kwa kuwa ijapokuwa mna waalimu kumi elfu katika Kristo, walakini hamna baba wengi. Maana mimi ndimi niliyewazaa katika Kristo Yesu kwa njia ya Injili. 16 Basi, nawasihi mnifuate mimi. 17 Kwa sababu hii nimemtuma Timotheo kwenu, aliye mwanangu mpendwa,

mwaminifu katika Bwana, atakayewakumbusha njia zangu zilizo katika Kristo, kama vile nifundishavyo kila mahali katika kila kanisa. 18 Basi wengine wamejivuna kana kwamba siji kwenu. 19 Lakini nitakuja kwenu upesi, nikijaliwa, nami nitafahamu, si neno lao tu waliojivuna, bali nguvu zao. 20 Maana ufalme wa Mungu hauwi katika neno, bali katika nguvu. 21 Mnataka vipi? Nije kwenu na fimbo, au nije katika upendo na roho ya upole?

Habari ya zinaa mbaya sana

5 Yakini habari imeenea ya kuwa kwenu kuna zinaa, na zinaa ya namna isiyokuwako hata katika Mataifa, kwamba mtu awe na mke wa babaye. 2 Nanyi mwajivuna, wala hamkusikitika, ili kwamba aondolewe miongoni mwenu huyo aliyetenda jambo hilo. 3 Kwa maana kweli, nisipokuwapo kwa mwili, lakini nikiwapo kwa roho, mimi mwenyewe nimekwisha kumhukumu yeye aliyetenda jambo hilo, kana kwamba nikiwapo. 4 Katika jina la Bwana wetu Yesu, ninyi mkiwa mmekusanyika pamoja na roho yangu, pamoja na uweza wa Bwana wetu Yesu; 5 kumtolea Shetani mtu huyo, ili mwili uadhibiwe, ili na roho iokolewe katika siku ya Bwana Yesu. 6 Kujisifu kwenu si kuzuri. Hamjui kwamba chachu kidogo hulichachusha donge zima? 7 Basi, jisafisheni, mkatoe ile chachu ya kale, mpate kuwa donge jipya, kama vile mlivyo hamkutiwa chachu. Kwa maana Pasaka wetu amekwisha kutolewa kuwa sadaka, yaani, Kristo; 8 basi na tuifanye karamu, si kwa chachu ya kale, wala kwa chachu ya uovu na ubaya, bali kwa yasiyochachika, ndio weupe wa moyo na kweli.

9 Naliwaandikia katika waraka wangu, kwamba msichangamane na wazinzi. 10 Sisemi msichangamane kabisa na wazinzi wa dunia hii, au na wenye kutamani, au na wanyang'anyi, au na wenye kuabudu sanamu; maana hapo ingewalazimu kutoka katika dunia. 11 Lakini, mambo yalivyo, naliwaandikia kwamba msichangamane na mtu aitwaye ndugu, akiwa ni mzinzi au mwenye kutamani au mwenye kuabudu sanamu au mtukanaji au mlevi au mnyang'anyi; mtu wa namna hii msikubali hata kula naye. 12 Maana yanihusu nini kuwahukumu wale walio nje? Ninyi hamwahukumu hao walio ndani? 13 Lakini hao walio nje Mungu atawahukumu. Ninyi mwo-

ndoeni yule mbaya miongoni mwenu.

Daawa kati ya Wakristo

6 Je! mtu wa kwenu akiwa ana daawa juu ya mwenzake athubutu kushitaki mbele ya wasio haki, wala si mbele ya watakatifu? 2 Au hamjui ya kwamba watakatifu watauhukumu ulimwengu? Na ikiwa ulimwengu utahukumiwa na ninyi, je! hamstahili kukata hukumu zilizo ndogo? 3 Hamjui ya kuwa tutawahukumu malaika, basi si zaidi sana mambo ya maisha haya? 4 Basi, mkiwa na mahali panapohukumiwa mambo ya maisha haya, mwawaweka kuwa waamuzi hao waliohesabiwa kuwa si kitu katika kanisa? 5 Nasema hayo nipate kuwatahayarisha. Je! ndivyo, kwamba kwenu hakuna hata mtu mmoja mwenye hekima, awezaye kukata maneno ya ndugu zake? 6 Bali mwashitakiana, ndugu kwa ndugu, tena mbele yao wasioamini. 7 Basi imekuwa upungufu kwenu kabisa kwamba mnashitakiana ninyi kwa ninyi. Maana si afadhali kudhulumiwa? Maana si afadhali kunyang'anywa mali zenu? 8 Bali kinyume cha hayo ninyi wenyewe mwadhulumu watu na kunyang'anya mali zao;

naam, hata za ndugu zenu. 9 Au hamjui ya kuwa wadhalimu hawataurithi ufalme wa Mungu? Msidanganyike; waasherati hawataurithi ufalme wa Mungu, wala waabudu sanamu, wala wazinzi, wala wafiraji, wala walawiti, 10 wala wevi, wala watamano, wala walevi, wala watukanaji, wala wanyang'anyi. 11 Na baadhi yenu mlikuwa watu wa namna hii; lakini mlioshwa, lakini mlitakaswa, lakini mlihesabiwa haki katika jina la Bwana Yesu Kristo, na katika Roho wa Mungu wetu.

Uzinzi haupatani na maisha ya Kikristo

12 Vitu vyote ni halali kwangu, lakini si vyote vifaavyo; vitu vyote ni halali kwangu, lakini mimi sitatiwa chini ya uwezo wa kitu cho chote. 13 Vyakula ni kwa tumbo, na tumbo ni kwa vyakula; lakini Mungu atavitowesha vyote viwili, tumbo na vyakula. Lakini mwili si kwa zinaa, bali ni kwa Bwana, naye Bwana ni kwa mwili. 14 Naye Mungu alimfufua Bwana, na tena atatufufua sisi kwa uweza wake. 15 Je! hamjui ya kuwa miili yenu ni viungo vya Kristo? Basi nivitwae viungo vya Kristo na kuvifanya viungo vya kahaba? Hasha!

16 Au hamjui ya kuwa yeye aliyeungwa na kahaba ni mwili mmoja naye? Maana asema, Wale wawili watakuwa mwili mmoja. 17 Lakini yeye aliyeungwa na Bwana ni roho moja naye. 18 Ikimbieni zinaa. Kila dhambi aitendayo mwanadamu ni nje ya mwili wake; ila yeye afanyaye zinaa hutenda dhambi juu ya mwili wake mwenyewe. 19 Au hamjui ya kuwa mwili wenu ni hekalu la Roho Mtakatifu aliye ndani yenu, mliyepewa na Mungu? 20 Wala ninyi si mali yenu wenyewe; maana mlinunuliwa kwa thamani. Sasa basi, mtukuzeni Mungu katika miili yenu.

Maswali juu ya ndoa, kutokuoa, na talaka

7 Basi kwa habari ya mambo yale mliyoandika, ni heri mwanamume asimguse mwanamke. 2 Lakini kwa sababu ya zinaa kila mwanamume na awe na mke wake mwenyewe, na kila mwanamke na awe na mume wake mwenyewe. 3 Mume na ampe mkewe haki yake, na vivyo hivyo mke na ampe mumewe haki yake. 4 Mke hana amri juu ya mwili wake, bali mumewe; vivyo hivyo mume hana amri juu ya mwili wake, bali mkewe. 5 Msinyimane isipokuwa mme-patana kwa muda, ili mpate faragha kwa kusali; mkajiane tena, Shetani asije akawajaribu kwa kutokuwa na kiasi kwenu. 6 Lakini nasema hayo, kwa kutoa idhini yangu, si kwa amri. 7 Ila nipendalo ni kwamba watu wote wawe kama mimi nilivyo; walakini kila mtu ana karama yake mwenyewe itokayo kwa Mungu, huyu hivi, na huyu hivi.

8 Lakini nawaambia wale wasiooa bado, na wajane, Ni heri wakae kama mimi nilivyo. 9 Lakini ikiwa hawawezi kujizuia, na waoe; maana ni afadhali kuoa kuliko kuwaka tamaa.

10 Lakini wale waliokwisha kuoana nawaagiza; wala hapo si mimi, ila Bwana; mke asiachane na mumewe; 11 lakini, ikiwa ameachana naye, na akae asiolewe, au apatane na mumewe; tena mume asimwache mkewe.

12 Lakini watu wengine nawaambia mimi, wala si Bwana; ya kwamba iwapo ndugu mmoja ana mke asiyeamini, na mke huyo anakubali kukaa naye, asimwache. 13 Na mwanamke, ambaye ana mume asiyeamini, na mume huyo anakubali kukaa naye, asimwache mumewe. 14 Kwa maana yule mume asiyeamini hutakaswa katika mkewe; na yule mke asiyeamini huta-

kaswa katika mumewe; kama isingekuwa hivyo, watoto wenu wangekuwa si safi; bali sasa ni watakatifu. 15 Lakini yule asiyeamini akiondoka, na aondoke. Hapo huyo ndugu mume au ndugu mke hafungiki. Lakini Mungu ametuita katika amani. 16 Kwa maana waujuaje, wewe mwanamke, kama utamwokoa mumeo? au waujuaje, wewe mwanamume, kama utamwokoa mkeo? 17 Lakini kama Bwana alivyomgawia kila mtu, kama Mungu alivyomwita kila mtu, na aenende vivyo hivyo. Ndivyo ninavyoagiza katika makanisa yote. 18 Je! mtu fulani ameitwa hali amekwisha kutahiriwa? asijifanye kana kwamba hakutahiriwa. Mtu fulani ameitwa hali hajatahiriwa bado? basi asitahiriwe. 19 Kutahiriwa si kitu, na kutokutahiriwa si kitu; bali kuzihifadhi amri za Mungu. 20 Kila mtu na akae katika hali ile ile ambayo alikuwa nayo alipoitwa. 21 Je! uliitwa u mtumwa? usione ni vibaya; lakini kama ukiweza kuwa na uhuru, afadhali kuutumia. 22 Kwa maana yeye aliyeitwa katika Bwana hali ya utumwa, ni huru wa Bwana. Vivyo hivyo yeye naye aliyeitwa hali ya uhuru, ni mtumwa wa Kristo. 23 Mlinunuliwa kwa thamani; msiwe watumwa wa wanadamu. 24 Ndugu zangu, kila mtu na akae mbele za Mungu katika hali iyo hiyo aliyoitwa nayo.

25 Kwa habari za wanawali sina amri ya Bwana, lakini natoa shauri langu, mimi niliyejaliwa kwa rehema za Bwana kuwa mwaminifu. 26 Basi, naona hili kuwa jema, kwa ajili ya shida iliyopo, kwamba ni vema mtu akae kama alivyo 27 Je! umefungwa kwa mke? usitake kufunguliwa. Umefunguliwa? usitafute mke. 28 Lakini, kama ukioa, huna hatia; wala mwanamwali akiolewa, hana hatia; lakini watu kama hao watakuwa na dhiki katika mwili; nami nataka kuwazuilia hayo. 29 Lakini, ndugu, nasema hivi, muda ubakio si mwingi; basi tokea sasa wale walio na wake na wawe kama hawana; 30 na wale waliao kama hawalii; na wale wafurahio kama hawafurahi; na wale wanunuao, kama hawana kitu. 31 Na wale wautumiao ulimwengu huu, kama hawautumii sana; kwa maana mambo ya ulimwengu huu yanapita. 32 Lakini nataka msiwe na masumbufu. Yeye asiyeoa hujishughulisha na mambo ya Bwana, ampendezeje Bwana; 33 bali yeye aliyeoa hujishughulisha na mambo ya dunia hii, jinsi atakavyompendeza mkewe. 34 Tena iko tofauti

hii kati ya mke na mwana-mwali. Yeye asiyeolewa hujishughulisha na mambo ya Bwana, apate kuwa mtakatifu mwili na roho. Lakini yeye aliyeolewa hujishughulisha na mambo ya dunia hii, jinsi atakavyompendeza mumewe. 35 Nasema hayo niwafaidie; si kwamba niwategee tanzi, bali kwa ajili ya vile vipendezavyo, tena mpate kumhudumia Bwana pasipo kuvutwa na mambo mengine. 36 Lakini mtu awaye yote akiona ya kuwa hamtendei mwanamwali wake vipendezavyo, na ikiwa huyo amepita uzuri wa ujana wake, na ikiwapo haja, basi, afanye apendavyo, hatendi dhambi; na awaruhusu waoane. 37 Lakini yeye aliyesimama kwa uthabiti wa moyo wake, hana sharti, lakini aweza kuyatawala mapenzi yake, tena amekusudia moyoni mwake kumlinda mwanamwali wake, atatenda vema. 38 Basi, hivyo na amwozaye mwanamwali wake afanya vema; na yeye asiyemwoza atazidi kufanya vema.

39 Mwanamke hufungwa maadamu mumewe yu hai, lakini ikiwa mumewe amefariki, yu huru kuolewa na mtu ye yote amtakaye; katika Bwana tu. 40 Lakini heri yeye zaidi akikaa kama alivyo; ndivyo nionavyo mimi; nami nadhani ya kuwa mimi nami nina Roho wa Mungu.

Swali juu ya sadaka zitolewazo kwa sanamu

8 Na kwa habari ya vitu vilivyotolewa sadaka kwa sanamu; twajua ya kuwa sisi sote tuna ujuzi. Ujuzi huleta majivuno, bali upendo hujenga. 2 Mtu akidhani ya kuwa anajua neno, hajui neno lo lote bado, kama impasavyo kujua. 3 Lakini mtu akimpenda Mungu, huyo amejulikana naye. 4 Basi, kwa habari ya kuvila vitu vilivyotolewa sadaka kwa sanamu; twajua ya kuwa sanamu si kitu katika ulimwengu, na ya kuwa hakuna Mungu ila mmoja tu. 5 Kwa maana ijapokuwa wako waitwao miungu, ama mbinguni ama duniani, kama vile walivyoko miungu mingi na mabwana wengi; 6 lakini kwetu sisi Mungu ni mmoja tu, aliye Baba, ambaye vitu vyote vimetoka kwake, nasi tunaishi kwake; yuko na Bwana mmoja Yesu Kristo, ambaye kwake vitu vyote vimekuwapo, na sisi kwa yeye huyo.

Ipasavyo kuitunza dhamiri ya ndugu mnyonge

7 Bali ujuzi huu haumo ndani ya watu wote; ila

wengine kwa kuizoelea ile sanamu hata sasa hula kana kwamba ni kitu kilichotolewa sadaka kwa sanamu; na dhamiri zao, kwa kuwa dhaifu, hunajisika. 8 Lakini chakula hakituhudhurishi mbele za Mungu; maana, tusipokula hatupunguziwi kitu, wala tukila, hatuongezewi kitu. 9 Lakini angalieni huu uwezo wenu usije ukawakwaza wale walio dhaifu. 10 Kwa maana, mtu akikuona wewe uliye na ujuzi, umeketi chakulani ndani ya hekalu la sanamu, je! dhamiri yake mtu huyo, kwa kuwa yu dhaifu, haitathibitika hata yeye naye ale vitu vilivyotolewa sadaka kwa sanamu? 11 Na yule aliye dhaifu aangamizwa kwa ujuzi wako, naye ni ndugu ambaye Kristo alikufa kwa ajili yake. 12 Hivyo, mkiwatenda dhambi ndugu zenu na kuitia jeraha dhamiri iliyo dhaifu, mnamtenda dhambi Kristo. 13 Kwa hiyo, chakula kikimkwaza ndugu yangu, hakika sitakula nyama hata milele, nisije nikamkwaza ndugu yangu.

Jinsi mtume alivyojinyima haki zake

9 Je! mimi si huru? mimi si mtume? mimi sikumwona Yesu Bwana wetu? ninyi si kazi yangu katika Bwana? 2 Kwa maana ikiwa mimi si mtume kwa wengine, lakini ni mtume kwenu ninyi; kwa maana ninyi ndinyi muhuri ya utume wangu katika Bwana. 3 Hilo ndilo jawabu langu kwa wale wanaoniuliza. 4 Je! hatuna uwezo wa kula na kunywa? 5 Hatuna uwezo kuchukua pamoja nasi mke aliye ndugu, kama wao mitume wengine, na ndugu wa Bwana, na Kefa? 6 Au je! ni mimi peke yangu na Barnaba tusio na uwezo wa kutokufanya kazi. 7 Ni askari gani aendaye vitani wakati wo wote kwa gharama zake mwenyewe? Ni nani apandaye mizabibu asiyekula katika matunda yake? Au ni nani achungaye kundi, asiyekunywa katika maziwa ya kundi? 8 Je! ninanena hayo kwa kibinadamu? Au torati nayo haisemi yayo hayo? 9 Kwa maana katika torati ya Musa imeandikwa, Usimfunge kinywa ng'ombe apurapo nafaka. Je! hapo Mungu aangalia mambo ya ng'ombe? 10 Au yamkini anena hayo kwa ajili yetu? Naam, yaliandikwa kwa ajili yetu; kwa kuwa alimaye nafaka ni haki yake kulima kwa matumaini; naye apuraye nafaka ni haki yake kutumaini kupata sehemu yake. 11 Ikiwa sisi tuliwapandia ninyi vitu vya rohoni, je! ni neno kubwa tukivuna vitu vyenu vya mwilini? 12 Ikiwa wengine wanashiriki uwezo huu juu yenu, sisi si zaidi? Lakini hatukuutumia uwezo huo; bali twayavumilia mambo yote tusije tukaizuia Habari Njema ya Kristo. 13 Hamjui ya kuwa wale wazifanyao kazi za hekaluni hula katika vitu vya hekalu, na wale waihudumiao madhabahu huwa na fungu lao katika vitu vya madhabahu? 14 Na Bwana vivyo hivyo ameamuru kwamba wale waihubirio Injili wapate riziki kwa hiyo Injili. 15 Lakini mimi sikutumia mambo hayo hata moja. Wala siyaandiki hayo ili iwe hivyo kwangu mimi; maana ni heri nife kuliko mtu awaye yote abatilishe huku kujisifu kwangu. 16 Maana, ijapokuwa nahubiri Injili, sina la kujisifia; maana nimewekewa sharti; tena ole wangu nisipoihubiri Injili! 17 Maana nikiitenda kazi hii kwa hiari yangu nina thawabu; ila ikiwa si kwa hiari yangu, nimeaminiwa uwakili. 18 Basi thawabu yangu ni nini? Ni hii, ya kuwa nihubiripo, nitaitoa Injili bila gharama, bila kutumia kwa utimilifu uwezo wangu nilio nao katika Injili.

Bidii yake akitafuta watu wapate kumwamini Kristo

19 Maana, ingawa nimekuwa huru kwa watu wote, nalijifanya mtumwa wa wote, ili nipate watu wengi zaidi. 20 Nalikuwa kama Myahudi kwa Wayahudi, ili niwapate Wayahudi; kwa wale walio chini ya sheria, nalikuwa kama chini ya sheria, (ingawa mimi mwenyewe si chini ya sheria), ili niwapate walio chini ya sheria. 21 Kwa wale wasio na sheria nalikuwa kama sina sheria, (si kwamba sina sheria mbele za Mungu, bali mwenye sheria mbele za Kristo), ili niwapate hao wasio na sheria. 22 Kwa wanyonge nalikuwa mnyonge, ili niwapate wanyonge. Nimekuwa hali zote kwa watu wote, ili kwa njia zote nipate kuwaokoa watu. 23 Nami nafanya mambo yote kwa ajili ya Injili ili kuishiriki pamoja na wengine.

Kujitahidi ili kupata kushinda

24 Je! hamjui, ya kuwa wale washindanao kwa kupiga mbio, hupiga mbio wote, lakini apokeaye tuzo ni mmoja? Pigeni mbio namna hiyo, ili mpate. 25 Na kila ashindanaye katika michezo hujizuia katika yote; basi hao hufanya hivyo kusudi wapokee taji

iharibikayo; bali sisi tupokee taji isiyoharibika. 26 Hata mimi napiga mbio vivyo hivyo, si kama asitaye; napigana ngumi vivyo hivyo, si kama apigaye hewa; 27 bali nautesa mwili wangu na kuutumikisha; isiwe, nikiisha kuwahubiri wengine, mwenyewe niwe mtu wa kukataliwa.

Maonyo yatolewayo katika habari za Waisraeli

10 Kwa maana, ndugu zangu, sipendi mkose kufahamu ya kuwa baba zetu walikuwa wote chini ya wingu; wote wakapita kati ya bahari; 2 wote wakabatizwa wawe wa Musa katika wingu na katika bahari; 3 wote wakala chakula kile kile cha roho; 4 wote wakanywa kinywaji kile kile cha roho; kwa maana waliunywea mwamba wa roho uliowafuata; na mwamba ule ulikuwa ni Kristo. 5 Lakini wengi sana katika wao, Mungu hakupendezwa nao; maana waliangamizwa jangwani. 6 Basi mambo hayo yalikuwa mifano kwetu, kusudi sisi tusiwe watu wa kutamani mabaya, kama wale nao walivyotamani. 7 Wala msiwe waabudu sanamu, kama wengine wao walivyokuwa; kama ilivyoandikwa, Watu waliketi

kula na kunywa, kisha wakasimama wacheze. 8 Wala tusifanye uasherati, kama wengine wao walivyofanya, wakaanguka siku moja watu ishirini na tatu elfu. 9 Wala tusimjaribu Bwana, kama wengine wao walivyomjaribu, wa-·kaharibiwa na nyoka. 10 Wala msinung'unike, kama wengine wao walivyonung'unika, wakaharibiwa na mharabu. 11 Basi mambo hayo yaliwapata wao kwa jinsi ya mifano, yakaandikwa ili kutuonya sisi, tuliofikiliwa na miisho ya zamani. 12 Kwa hiyo anayejidhania kuwa amesimama na aangalie asianguke. 13 Jaribu halikuwapata ninyi, isipokuwa lililo kawaida ya wanadamu; ila Mungu ni mwaminifu; ambaye hatawaacha mjaribiwe kupita mwezavyo; lakini pamoja na lile jaribu atafanya na mlango wa kutokea, ili mweze kustahimili.

Ipasavyo kujiepusha na kuabudu sanamu

14 Kwa ajili ya hayo, wapenzi wangu, ikimbieni ibada ya sanamu. 15 Nasema kama na watu wenye akili; lifikirini ninyi ninenalo. 16 Kikombe kile cha baraka tukibarikicho, je! si ushirika wa damu ya Kristo? Mkate ule tuumegao, si ushirika wa mwili wa

Kristo? 17 Kwa kuwa mkate ni mmoja, sisi tulio wengi tu mwili mmoja; kwa maana sisi sote twapokea sehemu ya ule mkate mmoja. 18 Waangalieni hao Waisraeli walivyokuwa kwa jinsi ya mwili; wale wazilao dhabihu, je! hawana shirika na madhabahu? 19 Basi niseme nini? ya kwamba kile kilichotolewa sadaka kwa sanamu ni kitu? au ya kwamba sanamu ni kitu? 20 Sivyo, lakini vitu vile wavitoavyo sadaka wavitoa kwa mashetani, wala si kwa Mungu; nami sipendi ninyi kushirikiana na mashetani. 21 Hamwezi kunywea kikombe cha Bwana na kikombe cha mashetani. Hamwezi kushirikiana katika meza ya Bwana na katika meza ya mashetani. 22 Au twamtia Bwana wivu? Je ! tuna nguvu zaidi ya yeye?

23 Vitu vyote ni halali; bali si vitu vyote vifaavyo. Vitu vyote ni halali; bali si vitu vyote vijengavyo. 24 Mtu asitafute faida yake mwenyewe, bali ya mwenzake. 25 Kila kitu kiuzwacho sokoni kuleni, bila kuuliza-uliza, kwa ajili ya dhamiri; 26 maana, Dunia ni mali ya Bwana na vyote viijazavyo. 27 Na mtu asiyeamini akiwaalika, nanyi mnataka kwenda, kuleni kila kitu kiwekwacho mbele yenu bila kuuliza-uliza, kwa ajili ya dhamiri. 28 Lakini mtu akiwaambia, Kitu hiki kimetolewa kiwe sadaka, msile, kwa ajili yake yeye aliyeonyesha, na kwa ajili ya dhamiri. 29 Nasema, dhamiri, lakini si yako, bali ya yule mwingine. Maana kwa nini uhuru wangu uhukumiwe na dhamiri ya mtu mwingine? 30 Ikiwa mimi natumia sehemu yangu kwa shukrani, kwa nini nitukanwe, kwa ajili ya kitu nikishukuriacho? 31 Basi, mlapo, au mnywapo, au mtendapo neno lo lote, fanyeni yote kwa utukufu wa Mungu. 32 Msiwakoseshe Wayahudi wala Wayunani wala kanisa la Mungu; 33 vile vile kama mimi niwapendezavyo watu wote katika mambo yote, nisitake faida yangu mwenyewe, ila faida yao walio wengi, wapate kuokolewa.

Yapasa wanawake wafunikwe kichwa katika mikutano ya kanisa

11 Mnifuate mimi kama mimi ninavyomfuata Kristo. 2 Basi nawasifu, kwa sababu mmenikumbuka katika mambo yote, nanyi mmeyashika yale mapokeo vile vile kama nilivyowatolea. 3 Lakini nataka mjue ya kuwa kichwa cha kila mwanamume ni Kristo, na kichwa cha mwanamke ni mwanamume, na kichwa cha Kristo ni Mungu. 4 Kila mwanamume, asalipo, au anapohutubu, naye amefunikwa kichwa, yuaaibisha kichwa chake. 5 Bali kila mwanamke asalipo, au anapohutubu, bila kufunika kichwa, yuaaibisha kichwa chake; kwa maana ni sawa-sawa na yule aliyenyolewa. 6 Maana mwanamke asipofunikwa na akatwe nywele. Au ikiwa ni aibu mwanamke kukatwa nywele zake au ku-nyolewa, na afunikwe. 7 Kwa maana kweli haimpasi mwa-namume kufunikwa kichwa, kwa sababu yeye ni mfano na utukufu wa Mungu. Lakini mwanamke ni utukufu wa mwanamume. 8 Maana mwa-namume hakutoka katika mwanamke, bali mwanamke katika mwanamume. 9 Wala mwanamume hakuumbwa kwa ajili ya mwanamke, bali mwa-namke kwa ajili ya mwana-mume. 10 Kwa hiyo imem-pasa mwanamke awe na dalili ya kumilikiwa kichwani, kwa ajili ya malaika. 11 Walakini si mwanamke pasipo mwana-mume, wala mwanamume pa-sipo mwanamke, katika Bwa-na. 12 Maana kama mwana-mke alitoka katika mwana-mume, vile vile mwanamume naye huzaliwa na mwanamke;

na vitu vyote asili yake hutoka kwa Mungu. 13 Hukumuni ninyi wenyewe katika nafsi zenu. Je! inapendeza mwa-namke amwombe Mungu asi-pofunikwa kichwa? 14 Je! hayo maumbile yenyewe haya-wafundishi ya kwamba mwa-namume akiwa na nywele ndefu ni aibu kwake? 15 La-kini mwanamke akiwa na nywele ndefu ni fahari kwake. Kwa sababu amepewa zile nywele ndefu ili ziwe badala ya mavazi. 16 Lakini mtu ye yote akitaka kuleta fitina, sisi hatuna desturi kama hiyo, wala makanisa ya Mungu.

Karamu ya Bwana iaibishwavyo

17 Lakini katika kuagiza haya, siwasifu, ya kwamba mnakusanyika, si kwa faida bali kwa hasara. 18 Kwa maana kwanza mkutanikapo kanisani nasikia kuna faraka kwenu; nami nusu nasadiki; 19 kwa maana lazima kuwapo na uzushi kwenu, ili walioku-baliwa wawe dhahiri kwenu. 20 Basi mkutanikapo pamoja haiwezekani kula chakula cha Bwana; 21 kwa maana kila mmoja hutangulia kutwaa cha-kula chake katika kule kula; hata huyu ana njaa, na huyu amelewa. 22 Je! hamna nyu-

mba za kulia na kunywea? Au mnalidharau kanisa la Mungu, na kuwatahayarisha hao wasio na kitu? Niwaambieni? Niwasifu? La! Siwasifu kwa ajili ya hayo.

Karamu ya Bwana ilivyoanzishwa

23 Kwa maana mimi nalipokea kwa Bwana niliyowapa nanyi, ya kuwa Bwana Yesu usiku ule aliotolewa alitwaa mkate, 24 naye akiisha kushukuru akaumega, akasema, Huu ndio mwili wangu ulio kwa ajili yenu; fanyeni hivi kwa ukumbusho wangu. 25 Na vivi hivi baada ya kula akakitwaa kikombe, akisema, Kikombe hiki ni agano jipya katika damu yangu; fanyeni hivi kila mnywapo, kwa ukumbusho wangu. 26 Maana kila mwulapo mkate huu na kukinywea kikombe hiki, mwaitangaza mauti ya Bwana hata ajapo.

Kula na kunywa Karamuni kwa njia isiyo halali

27 Basi kila aulaye mkate huo, au kukinywea kikombe hicho cha Bwana isivyostahili, atakuwa amejipatia hatia ya mwili na damu ya Bwana. 28 Lakini mtu ajihoji mwenyewe, na hivyo aule mkate, na kukinywea kikombe. 29 Maana alaye na kunywa, hula na kunywa hukumu ya nafsi yake, kwa kutokuupambanua ule mwili. 30 Kwa sababu hiyo wako wengi kwenu walio hawawezi na dhaifu, na watu kadha wa kadha wamelala. 31 Lakini kama tungejipambanua nafsi zetu, tusingehukumiwa. 32 Ila tuhukumiwapo, twarudiwa na Bwana, isije ikatupasa adhabu pamoja na dunia. 33 Kwa hiyo, ndugu zangu, mkutanikapo mpate kula, mngojane; 34 mtu akiwa na njaa, na ale nyumbani kwake; msipate kukutanika kwa hukumu. Na hayo yaliyosalia nijapo nitayatengeneza.

Karama za kiroho zilivyo na umoja na zilivyo mbalimbali

12 Basi, ndugu zangu, kwa habari ya karama za roho, sitaki mkose kufahamu. 2 Mwajua ya kuwa mlipokuwa watu wa Mataifa, mlichukuliwa kufuata sanamu zisizonena, kama mlivyoongozwa. 3 Kwa hiyo nawaarifu, ya kwamba hakuna mtu anenaye katika Roho wa Mungu, kusema, Yesu amelaaniwa; wala hawezi mtu kusema, Yesu ni Bwana, isipokuwa katika Roho Mtakatifu.

4 Basi pana tofauti za

karama; bali Roho ni yeye yule. 5 Tena pana tofauti za huduma, na Bwana ni yeye yule. 6 Kisha pana tofauti za kutenda kazi, bali Mungu ni yeye yule azitendaye kazi zote katika wote. 7 Lakini kila mmoja hupewa ufunuo wa Roho kwa kufaidiana. 8 Maana mtu mmoja kwa Roho apewa neno la hekima; na mwingine neno la maarifa, apendavyo Roho yeye yule; 9 mwingine imani katika Roho yeye yule; na mwingine karama za kuponya katika Roho yule mmoja; 10 na mwingine matendo ya miujiza; na mwingine unabii; na mwingine kupambanua roho; mwingine aina za lugha; na mwingine tafsiri za lugha; 11 lakini kazi hizi zote huzitenda Roho huyo mmoja, yeye yule, akimgawia kila mtu peke yake kama apendavyo yeye.

Mfano wa mwili

12 Maana kama vile mwili ni mmoja, nao una viungo vingi, na viungo vyote vya mwili ule, navyo ni vingi, ni mwili mmoja; vivyo hivyo na Kristo. 13 Kwa maana katika Roho mmoja sisi sote tulibatizwa kuwa mwili mmoja, kwamba tu Wayahudi, au kwamba tu Wayunani; ikiwa tu watumwa au ikiwa tu huru; nasi sote tulinyweshwa Roho mmoja. 14 Kwa maana mwili si kiungo kimoja, bali ni vingi. 15 Mguu ukisema, Kwa kuwa mimi si mkono, mimi si wa mwili; je! si wa mwili kwa sababu hiyo? 16 Na sikio likisema, Kwa kuwa mimi si jicho, mimi si la mwili; je! si la mwili kwa sababu hiyo? 17 Kama mwili wote ukiwa jicho, ku wapi kusikia? kama wote ni sikio ku wapi kunusa? 18 Bali Mungu amevitia viungo kila kimoja katika mwili kama alivyotaka. 19 Lakini kama vyote vingekuwa kiungo kimoja, mwili ungekuwa wapi? 20 Lakini sasa viungo ni vingi, ila mwili ni mmoja. 21 Na jicho haliwezi kuuambia mkono, Sina haja na wewe; wala tena kichwa hakiwezi kuiambia miguu, Sina haja na ninyi. 22 Bali zaidi sana vile viungo vya mwili vidhaniwavyo kuwa vinyonge zaidi vyahitajiwa zaidi. 23 Na vile viungo vya mwili vidhaniwavyo kuwa havina heshima, viungo vile twavipa heshima zaidi; na viungo vyetu visivyo na uzuri vina uzuri zaidi sana. 24 Kwa maana viungo vyetu vilivyo na uzuri havina uhitaji; bali Mungu ameuunganisha mwili, na kukipa heshima zaidi kile kiungo kilichopungukiwa; 25 ili kusiwe na faraka katika mwili, bali viungo vitunzane

kila kiungo na mwenziwe.
26 Na kiungo kimoja kiki-
umia, viungo vyote huumia
nacho, na kiungo kimoja kiki-
tukuzwa, viungo vyote hufu-
rahi pamoja nacho. 27 Basi
ninyi mmekuwa mwili wa
Kristo, na viungo kila kimoja
peke yake.

28 Na Mungu ameweka
wengine katika Kanisa, wa
kwanza mitume, wa pili mana-
bii, wa tatu waalimu, kisha
miujiza, kisha karama za ku-
ponya wagonjwa, na masai-
diano, na maongozi, na aina
za lugha. 29 Je! wote ni
mitume? wote ni manabii?
wote ni waalimu? wote wana-
tenda miujiza? 30 wote wana
karama za kuponya wago-
njwa? wote wanena kwa
lugha? wote wafasiri? 31 Ta-
keni sana karama zilizo kuu.
Hata hivyo nawaonyesha njia
iliyo bora.

Karama kuu ni upendo

13 Nijaposema kwa lugha
za wanadamu na za
malaika, kama sina upendo,
nimekuwa shaba iliayo na
upatu uvumao. 2 Tena nija-
pokuwa na unabii, na kujua
siri zote na maarifa yote, nija-
pokuwa na imani timilifu kiasi
cha kuweza kuhamisha mi-
lima, kama sina upendo, si
kitu mimi. 3 Tena nikitoa

mali zangu zote kuwalisha
maskini, tena nikijitoa mwili
wangu niungue moto, kama
sina upendo, hainifaidii kitu.
4 Upendo huvumilia, hufadhi-
li; upendo hauhusudu; upendo
hautakabari; haujivuni; 5 ha-
ukosi kuwa na adabu; hauta-
futi mambo yake; hauoni
uchungu; hauhesabu mabaya;
6 haufurahii udhalimu, bali
hufurahi pamoja na kweli;
7 huvumilia yote; huamini
yote; hutumaini yote; husta-
himili yote. 8 Upendo hau-
pungui neno wakati wo wote;
bali ukiwapo unabii utabati-
lika; zikiwapo lugha, zita-
koma; yakiwapo maarifa, ya-
tabatilika. 9 Kwa maana
tunafahamu kwa sehemu; na
tunafanya unabii kwa sehemu;
10 lakini ijapo ile iliyo kamili,
ile iliyo kwa sehemu itabati-
lika. 11 Nilipokuwa mtoto
mchanga, nalisema kama mto-
to mchanga, nalifahamu kama
mtoto mchanga, nalifikiri ka-
ma mtoto mchanga; tokea
hapo nilipokuwa mtu mzima,
nimeyabatilisha mambo ya ki-
toto. 12 Maana wakati wa
sasa tunaona kwa kioo kwa
jinsi ya fumbo; wakati ule
tutaona uso kwa uso; wakati
wa sasa nafahamu kwa se-
hemu; wakati ule nitajua sana
kama mimi nami ninavyoju-
liwa sana. 13 Basi, sasa ina-
dumu imani, tumaini, upendo,

haya matatu; na katika hayo lililo kuu ni upendo.

Karama za unabii na "ndimi"

14 Ufuateni upendo, na kutaka sana karama za rohoni, lakini zaidi kwamba mpate kuhutubu. 2 Maana yeye anenaye kwa lugha, hasemi na watu, bali husema na Mungu; maana hakuna asikiaye; lakini anena mambo ya siri katika roho yake. 3 Bali yeye ahutubuye, asema na watu maneno ya kuwajenga, na kuwafariji, na kuwatia moyo. 4 Yeye anenaye kwa lugha hujijenga nafsi yake; bali ahutubuye hulijenga kanisa. 5 Nami nataka ninyi nyote mnene kwa lugha, lakini zaidi sana mpate kuhutubu; maana yeye ahutubuye ni mkuu kuliko yeye anenaye kwa lugha, isipokuwa afasiri, ili kusudi kanisa lipate kujengwa.

6 Ila sasa, ndugu, nikija kwenu na kunena kwa lugha, nitawafaidia nini, isipokuwa nasemanyi kwa njia ya ufunuo, au kwa njia ya elimu, au kwa njia ya hotuba, au kwa njia ya fundisho? 7 Hata vitu visivyo na uhai vitoapo sauti, ikiwa ni filimbi, ikiwa ni kinubi, visipotoa sauti zilizo na tofauti, itatambulikanaje ni wimbo gani unaopigwa kwa filimbi au kwa kinubi? 8 Kwa maana baragumu ikitoa sauti isiyojulikana, ni nani atakayejifanya tayari kwa vita? 9 Vivyo hivyo na ninyi, msipotoa kwa ulimi neno lililo dhahiri, neno lile linenwalo litajulikanaje? Maana mtakuwa mkinena hewani tu.

10 Yamkini ziko sauti za namna nyingi duniani, wala hakuna moja isiyo na maana, 11 Basi nisipoijua maana ya ile sauti nitakuwa kama mjinga kwake yeye anenaye; naye anenaye atakuwa mjinga kwangu. 12 Vivyo hivyo na ninyi, kwa kuwa mnatamani sana kuwa watu wenye karama za roho, takeni kwamba mzidi sana kuwa nazo ili kulijenga kanisa. 13 Kwa sababu hiyo yeye anenaye kwa lugha na aombe apewe kufasiri. 14 Maana nikiomba kwa lugha, roho yangu huomba, lakini akili zangu hazina matunda. 15 Imekuwaje, basi? Nitaomba kwa roho, tena nitaomba kwa akili pia; nitaimba kwa roho, tena nitaimba kwa akili pia. 16 Kwa maana wewe ukibariki kwa roho, yeye aketiye katika mahali pa mjinga ataitikaje, Amina, baada ya kushukuru kwako, akiwa hayajui usemayo? 17 Maana ni kweli, wewe washukuru vema, bali yule mwingine

hajengwi. 18 Namshukuru Mungu ya kuwa nanena kwa lugha zaidi ya ninyi nyote; 19 lakini katika kanisa napenda kunena maneno matano kwa akili zangu, nipate kuwafundisha wengine, zaidi ya kunena maneno kumi elfu kwa lugha.

20 Ndugu zangu, msiwe watoto katika akili zenu; lakini katika uovu mgeuzwe watoto wachanga, bali katika akili zenu mkawe watu wazima. 21 Imeandikwa katika torati, Nitasema na watu hawa kwa watu wa lugha nyingine, na kwa midomo ya wageni, wala hata hivyo hawatanisikia, asema Bwana. 22 Basi, hizi lugha ni ishara, si kwao waaminio, bali kwao wasioamini; lakini kuhutubu si kwa ajili yao wasioamini, bali kwa ajili yao waaminio. 23 Haya! ikiwa kanisa lote limekusanyika pamoja, na wote wanene kwa lugha, kisha ikawa wameingia watu wajinga au wasioamini, je! hawatasema ya kwamba mna wazimu? 24 Lakini wote wakihutubu, kisha akaingia mtu asiyeamini, au mjinga, abainishwa na wote, ahukumiwa na wote; 25 siri za moyo wake huwa wazi; na hivyo atamwabudu Mungu, akianguka kifudifudi, na kukiri ya kuwa Mungu yu kati yenu bila shaka.

Ni lazima mambo ya ibada yafanywe kwa utaratibu

26 Basi, ndugu, imekuwaje? Mkutanapo pamoja, kila mmoja ana zaburi, ana fundisho, ana ufunuo, ana lugha, ana tafsiri. Mambo yote na yatendeke kwa kusudi la kujenga. 27 Kama mtu akinena kwa lugha, wanene wawili au watatu, si zaidi, tena zamu kwa zamu, na mmoja na afasiri. 28 Lakini asipokuwapo mwenye kufasiri na anyamaze katika kanisa; aseme na nafsi yake tena na Mungu. 29 Na manabii wanene wawili, au watatu, na wengine wapambanue. 30 Lakini mwingine aliyeketi akifunuliwa neno, yule wa kwanza na anyamaze. 31 Kwa maana ninyi nyote mwaweza kuhutubu mmoja mmoja, ili wote wapate kujifunza, na wote wafarijiwe. 32 Na roho za manabii huwatii manabii. 33 Kwa maana Mungu si Mungu wa machafuko, bali wa amani; vile vile kama ilivyo katika makanisa yote ya watakatifu.

34 Wanawake na wanyamaze katika kanisa, maana hawana ruhusa kunena; bali watii, kama vile inenavyo torati nayo. 35 Nao wakitaka kujifunza neno lo lote, na wawaulize waume zao wenyewe

nyumbani mwao; maana ni aibu wanawake kunena katika kanisa. 36 Au je! neno la Mungu lilitoka kwenu? au kuwafikia ninyi peke yenu?

37 Mtu akijiona kuwa ni nabii au mtu wa rohoni, na ayatambue hayo ninayowaandikia, ya kwamba ni maagizo ya Bwana. 38 Lakini mtu akiwa mjinga, na awe mjinga.

39 Kwa ajili ya hayo, ndugu, takeni sana kuhutubu, wala msizuie kunena kwa lugha. 40 Lakini mambo yote na yatendeke kwa uzuri na kwa utaratibu.

Kufufuka kwa Kristo

15 Basi, ndugu zangu, nawaarifu ile injili niliyowahubiri, ambayo ndiyo mliyoipokea, na katika hiyo mnasimama 2 na kwa hiyo mnaokolewa; ikiwa mnayashika sana maneno niliyowahubiri; isipokuwa mliamini bure. 3 Kwa maana naliwatolea ninyi hapo mwanzo yale niliyoyapokea mimi mwenyewe, ya kuwa Kristo alikufa kwa ajili ya dhambi zetu, kama yanenavyo maandiko; 4 na ya kuwa alizikwa; na ya kuwa alifufuka siku ya tatu, kama yanenavyo maandiko; 5 na ya kuwa alimtokea Kefa; tena na wale Thenashara;

6 baadaye aliwatokea ndugu zaidi ya mia tano pamoja; katika hao wengi wanaishi hata sasa, ila baadhi yao wamelala; 7 baadaye akamtokea Yakobo; tena na mitume wote; 8 na mwisho wa watu wote, alinitokea mimi, kama ni mtu aliyezaliwa si kwa wakati wake. 9 Maana mimi ni mdogo katika mitume, nisiyestahili kuitwa mtume, kwa sababu naliliudhi Kanisa la Mungu. 10 Lakini kwa neema ya Mungu nimekuwa hivi nilivyo; na neema yake iliyo kwangu ilikuwa si bure, bali nalizidi sana kufanya kazi kupita wao wote; wala si mimi, bali ni neema ya Mungu pamoja nami. 11 Basi, kama ni mimi, kama ni wale, ndivyo tuhubirivyo, na ndivyo mlivyoamini.

Kufufuka kwa waliokufa

12 Basi, ikiwa Kristo anahubiriwa ya kwamba amefufuka katika wafu, mbona baadhi yenu husema kwamba hakuna kiyama ya wafu? 13 Lakini kama hakuna kiyama ya wafu, Kristo naye hakufufuka; 14 tena kama Kristo hakufufuka, basi, kuhubiri kwetu ni bure na imani yenu ni bure. 15 Naam, na sisi tumeonekana kuwa mashahidi wa uongo wa Mungu;

kwa maana tulimshuhudia Mungu ya kuwa alimfufua Kristo, ambaye hakumfufua, ikiwa wafu hawafufuliwi. 16 Maana kama wafu hawafufuliwi, Kristo naye hakufufuka. 17 Na kama Kristo hakufufuka, imani yenu ni bure; mngalimo katika dhambi zenu. 18 Na hapo wao nao waliolala katika Kristo wamepotea. 19 Kama katika maisha haya tu tumemtumaini Kristo, sisi tu maskini kuliko watu wote.

20 Lakini sasa Kristo amefufuka katika wafu, limbuko lao waliolala. 21 Maana kwa kuwa mauti ililetwa na mtu, kadhalika na kiyama ya wafu ililetwa na mtu. 22 Kwa kuwa kama katika Adamu wote wanakufa, kadhalika na katika Kristo wote watahuishwa. 23 Lakini kila mmoja mahali pake; limbuko ni Kristo; baadaye walio wake Kristo, atakapokuja. 24 Hapo ndipo mwisho, atakapompa Mungu Baba ufalme wake; atakapobatilisha utawala wote, na mamlaka yote, na nguvu. 25 Maana sharti amiliki yeye, hata awaweke maadui wake wote chini ya miguu yake. 26 Adui wa mwisho atakayebatilishwa ni mauti. 27 Kwa kuwa, Alivitiisha vitu vyote chini ya miguu yake. Lakini atakaposema, Vyote vimeti-

ishwa, ni dhahiri ya kuwa yeye aliyemtiishia vitu vyote hayumo. 28 Basi, vitu vyote vikiisha kutiishwa chini yake, ndipo Mwana mwenyewe naye atatiishwa chini yake yeye aliyemtiishia vitu vyote, ili kwamba Mungu awe yote katika wote.

29 Au je! wenye kubatizwa kwa ajili ya wafu watafanyaje? Kama wafu hawafufuliwi kamwe, kwa nini kubatizwa kwa ajili yao? 30 Na sisi, kwa nini tumo hatarini kila saa? 31 Naam, ndugu, kwa huku kujisifu kwangu niliko nako juu yenu katika Kristo Yesu Bwana wetu, ninakufa kila siku. 32 Ikiwa, kwa jinsi ya kibinadamu, nalipigana na hayawani wakali kule Efeso, nina faida gani? Wasipofufuliwa wafu, Na tule, na tunywe, maana kesho tutakufa. 33 Msidanganyike; Mazungumzo mabaya huharibu tabia njema. 34 Tumieni akili kama ipasavyo, wala msitende dhambi; kwa maana wengine hawamjui Mungu. Ninanena hayo niwafedheheshe.

35 Lakini labda mtu atasema, Wafufuliwaje wafu? Nao huja kwa mwili gani? 36 Ewe mpumbavu! uipandayo haihuiki, isipokufa; 37 nayo uipandayo, huupandi mwili ule utakaokuwa, ila chembe tupu, ikiwa ni ya ngano au

nyingineyo; 38 lakini Mungu huipa mwili kama apendavyo, na kila mbegu mwili wake. 39 Nyama yote si nyama moja; ila nyingine ni ya wanadamu, nyingine ya hayawani, nyingine ya ndege, nyingine ya samaki. 40 Tena kuna miili ya mbinguni, na miili ya duniani; lakini fahari yake ile ya mbinguni ni mbali, na fahari yake ile ya duniani ni mbali. 41 Kuna fahari moja ya jua, na fahari nyingine ya mwezi, na fahari nyingine ya nyota; maana iko tofauti ya fahari hata kati ya nyota na nyota. 42 Kadhalika na kiyama ya wafu. Hupandwa katika uharibifu; hufufuliwa katika kutokuharibika; 43 hupandwa katika aibu; hufufuliwa katika fahari; hupandwa katika udhaifu; hufufuliwa katika nguvu; 44 hupandwa mwili wa asili; hufufuliwa mwili wa roho. Ikiwa uko mwili wa asili, na wa roho pia uko. 45 Ndivyo ilivyoandikwa, Mtu wa kwanza, Adamu, akawa nafsi iliyo hai; Adamu wa mwisho ni roho yenye kuhuisha. 46 Lakini hautangulii ule wa roho, bali ule wa asili; baadaye huja ule wa roho. 47 Mtu wa kwanza atoka katika nchi, ni wa udongo. Mtu wa pili atoka mbinguni. 48 Kama alivyo yeye wa udongo, ndivyo wa-livyo walio wa udongo; na kama alivyo yeye wa mbinguni, ndivyo walivyo walio wa mbinguni. 49 Na kama tulivyoichukua sura yake yule wa udongo, kadhalika tutaichukua sura yake yeye aliye wa mbinguni.

50 Ndugu zangu, nisemayo ni haya, ya kuwa nyama na damu haziwezi kuurithi ufalme wa Mungu; wala uharibifu kurithi kutokuharibika. 51 Angalieni, nawaambia ninyi siri; hatutalala sote, lakini sote tutabadilika, 52 kwa dakika moja, kufumba na kufumbua, wakati wa parapanda ya mwisho; maana parapanda italia, na wafu watafufuliwa, wasiwe na uharibifu, nasi tutabadilika. 53 Maana sharti huu uharibikao uvae kutokuharibika, nao huu wa kufa uvae kutokufa. 54 Basi huu uharibikao utakapovaa kutokuharibika, na huu wa kufa utakapovaa kutokufa, hapo ndipo litakapokuwa lile neno lililoandikwa, Mauti imemezwa kwa kushinda. 55 Ku wapi, Ewe mauti, kushinda kwako? U wapi, Ewe mauti, uchungu wako? 56 Uchungu wa mauti ni dhambi, na nguvu za dhambi ni torati. 57 Lakini Mungu na ashukuriwe atupaye kushinda kwa Bwana wetu Yesu Kristo. 58 Basi, ndugu zangu, wapendwa, mwimarike,

msitikisike, mkazidi sana ku-
tenda kazi ya Bwana sikuzote,
kwa kuwa mwajua ya kwamba
taabu yenu siyo bure katika
Bwana.

Changizo kwa maskini wa Yerusalemu

16 Kwa habari ya ile cha-
ngizo kwa ajili ya wata-
katifu, kama vile nilivyoamuru
makanisa ya Galatia, nanyi
fanyeni vivyo hivyo. 2 Siku
ya kwanza ya juma kila mtu
kwenu na aweke akiba kwake,
kwa kadiri ya kufanikiwa
kwake; ili kwamba michango
isifanyike hapo nitakapokuja;
3 nami nitakapofika nitawa-
tuma kwa nyaraka wale mta-
kaowachagua, wachukue hi-
sani yenu mpaka Yerusalemu.
4 Na kama ikifaa niende na
mimi, watasafiri pamoja nami.

Mambo yake mwenyewe ya kazi na safari; na salamu za kuagana nao

5 Lakini nitakuja kwenu,
nikiisha kupita hati ya Make-
donia; maana napita kati ya
Makedonia. 6 Labda nitakaa
kwenu; naam, labda wakati
wote wa baridi, mpate ku-
nisafirisha ko kote nitakako-
kwenda. 7 Maana sipendi
kuonana nanyi sasa, katika
kupita tu, kwa sababu nataraji
kukaa kwenu muda kidogo,

Bwana akinijalia. 8 Lakini
nitakaa Efeso hata Pentekoste;
9 kwa maana nimefunguliwa
mlango mkubwa wa kufaa sa-
na, na wako wengi wanipingao.

10 Lakini, Timotheo akija,
angalieni akae kwenu pasipo
hofu; maana anaifanya kazi ya
Bwana vile vile kama mimi
mwenyewe; 11 basi mtu ye
yote asimdharau, lakini msa-
firisheni kwa amani, ili aje
kwangu; maana ninamtazamia
pamoja na ndugu zetu. 12 La-
kini kwa habari za Apolo,
ndugu yetu, nalimsihi sana
aende kwenu pamoja na hao
ndugu; ambaye si mapenzi
yake kwenda sasa; lakini ata-
kuja atakapopata nafasi.

13 Kesheni, simameni imara
katika Imani, fanyeni kiume,
mkawe hodari. 14 Mambo
yenu yote na yatendeke katika
upendo.

15 Tena ndugu, nawasihi;
(mnawajua watu wa nyu-
mbani mwa Stefana kwamba
ni malimbuko ya Akaya, nao
wamejitia katika kazi ya kuwa-
hudumu watakatifu); 16 wa-
tiini watu kama hawa, na kila
mtu afanyaye kazi pamoja
nao, na kujitaabisha. 17 Na-
mi nafurahi kwa sababu ya
kuja kwao Stefana na Fortu-
nato na Akaiko; maana hawa
wamenikirimia kwa wingi
yale niliyopungukiwa kwenu.
18 Maana wameniburudisha

roho yangu, na roho zenu pia;
basi wajueni sana watu kama
hao.

19 Makanisa ya Asia wawa-
salimu. Akila na Priska wa-
wasalimu sana katika Bwana,
pamoja na kanisa lililoko nda-
ni ya nyumba yao. 20 Ndu-
gu wote wawasalimu. Sali-
mianeni kwa busu takatifu.

21 Hii ni salamu yangu
Paulo kwa mkono wangu
mwenyewe. 22 Mtu awaye
yote asiyempenda Bwana, na
awe amelaaniwa. 23 Maran
atha.* Neema ya Bwana Ye-
su na iwe pamoja nanyi.
24 Pendo langu na liwe pa-
moja nanyi nyote katika
Kristo Yesu.

WARAKA WA PILI WA PAULO MTUME

KWA

WAKORINTHO

Salamu na shukrani

1 Paulo, mtume wa Kristo
Yesu kwa mapenzi ya
Mungu, na Timotheo ndugu
yetu; kwa kanisa la Mungu
lililoko Korintho, pamoja na
watakatifu wote walioko ka-
tika nchi yote ya Akaya.
2 Neema na iwe kwenu na
amani, zitokazo kwa Mungu
Baba yetu na kwa Bwana Yesu
Kristo.

3 Na ahimidiwe Mungu,
Baba wa Bwana wetu Yesu
Kristo, Baba wa rehema,
Mungu wa faraja yote; 4 atu-
farijiye katika dhiki zetu zote
ili nasi tupate kuwafariji wale
walio katika dhiki za namna
zote, kwa faraja hizo tunazo-
farijiwa na Mungu. 5 Kwa

kuwa kama vile mateso ya
Kristo yanavyozidi kwetu, vi-
vyo hivyo faraja yetu inazidi
kwa njia ya Kristo. 6 Lakini
ikiwa sisi tu katika dhiki, ni
kwa ajili ya faraja yenu na
wokovu wenu; au ikiwa twa-
farijiwa, ni kwa ajili ya faraja
yenu; ambayo hutenda kazi
yake kwa kustahimili mateso
yale yale tuteswayo na sisi.
7 Na tumaini letu kwa ajili
yenu ni imara, tukijua ya kuwa
kama vile mlivyo washiriki
wa yale mateso, vivyo hivyo
mmekuwa washiriki wa zile
faraja.

8 Maana ndugu, hatupendi
msijue habari ya dhiki ile iliyo-
tupata katika Asia, ya kwamba
tulilemewa mno kuliko nguvu

* Maran atha: maana yake ni, Bwana wetu anakuja.

zetu, hata tukakata tamaa ya kuishi. 9 Naam sisi wenyewe tulikuwa na hukumu ya mauti katika nafsi zetu; ili tusijitumainie nafsi zetu, bali tumtumaini Mungu, awafufuaye wafu. 10 aliyetuokoa sisi katika mauti kuu namna ile; tena atatuokoa; ambaye tumemtumaini kwamba atazidi kutuokoa; 11 ninyi nanyi mkisaidiana nasi kwa ajili yetu katika kuomba, ili, kwa sababu ya ile karama tupewayo sisi kwa msaada wa watu wengi, watu wengi watoe shukrani kwa ajili yetu.

Maazimio ya Paulo yasiyo na hila

12 Kwa maana kujisifu kwetu ni huku, ushuhuda wa dhamiri yetu, ya kwamba kwa utakatifu na weupe wa moyo utokao kwa Mungu; si kwa hekima ya mwili, bali kwa neema ya Mungu; tulienenda katika dunia, na hasa kwenu ninyi. 13 Maana hatuwaandikii ninyi neno, ila yale msomayo, au kuyakiri; nami nataraji ya kuwa mtayakiri hayo hata mwisho; 14 vile vile kama mlivyotukiri kwa sehemu, ya kwamba sisi tu sababu ya kujisifu kwenu, kama ninyi mlivyo kwetu sisi, katika siku ile ya Bwana wetu Yesu.

Alivyokawilishwa asiwafikilie upesi

15 Nami nikiwa na tumaini hilo nalitaka kufika kwenu hapo kwanza, ili mpate karama ya pili; 16 na kupita kwenu na kuendelea mpaka Makedonia; na tena toka Makedonia kurudi kwenu na kusafirishwa nanyi kwenda Uyahudi. 17 Basi, nilipokusudia hayo, je! nalitumia kigeugeu? Au hayo niyakusudiayo, nayakusudia kwa jinsi ya mwili kwamba iwe hivi kwangu, kusema Ndiyo, ndiyo, na Siyo, siyo? 18 Lakini kama Mungu alivyo mwaminifu, neno letu kwenu si Ndiyo na Siyo. 19 Maana Mwana wa Mungu, Kristo Yesu, aliyehubiriwa katikati yenu na sisi, yaani, mimi na Silwano na Timotheo, hakuwa Ndiyo na Siyo; bali katika yeye ni Ndiyo. 20 Maana ahadi zote za Mungu zilizopo katika yeye ni Ndiyo; tena kwa hiyo katika yeye ni Amin; Mungu apate kutukuzwa kwa sisi. 21 Basi Yeye atufanyaye imara pamoja nanyi katika Kristo, na kututia mafuta, ni Mungu, 22 naye ndiye aliyetutia muhuri akatupa arabuni ya Roho mioyoni mwetu.

23 Lakini mimi namwita Mungu awe shahidi juu ya roho yangu, ya kwamba, kwa

kuwahurumia sijafika Korintho. 24 Si kwamba tunatawala imani yenu; bali tu wasaidizi wa furaha yenu; maana kwa imani yenu mnasimama.

2 Lakini nafsini mwangu nalikusudia hivi, nisije kwenu tena kwa huzuni. 2 Maana mimi nikiwatia huzuni, basi ni nani anifurahishaye mimi ila yeye ahuzunishwaye nami? 3 Nami naliwaandikia neno lilo hilo, ili mjapo nisitiwe huzuni na wale mbao ilinipasa kuwafurahia; nikiwatumaini ninyi nyote kwamba furaha yangu ni yenu nyote pia. 4 Maana katika dhiki nyingi na taabu ya moyo niliwaandikia na machozi mengi; si kwamba mhuzunishwe, bali mpate kujua upendo wangu nilio nao kwenu jinsi ulivyo mwingi.

Mkosaji aliyetubu akubaliwe tena

5 Lakini iwapo mtu amehuzunisha, hakunihuzunisha mimi tu, bali kwa sehemu (nisije nikalemea mno), amewahuzunisha ninyi nyote. 6 Yamtosha mtu wa namna hii adhabu ile aliyopewa na walio wengi; 7 hata kinyume cha hayo, ni afadhali mmsamehe

na kumfariji, mtu kama huyo asije akamezwa katika huzuni yake ipitayo kiasi. 8 Kwa hiyo nawasihi kumthibitishia upendo wenu. 9 Maana naliandika kwa sababu hii pia, ili nipate bayana kwenu kwamba mmekuwa wenye kutii katika mambo yote. 10 Lakini kama mkimsamehe mtu neno lo lote, nami nimemsamehe; kwa maana mimi nami, ikiwa nimemsamehe mtu neno lo lote, nimemsamehe kwa ajili yenu mbele za Kristo, 11 Shetani asije akapata kutushinda; kwa maana hatukosi kuzijua fikira zake.

Majaribu na mashangilio ya Injili

12 Basi nilipofika Troa kwa ajili ya Injili ya Kristo, nikafunguliwa mlango katika Bwana, 13 sikuona raha nafsini mwangu, kwa sababu sikumwona Tito ndugu yangu, bali niliagana nao, nikaondoka kwenda Makedonia. 14 Ila Mungu ashukuriwe, anayetushangiliza daima katika Kristo, na kuidhihirisha harufu ya kumjua yeye kila mahali kwa kazi yetu. 15 Kwa maana sisi tu manukato ya Kristo, mbele za Mungu, katika wao wanaookolewa, na katika wao wanaopotea; 16 katika hao wa pili harufu ya mauti iletayo

mauti; katika hao wa kwanza harufu ya uzima iletayo uzima. Naye ni nani atoshaye kwa mambo hayo? 17 Kwa maana sisi si kama walio wengi, walighoshio neno la Mungu; bali kama kwa weupe wa moyo, kama kutoka kwa Mungu, mbele za Mungu, twanena katika Kristo.

Waongofu aliowapata Paulo

3 Je! tunaanza tena kujisifu wenyewe? au tunahitaji, kama wengine, barua zenye sifa kuja kwenu, au kutoka kwenu? 2 Ninyi ndinyi barua yetu, iliyoandikwa mioyoni mwetu, inajulikana na kusomwa na watu wote; 3 mnadhihirishwa kwamba mmekuwa barua ya Kristo tuliyoikatibu, iliyoandikwa si kwa wino, bali kwa Roho wa Mungu aliye hai; si katika vibao vya mawe, ila katika vibao ambavyo ni mioyo ya nyama.

4 Na tumaini hilo tunalo mbele za Mungu kwa njia ya Kristo. 5 Si kwamba twatosha sisi wenyewe kufikiri neno lo lote kwamba ni letu wenyewe, bali utoshelevu wetu watoka kwa Mungu. 6 Naye ndiye aliyetutosheleza kuwa wahudumu wa agano jipya; si wa andiko, bali wa roho; kwa maana andiko huua, bali roho huhuisha.

Utukufu wa Injili ukilinganishwa na utukufu wa Sheria

7 Basi, ikiwa huduma ya mauti iliyoandikwa na kuchorwa katika mawe, ilikuja katika utukufu, hata Waisraeli hawakuweza kuukazia macho uso wa Musa, kwa sababu ya utukufu wa uso wake; nao ni utukufu uliokuwa ukibatilika; 8 je! huduma ya roho haitazidi kuwa katika utukufu? 9 Kwa maana ikiwa huduma ya adhabu ina utukufu, siuze huduma ya haki ina utukufu unaozidi. 10 Maana hata ile iliyotukuzwa haikuwa na utukufu hivi, kwa sababu ya utukufu uzidio sana. 11 Kwa maana, ikiwa ile inayobatilika ilikuwa na utukufu, zaidi sana ile ikaayo ina utukufu.

12 Basi, kwa kuwa tuna taraja la namna hii, twatumia ujasiri mwingi; 13 nasi si kama Musa alivyotia utaji juu ya uso wake, ili kwamba Waisraeli wasitazame sana mwisho wa ile iliyokuwa ikibatilika; 14 ila fikira zao zilitiwa uzito. Kwa maana hata leo hivi, wakati lisomwapo Agano la Kale, utaji uo huo wakaa; yaani, haikufunuliwa kwamba huondolewa katika

Kristo; 15 ila hata leo, torati ya Musa isomwapo utaji huikalia mioyo yao. 16 La- kini wakati wo wote wataka- pomgeukia Bwana, ule utaji huondolewa. 17 Basi "Bwa- na" ndiye Roho; walakini alipo Roho wa Bwana, hapo ndipo penye uhuru. 18 La- kini sisi sote, kwa uso usiotiwa utaji, tukiurudisha utukufu wa Bwana, kama vile katika kioo, tunabadilishwa tufanane na mfano uo huo, toka utukufu hata utukufu, kama vile kwa utukufu utokao kwa Bwana, aliye Roho.

Unyofu hodari katika kuhubiri

4 Kwa sababu hiyo, kwa kuwa tuna huduma hii, kwa jinsi tulivyopata rehema, hatulegei; 2 lakini tumekataa mambo ya aibu yaliyositirika, wala hatuenendi kwa hila, wala kulichanganya neno la Mungu na uongo; bali kwa kuidhihirisha iliyo kweli twaji- onyesha kuwa na haki, dhamiri za watu zikitushuhudia mbele za Mungu. 3 Lakini ikiwa injili yetu imesitirika, imesiti- rika kwa hao wanaopotea; 4 ambao ndani yao mungu wa dunia hii amepofusha fikira zao wasioamini, isiwazukie nuru ya injili ya utukufu wake Kristo aliye sura yake Mungu.

5 Kwa maana hatujihubiri wenyewe, bali Kristo Yesu ya kuwa ni Bwana; na sisi wenyewe kuwa tu watumishi wenu kwa ajili ya Yesu. 6 Kwa kuwa Mungu, aliye- sema, Nuru itang'aa toka gizani, ndiye aliyeng'aa mio- yoni mwetu, atupe nuru ya elimu ya utukufu wa Mungu katika uso wa Yesu Kristo.

Unyonge wa mtume na nguvu za Mungu

7 Lakini tuna hazina hii katika vyombo vya udongo, ili adhama kuu ya uwezo iwe ya Mungu, wala si kutoka kwetu. 8 Pande zote twadhi- kika, bali hatusongwi; twaona shaka, bali hatukati tamaa; 9 twaudhiwa, bali hatuachwi; twatupwa chini, bali hatu- angamizwi; 10 sikuzote twa- chukua katika mwili kuuawa kwake Yesu, ili uzima wa Yesu nao udhihirishwe katika miili yetu. 11 Kwa maana sisi tulio hai, sikuzote twatolewa tufe kwa ajili ya Yesu, ili uzima wa Yesu nao udhihiri- shwe katika miili yetu ipati- kanayo na mauti. 12 Basi hapo mauti hufanya kazi ndani yetu, bali uzima ndani yenu. 13 Lakini kwa kuwa tuna roho ile ile ya imani; kama ilivyoandikwa, Nalia- mini, na kwa sababu hiyo

nalinena; sisi nasi twaamini, na kwa sababu hiyo twanena; 14 tukijua ya kwamba yeye aliyemfufua Bwana Yesu atatufufua sisi nasi pamoja na Yesu, na kutuhudhurisha pamoja nanyi. 15 Kwa maana mambo yote ni kwa ajili yenu, ili neema hiyo ikiongezwa sana, kwa hao walio wengi shukrani izidishwe, na Mungu atukuzwe.

Maumivu ya muda mfupi na utukufu wa milele

16 Kwa hiyo hatulegei; bali ijapokuwa utu wetu wa nje unachakaa; lakini utu wetu wa ndani unafanywa upya siku kwa siku. 17 Maana dhiki yetu nyepesi, iliyo ya muda wa kitambo tu, yatufanyia utukufu wa milele uzidio kuwa mwingi sana; 18 tusiviangalie vinavyoonekana, bali visivyoonekana. Kwa maana vinavyoonekana ni vya muda tu; bali visivyoonekana ni vya milele.

5 Kwa maana twajua ya kuwa nyumba ya maskani yetu iliyo ya dunia hii ikiharibiwa, tunalo jengo litokalo kwa Mungu, nyumba isiyofanywa kwa mikono, iliyo ya milele mbinguni. 2 Maana katika nyumba hii twaugua, tukitamani sana kuvikwa kao

letu litokalo mbinguni; 3 ikiwa tukiisha kuvikwa hatutaonekana tu uchi. 4 Kwa sababu sisi tulio katika maskani hii twaugua, tukilemewa; si kwamba twataka kuvuliwa, bali kuvikwa, ili kitu kile kipatikanacho na mauti kimezwe na uzima. 5 Basi yeye aliyetufanya kwa ajili ya neno lilo hilo ni Mungu, aliyetupa arabuni ya Roho. 6 Basi sikuzote tuna moyo mkuu; tena twajua ya kuwa, wakati tuwapo hapa katika mwili, tunakaa mbali na Bwana. 7 (Maana twaenenda kwa imani, si kwa kuona.) 8 Lakini tuna moyo mkuu; nasi tunaona ni afadhali kutokuwamo katika mwili na kukaa pamoja na Bwana. 9 Kwa hiyo, tena, ikiwa tupo hapa, au ikiwa hatupo hapa, twajitahidi kumpendeza yeye. 10 Kwa maana imetupasa sisi sote kudhihirishwa mbele ya kiti cha hukumu cha Kristo, ili kila mtu apokee ijara ya mambo aliyotenda kwa mwili, kadiri alivyotenda, kwamba ni mema au mabaya.

Kumpenda Kristo kwatuongoza na kutupa nguvu

11 Basi tukijiua hofu ya Bwana, twawavuta wanadamu; lakini tumedhihirishwa mbele za Mungu. Nami na-

tumaini ya kuwa tumedhihirishwa katika dhamiri zenu pia. 12 Maana hatujisifu wenyewe mbele yenu tena, bali tunawapa sababu ya kujisifu kwa ajili yetu, ili mpate kuwa nayo mbele yao wanaojisifu kwa mambo ya nje tu, wala si kwa mambo ya moyoni. 13 Maana ikiwa tumerukwa na akili zetu, ni kwa ajili ya Mungu; au ikiwa tunazo akili zetu timamu, ni kwa ajili yenu. 14 Maana upendo wa Kristo watubidisha; maana tumehukumu hivi, ya kwamba mmoja alikufa kwa ajili ya wote, basi walikufa wote; 15 tena alikufa kwa ajili ya wote, ili walio hai wasiwe hai tena kwa ajili ya nafsi zao wenyewe, bali kwa ajili yake yeye aliyekufa akafufuka kwa ajili yao.

Uzima mpya katika Kristo

16 Hata imekuwa, sisi tangu sasa hatumjui mtu awaye yote kwa jinsi ya mwili. Ingawa sisi tumemtambua Kristo kwa jinsi ya mwili, lakini sasa hatumtambui hivi tena. 17 Hata imekuwa, mtu akiwa ndani ya Kristo amekuwa kiumbe kipya; ya kale yamepita; tazama! yamekuwa mapya. 18 Lakini vyote pia vyatokana na Mungu, aliyetupatanisha sisi na nafsi yake kwa Kristo,

naye alitupa huduma ya upatanisho; 19 yaani, Mungu alikuwa ndani ya Kristo, akiupatanisha ulimwengu na nafsi yake, asiwahesabie makosa yao; naye ametia ndani yetu neno la upatanisho.

Ujumbe wa upatanisho

20 Basi tu wajumbe kwa ajili ya Kristo, kana kwamba Mungu anasihi kwa vinywa vyetu; twawaomba ninyi kwa ajili ya Kristo mpatanishwe na Mungu. 21 Yeye asiyejua dhambi alimfanya kuwa dhambi kwa ajili yetu, ili sisi tupate kuwa haki ya Mungu katika Yeye.

6 Nasi tukitenda kazi pamoja naye twawasihi msiipokee neema ya Mungu bure. 2 (Kwa maana asema, Wakati uliokubalika nalikusikia, Siku ya wokovu nalikusaidia; tazama, wakati uliokubalika ndio sasa; tazama, siku ya wokovu ndiyo sasa.) 3 Tusiwe kwazo la namna yo yote katika jambo lo lote, ili utumishi wetu usilaumiwe; 4 bali katika kila neno tujipatie sifa njema, kama watumishi wa Mungu: katika saburi nyingi, katika dhiki, katika misiba, katika shida; 5 katika

mapigo, katika vifungo, ka-
tika fitina, katika taabu, ka-
tika kukesha, katika kufunga;
6 katika kuwa safi, katika
elimu, katika uvumilivu, ka-
tika utu wema, katika Roho
Mtakatifu, katika upendo usio
unafiki; 7 katika neno la
kweli, katika nguvu ya Mu-
ngu; kwa silaha za haki za
mkono wa kuume na za mkono
wa kushoto; 8 kwa utukufu
na aibu; kwa kunenwa vibaya
na kunenwa vema; kama
wadanganyao, bali tu watu wa
kweli; 9 kama wasiojulikana
bali wajulikanao sana; kama
wanaokufa, kumbe tu hai;
kama wanaorudiwa, bali wasi-
ouawa; 10 kama wenye hu-
zuni, bali sikuzote tu wenye
furaha; kama maskini, bali
tukitajirisha wengi; kama wa-
sio na kitu, bali tu wenye vitu
vyote.

Maombi ya upendo wa
waongofu

11 Vinywa vyetu vimefu-
mbuliwa kwenu, enyi Wakori-
ntho; mioyo yetu imekunju-
liwa. 12 Hamsongwi ndani
yetu, bali mwasongwa katika
mioyo yenu. 13 Basi, ili
mlipe kadiri ile mliyopewa
(nasema nanyi kama na wa-
toto), nanyi pia mkunjuliwe
mioyo.

Maonyo ya kutokuwa na
urafiki na wasioamini

14 Msifungiwe nira pamoja
na wasioamini, kwa jinsi isivyo
sawasawa; kwa maana pana
urafiki gani kati ya haki na
uasi? Tena pana shirika gani
kati ya nuru na giza? 15 Tena
pana ulinganifu gani kati ya
Kristo na Beliari?* Au yeye
aaminiye ana sehemu gani
pamoja na yeye asiyeamini?
16 Tena pana mapatano gani
kati ya hekalu la Mungu na
sanamu? Kwa maana sisi
tu hekalu la Mungu aliye hai;
kama Mungu alivyosema, ya
kwamba, Nitakaa ndani yao,
na kati yao nitatembea, nami
nitakuwa Mungu wao, nao wa-
takuwa watu wangu. 17 Kwa
hiyo,

Tokeni kati yao,
Mkatengwe nao, asema
Bwana,
Msiguse kitu kilicho kichafu,
Nami nitawakaribisha.
18   Nitakuwa Baba kwenu,
Nanyi mtakuwa kwangu
wanangu
wa kiume na wa kike,
asema Bwana Mwenyezi.

7 Basi, wapenzi wangu, kwa
kuwa tuna ahadi hizo, na
tujitakase nafsi zetu na uchafu
wote wa mwili na roho, huku
tukitimiza utakatifu katika
kumcha Mungu.

---

* Beliari: maana yake ni, Ufisadi.

*Mashaka, na kutiwa moyo
alipokuja Tito*

2 Tupeni nafasi mioyoni
mwenu. Hatukumdhulumu
mtu ye yote, wala kumharibu
mtu, wala kumkaramkia mtu.
3 Sisemi neno hilo ili niwahu-
kumu ninyi kuwa na hatia;
kwa maana nimetangulia ku-
sema, ya kwamba ninyi mmo
mioyoni mwetu hata kwa kufa
pamoja, na kuishi pamoja.
4 Ninao ujasiri mwingi kwenu;
naona fahari kuu juu yenu.
Nimejaa faraja, katika dhiki
yetu yote nimejaa furaha ya
kupita kiasi.

5 Kwa maana hata tulipo-
kuwa tumefika Makedonia
miili yetu haikupata nafuu;
bali tulidhikika kote kote; nje
palikuwa na vita, ndani hofu.
6 Lakini Mungu, mwenye ku-
wafariji wanyonge, alitufariji
kwa kuja kwake Tito. 7 Wala
si kwa kuja kwake tu, bali kwa
zile faraja nazo alizofarijiwa
kwenu, akituarifu habari ya
shauku yenu, na maombolezo
yenu, na bidii yenu kwa ajili
yangu, hata nikazidi kufurahi.
8 Kwa sababu, ijapokuwa nali-
wahuzunisha kwa waraka ule,
sijuti; hata ikiwa nalijuta,
naona ya kwamba waraka ule
uliwahuzunisha, ingawa ni kwa
kitambo tu. 9 Sasa nafurahi,
si kwa sababu ya ninyi kuhu-
zunishwa, bali kwa sababu

mlihuzunishwa hata mkatubu.
Maana mlihuzunishwa kwa
jinsi ya Mungu, ili msipate
hasara kwa tendo letu katika
neno lo lote. 10 Maana hu-
zuni iliyo kwa jinsi ya Mungu
hufanya toba liletalo wokovu
lisilo na majuto; bali huzuni
ya dunia hufanya mauti.
11 Maana, angalieni, kuhuzu-
nishwa kuko huko kwa jinsi ya
Mungu kulitenda bidii kama
nini ndani yenu; naam, na
kujitetetea, naam, na kuka-
sirika, naam, na hofu, naam,
na shauku, naam, na kujita-
hidi, naam, na kisasi! Kwa
kila njia mmejionyesha wenye-
we kuwa safi katika jambo
hilo. 12 Basi, ijapokuwa nali-
waandikia, sikuandika kwa
ajili yake yeye aliyedhulumu,
wala si kwa ajili yake yeye
aliyedhulumiwa, bali bidii yenu
kwa ajili yetu ipate kudhihiri-
shwa kwenu mbele za Mungu.
13 Kwa hiyo tulifarijiwa.
Tena katika kufarijiwa kwetu
tulifurahi sana kupita kiasi
kwa sababu ya furaha ya
Tito; maana roho yake ime-
buruudishwa na ninyi nyote.
14 Kwa maana, ikiwa nimeji-
sifu mbele yake katika neno lo
lote kwa ajili yenu, sikutahaya-
rishwa; bali, kama tulivyowa-
ambia mambo yote kwa kweli,
vivyo hivyo na kujisifu kwetu
kwa Tito kulikuwa kweli.
15 Na mapenzi yake kwenu

yamekuwa mengi kupita kiasi, akumbukapo kutii kwenu ninyi nyote, jinsi mlivyomkaribisha kwa hofu na kutetemeka. 16 Nafurahi, kwa sababu katika kila neno nina moyo mkuu kwa ajili yenu.

Changizo kwa maskini wa Yerusalemu

8 Tena ndugu zetu, twawaarifu habari ya neema ya Mungu, waliyopewa makanisa ya Makedonia; 2 maana walipokuwa wakijaribiwa kwa dhiki nyingi, wingi wa furaha yao na umaskini wao uliokuwa mwingi uliwaongezea utajiri wa ukarimu wao. 3 Maana nawashuhudia kwamba, kwa uwezo wao, na zaidi ya uwezo wao, kwa hiari yao wenyewe walitoa vitu vyao; 4 wakituomba sana pamoja na kutusihi kwa habari ya neema hii, na shirika hili la kuwahudumia watakatifu. 5 Tena walitenda hivi si kama tulivyotumaini tu, bali kwanza walijitoa nafsi zao kwa Bwana; na kwetu pia, kwa mapenzi ya Mungu. 6 Hata tukamwomba Tito kuwatimilizia neema hii kwenu kama vile yeye alivyotangulia kuianzisha. 7 Lakini kama mlivyo na wingi wa mambo yote; imani, na usemi, na elimu, na bidii yote, na upendo wenu kwetu sisi; basi vivyo hivyo mpate wingi wa neema hii pia.

Kielelezo cha Bwana Yesu

8 Sineni ili kuwaamuru, bali kwa bidii ya watu wengine nijaribu unyofu wa upendo wenu. 9 Maana mmejua neema ya Bwana wetu Yesu Kristo, jinsi alivyokuwa maskini kwa ajili yenu, ingawa alikuwa tajiri, ili kwamba ninyi mpate kuwa matajiri kwa umaskini wake. 10 Nami katika neno hili natoa shauri langu; maana neno hili lawafaa ninyi mliotangulia, yapata mwaka, licha ya kutenda hata na kutaka pia. 11 Lakini sasa timizeni kule kutenda nako, ili kama vile mlivyokuwa tayari kutaka, vivyo hivyo mkawe tayari na kutimiza, kwa kadiri ya mlivyo navyo. 12 Maana, kama nia ipo, hukubaliwa kwa kadiri ya alivyo navyo mtu, si kwa kadiri ya asivyo navyo. 13 Maana sisemi hayo, ili wengine wapate raha nanyi mpate dhiki; 14 bali mambo yawe sawasawa; wakati huu wa sasa wingi wenu uwafae upungufu wao, ili na wingi wao uwafae ninyi mtakapopungukiwa; ili mambo yawe sawasawa. 15 Kama ilivyoandikwa, Aliyekusanya vingi, hakuzidi, wala yeye aliyekusanya vichache hakupungukiwa.

*Tito na wengine
walivyotumwa*

16 Lakini ahimidiwe Mungu atiaye bidii ile ile kwa ajili yenu katika moyo wa Tito. 17 Maana aliyapokea kweli yale maonyo; tena, huku akizidi kuwa na bidii, alisafiri kwenda kwenu kwa hiari yake mwenyewe. 18 Na pamoja naye tukamtuma ndugu yule ambaye sifa zake katika Injili zimeenea makanisani mwote. 19 Wala si hivyo tu, bali alichaguliwa na makanisa asafiri pamoja nasi katika jambo la neema hii, tunayoitumikia, ili Bwana atukuzwe, ukadhihirike utayari wetu. 20 Tukijiepusha na neno hili, mtu asije akatulaumu kwa habari ya karama hii tunayoitumikia; 21 tukitangulia kufikiri yaliyo mema, si mbele za Bwana tu, ila na mbele ya wanadamu. 22 Nasi pamoja nao tumemtuma ndugu yetu tuliyemwona mara nyingi katika mambo mengi kuwa ana bidii, na sasa ana bidii zaidi sana kwa sababu ya tumaini kuu alilo nalo kwenu. 23 Basi mtu akitaka habari za Tito, yeye ni mshirika wangu, na mtenda kazi pamoja nami kwa ajili yenu; tena akitaka habari za ndugu zetu, wao ni mitume wa makanisa, na utukufu wa Kristo. 24 Basi waonyesheni mbele ya maka-

nisa hakika ya upendo wenu, na ya kujisifu kwetu kwa ajili yenu.

9 Kwa habari za kuwahudumia watakatifu sina haja ya kuwaandikia. 2 Maana najua utayari wenu, ninaojisifia kwa ajili yenu kwa Wamakedonia, kwamba Akaya ilikuwa tayari tangu mwaka mzima; na bidii yenu imewatia moyo wengi wao. 3 Lakini naliwatuma hao ndugu, ili kujisifu kwetu kwa ajili yenu kusibatilike katika jambo hili; mpate kuwa tayari, kama nilivyosema; 4 kusudi, wakija Wamakedonia pamoja nami, na kuwakuta hamjawa tayari, tusije tukatahayarika sisi, (tusiseme ninyi), katika hali hiyo ya kutumaini. 5 Basi naliona ya kuwa ni lazima niwaonye ndugu hawa watangulie kufika kwenu, na kutengeneza mapema karama yenu mliyoahidi tangu zamani, ili iwe tayari, na hivi iwe kama kipawa, wala si kama kitu kitolewacho kwa unyimivu.

*Matoleo ya ukarimu na
karama ya Mungu katika
Kristo*

6 Lakini nasema neno hili, Apandaye haba atavuna haba; apandaye kwa ukarimu atavuna kwa ukarimu. 7 Kila

mtu na atende kama alivyo-
kusudia moyoni mwake, si
kwa huzuni, wala si kwa
lazima; maana Mungu hu-
mpenda yeye atoaye kwa moyo
wa ukunjufu. 8 Na Mungu
aweza kuwajaza kila neema
kwa wingi, ili ninyi, mkiwa na
riziki za kila namna sikuzote,
mpate kuzidi sana katika kila
tendo jema; 9 kama ilivyo-
andikwa,

Ametapanya, amewapa ma-
skini,

Haki yake yakaa milele.
10 Na yeye ampaye mbegu
mwenye kupanda, na mkate
uwe chakula, atawapa mbegu
za kupanda na kuzizidisha,
naye atayaongeza mazao ya
haki yenu; 11 mkitajirishwa
katika vitu vyote mpate kuwa
na ukarimu wote, umpatiao
Mungu shukrani kwa kazi
yetu. 12 Maana utumishi wa
huduma hii hauwatimizii wata-
katifu riziki walizopungukiwa
tu, bali huzidi sana kuwa na
faida kwa shukrani nyingi
apewazo Mungu; 13 kwa
kuwa mkijaribiwa kwa utu-
mishi huo, wanamtukuza Mu-
ngu kwa ajili ya utii wenu
katika kuikiri Injili ya Kristo,
na kwa ajili ya ukarimu wenu
mliowashirikisha wao na watu
wote. 14 Nao wenyewe, wa-
kiomba dua kwa ajili yenu,
wawaonea shauku kwa sababu
ya neema ya Mungu iliyozidi

sana ndani yenu. 15 Mungu
ashukuriwe kwa sababu ya
kipawa chake, tusichoweza
kukisifu kama ipasavyo.

Paulo ajitetea kwa vile
alivyopewa amri na Mungu

10 Basi, mimi Paulo mwe-
nyewe nawasihi kwa
upole na utaratibu wa Kristo;
mimi niliye mnyenyekevu niki-
wapo pamoja nanyi, bali nisi-
pokuwapo ni mwenye ujasiri
kwenu; 2 naam, naomba
kwamba nikiwapo, nisiwe na
ujasiri kwa uthabiti ambao
nahesabu kuwa nao juu ya
wale wanaodhania ya kuwa
sisi tunaenenda kwa jinsi ya
mwili. 3 Maana ingawa tuna-
enenda katika mwili, hatufanyi
vita kwa jinsi ya mwili;
4 (maana silaha za vita vyetu
si za mwili, bali zina uwezo
katika Mungu hata kuangusha
ngome;) 5 tukiangusha ma-
wazo na kila kitu kilichoinuka,
kijiinuacho juu ya elimu ya
Mungu; na tukiteka nyara kila
fikira ipate kumtii Kristo;
6 tena tukiwa tayari kupatiliza
maasi yote, kutii kwenu kuta-
kapotimia. 7 Yaangalieni ya-
liyo mbele ya macho yenu.
Mtu akijitumainia mwenyewe
ya kuwa ni mtu wa Kristo, na
afikiri hivi pia nafsini mwake,
ya kwamba kama yeye alivyo
mtu wa Kristo, vivyo hivyo na

sisi. 8 Maana, nijapojisifu zaidi kidogo kwa ajili ya mamlaka yetu, (tuliyopewa na Bwana, tupate kuwajenga wala si kuwaangusha), sitatahayarika; 9 nisije nikaonekana kana kwamba nataka kuwaogofya kwa nyaraka zangu. 10 Maana wasema, Nyaraka zake ni nzito, hodari; bali akiwapo mwenyewe mwilini ni dhaifu, na maneno yake si kitu. 11 Mtu kama huyo na afikiri hivi, ya kwamba jinsi tulivyo kwa maneno katika nyaraka tusipokuwapo, ndivyo tulivyo kwa matendo tukiwapo.

12 Kwa kuwa hatuthubutu kujihesabu pamoja na baadhi yao wanaojisifu wenyewe, wala kujilinganisha nao; bali wao wenyewe wakijipima nafsi zao na nafsi zao, na wakijilinganisha nafsi zao na nafsi zao, hawana akili. 13 Lakini sisi hatutajisifu zaidi ya kadiri yetu; bali kwa kadiri ya kipimo tulichopimiwa na Mungu, yaani, kadiri ya kufika hata kwenu. 14 Maana hatujitanui nafsi zetu kupita kadiri yetu, kana kwamba hatuwafikii ninyi; kwa sababu tulitangulia kufika mpaka kwenu katika injili ya Kristo; 15 wala hatujisifu zaidi ya kadiri yetu, yaani, katika taabu za watu wengine; bali tukiwa na tumaini ya kwamba, imani yenu ikuapo, tutakuzwa kwenu kwa kadiri ya kipimo chetu, na kupata ziada; 16 hata kuihubiri Injili katika nchi zilizo mbele kupita nchi zenu; tusijisifu katika kipimo cha mtu mwingine kwa mambo yaliyokwisha kutengenezwa. 17 Lakini, Yeye ajisifuye, na ajisifu katika Bwana. 18 Maana mtu mwenye kukubaliwa si yeye ajisifuye, bali yeye asifiwaye na Bwana.

Haki yake kwa vile alivyo mtume

11 Laiti mngechukuliana nami katika upumbavu wangu kidogo! naam, mchukulieane nami. 2 Maana nawaonea wivu, wivu wa Mungu; kwa kuwa naliwaposea mume mmoja, ili nimletee Kristo bikira safi. 3 Lakini nachelea; kama yule nyoka alivyomdanganya Hawa kwa hila yake, asije akawaharibu fikira zenu, mkauacha unyofu na usafi kwa Kristo. 4 Maana yeye ajaye akihubiri Yesu mwingine ambaye sisi hatukumhubiri, au mkipokea roho nyingine msiyoipokea, au injili nyingine msiyoikubali, mnatenda vema kuvumiliana naye! 5 Maana nadhani ya kuwa mimi sikupungukiwa na kitu walicho nacho mitume walio wakuu. 6 Lakini nijapokuwa mimi ni mtu asiyejua kunena, hii si hali yangu katika elimu; ila katika kila neno tumedhihirishwa kwenu.

7 Je! nalifanya dhambi kwa kunyenyekea ili ninyi mtukuzwe, kwa sababu naliwahubiri Injili ya Mungu bila ujira? 8 Naliwanyang'anya makanisa mengine mali yao, nikitwaa posho langu ili niwahudumie ninyi. 9 Nami nilipokuwa pamoja nanyi na kuhitaji sikulemea mtu. Maana hao ndugu waliokuja kutoka Makedonia walinipa kadiri ya mahitaji yangu; nami katika mambo yote nalijilinda nafsi yangu nisiwalemee hata kidogo; tena nitajilinda. 10 Kama vile ile kweli ya Kristo iliyo ndani yangu, hakuna mtu atakayenifumba kinywa katika kujisifu huku, katika mipaka ya Akaya. 11 Kwa nini? Je! ni kwa sababu siwapendi ninyi? Mungu anajua. 12 Lakini nifanyalo nitalifanya, ili niwapinge hao watafutao nafasi wasipate nafasi; ili kwamba katika neno hilo wajisifialo waonekane kuwa kama sisi. 13 Maana watu kama hao ni mitume wa uongo, watendao kazi kwa hila, wanaojigeuza wawe mfano wa mitume wa Kristo. 14 Wala si ajabu. Maana Shetani mwenyewe hujigeuza awe mfano wa malaika wa nuru. 15 Basi si neno kubwa watumishi wake nao wakijigeuza wawe mfano wa watumishi wa haki, ambao mwisho wao utakuwa sawasawa na kazi zao.

Malinganisho ya Paulo na wale waliompinga

16 Nasema tena, mtu asidhani ya kuwa mimi ni mpumbavu; lakini mjaponidhania hivi, mnikubali kama mpumbavu; ili mimi nami nipate kujisifu ngaa kidogo. 17 Ninenalo silineni agizo la Bwana, bali kama kwa upumbavu, katika ujasiri huu wa kujisifu. 18 Kwa sababu wengi wanajisifu kwa jinsi ya mwili, mimi nami nitajisifu. 19 Ninyi, kwa kuwa mna akili, mnachukuliana na wajinga kwa furaha. 20 Maana mwachukuliana na mtu akiwatia utumwani, akiwameza, akiwateka nyara, akijikuza, akiwapiga usoni.

Hatari na taabu zilizompata Paulo

21 Nanena kwa jinsi ya kujidhili kana kwamba sisi tulikuwa dhaifu. Walakini, akiwa mtu anao ujasiri kwa lo lote, (nanena kipuuzi), mimi nami ninao ujasiri. 22 Wao ni Waebrania? Na mimi pia. Wao ni Waisraeli? Na mimi

pia. Wao ni uzao wa Ibrahimu? Na mimi pia. 23 Wao ni wahudumu wa Kristo? (nanena kiwazimu), mimi ni zaidi; katika taabu kuzidi sana; katika vifungo kuzidi sana; katika mapigo kupita kiasi; katika mauti mara nyingi. 24 Kwa Wayahudi mara tano nalipata mapigo arobaini kasoro moja. 25 Mara tatu nalipigwa kwa bakora; mara moja nalipigwa kwa mawe; mara tatu nalivunjikiwa jahazi; kuchwa kucha nimepata kukaa kilindini; 26 katika kusafiri mara nyingi; hatari za mito; hatari za wanyang'anyi; hatari kwa taifa langu; hatari kwa mataifa mengine; hatari za mjini; hatari za jangwani; hatari za baharini; hatari kwa ndugu za uongo; 27 katika taabu na masumbufu; katika kukesha mara nyingi; katika njaa na kiu; katika kufunga mara nyingi; katika baridi na kuwa uchi. 28 Baghairi ya mambo ya nje, yako yanijiayo kila siku, ndiyo maangalizi ya makanisa yote. 29 Ni nani aliye dhaifu, nisiwe dhaifu nami? Ni nani aliyekwazwa nami nisichukiwe? 30 Ikinibidi kujisifu, nitajisifia mambo ya udhaifu wangu. 31 Mungu, Baba wa Bwana Yesu, aliye mtukufu hata milele, anajua ya kuwa sisemi uongo. 32 Huko Da-

meski liwali wa mfalme Areta alikuwa akiulinda mji wa Wadameski, ili kunikamata; 33 nami nikatelemshwa ndani ya kapu, katika dirisha la ukutani, nikaokoka katika mikono yake.

Maono ya matukufu na udhaifu uliomfanya asijivune

12 Sina budi kujisifu, ijapokuwa haipendezi; lakini nitafikilia maono na mafunuo ya Bwana. 2 Namjua mtu mmoja katika Kristo, yapata sasa miaka kumi na minne, (kwamba alikuwa katika mwili sijui; kwamba alikuwa nje ya mwili sijui; Mungu ajua). Mtu huyo alinyakuliwa juu mpaka mbingu ya tatu. 3 Nami namjua mtu huyo, (kwamba alikuwa katika mwili sijui; kwamba alikuwa nje ya mwili sijui; Mungu ajua); 4 ya kuwa alinyakuliwa mpaka Peponi, akasikia maneno yasiyotamkika, ambayo haijuzu mwanadamu ayanene. 5 Kwa habari za mtu kama huyo nitajisifu; lakini kwa ajili ya nafsi yangu sitajisifu, isipokuwa katika habari ya udhaifu wangu. 6 Maana kama ningetaka kujisifu singekuwa mpumbavu, kwa sababu nitasema kweli. Lakini najizuia, ili mtu asinihesabie zaidi ya hayo ayaonayo kwangu au kuyasikia kwangu. 7 Na makusudi nisipate kujivuna kupita kiasi kwa wingi wa mafunuo hayo, nalipewa mwiba katika mwili, mjumbe wa Shetani ili anipige, nisije nikajivuna kupita kiasi. 8 Kwa ajili ya kitu hicho nalimsihi Bwana mara tatu kwamba kinitoke. 9 Naye akaniambia, Neema yangu yakutosha; maana uweza wangu hutimilika katika udhaifu. Basi nitajisifia udhaifu wangu kwa furaha nyingi, ili uweza wa Kristo ukae juu yangu. 10 Kwa hiyo napendezwa na udhaifu, na ufidhuli, na misiba, na adha, na shida, kwa ajili ya Kristo. Maana niwapo dhaifu ndipo nilipo na nguvu.

Paulo aonyesha alivyojivuna

11 Nimekuwa mpumbavu, ninyi mmenilazimisha. Maana ilinipasa nisifiwe na ninyi; kwa sababu sikuwa duni ya mitume walio wakuu kwa lo lote, nijapokuwa si kitu. 12 Kweli ishara za mtume zilitendwa katikati yenu katika saburi yote, kwa ishara na maajabu na miujiza. 13 Maana ni kitu gani mlichopungukiwa kuliko makanisa mengine, ila kwa kuwa mimi sikuwalemea? Mnisamehe udhalimu huu.

14 Tazama, hii ni mara ya tatu ya mimi kuwa tayari kuja kwenu, wala sitawalemea. Maana sivitafuti vitu vyenu, bali nawatafuta ninyi; maana haiwapasi watoto kuweka akiba kwa wazazi, bali wazazi kwa watoto. 15 Nami kwa furaha nyingi nitatapanya, tena nitatapanywa kwa ajili ya roho zenu. Je! kadiri nizidivyo kuwapenda sana, ninapungukiwa kupendwa? 16 Lakini na iwe hivyo, mimi sikuwalemea; bali kwa kuwa mwerevu naliwapata kwa hila. 17 Je! mtu ye yote niliyemtuma kwenu, kwa mtu huyo naliwatoza kitu? 18 Nalimwonya Tito, nikamtuma ndugu yule pamoja naye. Je! Tito aliwatoza kitu? Je! hatukuenenda kwa Roho yeye yule na katika nyayo zile zile?

19 Mwadhani hata sasa ya kuwa tunajiudhuru kwenu! Mbele za Mungu twanena katika Kristo. Na hayo yote, wapenzi, ni kwa ajili ya kuwajenga ninyi. 20 Maana nachelea, nisije nikawakuta si kama vile nitakavyo kuwakuta, nikaonekana kwenu si kama vile mtakavyo; nisije nikakuta labda fitina, na wivu, na ghadhabu, na ugomvi, na masingizio, na manong'onezo, na majivuno, na ghasia; 21 nami nitakapokuja tena, Mungu wangu asije akanidhili kwenu, nami nikawasikitikia

wengi waliokosa tangu hapo,
wasiutubie uchafu, na uashe-
rati, na ufisadi walioufanya.

*Atakuja kuonana nao,
kwa ajili ya hayo anawaonya*

13 Hii ndiyo mara ya tatu
ya mimi kuja kwenu.
Kwa vinywa vya mashahidi
wawili au watatu kila neno
litathibitishwa. 2 Nimetangu-
lia kuwaambia; na, kama vile
nilipokuwapo mara ya pili,
vivyo hivyo sasa nisipoku-
wapo, nawaambia wazi wao
waliotenda dhambi tangu ha-
po, na wengine wote, ya
kwamba, nikija, sitahurumia;
3 kwa kuwa mnatafuta dalili
ya Kristo, asemaye ndani
yangu, ambaye si dhaifu
kwenu, bali ana uweza ndani
yenu. 4 Maana, alisulibiwa
katika udhaifu, lakini anaishi
kwa nguvu za Mungu. Ma-
ana sisi nasi tu dhaifu katika
yeye; lakini tutaishi pamoja
naye kwa uweza wa Mungu
ulio kwenu. 5 Jijaribuni we-
nyewe kwamba mmekuwa
katika imani; jithibitisheni
wenyewe. Au hamjijui we-
nyewe, kwamba Yesu Kristo
yu ndani yenu? isipokuwa
mmekataliwa. 6 Lakini natu-

maini kama mtajua ya kuwa
sisi hatukukataliwa. 7 Nasi
twamwomba Mungu, msifanye
lo lote lililo baya; si kwamba,
sisi tuonekane tumekubaliwa,
lakini ninyi mfanye lile lililo
jema, tujapokuwa sisi tu kama
waliokataliwa. 8 Maana ha-
tuwezi kutenda neno lo lote
kinyume cha kweli, bali kwa
ajili ya kweli. 9 Maana twa-
furahi, iwapo sisi tu dhaifu,
nanyi mmekuwa hodari. Te-
na twaomba hili nalo, kutimi-
lika kwenu. 10 Kwa sababu
hiyo, naandika haya nisipoku-
wapo, ili, nikiwapo, nisiutumie
ukali kwa kadiri ya uwezo ule
niliopewa na Bwana, kwa
kujenga wala si kwa kubo-
moa.

Maneno ya mwisho

11 Hatimaye, ndugu, kwa-
herini; mtimilike, mfarijike,
nieni mamoja, mkae katika
amani; na Mungu wa upendo
na amani atakuwa pamoja
nanyi. 12 Salimianeni kwa
busu takatifu. 13 Watakatifu
wote wawasalimu.

14 Neema ya Bwana Yesu
Kristo, na pendo la Mungu, na
ushirika wa Roho Mtakatifu
ukae nanyi nyote.

WARAKA WA PAULO MTUME

KWA

WAGALATIA

Salamu

1 Paulo, mtume, (si mtume wa wanadamu, wala kutumwa na mwanadamu, bali na Yesu Kristo, na Mungu Baba aliyemfufua kutoka kwa wafu), 2 na ndugu wote walio pamoja nami, kwa makanisa ya Galatia; 3 Neema na iwe kwenu, na amani, zitokazo kwa Mungu Baba, na kwa Bwana wetu Yesu Kristo; 4 ambaye alijitoa nafsi yake kwa ajili ya dhambi zetu, ili atuokoe na dunia hii mbovu iliyopo sasa, kama alivyopenda Mungu, Baba yetu. 5 Utukufu una yeye milele na milele, Amina.

Paulo asivyopendezwa na Wagalatia

6 Nastaajabu kwa kuwa mnamwacha upesi hivi yeye aliyewaita katika neema ya Kristo, na kugeukia injili ya namna nyingine. 7 Wala si nyingine; lakini wapo watu wawataabishao na kutaka kuigeuza injili ya Kristo. 8 Lakini ijapokuwa sisi au malaika wa mbinguni atawahubiri ninyi injili yo yote isipokuwa hiyo tuliyowahubiri, na alaaniwe. 9 Kama tulivyotangulia kusema, na sasa nasema tena, mtu awaye yote akiwahubiri ninyi injili yo yote isipokuwa hiyo mliyoipokea, na alaaniwe.

Injili aliyo nayo imektoana na Kristo, si wanadamu

10 Maana, sasa je! ni wanadamu ninaowashawishi, au Mungu? au nataka kuwapendeza wanadamu? Kama ningekuwa hata sasa nawapendeza wanadamu, singekuwa mtumwa wa Kristo. 11 Kwa maana, ndugu zangu, injili hiyo niliyowahubiri, nawajulisha ya kuwa siyo ya namna ya kibinadamu. 12 Kwa kuwa sikuipokea kwa mwanadamu wala sikufundishwa na mwanadamu, bali kwa ufunuo wa Yesu Kristo. 13 Maana mmesikia habari za mwenendo wangu zamani katika dini ya Kiyahudi, kwamba naliliudhi kanisa la Mungu kupita kiasi,

nikaliharibu. 14 Nami nalie-
ndelea katika dini ya Kiyahudi
kuliko wengi walio hirimu
zangu katika kabila yangu,
nikajitahidi sana katika kuya-
shika mapokeo ya baba zangu.
15 Lakini Mungu, aliyenitenga
tangu tumboni mwa mama·
yangu, akaniita kwa neema
yake, 16 alipoona vema ku-
mdhihirisha Mwanawe ndani
yangu, ili niwahubiri Mataifa
habari zake; mara sikufanya
shauri na watu wenye mwili na
damu; 17 wala sikupanda
kwenda Yerusalemu kwa hao
waliokuwa mitume kabla ya-
ngu; bali nalikwenda zangu
Arabuni, kisha nikarudi tena
Dameski.

18 Kisha, baada ya miaka
mitatu, nalipanda kwenda
Yerusalemu ili nionane na
Kefa, nikakaa kwake siku
kumi na tano. 19 Lakini siku-
mwona mtume mwingine, ila
Yakobo, ndugu yake Bwana.
20 Na hayo ninayowaandikia,
angalieni, mbele za Mungu,
sisemi uongo. 21 Baadaye
nalikwenda pande za Shamu
na Kilikia. 22 Lakini sikuju-
likana uso wangu na makanisa
ya Uyahudi yaliyokuwa katika
Kristo; 23 ila wamesikia tu
ya kwamba huyo aliyetuudhi
hapo kwanza, sasa anaihubiri
imani ile aliyoiharibu zamani.
24 Wakamtukuza Mungu kwa
ajili yangu.

Utume wake ulikubaliwa Yerusalemu

2 Kisha, baada ya miaka
kumi na minne, nalipanda
tena kwenda Yerusalemu pa-
moja na Barnaba, nikamchu-
kua na Tito pamoja nami.
2 Nami nalikwenda kwa kuwa
nalifunuliwa, nikawaeleza injili
ile niihubiriyo katika Mataifa,
lakini kwa faragha kwa hao
walio wenye sifa, isiwe labda
napiga mbio bure, au nalipiga
mbio bure. 3 Lakini Tito
aliyekuwa pamoja nami, naye
ni Myunani, hakulazimishwa
kutahiriwa. 4 Bali kwa ajili
ya ndugu za uongo walioingi-
zwa kwa siri; ambao waliingia
kwa siri ili kuupeleleza uhuru
wetu tulio nao katika Kristo
Yesu, ili watutie utumwani;
5 ambao hata saa moja hatu-
kujitia chini yao, ili kwamba
kweli ya Injili ikae pamoja
nanyi. 6 Lakini wale wenye
sifa ya kuwa wana cheo;
(walivyokuwa vyo vyote ni
mamoja kwangu; Mungu ha-
pokei uso wa mwanadamu);
nasema, hao wenye sifa hawa-
kuniongezea kitu; 7 bali, ki-
nyume cha hayo, walipoona ya
kuwa nimekabidhiwa injili ya
wasiotahiriwa, kama vile Petro
ya waliotahiriwa; 8 (maana
yeye aliyemwezesha Petro ku-
wa mtume wa waliotahiriwa
ndiye aliyeniwezesha mimi

kwenda kwa Mataifa); 9 tena walipokwisha kujua ile neema niliyopewa; Yakobo, na Kefa, na Yohana, wenye sifa kuwa ni nguzo, walinipa mimi na Barnaba mkono wa kuume wa shirika; ili sisi tuende kwa Mataifa, na wao waende kwa watu wa tohara; 10 ila neno moja tu walitutakia, tuwakumbuke maskini; nami neno lilo hilo nalikuwa na bidii kulifanya.

Alivyomkemea Petro

11 Lakini Kefa alipokuja Antiokia, nalishindana naye uso kwa uso, kwa sababu alistahili hukumu. 12 Kwa maana kabla hawajaja watu kadha wa kadha waliotoka kwa Yakobo, alikuwa akila pamoja na watu wa Mataifa; lakini walipokuja wao, akarudi nyuma akajitenga, huku akiwaogopa waliotahiriwa. 13 Na hao Wayahudi wengine wakajigeuza pamoja naye, hata na Barnaba pia akachukuliwa na unafiki wao. 14 Walakini, nilipoona ya kuwa njia yao haiendi sawasawa na ile kweli ya Injili, nalimwambia Kefa mbele ya wote, Ikiwa wewe uliye Myahudi wafuata desturi za Mataifa, wala si za Wayahudi, kwa nini unawashurutisha Mataifa kufuata desturi za Wayahudi?

Upungufu wa Sheria na uzima mpya katika imani

15 Sisi tulio Wayahudi kwa asili, wala si wakosaji wa Mataifa, 16 hali tukijua ya kuwa mwanadamu hahesabiwi haki kwa matendo ya sheria, bali kwa imani ya Kristo Yesu; sisi tulimwamini Kristo Yesu ili tuhesabiwe haki kwa imani ya Kristo, wala si kwa matendo ya sheria; maana kwa matendo ya sheria hakuna mwenye mwili atakayehesabiwa haki. 17 Lakini ikiwa sisi wenyewe, kwa kutafuta kuhesabiwa haki katika Kristo, tulionekana kuwa wenye dhambi, je! Kristo amekuwa mtumishi wa dhambi? Hasha! 18 Maana nikiyajenga tena yale niliyoyabomoa, naonyesha ya kuwa mimi mwenyewe ni mkosaji. 19 Maana mimi kwa njia ya sheria naliifia sheria ili nimwishie Mungu. 20 Nimesulibiwa pamoja na Kristo; lakini ni hai; wala si mimi tena, bali Kristo yu hai ndani yangu; na uhai nilio nao sasa katika mwili, ninao katika imani ya Mwana wa Mungu, ambaye alinipenda akajitoa nafsi yake kwa ajili yangu. 21 Siibatili neema ya Mungu; maana, ikiwa haki hupatikana kwa njia ya sheria, basi Kristo alikufa bure.

Mungu atukubali kwa ajili ya imani, si kwa ajili ya Sheria

3 Enyi Wagalatia msio na akili, ni nani aliyewaloga, ninyi ambao Yesu Kristo aliwekwa wazi mbele ya macho yenu ya kuwa amesulibiwa? 2 Nataka kujifunza neno hili moja kwenu. Je! mlipokea Roho kwa matendo ya sheria, au kwa kusikia kunakotokana na imani? 3 Je! mmekuwa wajinga namna hii? Baada ya kuanza katika Roho, mnataka kukamilishwa sasa katika mwili? 4 Mmepatikana na mateso makubwa namna hii bure? ikiwa ni bure kweli. 5 Basi, yeye awapaye Roho na kufanya miujiza kati yenu, je! afanya hayo kwa matendo ya sheria, au kwa kusikia kunakotokana na imani? 6 Kama vile Ibrahimu alivyomwamini Mungu akahesabiwa haki.

7 Fahamuni basi, ya kuwa wale walio wa imani, hao ndio wana wa Ibrahimu. 8 Na andiko, kwa vile lilivyoona tangu zamani kwamba Mungu atawahesabia haki Mataifa kwa imani, lilimhubiri Ibrahimu habari njema zamani, kusema, Katika wewe Mataifa yote watabarikiwa. 9 Basi hao walio wa imani hubarikiwa pamoja na Ibrahimu aliyekuwa mwenye imani. 10 Kwa maana wale wote walio wa matendo ya sheria, wako chini ya laana; maana imeandikwa, Amelaaniwa kila mtu asiyedumu katika yote yaliyoandikwa katika kitabu cha torati, ayafanye. 11 Ni dhahiri ya kwamba hakuna mtu ahesabiwaye haki mbele za Mungu katika sheria; kwa sababu, Mwenye haki ataishi kwa imani. 12 Na torati haikuja kwa imani, bali, Ayatendaye hayo ataishi katika hayo. 13 Kristo alitukomboa katika laana ya torati, kwa kuwa alifanywa laana kwa ajili yetu; maana imeandikwa, Amelaaniwa kila mtu aangikwaye juu ya mti; 14 ili kwamba baraka ya Ibrahimu iwafikilie Mataifa katika Yesu Kristo, tupate kupokea ahadi ya Roho kwa njia ya imani.

15 Ndugu zangu, nanena kwa jinsi ya kibinadamu. Lijapokuwa ni agano la mwanadamu, hata hivyo likiisha kuthibitika, hakuna mtu alibatilishaye, wala kuliongeza neno. 16 Basi ahadi zilinenwa kwa Ibrahimu na kwa mzao wake. Hasemi, Kwa wazao, kana kwamba ni wengi, bali kana kwamba ni mmoja, Kwa mzao wako, yaani Kristo. 17 Nisemalo ni hili; agano lililothibitishwa kwanza na Mungu, torati iliyotokea miaka mia nne na thelathini baadaye hailitangui, hata kuibatilisha

ile ahadi. 18 Kwa maana urithi ukiwa kwa sheria, hauwi tena kwa ahadi; lakini Mungu alimkirimia Ibrahimu kwa njia ya ahadi.

Sababu ya Sheria kuletwa

19 Torati ni nini basi? Iliingizwa kwa sababu ya makosa, hata aje huyo mzao aliyepewa ile ahadi; iliamriwa kwa utumishi wa malaika kwa mkono wa mjumbe. 20 Basi aliye mjumbe si mjumbe wa mmoja; bali Mungu ni mmoja. 21 Basi je! torati haipatani na ahadi za Mungu? Hasha! Kwa kuwa, kama ingalitolewa sheria iwezayo kuhuisha, yakini haki ingalipatikana kwa sheria. 22 Lakini andiko limeyafunga yote chini ya nguvu ya dhambi, makusudi hao waaminio wapewe ile ahadi kwa imani ya Yesu Kristo.

23 Lakini kabla ya kuja ile imani tulikuwa tumewekwa chini ya sheria, tumefungwa mpaka ije ile imani itakayofunuliwa. 24 Hivyo torati imekuwa kiongozi kutuleta kwa Kristo, ili tuhesabiwe haki kwa imani.

Matokeo ya imani

25 Lakini, iwapo imani imekuja, hatupo tena chini ya kiongozi. 26 Kwa kuwa ninyi nyote mmekuwa wana wa Mungu kwa njia ya imani katika Kristo Yesu. 27 Maana ninyi nyote mliobatizwa katika Kristo mmemvaa Kristo. 28 Hapana Myahudi wala Myunani. Hapana mtumwa wala huru. Hapana mtu mume wala mtu mke. Maana ninyi nyote mmekuwa mmoja katika Kristo Yesu. 29 Na kama ninyi ni wa Kristo, basi, mmekuwa uzao wa Ibrahimu, na warithi sawasawa na ahadi.

Kufanywa wana wa Mungu kwa imani katika Kristo

4 Lakini nasema ya kuwa mrithi, wakati wote awapo mtoto, hana tofauti na mtumwa, angawa ni bwana wa yote; 2 bali yu chini ya mawakili na watunzaji, hata wakati uliokwisha kuamriwa na baba. 3 Kadhalika na sisi tulipokuwa watoto, tulikuwa tukitumikishwa na kawaida za kwanza za dunia. 4 Hata ulipowadia utimilifu wa wakati, Mungu alimtuma Mwanawe ambaye amezaliwa na mwanamke, amezaliwa chini ya sheria, 5 kusudi awakomboe hao waliokuwa chini ya sheria, ili sisi tupate kupokea hali ya kuwa wana. 6 Na kwa kuwa ninyi mmekuwa wana, Mungu alimtuma Roho wa Mwanawe mioyoni mwetu, aliaye, Aba,

yaani, Baba. 7 Kama ni hivyo, wewe si mtumwa tena bali u mwana; na kama u mwana, basi, u mrithi kwa Mungu.

Paulo anawasihi waongofu aliowapata wasikengeuke

8 Lakini wakati ule, kwa kuwa hamkumjua Mungu, mliwatumikia wao ambao kwa asili si miungu. 9 Bali sasa mkiisha kumjua Mungu, au zaidi kujulikana na Mungu, kwa nini kuyarejea tena mafundisho ya kwanza yaliyo manyonge, yenye upungufu, ambayo mnataka kuyatumikia tena? 10 Mnashika siku, na miezi, na nyakati, na miaka. 11 Nawachelea, isiwe labda nimejitaabisha bure kwa ajili yenu.

12 Ndugu zangu, nawasihi, iweni kama mimi, maana mimi ni kama ninyi. Hamkunidhulumu kwa lo lote. 13 Lakini mwajua ya kuwa naliwahubiri Injili mara ya kwanza kwa sababu ya udhaifu wa mwili; 14 na jaribu lililowapata katika mwili wangu hamkulidharau wala kulikataa, bali mlinipokea kama malaika wa Mungu, kama Kristo Yesu. 15 Ku wapi, basi, kule kujiita heri? Maana nawashuhudu kwamba, kama ingaliwezekana, mngaling'oa macho ye-

nu, mkanipa mimi. 16 Je! nimekuwa adui wenu kwa sababu nawaambia yaliyo kweli? 17 Hao wana shauku nanyi, lakini si kwa njia nzuri, bali wanataka kuwafungia nje, ili kwamba ninyi mwaonee wao shauku. 18 Navyo ni vizuri kuonewa shauku katika neno jema sikuzote, wala si wakati nikiwapo mimi pamoja nanyi tu. 19 Vitoto vyangu, ambao kwamba nawaonea utungu tena mpaka Kristo aumbike ndani yenu; 20 laiti ningekuwapo pamoja nanyi sasa, na kuigeuza sauti yangu! maana naona shaka kwa ajili yenu.

Wale wana wawili

21 Niambieni, ninyi mnaotaka kuwa chini ya sheria, je! hamwisikii sheria? 22 Kwa maana imeandikwa ya kuwa, Ibrahimu alikuwa na wana wawili, mmoja kwa mjakazi, na mmoja kwa mwungwana. 23 Lakini yule wa mjakazi alizaliwa kwa mwili, yule wa mwungwana kwa ahadi. 24 Mambo haya husemwa kwa mfano; kwa maana hawa ndio kama maagano mawili, moja kutoka mlima Sinai, lizaalo kwa utumwa, ambalo ni Hajiri. 25 Maana Hajiri ni kama mlima Sinai ulioko Arabuni, umelingana na Yerusalemu wa sasa; kwa kuwa anatumika,

pamoja na watoto. 26 Bali Yerusalemu wa juu ni mwungwana, naye ndiye mama yetu sisi. 27 Kwa maana imeandikwa,

Furahi, wewe uliye tasa, usiyezaa;

Paza sauti, ulie, wewe usiye na utungu;

Maana watoto wake aliyeachwa pekee ni wengi

Kuliko wa huyo aliye na mume.

28 Basi, ndugu zangu, kama Isaka sisi tu watoto wa ahadi. 29 Lakini kama vile siku zile yule aliyezaliwa kwa mwili alivyomwudhi yule aliyezaliwa kwa Roho, ndivyo ilivyo na sasa. 30 Lakini lasemaje andiko? Mfukuze mjakazi na mwanawe, kwa maana mwana wa mjakazi hatarithi kabisa pamoja na mwana wa mwungwana. 31 Ndiposa, ndugu zangu, sisi si watoto wa mjakazi, bali tu watoto wa huyo aliye mwungwana.

5 Katika ungwana huo Kristo alituandika huru; kwa hiyo simameni, wala msinaswe tena chini ya kongwa la utumwa.

Ni lazima kuchagua Kristo au Sheria

2 Tazama, mimi Paulo nawaambia ninyi ya kwamba, mkitahiriwa, Kristo hatawafaidia neno. 3 Tena namshuhudia kila mtu atahiriwaye, kwamba ni wajibu wake kuitimiza torati yote. 4 Mmetengwa na Kristo, ninyi mtakao kuhesabiwa haki kwa sheria; mmeanguka na kutoka katika hali ya neema. 5 Maana sisi kwa Roho tunalitazamia tumaini la haki kwa njia ya imani. 6 Maana katika Kristo Yesu kutahiriwa hakufai neno, wala kutokutahiriwa, bali imani itendayo kazi kwa upendo.

7 Mlikuwa mkipiga mbio vizuri; ni nani aliyewazuia msiitii kweli? 8 Kushawishi huku hakukutoka kwake yeye anayewaita ninyi. 9 Chachu kidogo huchachua donge zima. 10 Nina matumaini kwenu katika Bwana, ya kwamba hamtakuwa na nia ya namna nyingine. Lakini yeye anayewafadhaisha atachukua hukumu yake, awaye yote. 11 Nami, ndugu zangu, ikiwa ninahubiri habari ya kutahiriwa, kwa nini ningali ninaudhiwa? Hapo kwazo la msalaba limebatilika! 12 Laiti hao wanaowatia mashaka wangejikata nafsi zao!

Uhuru na uongozwe na upendo

13 Maana ninyi, ndugu, mliitwa mpate uhuru; lakini

uhuru wenu usiwe sababu ya kuufuata mwili, bali tumikianeni kwa upendo. 14 Maana torati yote imetimilika katika neno moja, nalo ni hili, Umpende jirani yako kama nafsi yako. 15 Lakini mkiumana na kulana, angalieni msije mkaangamizana.

Uzima katika Roho

16 Basi nasema, Enendeni kwa Roho, wala hamtazitimiza kamwe tamaa za mwili. 17 Kwa sababu mwili hutamani ukishindana na Roho, na Roho kushindana na mwili; kwa maana hizi zimepingana, hata hamwezi kufanya mnayotaka. 18 Lakini mkiongozwa na Roho, hampo chini ya sheria. 19 Basi matendo ya mwili ni dhahiri, ndiyo haya, uasherati, uchafu, ufisadi, 20 ibada ya sanamu, uchawi, uadui, ugomvi, wivu, hasira, fitina, faraka, uzushi, 21 husuda, ulevi, ulafi, na mambo yanayofanana na hayo; katika hayo nawaambia mapema, kama nilivyokwisha kuwaambia, ya kwamba watu watendao mambo ya jinsi hiyo hawataurithi ufalme wa Mungu. 22 Lakini tunda la Roho ni upendo, furaha, amani, uvumilivu, utu wema, fadhili, uaminifu, 23 upole, kiasi; juu ya mambo kama hayo hakuna sheria. 24 Na hao walio wa Kristo Yesu wameusulibisha mwili pamoja na mawazo yake mabaya na tamaa zake. 25 Tukiishi kwa Roho, na tuenende kwa Roho. 26 Tusijisifu bure, tukichokozana na kuhusudiana.

Mausia ya mambo ya kawaida

6 Ndugu zangu, mtu akighafilika katika kosa lo lote, ninyi mlio wa Roho mrejezeni upya mtu kama huyo kwa roho ya upole, ukijiangalia nafsi yako usije ukajaribiwa wewe mwenyewe. 2 Mchukuliane mizigo na kuitimiza hivyo sheria ya Kristo. 3 Maana mtu akijiona kuwa ni kitu, naye si kitu, ajidanganya nafsi yake. 4 Lakini kila mtu na aipime kazi yake mwenyewe, ndipo atakapokuwa na sababu ya kujisifu ndani ya nafsi yake tu, wala si kwa mwenzake. 5 Maana kila mtu atalichukua furushi lake mwenyewe.

6 Mwanafunzi na amshirikishe mkufunzi wake katika mema yote. 7 Msidanganyike, Mungu hadhihakiwi; kwa kuwa cho chote apandacho mtu, ndicho atakachovuna. 8 Maana yeye apandaye kwa mwili wake, katika mwili wake atavuna uharibifu;

bali yeye apandaye kwa Roho, katika Roho atavuna uzima wa milele. 9 Tena tusichoke katika kutenda mema; maana tutavuna kwa wakati wake, tusipozimia roho. 10 Kwa hiyo kadiri tupatavyo nafasi na tuwatendee watu wote mema; na hasa jamaa ya waaminio.

Maneno ya mwisho

11 Tazameni ni kwa herufi gani kubwa nimewaandikia kwa mkono wangu mimi mwenyewe! 12 Wote watakao kuonekana ni wazuri kwa mambo ya mwili, ndio wanaowashurutisha kutahiriwa; makusudi wasiudhiwe kwa ajili ya msalaba wa Kristo, hilo tu. 13 Kwa maana hata wao wenyewe waliotahiriwa hawai-shiki sheria; bali wanataka ninyi mtahiriwe, wapate kuona fahari katika miili yenu. 14 Lakini mimi, hasha, nisione fahari juu ya kitu cho chote ila msalaba wa Bwana wetu Yesu Kristo, ambao kwa huo ulimwengu umesulibishwa kwangu, na mimi kwa ulimwengu. 15 Kwa sababu kutahiriwa si kitu, wala kutokutahiriwa, bali kiumbe kipya. 16 Na wote watakaoenenda kwa kanuni hiyo, amani na iwe kwao na rehema, naam, kwa Israeli wa Mungu.

17 Tangu sasa mtu asinita-abishe; kwa maana ninachukua mwilini mwangu chapa zake Yesu.

18 Ndugu zangu, neema ya Bwana wetu Yesu Kristo na iwe pamoja na roho zenu. Amina.

WARAKA WA PAULO MTUME
KWA
WAEFESO

Salamu

1 Paulo, mtume wa Kristo Yesu, kwa mapenzi ya Mungu; kwa watakatifu walioko [Efeso] wanaomwamini Kristo Yesu. 2 Neema na iwe kwenu na amani zitokazo kwa Mungu Baba yetu na kwa Bwana Yesu Kristo.

Sifa kwa Mungu

3 Atukuzwe Mungu, Baba wa Bwana wetu Yesu Kristo, aliyetubariki kwa baraka zote za rohoni, katika ulimwengu wa roho, ndani yake Kristo; 4 kama vile alivyotuchagua katika yeye kabla ya kuwekwa misingi ya ulimwengu, ili tuwe

watakatifu, watu wasio na hatia mbele zake katika pendo. 5 Kwa kuwa alitangulia kutuchagua, ili tufanywe wanawe kwa njia ya Yesu Kristo, sawasawa na uradhi wa mapenzi yake. 6 Na usifiwe utukufu wa neema yake, ambayo ametuneemesha katika huyo Mpendwa. 7 Katika yeye huyo, kwa damu yake, tunao ukombozi wetu, masamaha ya dhambi, sawasawa na wingi wa neema yake. 8 Naye alituzidishia hiyo katika hekima yote na ujuzi; 9 akiisha kutujulisha siri ya mapenzi yake, sawasawa na uradhi wake, alioukusudia katika yeye huyo. 10 Yaani, kuleta madaraka ya wakati mkamilifu atavijumlisha vitu vyote katika Kristo, vitu vya mbinguni na vitu vya duniani pia. Naam, katika yeye huyo; 11 na ndani yake sisi nasi tulifanywa urithi, huku tukichaguliwa tangu awali sawasawa na kusudi lake yeye, ambaye hufanya mambo yote kwa shauri la mapenzi yake. 12 Nasi katika huyo tupate kuwa sifa ya utukufu wake, sisi tuliotangulia kumwekea Kristo tumaini letu. 13 Nanyi pia katika huyo mmekwisha kulisikia neno la kweli, habari njema za wokovu wenu; tena mmekwisha kumwamini yeye, na kutiwa muhuri na Roho yule wa ahadi aliye Mtakatifu. 14 Ndiye aliye arabuni ya urithi wetu, ili kuleta ukombozi wa milki yake, kuwa sifa ya utukufu wake.

Aomba wapate ujuzi wa Mungu

15 Kwa sababu hiyo mimi nami, tangu nilipopata habari za imani yenu katika Bwana Yesu, na pendo lenu kwa watakatifu wote, 16 siachi kutoa shukrani kwa ajili yenu; nikiwakumbuka katika sala zangu, 17 Mungu wa Bwana wetu Yesu Kristo, Baba wa utukufu, awape ninyi roho ya hekima na ya ufunuo katika kumjua yeye; 18 macho ya mioyo yenu yatiwe nuru, mjue tumaini la mwito wake jinsi lilivyo; na utajiri wa utukufu wa urithi wake katika watakatifu jinsi ulivyo; 19 na ubora wa ukuu wa uweza wake ndani yetu tuaminio jinsi ulivyo; kwa kadiri ya utendaji wa nguvu za uweza wake; 20 aliotenda katika Kristo alipomfufua katika wafu, akamweka mkono wake wa kuume katika ulimwengu wa roho; 21 juu sana kuliko ufalme wote, na mamlaka, na nguvu, na usultani, na kila jina litajwalo, wala si ulimwenguni humu tu, bali katika ule ujao pia; 22 akavitia vitu

vyote chini ya miguu yake, akamweka awe kichwa juu ya vitu vyote kwa ajili ya kanisa; 23 ambalo ndilo mwili wake, ukamilifu wake anayekamilika kwa vyote katika vyote.

Wokovu ni kwa neema ya Mungu

2 Nanyi mlikuwa wafu kwa sababu ya makosa na dhambi zenu; 2 ambazo mliziendea zamani kwa kuifuata kawaida ya ulimwengu huu, na kwa kumfuata mfalme wa uwezo wa anga, roho yule atendaye kazi sasa katika wana wa kuasi; 3 ambao zamani, sisi sote nasi tulienenda kati yao, katika tamaa za miili yetu, tulipoyatimiza mapenzi ya mwili na ya nia, tukawa kwa tabia yetu watoto wa hasira kama na hao wengine. 4 Lakini Mungu, kwa kuwa ni mwingi wa rehema, kwa mapenzi yake makuu aliyotupenda; 5 hata wakati ule tulipokuwa wafu kwa sababu ya makosa yetu; alituhuisha pamoja na Kristo; yaani, mmeokolewa kwa neema. 6 Akatufufua pamoja naye, akatuketisha pamoja naye katika ulimwengu wa roho, katika Kristo Yesu; 7 ili katika zamani zinazokuja audhihirishe wingi wa neema yake upitao kiasi kwa wema

wake kwetu sisi katika Kristo Yesu. 8 Kwa maana mmeokolewa kwa neema, kwa njia ya imani; ambayo hiyo haikutokana na nafsi zenu, ni kipawa cha Mungu; 9 wala si kwa matendo, mtu awaye yote asije akajisifu. 10 Maana tu kazi yake, tuliumbwa katika Kristo Yesu, tutende matendo mema, ambayo tokea awali Mungu aliyatengeneza ili tuenende nayo.

Mataifa na Wayahudi wameunganishwa ndani ya Kanisa

11 Kwa ajili ya hayo kumbukeni ya kwamba zamani ninyi, mlio watu wa Mataifa kwa jinsi ya mwili, mnaoitwa Wasiotahiriwa na wale wanaoitwa Waliotahiriwa, yaani, tohara ya mwilini iliyofanyika kwa mikono; 12 kwamba zamani zile mlikuwa hamna Kristo, mmefarakana na jamii ya Israeli, wageni wasio wa maagano ya ahadi ile. Mlikuwa hamna tumaini, hamna Mungu duniani. 13 Lakini sasa, katika Kristo Yesu, ninyi mliokuwa mbali hapo kwanza mmekuwa karibu kwa damu yake Kristo. 14 Kwa maana yeye ndiye amani yetu, aliyetufanya sisi sote tuliokuwa wawili kuwa mmoja; akakibomoa kiambaza cha kati

kilichotutenga. 15 Naye aki-
isha kuuondoa ule uadui kwa
mwili wake; ndiyo sheria ya
amri zilizo katika maagizo; ili
afanye hao wawili kuwa mtu
mpya mmoja ndani ya na-
fsi yake; akafanya amani.
16 Akawapatanisha wote wa-
wili na Mungu katika mwili
mmoja, kwa njia ya msalaba,
akiisha kuufisha ule uadui kwa
huo msalaba. 17 Akaja aka-
hubiri amani kwenu ninyi
mliokuwa mbali, na amani
kwao wale waliokuwa karibu.
18 Kwa maana kwa yeye sisi
sote tumepata njia ya kumka-
ribia Baba katika Roho mmo-
ja. 19 Basi tangu sasa ninyi
si wageni wala wapitaji, bali
ninyi ni wenyeji pamoja na
watakatifu, watu wa nyumbani
mwake Mungu. 20 Mmejee-
ngwa juu ya msingi wa mitume
na manabii, naye Kristo Yesu
mwenyewe ni jiwe kuu la
pembeni. 21 Katika yeye je-
ngo lote linaungamanishwa
vema na kukua hata liwe he-
kalu takatifu katika Bwana.
22 Katika yeye ninyi nanyi
mnajengwa pamoja kuwa ma-
skani ya Mungu katika Roho.

Paulo ametumwa kuifunua
siri ya Mungu

3 Kwa sababu hiyo mimi
Paulo ni mfungwa wake
Kristo Yesu kwa ajili yenu

ninyi Mataifa; 2 ikiwa mme-
sikia habari ya uwakili wa
neema ya Mungu niliyopewa
kwa ajili yenu; 3 ya kwamba
kwa kufunuliwa nalijulishwa
siri hiyo, kama nilivyotangulia
kuandika kwa maneno ma-
chache. 4 Kwa hayo, myaso-
mapo, mtaweza kuutambua
ufahamu wangu katika siri
yake Kristo. 5 Siri hiyo ha-
wakujulishwa wanadamu ka-
tika vizazi vingine; kama wali-
vyofunuliwa mitume wake
watakatifu na manabii zamani
hizi katika Roho; 6 ya
kwamba Mataifa ni warithi
pamoja nasi wa urithi mmoja,
na wa mwili mmoja, na
washiriki pamoja nasi wa
ahadi yake iliyo katika Kristo
Yesu kwa njia ya Injili;
7 Injili hiyo ambayo nali-
fanywa mhudumu wake, kwa
kadiri ya kipawa cha neema
ya Mungu niliyopewa kwa
kadiri ya utendaji wa uweza
wake. 8 Mimi, niliye mdogo
kuliko yeye aliye mdogo wa
watakatifu wote, nalipewa ne-
ema hii ya kuwahubiri Ma-
taifa utajiri wake Kristo
usiopimika; 9 na kuwaangaza
watu wote wajue habari za
madaraka ya siri hiyo, ambayo
tangu zamani zote ilisitirika
katika Mungu aliyeviumba
vitu vyote; 10 ili sasa, kwa
njia ya kanisa, hekima ya
Mungu iliyo ya namna nyingi

ijulikane na falme na mamlaka katika ulimwengu wa roho; 11 kwa kadiri ya kusudi la milele alilolikusudia katika Kristo Yesu Bwana wetu. 12 Katika yeye tunao ujasiri na uwezo wa kukaribia katika tumaini kwa njia ya kumwamini. 13 Basi naomba msikate tamaa kwa sababu ya dhiki zangu kwa ajili yenu, zilizo utukufu kwenu.

Aomba wapate kuifahamu Injili

14 Kwa hiyo nampigia Baba magoti, 15 ambaye kwa jina lake ubaba wote wa ubinguni na na duniani unaitwa, 16 awajalieni, kwa kadiri ya utajiri wa utukufu wake, kufanywa imara kwa nguvu, kwa kazi ya Roho wake, katika utu wa ndani. 17 Kristo akae mioyoni mwenu kwa imani mkiwa na shina na msingi katika upendo; 18 ili mpate kufahamu pamoja na watakatifu wote jinsi ulivyo upana, na urefu, na kimo, na kina; 19 na kuujua upendo wake Kristo, upitao ufahamu kwa jinsi ulivyo mwingi, mpate kutimilika kwa utimilifu wote wa Mungu.

20 Basi atukuzwe yeye awezaye kufanya mambo ya ajabu mno kuliko yote tuyaombayo au tuyawazayo, kwa kadiri ya nguvu itendayo kazi ndani yetu; 21 naam, atukuzwe katika Kanisa na katika Kristo Yesu hata vizazi vyote vya milele na milele. Amina.

Mwito wa Mungu wahusiana na umoja

4 Kwa hiyo nawasihi, mimi niliye mfungwa katika Bwana, mwenende kama inavyoustahili wito wenu mlioitiwa; 2 kwa unyenyekevu wote na upole, kwa uvumilivu, mkichukuliana katika upendo; 3 na kujitahidi kuuhifadhi umoja wa Roho katika kifungo cha amani. 4 Mwili mmoja, na Roho mmoja, kama na mlivyoitwa katika tumaini moja la wito wenu. 5 Bwana mmoja, imani moja, ubatizo mmoja. 6 Mungu mmoja, naye ni Baba wa wote, aliye juu ya yote na katika yote na ndani ya yote. 7 Lakini kila mmoja wetu alipewa neema kwa kadiri ya kipimo cha kipawa chake Kristo. 8 Hivyo husema,

Alipopaa juu aliteka mateka, Akawapa wanadamu vipawa.

9 Basi neno hilo, Alipaa, maana yake nini kama siyo kusema kwamba yeye naye alishuka mpaka pande zilizo chini za nchi? 10 Naye aliyeshuka ndiye yeye aliyepaa

juu sana kupita mbingu zote, ili avijaze vitu vyote. 11 Naye alitoa wengine kuwa mitume; na wengine kuwa manabii; na wengine kuwa wainjilisti; na wengine kuwa wachungaji na waalimu; 12 kwa kusudi la kuwakamilisha watakatifu, hata kazi ya huduma itendeke, hata mwili wa Kristo ujengwe; 13 hata na sisi sote tutakapoufikia umoja wa imani na kumfahamu sana Mwana wa Mungu, hata kuwa mtu mkamilifu, hata kufika kwenye cheo cha kimo cha utimilifu wa Kristo; 14 ili tusiwe tena watoto wachanga, tukitupwa huku na huku, na kuchukuliwa na kila upepo wa elimu, kwa hila ya watu, kwa ujanja, tukizifuata njia za udanganyifu. 15 Lakini tuishike kweli katika upendo na kukua hata tumfikie yeye katika yote, yeye aliye kichwa, Kristo. 16 Katika yeye mwili wote ukiungamanishwa na kushikanishwa kwa msaada wa kila kiungo, kwa kadiri ya utendaji wa kila sehemu moja moja, huukuza mwili upate kujijenga wenyewe katika upendo.

Maisha ya kale na maisha mapya

17 Basi nasema neno hili, tena nashuhudia katika Bwana, tangu sasa msienende kama Mataifa waenendavyo, katika ubatili wa nia zao; 18 ambao akili zao zimetiwa giza, nao wamefarikishwa na uzima wa Mungu, kwa sababu ya ujinga uliomo ndani yao, kwa sababu ya ugumu wa mioyo yao; 19 ambao wakiisha kufa ganzi wanajitia katika mambo ya ufisadi wapate kufanyiza kila namna ya uchafu kwa kutamani. 20 Bali ninyi, sivyo mlivyojifunza Kristo; 21 ikiwa mlimsikia mkafundishwa katika yeye, kama kweli ilivyo katika Yesu; 22 mvue kwa habari ya mwenendo wa kwanza utu wa zamani, unaoharibika kwa kuzifuata tamaa zenye kudanganya; 23 na mfanywe wapya katika roho ya nia zenu; 24 mkavae utu mpya, ulioumbwa kwa namna ya Mungu katika haki na utakatifu wa kweli.

Amri za maisha ya kila siku

25 Basi uvueni uongo, mkaseme kweli kila mtu na jirani yake; kwa maana tu viungo, kila mmoja kiungo cha wenzake. 26 Mwe na hasira, ila msitende dhambi; jua lisichwe na uchungu wenu bado haujawatoka; 27 wala msimpe Ibilisi nafasi. 28 Mwibaji asiibe tena; bali afadhali afanye juhudi, akitenda kazi iliyo nzuri

kwa mikono yake mwenyewe, apate kuwa na kitu cha kumgawia mhitaji. 29 Neno lo lote lililo ovu lisitoke vinywani mwenu, bali lililo jema la kumfaa mwenye kuhitaji, ili liwape neema wanaosikia. 30 Wala msimhuzunishe yule Roho Mtakatifu wa Mungu; ambaye kwa yeye mlitiwa muhuri hata siku ya ukombozi. 31 Uchungu wote na ghadhabu na hasira na kelele na matukano yaondoke kwenu, pamoja na kila namna ya ubaya; 32 tena iweni wafadhili ninyi kwa ninyi, wenye huruma, mkasameheane kama na Mungu katika Kristo alivyowasamehe ninyi.

5 Hivyo mfuateni Mungu, kama watoto wanaopendwa; 2 mkaenende katika upendo, kama Kristo naye alivyowapenda ninyi; tena akajitoa kwa ajili yetu, sadaka na dhabihu kwa Mungu, kuwa harufu ya manukato. 3 Lakini uasherati usitajwe kwenu kamwe, wala uchafu wo wote wala kutamani, kama iwastahilivyo watakatifu; 4 wala aibu wala maneno ya upuzi wala ubishi; hayo hayapendezi; bali afadhali kushukuru. 5 Maana neno hili mnalijua hakika, ya kwamba hakuna mwasherati wala mchafu wala mwenye tamaa,

ndiye mwabudu sanamu, aliye na urithi katika ufalme wa Kristo na Mungu. 6 Mtu asiwadanganye kwa maneno yasiyo na maana; kwa kuwa kwa sababu ya hayo hasira ya Mungu huwajia wana wa uasi. 7 Basi msishirikiane nao. 8 Kwa maana zamani ninyi mlikuwa giza, bali sasa mmekuwa nuru katika Bwana; enendeni kama watoto wa nuru; 9 kwa kuwa tunda la nuru ni katika wema wote na haki na kweli; 10 mkihakiki ni nini impendezayo Bwana. 11 Wala msishirikiane na matendo yasiyozaa ya giza, bali myakemee; 12 kwa kuwa yanayotendeka kwao kwa siri, ni aibu hata kuyanena. 13 Lakini yote yaliyokemewa hudhihirishwa na nuru; maana kila kilichodhihirika ni nuru. 14 Hivyo husema,

Amka, wewe usinziaye,
Ufufuke katika wafu,
Na Kristo atakuangaza.

15 Basi angalieni sana jinsi mnavyoenenda; si kama watu wasio na hekima, bali kama watu wenye hekima; 16 mkiukomboa wakati kwa maana zamani hizi ni za uovu. 17 Kwa sababu hiyo msiwe wajinga, bali mfahamu ni nini yaliyo mapenzi ya Bwana. 18 Tena msilewe kwa mvinyo, ambamo mna ufisadi; bali mjazwe Roho; 19 mkiseme-

zana kwa zaburi na tenzi na nyimbo za rohoni, huku mki-imba na kumshangilia Bwana mioyoni mwenu; 20 na ku-mshukuru Mungu Baba siku-zote kwa mambo yote, katika jina lake Bwana wetu Yesu Kristo; 21 hali mnanyenye-keana katika kicho cha Kristo.

Maisha ya kikristo nyumbani

22 Enyi wake, watiini wa-ume zenu kama kumtii Bwana wetu. 23 Kwa maana mume ni kichwa cha mkewe, kama Kristo naye ni kichwa cha Kanisa; naye ni mwokozi wa mwili. 24 Lakini kama vile Kanisa limtiivyo Kristo, vivyo hivyo wake nao wawatii wa-ume zao katika kila jambo.

25 Enyi waume, wapendeni wake zenu, kama Kristo naye alivyolipenda Kanisa, akajitoa kwa ajili yake; 26 ili maku-sudi alitakase na kulisafisha kwa maji katika neno; 27 apate kujiletea Kanisa tukufu, lisilo na ila wala kunyanzi wala lo lote kama hayo; bali liwe takatifu lisilo na mawaa. 28 Vivyo hivyo imewapasa waume nao kuwa-penda wake zao kama miili yao wenyewe. Ampendaye mkewe hujipenda mwenyewe. 29 Maana hakuna mtu anaye-uchukia mwili wake po pote; bali huulisha na kuutunza, kama Kristo naye anavyoli-tendea Kanisa. 30 Kwa ku-wa tu viungo vya mwili wake. 31 Kwa sababu hiyo mtu ata-mwacha baba yake na mama yake, ataambatana na mkewe, na hao wawili watakuwa mwili mmoja. 32 Siri hiyo ni kubwa; ila mimi nanena ha-bari ya Kristo na Kanisa. 33 Lakini kila mtu ampende mke wake kama nafsi yake mwenyewe; wala mke asikose kumstahi mumewe.

6 Enyi watoto, watiini wa-zazi wenu katika Bwana, maana hii ndiyo haki. 2 Wa-heshimu baba yako na mama yako; amri hii ndiyo amri ya kwanza yenye ahadi, 3 Upate heri, ukae siku nyingi katika dunia. 4 Nanyi, akina baba, msiwachokoze watoto wenu; bali waleeni katika adabu na maonyo ya Bwana.

5 Enyi watumwa, watiini wao walio bwana zenu kwa jinsi ya mwili, kwa hofu na kutetemeka, kwa unyofu wa moyo, kana kwamba ni ku-mtii Kristo; 6 wala si kwa utumwa wa macho tu kama wajipendekezao kwa wana-damu; bali kama watumwa wa Kristo, mkitenda yampende-zayo Mungu kwa moyo; 7 kwa nia njema kama kumtu-mikia Bwana wala si mwana-

damu; 8 mkijua ya kuwa kila neno jema alitendalo mtu atapewa lilo hilo na Bwana, kwamba ni mtumwa au kwamba ni huru. 9 Nanyi, akina bwana, watendeeni wao yayo hayo, mkiacha kuwaogofya, huku mkijua ya kuwa yeye aliye Bwana wao na wenu yuko mbinguni, wala kwake hakuna upendeleo.

Silaha za Mkristo

10 Hatimaye, mzidi kuwa hodari katika Bwana na katika uweza wa nguvu zake. 11 Vaeni silaha zote za Mungu, mpate kuweza kuzipinga hila za Shetani. 12 Kwa maana kushindana kwetu sisi si juu ya damu na nyama; bali ni juu ya falme na mamlaka, juu ya wakuu wa giza hili, juu ya majeshi ya pepo wabaya katika ulimwengu wa roho. 13 Kwa sababu hiyo twaeni silaha zote za Mungu, mpate kuweza kushindana siku ya uovu, na mkiisha kuyatimiza yote, kusimama. 14 Basi simameni, hali mmejifunga kweli viunoni, na kuvaa dirii ya haki kifuani, 15 na kufungiwa miguu utayari tupatao kwa Injili ya amani; 16 zaidi ya yote mkiitwaa ngao ya imani, ambayo kwa hiyo mtaweza kuizima mishale yote yenye moto ya yule mwovu. 17 Tena ipokeeni chapeo ya wokovu, na upanga wa Roho ambao ni neno la Mungu; 18 kwa sala zote na maombi mkisali kila wakati katika Roho mkikesha kwa jambo hilo na kudumu katika kuwaombea watakatifu wote; 19 pia na kwa ajili yangu mimi, nipewe usemi kwa kufumbua kinywa changu, ili niihubiri kwa ujasiri ile siri ya Injili; 20 ambayo kwa ajili yake mimi ni mjumbe katika minyororo; hata nipate ujasiri katika hiyo kunena jinsi inipasavyo kunena.

Maneno ya mwisho

21 Basi ninyi nanyi mpate kuzijua habari zangu, ni hali gani, Tikiko, ndugu mpendwa, mhudumu mwaminifu katika Bwana, atawajulisheni mambo yote; 22 ambaye nampeleka kwenu kwa kusudi lilo hilo mpate kuzijua habari zetu, naye awafariji mioyo yenu. 23 Amani na iwe kwa ndugu, na pendo, pamoja na imani, zitokazo kwa Mungu Baba na kwa Bwana Yesu Kristo. 24 Neema na iwe pamoja na wote wampendao Bwana wetu Yesu Kristo katika hali ya kutokuharibika.

WARAKA WA PAULO MTUME

WAFILIPI

Salamu

1 Paulo na Timotheo, watu-mwa wa Kristo Yesu, kwa watakatifu wote katika Kristo Yesu, walioko Filipi, pamoja na maaskofu* na mashemasi. 2 Neema na iwe kwenu na amani zitokazo kwa Mungu Baba yetu na kwa Bwana Yesu Kristo.

Shukrani za Paulo na furaha yake

3 Namshukuru Mungu wangu kila niwakumbukapo, 4 sikuzote kila niwaombeapo ninyi nyote nikisema sala zangu kwa furaha, 5 kwa sababu ya ushirika wenu katika kueneza Injili, tangu siku ile ya kwanza hata leo hivi. 6 Nami niliaminilo ndilo hili, ya kwamba yeye aliyeanza kazi njema mioyoni mwenu ataimaliza hata siku ya Kristo Yesu; 7 vile vile kama ilivyo wajibu wangu kufikiri haya juu yenu nyote; kwa sababu ninyi mmo moyoni mwangu;

kwa kuwa katika kufungwa kwangu na katika kazi ya kuitetea Injili na kuithibitisha, ninyi nyote mmeshirikiana nami neema hii. 8 Maana Mungu ni shahidi wangu, jinsi ninavyowaonea shauku ninyi nyote katika moyo wake Kristo Yesu.

Ombi aliloliomba kwa wasomaji wake

9 Na hii ndiyo dua yangu, kwamba pendo lenu lizidi kuwa jingi sana, katika hekima na ufahamu wote; 10 mpate kuyakubali yaliyo mema; ili mpate kuwa na mioyo safi, bila kosa, mpaka siku ya Kristo; 11 hali mmejazwa matunda ya haki, kwa njia ya Yesu Kristo, kwa utukufu na sifa ya Mungu.

Matokeo ya kufungwa kwake gerezani

12 Lakini, ndugu zangu, nataka mjue ya kuwa mambo

---

* Askofu: maana yake ni, Mwangalizi.
  Shemasi: maana yake ni, Mtumishi wa Kanisa.

yote yaliyonipata yametokea zaidi kwa kuieneza Injili; 13 hata vifungo vyangu vimekuwa dhahiri katika Kristo, miongoni mwa askari, na kwa wengine wote pia. 14 Na wengi wa hao ndugu walio katika Bwana, hali wakipata kuthibitika kwa ajili ya kufungwa kwangu, wamezidi sana kuthubutu kulinena neno la Mungu pasipo hofu. 15 Wengine wanahubiri habari za Kristo kwa sababu ya husuda na fitina; na wengine kwa nia njema. 16 Hawa wanamhubiri kwa pendo, wakijua ya kuwa nimewekwa ili niitetee Injili; 17 bali wengine wanamhubiri Kristo kwa fitina, wala si kwa moyo mweupe, wakidhani kuongeza dhiki za kufungwa kwangu. 18 Yadhuru nini? lakini kwa njia zote, ikiwa ni kwa hila, au ikiwa ni kwa kweli, Kristo anahubiriwa; na kwa hiyo nafurahi, naam, nami nitafurahi. 19 Maana najua ya kuwa haya yatanigeukia kuwa wokovu wangu, kwa sababu ya kuomba kwenu, na kuruzukiwa Roho wa Yesu Kristo; 20 kama vile nilivyotazamia sana, na kutumaini, kwamba sitaaibika kamwe, bali kwa uthabiti wote, kama sikuzote, na sasa vivyo hivyo Kristo ataadhimishwa katika mwili wangu; ikiwa kwa maisha yangu, au ikiwa kwa mauti yangu.

Je, bora ni kuishi au kufa?

21 Kwa maana kwangu mimi kuishi ni Kristo, na kufa ni faida. 22 Ila ikiwa kuishi katika mwili, kwangu mimi ni matunda ya kazi; basi nitakalolichagua silitambui. 23 Ninasongwa katikati ya mambo mawili; ninatamani kwenda zangu nikae na Kristo; maana ni vizuri zaidi sana; 24 bali kudumu katika mwili kwahitajiwa zaidi kwa ajili yenu. 25 Nami nikitumaini hayo, najua ya kuwa nitakaa na kudumu pamoja nanyi, ili mpate kuendelea na kufurahi katika imani; 26 hata mzidi kuona fahari katika Kristo Yesu juu yangu kwa sababu ya kuwapo kwangu pamoja nanyi tena.

Shauri juu ya uhodari

27 Lakini mwenendo wenu na uwe kama inavyoipasa Injili ya Kristo, ili, nikija na kuwaona ninyi, au nisipokuwapo, niyasikie mambo yenu, kama mnasimama imara katika roho moja, kwa moyo mmoja mkiishindania imani ya Injili; 28 wala hamwaogopi adui zenu, katika neno lo lote; kwao hao ni ishara

mathubuti ya kupotea, bali kwenu ninyi ni ishara ya wokovu, huo utokao kwa Mungu. 29 Maana mmepewa kwa ajili ya Kristo, si kumwamini tu, ila na kuteswa kwa ajili yake; 30 mkiwa na mashindano yale yale mliyoyaona kwangu, na kusikia kwamba ninayo hata sasa.

Mwito wa kuwa na umoja na unyenyekevu

2 Basi ikiwako faraja yo yote katika Kristo, yakiwako matulizo yo yote ya mapenzi, ukiwako ushirika wo wote wa Roho, ikiwako huruma yo yote na rehema, 2 ijalizeni furaha yangu, ili mwe na nia moja, wenye mapenzi mamoja, wenye roho moja, mkinia mamoja. 3 Msitende neno lo lote kwa kushindana wala kwa majivuno; bali kwa unyenyekevu, kila mtu na amhesabu mwenziwe kuwa bora kuliko nafsi yake. 4 Kila mtu asiangalie mambo yake mwenyewe, bali kila mtu aangalie mambo ya wengine.

Kielelezo cha Bwana Yesu cha unyenyekevu na kujitoa kama sadaka

5 Iweni na nia iyo hiyo ndani yenu ambayo ilikuwamo pia ndani ya Kristo Yesu; 6 ambaye yeye mwa-nzo alikuwa yuna namna ya Mungu, naye hakuona kule kuwa sawa na Mungu kuwa ni kitu cha kushikamana nacho; 7 bali alijifanya kuwa hana utukufu, akatwaa namna ya mtumwa, akawa ana mfano wa wanadamu; 8 tena, alipoonekana ana umbo kama mwanadamu, alijinyenyekeza akawa mtii hata mauti, naam, mauti ya msalaba. 9 Kwa hiyo tena Mungu alimwadhimisha mno, akamkirimia Jina lile lipitalo kila jina; 10 ili kwa jina la Yesu kila goti lipigwe, la vitu vya mbinguni, na vya duniani, na vya chini ya nchi; 11 na kila ulimi ukiri ya kuwa YESU KRISTO NI BWANA, kwa utukufu wa Mungu Baba.

Wokovu lazima udhihirishwe katika tabia ya mtu

12 Basi, wapendwa wangu, kama vile mlivyotii sikuzote, si wakati mimi nilipokuwapo tu, bali sasa zaidi sana mimi nisipokuwapo, utimizeni wokovu wenu wenyewe kwa kuogopa na kutetemeka. 13 Kwa maana ndiye Mungu atendaye kazi ndani yenu, kutaka kwenu na kutenda kwenu, kwa kulitimiza kusudi lake jema.

14 Yatendeni mambo yote pasipo manung'uniko wala mashindano, 15 mpate kuwa

wana wa Mungu wasio na la-
wama, wale udanganyifu, wa-
sio na ila kati ya kizazi chenye
ukaidi, kilichopotoka; ambao
kati ya hao mnaonekana kuwa
kama mianga katika uli-
mwengu, 16 mkishika neno la
uzima; nipate sababu ya kuona
fahari katika siku ya Kristo,
ya kuwa sikupiga mbio bure
wala sikujitaabisha bure.
17 Naam, hata nikimiminwa
juu ya dhabihu na ibada ya
imani yenu, nafurahi; tena
nafurahi pamoja nanyi nyote.
18 Nanyi vivyo hivyo furahini,
tena furahini pamoja nami.

Timotheo

19 Walakini natumaini ka-
tika Bwana Yesu kumtuma
Timotheo afike kwenu karibu,
nifarijiwe na mimi, nikiijua
hali yenu. 20 Maana sina
mtu mwingine mwenye nia
moja nami, atakayeiangalia
hali yenu kweli kweli. 21 Ma-
ana wote wanatafuta vyao
wenyewe, sivyo vya Kristo
Yesu. 22 Ila mwajua sifa
yake, ya kuwa ametumika
pamoja nami kwa ajili ya
Injili, kama mwana na baba
yake. 23 Basi, natumaini ku-
mtuma huyo mara, hapo
nitakapojua yatakayonipata.
24 Nami naamini katika Bwa-
na ya kuwa nitakuja na mimi
mwenyewe hivi karibu.

Epafrodito

25 Lakini naliona imenila-
zimu kumtuma kwenu Epafro-
dito, ndugu yangu, mtenda
kazi pamoja nami, askari pa-
moja nami; tena ni mtume
wenu na mhudumu wa mahi-
taji yangu. 26 Kwa kuwa
alikuwa na shauku kwenu
ninyi nyote, akahuzunika sana,
kwa sababu mlisikia ya
kwamba alikuwa hawezi.
27 Kwa maana alikuwa hawezi
kweli kweli, karibu na kufa;
lakini Mungu alimhurumia;
wala si yeye peke yake, ila na
mimi pia: nisiwe na huzuni juu
ya huzuni. 28 Kwa hiyo
nimefanya bidii nyingi zaidi
kumtuma, ili mtakapomwona
tena mpate kufurahi, nami
nipunguziwe huzuni yangu.
29 Mpokeeni, basi, katika
Bwana, kwa furaha yote, mka-
wahesabu watu kama huyu
kuwa watu wa kuheshimiwa.
30 Maana kwa ajili ya kazi
ya Kristo alikaribia kufa
akaponza roho yake; ili ku-
sudi ayatimize yaliyopungua
katika huduma yenu kwa-
ngu.

Thamani haba ya faida zionekanazo ulimwenguni

3 Hatimaye, ndugu zangu,
furahini katika Bwana.
Kuwaandikieni mambo yale

yale hakuniudhi mimi, bali kutawafaa ninyi.

2 Jihadharini na mbwa, jihadharini na watendao mabaya, jihadharini na wajikatao. 3 Maana sisi tu tohara, tumwabuduo Mungu kwa Roho, na kuona fahari juu ya Kristo Yesu, wala hatuutumainii mwili. 4 Walakini mimi ningeweza kuutumainia mwili. Mtu ye yote akijiona kuwa anayo sababu ya kuutumainia mwili, mimi zaidi. 5 Nalitahiriwa siku ya nane, ni mtu wa taifa la Israeli, wa kabila ya Benyamini, Mwebrania wa Waebrania, kwa habari ya kuishika torati, ni Farisayo, 6 kwa habari ya juhudi, mwenye kuliudhi Kanisa, kwa habari ya haki ipatikanayo kwa sheria sikuwa na hatia.

Paulo alivyotamani sana kuunganishwa na Kristo

7 Lakini mambo yale yaliyokuwa faida kwangu, naliyahesabu kuwa hasara kwa ajili ya Kristo. 8 Naam, zaidi ya hayo, nayahesabu mambo yote kuwa hasara kwa ajili ya uzuri usio na kiasi wa kumjua Kristo Yesu, Bwana wangu; ambaye kwa ajili yake nimepata hasara ya mambo yote nikiyahesabu kuwa kama mavi ili nimpate Kristo; 9 tena

nionekane katika yeye, nisiwe na haki yangu mwenyewe ipatikanayo kwa sheria, bali ile ipatikanayo kwa imani iliyo katika Kristo, haki ile itokayo kwa Mungu, kwa imani; 10 ili nimjue yeye, na uweza wa kufufuka kwake, na ushirika wa mateso yake, nikifananishwa na kufa kwake; 11 ili nipate kwa njia yo yote kuifikia kiyama ya wafu. 12 Si kwamba nimekwisha kufika, au nimekwisha kuwa mkamilifu; la! bali nakaza mwendo ili nipate kulishika lile ambalo kwa ajili yake nimeshikwa na Kristo Yesu. 13 Ndugu, sijidhanii nafsi yangu kwamba nimekwisha kushika; ila natenda neno moja tu; nikiyasahau yaliyo nyuma, nikiyachuchumilia yaliyo mbele; 14 nakaza mwendo, niifikilie mede ya thawabu ya mwito mkuu wa Mungu katika Kristo Yesu. 15 Basi sisi tulio wakamilifu na tuwaze hayo; na hata mkiwaza mengine katika jambo lo lote, Mungu atawafunulia hilo nalo. 16 Lakini, hapo tulipofika na tuenende katika lilo hilo.

Kielelezo cha Paulo kifuatwe

17 Ndugu zangu, mnifuate mimi, mkawatazame wao waendao kwa kuufuata mfano tuliowapa ninyi.

Adui za msalaba wa Kristo

18 Maana wengi huenenda, ambao nimewaambieni mara nyingi habari zao, na sasa nawaambia hata kwa machozi, kuwa ni adui za msalaba wa Kristo; 19 mwisho wao ni uharibifu, mungu wao ni tumbo, utukufu wao u katika fedheha yao, waniao mambo ya duniani. 20 Kwa maana sisi, wenyeji wetu uko mbinguni; kutoka huko tena tunamtazamia Mwokozi, Bwana Yesu Kristo; 21 atakayeubadili mwili wetu wa unyonge, upate kufanana na mwili wake wa utukufu, kwa uweza ule ambao kwa huo aweza hata kuvitiisha vitu vyote viwe chini yake.

Maonyo

4 Basi, ndugu zangu, wapendwa wangu, ninaowaonea shauku, furaha yangu, na taji yangu, hivyo simameni imara katika Bwana, wapenzi wangu. 2 Namsihi Euodia, namsihi na Sintike, wawe na nia moja katika Bwana. 3 Naam, nataka na wewe pia, mjoli wa kweli, uwasaidie wanawake hao; kwa maana waliishindania Injili pamoja nami, na Klementi naye, na wale wengine waliotenda kazi pamoja nami, ambao majina

yao yamo katika kitabu cha uzima.

4 Furahini katika Bwana sikuzote; tena nasema, Furahini. 5 Upole wenu na ujulikane na watu wote. Bwana yu karibu. 6 Msijisumbue kwa neno lo lote; bali katika kila neno kwa kusali na kuomba, pamoja na kushukuru, haja zenu na zijulikane na Mungu. 7 Na amani ya Mungu, ipitayo akili zote, itawahifadhi mioyo yenu na nia zenu katika Kristo Yesu.

8 Hatimaye, ndugu zangu, mambo yo yote yaliyo ya kweli, yo yote yaliyo ya staha, yo yote yaliyo ya haki, yo yote yaliyo safi, yo yote yenye kupendeza, yo yote yenye sifa njema; ukiwapo wema wo wote, ikiwapo sifa nzuri yo yote, yatafakarini hayo. 9 Mambo mliyojifunza kwangu na kuyapokea, na kuyasikia na kuyaona kwangu, yatendeni hayo; na Mungu wa amani atakuwa pamoja nanyi.

Shukrani za Paulo kwa wema wa Wafilipi

10 Nalifurahi sana katika Bwana, kwa kuwa sasa mwisho mmehuisha tena fikira zenu kwa ajili yangu, kama vile mlivyokuwa mkinifikiri

hali yangu; lakini hamkupata nafasi. 11 Si kwamba nasema haya kwa kuwa nina mahitaji; maana nimejifunza kuwa radhi na hali yo yote niliyo nayo. 12 Najua kudhiliwa, tena najua kufanikiwa; katika hali yo yote, na katika mambo yo yote, nimefundishwa kushiba na kuona njaa, kuwa na vingi na kupungukiwa. 13 Nayaweza mambo yote katika yeye anitiaye nguvu. 14 Lakini mlifanya vema, mliposhiriki nami katika dhiki yangu. 15 Nanyi pia, ninyi wenyewe mnajua, enyi Wafilipi, ya kuwa katika mwanzo wa Injili, nilipotoka Makedonia, hakuna kanisa lingine lililoshirikiana nami katika habari hii ya kutoa na kupokea, ila ninyi peke yenu. 16 Kwa kuwa hata huko Thesalonike mliniletea msaada kwa mahitaji yangu, wala si mara moja. 17 Si kwamba nakitamani kile kipawa, bali nayatamani mazao yanayozidi kuwa mengi, katika hesabu yenu.

18 Lakini ninavyo vitu vyote na kuzidi, tena nimejaa tele; nimepokea kwa mkono wa Epafrodito vitu vile vilivyotoka kwenu, harufu ya manukato, sadaka yenye kibali, impendezayo Mungu. 19 Na Mungu wangu atawajazeni kila mnachokihitaji kwa kadiri ya utajiri wake, katika utukufu, ndani ya Kristo Yesu. 20 Sasa atukuzwe Mungu, Baba yetu, milele na milele. Amina.

Kwa heri

21 Mnisalimie kila mtakatifu katika Kristo Yesu. Ndugu walio pamoja nami wawasalimu. 22 Watakatifu wote wawasalimu, hasa wao walio wa nyumbani mwa Kaisari.

23 Neema ya Bwana Yesu Kristo na iwe pamoja na roho zenu.

WARAKA WA PAULO MTUME
KWA
WAKOLOSAI

Salamu

1 Paulo, mtume wa Kristo Yesu kwa mapenzi ya Mungu, na Timotheo, ndugu yetu, 2 kwa ndugu watakatifu, waaminifu katika Kristo, walioko Kolosai. Neema na iwe kwenu, na amani, zitokazo kwa Mungu Baba yetu.

Shukrani na maombi

3 Twamshukuru Mungu, Baba yake Bwana wetu Yesu Kristo, sikuzote tukiwaombea; 4 tangu tuliposikia habari za imani yenu katika Kristo Yesu, na upendo mlio nao kwa watakatifu wote; 5 kwa sababu ya tumaini mliloweekewa akiba mbinguni; ambalo habari zake mlizisikia zamani kwa neno la kweli ya Injili; 6 iliyofika kwenu, kama ilivyo katika ulimwengu wote, na kuzaa matunda na kukua, kama inavyokua kwenu pia, tangu siku mlipoisikia mkaifahamu sana neema ya Mungu katika kweli; 7 kama mlivyofundishwa na Epafra, mjoli wetu mpenzi, aliye mhudumu mwaminifu wa Kristo kwa ajili yenu; 8 naye alitueleza upendo wenu katika Roho.

9 Kwa sababu hiyo sisi nasi, tangu siku ile tuliposikia, hatuachi kufanya maombi na dua kwa ajili yenu, ili mjazwe maarifa ya mapenzi yake katika hekima yote na ufahamu wa rohoni; 10 mwenende kama ulivyo wajibu wenu kwa Bwana, mkimpendeza kabisa; mkizaa matunda kwa kila kazi njema, na kuzidi katika maarifa ya Mungu; 11 mkiwezeshwa kwa uwezo wote, kwa kadiri ya nguvu za utukufu wake, mpate kuwa na saburi ya kila namna na uvumilivu pamoja na furaha; 12 mkimshukuru Baba, aliyewastahilisha kupokea sehemu ya urithi wa watakatifu katika nuru. 13 Naye alituokoa katika nguvu za giza, akatuhamisha na kutuingiza katika ufalme wa Mwana wa pendo lake; 14 ambaye katika yeye tuna ukombozi, yaani, msamaha wa dhambi.

Nafsi na kazi ya Kristo

15 Naye ni mfano wa Mungu asiyeonekana, mzaliwa wa kwanza wa viumbe vyote. 16 Kwa kuwa katika yeye vitu vyote viliumbwa, vilivyo mbinguni na vilivyo juu ya nchi, vinavyoonekana na visivyoonekana; ikiwa ni viti vya enzi, au usultani, au enzi, au mamlaka; vitu vyote viliumbwa kwa njia yake, na kwa ajili yake. 17 Naye amekuwako kabla ya vitu vyote, na vitu vyote hushikana katika yeye. 18 Naye ndiye kichwa cha mwili, yaani, cha kanisa; naye ni mwanzo, ni mzaliwa wa kwanza katika wafu, ili kwamba awe mtangulizi katika yote. 19 Kwa kuwa katika yeye ilipendeza utimilifu wote ukae; 20 na kwa yeye kuvipatanisha vitu vyote na nafsi yake, akiisha kufanya amani kwa damu ya msalaba wake;

kwa yeye, ikiwa ni vitu vilivyo juu ya nchi, au vilivyo mbinguni. 21 Na ninyi, mliokuwa hapo kwanza mmefarikishwa, tena adui katika nia zenu, kwa matendo yenu mabaya, amewapatanisha sasa; 22 katika mwili wa nyama yake, kwa kufa kwake, ili awalete ninyi mbele zake, watakatifu, wasio na mawaa wala lawama; 23 mkidumu tu katika ile imani, hali mmewekwa juu ya msingi, mkawa imara; msipogeuzwa na kuliacha tumaini la Injili mliyosikia habari zake, iliyohubiriwa katika viumbe vyote vilivyo chini ya mbingu; ambayo mimi Paulo nalikuwa mhudumu wake.

Fungu la Paulo katika kazi ya Kristo

24 Sasa nayafurahia mateso niliyo nayo kwa ajili yenu; tena nayatimiliza katika mwili wangu yale yaliyopungua ya mateso ya Kristo, kwa ajili ya mwili wake, yaani, kanisa lake; 25 ambalo nimefanywa mhudumu wake, sawasawa na uwakili wa Mungu, niliopewa kwa faida yenu, nilitimize neno la Mungu; 26 siri ile iliyofichwa tangu zamani zote na tangu vizazi vyote, bali sasa imefunuliwa kwa watakatifu wake; 27 ambao Mungu alipenda kuwajulisha jinsi ulivyo

utajiri wa utukufu wa siri hii katika Mataifa, nao ni Kristo ndani yenu, tumaini la utukufu; 28 ambaye sisi tunamhubiri habari zake, tukimwonya kila mtu, na kumfundisha kila mtu katika hekima yote, tupate kumleta kila mtu mtimilifu katika Kristo. 29 Nami najitaabisha kwa neno lilo hilo, nikijitahidi kwa kadiri ya kutenda kazi kwake atendaye kazi ndani yangu kwa nguvu.

2 Maana nataka ninyi mjue jinsi ilivyo kuu juhudi yangu niliyo nayo kwa ajili yenu, na kwa ajili ya wale wa Laodikia, na wale wasioniona uso wangu katika mwili; 2 ili wafarijiwe mioyo yao, wakiunganishwa katika upendo, wakapate utajiri wote wa kufahamu kwa hakika, wapate kujua kabisa siri ya Mungu, yaani. Kristo; 3 ambaye ndani yake yeye hazina zote za hekima na maarifa zimesitirika.

Kuunganishwa na Kristo na maonyo juu ya elimu yenye hila

4 Nasema neno hili, mtu asije akawadanganya kwa maneno ya kuwashawishi. 5 Maana nijapokuwa sipo kwa mwili, lakini nipo pamoja nanyi kwa roho, nikifurahi na kuuona utaratibu wenu na

uthabiti wa imani yenu katika Kristo.

6 Basi kama mlivyompokea Kristo Yesu, Bwana, enendeni vivyo hivyo katika yeye; 7 wenye shina na wenye kujengwa katika yeye; mmefanywa imara kwa imani, kama mlivyofundishwa; mkizidi kutoa shukrani.

8 Angalieni mtu asiwafanye mateka kwa elimu yake ya bure na madanganyo matupu, kwa jinsi ya mapokeo ya wanadamu, kwa jinsi ya mafundisho ya awali ya ulimwengu, wala si kwa jinsi ya Kristo. 9 Maana katika yeye unakaa utimilifu wote wa Mungu, kwa jinsi ya kimwili. 10 Na ninyi mmetimilika katika yeye aliye kichwa cha enzi yote na mamlaka. 11 Katika yeye mmetahiriwa kwa tohara isiyofanyika kwa mikono, kwa kuuvua mwili wa nyama, kwa tohara ya Kristo. 12 Mkazikwa pamoja naye katika ubatizo; na katika huo mkafufuliwa pamoja naye, kwa kuziamini nguvu za Mungu aliyemfufua katika wafu. 13 Na ninyi mlipokuwa mmekufa kwa sababu ya makosa yenu na kutokutahiriwa kwa mwili wenu, aliwafanya hai pamoja naye, akiisha kutusamehe makosa yote; 14 akiisha kuifuta ile hati iliyoandikwa ya kutushitaki kwa hukumu zake,

iliyokuwa na uadui kwetu; akaiondoa isiwepo tena, akaigongomea msalabani; 15 akiisha kuzivua enzi na mamlaka, na kuzifanya kuwa mkogo kwa ujasiri, akizishangilia katika msalaba huo.

16 Basi, mtu asiwahukumu ninyi katika vyakula au vinywaji, au kwa sababu ya sikukuu au mwandamo wa mwezi, au sabato; 17 mambo hayo ni kivuli cha mambo yajayo; bali mwili ni wa Kristo. 18 Mtu asiwanyang'anye thawabu yenu, kwa kunyenyekea kwa mapenzi yake mwenyewe tu, na kuabudu malaika, akijitia katika maono yake na kujivuna bure, kwa akili zake za kimwili; 19 wala hakishiki Kichwa, ambacho kwa yeye mwili wote ukiruzukiwa na kuungamanishwa kwa viungo na mishipa, hukua kwa maongeo yatokayo kwa Mungu.

20 Basi ikiwa mlikufa pamoja na Kristo mkayaacha yale mafundisho ya awali ya ulimwengu, kwa nini kujitia chini ya amri, kama wenye kuishi duniani, 21 Msishike, msionje, msiguse; 22 (mambo hayo yote huharibika wakati wa kutumiwa); hali mkifuata maagizo na mafundisho ya wanadamu? 23 Mambo hayo yanaonekana kana kwamba yana hekima, katika namna ya ibada mliyojitungia

wenyewe, na katika kunye-
nyekea, na katika kuutawala
mwili kwa ukali; lakini haya-
fai kitu kwa kuzizuia tamaa za
mwili.

Matokeo ya kufufuliwa pamoja na Kristo

3 Basi mkiwa mmefufuliwa
pamoja na Kristo, yatafu-
teni yaliyo juu, Kristo aliko,
ameketi mkono wa kuume wa
Mungu. 2 Yafikirini yaliyo
juu, siyo yaliyo katika nchi.
3 Kwa maana mlikufa, na uhai
wenu umefichwa pamoja na
Kristo katika Mungu. 4 Kri-
sto atakapofunuliwa, aliye
uhai wetu, ndipo na ninyi mta-
funuliwa pamoja naye katika
utukufu.

5 Basi, vifisheni viungo
vyenu vilivyo katika nchi,
uasherati, uchafu, tamaa mba-
ya, mawazo mabaya, na kuta-
mani, ndiyo ibada ya sanamu:
6 kwa ajili ya mambo hayo
huja ghadhabu ya Mungu.
7 Katika hayo ninyi nanyi
mlitembea zamani, mlipoishi
katika hayo. 8 Lakini sasa
yawekeni mbali nanyi haya
yote, hasira, na ghadhabu, na
uovu, na matukano, na matusi
vinywani mwenu. 9 Msia-
mbiane uongo, kwa kuwa
mmevua kabisa utu wa kale,
pamoja na matendo yake;
10 mkavaa utu mpya, unao-
fanywa upya upate ufahamu

sawasawa na mfano wake yeye
aliyeuumba. 11 Hapo hapana
Myunani wala Myahudi, kuta-
hiriwa wala kutokutahiriwa,
mgeni wala mshenzi, mtumwa
wala mwungwana, bali Kristo
ni yote, na katika yote.

12 Basi, kwa kuwa mme-
kuwa wateule wa Mungu, wa-
takatifu wapendwao, jivikeni
moyo wa rehema, utu wema,
unyenyekevu, upole, uvumi-
livu, 13 mkichukuliana, na
kusameheana, mtu akiwa na
sababu ya kumlaumu mwe-
nzake; kama Bwana alivyo-
wasamehe ninyi, vivyo na
ninyi. 14 Zaidi ya hayo yote
jivikeni upendo, ndio kifungo
cha ukamilifu. 15 Na amani
ya Kristo iamue mioyoni
mwenu; ndiyo mliyoitiwa ka-
tika mwili mmoja; tena iweni
watu wa shukrani. 16 Neno
la Kristo na likae kwa wingi
ndani yenu katika hekima yote,
mkifundishana na kuonyana
kwa zaburi, na nyimbo, na
tenzi za rohoni; huku mki-
mwimbia Mungu kwa neema
mioyoni mwenu. 17 Na kila
mfanyalo, kwa neno au kwa
tendo, fanyeni yote katika jina
la Bwana Yesu, mkimshukuru
Mungu Baba kwa yeye.

Maisha ya kikristo nyumbani

18 Ninyi wake, watiini
waume zenu, kama ipendeza-

vyo katika Bwana. 19 Ninyi waume, wapendeni wake zenu msiwe na uchungu nao. 20 Ninyi watoto, watiini wazazi wenu katika mambo yote; maana jambo hili lapendeza katika Bwana. 21 Ninyi akina baba, msiwachokoze watoto wenu, wasije wakakata tamaa. 22 Ninyi watumwa, watiini hao ambao kwa mwili ni bwana zenu, katika mambo yote, si kwa utumwa wa macho, kama wajipendekezao kwa wanadamu, bali kwa unyofu wa moyo, mkimcha Bwana. 23 Lo lote mfanyalo, lifanyeni kwa moyo, kama kwa Bwana, wala si kwa wanadamu, 24 mkijua ya kuwa mtapokea kwa Bwana ujira wa urithi. Mnamtumikia Bwana Kristo. 25 Maana adhulumuye atapata mapato ya udhalimu wake, wala hakuna upendeleo.

4 Ninyi akina bwana, wapeni watumwa wenu yaliyo haki na ya adili, mkijua ya kuwa ninyi nanyi mna Bwana mbinguni.

Ombi la injili kuenea popote

2 Dumuni sana katika kuomba, mkikesha katika kuomba huku na shukrani; 3 mkituombea na sisi pia, kwamba Mungu atufungulie mlango kwa lile neno lake, tuinene siri ya Kristo, ambayo kwa ajili yake nimefungwa, 4 ili niidhihirishe, kama inipasavyo kunena. 5 Enendeni kwa hekima mbele yao walio nje, mkiukomboa wakati. 6 Maneno yenu yawe na neema sikuzote, yakikolea munyu, mpate kujua jinsi iwapasavyo kumjibu kila mtu.

Salamu zake mwenyewe na maneno ya mwisho

7 Tikiko, ndugu mpendwa, mtumishi mwaminifu, mjoli wangu katika Bwana, atawaarifu mambo yangu yote; 8 ambaye nimemtuma kwenu kwa sababu yo hiyo, ili mjue mambo yetu, naye akawafariji mioyo yenu; 9 pamoja na Onesimo, ndugu mwaminifu, mpendwa, aliye mtu wa kwenu. Hao watawaarifu mambo yote ya hapa petu.

10 Aristarko, aliyefungwa pamoja nami, awasalimu; na Marko, mjomba wake Barnaba, ambaye mmepokea maagizo kwa habari yake; akifika kwenu mkaribisheni. 11 Na Yesu aitwaye Yusto; hao ni watu wa tohara. Tena hao peke yao ni watendaji wa kazi pamoja nami kwa ajili ya ufalme wa Mungu; nao walikuwa faraja kwangu. 12 Epafra, aliye mtu wa kwenu, mtu-

mwa wa Yesu Kristo, awasa-
limu, akifanya bidii sikuzote
kwa ajili yenu katika maombi
yake, ili kwamba msimame
wakamilifu na kuthibitika sana
katika mapenzi yote ya Mu-
ngu. 13 Maana namshuhudia
kwamba ana juhudi nyingi
kwa ajili yenu, na kwa ajili ya
hao walioko Laodikia, na kwa
ajili ya hao walioko Hierapoli.
14 Luka, yule tabibu mpe-
ndwa, na Dema, wanawasa-
limu. 15 Wasalimuni ndugu
walioko Laodikia, na Nimfa,

na kanisa lililo katika nyumba
yake. 16 Waraka huu ukiisha
kusomwa kwenu, fanyeni kwa-
mba usomwe katika kanisa la
Walaodikia pia; na ule wa
Laodikia usomwe na ninyi.
17 Mwambieni Arkipo, Ia-
ngalie sana huduma ile
uliyopewa katika Bwana, ili
uitimize.
18 Salamu yangu mimi
Paulo, kwa mkono wangu
mwenyewe. Kumbukeni ku-
fungwa kwangu. Neema na
iwe pamoja nanyi.

WARAKA WA KWANZA WA PAULO MTUME

KWA

WATHESALONIKE

*Salamu na shukrani kwa imani
waliyo nayo Wathesalonike*

1 Paulo, na Silwano, na
Timotheo, kwa kanisa la
Wathesalonike, lililo katika
Mungu Baba, na katika Bwa-
na Yesu Kristo. Neema na
iwe kwenu na amani.

2 Twamshukuru Mungu si-
kuzote kwa ajili yenu nyote,
tukiwataja katika maombi
yetu. 3 Wala hatuachi kuiku-
mbuka kazi yenu ya imani, na
taabu yenu ya upendo, na
saburi yenu ya tumaini lililo
katika Bwana wetu Yesu Kri-
sto, mbele za Mungu Baba

yetu. 4 Kwa maana, ndugu
mnaopendwa na Mungu, twa-
jua uteule wenu; 5 ya kwa-
mba injili yetu haikuwafikia
katika maneno tu, bali na
katika nguvu, na katika Roho
Mtakatifu, na uthibitifu mwi-
ngi; kama vile mnavyojua jinsi
zilivyokuwa tabia zetu kwenu,
kwa ajili yenu. 6 Nanyi
mkawa wafuasi wetu na wa
Bwana, mkiisha kulipokea ne-
no katika dhiki nyingi, pamoja
na furaha ya Roho Mtakatifu.
7 Hata mkawa kielelezo kwa
watu wote waaminio katika
Makedonia, na katika Akaya.

8 Maana kutoka kwenu neno la Mungu limevuma, si katika Makedonia na Akaya tu, ila na kila mahali imani yenu mliyo nayo kwa Mungu imeenea; hata hatuna haja sisi kunena lo lote. 9 Kwa kuwa wao wenyewe wanatangaza habari zetu, jinsi kulivyokuwa kuingia kwetu kwenu; na jinsi mlivyomgeukia Mungu mkaziacha sanamu, ili kumtumikia Mungu aliye hai, wa kweli; 10 na kumngojea Mwanawe kutoka mbinguni, ambaye alimfufua katika wafu, naye ni Yesu, mwenye kutuokoa na ghadhabu itakayokuja.

Paulo aitetea kazi yake ya kuieneza injili

2 Maana ninyi wenyewe, ndugu, mwakujua kuingia kwetu kwenu, ya kwamba hakukuwa bure; 2 lakini tukiisha kuteswa kwanza na kutendwa jeuri, kama mjuavyo, katika Filipi, twalithubutu katika Mungu kuinena Injili ya Mungu kwenu, kwa kuishindania sana. 3 Kwa maana maonyo yetu siyo ya ukosefu, wala ya uchafu, wala ya hila; 4 bali kama vile tulivyopata kibali kwa Mungu tuwekewe amana Injili, ndivyo tunenavyo; si kama wapendezao wanadamu, bali wampendezao Mungu anayetu-

pima mioyo yetu. 5 Maana hatukuwa na maneno ya kujipendekeza wakati wo wote, kama mjuavyo, wala maneno ya juujuu ya kuficha choyo; Mungu ni shahidi. 6 Hatukutafuta utukufu kwa wanadamu, wala kwenu, wala kwa wengine, tulipokuwa tukiweza kuwalemea kama mitume wa Kristo; 7 bali tulikuwa wapole katikati yenu, kama vile mlezi awatunzavyo watoto wake mwenyewe. 8 Vivyo hivyo nasi tukiwatumaini kwa upendo mwingi, tuliona furaha kuwapa, si Injili ya Mungu tu, bali na roho zetu pia, kwa sababu mmekuwa wapendwa wetu. 9 Maana, ndugu, mnakumbuka taabu yetu na masumbufu yetu; kwa kuwa mchana na usiku tulifanya kazi tusije tukamlemea mtu wa kwenu awaye yote, tukawahubiri hivi Injili ya Mungu. 10 Ninyi ni mashahidi, na Mungu pia, jinsi tulivyokaa kwenu ninyi mnaoamini, kwa utakatifu, na kwa haki, bila kulaumiwa; 11 vile vile, kama mjuavyo, jinsi tulivyomwonya kila mmoja wenu kama baba awaonyavyo watoto wake mwenyewe, tukiwatia moyo na kushuhudia; 12 ili mwenende kama ilivyo wajibu wenu kwa Mungu, mwenye kuwaita ninyi ili mwingie katika ufalme wake na utukufu wake.

Mateso

13 Kwa sababu hiyo sisi nasi
twamshukuru Mungu bila ku-
koma, kwa kuwa, mlipopata
lile neno la ujumbe la Mungu
mlilolisikia kwetu, mlilipokea
si kama neno la wanadamu,
bali kama neno la Mungu; na
ndivyo lilivyo kweli kweli;
litendalo kazi pia ndani yenu
ninyi mnaoamini. 14 Maana
ninyi, ndugu, mlikuwa wafuasi
wa makanisa ya Mungu yaliyo
katika Uyahudi, katika Kristo
Yesu; kwa kuwa mlipata ma-
teso yale yale kwa watu wa
taifa lenu wenyewe, waliyoya-
pata na hao kwa Wayahudi;
15 ambao walimwua Bwana
Yesu, na hao manabii, na
kutuudhi sisi; wala hawampe-
ndezi Mungu, wala hawapa-
tani na watu wo wote; 16 hu-
ku wakituzuia tusiseme na
Mataifa wapate kuokolewa;
ili watimize dhambi zao siku-
zote. Lakini hasira imewa-
fikia hata mwisho.

Paulo anavyowafikiri sana
wasomaji wake

17 Lakini sisi, ndugu, tu-
tiwa tumefarakana nanyi kwa
kitambo, kwa uso si kwa
moyo, tulizidi kutamani kwa
shauku nyingi kuwaona nyuso
zenu. 18 Kwa hiyo tulitaka
kuja kwenu, naam, mimi
Paulo, mara ya kwanza, na
mara ya pili, na Shetani akatu-
zuia. 19 Maana tumaini letu,
au furaha yetu, au taji ya
kujionea fahari, ni nini? Je!
si ninyi, mbele za Bwana wetu
Yesu, wakati wa kuja kwake?
20 Maana ninyi ndinyi utu-
kufu wetu, na furaha yetu.

Timotheo alivyotumwa

3 Basi kwa hiyo, tulipokuwa
hatuwezi kuvumilia zaidi,
tuliona vema kuachwa Athene
peke yetu. 2 Tukamtuma
Timotheo ndugu yetu, mtu-
mishi wa Mungu katika Injili
ya Kristo, ili kuwafanya ninyi
imara na kuwafariji kwa ha-
bari ya imani yenu; 3 mtu
asifadhaishwe na dhiki hizi;
maana ninyi wenyewe mnajua
ya kuwa twawekewa hizo.
4 Kwa kuwa tulipokuwapo
kwenu tulitangulia kuwaambia
kwamba tutapata dhiki, kama
ilivyotukia, nanyi mwajua.
5 Kwa hiyo mimi nami nilipo-
kuwa siwezi kuvumilia tena,
nalituma mtu ili niijue imani
yenu, asije yule mjaribu aka-
wajaribu, na taabu yetu ikawa
haina faida. 6 Lakini Timo-
theo alipotujia hivi sasa ku-
toka kwenu, alituletea habari
njema za imani yenu na upe-
ndo wenu, na ya kwamba mna-
tukumbuka vema sikuzote;
mkitamani kutuona sisi vile

vile kama sisi kuwaona ninyi. 7 Kwa sababu hiyo, ndugu, tulifarijiwa kwa habari zenu, katika msiba na dhiki yetu yote, kwa imani yenu. 8 Kwa kuwa sasa twaishi, ikiwa ninyi mnasimama imara katika Bwana. 9 Maana ni shukrani gani tuwezayo kumlipa Mungu kwa ajili yenu, kwa furaha ile yote tunayoifurahia, kwa sababu yenu mbele za Mungu wetu; 10 usiku na mchana tunapoomba kwa juhudi tupate kuwaona nyuso zenu, na kuyatengeneza mapungufu ya imani yenu?

11 Basi Mungu mwenyewe, Baba yetu, na Bwana wetu Yesu, atuongoze njia yetu tufike kwenu. 12 Bwana na awaongeze na kuwazidisha katika upendo, ninyi kwa ninyi, na kwa watu wote, kama vile sisi nasi tulivyo kwenu; 13 apate kuifanya imara mioyo yenu iwe bila lawama katika utakatifu mbele za Mungu, Baba yetu, wakati wa kuja kwake Bwana wetu Yesu pamoja na watakatifu wake wote,

Maonyo juu ya mambo ya kawaida

4 Iliyobaki, ndugu, tunakusihini na kuwaonya kwamba mwenenda katika Bwana Yesu; kama mlivyopokea kwetu jinsi iwapasavyo kuenenda na kumpendeza Mungu, kama nanyi mnavyoenenda, vivyo hivyo mpate kuzidi sana. 2 Kwa kuwa mnajua ni maagizo gani tuliyowapa kwa Bwana Yesu. 3 Maana haya ndiyo mapenzi ya Mungu, kutakaswa kwenu, mwepukane na uasherati; 4 kila mmoja wenu ajue kuuweza mwili wake katika utakatifu na heshima; 5 si katika hali ya tamaa mbaya, kama Mataifa wasiomjua Mungu. 6 Mtu asimpunje ndugu yake wala kumkosa katika jambo hili; kwa sababu Bwana ndiye alipizaye kisasi cha haya yote; kama tulivyowaambia kwanza, tukashuhudia sana. 7 Maana Mungu hakutuitia uchafu, bali tuwe katika utakaso. 8 Basi yeye anayekataa, hakatai mwanadamu bali Mungu, anayewapa ninyi Roho wake Mtakatifu.

9 Katika habari ya upendano, hamna haja niwaandikie; maana ninyi wenyewe mmefundishwa na Mungu kupendana. 10 Kwa maana mnafanya neno hili kwa ndugu wote walio katika Makedonia yote. Lakini twawasihi, ndugu, mzidi sana. 11 Tena mjitahidi kutulia, na kutenda shughuli zenu, na kufanya kazi kwa mikono yenu wenyewe, kama tulivyowaagiza; 12 ili mwenende kwa adabu mbele

yao walio nje, wala msiwe na
haja ya kitu cho chote.

Hali ya wafu

13 Lakini, ndugu, hatutaki
msijue habari zao waliolala
mauti, msije mkahuzunika ka-
ma na wengine wasio na
matumaini. 14 Maana, ikiwa
twaamini ya kwamba Yesu
alikufa akafufuka, vivyo hivyo
na hao waliolala katika Yesu,
Mungu atawaleta pamoja na-
ye. 15 Kwa kuwa twawa-
ambieni haya kwa neno la
Bwana, kwamba sisi tulio hai,
tutakaosalia hata wakati wa
kuja kwake Bwana, hakika
hatutawatangulia wao walio-
kwisha kulala mauti. 16 Kwa
sababu Bwana mwenyewe ata-
shuka kutoka mbinguni pa-
moja na mwaliko, na sauti ya
malaika mkuu, na parapanda
ya Mungu; nao waliokufa
katika Kristo watafufuliwa
kwanza. 17 Kisha sisi tulio
hai, tuliosalia, tutanyakuliwa
pamoja nao katika mawingu,
ili tumlaki Bwana hewani; na
hivyo tutakuwa pamoja na
Bwana milele. 18 Basi, fari-
jianeni kwa maneno hayo.

Kuja kwake Bwana, na
itupasavyo kuwa na macho

5 Lakini, ndugu, kwa habari
ya nyakati na majira, ha-
mna haja niwaandikie. 2 Ma-
ana ninyi wenyewe mnajua

yakini ya kuwa siku ya Bwana
yaja kama vile mwivi ajavyo
usiku. 3 Wakati wasemapo,
Kuna amani na salama, ndipo
uharibifu uwajiapo kwa gha-
fula, kama vile utungu umji-
avyo mwenye mimba, wala ha-
kika hawataokolewa. 4 Bali
ninyi, ndugu, hammo gizani,
hata siku ile iwapate kama
mwivi. 5 Kwa kuwa ninyi
nyote mmekuwa wana wa
nuru, na wana wa mchana;
sisi si wa usiku, wala wa giza.
6 Basi tusilale usingizi kama
wengine, bali tukeshe, na kuwa
na kiasi. 7 Maana walalao
usingizi hulala usiku, pia na
walewao hulewa usiku. 8 La-
kini sisi tulio wa mchana,
tuwe na kiasi, hali tukijivika
kifuani imani na upendo, na
chapeo yetu iwe tumaini la
wokovu. 9 Kwa kuwa Mu-
ngu hakutuweka kwa hasira
yake, bali tupate wokovu, kwa
Bwana wetu Yesu Kristo;
10 ambaye alikufa kwa ajili
yetu, ili tuishi pamoja naye,
kwamba twakesha au kwamba
twalala. 11 Basi, farijianeni
na kujengana kila mtu na
mwenzake, vile vile kama
mnavyofanya.

Maonyo kadha wa kadha
na maneno ya mwisho

12 Lakini, ndugu, tuna-
taka mwatambue wale wa-

naojitaabisha kwa ajili yenu, na kuwasimamia ninyi katika Bwana, na kuwaonyeni; 13 mkawastahi sana katika upendo, kwa ajili ya kazi zao. Iweni na amani ninyi kwa ninyi.

14 Ndugu, twawasihi, waonyeni wale wasiokaa kwa utaratibu; watieni moyo walio dhaifu; watieni nguvu wanyonge; vumilieni na watu wote. 15 Angalieni mtu awaye yote asimlipe mwenziwe mabaya kwa mabaya; bali sikuzote lifuateni lililo jema, ninyi kwa ninyi na kwa watu wote.

16 Furahini sikuzote; 17 ombeni bila kukoma; 18 shukuruni kwa kila jambo; maana hayo ni mapenzi ya Mungu kwenu katika Kristo Yesu. 19 Msimzimishe Roho; 20 msitweze unabii; 21 jaribuni mambo yote; lishikeni lililo jema; 22 jitengeni na ubaya wa kila namna.

23 Mungu wa amani mwenyewe awatakase kabisa; nanyi nafsi zenu na roho zenu na miili yenu mhifadhiwe mwe kamili, bila lawama, wakati wa kuja kwake Bwana wetu Yesu Kristo. 24 Yeye ni mwaminifu ambaye awaita, naye atafanya.

25 Ndugu, tuombeeni. 26 Wasalimuni ndugu wote kwa busu takatifu. 27 Nawaapisha kwa Bwana, ndugu wote wasomewe waraka huu. 28 Neema ya Bwana wetu Yesu Kristo na iwe pamoja nanyi.

WARAKA WA PILI WA PAULO MTUME

KWA

WATHESALONIKE

Salamu

1 Paulo, na Silwano, na Timotheo, kwa kanisa la Wathesalonike, lililo katika Mungu Baba yetu, na Bwana Yesu Kristo. 2 Neema na iwe kwenu na amani zitokazo kwa Mungu Baba, na kwa Bwana Yesu Kristo.

Hukumu itakayoonekana wakati wa kuja kwake Kristo

3 Ndugu, imetupasa kumshukuru Mungu sikuzote kwa ajili yenu, kama ilivyo wajibu, kwa kuwa imani yenu inazidi sana, na upendo wa kila mtu kwenu kwa mwenzake umekuwa mwingi. 4 Hata na

sisi wenyewe twaona fahari juu yenu katika makanisa ya Mungu kwa ajili ya saburi yenu, na imani mliyo nayo katika adha zenu zote na dhiki mnazostahimili. 5 Ndiyo ishara hasa ya hukumu iliyo haki ya Mungu, ili mhesabiwe kuwa mwastahili kuuingia ufalme wa Mungu, ambao kwa ajili yake mnateswa. 6 Kwa kuwa ni haki mbele za Mungu kuwalipa mateso wale wawateswao ninyi; 7 na kuwalipa ninyi mteswao raha pamoja na sisi; wakati wa kufunuliwa kwake Bwana Yesu kutoka mbinguni pamoja na malaika wa uweza wake; 8 katika mwali wa moto; huku akiwalipiza kisasi wao wasiomjua Mungu, na wao wasioitii Injili ya Bwana wetu Yesu; 9 watakaoadhibiwa kwa maangamizi ya milele, kutengwa na uso wa Bwana na utukufu wa nguvu zake; 10 yeye atakapokuja ili kutukuzwa katika watakatifu wake, na kustaajabiwa katika wote waliosadiki katika siku ile, (kwa sababu ushuhuda wetu ulisadikiwa kwenu). 11 Kwa hiyo twawaombea ninyi sikuzote, ili Mungu wetu awahesabu kuwa mmekustahili kuitwa kwenu, akatimiza kila haja ya wema na kila kazi ya imani kwa nguvu; 12 jina la Bwana wetu Yesu litukuzwe ndani yenu, nanyi ndani yake, kwa neema ya Mungu wetu na ya Bwana Yesu Kristo.

Makosa katika kukuangalia kuja kwake Kristo

2 Basi, ndugu, tunakusihini, kwa habari ya kuja kwake Bwana wetu Yesu Kristo, na kukusanyika kwetu mbele zake, 2 kwamba msifadhaishwe upesi hata kuiacha nia yenu, wala msisitushwe, kwa roho, wala kwa neno, wala kwa waraka unaodhaniwa kuwa ni wetu, kana kwamba siku ya Bwana imekwisha kuwapo. 3 Mtu awaye yote asiwadanganye kwa njia yo yote; maana haiji, usipokuja kwanza ule ukengeufu; akafunuliwa yule mtu wa kuasi, mwana wa uharibifu; 4 yule mpingamizi, ajiinuaye nafsi yake juu ya kila kiitwacho Mungu ama kuabudiwa; hata yeye mwenyewe kuketi katika hekalu la Mungu, akijionyesha nafsi yake kana kwamba yeye ndiye Mungu. 5 Je! hamkumbuki ya kuwa wakati nilipokuwapo pamoja nanyi naliwaambieni hayo? 6 Na sasa lizuialo mwalijua, yule apate kufunuliwa wakati wake. 7 Maana ile siri ya kuasi hivi sasa inatenda kazi; lakini yupo azuiaye sasa, hata atakapoondolewa. 8 Hapo ndipo atakapofunuliwa yule asi, ambaye

Bwana Yesu atamwua kwa pumzi ya kinywa chake, na kumwangamiza kwa ufunuo wa kuwapo kwake; 9 yule ambaye kuja kwake ni kwa mfano wa kutenda kwake Shetani, kwa uwezo wote, na ishara na ajabu za uongo; 10 na katika madanganyo yote ya udhalimu kwa hao wanaopotea; kwa sababu hawakukubali kuipenda ile kweli, wapate kuokolewa. 11 Kwa hiyo Mungu awaletea nguvu ya upotevu, wauamini uongo; 12 ili wahukumiwe wote ambao hawakuiamini kweli, bali walikuwa wakijifurahisha katika udhalimu.

Shukrani nyingine na maombi

13 Lakini imetupasa sisi kumshukuru Mungu sikuzote kwa ajili yenu, ndugu mliopendwa na Bwana, kwa kuwa Mungu amewachagua tangu mwanzo mpate wokovu, katika kutakaswa na Roho, na kuiamini kweli; 14 aliyowaitia ninyi kwa injili yetu, ili kuupata utukufu wa Bwana wetu Yesu Kristo. 15 Basi, ndugu, simameni imara, mkayashike mapokeo mliyofundishwa, ama kwa maneno, ama kwa waraka wetu.

16 Na Bwana wetu Yesu Kristo mwenyewe, na Mungu Baba yetu, aliyetupenda aka-

tupa faraja ya milele na tumaini jema, katika neema, 17 awafariji mioyo yenu, na kuwafanya imara katika kila neno na tendo jema.

Tuombeeni

3 Hatimaye, ndugu, tuombeeni, neno la Bwana liendelee, na kutukuzwa vile vile kama ilivyo kwenu; 2 tukaokolewa na watu wasio haki, wabaya; maana si wote walio na imani. 3 Lakini Bwana ni mwaminifu, atakayewafanya imara na kuwalinda na yule mwovu. 4 Nasi tumemtumaini Bwana kwa mambo yenu, kwamba mnayafanya tuliyowaagiza, tena kwamba mtayafanya. 5 Bwana awaongoze mioyo yenu mkapate pendo la Mungu, na saburi ya Kristo.

Agizo la kufanya kazi

6 Ndugu, twawaagiza katika jina la Bwana Yesu Kristo, jitengeni nafsi zenu na kila ndugu aendaye bila utaratibu, wala si kwa kufuata mapokeo mliyoyapokea kwetu. 7 Mwajua wenyewe jinsi iwapasavyo kutufuata; kwa sababu hatukuenda bila utaratibu kwenu; 8 wala hatukula chakula kwa mtu ye yote bure; bali kwa taabu na masumbufu, usiku na mchana tulitenda kazi, ili tusimlemee mtu wa kwenu awaye

yote. 9 Si kwamba hatuna amri, lakini makusudi tufanye nafsi zetu kuwa kielelezo kwenu, mtufuate. 10 Kwa kuwa hata wakati ule tulipokuwapo kwenu tuliwaagiza neno hili, kwamba ikiwa mtu hataki kufanya kazi, basi, asile chakula. 11 Maana twasikia kwamba wako watu kwenu waendao bila utaratibu, hawana shughuli zao wenyewe, lakini wanajishughulisha na mambo ya wengine. 12 Basi twawaagiza hao, na kuwaonya katika Bwana Yesu Kristo, watende kazi kwa utulivu na kula chakula chao wenyewe. 13 Lakini ninyi, ndugu, msikate tamaa katika kutenda mema. 14 Na ikiwa mtu

awaye yote halishiki neno letu la waraka huu, jihadharini na mtu huyo, wala msizungumze naye, apate kutahayari; 15 lakini msimhesabu kuwa adui, bali mwonyeni kama ndugu.

Baraka

16 Sasa, Bwana wa amani mwenyewe na awape amani daima kwa njia zote. Bwana awe pamoja nanyi nyote.

17 Salamu zangu mimi Paulo, kwa mkono wangu mwenyewe. Hii ndiyo alama katika kila waraka, ndio mwandiko wangu. 18 Neema ya Bwana wetu Yesu Kristo na iwe pamoja nanyi nyote.

WARAKA WA KWANZA WA PAULO MTUME

KWA

TIMOTHEO

Salamu na maonyo juu ya mafundisho ya uongo

1 Paulo, mtume wa Kristo Yesu, kwa amri ya Mungu Mwokozi wetu na Kristo Yesu, taraja letu; 2 kwa Timotheo, mwanangu hasa katika imani. Neema na iwe kwako, na rehema, na amani, zitokazo kwa Mungu Baba na kwa Kristo Yesu Bwana wetu.

3 Kama vile nilivyokusihi ukae Efeso, nilipokuwa nikisafiri kwenda Makedonia, ili uwakataze wengine wasifundishe elimu nyingine; 4 wala wasiangalie hadithi na nasaba zisizo na ukomo, ziletazo maswali maswali wala si madaraka ya Mungu yaliyo katika imani; basi ufanye hivyo. 5 Walakini mwisho wa agizo hilo ni

upendo utokao katika moyo safi na dhamiri njema, na imani isiyo na unafiki. 6 Wengine wakiyakosa hayo wamegeukia maneno ya ubatili; 7 wapenda kuwa waalimu wa sheria, ingawa hawayafahamu wasemayo wala mambo yale wayanenayo kwa uthabiti. 8 Lakini twajua ya kuwa sheria ni njema, kama mtu akiitumia kwa njia iliyo halali; 9 akilifahamu neno hili, ya kuwa sheria haimhusu mtu wa haki, bali waasi, na wasio wataratibu, na makafiri, na wenye dhambi, na wanajisi, na wasiomcha Mungu, na wapigao baba zao, na wapigao mama zao, na wauaji, 10 na wazinifu, na wafiraji, na waibao watu, na waongo, nao waapao kwa uongo; na likiwapo neno lo lote linginelo lisilopatana na mafundisho yenye uzima; 11 kama vile ilivyonenwa katika Habari Njema ya utukufu wa Mungu ahimidiwaye, niliyowekewa amana.

Shukrani za Paulo kwa rehema za Mungu

12 Nami namshukuru Kristo Yesu Bwana wetu, aliyenitia nguvu kwa sababu aliniona kuwa mwaminifu, akaniweka katika utumishi wake; 13 ingawa hapo kwanza nalikuwa mtukanaji, mwenye kuudhi watu, mwenye jeuri; lakini nalipata rehema kwa kuwa nalitenda hivyo kwa ujinga, na kwa kutokuwa na imani. 14 Na neema ya Bwana wetu ilizidi sana, pamoja na imani na pendo lililo katika Kristo Yesu. 15 Ni neno la kuaminiwa, tena lastahili kukubalika kabisa, ya kwamba Kristo Yesu alikuja ulimwenguni awaokoe wenye dhambi; ambao wa kwanza wao ni mimi. 16 Lakini kwa ajili hii nalipata rehema, ili katika mimi wa kwanza, Yesu Kristo audhihirishe uvumilivu wake wote; niwe kielelezo kwa wale watakaomwamini baadaye, wapate uzima wa milele. 17 Sasa kwa Mfalme wa milele, asiyeweza kuona uharibifu, asiyeonekana, Mungu peke yake, na iwe heshima na utukufu milele na milele. Amina.

18 Mwanangu Timotheo, nakukabidhi agizo hilo liwe akiba, kwa ajili ya maneno ya unabii yaliyotangulia juu yako, ili katika hayo uvipige vile vita vizuri; 19 uwe mwenye imani na dhamiri njema, ambayo wengine wameisukumia mbali, wakaangamia kwa habari ya Imani. 20 Katika hao wamo Himenayo na Iskanda, ambao nimempa Shetani watu hao, ili wafundishwe wasimtukane Mungu.

*Maagizo juu ya ibada
katika mikutano ya Wakristo*

2 Basi, kabla ya mambo
yote, nataka dua, na sala,
na maombezi, na shukrani,
zifanyike kwa ajili ya watu
wote; 2 kwa ajili ya wafalme
na wote wenye mamlaka, tui-
shi maisha ya utulivu na
amani, katika utauwa wote na
ustahivu. 3 Hili ni zuri, nalo
lakubalika mbele za Mungu
Mwokozi wetu; 4 ambaye
hutaka watu wote waokolewe,
na kupata kujua yaliyo kweli.
5 Kwa sababu Mungu ni
mmoja, na mpatanishi kati ya
Mungu na wanadamu ni
mmoja, Mwanadamu Kristo
Yesu; 6 ambaye alijitoa
mwenyewe kuwa ukombozi
kwa ajili ya wote, utakaoshu-
hudiwa kwa majira yake.
7 Nami kwa ajili ya huo nali-
wekwa niwe mhubiri na mtu-
me, (nasema kweli, sisemi
uongo), mwalimu wa Mataifa
katika imani na kweli.

8 Basi, nataka wanaume
wasalishe kila mahali, huku
wakiinua mikono iliyotakata
pasipo hasira wala majadi-
liano. 9 Vivyo hivyo wana-
wake na wajipambe kwa ma-
vazi ya kujisitiri, pamoja na
adabu nzuri, na moyo wa
kiasi; si kwa kusuka nywele,
wala kwa dhahabu na lulu,
wala kwa nguo za thamani;
10 bali kwa matendo mema,
kama iwapasavyo wanawake
wanaoukiri uchaji wa Mungu.
11 Mwanamke na ajifunze
katika utulivu, akitii kwa kila
namna. 12 Simpi mwanamke
ruhusa ya kufundisha, wala
kumtawala mwanamume, bali
awe katika utulivu. 13 Kwa
maana Adamu ndiye aliye-
umbwa kwanza, na Hawa ba-
adaye. 14 Wala Adamu ha-
kudanganywa, ila mwanamke
alidanganywa kabisa akaingia
katika hali ya kukosa.
15 Walakini ataokolewa kwa
uzazi wake, kama wakidumu
katika imani upendo na uta-
kaso, pamoja na moyo wa
kiasi.

*Tabia ya watumishi wa
kanisa inayofaa*

3 Ni neno la kuaminiwa;
mtu akitaka kazi ya asko-
fu,* atamani kazi njema.
2 Basi imempasa askofu awe
mtu asiyelaumika, mume wa
mke mmoja, mwenye kiasi na
busara, mtu wa utaratibu,
mkaribishaji, ajuaye kufundi-
sha; 3 si mtu wa kuzoelea
ulevi, si mpiga watu; bali awe
mpole; si mtu wa kujadiliana,
wala asiwe mwenye kupenda
fedha; 4 mwenye kuisimamia
nyumba yake vema, ajuaye

* Askofu: maana yake ni, Mwangalizi.

kutiisha watoto katika usta-hivu; 5 (yaani, mtu asiyejua kuisimamia nyumba yake mwenyewe, atalitunzaje Kanisa la Mungu?) 6 Wala asiwe mtu aliyeongoka karibu, asije akajivuna akaanguka katika hukumu ya Ibilisi. 7 Tena imempasa kushuhudiwa mema na watu walio nje; ili asianguke katika lawama na mtego wa Ibilisi. 8 Vivyo hivyo mashemasi* na wawe wastahivu; si wenye kauli mbili, si watu wa kutumia mvinyo sana, si watu wanaotamani fedha ya aibu; 9 wakiishika siri ya imani katika dhamiri safi. 10 Hawa pia na wajaribiwe kwanza; baadaye waitende kazi ya shemasi, wakiisha kuonekana kuwa hawana hatia. 11 Vivyo hivyo wake zao na wawe wastahivu; si wasingiziaji; watu wa kiasi, waaminifu katika mambo yote. 12 Mashemasi na wawe waume wa mke mmoja, wakiwasimamia watoto wao vizuri, na nyumba zao. 13 Kwa maana watendao vema kazi ya shemasi hujipatia daraja nzuri, na ujasiri mwingi katika imani iliyo katika Kristo Yesu.

Adhama ya dini yetu

14 Nakuandikia hayo nikitaraji kuja kwako hivi karibu.

15 Lakini nikikawia, upate kujua jinsi iwapasavyo watu kuenenda katika nyumba ya Mungu, iliyo kanisa la Mungu aliye hai, nguzo na msingi wa kweli. 16 Na bila shaka siri ya utauwa ni kuu.

Mungu alidhihirishwa katika mwili,
  Akajulika kuwa na haki katika roho,
Akaonekana na malaika,
  Akahubiriwa katika mataifa,
Akaaminiwa katika ulimwengu,
  Akachukuliwa juu katika utukufu.

Mashauri juu ya waalimu wa uongo

4 Basi Roho anena waziwazi ya kwamba nyakati za mwisho wengine watajitenga na imani, wakisikiliza roho zidanganyazo, na mafundisho ya mashetani; 2 kwa unafiki wa watu wasemao uongo, wakichomwa moto dhamiri zao wenyewe; 3 wakiwazuia watu wasioe, na kuwaamuru wajiepushe na vyakula, ambavyo Mungu aliviumba vipokewe kwa shukrani na walio na imani wenye kuijua hiyo kweli. 4 Kwa maana kila kiumbe cha Mungu ni kizuri, wala hakuna cha

* Shemasi: maana yake ni, Mtumishi wa Kanisa.

kukataliwa, kama kikipokewa
kwa shukrani; 5 kwa kuwa
kimetakaswa kwa neno la
Mungu na kwa kuomba.

6 Uwakumbushe ndugu
mambo hayo, nawe uta-
kuwa mtumishi mwema wa
Kristo Yesu, na mzoevu wa
maneno ya imani, na ma-
fundisho mazuri yale uliyoya-
fuata. 7 Bali hadithi za kizee,
zisizokuwa za dini, uzikatae;
nawe ujizoeze kupata utauwa.
8 Kwa maana kujizoeza ku-
pata nguvu za mwili kwafaa
kidogo, lakini utauwa hufaa
kwa mambo yote; yaani,
unayo ahadi ya uzima wa sasa,
na ya ule utakaokuwapo
baadaye.

9 Ni neno la kuaminiwa,
tena lastahili kukubalika ka-
bisa; 10 kwa maana twajita-
abisha na kujitahidi kwa ku-
sudi hili, kwa sababu tumam-
taini Mungu aliye hai, aliye
Mwokozi wa watu wote, hasa
wa waaminio.

Maisha na mafundisho ya
Timotheo binafsi

11 Mambo hayo uyaagize na
kuyafundisha. 12 Mtu awaye
yote asiudharau ujana wako,
bali uwe kielelezo kwao wa-
aminio, katika usemi na mwe-
nendo, na katika upendo na
imani na usafi. 13 Hata nita-
kapokuja, ufanye bidii katika

kusoma na kuonya na kufu-
ndisha. 14 Usiache kuitumia
karama ile iliyomo ndani yako,
uliyopewa kwa unabii na kwa
kuwekewa mikono ya wazee.
15 Uyatafakari hayo; ukae
katika hayo; ili kuendelea
kwako kuwe dhahiri kwa
watu wote. 16 Jitunze nafsi
yako, na mafundisho yako.
Dumu katika mambo hayo;
maana kwa kufanya hivyo
utajiokoa nafsi yako na wale
wakusikiao pia.

Habari ya wajane katika
kanisa

5 Mzee usimkemee, bali
umwonye kama baba; na
vijana kama ndugu; 2 wana-
wake wazee kama mama;
wanawake vijana kama ndugu
wa kike; katika usafi wote.

3 uwaheshimu wajane walio
wajane kweli kweli. 4 Lakini
mjane akiwa ana watoto au
wajukuu, na wajifunze kwanza
kuyatenda yaliyo wajibu wao
kwa jamaa zao wenyewe, na
kuwalipa wazazi wao. Kwa
kuwa hili lakubalika mbele za
Mungu. 5 Basi yeye aliye
mjane kweli kweli, ameachwa
peke yake, huyo amemwekea
Mungu tumaini lake, naye
hudumu katika maombi na
sala mchana na usiku. 6 Bali,
yeye asiyejizuia nafsi yake
amekufa ingawa yu hai.

7 Mambo hayo pia uyaagize, ili wasiwe na lawama. 8 Lakini mtu ye yote asiyewatunza walio wake, yaani, wale wa nyumbani mwake hasa, ameikana Imani, tena ni mbaya kuliko mtu asiyeamini. 9 Mjane asiandikwe isipokuwa umri wake amepata miaka sitini; naye amekuwa mke wa mume mmoja; 10 naye ameshuhudiwa kwa matendo mema; ikiwa amelea watoto, ikiwa amekaribisha wageni, ikiwa amewaosha watakatifu miguu, ikiwa amewasaidia wateswao, ikiwa amefuata kwa bidii kila tendo jema. 11 Bali wajane walio vijana ukatae kuwaandika hao, maana, wakizidiwa na tamaa kinyume cha Kristo, wataka kuolewa; 12 nao wana hukumu kwa kuwa wameiacha imani yao ya kwanza. 13 Tena, pamoja na hayo, hujifunza kuwa wavivu, wakizunguka-zunguka nyumba kwa nyumba; wala si wavivu tu, lakini ni wachongezi na wadadisi, wakinena maneno yasiyowapasa. 14 Basi napenda wajane, ambao si wazee, waolewe, wazae watoto, watawale na madaraka ya nyumbani; ili wasimpe adui nafasi ya kulaumu. 15 Kwa maana wengine wamekwisha kugeuka na kumfuata Shetani. 16 Mwanamke aaminiye, akiwa ana wajane, na awasaidie mwenyewe, Kanisa lisilemewe; ili liwasaidie wale walio wajane kweli kweli.

Wazee

17 Wazee watawalao vema na wahesabiwe kustahili heshima maradufu; hasa wao wajitaabishao kwa kuhutubu na kufundisha. 18 Kwa maana andiko lasema, Usimfunge kinywa ng'ombe apurapo nafaka. Na tena, Mtenda kazi astahili ujira wake. 19 Usikubali mashitaka juu ya mzee, ila kwa vinywa vya mashahidi wawili au watatu. 20 Wale wadumuo kutenda dhambi uwakemee mbele ya wote, ili na wengine waogope. 21 Nakuagiza mbele za Mungu, na mbele za Kristo Yesu, na mbele za malaika wateule, uyatende hayo pasipo kuhukumu kwa haraka; usifanye neno lo lote kwa upendeleo. 22 Usimwekee mtu mikono kwa haraka, wala usizishiriki dhambi za watu wengine. Ujilinde nafsi yako uwe safi. 23 Tokea sasa usinywe maji tu lakini tumia mvinyo kidogo, kwa ajili ya tumbo lako, na magonjwa yakupatayo mara kwa mara.

24 Dhambi za watu wengine zi dhahiri, zatangulia kwenda hukumuni; wengine dhambi zao zawafuata. 25 Vivyo hi-

vyo matendo yaliyo mazuri ya
dhahiri; wala yale yasiyo dha-
hiri hayawezi kusitirika.

Watumwa

6 Wo wote walio chini ya
kongwa, hali ya utumwa,
na wawahesabie bwana zao
kuwa wamestahili heshima
yote, jina la Mungu lisituka-
nwe wala mafundisho yetu.
2 Na wale walio na bwana
waaminio wasiwadharau kwa
kuwa ni ndugu; bali afadhali
wawatumikie, kwa sababu hao
waishirikio faida ya kazi yao
wamekuwa wenye imani na
kupendwa. Mambo hayo
uyafundishe na kuonya.

Mafundisho ya uongo

3 Mtu awaye yote akifundi-
sha elimu nyingine, wala
hayakubali maneno yenye uzi-
ma ya Bwana wetu Yesu
Kristo, wala mafundisho yapa-
tanayo na utauwa, 4 ameji-
vuna; wala hafahamu neno lo
lote; bali ana wazimu wa ku-
wazia habari za maswali, na
mashindano ya maneno, amba-
yo, katika hayo hutoka hu-
suda, na ugomvi, na matuka-
no, na shuku mbaya; 5 na
majadiliano ya watu waliohari-
bika akili zao, walioikosa
kweli, huku wakidhani ya
kuwa utauwa ni njia ya kupata
faida.

Mali ya kweli

6 Walakini utauwa pamoja
na kuridhika ni faida kubwa.
7 Kwa maana hatukuja na kitu
duniani, tena hatuwezi kutoka
na kitu; 8 ila tukiwa na cha-
kula na nguo tutaridhika na
vitu hivyo. 9 Lakini hao wa-
takao kuwa na mali huanguka
katika majaribu na tanzi, na
tamaa nyingi zisizo na maana,
zenye kudhuru, ziwatosazo
wanadamu katika upotevu na
uharibifu. 10 Maana shina
moja la mabaya ya kila namna
ni kupenda fedha; mbayo
wengine hali wakiitamani hiyo
wamefarakana na Imani, na
kujichoma kwa maumivu
mengi.

Paulo mwenyewe amwonya
juu ya mambo kadha wa
kadha

11 Bali wewe, mtu wa
Mungu, uyakimbie mambo ha-
yo; ukafuate haki, utauwa,
imani, upendo, saburi, upole.
12 Piga vita vile vizuri vya
imani; shika uzima ule wa
milele ulioitiwa, ukaungama
maungamo mazuri mbele ya
mashahidi wengi. 13 Naku-
agiza mbele za Mungu anaye-
vihifadhi hai vitu vyote, na
mbele za Kristo Yesu, aliyeya-
ungama maungamo mazuri
yale mbele ya Pontio Pilato,

14 kwamba uilinde amri hii pasipo mawaa, pasipo lawama, hata kufunuliwa kwake Bwana wetu Yesu Kristo; 15 ambako yeye majira yake atakudhihirisha, yeye aliyehimidiwa, Mwenye uweza peke yake, Mfalme wa wafalme, Bwana wa mabwana; 16 ambaye yeye peke yake hapatikani na mauti, amekaa katika nuru isiyoweza kukaribiwa; wala hakuna mwanadamu aliyemwona, wala awezaye kumwona. Heshima na uweza una yeye hata milele. Amina.

17 Walio matajiri wa ulimwengu wa sasa uwaagize wasijivune, wala wasiutumainie utajiri usio yakini, bali wamtumaini Mungu atupaye vitu vyote kwa wingi ili tuvitumie kwa furaha. 18 Watende mema, wawe matajiri kwa kutenda mema, wawe tayari kutoa mali zao, washirikiane na wengine kwa moyo; 19 huku wakijiwekea akiba iwe msingi mzuri kwa wakati ujao, ili wapate uzima ulio kweli kweli.

20 Ee Timotheo, ilinde hiyo amana; ujiepushe na maneno yasiyo ya dini, yasiyo na maana, na mashindano ya elimu iitwayo elimu kwa uongo; 21 ambayo wengine wakiikiri hiyo wameikosa Imani. Neema na iwe pamoja nanyi.

WARAKA WA PILI WA PAULO MTUME

KWA

TIMOTHEO

1 Paulo, mtume wa Kristo Yesu, kwa mapenzi ya Mungu; kwa ajili ya ahadi ya uzima ulio katika Kristo Yesu; 2 kwa Timotheo, mwanangu mpendwa. Neema na iwe kwako, na rehema, na amani, zitokazo kwa Mungu Baba na kwa Kristo Yesu Bwana wetu.

3 Namshukuru Mungu, nimwabuduye kwa dhamiri safi tangu zamani za wazee wangu, kama vile nikukumbukavyo wewe daima, katika kuomba kwangu usiku na mchana. 4 Nami natamani sana kukuona, nikiyakumbuka machozi yako, ili nijae furaha; 5 nikiikumbuka imani uliyo nayo isiyo na unafiki, ambayo ilikaa kwanza katika bibi yako Loisi, na katika mama yako Eunike, nami nasadiki wewe nawe unayo.

*Amwita awe na bidii
na ushujaa*

6 Kwa sababu hiyo nakuku-
mbusha, uichochee karama ya
Mungu, iliyo ndani yako kwa
kuwekewa mikono yangu.
7 Maana Mungu hakutupa
roho ya woga, bali ya nguvu
na ya upendo na ya moyo wa
kiasi.

8 Basi usiuonee haya ushu-
huda wa Bwana wetu, wala
usinionee haya mimi mfungwa
wake, bali uvumilie mabaya
pamoja nami kwa ajili ya
Injili, kwa kadiri ya nguvu ya
Mungu; 9 ambaye alituokoa
akatuita kwa mwito mtakatifu,
si kwa kadiri ya matendo yetu
sisi, bali kwa kadiri ya maku-
sudi yake yeye na neema yake.
Neema hiyo tulipewa katika
Kristo Yesu tangu milele,
10 na sasa inadhihirishwa kwa
kufunuliwa kwake Mwokozi
wetu Kristo Yesu; aliyebatili
mauti, na kuufunua uzima na
kutokuharibika, kwa ile Injili;
11 ambayo kwa ajili ya hiyo
naliwekwa niwe mhubiri na
mtume na mwalimu. 12 Kwa
sababu hiyo nimepatikana na
mateso haya, wala sitahayari;
kwa maana namjua yeye nili-
yemwamini, na kusadiki ya
kwamba aweza kukilinda kile
nilichokiweka amana kwake
hata siku ile. 13 Shika kiele-
lezo cha maneno yenye uzima

uliyoyasikia kwangu, katika
imani na upendo ulio katika
Kristo Yesu. 14 Ilinde ile
amana nzuri kwa Roho Mta-
katifu akaaye ndani yetu.

15 Waijua habari hii, ya
kuwa wote walio wa Asia
waliniepuka, ambao miongoni
mwao wamo Figelo na Hermo-
gene. 16 Bwana awape rehema
wale walio wa mlango wake
Onesiforo; maana mara nyi-
ngi aliniburudisha, wala haku-
uonea haya mnyororo wangu;
17 bali, alipokuwapo hapa Ru-
mi, alinitafuta kwa bidii aka-
nipata. 18 Bwana na ampe
kuona rehema machoni pa
Bwana siku ile. Na jinsi ali-
vyonihudumia kwa mengi hu-
ko Efeso, wewe unajua sana.

2 Basi wewe, mwanangu,
uwe hodari katika neema
iliyo katika Kristo Yesu.
2 Na mambo yale uliyoyasikia
kwangu mbele ya mashahidi
wengi, hayo uwakabidhi watu
waaminifu watakaofaa kuwa-
fundisha na wengine. 3 Ushi-
riki taabu pamoja nami, kama
askari mwema wa Kristo Yesu.
4 Hakuna apigaye vita ajitiaye
katika shughuli za dunia, ili
ampendeze yeye aliyemwa-
ndika awe askari. 5 Hata mtu
akishindana katika machezo
hapewi taji, asiposhindana
kwa halali. 6 Yampasa mku-
lima mwenye taabu ya kazi

kuwa wa kwanza wa kupata fungu la matunda. 7 Yafahamu sana hayo nisemayo, kwa maana Bwana atakupa akili katika mambo yote. 8 Mkumbuke Yesu Kristo, aliyefufuka katika wafu, wa uzao wa Daudi kama inenavyo injili yangu. 9 Nami katika hiyo nimeteswa hata kufungwa kama mtenda mabaya; lakini neno la Mungu halifungwi. 10 Kwa ajili ya hilo nastahimili mambo yote, kwa ajili ya ajili wateule, ili wao nao waupate wokovu ule ulio katika Kristo Yesu, pamoja na utukufu wa milele.

11 Ni neno la kuaminiwa. Kwa maana,

Kama tukifa pamoja naye,
tutaishi pamoja naye pia;
12 Kama tukistahimili,
tutamiliki pamoja naye;
Kama tukimkana yeye,
yeye naye atatukana sisi;
13 Kama sisi hatuamini,
yeye hudumu wa kuaminiwa.
Kwa maana hawezi kujikana mwenyewe.

Maonyo juu ya majadiliano

14 Uwakumbushe mambo hayo, ukiwaonya machoni pa Mungu, wasiwe na mashindano ya maneno, ambayo hayana faida, bali huwaharibu wasikiao. 15 Jitahidi kujionyesha kuwa umekubaliwa na Mungu, mtenda kazi asiye na sababu ya kutahayari, ukitumia kwa halali neno la kweli. 16 Jiepushe na maneno yasiyo na maana, ambayo si ya dini; kwa kuwa wataendelea zaidi katika maovu, 17 na neno lao litaenea kama donda-ndugu. Miongoni mwa hao wamo Himenayo na Fileto, 18 walioikosa ile kweli, wakisema ya kwamba kiyama imekwisha kuwapo, hata kuipindua imani ya watu kadha wa kadha. 19 Lakini msingi wa Mungu ulio imara umesimama, wenye muhuri hii,

Bwana awajua walio wake.

Na tena,

Kila alitajaye jina la Bwana na auache uovu.

20 Basi katika nyumba kubwa havimo vyombo vya dhahabu na fedha tu, bali na vya mti, na vya udongo; vingine vina heshima, vingine havina. 21 Basi ikiwa mtu amejitakasa kwa kujitenga na hao, atakuwa chombo cha kupata heshima, kilichosafishwa, kimfaacho Bwana, kimetengenezwa kwa kila kazi iliyo njema. 22 Lakini ukimbie tamaa za ujanani; ukafuate haki, na imani, na upendo, na amani, pamoja na wale wamwitao

Bwana kwa moyo safi. 23 Walakini uyakatae maswali ya upumbavu yasiyo na elimu, ukijua ya kuwa huzaa magomvi. 24 Tena haimpasi mtumwa wa Bwana kuwa mgomvi; bali kuwa mwanana kwa watu wote, awezaye kufundisha, mvumilivu; 25 akiwaonya kwa upole wao washindanao naye, ili kama ikiwezekana, Mungu awape kutubu na kuijua kweli; 26 wapate tena fahamu zao, na kutoka katika mtego wa Ibilisi, ambao hao wametegwa naye, hata kuyafanya mapenzi yake.

Maovu yatakayoonekana

3 Lakini ufahamu neno hili, ya kuwa siku za mwisho kutakuwako nyakati za hatari. 2 Maana watu watakuwa wenye kujipenda wenyewe, wenye kupenda fedha, wenye kujisifu, wenye kiburi, wenye kutukana, wasiotii wazazi wao, wasio na shukrani, wasio safi, 3 wasiowapenda wa kwao, wasiotaka kufanya suluhu, wasingiziaji, wasiojizuia, wakali, wasiopenda mema, 4 wasaliti, wakaidi, wenye kujivuna, wapendao anasa kuliko kumpenda Mungu; 5 wenye mfano wa utauwa, lakini wakikana nguvu zake; hao nao ujiepushe nao. 6 Kwa maana katika hao wamo wale wajiingizao

katika nyumba za watu, na kuchukua mateka wanawake wajinga wenye mizigo ya dhambi, waliochukuliwa na tamaa za namna nyingi; 7 wakijifunza sikuzote, ila wasiweze kabisa kuufikia ujuzi wa kweli. 8 Na kama vile Yane na Yambre walivyopingana na Musa, vivyo hivyo na hawa wanapingana na ile kweli; ni watu walioharibika akili zao, wamekataliwa kwa mambo ya imani. 9 Lakini hawataendelea sana; maana upumbavu wao utakuwa dhahiri kwa watu wote, kama vile na upumbavu wa hao ulivyokuwa dhahiri.

Kinga za Timotheo

10 Bali wewe umeyafuata mafundisho yangu, na mwenendo wangu, na makusudi yangu, na imani, na uvumilivu, 11 na upendo, na saburi; tena na adha zangu na mateso, mambo yaliyonipata katika Antiokia, katika Ikonio, na katika Listra, kila namna ya adha niliyoistahimili; naye Bwana aliniokoa katika hayo yote. 12 Naam, na wote wapendao kuishi maisha ya utauwa katika Kristo Yesu wataudhiwa. 13 Lakini watu wabaya na wadanganyaji wataendelea, na kuzidi kuwa waovu, wakidanganya na ku-

danganyika. 14 Bali wewe ukae katika mambo yale uliyofundishwa na kuhakikishwa, kwa maana unajua ni akina nani ambao ulijifunza kwao; 15 na ya kuwa tangu utoto umeyajua maandiko matakatifu, ambayo yaweza kukuhekimisha hata upate wokovu kwa imani iliyo katika Kristo Yesu. 16 Kila andiko, lenye pumzi ya Mungu, lafaa kwa mafundisho, na kwa kuwaonya watu makosa yao, na kwa kuwaongoza, na kwa kuwaadibisha katika haki; 17 ili mtu wa Mungu awe kamili, amekamilishwa apate kutenda kila tendo jema.

4 Nakuagiza mbele za Mungu, na mbele za Kristo Yesu, atakayewahukumu walio hai na waliokufa; kwa kufunuliwa kwake na kwa ufalme wake; 2 lihubiri neno, uwe tayari, wakati ukufaao na wakati usiokufaa, karipia, kemea, na kuonya kwa uvumilivu wote na mafundisho. 3 Maana utakuja wakati watakapoyakataa mafundisho yenye uzima; ila kwa kuzifuata nia zao wenyewe watajipatia waalimu makundi makundi, kwa kuwa wana masikio ya utafiti; 4 nao watajiepusha wasisikie yaliyo kweli, na kuzigeukia hadithi za uongo. 5 Bali wewe, uwe na kiasi

katika mambo yote, vumilia mabaya, fanya kazi ya mhubiri wa Injili, timiliza huduma yako. 6 Kwa maana, mimi sasa namiminwa, na wakati wa kufariki kwangu umefika. 7 Nimevipiga vita vilivyo vizuri, mwendo nimeumaliza, Imani nimeilinda; 8 baada ya hayo nimewekewa taji ya haki, ambayo Bwana, mhukumu mwenye haki, atanipa siku ile; wala si mimi tu, bali na watu wote pia waliopenda kufunuliwa kwake.

Majumbe yake na kwa heri

9 Jitahidi kuja kwangu upesi. 10 Maana Dema aliniacha, akiupenda ulimwengu huu wa sasa, akasafiri kwenda Thesalonike; Kreske amekwenda Galatia; Tito amekwenda Dalmatia. 11 Luka peke yake yupo hapa pamoja nami. Umtwae Marko, umlete pamoja nawe, maana anifaa kwa utumishi. 12 Lakini Tikiko nalimpeleka Efeso. 13 Lile joho nililoliacha kwa Karpo huko Troa, ujapo ulilete, na vile vitabu, hasa vile vya ngozi. 14 Iskanda, mfua shaba, alionyesha ubaya mwingi kwangu; Bwana atamlipa sawasawa na matendo yake. 15 Nawe ujihadhari na huyo, kwa sababu aliyapinga sana maneno yetu. 16 Katika ja-

wabu langu la kwanza hakuna mtu aliyesimama upande wangu, bali wote waliniacha; naomba wasihesabiwe hatia kwa jambo hilo. 17 Lakini Bwana alisimama pamoja nami akanitia nguvu, ili kwa kazi yangu ule ujumbe utangazwe kwa utimilifu, hata wasikie Mataifa yote; nami nikaokolewa katika kinywa cha simba. 18 Bwana ataniokoa na kila neno baya, na kunihifadhi hata nifike ufalme wake wa mbinguni. Utukufu una Yeye milele na milele. Amina.

19 Nisalimie Priska na Akila, na wale wa nyumbani mwa Onesiforo. 20 Erasto alikaa Korintho. Trofimo nalimwacha huko Mileto, hawezi. 21 Jitahidi kuja kabla ya wakati wa baridi. Eubulo akusalimu, na Pude, na Lino, na Klaudia, na ndugu wote pia.

22 Bwana na awe pamoja na roho yako. Neema na iwe pamoja nanyi.

WARAKA WA PAULO MTUME

KWA

TITO

Salamu

1 Paulo, mtumwa wa Mungu, na mtume wa Yesu Kristo; kwa ajili ya imani ya wateule wa Mungu, na ujuzi wa kweli ile iletayo utauwa; 2 katika tumaini la uzima wa milele, ambao Mungu asiyeweza kusema uongo aliuahidi tangu milele; 3 akalifunua neno lake kwa majira yake katika ule ujumbe niliowekewa amana mimi kwa amri ya Mwokozi wetu Mungu; 4 kwa Tito, mwanangu hasa katika imani tuishirikiyo. Neema na iwe kwako na amani zitokazo kwa Mungu Baba na kwa Kristo Yesu Mwokozi wetu.

Maweko ya wazee

5 Kwa sababu hii nalikuacha Krete, ili uyatengeneze yaliyopunguka, na kuweka wazee katika kila mji kama vile nilivyokuamuru; 6 ikiwa mtu hakushitakiwa neno, naye ni mume wa mke mmoja, ana watoto waaminio, wasioshitakiwa kuwa ni wafisadi wala wasiotii. 7 Maana imempasa askofu* awe mtu asiyeshitakiwa neno, kwa kuwa ni wakili

* Askofu: maana yake ni, Mwangalizi.

wa Mungu; asiwe mtu wa kujipendeza nafsi yake, asiwe mwepesi wa hasira, asiwe mlevi wala mgomvi, asiwe mpenda mapato ya aibu; 8 bali awe mkaribishaji, mpenda wema, mwenye kiasi, mwenye haki, mtakatifu, mwenye kudhibiti nafsi yake; 9 akilishika lile neno la imani vile vile kama alivyofundishwa, apate kuweza kuwaonya watu kwa mafundisho yenye uzima, na kuwashinda wenye kupinga.

Waalimu wa uongo

10 Kwa maana kuna wengi wasiotii, wenye maneno yasiyo na maana, wadanganyaji, na hasa wale wa tohara, ambao yapasa wazibwe vinywa vyao. 11 Hao wanapindua watu wa nyumba nzima, wakifundisha yasiyowapasa kwa ajili ya mapato ya aibu. 12 Mtu wa kwao, nabii wao wenyewe, amesema, Wakrete ni waongo sikuzote, hayawani wabaya, walafi wavivu. 13 Ushuhuda huo ni kweli. Kwa sababu hiyo uwakemee kwa ukali, ili wapate kuwa wazima katika imani; 14 wasisikilize hadithi za Kiyahudi, wala maagizo ya watu wajiepushao na yaliyo kweli. 15 Vitu vyote ni safi kwa hao walio safi; lakini hakuna kilicho safi kwao walio

wanajisi, wasioamini; bali akili zao zimekuwa najisi, na nia zao pia. 16 Wanakiri ya kwamba wanamjua Mungu, bali kwa matendo yao wanamkana; ni wenye machukizo, waasi, wala kwa kila tendo jema hawafai.

Maisha ya kikristo na msingi wake

2 Lakini wewe nena mambo yapasayo mafundisho yenye uzima; 2 ya kwamba wazee wawe wenye kiasi, wastahivu, wenye busara, wazima katika imani na katika upendo na katika saburi. 3 Vivyo hivyo na wazee wa kike wawe na mwenendo wa utakatifu; wasiwe wasingiziaji, wasiwe wenye kutumia mvinyo nyingi, bali wafundishao mema; 4 ili wawatie wanawake vijana akili, wawapende waume zao, na kuwapenda watoto wao; 5 na kuwa wenye kiasi, kuwa safi, kufanya kazi nyumbani mwao, kuwa wema, kuwatii waume zao wenyewe; ili neno la Mungu lisitukanwe.

6 Vivyo hivyo na vijana waume uwaonye kuwa na kiasi; 7 katika mambo yote ukijionyesha wewe mwenyewe kuwa kielelezo cha matendo mema, na katika mafundisho yako ukionyesha usahihi na

ustahivu, 8 na maneno yenye uzima yasiyoweza kuhukumiwa makosa, ili yule mwenye kupinga atahayarike, kwa kuwa hana neno baya la kunena juu yetu.

9 Watumwa na wawatii bwana zao, wakiwapendeza katika mambo yote; wasiwe wenye kujibu, 10 wasiwe waibaji; bali wauonyeshe uaminifu mwema wote, ili wayapambe mafundisho ya Mwokozi wetu Mungu katika mambo yote.

Maazimio ya kikristo

11 Maana neema ya Mungu iwaokoayo wanadamu wote imefunuliwa; 12 nayo yatufundisha kukataa ubaya na tamaa za kidunia; tupate kuishi kwa kiasi, na haki, na utauwa, katika ulimwengu huu wa sasa; 13 tukilitazamia tumaini lenye baraka na mafunuo ya utukufu wa Kristo Yesu, Mungu mkuu na Mwokozi wetu; 14 ambaye alijitoa nafsi yake kwa ajili yetu, ili atukomboe na maasi yote, na kujisafishia watu wawe milki yake mwenyewe, wale walio na juhudi katika matendo mema.

15 Nena maneno hayo, onya na kukaripia kwa mamlaka yote; asikudharau mtu awaye yote.

Maisha ya kikristo na msingi wake

3 Uwakumbushe watu kunyenyekea kwa wenye uwezo na mamlaka, na kutii, na kuwa tayari kwa kila kazi njema; 2 wasimtukane mtu ye yote, wasiwe wagomvi, wawe wema, wakionyesha upole wote kwa watu wote. 3 Maana hapo zamani sisi nasi tulikuwa hatuna akili, tulikuwa waasi, tumedanganywa, huku tukitumikia tamaa na anasa za namna nyingi, tukiishi katika uovu na husuda, tukichukiza na kuchukiana. 4 Lakini wema wake Mwokozi wetu Mungu, na upendo wake kwa wanadamu, ulipofunuliwa, alituokoa; 5 si kwa sababu ya matendo ya haki tuliyoyatenda sisi; bali kwa rehema yake, kwa kuoshwa kwa kuzaliwa kwa pili na kufanywa upya na Roho Mtakatifu; 6 ambaye alitumwagia kwa wingi, kwa njia ya Yesu Kristo Mwokozi wetu; 7 ili tukihesabiwa haki kwa neema yake, tupate kufanywa warithi wa uzima wa milele, kama lilivyo tumaini letu. 8 Ni neno la kuaminiwa; na mambo hayo nataka uyanene kwa nguvu, ili wale waliomwamini Mungu wakumbuke kudumu katika matendo mema. Hayo ni mazuri, tena

yana faida kwa wanadamu.
9 Lakini maswali ya upuzi ujiepushe nayo, na nasaba, na magomvi, na mashindano ya sheria. Kwa kuwa hayana faida, tena hayana maana.
10 Mtu aliye mzushi, baada ya kumwonya mara ya kwanza na mara ya pili, mkatae; 11 ukijua ya kuwa mtu kama huyo amepotoka, tena atenda dhambi, maana amejihukumu hatia yeye mwenyewe.

Majumbe ya kuagana naye

12 Wakati nitakapomtuma Artema kwako au Tikiko, jitahidi kuja kwangu huku Nikopoli; kwa maana huku nimekusudia kukaa wakati wa baridi. 13 Zena, yule mwanasheria, na Apolo, uwasafirishe kwa bidii, wasipungukiwe na cho chote. 14 Watu wetu nao wajifunze kudumu katika matendo mema, kwa matumizi yaliyo lazima, ili wasiwe hawana matunda.

15 Watu wote walio pamoja nami wakusalimu. Tusalimie wale watupendao katika imani.

Neema na iwe pamoja nanyi nyote.

WARAKA WA PAULO MTUME

KWA

FILEMONI

Dibaji

1 Paulo, mfungwa wa Kristo Yesu, na Timotheo aliye ndugu yetu, kwa Filemoni mpendwa wetu, mtenda kazi pamoja nasi, 2 na kwa Afia, ndugu yetu, na kwa Arkipo askari mwenzetu, na kwa kanisa lililo katika nyumba yako. 3 Neema na iwe kwenu, na amani, zitokazo kwa Mungu, Baba yetu, na kwa Bwana Yesu Kristo.

Upendo na imani ya Filemoni

4 Namshukuru Mungu wangu sikuzote, nikikukumbuka katika maombi yangu; 5 nikisikia habari za upendo wako na imani uliyo nayo kwa Bwana Yesu na kwa watakatifu wote; 6 ili kwamba ushirika wa imani yako ufanye kazi yake, katika ujuzi wa kila kitu chema kilicho kwetu katika Kristo. 7 Maana nalikuwa na furaha nyingi na

faraja kwa sababu ya upendo wako, kwa kuwa mioyo ya watakatifu imeburudishwa nawe, ndugu yangu.

Ombi kwa ajili ya mtumwa mtoro

8 Kwa hiyo, nijapokuwa nina ujasiri katika Kristo kukuagiza likupasalo; 9 lakini, kwa ajili ya upendo, nakusihi, kwa kuwa ni kama nilivyo, Paulo mzee, na sasa mfungwa wa Kristo Yesu pia. 10 Nakusihi kwa ajili ya mtoto wangu niliyemzaa katika vifungo vyangu, yaani, Onesimo; 11 ambaye zamani alikuwa hakufai, bali sasa akufaa sana, wewe na mimi pia; 12 niliyemtuma kwako, yeye mwenyewe, maana ni moyo wangu hasa; 13 ambaye mimi nalitaka akae kwangu, apate kunitumikia badala yako katika vifungo vya Injili. 14 Lakini sikutaka kutenda neno lo lote isipokuwa kwa shauri lako, ili kwamba wema wako usiwe kama kwa lazima, bali kwa hiari. 15 Maana, labda ndiyo sababu alitengwa nawe kwa muda, ili uwe naye tena milele; 16 tokea sasa, si kama mtumwa, bali zaidi ya mtumwa, ndugu mpendwa;

kwangu mimi sana, na kwako wewe zaidi sana, katika mwili na katika Bwana. 17 Basi kama ukiniona mimi kuwa mshirika nawe, mpokee huyu kama mimi mwenyewe. 18 Na kama amekudhulumu, au unamwia kitu, ukiandike hicho juu yangu. 19 Mimi Paulo nimeandika kwa mkono wangu mwenyewe, mimi nitalipa. Sikuambii kwamba nakuwia hata nafsi yako. 20 Naam, ndugu yangu, nipate faida kwako katika Bwana; uniburudishe moyo wangu katika Kristo.

Maneno ya mwisho

21 Kwa kuwa nakuamini kutii kwako ndiyo maana nimekuandikia, nikijua ya kuwa utafanya zaidi ya hayo nisemayo. 22 Na pamoja na hayo uniwekee tayari mahali pa kukaa; maana nataraji ya kwamba kwa maombi yenu mtajaliwa kunipata.

23 Epafra, aliyefungwa pamoja nami katika Kristo Yesu, akusalimu; 24 na Marko, na Aristarko, na Dema, na Luka, watendao kazi pamoja nami. 25 Neema ya Bwana Yesu Kristo na iwe pamoja na roho zenu.

Dibaji

1 Mungu, ambaye alisema zamani na baba zetu katika manabii kwa sehemu nyingi na kwa njia nyingi, 2 mwisho wa siku hizi amesema na sisi katika Mwana, aliyemweka kuwa mrithi wa yote, tena kwa yeye aliufanya ulimwengu. 3 Yeye kwa kuwa ni mng'ao wa utukufu wake na chapa ya nafsi yake, akivichukua vyote kwa amri ya uweza wake, akiisha kufanya utakaso wa dhambi, aliketi mkono wa kuume wa Ukuu huko juu; 4 amefanyika bora kupita malaika, kwa kadiri jina alilolirithi lilivyo tukufu kuliko lao.

Mwana wa Mungu ni mkuu kuliko malaika

5 Kwa maana alimwambia malaika yupi wakati wo wote,

Ndiwe mwanangu,
Mimi leo nimekuzaa?

Na tena,

Mimi nitakuwa kwake baba,

Na yeye atakuwa kwangu mwana?

6 Hata tena, amletapo mzaliwa wa kwanza ulimwenguni asema,

Na wamsujudu malaika wote wa Mungu.

7 Na kwa habari za malaika asema,

Afanyaye malaika zake kuwa pepo,

Na watumishi wake kuwa miali ya moto.

8 Lakini kwa habari za Mwana asema,

Kiti chako cha enzi, Mungu, ni cha milele na milele:

Na fimbo ya ufalme wako ni fimbo ya adili.

9 Umependa haki, umechukia maasi;

Kwa hiyo Mungu, Mungu wako, amekutia mafuta,

Mafuta ya shangwe kupita wenzio.

10 Na tena,

Wewe, Bwana, hapo mwanzo uliitia misingi ya nchi,

Na mbingu ni kazi za
mikono yako;

11 Hizo zitaharibika, bali
wewe unadumu;
Nazo zote zitachakaa
kama nguo,

12 Na kama mavazi utazi-
zinga, nazo zitaba-
dilika;
Lakini wewe u yeye
yule,
Na miaka yako haita-
koma.

13 Je! yuko malaika aliye-
mwambia wakati wo
wote,
Uketi mkono wangu wa
kuume
Hata nitakapoweka adui
zako chini ya nyayo
zako?

14 Je! hao wote si roho wa-
tumikao, wakitumwa
kuwahudumu wale wa-
takaourithi wokovu?

Kristo ni mkuu kuliko Musa

2 Kwa hiyo imetupasa ku-
yaangalia zaidi hayo yali-
yosikiwa tusije tukayakosa.
2 Kwa maana, ikiwa lile neno
lililonenwa na malaika liliku-
wa imara, na kila kosa na
uasi ulipata ujira wa haki,
3 sisi je! tutapataje kupona,
tusipojali wokovu mkuu na-
mna hii? ambao kwanza uli-
nenwa na Bwana, kisha ukathi-
bitika kwetu na wale walio-

sikia; 4 Mungu naye akishu-
hudu pamoja nao kwa ishara
na ajabu na nguvu za namna
nyingi, na kwa magawanyo ya
Roho Mtakatifu, kama alivyo-
penda mwenyewe.

5 Maana hakuuweka chini
ya malaika ulimwengu ule
ujao tunaounena, 6 ila mtu
mmoja ameshuhudia hivi ma-
hali fulani, akisema,
Mwanadamu ni nini hata
umkumbuke,
Ama mwana wa bina-
damu, hata umwanga-
lie?

7 Umemfanya mdogo punde
kuliko malaika,
Umemvika taji ya utu-
kufu na heshima,
Umemtawaza juu ya kazi za
mikono yako;

8 Umeweka vitu vyote chi-
ni ya nyayo zake.
Kwa maana katika kuweka
vitu vyote chini yake hakusaza
kitu kisichowekwa chini yake.
Lakini sasa bado hatujaona
vitu vyote kutiwa chini yake,
9 ila twamwona yeye aliye-
fanywa mdogo punde kuliko
malaika, yaani, Yesu, kwa
sababu ya maumivu ya mauti,
amevikwa taji ya utukufu na
heshima, ili kwa neema ya
Mungu aionje mauti kwa ajili
ya kila mtu. 10 Kwa kuwa
ilimpasa yeye, ambaye kwa
ajili yake na kwa njia yake vitu
vyote vimekuwapo, akileta

wana wengi waufikilie utukufu, kumkamilisha kiongozi mkuu wa wokovu wao kwa njia ya mateso. 11 Maana yeye atakasaye na hao wanaotakaswa wote pia watoka kwa mmoja. Kwa ajili hii haoni haya kuwaita ndugu zake; 12 akisema,

Nitalihubiri jina lako kwa ndugu zangu;

Katikati ya kanisa nitakuimbia sifa.

13 Na tena,

Nitakuwa nimemtumaini yeye.

Na tena,

Tazama, mimi nipo hapa na watoto niliopewa na Mungu.

14 Basi, kwa kuwa watoto wameshiriki damu na mwili, yeye naye vivyo hivyo alishiriki yayo hayo, ili kwa njia ya mauti amharibu yeye aliyekuwa na nguvu za mauti, yaani, Ibilisi, 15 awaache huru wale ambao kwamba maisha yao yote kwa hofu ya mauti walikuwa katika hali ya utumwa. 16 Maana ni hakika, hatwai asili ya malaika, ila atwaa asili ya mzao wa Ibrahimu. 17 Hivyo ilimpasa kufananishwa na ndugu zake katika mambo yote, apate kuwa kuhani mkuu mwenye rehema, mwaminifu katika mambo ya Mungu, ili afanye suluhu kwa dhambi za watu wake. 18 Na kwa kuwa mwenyewe aliteswa alipojaribiwa, aweza kuwasaidia wao wanaojaribiwa.

Kristo ni mkuu kuliko Musa

3 Kwa hiyo, ndugu watakatifu, wenye kuushiriki mwito wa mbinguni, mtafakarini sana Mtume na Kuhani Mkuu wa maungamo yetu, Yesu, 2 aliyekuwa mwaminifu kwake yeye aliyemweka, kama Musa naye alivyokuwa, katika nyumba yote ya Mungu. 3 Kwa maana huyo amehesabiwa kuwa amestahili utukufu zaidi kuliko Musa, kama vile yeye aitengenezaye nyumba alivyo na heshima zaidi ya hiyo nyumba. 4 Maana kila nyumba imetengenezwa na mtu; ila yeye aliyevitengeneza vitu vyote ni Mungu. 5 Na Musa kweli alikuwa mwaminifu katika nyumba yote ya Mungu kama mtumishi, awe ushuhuda wa mambo yatakayonenwa baadaye; 6 bali Kristo, kama mwana, juu ya nyumba ya Mungu; ambaye nyumba yake ni sisi, kama tukishikamana sana na ujasiri wetu na fahari ya taraja letu mpaka mwisho.

7 Kwa hiyo, kama anenavyo Roho Mtakatifu,

Leo, kama mtasikia sauti yake,

8 Msifanye migumu mioyo yenu,
  Kama wakati wa kukasirisha,
  Siku ya kujaribiwa katika jangwa,
9 Hapo baba zenu waliponijaribu, wakanipima,
  Wakaona matendo yangu miaka arobaini.
10 Kwa hiyo nalichukizwa na kizazi hiki,
  Nikasema, Sikuzote ni watu waliopotoka mioyo hawa;
  Hawakuzijua njia zangu;
11 Kama nilivyoapa kwa hasira yangu,
  Hawataingia rahani mwangu.

12 Angalieni, ndugu zangu, usiwe katika mmoja wenu moyo mbovu wa kutokuamini, kwa kujitenga na Mungu aliye hai. 13 Lakini mwonyane kila siku, maadamu iitwapo leo; ili mmoja wenu asifanywe mgumu kwa udanganyifu wa dhambi. 14 Kwa maana tumekuwa washirika wa Kristo, kama tukishikamana na mwanzo wa uthabiti wetu kwa nguvu mpaka mwisho; 15 hapo inenwapo,
  Leo, kama mtaisikia sauti yake,

Msifanye migumu mioyo yenu,
  Kama wakati wa kukasirisha.
16 Maana ni akina nani waliokasirisha, waliposikia. Si wale wote waliotoka Misri wakiongozwa na Musa? 17 Tena ni akina nani aliochukizwa nao miaka arobaini? Si wale waliokosa, ambao mizoga yao ilianguka katika jangwa? 18 Tena ni akina nani aliowaapia ya kwamba hawataingia katika raha yake, ila wale walioasi? 19 Basi twaona ya kuwa hawakuweza kuingia kwa sababu ya kutokuamini kwao.

4 Basi, ikiwa ikaliko ahadi ya kuingia katika raha yake, na tuogope, mmoja wenu asije akaonekana ameikosa. 2 Maana ni kweli, sisi nasi tumehubiriwa habari njema vile vile kama hao. Lakini neno lile lililosikiwa halikuwafaa hao, kwa sababu halikuchanganyika na imani ndani yao waliosikia. 3 Maana sisi tulioamini tunaingia katika raha ile; kama vile alivyosema,
  Kama nilivyoapa kwa hasira yangu,
  Hawataingia rahani mwangu;
ijapokuwa zile kazi zilimalizika tangu kuwekwa misingi

ya ulimwengu. 4 Kwa maana ameinena siku ya saba mahali fulani hivi, Mungu alistarehe siku ya saba, akaziacha kazi zake zote; 5 na hapa napo, Hawataingia rahani mwangu. 6 Basi, kwa kuwa neno hili limebaki kwamba wako watu watakaoingia humo, na wale waliohubiriwa habari ile zamani walikosa kuingia kwa sababu ya kuasi kwao, 7 aweka tena siku fulani, akisema katika Daudi baada ya muda mwingi namna hii, Leo; kama ilivyonenwa tangu zamani,

Leo, kama mtaisikia sauti yake,

Msifanye migumu mioyo yenu.

8 Maana kama Yoshua angaliwapa raha, asingaliinena siku nyingine baadaye. 9 Basi, imesalia raha ya sabato kwa watu wa Mungu. 10 Kwa maana yeye aliyeingia katika raha yake amestarehe mwenyewe katika kazi yake, kama vile Mungu alivyostarehe katika kazi zake. 11 Basi, na tufanye bidii kuingia katika raha ile, ili kwamba mtu ye yote asije akaanguka kwa mfano uo huo wa kuasi. 12 Maana Neno la Mungu li hai, tena lina nguvu, tena lina ukali kuliko upanga uwao wote ukatao kuwili, tena lachoma hata kuzigawanya nafsi na roho, na viungo na

mafuta yaliyomo ndani yake; tena li jepesi kuyatambua mawazo na makusudi ya moyo. 13 Wala hakuna kiumbe kisichokuwa wazi mbele zake, lakini vitu vyote vi utupu na kufunuliwa machoni pake yeye aliye na mambo yetu.

Bwana Yesu, Kuhani Mkuu ni mkuu kuliko Haruni

14 Basi, iwapo tunaye kuhani mkuu aliyeingia katika mbingu, Yesu, Mwana wa Mungu, na tuyashike sana maungamo yetu. 15 Kwa kuwa hatuna kuhani mkuu asiyeweza kuchukuana nasi katika mambo yetu ya udhaifu; bali yeye alijaribiwa sawasawa na sisi katika mambo yote, bila kufanya dhambi. 16 Basi na tukikaribie kiti cha neema kwa ujasiri, ili tupewe rehema, na kupata neema ya kutusaidia wakati wa mahitaji.

5 Maana kila kuhani mkuu aliyetwaliwa katika wanadamu amewekwa kwa ajili ya wanadamu katika mambo yamhusuyo Mungu, ili atoe matoleo na dhabihu kwa ajili ya dhambi; 2 awezaye kuwachukulia kwa upole wao wasiojua na wenye kupotea, kwa kuwa yeye mwenyewe yu katika hali ya udhaifu; 3 na kwa sababu hiyo imempasa,

kama kwa ajili ya watu, vivyo hivyo kwa ajili ya nafsi yake mwenyewe, kutoa dhabihu kwa ajili ya dhambi. 4 Na hapana mtu ajitwaliaye mwenyewe heshima hii, ila yeye aitwaye na Mungu, kama vile Haruni. 5 Vivyo hivyo Kristo naye hakujitukuza nafsi yake kufanywa kuhani mkuu, lakini yeye aliyemwambia,

Ndiwe mwanangu,
Mimi leo nimekuzaa;

6 kama asemavyo mahali
pengine,
Ndiwe kuhani milele
Kwa mfano wa Melki-
zedeki.

7 Yeye, siku hizo za mwili wake, alimtolea yule, awezaye kumwokoa na kumtoa katika mauti, maombi na dua pamoja na kulia sana na machozi, akasikilizwa kwa jinsi alivyokuwa mcha Mungu; 8 na, ingawa ni Mwana, alijifunza kutii kwa mateso hayo yaliyompata; 9 naye alipokwisha kukamilishwa, akawa sababu ya wokovu wa milele kwa watu wote wanaomtii; 10 kisha ametajwa na Mungu kuwa kuhani mkuu kwa mfano wa Melkizedeki.

*Yahitajiwa kuendelea katika
njia ya kikristo*

11 Ambaye tuna maneno mengi ya kunena katika ha-bari zake; na ni shida kuyaeleza kwa kuwa mmekuwa wavivu wa kusikia. 12 Kwa maana, iwapasapo kuwa waalimu, (maana wakati mwingi umepita) mnahitaji kufundishwa na mtu mafundisho ya kwanza ya maneno ya Mungu; nanyi mmekuwa mnahitaji maziwa wala si chakula kigumu. 13 Kwa maana kila mtu atumiaye maziwa hajui sana neno la haki, kwa kuwa ni mtoto mchanga. 14 Lakini chakula kigumu ni cha watu wazima, ambao akili zao, kwa kutumiwa, zimezoezwa kupambanua mema na mabaya.

6 Kwa sababu hiyo, tukiacha kuyanena mafundisho ya kwanza ya Kristo, tukaze mwendo ili tuufikilie utimilifu; tusiweke msingi tena wa kuzitubia kazi zisizo na uhai, na wa kuwa na imani kwa Mungu, 2 na wa mafundisho ya mabatizo, na kuwekea mikono, na kufufuliwa wafu, na hukumu ya milele. 3 Na hayo tutafanya Mungu akitujalia. 4 Kwa maana hao waliokwisha kupewa nuru, na kukionja kipawa cha mbinguni, na kufanywa washirika wa Roho Mtakatifu, 5 na kulionja neno zuri la Mungu, na nguvu za zamani zijazo, 6 wakaanguka baada ya hayo, haiwezekani kuwafanya upya tena hata wakatubu; kwa kuwa wamsulibisha Mwana wa Mungu mara ya pili kwa nafsi zao, na kumfedhehi kwa dhahiri. 7 Maana nchi inayoinywa mvua inayoinyeshea mara kwa mara, na kuzaa mboga zenye manufaa kwa hao ambao kwa ajili yao yalimwa, hushiriki baraka zitokazo kwa Mungu; 8 bali ikitoa miiba na magugu hukataliwa na kuwa karibu na laana; ambayo mwisho wake ni kuteketezwa.

9 Lakini, wapenzi, ijapokuwa twanena hayo, katika habari zenu tumesadiki mambo yaliyo mazuri zaidi, na yaliyo na wokovu. 10 Maana Mungu si dhalimu hata aisahau kazi yenu, na pendo lile mlilolidhihirisha kwa jina lake, kwa kuwa mmewahudumia watakatifu, na hata hivi sasa mngali mkiwahudumia. 11 Nasi twataka sana kila mmoja wenu aidhihirishe bidii ile ile, kwa utimilifu wa matumaini hata mwisho; 12 ili msiwe wavivu, bali mkawe wafuasi wa hao wazirithio ahadi kwa imani na uvumilivu.

Ahadi za Mungu zatutia moyo katika kutumaini

13 Kwa maana Mungu, alipompa Ibrahimu ahadi, kwa sababu alikuwa hana mkubwa kuliko yeye mwenyewe wa kumwapa, aliapa kwa nafsi yake, 14 akisema, Hakika yangu kubariki nitakubariki, na kuongeza nitakuongeza. 15 Na hivyo kwa kuvumilia akaipata ile ahadi.

16 Maana wanadamu huapa kwa yeye aliye mkuu kuliko wao; na kwao ukomo wa mashindano yote ya maneno ni kiapo, kwa kuyathibitisha. 17 Katika neno hilo Mungu, akitaka kuwaonyesha zaidi sana wairithio ile ahadi, jinsi mashauri yake yasivyoweza kubadilika, alitia kiapo katikati; 18 ili kwa vitu viwili visivyoweza kubadilika, ambavyo katika hivyo Mungu hawezi kusema uongo, tupate faraja iliyo imara, sisi tuliokimbilia kuyashika matumaini yale yawekwayo mbele yetu; 19 tuliyo nayo kama nanga ya roho, yenye salama, yenye nguvu, yaingiayo hata mle mlimo ndani ya pazia, 20 alimoingia Yesu kwa ajili yetu, mtangulizi wetu, amekuwa kuhani mkuu hata milele kwa mfano wa Melkizedeki.

Bwana Yesu ni Kuhani Mkuu kwa mfano wa Melkizedeki

7 Kwa maana Melkizedeki huyo, mfalme wa Salemu, kuhani wa Mungu aliye juu,

aliyekutana na Ibrahimu ali-
pokuwa akirudi katika kuwa-
piga hao wafalme, akambariki;
2 ambaye Ibrahimu alimgawia
sehemu ya kumi ya vitu vyote;
(tafsiri ya jina lake kwanza ni
mfalme wa haki, tena, mfalme
wa Salemu, maana yake, mfa-
lme wa amani; 3 hana baba,
hana mama, hana wazazi,
hana mwanzo wa siku zake,
wala mwisho wa uhai wake,
bali amefananishwa na Mwana
wa Mungu); huyo adumu
kuhani milele.

4 Basi, angalieni jinsi
mtu huyo alivyokuwa mkuu,
ambaye Ibrahimu, baba yetu
mkuu, alimpa sehemu ya kumi
ya nyara. 5 Na katika wana
wa Lawi nao, wale waupatao
ukuhani, wana amri kutwaa
sehemu ya kumi kwa watu
wao, yaani, ndugu zao, kwa
agizo la sheria, ijapokuwa
wametoka katika viuno vya
Ibrahimu. 6 Bali yeye, amba-
ye uzazi wake haukuhesabiwa
kuwa umetoka kwa hao, ali-
twaa sehemu ya kumi kwa
Ibrahimu, akambariki yeye
aliye na ile ahadi. 7 Wala
haikanushiki kabisa kwamba
mdogo hubarikiwa na mku-
bwa. 8 Na hapa wanadamu
wapatikanao na kufa hutwaa
sehemu ya kumi; bali huko
yeye ashuhudiwaye kwamba
yu hai. 9 Tena yaweza kuse-
mwa ya kuwa, kwa njia ya
Ibrahimu, hata Lawi apokeaye
sehemu ya kumi alitoa sehemu
ya kumi; 10 kwa maana ali-
kuwa katika viuno vya baba
yake, hapo Melkizedeki alipo-
kutana naye.

Ukuhani wa Kristo ni mkuu kuliko ukuhani wa Wayahudi

11 Basi, kama ukamilifu
ulikuwapo kwa ukuhani wa
Lawi, (maana watu wale wali-
ipata sheria kwa huo), kuli-
kuwa na haja gani tena ya
kuhani mwingine ainuke, kwa
mfano wa Melkizedeki, wala
asihesabiwe kwa mfano wa
Haruni? 12 Maana ukuhani
ule ukibadilika, hapana budi
sheria nayo ibadilike. 13 Ma-
ana yeye aliyenenwa hayo ali-
kuwa mshirika wa kabila
nyingine, ambayo hapana mtu
wa kabila hiyo aliyeihudumia
madhabahu. 14 Maana ni
dhahiri kwamba Bwana wetu
alitoka katika Yuda, kabila
ambayo Musa hakunena neno
lo lote juu yake katika mambo
ya ukuhani. 15 Tena hayo
tusemayo ni dhahiri sana zaidi,
ikiwa ametokea kuhani mwi-
ngine mithili ya Melkizedeki;
16 asiyekuwa kuhani kwa
sheria ya amri iliyo ya jinsi ya
mwili, bali kwa nguvu za
uzima usio na ukomo; 17 ma-
ana ameshuhudiwa kwamba,
Wewe u kuhani milele

Kwa mfano wa Melkizedeki.
18 Maana, kuna kubatiliwa kwa ile amri iliyotangulia, kwa sababu ya udhaifu wake, na kutokufaa kwake; 19 (kwa maana ile sheria haikukamilisha neno); na pamoja na hayo kuliingizwa matumaini yaliyo mazuri zaidi, ambayo kwa hayo twamkaribia Mungu. 20 Na kwa kuwa haikuwa pasipo kiapo, 21 (maana wale walifanywa makuhani pasipo kiapo; bali yeye, pamoja na kiapo, kwa yeye aliyewambia,

Bwana ameapa wala hataghairi,

Wewe u kuhani milele;)
22 basi kwa kadiri hii Yesu amekuwa mdhamini wa agano lililo bora zaidi. 23 Tena wale walifanywa makuhani wengi, kwa sababu wazuiliwa na mauti wasikae; 24 bali yeye, kwa kuwa akaa milele, anao ukuhani wake usioondoka. 25 Naye, kwa sababu hii, aweza kuwaokoa kabisa wao wamjiao Mungu kwa yeye; maana yu hai sikuzote ili awaombee.

26 Maana ilitupasa sisi tuwe na kuhani mkuu wa namna hii, aliye mtakatifu, asiyekuwa na uovu, asiyekuwa na waa lo lote, aliyetengwa na wakosaji, aliyekuwa juu kuliko mbingu; 27 ambaye hana haja kila siku, mfano wa wale makuhani wakuu wengine, kwanza kutoa dhabihu kwa ajili ya dhambi zake mwenyewe, kisha kwa ajili ya dhambi za hao watu; maana yeye alifanya hivi mara moja, alipojitoa nafsi yake. 28 Maana torati yawaweka wanadamu walio na unyonge kuwa makuhani wakuu; bali hilo neno la kiapo kilichokuja baada ya torati limemweka Mwana, aliyekamilika hata milele.

Ukuhani wa Kristo na Agano Jipya

8 Basi, katika hayo tunayosema, neno lililo kuu ndilo hili: Tunaye kuhani mkuu wa namna hii, aliyeketi mkono wa kuume wa kiti cha enzi cha Ukuu mbinguni, 2 mhudumu wa patakatifu, na wa ile hema ya kweli, ambayo Bwana aliiweka wala si mwanadamu. 3 Maana kila kuhani mkuu huwekwa ili atoe vipawa na dhabihu; kwa hiyo lazima huyu naye awe na kitu cha kutoa. 4 Kama angekuwa juu ya nchi, asingekuwa kuhani; maana wako watoao sadaka kama iagizavyo sheria; 5 watumikiao mfano na kivuli cha mambo ya mbinguni, kama Musa alivyoagizwa na Mungu, alipokuwa tayari kuifanya ile hema; maana asema, Angalia ukavifanye vitu vyote kwa mfano ule ulioonyeshwa katika mlima. 6 Lakini sasa amepata huduma iliyo bora zaidi, kwa kadiri alivyo mjumbe wa agano lililo bora, lililoamriwa juu ya ahadi zilizo bora. 7 Maana kama lile la kwanza lingalikuwa halina upungufu, nafasi isingalitafutwa kwa lile la pili. 8 Maana, awalaumupo, asema,

Angalia, siku zinakuja, asema Bwana,

Nami nitawatimizia nyumba ya Israeli na nyumba ya Yuda agano jipya;

9 Halitakuwa kama agano lile nililoagana na baba zao,

Katika siku ile nilipowashika mikono yao niwatoe katika nchi ya Misri.

Kwa sababu hawakudumu katika agano langu,

Mimi nami sikuwajali, asema Bwana.

10 Maana hili ndilo agano nitakaloagana na nyumba ya Israeli

Baada ya siku zile, asema Bwana;

Nitawapa sheria zangu katika nia zao,

Na katika mioyo yao nitaziandika;

Nami nitakuwa Mungu kwao,

Nao watakuwa watu wangu.

11 Nao hawatafundishana kila mtu na jirani yake,

Na kila mtu na ndugu yake, akisema, Mjue Bwana;

Kwa maana wote watanijua, Tangu mdogo wao hata mkubwa wao.

12 Kwa sababu nitawasamehe maovu yao,

Na dhambi zao sitazikumbuka tena.

13 Kwa kule kusema, Agano jipya, amelifanya lile la kwanza kuwa kuukuu. Lakini kitu kianzacho kuwa kikuukuu na kuchakaa ki karibu na kutoweka.

Patakatifu pa kale ni mfano wa Patakatifu papya

9 Basi hata agano la kwanza lilikuwa na kawaida za ibada, na patakatifu pake, pa kidunia. 2 Maana hema ilitengenezwa, ile ya kwanza, mlimokuwa na kinara cha taa, na meza, na mikate ya Wonyesho; ndipo palipoitwa, Patakatifu. 3 Na nyuma ya pazia la pili, ile hema iitwayo Patakatifu pa patakatifu, 4 yenye chetezo cha dhahabu, na sanduku la agano lililofunikwa kwa dhahabu pande zote, mlimokuwa na kopo la dhahabu lenye ile mana, na ile fimbo ya Haruni iliyochipuka, na vile vibao vya agano; 5 na juu yake makerubi ya utukufu, yakikitia kivuli kiti cha rehema; basi hatuna nafasi sasa ya kueleza

habari za vitu hivi kimoja kimoja. 6 Basi, vitu hivi vikiisha kutengenezwa hivyo, makuhani huingia katika hema hiyo ya kwanza daima, wakiyatimiza mambo ya ibada. 7 Lakini katika hema hiyo ya pili kuhani mkuu huingia peke yake, mara moja kila mwaka; wala si pasipo damu, atoayo kwa ajili ya nafsi yake na kwa dhambi za kutokujua za hao watu. 8 Roho Mtakatifu akionyesha neno hili, ya kwamba njia ya kupaingia patakatifu ilikuwa haijadhihirishwa bado, hapo hema ya kwanza ilipokuwa ingali ikisimama; 9 ambayo ndiyo mfano wa wakati huu uliopo sasa; wakati huo sadaka na dhabihu zinatolewa, zisizoweza kwa jinsi ya dhamiri kumkamilisha mtu aabuduye, 10 kwa kuwa ni sheria za jinsi ya mwili tu, viyakula na vinywaji na kutawadha kwingine kwingine, zilizoamriwa hata wakati wa matengenezo mapya.

Uwezo wa sadaka ya Kristo katika kututakasa

11 Lakini Kristo akiisha kuja, aliye kuhani mkuu wa mambo mema yatakayokuwapo, kwa hema iliyo kubwa na kamilifu zaidi, isiyofanyika kwa mikono, maana yake, isiyo ya ulimwengu huu, 12 wala si kwa damu ya mbuzi na ndama, bali kwa damu yake mwenyewe aliingia mara moja tu katika Patakatifu, akiisha kupata ukombozi wa milele. 13 Kwa maana, ikiwa damu ya mbuzi na mafahali na majivu ya ndama ya ng'ombe waliyonyunyiziwa wenye uchafu hutakasa hata kuusafisha mwili; 14 basi si zaidi damu yake Kristo, ambaye kwamba kwa Roho wa milele alijitoa nafsi yake kwa Mungu kuwa sadaka isiyo na mawaa, itawasafisha dhamiri zenu na matendo mafu, mpate kumwabudu Mungu aliye hai? 15 Na kwa sababu hii ni mjumbe wa agano jipya, ili, mauti ikiisha kufanyika kwa kukomboa makosa yaliyokuwa chini ya agano la kwanza, hao walioitwa waipokee ahadi ya urithi wa milele. 16 Maana agano la urithi lilipo, lazima iwepo mauti yake aliyelifanya. 17 Kwa maana agano la urithi lina nguvu palipotukia kufa kwa mtu; kwa kuwa halina nguvu kabisa, akiwa yu hai yeye aliyelifanya. 18 Kwa hiyo hata lile la kwanza halikuanzwa pasipo damu. 19 Maana kila amri ilipokwisha kunenwa na Musa kwa hao watu wote, kama ilivyoamuru sheria, aliitwaa damu ya ndama na ya mbuzi, pamoja na maji na sufu nyekundu na hisopo, akaki-

nyunyizia kitabu chenyewe, na
watu wote, 20 akisema, Hii ni
damu ya agano mliloamriwa
na Mungu. 21 Na ile hema
nayo na vyombo vyote vya
ibada alivinyunyizia damu vi-
vyo hivyo. 22 Na katika
Torati karibu vitu vyote hu-
safishwa kwa damu, na pasi-
po kumwaga damu hakuna
ondoleo.

Sadaka ya Kristo ni ya namna pekee

23 Basi ilikuwa sharti nakala
za mambo yaliyo mbinguni
zisafishwe kwa hizo, lakini
mambo ya mbinguni yenyewe
yasafishwe kwa dhabihu zilizo
bora kuliko hizo. 24 Kwa
sababu Kristo hakuingia ka-
tika patakatifu palipofanyika
kwa mikono, ndio mfano wa
patakatifu halisi; bali aliingia
mbinguni hasa, aonekane sasa
usoni pa Mungu kwa ajili
yetu; 25 wala si kwamba
ajitoe mara nyingi, kama vile
kuhani mkuu aingiavyo katika
patakatifu kila mwaka kwa
damu isiyo yake; 26 kama ni
hivyo, ingalimpasa kuteswa
mara nyingi tangu kuwekwa
msingi wa ulimwengu; lakini
sasa, mara moja tu, katika
utimilifu wa nyakati, amefunu-
liwa, azitangue dhambi kwa
dhabihu ya nafsi yake. 27 Na
kama vile watu wanavyowe-

kewa kufa mara moja, na
baada ya kufa hukumu;
28 kadhalika Kristo naye, aki-
isha kutolewa sadaka mara
moja azichukue dhambi za
watu wengi; atatokea mara ya
pili, pasipo dhambi, kwa hao
wamtazamiao kwa wokovu.

Sadaka ya Kristo ni bora kuliko sadaka alizosongeza Musa

10 Basi torati, kwa kuwa
ni kivuli cha mema
yatakayokuwa, wala si sura
yenyewe ya mambo hayo, kwa
dhabihu zile zile wanazozitoa
kila mwaka daima, haiwezi
wakati wo wote kuwakami-
lisha wakaribiao. 2 Kama
ndivyo, je! dhabihu hazinge-
koma kutolewa; kwa maana
waabuduo, wakiisha kusa-
fishwa mara moja, wasinge-
jiona tena kuwa na dhambi?
3 Lakini katika dhabihu hizo
liko kumbukumbu la dhambi
kila mwaka. 4 Maana haiwe-
zekani damu ya mafahali na
mbuzi kuondoa dhambi.
5 Kwa hiyo ajapo ulimwe-
nguni, asema,

Dhabihu na toleo hukutaka,
Lakini mwili uliniwekea
tayari;
6 Sadaka za kuteketezwa na
sadaka za dhambi huku-
pendezwa nazo;
7 Ndipo niliposema, Ta-
zama, nimekuja (katika

gombo la chuo nimeandikiwa)

Niyafanye mapenzi yako, Mungu.

8 Hapo juu asemapo, Dhabihu na matoleo na sadaka za kuteketezwa na hizo za dhambi hukuzitaka, wala hukupendezwa nazo (zitolewazo kama ilivyoamuru torati), 9 ndipo aliposema, Tazama, nimekuja niyafanye mapenzi yako. Aondoa la kwanza, ili kusudi alisimamishe la pili. 10 Katika mapenzi hayo tumepata utakaso, kwa kutolewa mwili wa Yesu Kristo mara moja tu. 11 Na kila kuhani husimama kila siku akifanya ibada, na kutoa dhabihu zile zile mara nyingi; ambazo haziwezi kabisa kuondoa dhambi. 12 Lakini huyu, alipokwisha kutoa kwa ajili ya dhambi dhabihu moja idumuyo hata milele, aliketi mkono wa kuume wa Mungu; 13 tangu hapo akingojea hata adui zake wawekwe kuwa chini ya miguu yake. 14 Maana kwa toleo moja amewakamilisha hata milele hao wanaotakaswa. 15 Na Roho Mtakatifu naye atushuhudia; kwa maana, baada ya kusema,

16 Hili ni agano nitakaloagana nao baada ya siku zile, anena Bwana, Nitatia sheria zangu mioyoni mwao,

Na katika nia zao nitaziandika;

ndipo anenapo,

17 Dhambi zao na uasi wao sitaukumbuka tena kabisa.

18 Basi, ondoleo la hayo likiwapo, hapana toleo tena kwa ajili ya dhambi.

Faraja na maonyo

19 Basi, ndugu, kwa kuwa tuna ujasiri wa kupaingia patakatifu kwa damu ya Yesu, 20 njia ile aliyotuanzia iliyo mpya, iliyo hai, ipitayo katika pazia, yaani mwili wake; 21 na kuwa na kuhani mkuu juu ya nyumba ya Mungu; 22 na tukaribie wenye moyo wa kweli, kwa utimilifu wa imani, hali tumenyunyiziwa mioyo tuache dhamiri mbaya; tumeoshwa mwili kwa maji safi. 23 Na tulishike sana ungamo la tumaini letu, lisigeuke; maana yeye aliyeahidi ni mwaminifu; 24 tukaangaliane sisi kwa sisi na kuhimizana katika upendo na kazi nzuri; 25 wala tusiache kukusanyika pamoja, kama ilivyo desturi ya wengine; bali tuonyane; na kuzidi kufanya hivyo, kwa kadiri mwonavyo siku ile kuwa inakaribia.

26 Maana, kama tukifanya dhambi kusudi baada ya kuupokea ujuzi wa ile kweli, haibaki tena dhabihu kwa ajili

ya dhambi; 27 bali kuna kuitazamia hukumu kwenye kutisha, na ukali wa moto ulio tayari kuwala wao wapingao. 28 Mtu aliyeidharau sheria ya Musa hufa pasipo huruma, kwa neno la mashahidi wawili au watatu. 29 Mwaonaje? Haikumpasa adhabu iliyo kubwa zaidi mtu yule aliyemkanyaga Mwana wa Mungu, na kuihesabu damu ya agano aliyotakaswa kwayo kuwa ni kitu ovyo, na kumfanyia jeuri Roho wa neema? 30 Maana twamjua yeye aliyesema, Kupatiliza kisasi ni juu yangu, mimi nitalipa. Na tena, Bwana atawahukumu watu wake. 31 Ni jambo la kutisha kuanguka katika mikono ya Mungu aliye hai.

Mwito wa kuenenda kwa ushujaa

32 Lakini zikumbukeni siku za kwanza, ambazo, mlipokwisha kutiwa nuru, mlistahimili mashindano makubwa ya maumivu; 33 pindi mlipotwezwa kwa mashutumu na dhiki, na pindi mliposhirikiana na wale waliotendewa hayo. 34 Maana mliwaonea huruma wale waliokuwa katika vifungo, tena mkakubali kwa furaha kunyang'anywa mali zenu, mkijua kwamba nafsini mwenu mna mali iliyo

njema zaidi, idumuyo. 35 Basi msiutupe ujasiri wenu, kwa maana una thawabu kuu. 36 Maana mnahitaji saburi, ili kwamba mkiisha kuyafanya mapenzi ya Mungu mpate ile ahadi.

37 Kwa kuwa bado kitambo kidogo sana,
Yeye ajaye atakuja, wala hatakawia.
38 Lakini mwenye haki wangu ataishi kwa imani;
Naye akisita-sita, roho yangu haina furaha naye.
39 Lakini sisi hatumo miongoni mwao wasitao na kupotea, bali tumo miongoni mwa hao walio na imani ya kutuokoa roho zetu.

Mashujaa wa imani

11 Basi imani ni kuwa na hakika ya mambo yatarajiwayo, ni bayana ya mambo yasiyoonekana. 2 Maana kwa hiyo wazee wetu walishuhudiwa. 3 Kwa imani twafahamu ya kuwa ulimwengu uliumbwa kwa neno la Mungu, hata vitu vinavyoonekana havikufanywa kwa vitu vilivyo dhahiri. 4 Kwa imani Habili alimtolea Mungu dhabihu iliyo bora kuliko Kaini; kwa hiyo alishuhudiwa kuwa ana haki; Mungu akazishuhudia sadaka zake, na kwa hiyo, ijapokuwa amekufa, angali akinena. 5 Kwa imani Henoko alihamishwa, asije akaona mauti, wala hakuonekana, kwa sababu Mungu alimhamisha; maana kabla ya kuhamishwa alikuwa ameshuhudiwa kwamba amempendeza Mungu. 6 Lakini pasipo imani haiwezekani kumpendeza; kwa maana mtu amwendeaye Mungu lazima aamini kwamba yeye yuko, na kwamba huwapa thawabu wale wamtafutao. 7 Kwa imani Nuhu akiisha kuonywa na Mungu katika habari za mambo yasiyoonekana bado, kwa jinsi alivyomcha Mungu, aliunda safina, apate kuokoa nyumba yake. Na hivyo akauhukumu makosa ulimwengu, akawa mrithi wa haki ipatikanayo kwa imani. 8 Kwa imani Ibrahimu alipoitwa aliitika, atoke aende mahali pale atakapopapata kuwa urithi; akatoka asijue aendako. 9 Kwa imani alikaa ugenini katika ile nchi ya ahadi, kama katika nchi isiyo yake, akikaa katika hema pamoja na Isaka na Yakobo, warithi pamoja naye wa ahadi ile ile. 10 Maana alikuwa akiutazamia mji wenye misingi, ambao mwenye kuubuni na kuujenga ni Mungu. 11 Kwa imani hata Sara mwenyewe alipokea uwezo wa kuwa na mimba, alipokuwa amepita wakati wake; kwa

kuwa alimhesabu yeye aliyeahidi kuwa mwaminifu. 12 Na kwa ajili ya hayo wakazaliwa na mtu mmoja, naye alikuwa kama mfu, watu wengi kama nyota za mbinguni wingi wao, na kama mchanga ulio ufuoni, usioweza kuhesabika.

13 Hawa wote wakafa katika imani, wasijazipokea zile ahadi, bali wakaziona tokea mbali na kuzishangilia, na kukiri kwamba walikuwa wageni, na wasafiri juu ya nchi. 14 Maana hao wasemao maneno kama hayo waonyesha wazi kwamba wanatafuta nchi yao wenyewe. 15 Na kama wangaliikumbuka nchi ile waliyotoka, wangalipata nafasi ya kurejea. 16 Lakini sasa waitamani nchi iliyo bora, yaani, ya mbinguni. Kwa hiyo Mungu haoni haya kuitwa Mungu wao; maana amewatengenezea mji.

17 Kwa imani Ibrahimu alipojaribiwa, akamtoa Isaka awe dhabihu; na yeye aliyezipokea hizo ahadi alikuwa akimtoa mwanawe, mzaliwa pekee; 18 naam, yeye aliyeambiwa, Katika Isaka uzao wako utaitwa, 19 akihesabu ya kuwa Mungu aweza kumfufua hata kutoka kuzimu; akampata tena toka huko kwa mfano. 20 Kwa imani Isaka akawabariki Yakobo na Esau,

hata katika habari ya mambo yatakayokuwa baadaye.
21 Kwa imani Yakobo, alipokuwa katika kufa, akambariki kila mmoja wa wana wa Yusufu, akaabudu akiegemea kichwa cha fimbo yake.
22 Kwa imani Yusufu, alipokuwa amekaribia mwisho wake, alitaja habari za kutoka kwao wana wa Israeli, akaagiza kwa habari ya mifupa yake.
23 Kwa imani Musa, alipozaliwa, akafichwa miezi mitatu na wazazi wake, kwa sababu waliona kwamba ni mtoto mzuri; wala hawakuiogopa amri ya mfalme.
24 Kwa imani Musa alipokuwa mtu mzima, akakataa kuitwa mwana wa binti Farao;
25 akaona ni afadhali kupata mateso pamoja na watu wa Mungu kuliko kujifurahisha katika dhambi kwa kitambo;
26 akihesabu ya kuwa kushutumiwa kwake Kristo ni utajiri mkuu kuliko hazina za Misri; kwa kuwa aliyatazamia hayo malipo.
27 Kwa imani akatoka Misri, asiogope ghadhabu ya mfalme; maana alistahimili kama amwonaye yeye asiyeonekana.
28 Kwa imani akaifanya Pasaka, na kule kunyunyiza damu, ili yule mwenye kuwaangamiza wazaliwa wa kwanza asiwaguse wao.
29 Kwa imani wakapita kati ya Bahari ya Shamu,

kama katika nchi kavu; Wamisri walipojaribu kufanya vivyo wakatoswa.
30 Kwa imani kuta za Yeriko zikaanguka, zilipokwisha kuzungukwa siku saba.
31 Kwa imani Rahabu, yule kahaba, hakuangamia pamoja na hao walioasi; kwa kuwa aliwakaribisha wale wapelelezi kwa amani.
32 Nami niseme nini tena? Maana wakati usingenitosha kuleta habari za Gideoni na Baraka na Samsoni na Yeftha na Daudi na Samweli na za manabii;
33 ambao kwa imani walishinda milki za wafalme, walitenda haki, walipata ahadi, walifunga vinywa vya simba.
34 walizima nguvu za moto, waliokoka na makali ya upanga. Walitiwa nguvu baada ya kuwa dhaifu, walikuwa hodari katika vita, walikimbiza majeshi ya wageni.
35 Wanawake walipokea wafu wao waliofufuliwa. Lakini wengine waliumizwa vibaya hata kuuawa, wasikubali ukombozi, ili wapate ufufuo ulio bora;
36 wengine walijaribiwa kwa dhihaka na mapigo, naam, kwa mafungo, na kwa kutiwa gerezani;
37 walipigwa kwa mawe, walikatwa kwa misumeno, walijaribiwa, waliuawa kwa upanga; walizunguka-zunguka wakivaa ngozi za kondoo na ngozi za mbuzi; walikuwa

wahitaji, wakiteswa, wakitendwa mabaya; 38 (watu ambao ulimwengu haukustahili kuwa nao); walikuwa wakizunguka-zunguka katika nyika na katika milima na katika mapango na katika mashimo ya nchi. 39 Na watu hao wote wakiisha kushuhudiwa kwa sababu ya imani yao, hawakuipokea ahadi; 40 kwa kuwa Mungu alikuwa ametangulia kutuwekea sisi kitu kilicho bora, ili wao wasikamilishwe pasipo sisi.

Bwana Yesu, mwenye kuanzisha na mwenye kutimiza imani

12 Basi na sisi pia, kwa kuwa tunazungukwa na wingu kubwa la mashahidi namna hii, na tuweke kando kila mzigo mzito, na dhambi ile ituzingayo kwa upesi; na tupige mbio kwa saburi katika yale mashindano yaliyowekwa mbele yetu, 2 tukimtazama Yesu, mwenye kuanzisha na mwenye kutimiza imani yetu; ambaye kwa ajili ya furaha iliyowekwa mbele yake aliustahimili msalaba na kuidharau aibu, naye ameketi mkono wa kuume wa kiti cha enzi cha Mungu.

Sababu za kurudiwa

3 Maana mtafakarini sana yeye aliyeyastahimili mapingamizi makuu namna hii ya watendao dhambi juu ya nafsi zao, msije mkachoka, mkizimia mioyoni mwenu. 4 Hamjafanya vita hata kumwagika damu, mkishindana na dhambi; 5 tena mmeyasahau yale maonyo, yasemayo nanyi kama kusema na wana,

Mwanangu,   usiyadharau
    marudio ya Bwana,
Wala usizimie moyo ukikemewa naye;
6 Maana yeye ambaye Bwana ampenda, humrudi,
Naye humpiga kila mwana amkubaliye.
7 Ni kwa ajili ya kurudiwa mwastahimili; Mungu awatendea kama wana; maana ni mwana yupi asiyerudiwa na babaye? 8 Basi kama mkiwa hamna kurudiwa, ambako ni fungu la wote, ndipo mmekuwa wana wa haramu ninyi, wala si wana wa halali. 9 Na pamoja na hayo tulikuwa na baba zetu wa mwili waliorudi, nasi tukawastahi; basi si afadhali sana kujitia chini ya Baba wa roho zetu na kuishi? 10 Maana ni hakika, hao kwa siku chache waliturudi kama walivyoona vema wenyewe; bali yeye kwa faida yetu, ili tuushiriki utakatifu wake. 11 Kila adhabu wakati wake haionekani kuwa kitu cha furaha, bali cha huzuni; lakini baadaye huwaletea wao wali-

ozoezwa nayo matunda ya haki yenye amani. 12 Kwa hiyo inyosheni mikono iliyolegea na magoti yaliyopooza, 13 mkaifanyie miguu yenu njia za kunyoka, ili kitu kilicho kiwete kisipotoshwe, bali afadhali kiponywe.

Maonyo juu ya kukataa neema ya Mungu

14 Tafuteni kwa bidii kuwa na amani na watu wote, na huo utakatifu, ambao hapana mtu atakayemwona Bwana asipokuwa nao; 15 mkiangalia sana mtu asiipungukie neema ya Mungu; shina la uchungu lisije likachipuka na kuwasumbua, na watu wengi wakatiwa unajisi kwa hilo. 16 Asiwepo mwasherati wala asiyemcha Mungu, kama Esau, aliyeuuza urithi wake wa mzaliwa wa kwanza kwa ajili ya chakula kimoja. 17 Maana mwajua ya kuwa hata alipotaka baadaye kuirithi baraka, alikataliwa (maana hakuona nafasi ya kutubu), ijapokuwa aliitafuta sana kwa machozi.

Sayuni ya ulimwengu huu na Sayuni ya mbinguni

18 Maana hamkufikilia mlima uwezao kuguswa, uliowaka moto, wala wingu jeusi, na giza, na tufani, 19 na mlio wa baragumu na sauti ya maneno; ambayo wale waliosikia walisihi wasiambiwe neno lo lote lingine; 20 maana hawakuweza kustahimili neno lile lililoamriwa, Hata mnyama akiugusa huo mlima atapigwa kwa mawe. 21 Na hayo yaliyoonekana jinsi yalivyokuwa ya kutisha, hata Musa akasema, Nimeshikwa na hofu na kutetemeka. 22 Bali ninyi mmeufikilia mlima Sayuni, na mji wa Mungu aliye hai, Yerusalemu wa mbinguni, na majeshi ya malaika elfu nyingi, 23 mkutano mkuu na kanisa la wazaliwa wa kwanza walioandikwa mbinguni, na Mungu mwamuzi wa watu wote, na roho za watu wenye haki waliokamilika, 24 na Yesu mjumbe wa agano jipya, na damu ya kunyunyizwa, inenayo mema kuliko ile ya Habili. 25 Angalieni msimkatae yeye anenaye. Maana ikiwa hawakuokoka wale waliomkataa yeye aliyewaonya juu ya nchi, zaidi sana hatutaokoka sisi tukijiepusha na yeye atuonyaye kutoka mbinguni; 26 ambaye sauti yake iliitetemesha nchi wakati ule; lakini sasa ameahidi akisema, Mara moja tena nitatetemesha si nchi tu, bali na mbingu pia. 27 Lakini neno lile, Mara moja tena, ladhihirisha kuhamishwa vile viwezavyo kutetemeshwa,

kama vitu vilivyoumbwa, ili vitu visivyoweza kutetemeshwa vikae. 28 Basi kwa kuwa tunapokea ufalme usioweza kutetemeshwa, na tuwe na neema, ambayo kwa hiyo tumtolee Mungu ibada ya kumpendeza, pamoja na unyenyekevu na kicho; 29 maana Mungu wetu ni moto ulao.

Maonyo juu ya mambo ya kawaida

13 Upendano wa ndugu na udumu. 2 Msisahau kuwafadhili wageni; maana kwa njia hii wengine wamewakaribisha malaika pasipo kujua. 3 Wakumbukeni hao waliofungwa kana kwamba mmefungwa pamoja nao; na hao wanaodhulumiwa, kwa vile ninyi nanyi mlivyo katika mwili. 4 Ndoa na iheshimiwe na watu wote, na malazi yawe safi; kwa maana waasherati na wazinzi Mungu atawahukumia adhabu. 5 Msiwe na tabia ya kupenda fedha; mwe radhi na vitu mlivyo navyo; kwa kuwa yeye mwenyewe amesema, Sitakupungukia kabisa, wala sitakuacha kabisa. 6 Hata twathubutu kusema,

Bwana ndiye anisaidiaye, sitaogopa;

Mwanadamu atanitenda nini?

Itupasayo kuwatii viongozi

7 Wakumbukeni wale waliokuwa wakiwaongoza, waliowaambia neno la Mungu; tena, kwa kuuchunguza sana mwisho wa mwenendo wao, iigeni imani yao. 8 Yesu Kristo ni yeye yule, jana na leo na hata milele. 9 Msichukuliwe na mafundisho ya namna nyingine nyingine, na ya kigeni; maana ni vizuri moyo ufanywe imara kwa neema, wala si kwa vyakula, ambavyo wao waliokwenda navyo hawakupata faida. 10 Tuna madhabahu ambayo wale waihudumiao ile hema hawana ruhusa kula vitu vyake. 11 Maana wanyama wale ambao damu yao huletwa ndani ya patakatifu na kuhani mkuu kwa ajili ya dhambi, viwiliwili vyao huteketezwa nje ya kambi. 12 Kwa ajili hii Yesu naye, ili awatakase watu kwa damu yake mwenyewe, aliteswa nje ya lango. 13 Basi na tutoke tumwendee nje ya kambi, tukichukua shutumu lake. 14 Maana hapa hatuna mji udumuo, bali twautafuta ule ujao. 15 Basi, kwa njia yake yeye, na tumpe Mungu dhabihu ya sifa daima, yaani, tunda la midomo iliungamayo jina lake. 16 Lakini msisahau kutenda mema na kushirikiana; maana sadaka kama hizi

ndizo zimpendezazo Mungu.

17 Watiini wenye kuwaongoza, na kuwanyenyekea; maana wao wanakesha kwa ajili ya roho zenu, kama watu watakaotoa hesabu, ili kwamba wafanye hivyo kwa furaha wala si kwa kuugua; maana isingewafaa ninyi.

Majumbe ya kuagana na baraka

18 Tuombeeni; maana tunaamini kwamba tuna dhamiri njema, tukitaka kuwa na mwenendo mwema katika mambo yote. 19 Nami nawasihi zaidi sana kufanya hayo ili nirudishwe kwenu upesi.

20 Basi, Mungu wa amani aliyemleta tena kutoka kwa wafu Mchungaji Mkuu wa kondoo, kwa damu ya agano la milele, yeye Bwana wetu Yesu, 21 awafanye ninyi kuwa wakamilifu katika kila tendo jema, mpate kuyafanya mapenzi yake; naye akifanya ndani yetu lipendezalo mbele zake, kwa Yesu Kristo; utukufu una yeye milele na milele. Amina.

22 Lakini nawasihi, ndugu, mchukuliane na neno hili lenye maonyo; maana nimewaandikia kwa maneno machache. 23 Jueni ya kuwa ndugu yetu Timotheo amekwisha kufunguliwa; ambaye, akija upesi, nitaonana nanyi pamoja naye.

24 Wasalimuni wote wenye kuwaongoza, na watakatifu wote. Hao walio wa Italia wanawasalimu.

25 Neema na iwe nanyi nyote.

WARAKA WA YAKOBO

KWA WATU WOTE

Imani na unyenyekevu

1 Yakobo, mtumwa wa Mungu, na wa Bwana Yesu Kristo, kwa kabila kumi na mbili waliotawanyika; salamu.

2 Ndugu zangu, hesabuni ya kuwa ni furaha tupu, mkiangukia katika majaribu mbalimbali; 3 mkifahamu ya kuwa kujaribiwa kwa imani yenu huleta saburi. 4 Saburi na iwe na kazi kamilifu, mpate kuwa wakamilifu na watimilifu bila kupungukiwa na neno.

5 Lakini mtu wa kwenu akipungukiwa na hekima, na aombe dua kwa Mungu, awa-

paye wote kwa ukarimu, wala hakemei; naye atapewa. 6 Ila na aombe kwa imani, pasipo shaka yo yote; maana mwenye shaka ni kama wimbi la bahari lililochukuliwa na upepo, na kupeperushwa huku na huku. 7 Maana mtu kama yule asidhani ya kuwa atapokea kitu kwa Bwana. 8 Mtu wa nia mbili husita-sita katika njia zake zote. 9 Lakini ndugu asiye na cheo na afurahi kwa kuwa ametukuzwa; 10 bali tajiri kwa kuwa ameshushwa; kwa maana kama ua la majani atatoweka. 11 Maana jua huchomoza kwa hari, huyakausha majani; ua lake huanguka, uzuri wa umbo lake hupotea; vivyo hivyo naye tajiri atanyauka katika njia zake.

Kuvumilia majaribu

12 Heri mtu astahimiliye majaribu; kwa sababu akiisha kukubaliwa ataipokea taji ya uzima, Bwana aliyowaahidia wampendao. 13 Mtu ajaribiwapo, asiseme, Ninajaribiwa na Mungu; maana Mungu hawezi kujaribiwa na maovu, wala yeye mwenyewe hamjaribu mtu. 14 Lakini kila mmoja hujaribiwa na tamaa yake mwenyewe huku akivutwa na kudanganywa. 15 Halafu ile tamaa ikiisha kuchu-

kua mimba huzaa dhambi, na ile dhambi ikiisha kukomaa huzaa mauti. 16 Ndugu zangu wapenzi, msidanganyike. 17 Kila kutoa kuliko kwema, na kila kitolewacho kilicho kamili, hutoka juu, hushuka kwa Baba wa mianga; kwake hakuna kubadilika, wala kivuli cha kugeukageuka. 18 Kwa kupenda kwake mwenyewe alituzaa sisi kwa neno la kweli, tuwe kama limbuko la viumbe vyake.

Dini iliyo safi

19 Hayo mnajua, ndugu zangu wapenzi. Basi kila mtu na awe mwepesi wa kusikia, bali si mwepesi wa kusema; wala kukasirika; 20 kwa maana hasira ya mwanadamu haitendi haki ya Mungu. 21 Kwa hiyo wekeeni mbali uchafu wote na ubaya uzidio, na kupokea kwa upole neno lile lililopandwa ndani, liwezalo kuziokoa roho zenu. 22 Lakini iweni watendaji wa neno, wala si wasikiaji tu, hali mkijidanganya nafsi zenu. 23 Kwa sababu mtu akiwa ni msikiaji wa neno tu, wala si mtendaji, mtu huyo ni kama mtu anayejiangalia uso wake katika kioo. 24 Maana hujiangalia, kisha huenda zake, mara akasahau jinsi alivyo.

25 Lakini aliyeitazama sheria kamilifu iliyo ya uhuru, na kukaa humo, asiwe msikiaji msahaulifu, bali mtendaji wa kazi, huyo atakuwa heri katika kutenda kwake. 26 Mtu akidhani ya kuwa anayo dini, wala hauzuii ulimi wake kwa hatamu, hali akijidanganya moyo wake, dini yake mtu huyo haifai. 27 Dini iliyo safi, isiyo na taka mbele za Mungu Baba ni hii, Kwenda kuwatazama yatima na wajane katika dhiki yao, na kujilinda na dunia pasipo mawaa.

Maonyo juu ya upendeleo

2 Ndugu zangu, imani ya Bwana wetu Yesu Kristo, Bwana wa utukufu, msiwe nayo kwa kupendelea watu. 2 Maana akiingia katika sinagogi lenu mtu mwenye pete ya dhahabu na mavazi mazuri; kisha akiingia na maskini, mwenye mavazi mabovu; 3 nanyi mkimstahi yule aliyevaa mavazi mazuri, na kumwambia, Keti wewe hapa mahali pazuri; na kumwambia yule maskini, Simama wewe pale, au keti miguuni pangu, 4 je! hamkufanya hitilafu mioyoni mwenu, mkawa waamuzi wenye mawazo mabovu? 5 Ndugu zangu wapenzi, sikilizeni, Je! Mungu hakuwachagua maskini wa dunia wawe matajiri wa imani na warithi wa ufalme aliowaahidia wampendao? 6 Bali ninyi mmemvunjia heshima maskini. Je! matajiri hawawaonei ninyi na kuwavuta mbele ya viti vya hukumu? 7 Hawalitukani jina lile zuri mliloitwa? 8 Lakini mkiitimiza ile sheria ya kifalme kama ilivyoandikwa, Mpende jirani yako kama nafsi yako, mwatenda vema. 9 Bali mkiwapendelea watu, mwafanya dhambi na kuhukumiwa na sheria kuwa wakosaji. 10 Maana mtu awaye yote atakayeishika sheria yote, ila akajikwaa katika neno moja, amekosa juu ya yote. 11 Kwa maana yeye aliyesema, Usizini, pia alisema, Usiue. Basi ijapokuwa hukuzini, lakini umeua, umekuwa mvunja sheria. 12 Semeni ninyi, na kutenda kama watu watakaohukumiwa kwa sheria ya uhuru. 13 Maana hukumu haina huruma kwake yeye asiyeona huruma. Huruma hujitukuza juu ya hukumu.

Imani na matendo

14 Ndugu zangu, yafaa nini mtu akisema ya kwamba anayo imani, lakini hana matendo? Je! ile imani yaweza kumwokoa? 15 Ikiwa ndugu

mwanamume au ndugu mwa-
namke yu uchi na kupungu-
kiwa na riziki, 16 na mtu wa
kwenu akawaambia, Enendeni
zenu kwa amani, mkaote moto
na kushiba, lakini asiwape
mahitaji ya mwili, yafaa nini?
17 Vivyo hivyo na imani, isipo-
kuwa ina matendo, imekufa
nafsini mwake. 18 Lakini
mtu atasema, Wewe unayo
imani, nami ninayo matendo.
Nionyeshe imani yako pasipo
matendo, nami nitakuonyesha
imani yangu kwa njia ya ma-
tendo yangu. 19 Wewe wa-
amini ya kuwa Mungu ni
mmoja; watenda vema. Ma-
shetani nao waamini na kute-
temeka. 20 Lakini wataka
kujua, wewe mwanadamu
usiye kitu, kwamba imani pa-
sipo matendo haizai? 21 Je!
baba yetu Ibrahimu hakuhesa-
biwa kuwa ana haki kwa ma-
tendo, hapo alipomtoa Isaka
mwanawe juu ya madhabahu?
22 Waona kwamba imani ili-
tenda kazi pamoja na matendo
yake, na ya kwamba imani ile
ilikamilishwa kwa njia ya
matendo yale. 23 Maandiko
yale yakatimizwa yaliyonena,
Ibrahimu alimwamini Mungu,
ikahesabiwa kwake kuwa ni
haki; naye aliitwa rafiki wa
Mungu. 24 Mwaona kwamba
mwanadamu huhesabiwa ku-
wa ana haki kwa matendo
yake; si kwa imani peke yake.

25 Vivyo hivyo na Rahabu,
yule kahaba naye, je! haku-
hesabiwa kuwa ana haki kwa
matendo, hapo alipowakari-
bisha wajumbe, akawatoa nje
kwa njia nyingine? 26 Maana
kama vile mwili pasipo roho
umekufa, vivyo hivyo na
imani pasipo matendo ime-
kufa.

Kuzuia ulimi

3 Ndugu zangu, msiwe wa-
alimu wengi, mkijua ya
kuwa tutapata hukumu kubwa
zaidi. 2 Maana twajikwaa
sisi sote pia katika mambo
mengi. Mtu asiyejikwaa ka-
tika kunena, huyo ni mtu
mkamilifu, awezaye kuuzuia
na mwili wake wote kama kwa
lijamu. 3 Angalieni, twatia
lijamu katika vinywa vya fara-
si, ili watutii, hivi twageuza
mwili wao wote. 4 Tena
angalieni merikebu; ingawa ni
kubwa kama nini, na kuchu-
kuliwa na pepo kali, zageuzwa
na usukani mdogo sana, ko
kote anakoazimia kwenda na-
hodha. 5 Vivyo hivyo ulimi
nao ni kiungo kidogo, nao
hujivuna majivuno makuu.
Angalieni jinsi moto mdogo
uwashavyo msitu mkubwa sa-
na. 6 Nao ulimi ni moto; ule
ulimwengu wa uovu, ule ulimi,
umewekwa katika viungo vye-
tu, nao ndio uutiao mwili wote

unajisi, huuwasha moto mfuli-
zo wa maumbile, nao huwa-
shwa moto na jehanum.
7 Maana kila aina ya wa-
nyama, na ya ndege, na ya
vitambaavyo, na ya vitu vili-
vyomo baharini, vinafugika,
navyo vimekwisha kufugwa na
wanadamu. 8 Bali ulimi ha-
kuna awezaye kuufuga; ni
uovu usiotulia, umejaa sumu
iletayo mauti. 9 Kwa huo
twamhimidi Mungu Baba yetu,
na kwa huo twawalaani wana-
damu waliofanywa kwa mfano
wa Mungu. 10 Katika ki-
nywa kile kile hutoka baraka
na laana. Ndugu zangu, hai-
fai mambo hayo kuwa hivyo.
11 Je! chemchemi katika jicho
moja hutoa maji matamu na
maji machungu? 12 Ndugu
zangu, Je! mtini waweza kuzaa
zeituni, au mzabibu kuzaa
tini? Kadhalika chemchemi
haiwezi kutoa maji ya chumvi
na maji matamu.

Hekima ya uongo na hekima ya kweli

13 N'nani aliye na hekima
na ufahamu kwenu? Na
aonyeshe kazi zake kwa mwe-
nendo wake mzuri, katika
upole wa hekima. 14 Lakini,
mkiwa na wivu wenye uchungu
na ugomvi mioyoni mwenu,
msijisifu, wala msiseme uongo
juu ya kweli. 15 Hekima hiyo

siyo ile ishukayo kutoka juu,
bali ni ya dunia, ya tabia
ya kibinadamu, na Shetani.
16 Maana hapo palipo wivu na
ugomvi, ndipo palipo macha-
fuko, na kila tendo baya.
17 Lakini hekima itokayo juu,
kwanza ni safi, tena ni ya
amani, ya upole, tayari kusiki-
liza maneno ya watu, imejaa
rehema na matunda mema,
haina fitina, haina unafiki.
18 Na tunda la haki hupandwa
katika amani na wale wafa-
nyao amani.

Maonyo juu ya kukataa urafiki wa dunia

4 Vita vyatoka wapi, na
mapigano yaliyoko kati
yenu yatoka wapi? Si humu,
katika tamaa zenu zifanyazo
vita katika viungo vyenu?
2 Mwatamani, wala hamna
kitu; mwaua na kuona wivu,
wala hamwezi kupata. Mwa-
fanya vita na kupigana, wala
hamna kitu kwa kuwa hamwo-
mbi. 3 Hata mwaomba, wala
hampati kwa sababu mwa-
omba vibaya, ili mvitumie kwa
tamaa zenu. 4 Enyi wazinzi,
hamjui ya kwamba kuwa rafiki
wa dunia ni kuwa adui wa
Mungu? basi kila atakaye ku-
wa rafiki wa dunia hujifanya
kuwa adui wa Mungu. 5 Au
mwadhani ya kwamba ma-
andiko yasema bure? Huyo

Roho akaaye ndani yetu hututamani kiasi cha kuona wivu? 6 Lakini hutujalia sisi neema iliyozidi; kwa hiyo husema, Mungu huwapinga wajikuzao, bali huwapa neema wanyenyekevu. 7 Basi mtiini Mungu. Mpingeni Shetani, naye atawakimbia. 8 Mkaribieni Mungu, naye atawakaribia ninyi. Itakaseni mikono yenu, enyi wenye dhambi, na kuisafisha mioyo yenu, enyi wenye nia mbili. 9 Huzunikeni na kuomboleza na kulia. Kucheka kwenu na kugeuzwe kuwa kuomboleza, na furaha yenu kuwa hamu. 10 Jidhilini mbele za Bwana, naye atawakuza.

11 Ndugu, msisingiziane; amsingiziaye ndugu yake, au kumhukumu ndugu yake, huisingizia sheria na kuihukumu sheria. Lakini ukiihukumu sheria, huwi mtenda sheria, bali umekuwa hakimu. 12 Mtoa sheria na mwenye kuhukumu ni mmoja tu, ndiye awezaye kuokoa na kuangamiza. U nani wewe umhukumuye mtu mwingine?

Maonyo juu ya majivuno
ya wenye mali

13 Haya basi, ninyi msemao, Leo au kesho tutaingia katika mji fulani na kukaa humo mwaka mzima, na kufanya biashara na kupata faida; 14 walakini hamjui yatakayokuwako kesho. Uzima wenu ni nini? Maana ninyi ni mvuke uonekanao kwa kitambo, kisha hutoweka. 15 Badala ya kusema, Bwana akipenda, tutakuwa hai na kufanya hivi au hivi. 16 Lakini sasa mwajisifu katika majivuno yenu; kujisifu kote kwa namna hii ni kubaya. 17 Basi yeye ajuaye kutenda memo, wala hayatendi, kwake huya ni dhambi.

Maonyo juu ya udhalimu
wa we nye mali

5 Haya basi, enyi matajiri! lieni, mkapige yowe kwa sababu ya mashaka yenu yanayowajia. 2 Mali zenu zimeoza, na mavazi yenu yameliwa na nondo. 3 Dhahabu yenu na fedha yenu zimeingia kutu, na kutu yake itawashuhudia, nayo itakula miili yenu kama moto. Mwejiwekea akiba katika siku za mwisho. 4 Angalieni, ujira wa wakulima waliovuna mashamba yenu, ninyi mliouzuia kwa hila, unapiga kelele, na vilio vyao waliovuna vimeingia masikioni mwa Bwana wa majeshi. 5 Mmefanya anasa katika dunia, na kujifurahisha kwa tamaa; mmejilisha mioyo yenu kama siku ya machinjo. 6 Mmehukumu mwenye haki mkamwua; wala hashindani nanyi.

Yapasa kuvumilia

7 Kwa hiyo ndugu, vumilieni hata kuja kwake Bwana. Tazama, mkulima hungoja mazao ya nchi yaliyo ya thamani, huvumilia kwa ajili yake hata yatakapopata mvua ya kwanza na ya mwisho. 8 Nanyi vumilieni, mthibitishe mioyo yenu, kwa maana kuja kwake Bwana kunakaribia.

9 Ndugu, msinung'unikiane, msije mkahukumiwa. Angalieni, mwamuzi amesimama mbele ya milango. 10 Ndugu, watwaeni manabii walionena kwa jina la Bwana, wawe mfano wa kustahimili mabaya, na wa uvumilivu. 11 Angalieni, twawaita heri wao waliosubiri. Mmesikia habari ya subira yake Ayubu, mmeuona mwisho wa Bwana ya kwamba Bwana ni mwingi wa rehema, mwenye huruma.

12 Lakini zaidi ya yote, ndugu zangu, msiape, wala kwa mbingu wala kwa nchi; wala kwa kiapo kinginecho chote; bali ndiyo yenu na iwe ndiyo, na siyo yenu iwe siyo, msije mkaangukia hukumu.

Uwzeo wa maombi

13 Mtu wa kwenu amepatikana na mabaya? na aombe. Ana moyo wa kuchangamka? na aimbe zaburi. 14 Mtu wa kwenu amekuwa hawezi? na awaite wazee wa kanisa; nao wamwombee, na kumpaka mafuta kwa jina la Bwana. 15 Na kule kuomba kwa imani kutamwokoa mgonjwa yule, na Bwana atamwinua; hata ikiwa amefanya dhambi, atasamehewa. 16 Ungameni dhambi zenu ninyi kwa ninyi, na kuombeana, mpate kuponywa. Kuomba kwake mwenye haki kwafaa sana, akiomba kwa bidii. 17 Eliya alikuwa mwanadamu mwenye tabia moja na sisi, akaomba kwa bidii mvua isinye; na mvua haikunya juu ya nchi muda wa miaka mitatu na miezi sita. 18 Akaomba tena, mbingu zikatoa mvua, nayo nchi ikazaa matunda yake.

19 Ndugu zangu, ikiwa mtu wa kwenu amepotelea mbali na kweli, na mtu mwingine akamrejeza; 20 jueni ya kuwa yeye amrejezaye mwenye dhambi hata atoke katika njia ya upotevu, ataokoa roho na mauti, na kufunika wingi wa dhambi.

WARAKA WA KWANZA WA PETRO MTUME

KWA WATU WOTE

Salamu

1 Petro, mtume wa Yesu Kristo, kwa wateule wa Utawanyiko, wakaao hali ya ugeni katika Ponto, na Galatia, na Kapadokia, na Asia, na Bithinia; 2 kama vile Mungu Baba alivyotangulia kuwajua katika kutakaswa na Roho, hata mkapata kutii na kunyunyiziwa damu ya Yesu Kristo. Neema na amani na ziongezwe kwenu.

Shukrani kwa tumaini la wokovu walilo nalo Wakristo

3 Ahimidiwe Mungu, Baba wa Bwana wetu Yesu Kristo, ambaye kwa rehema zake nyingi alituzaa mara ya pili ili tupate tumaini lenye uzima kwa kufufuka kwake Yesu Kristo katika wafu; 4 tupate na urithi usioharibika, usio na uchafu, usionyauka, uliotunzwa mbinguni kwa ajili yenu. 5 Nanyi mnalindwa na nguvu za Mungu kwa njia ya imani hata mpate wokovu ulio tayari kufunuliwa wakati wa mwisho. 6 Mnafurahi sana wakati huo, ijapokuwa sasa kwa kitambo kidogo, ikiwa ni lazima, mmehuzunishwa kwa majaribu ya namna mbalimbali; 7 ili kwamba kujaribiwa kwa imani yenu, ambayo ina thamani kuu kuliko dhahabu ipoteayo, ijapokuwa hiyo hujaribiwa kwa moto, kuonekane kuwa kwenye sifa na utukufu na heshima, katika kufunuliwa kwake Yesu Kristo. 8 Naye mwampenda, ijapokuwa hamkumwona; ambaye ijapokuwa hammwoni sasa, mnamwamini; na kufurahi sana, kwa furaha isiyoneneka, yenye utukufu, 9 katika kuupokea mwisho wa imani yenu, yaani, wokovu wa roho zenu. 10 Katika habari ya wokovu huo manabii walitafuta-tafuta na kuchunguza-chunguza, ambao walitabiri habari za neema itakayowafikia ninyi. 11 Wakatafuta ni wakati upi, na wakati wa namna gani ulioonywa na Roho wa Kristo

431

aliyekuwa ndani yao, ambaye alitangulia kuyashuhudia mateso yatakayompata Kristo, na utukufu utakaokuwako baada ya hayo. 12 Wakafunuliwa ya kuwa si kwa ajili yao wenyewe, bali kwa ajiii yenu walihudumu katika mambo hayo, ambayo sasa yamehubiriwa kwenu na wale waliowahubiri ninyi Injili kwa Roho Mtakatifu aliyetumwa kutoka mbinguni. Mambo hayo malaika wanatamani kuyachungulia.

Mwito wa maisha matakatifu

13 Kwa hiyo vifungeni viuno vya nia zenu, na kuwa na kiasi; mkiitumainia kwa utimilifu ile neema mtakayoletewa katika ufunuo wake Yesu Kristo. 14 Kama watoto wa kutii msijifananishe na tamaa zenu za kwanza, za ujinga wenu; 15 bali kama yeye aliyewaita alivyo mtakatifu, ninyi nanyi iweni watakatifu katika mwenendo wenu wote; 16 kwa maana imeandikwa, Mtakuwa watakatifu kwa kuwa mimi ni mtakatifu. 17 Na ikiwa mnamwita Baba, yeye ahukumuye kila mtu pasipo upendeleo, kwa kadiri ya kazi yake, enendeni kwa hofu katika wakati wenu wa kukaa hapa kama wageni. 18 Nanyi mfahamu kwamba mlikombolewa si kwa vitu viharibikavyo, kwa fedha au dhahabu; mpate kutoka katika mwenendo wenu usiofaa mlioupokea kwa baba zenu; 19 bali kwa damu ya thamani, kama ya mwanakondoo asiye na ila, asiye na waa, yaani, ya Kristo. 20 Naye amejulikana kweli tangu zamani, kabla haijawekwa misingi ya dunia; lakini alifunuliwa mwisho wa zamani kwa ajili yenu; 21 ambao kwa yeye mmekuwa wenye kumwamini Mungu, aliyemfufua katika wafu akampa utukufu; hata imani yenu na tumaini lenu liwe kwa Mungu. 22 Mkiisha kujitakasa roho zenu kwa kuitii kweli, hata kuufikilia upendano wa ndugu usio na unafiki, basi jitahidini kupendana kwa moyo. 23 Kwa kuwa mmezaliwa mara ya pili; si kwa mbegu iharibikayo, bali kwa ile isiyoharibika; kwa neno la Mungu lenye uzima, lidumulo hata milele. 24 Maana,

Mwili wote ni kama majani,
Na fahari yake yote ni kama ua la majani.
Majani hukauka na ua lake huanguka;
25 Bali Neno la Bwana hudumu hata milele.
Na neno hilo ni neno lile jema lililohubiriwa kwenu.

Jiwe lililo hai na taifa takatifu

2 Basi, wekeni mbali uovu wote na hila yote, na una-fiki na husuda na masingizio yote. 2 Kama watoto wa-changa waliozaliwa sasa yata-manini maziwa ya akili yasiyo-ghoshiwa, ili kwa hayo mpate kuukulia wokovu; 3 ikiwa mmeonja ya kwamba Bwana ni mwenye fadhili. 4 Mmwe-ndee yeye, jiwe lililo hai, lililo-kataliwa na wanadamu, bali kwa Mungu ni teule, lenye heshima. 5 Ninyi nanyi, ka-ma mawe yaliyo hai, mme-jengwa mwe nyumba ya Roho, ukuhani utakatifu, mtoe dha-bihu za roho, zinazokubaliwa na Mungu, kwa njia ya Yesu Kristo. 6 Kwa kuwa imea-ndikwa katika maandiko,

Tazama, naweka katika Sa-
   yuni jiwe kuu la pembeni,
   teule, lenye heshima,
Na kila amwaminiye hatata-
   hayarika.

7 Basi, heshima hii ni kwenu ninyi mnaoamini. Bali kwao wasioamini,

Jiwe walilolikataa waashi,
Limekuwa jiwe kuu la
   pembeni.

8 Tena,

Jiwe la kujikwaza mguu, na
   mwamba wa kuangusha.
Kwa maana hujikwaza kwa neno lile, wasiliamini, nao

waliwekwa kusudi wapate ha-yo. 9 Bali ninyi ni mzao mteule, ukuhani wa kifalme, taifa takatifu, watu wa milki ya Mungu, mpate kuzitangaza fadhili zake yeye aliyewaita mtoke gizani mkaingie katika nuru yake ya ajabu; 10 ninyi mliokuwa kwanza si taifa, bali sasa ni taifa la Mungu; mlio-kuwa hamkupata rehema, bali sasa mmepata rehema.

11 Wapenzi, nawasihi kama wapitaji na wasafiri, ziepukeni tamaa za mwili zipiganazo na roho. 12 Mwe na mwenendo mzuri kati ya Mataifa, ili, iwapo huwasingizia kuwa wa-tenda mabaya, wayatazamapo matendo yenu mazuri, wa-mtukuze Mungu siku ya ku-jiliwa.

Yapasa kutii wenye amri serikalini

13 Tiini kila kiamriwacho na watu, kwa ajili ya Bwana; ikiwa ni mfalme, kama mwe-nye cheo kikubwa; 14 ikiwa ni wakubwa, kama wanaotu-mwa naye ili kuwalipiza kisasi watenda mabaya na kuwasifu watenda mema. 15 Kwa sa-babu ndiyo mapenzi ya Mu-ngu, kwamba kwa kutenda mema mzibe vinywa vya uji-nga vya watu wapumbavu; 16 kama walio huru, ila wasio-utumia uhuru huo kwa kusitiri

ubaya, bali kama watumwa wa Mungu. 17 Waheshimuni watu wote. Wapendeni ndugu.   Mcheni Mungu. Mpeni heshima mfalme.

Jinsi utumishi ulivyo

18 Enyi watumishi, watiini bwana zenu kwa hofu nyingi; sio wao walio wema na wenye upole tu, bali nao walio wakali. 19 Maana huu ndio wema hasa, mtu akivumilia huzuni kwa kumkumbuka Mungu, pale ateswapo isivyo haki. 20 Kwa maana ni sifa gani kustahimili, mtendapo dhambi na kupigwa makofi? Lakini kustahimili, mtendapo mema na kupata mateso, huu ndio wema hasa mbele za Mungu. 21 Kwa sababu ndio mlioitiwa; maana Kristo naye aliteswa kwa ajili yenu, akawaachia kielelezo, mfuate nyayo zake. 22 Yeye hakutenda dhambi, wala hila haikuonekana kinywani mwake. 23 Yeye alipotukanwa, hakurudisha matukano; alipoteswa, hakuogofya; bali alijikabidhi kwake yeye ahukumuye kwa haki. 24 Yeye mwenyewe alizichukua dhambi zetu katika mwili wake juu ya mti; ili, tukiwa wafu kwa mambo ya dhambi, tuwe hai kwa mambo ya haki; na kwa kupigwa kwake mliponywa. 25 Kwa maana mli-

kuwa mnapotea kama kondoo; lakini sasa mmemrudia Mchungaji na Mwangalizi wa roho zenu.

Waume na wake zao

3 Kadhalika ninyi wake, watiini waume zenu; kusudi, ikiwa wako wasioliamini Neno, wavutwe kwa mwenendo wa wake zao, pasipo lile Neno; 2 wakiutazama mwenendo wenu safi, na wa hofu. 3 Kujipamba kwenu kusiwe kujipamba kwa nje, yaani, kusuka nywele; na kujitia dhahabu, na kuvalia mavazi; 4 bali kuwe utu wa moyoni usioonekana, katika mapambo yasiyoharibika; yaani, roho ya upole na utulivu, iliyo ya thamani kuu mbele za Mungu. 5 Maana hivyo ndivyo walivyojipamba wanawake watakatifu wa zamani, waliomtumaini Mungu, na kuwatii waume zao. 6 Kama vile Sara alivyomtii Ibrahimu, akamwita Bwana; nanyi ni watoto wake, mfanyapo mema, wala hamkutishwa kwa hofu yo yote.

7 Kadhalika ninyi waume, kaeni na wake zenu kwa akili; na kumpa mke heshima, kama chombo kisicho na nguvu; na kama warithi pamoja wa neema ya uzima, kusudi kuomba kwenu kusizuiliwe.

Iwapasavyo Wakristo kushirikiana kwa Kuhurumiana

8 Neno la mwisho ni hili; mwe na nia moja, wenye kuhurumiana, wenye kupendana kama ndugu, wasikitikivu, wanyenyekevu; 9 watu wasiolipa baya kwa baya, au laumu kwa laumu; bali wenye kubariki; kwa sababu hayo ndiyo mliyoitiwa ili mrithi baraka. 10 Kwa maana,

Atakaye kupenda maisha,
Na kuona siku njema,
Auzuie ulimi wake usinene mabaya,
Na midomo yake isiseme hila.
11 Na aache mabaya, atende mema;
Atafute amani, aifuate sana.
12 Kwa kuwa macho ya Bwana huwaelekea wenye haki,
Na masikio yake husikiliza maombi yao;
Bali uso wa Bwana ni juu ya watenda mabaya.

Kuvumilia mateso: kielelezo cha Kristo

13 Naye ni nani atakayewadhuru, mkiwa wenye juhudi katika mema? 14 Lakini mjapoteswa kwa sababu ya haki mna heri. Msiogope kutisha kwao, wala msifadhaike; 15 bali mtukuzeni Kristo Bwana mioyoni mwenu. Mwe tayari sikuzote kumjibu kila mtu awaulizaye habari za tumaini lililo ndani yenu; lakini kwa upole na kwa hofu. 16 Nanyi mwe na dhamiri njema, ili katika neno lile mnalosingiziwa, watahayarishwe wale wautukanao mwenendo wenu mwema katika Kristo.

17 Maana ni afadhali kuteswa kwa kutenda mema, ikiwa ndiyo mapenzi ya Mungu, kuliko kwa kutenda mabaya. 18 Kwa maana Kristo naye aliteswa mara moja kwa ajili ya dhambi, mwenye haki kwa ajili yao wasio haki, ili atulete kwa Mungu; mwili wake akauawa, bali roho yake akahuishwa, 19 ambayo kwa hiyo aliwaendea roho waliokaa kifungoni, akawahubiri; 20 watu wasiotii hapo zamani, uvumilivu wa Mungu ulipokuwa ukingoja, siku za Nuhu, safina ilipokuwa ikitengenezwa; ambamo ndani yake wachache, yaani, watu wanane, waliokoka kwa maji. 21 Mfano wa mambo hayo ni ubatizo, unaowaokoa ninyi pia siku hizi; (siyo kuwekea mbali uchafu wa mwili, bali jibu la dhamiri safi mbele za Mungu), kwa kufufuka kwake Yesu Kristo. 22 Naye yupo mkono wa kuume wa Mungu, amekwenda zake mbinguni, ma-

laika na enzi na nguvu zikiisha kutiishwa chini yake.

Kuacha dhiambi

4 Basi kwa kuwa Kristo aliteswa katika mwili wake, ninyi nanyi jivikeni silaha ya nia ile ile; kwa maana yeye aliyeteswa katika mwili ameachana na dhambi. 2 Tangu sasa msiendelee kuishi katika tamaa za wanadamu, bali katika mapenzi ya Mungu, wakati wenu uliobaki wa kukaa hapa duniani. 3 Maana wakati wa maisha yetu uliopita watosha kwa kutenda mapenzi ya Mataifa; kuenenda katika ufisadi, na tamaa, na ulevi, na karamu za ulafi, na vileo, na ibada ya sanamu isiyo halali; 4 mambo ambayo wao huona kuwa ni ajabu ya ninyi kutokwenda mbio pamoja nao katika ufisadi ule ule usio na kiasi, wakiwatukana. 5 Nao watatoa hesabu kwake yeye aliye tayari kuwahukumu walio hai na waliokufa. 6 Maana kwa ajili hiyo hata hao waliokufa walihubiriwa Injili, ili kwamba wahukumiwe katika mwili kama wahukumiwavyo wanadamu; bali wawe hai katika roho kama Mungu alivyo hai.

7 Lakini mwisho wa mambo yote umekaribia; basi, iweni na akili, mkeshe katika sala.

8 Zaidi ya yote iweni na juhudi nyingi katika kupendana; kwa sababu upendano husitiri wingi wa dhambi. 9 Mkaribishane ninyi kwa ninyi, pasipo kunung'unika; 10 kila mmoja kwa kadiri alivyoipokea karama, itumieni kwa kuhudumiana; kama mawakili wema wa neema mbalimbali za Mungu. 11 Mtu akisema, na aseme kama mausia ya Mungu; mtu akihudumu, na ahudumu kwa nguvu anazojaliwa na Mungu; ili Mungu atukuzwe katika mambo yote kwa Yesu Kristo; utukufu na uweza una yeye hata milele na milele. Amina.

Furaha ya kuteswa kwa ajili ya Kristo

12 Wapenzi, msione kuwa ni ajabu ule msiba ulio kati yenu, unaowapata kama moto ili kuwajaribu, kana kwamba ni kitu kigeni kiwapatacho. 13 Lakini kama mnavyoyashiriki mateso ya Kristo, furahini; ili na katika ufunuo wa utukufu wake mfurahi kwa shangwe. 14 Mkilaumiwa kwa ajili ya jina la Kristo ni heri yenu; kwa kuwa Roho wa utukufu na wa Mungu anawakalia. 15 Maana mtu wa kwenu asiteswe kama mwuaji, au mwivi, au mtenda mabaya, au kama mtu ajishughulishaye

na mambo ya watu wengine. 16 Lakini ikiwa kwa sababu ni Mkristo asione haya, bali amtukuze Mungu katika jina hilo. 17 Kwa maana wakati umefika wa hukumu kuanza katika nyumba ya Mungu; na ikianza kwetu sisi, mwisho wao wasioitii injili ya Mungu utakuwaje? 18 Na mwenye haki akiokoka kwa shida, yule asiyemcha Mungu na mwenye dhambi ataonekana wapi? 19 Basi wao wateswao kwa mapenzi ya Mungu na wamwekee amana roho zao, katika kutenda mema, kama kwa Muumba mwaminifu.

Maagizo kwa wazee

5 Nawasihi wazee walio kwenu, mimi niliye mzee, mwenzi wao, na shahidi wa mateso ya Kristo, na mshirika wa utukufu utakaofunuliwa baadaye; 2 lichungeni kundi la Mungu lililo kwenu, na kulisimamia, si kwa kulazimishwa, bali kwa hiari kama Mungu atakavyo; si kwa kutaka fedha ya aibu, bali kwa moyo. 3 Wala si kama wajifanyao mabwana juu ya mitaa yao, bali kwa kujifanya vielelezo kwa lile kundi. 4 Na Mchungaji mkuu atakapodhihirishwa, mtaipokea taji ya utukufu, ile isiyokauka. 5 Vivyo hivyo ninyi vijana, watiini

wazee. Naam, ninyi nyote jifungeni unyenyekevu, mpate kuhudumiana; kwa sababu Mungu huwapinga wenye kiburi, lakini huwapa wanyenyekevu neema.

Maagizo juu ya mambo kadha wa kadha

6 Basi nyenyekeeni chini ya mkono wa Mungu ulio hodari, ili awakweze kwa wakati wake; 7 huku mkimtwika yeye fadhaa zenu zote, kwa maana yeye hujishughulisha sana kwa mambo yenu. 8 Mwe na kiasi na kukesha; kwa kuwa mshitaki wenu Ibilisi, kama simba angurumaye, huzunguka-zunguka, akitafuta mtu ammeze. 9 Nanyi mpingeni huyo, mkiwa thabiti katika imani, mkijua ya kuwa mateso yale yale yanatimizwa kwa ndugu zenu walioko duniani. 10 Na Mungu wa neema yote, aliyewaita kuingia katika utukufu wake wa milele katika Kristo, mkiisha kuteswa kwa muda kidogo, yeye mwenyewe atawatengeneza, na kuwathibitisha, na kuwatia nguvu. 11 Uweza una yeye hata milele na milele. Amina.

12 Kwa mkono wa Silwano, ndugu mwaminifu kama nionavyo, nimewaandikia kwa maneno machache, kuonya na kushuhudia ya kuwa hii ndiyo

neema ya kweli ya Mungu. Simameni imara katika hiyo. 13 Mwenzenu mteule hapa Babeli awasalimu, na Marko mwanangu. 14 Salimianeni kwa busu la upendo.

Amani na iwe kwenu nyote, mlio katika Kristo. Amina.

WARAKA WA PILI WA PETRO MTUME

KWA WATU WOTE

Salamu

1 Simoni Petro, mtumwa na mtume wa Yesu Kristo, kwa wale waliopata imani moja na sisi, yenye thamani, katika haki ya Mungu wetu, na Mwokozi Yesu Kristo. 2 Neema na iwe kwenu na amani iongezwe katika kumjua Mungu na Yesu Bwana wetu.

Mapato ya Wakristo na tabia zao

3 Kwa kuwa uweza wake wa Uungu umetukirimia vitu vyote vipasavyo uzima na utauwa, kwa kumjua yeye aliyetuita kwa utukufu wake na wema wake mwenyewe. 4 Tena kwa hayo ametukirimia ahadi kubwa mno, za thamani, ili kwamba kwa hizo mpate kuwa washirika wa tabia ya Uungu, mkiokolewa na uharibifu uliomo duniani kwa sababu ya tamaa. 5 Naam, na kwa sababu iyo hiyo mkijitahidi sana kwa upande wenu, katika imani yenu tieni na wema, na katika wema wenu maarifa, 6 na katika maarifa yenu kiasi, na katika kiasi chenu saburi, na katika saburi yenu utauwa, 7 na katika utauwa wenu upendano wa ndugu, na katika upendano wa ndugu, upendo. 8 Maana mambo hayo yakiwa kwenu na kujaa tele, yawafanya ninyi kuwa si wavivu wala si watu wasio na matunda, kwa kumjua Bwana wetu Yesu Kristo. 9 Maana yeye asiyekuwa na hayo ni kipofu, hawezi kuona vitu vilivyo mbali, amesahau kule kutakaswa dhambi zake za zamani. 10 Kwa hiyo, ndugu, jitahidini zaidi kufanya imara kuitwa kwenu na uteule wenu; maana mkitenda hayo hamtajikwaa kamwe. 11 Maana hivi mtaruzukiwa kwa ukarimu kuingia katika ufalme wa milele wa Bwana

wetu, Mwokozi wetu Yesu Kristo.

Kifo cha Petro kinachokaribia

12 Kwa hiyo nitakuwa tayari kuwakumbusha hayo sikuzote, ijapokuwa mnayajua na kuthibitishwa katika kweli mliyo nayo. 13 Nami naona ni haki, maadamu nipo mimi katika maskani hii, kuwaamsha kwa kuwakumbusha. 14 Nikijua kwamba kule kuwekea mbali maskani yangu kwaja upesi, kama Bwana wetu Yesu Kristo alivyonionyesha. 15 Walakini nitajitahidi, kwamba kila wakati baada ya kufariki kwangu mpate kuyakumbuka mambo hayo.

Ushuhuda wa Petro na ule wa manabii

16 Maana hatukufuata hadithi zilizotungwa kwa werevu, tulipowajulisha ninyi nguvu zake Bwana wetu Yesu Kristo na kuja kwake; bali tulikuwa tumeeona wenyewe ukuu wake. 17 Maana alipata kwa Mungu Baba heshima na utukufu, hapo alipoletewa sauti iliyotoka katika utukufu mkuu, Huyu ni Mwanangu, mpendwa wangu, ninayependezwa naye. 18 Na sauti hiyo sisi tuliisikia ikitoka mbinguni tulipokuwa pamoja naye katika mlima ule mtakatifu. 19 Nasi tuna lile neno la unabii lililo imara zaidi, ambalo, mkiliangalia, kama taa ing'aayo mahali penye giza, mwafanya vyema, mpaka kutakapopambazuka, na nyota ya asubuhi kuzuka mioyoni mwenu. 20 Mkijua neno hili kwanza, ya kwamba hakuna unabii katika maandiko upatao kufasiriwa kama apendavyo mtu fulani tu. 21 Maana unabii haukuletwa po pote kwa mapenzi ya mwanadamu; bali wanadamu walinena yaliyotoka kwa Mungu, wakiongozwa na Roho Mtakatifu.

Manabii wa uongo na maisha maovu

2 Lakini kuliondokea manabii wa uongo katika wale watu, kama vile kwenu kutakavyokuwako waalimu wa uongo, watakaoingiza kwa werevu uzushi wa kupoteza, wakimkana hata Bwana aliyewanunua, wakijiletea uharibifu usiokawia. 2 Na wengi watafuata ufisadi wao; na kwa hao njia ya kweli itatukanwa. 3 Na katika kutamani watajipatia faida kwenu kwa maneno yaliyotungwa; ambao hukumu yao tangu zamani haikawii, wala uvunjifu wao hausinzii.

4 Kwa maana ikiwa Mungu hakuwaachilia malaika walio-kosa, bali aliwatupa shimoni, akawatia katika vifungo vya giza, walindwe hata ije hukumu; 5 wala hakuuachilia ulimwengu wa kale, bali ali-mhifadhi Nuhu, mjumbe wa haki, na watu wengine saba, hapo alipoleta Gharika juu ya ulimwengu wa wasiomcha Mungu; 6 tena akaihukumu miji ya Sodoma na Gomora, aki-ipindua na kuifanya majivu, akaifanya iwe ishara kwa watu watakaokuwa hawamchi Mungu baada ya haya; 7 aka-mwokoa Lutu, yule mwenye haki aliyehuzunishwa sana na mwenendo wa ufisadi wa hao wahalifu; 8 maana mtu huyo mwenye haki akikaa kati yao, kwa kuona na kusikia, alijitesa roho yake yenye haki, siku baada ya siku, kwa matendo yao yasiyo na sheria; 9 basi, Bwana ajua kuwaokoa watauwa na majaribu, na kuwa-weka wasio haki katika hali ya adhabu hata siku ya hukumu; 10 na hasa wale waufuatao mwili katika tamaa ya mambo machafu, na kudharau ma-mlaka. 11 Wenye ushupavu, wenye kujikinai, hawatetemeki wakiyatukana matukufu; ija-pokuwa malaika, ambao ni wakuu zaidi kwa uwezo na nguvu, hawaleti mashitaka ma-baya juu yao mbele za Bwana.

12 Lakini hao kama wanyama wasio na akili, ambao waliza-liwa kama wanyama tu wa kukamatwa na kupotezwa, wakikufuru katika mambo wa-siyoyajua, wataangamizwa ka-tika maangamizo yao; 13 wa-kipatikana na madhara, amba-yo ni ujira wa udhalimu wao, wakidhania kuwa ulevi wakati wa mchana ni anasa; wame-kuwa ni mawaa na aibu waki-fuata anasa zisizo kiasi katika karamu zao za upendo, wafa-nyapo karamu pamoja nanyi; 14 wenye macho yajaayo uzi-nzi, watu wasiokoma kutenda dhambi, wenye kuhadaa roho zisizo imara, wenye mioyo ili-yozoezwa kutamani, wana wa laana; 15 wakiiacha njia ili-yonyoka, wakapotea, wakiifu-ata njia ya Balaamu, mwana wa Beori, aliyependa ujira wa udhalimu; 16 lakini alikari-piwa kwa uhalifu wake mwe-nyewe; punda, asiyeweza ku-sema, akinena kwa sauti ya kibinadamu, aliuzuia wazimu wa nabii yule. 17 Hawa ni visima visivyo na maji, na mawingu yachukuliwayo na tufani, ambao weusi wa giza ni akiba waliyowekewa. 18 Ma-ana wakinena maneno makuu mno ya kiburi, kwa tamaa za mwili na kwa ufisadi huwa-hadaa watu walioanza kuwa-kimbia wale wanaoenenda ka-tika udanganyifu; 19 waki-

waahidia uhuru, nao wenyewe ni watumwa wa uharibifu, maana mtu akishindwa na mtu, huwa mtumwa wa mtu yule.

20 Kwa maana wale waliokwisha kuyakimbia machafu ya dunia kwa kumjua Bwana na Mwokozi Yesu Kristo, kama wakinaswa tena na kushindwa, hali yao ya mwisho imekuwa mbaya kuliko ile ya kwanza. 21 Maana ingekuwa heri kwao kama wasingaliijua njia ya haki, kuliko kuijua, kisha kuiacha ile amri takatifu waliyopewa. 22 Lakini imetukia kwao sawasawa na ile mithali ya kweli, Mbwa ameyarudia matapiko yake mwenyewe, na nguruwe aliyeoshwa amerudi kugaa-gaa matopeni.

Siku ya kuja kwake Kristo

3 Wapenzi, waraka huu ndio wa pili niwaandikiao ninyi; katika zote mbili naziamsha nia zenu safi kwa kuwakumbusha, 2 mpate kuyakumbuka yale maneno yaliyonenwa zamani na manabii watakatifu, na ile amri ya Bwana na Mwokozi iliyoletwa na mitume wenu. 3 Mkijua kwanza neno hili ya kwamba katika siku za mwisho watakuja na dhihaka zao watu wenye kudhihaki, wafuatao tamaa zao wenyewe, 4 na kusema, Iko wapi ahadi ile ya kuja kwake? kwa maana, tangu hapo babu zetu walipolala, vitu vyote vinakaa hali iyo hiyo, tangu mwanzo wa kuumbwa. 5 Maana hufumba macho yao wasione neno hili ya kuwa zilikuwako mbingu tangu zamani, na nchi pia, imefanyizwa kutoka katika maji na ndani ya maji, kwa neno la Mungu; 6 kwa hayo dunia ile ya wakati ule iligharikishwa na maji, ikaangamia. 7 Lakini mbingu za sasa na nchi zimewekwa akiba kwa moto, kwa neno lilo hilo, zikilindwa hata siku ya hukumu, na ya kuangamia kwao wanadamu wasiomcha Mungu.

8 Lakini, wapenzi, msilisahau neno hili, kwamba kwa Bwana siku moja ni kama miaka elfu, na miaka elfu ni kama siku moja. 9 Bwana hakawii kuitimiza ahadi yake, kama wengine wanavyokudhani kukawia, bali huvumilia kwenu, maana hapendi mtu ye yote apotee, bali wote wafikilie toba. 10 Lakini siku ya Bwana itakuja kama mwivi; katika siku hiyo mbingu zitatoweka kwa mshindo mkuu, na viumbe vya asili vitaunguzwa, na kufumuliwa, na nchi na kazi zilizomo ndani yake zitateketea.

Ipasavyo kuwa tayari

11 Basi, kwa kuwa vitu hivi vyote vitafumuliwa hivyo, imewapasa ninyi kuwa watu wa tabia gani katika mwenendo mtakatifu na utauwa, 12 mkitazamia hata ije siku ile ya Mungu, na kuihimiza; ambayo katika hiyo mbingu zitafumuliwa zikiungua, na viumbe vya asili vitateketea na kuyeyuka? 13 Lakini, kama ilivyo ahadi yake, tunatazamia mbingu mpya na nchi mpya, ambayo haki yakaa ndani yake.

14 Kwa hiyo, wapenzi, kwa kuwa mnatazamia mambo hayo, fanyeni bidii ili mwonekane katika amani kuwa hamna mawaa wala aibu mbele yake. 15 Nanyi uhesabuni uvumilivu wa Bwana wetu kuwa ni wokovu, kama vile na ndugu yetu mpenzi Paulo alivyowaandikia kwa hekima aliyopewa; 16 vile vile kama katika nyaraka zake zote pia, akitoa humo habari za mambo hayo; katika nyaraka hizo yamo mambo ambayo ni vigumu kuelewa nayo; na mambo hayo watu wasio na elimu, wasio imara, huyapotoa, kama vile wayapotoavyo na maandiko mengine, kwa uvunjifu wao wenyewe. 17 Basi, wapenzi, mkitangulia kujua hayo, jilindeni nafsi zenu, msije mkachukuliwa na kosa la hao wahalifu, mkaanguka na kuuacha uthibitifu wenu. 18 Lakini, kueni katika neema, na katika kumjua Bwana wetu na Mwokozi, Yesu Kristo. Utukufu una yeye sasa na hata milele.

WARAKA WA KWANZA WA YOHANA

KWA WATU WOTE

Uzima wa milele ulidhihirishwa katika Bwana Yesu

1 Lile lililokuwako tangu mwanzo, tulilolisikia, tuliloliona kwa macho yetu, tulilolitazama, na mikono yetu ikalipapasa, kwa habari ya Neno la uzima; 2 (na uzima huo ulidhihirika, nasi tumeona, tena twashuhudia, na kuwahubiri ninyi ule uzima wa milele, uliokuwa kwa Baba, ukadhihirika kwetu); 3 hilo tuliloliona na kulisikia, twawahubiri na ninyi; ili nanyi pia mpate kushirikiana nasi: na

ushirika wetu ni pamoja na Baba, na pamoja na Mwana wake Yesu Kristo. 4 Na haya twayaandika, ili furaha yetu itimizwe.

Kushirikiana na Mungu kwapatana na kuachana na dhambi

5 Na hii ndiyo habari tuliyoisikia kwake, na kuihubiri kwenu, ya kwamba Mungu ni nuru, wala giza lo lote hamna ndani yake. 6 Tukisema ya kwamba twashirikiana naye, tena tukienenda gizani, twasema uongo, wala hatuifanyi iliyo kweli; 7 bali tukienenda nuruni, kama yeye alivyo katika nuru, twashirikiana sisi kwa sisi, na damu yake Yesu Mwana wake, yatusafisha dhambi yote. 8 Tukisema kwamba hatuna dhambi, twajidanganya wenyewe, wala kweli haimo mwetu. 9 Tukiziungama dhambi zetu, Yeye ni mwaminifu na wa haki hata atuondolee dhambi zetu, na kutusafisha na udhalimu wote. 10 Tukisema kwamba hatukutenda dhambi, twamfanya Yeye kuwa mwongo wala neno lake halimo mwetu.

2 Watoto wangu wadogo, nawaandikia haya ili kwamba msitende dhambi. Na kama mtu akitenda dhambi tunaye Mwombezi kwa Baba, Yesu Kristo mwenye haki, 2 naye ndiye kipatanisho kwa dhambi zetu; wala si kwa dhambi zetu tu, bali na kwa dhambi za ulimwengu wote.

Ushirika waonyeshwa katika kutii

3 Na katika hili twajua ya kuwa tumemjua yeye, ikiwa tunashika amri zake. 4 Yeye asemaye, Nimemjua, wala hazishiki amri zake, ni mwongo, wala kweli haimo ndani yake. 5 Lakini yeye alishikaye neno lake, katika huyo upendo wa Mungu umekamilika kweli kweli. Katika hili twajua ya kuwa tumo ndani yake. 6 Yeye asemaye ya kuwa anakaa ndani yake, imempasa kuenenda mwenyewe vile vile kama yeye alivyoenenda.

7 Wapenzi, siwaandikii amri mpya, ila amri ya zamani mliyokuwa nayo tangu mwanzo. Na hiyo amri ya zamani ni neno lile mlilolisikia. 8 Tena nawaandikia amri mpya, neno lililo kweli ndani yake na ndani yenu; kwa kuwa giza linapita na ile nuru ya kweli imekwisha kung'aa. 9 Yeye asemaye kwamba yumo nuruni, naye amchukia ndugu yake, yumo gizani hata sasa. 10 Yeye

ampendaye ndugu yake, akaa katika nuru, wala ndani yake hamna kikwazo. 11 Bali yeye amchukiaye ndugu yake, yu katika giza, tena anakwenda katika giza, wala hajui aendako, kwa sababu giza imempofusha macho.

12 Nawaandikia ninyi, watoto wadogo, kwa sababu mmesamehewa dhambi zenu, kwa ajili ya jina lake. 13 Nawaandikia ninyi, akina baba, kwa sababu mmemjua yeye aliye tangu mwanzo. Nawaandikia ninyi vijana, kwa sababu mmemshinda yule mwovu. Nimewaandikia ninyi, watoto, kwa sababu mmemjua Baba. 14 Nimewaandikia ninyi, akina baba, kwa sababu mmemjua yeye aliye tangu mwanzo. Nimewaandikia ninyi, vijana, kwa sababu mna nguvu, na neno la Mungu linakaa ndani yenu, nanyi mmemshinda yule mwovu. 15 Msiipende dunia, wala mambo yaliyomo katika dunia. Mtu akiipenda dunia, kumpenda Baba hakumo ndani yake. 16 Maana kila kilichomo duniani, yaani, tamaa ya mwili, na tamaa ya macho, na kiburi cha uzima, havitokani na Baba, bali vyatokana na dunia. 17 Na dunia inapita, pamoja na tamaa zake, bali yeye afanyaye mapenzi ya Mungu adumu hata milele.

Maonyo juu ya wapinga Kristo

18 Watoto, ni wakati wa mwisho; na kama vile mlivyosikia kwamba mpinga Kristo yuaja, hata sasa wapinga Kristo wengi wamekwisha kuwapo. Kwa sababu hiyo twajua ya kuwa ni wakati wa mwisho. 19 Walitoka kwetu, lakini hawakuwa wa kwetu. Maana kama wangalikuwa wa kwetu, wangalikaa pamoja nasi. Lakini walitoka ili wafunuliwe kwamba si wote walio wa kwetu. 20 Nanyi mmepakwa mafuta na Yeye aliye Mtakatifu nanyi mnajua nyote. 21 Sikuwaandikia ninyi kwa sababu hamwijui iliyo kweli, bali kwa sababu mwaijua, tena kwamba hapana uongo wo wote utokao katika hiyo kweli. 22 Ni nani aliye mwongo ila yeye akanaye ya kuwa Yesu ni Kristo? Huyo ndiye mpinga Kristo, yeye amkanaye Baba na Mwana. 23 Kila amkanaye Mwana, hanaye Baba; amkiriye Mwana anaye Baba pia. 24 Ninyi basi, hilo mlilolisikia tangu mwanzo na likae ndani yenu. Ikiwa hilo mlilolisikia tangu mwanzo linakaa ndani yenu, ninyi nanyi mtakaa ndani ya Mwana, na ndani ya Baba. 25 Na hii ndiyo ahadi aliyotuahidia, yaani, uzima wa milele. 26 Ni-

mewaandikia haya katika habari za watu wale wanaotaka kuwapoteza. 27 Nanyi, mafuta yale mliyoyapata kwake yanakaa ndani yenu, wala hamna haja ya mtu kuwafundisha; lakini kama mafuta yake yanavyowafundisha habari za mambo yote, tena ni kweli wala si uongo, na kama yalivyowafundisha, kaeni ndani yake. 28 Na sasa, watoto wadogo, kaeni ndani yake, ili kusudi, atakapofunuliwa, tuwe na ujasiri, wala tusiaibike mbele zake katika kuja kwake. 29 Kama mkijua ya kuwa yeye ni mwenye haki, jueni ya kuwa kila atendaye haki amezaliwa na yeye.

Kumpenda Baba kwatuongoza hata tukaishi maisha mema

3 Tazameni, ni pendo la namna gani alilotupa Baba, kwamba tuitwe wana wa Mungu; na ndivyo tulivyo. Kwa sababu hii ulimwengu haututambui, kwa kuwa haukumtambua yeye. 2 Wapenzi, sasa tu wana wa Mungu, wala haijadhihirika bado tutakavyokuwa; lakini twajua ya kuwa atakapodhihirishwa, tutafanana naye; kwa maana tutamwona kama alivyo. 3 Na kila mwenye matumaini haya katika yeye hujitakasa, kama yeye alivyo mtakatifu.

Dhambi haipatani na hali ya kuwa watoto wa Mungu

4 Kila atendaye dhambi, afanya uasi; kwa kuwa dhambi ni uasi. 5 Nanyi mnajua ya kuwa yeye alidhihirishwa, ili aziondoe dhambi; na dhambi haimo ndani yake. 6 Kila akaaye ndani yake hatendi dhambi; kila atendaye dhambi hakumwona yeye, wala hakumtambua. 7 Watoto wadogo, mtu na asiwadanganye; atendaye haki yuna haki, kama yeye alivyo na haki; 8 atendaye dhambi ni wa Ibilisi; kwa kuwa Ibilisi hutenda dhambi tangu mwanzo. Kwa kusudi hili Mwana wa Mungu alidhihirishwa, ili azivunje kazi za Ibilisi. 9 Kila mtu aliyezaliwa na Mungu hatendi dhambi, kwa sababu uzao wake wakaa ndani yake; wala hawezi kutenda dhambi kwa sababu amezaliwa kutokana na Mungu. 10 Katika hili watoto wa Mungu ni dhahiri, na watoto wa Ibilisi nao. Mtu ye yote asiyetenda haki hatokani na Mungu, wala yeye asiyempenda ndugu yake. 11 Maana, hii ndiyo habari mliyoisikia tangu mwanzo, kwamba tupendane sisi kwa sisi; 12 si kama Kaini alivyokuwa wa yule mwovu, akamwua ndugu yake. Naye alimwua kwa sababu gani? Kwa

sababu matendo yake yaliku-
wa mabaya, na ya ndugu yake
yalikuwa ya haki.

Kupendana na ndugu

13 Ndugu zangu, msista-
ajabu, ulimwengu ukiwachu-
kia. 14 Sisi tunajua ya kuwa
tumepita toka mautini kuingia
uzimani, kwa maana twawa-
penda ndugu. Yeye asiye-
penda, akaa katika mauti.
15 Kila amchukiaye ndugu
yake ni mwuaji: nanyi mnajua
ya kuwa kila mwuaji hana
uzima wa milele ukikaa ndani
yake. 16 Katika hili tumeli-
fahamu pendo, kwa kuwa yeye
aliutoa uhai wake kwa ajili
yetu; imetupasa na sisi kuutoa
uhai wetu kwa ajili ya hao
ndugu. 17 Lakini mtu akiwa
na riziki ya dunia, kisha aka-
mwona ndugu yake ni mhitaji,
akamzuilia huruma zake, je!
upendo wa Mungu wakaaje
ndani yake huyo? 18 Watoto
wadogo, tusipende kwa neno,
wala kwa ulimi, bali kwa tendo
na kweli. 19 Katika hili tuta-
fahamu ya kwamba tu wa
kweli, nasi tutaituliza mioyo
yetu mbele zake, 20 ikiwa
mioyo yetu inatuhukumu; kwa
maana Mungu ni mkuu kuliko
mioyo yetu naye anajua yote.
21 Wapenzi, mioyo yetu isipo-
tuhukumu, tuna ujasiri kwa
Mungu; 22 na lo lote tuo-

mbalo, twalipokea kwake, kwa
kuwa twazishika amri zake, na
kuyatenda yapendezayo ma-
choni pake. 23 Na hii ndiyo
amri yake, kwamba tuliamini
jina la Mwana wake Yesu
Kristo, na kupendana sisi kwa
sisi, kama alivyotupa amri.
24 Naye azishikaye amri zake
hukaa ndani yake yeye, naye
ndani yake. Na katika hili
tunajua ya kuwa anakaa
ndani yetu, kwa huyo Roho
aliyetupa.

Upuzio wa Roho Mtakatifu jinsi uhakikishavyo

4 Wapenzi, msiiamini kila
roho, bali zijaribuni hizo
roho, kwamba zimetokana na
Mungu; kwa sababu manabii
wa uongo wengi wametokea
duniani. 2 Katika hili mwa-
mjua Roho wa Mungu; kila
roho ikiriyo kwamba Yesu
Kristo amekuja katika mwili
yatokana na Mungu. 3 Na
kila roho isiyomkiri Yesu hai-
tokani na Mungu. Na hii
ndiyo roho ya mpinga Kristo
ambayo mmesikia kwamba
yaja; na sasa imekwisha ku-
wako duniani. 4 Ninyi, wa-
toto wadogo, mwatokana na
Mungu; nanyi mmewashinda,
kwa sababu yeye aliye ndani
yenu ni mkuu kuliko yeye aliye
katika dunia. 5 Hao ni wa
dunia; kwa hiyo wanena ya

dunia, na dunia huwasikia.
6 Sisi twatokana na Mungu.
Yeye amjuaye Mungu atusikia; yeye asiyetokana na Mungu hatusikii. Katika hili twamjua Roho wa kweli, na roho ya upotevu.

Kumpenda Mungu na kuwapenda wanadamu

7 Wapenzi, na tupendane; kwa kuwa pendo ni la Mungu, na kila apendaye amezaliwa na Mungu, naye anamjua Mungu. 8 Yeye asiyependa, hakumjua Mungu, kwa maana Mungu ni upendo. 9 Katika hili pendo la Mungu lilionekana kwetu, kwamba Mungu amemtuma Mwanawe pekee ulimwenguni, ili tupate uzima kwa yeye. 10 Hili ndilo pendo, si kwamba sisi tulimpenda Mungu, bali kwamba yeye alitupenda sisi, akamtuma Mwanawe kuwa kipatanisho kwa dhambi zetu. 11 Wapenzi, ikiwa Mungu alitupenda sisi hivi, imetupasa na sisi kupendana. 12 Hakuna mtu aliyemwona Mungu wakati wo wote. Tukipendana, Mungu hukaa ndani yetu, na pendo lake limekamilika ndani yetu. 13 Katika hili tunafahamu ya kuwa tunakaa ndani yake, naye ndani yetu, kwa kuwa ametushirikisha Roho wake. 14 Na sisi tumeona na kushuhudia ya

kuwa Baba amemtuma Mwana kuwa Mwokozi wa ulimwengu. 15 Kila akiriye ya kuwa Yesu ni Mwana wa Mungu, Mungu hukaa ndani yake, naye ndani ya Mungu. 16 Nasi tumelifahamu pendo alilo nalo Mungu kwetu sisi, na kuliamini. Mungu ni upendo, naye akaaye katika pendo, hukaa ndani ya Mungu, na Mungu hukaa ndani yake. 17 Katika hili pendo limekamilishwa kwetu, ili tuwe na ujasiri katika siku ya hukumu; kwa kuwa, kama yeye alivyo, ndivyo tulivyo na sisi ulimwenguni humu. 18 Katika pendo hamna hofu; lakini pendo lililo kamili huitupa nje hofu, kwa maana hofu ina adhabu; na mwenye hofu hakukamilishwa katika pendo. 19 Sisi twapenda kwa maana yeye alitupenda sisi kwanza. 20 Mtu akisema, Nampenda Mungu, naye anamchukia ndugu yake, ni mwongo; kwa maana asiyempenda ndugu yake ambaye amemwona, hawezi kumpenda Mungu ambaye hakumwona. 21 Na amri hii tumepewa na yeye, ya kwamba yeye ampendaye Mungu, ampende na ndugu yake.

Imani ya Kikristo

5 Kila mtu aaminiye kwamba Yesu ni Kristo ameza-

liwa na Mungu. Na kila mtu ampendaye mwenye kuzaa, ampenda hata yeye aliyezaliwa na yeye. 2 Katika hili twajua kwamba twawapenda watoto wa Mungu, tumpendapo Mungu, na kuzishika amri zake. 3 Kwa maana huku ndiko kumpenda Mungu, kwamba tuzishike amri zake; wala amri zake si nzito. 4 Kwa maana kila kitu kilichozaliwa na Mungu huushinda ulimwengu; na huku ndiko kushinda kuushindako ulimwengu, hiyo imani yetu. 5 Mwenye kuushinda ulimwengu ni nani, isipokuwa ni yeye aaminiye ya kwamba Yesu ni Mwana wa Mungu? 6 Huyu ndiye aliyekuja kwa maji na damu, Yesu Kristo; si katika maji tu, bali katika maji na katika damu. Naye Roho ndiye ashuhudiaye, kwa sababu Roho ndiye kweli. 7 Kwa maana wako watatu washuhudiao [mbinguni, Baba, na Neno, na Roho Mtakatifu, na watatu hawa ni umoja. 8 Kisha wako watatu washuhudiao duniani], 8 Roho, na maji, na damu; na watatu hawa hupatana kwa habari moja. 9 Tukiupokea ushuhuda wa wanadamu, ushuhuda wa Mungu ni mkuu zaidi; kwa maana ushuhuda wa Mungu ndio huu, kwamba amemshuhudia Mwanawe. 10 Yeye amwaminiye Mwana

wa Mungu anao huo ushuhuda ndani yake. Asiyemwamini Mungu amemfanya kuwa mwongo, kwa kuwa hakuuamini huo ushuhuda ambao Mungu amemshuhudia Mwanawe. 11 Na huu ndio ushuhuda, ya kwamba Mungu alitupa uzima wa milele; na uzima huu umo katika Mwanawe. 12 Yeye aliye naye Mwana, anao huo uzima; asiye naye Mwana wa Mungu hana huo uzima.

Maneno ya mwisho

13 Nimewaandikia ninyi mambo hayo, ili mjue ya kuwa mna uzima wa milele, ninyi mnaoliamini Jina la Mwana wa Mungu. 14 Na huu ndio ujasiri tulio nao kwake, ya kuwa, tukiomba kitu sawasawa na mapenzi yake, atusikia. 15 Na kama tukijua kwamba atusikia, tuombacho chote, twajua kwamba tunazo zile haja tulizomwomba. 16 Mtu akimwona ndugu yake anatenda dhambi isiyo ya mauti, ataomba, na Mungu atampa uzima kwa ajili ya hao watendao dhambi isiyo ya mauti. Iko dhambi iliyo ya mauti. Sisemi ya kwamba ataomba kwa ajili ya hiyo. 17 Kila lisilo la haki ni dhambi, na dhambi iko isiyo ya mauti.

18 Twajua ya kuwa kila mtu aliyezaliwa na Mungu hatendi dhambi; bali yeye aliyezaliwa na Mungu hujilinda, wala yule mwovu hamgusi. 19 Twajua ya kuwa sisi tu wa Mungu; na dunia yote pia hukaa hatika yule mwovu. 20 Nasi twajua kwamba Mwana wa Mungu amekwisha kuja, naye ametupa akili kwamba tumjue yeye aliye wa kweli, nasi tumo ndani yake yeye aliye wa kweli, yaani, ndani ya Mwana wake Yesu Kristo. Huyu ndiye Mungu wa kweli, na uzima wa milele. 21 Watoto wadogo, jilindeni nafsi zenu na sanamu.

WARAKA WA PILI WA YOHANA

Kweli na upendo

1 Mzee, kwa mama mteule na watoto wake niwapendao katika kweli; wala si mimi peke yangu, bali na wote waijuao ile kweli; 2 kwa ajili ya hiyo kweli ikaayo ndani yetu, nayo itakuwa pamoja nasi hata milele. 3 Neema, na rehema, na amani, zitokazo kwa Mungu Baba na kwa Yesu Kristo Mwana wa Baba, zitakuwa pamoja nasi katika kweli na upendo.

4 Nalifurahi mno kwa kuwa nimewaona baadhi ya watoto wako wanaenenda katika kweli, kama vile tulivyopokea amri kwa Baba. 5 Na sasa, mama, nakuomba, si kwamba nakuandikia amri mpya, bali ile tuliyokuwa nayo tangu mwanzo, kwamba tupendane. 6 Na huu ndio upendo: tuenende kwa kuzifuata amri zake. Hii ndiyo ile amri, kama mlivyosikia tangu mwanzo kwamba mwenende katika hiyo. 7 Kwa maana wadanganyifu wengi wametokea duniani, wasiokiri ya kuwa Yesu Kristo yuaja katika mwili. Huyo ndiye yule mdanganyifu na mpinga Kristo. 8 Jiangalieni nafsi zenu msiyapoteze mliyoyatenda, bali mpokee thawabu timilifu. 9 Kila apitaye cheo, wala asidumu katika mafundisho ya Kristo, yeye hana Mungu. Yeye adumuye katika mafundisho hayo, huyo ana Baba na Mwana pia. 10 Mtu akija kwenu, naye haleti mafundisho hayo, msimkaribishe nyumbani mwenu, wala msimpe salamu. 11 Maana yeye ampaye salamu azishiriki kazi zake mbovu.

12 Kwa kuwa ninayo mambo mengi, sitaki kuyaandika

kwa karatasi na wino; lakini nataraji kuja kwenu, na kusema nanyi mdomo kwa mdomo, ili furaha yetu iwe imetimizwa. 13 Watoto wa ndugu yako aliye mteule, wakusalimu.

WARAKA WA TATU WA YOHANA

Sifa za kazi ya Gayo

1 Mzee, kwa Gayo mpenzi, nimpendaye katika kweli. 2 Mpenzi, naomba ufanikiwe katika mambo yote na kuwa na afya yako, kama vile roho yako ifanikiwavyo.

3 Maana nalifurahi mno walipokuja ndugu na kuishuhudia kweli yako, kama uendavyo katika kweli. 4 Sina furaha iliyo kuu kuliko hii, kusikia ya kwamba watoto wangu wanakwenda katika kweli.

5 Mpenzi, kazi ile ni ya uaminifu uwatendeayo hao ndugu na hao wageni nao, 6 waliokushuhudia upendo wako mbele ya kanisa; utafanya vizuri ukiwasafirisha kama ipasavyo kwa Mungu. 7 Kwa maana, kwa ajili ya Jina hilo, walitoka, wasipokee kitu kwa Mataifa. 8 Basi imetupasa sisi kuwakaribisha watu kama hao, ili tuwe watenda kazi pamoja na kweli.

Matata kanisani

9 Naliliandikia kanisa neno, lakini Diotrefe, apendaye kuwa wa kwanza kati yao, hatukubali. 10 Kwa hiyo, nikija, nitayakumbuka matendo yake atendayo, atoavyo upuzi juu yetu kwa maneno maovu; wala hatoshwi na hayo, ila yeye mwenyewe hawakaribishi hao ndugu, na wale watakao kuwakaribisha, huwazuia, na kuwatoa katika kanisa.

11 Mpenzi, usiuige ubaya, bali uige wema. Yeye atendaye mema ni wa Mungu, bali yeye atendaye mabaya hakumwona Mungu. 12 Demetrio ameshuhudiwa na watu wote, tena na ile kweli yenyewe. Nasi pia twashuhudia, nawe wajua ya kwamba ushuhuda wetu ni kweli.

13 Nalikuwa na mambo mengi ya kukuandikia, lakini sipendi kukuandikia kwa wino na kalamu. 14 Lakini nataraji kukuona karibu, nasi tutasema mdomo kwa mdomo. 15 Amani kwako. Rafiki zetu wakusalimu. Wasalimu hao rafiki zetu, kila mtu kwa jina lake.

WARAKA WA YUDA

KWA WATU WOTE

Salamu

1 Yuda, mtumwa wa Yesu Kristo, ndugu yake Yakobo, kwa hao walioitwa, waliopendwa katika Mungu Baba, na kuhifadhiwa kwa ajili ya Yesu Kristo. 2 Mwongezewe rehema na amani na upendano.

Maonyo juu ya waalimu wa uongo na uharibifu wa mwenendo wa maisha

3 Wapenzi, nilipokuwa nikifanya bidii sana kuwaandikia habari ya wokovu ambao ni wetu sisi sote, naliona imenilazimu kuwaandikia, ili niwaonye kwamba mwishindanie imani waliyokabidhiwa watakatifu mara moja tu. 4 Kwa maana kuna watu waliojiingiza kwa siri, watu walioandikiwa tangu zamani hukumu hii, makafiri, wabadilio neema ya Mungu wetu kuwa ufisadi, nao humkana yeye aliye peke yake Mola, na Bwana wetu Yesu Kristo.

5 Tena napenda kuwakumbusha, ijapokuwa mmekwisha kujua haya yote, ya kwamba Bwana, akiisha kuwaokoa watu katika nchi ya Misri, aliwaangamiza baadaye wale wasioamini. 6 Na malaika wasioilinda enzi yao wenyewe, lakini wakayaacha makao yao yaliyowahusu, amewaweka katika vifungo vya milele chini ya giza kwa hukumu ya siku ile kuu. 7 Kama vile Sodoma na Gomora, na miji iliyokuwa kandokando, waliofuata uasherati kwa jinsi moja na hawa, wakaenda kufuata mambo ya mwili yasiyo ya asili, imewekwa kuwa dalili, wakiadhibiwa katika moto wa milele. 8 Kadhalika na hawa, katika kuota kwao, huutia mwili uchafu, hukataa kutawaliwa, na kuyatukana matukufu. 9 Lakini Mikaeli, malaika mkuu, aliposhindana na Ibilisi, na kuhojiana naye kwa ajili ya mwili wa Musa, hakuthubutu kumshitaki kwa kumlaumu, bali alisema, Bwana na akukemee. 10 Lakini watu hawa huyatukana mambo wasiyoyajua, na mambo wayatambuayo kwa asili wajiharibu kwayo kama wanyama wasio na akili. 11 Ole wao! kwa sababu walikwenda katika njia ya Kaini, na kulifuata

kosa la Balaamu pasipo kuji-
zuia, kwa ajili ya ujira, nao
wameangamia katika maasi ya
Kora.   12 Watu hawa ni mia-
mba yenye hatari katika kara-
mu zenu za upendo walapo
karamu pamoja nanyi, waki-
jilisha pasipo hofu; ni mawi-
ngu yasiyo na maji, yachuku-
liwayo na upepo; ni miti iliyo-
pukutika, isiyo na matunda,
iliyokufa mara mbili, na ku-
ng'olewa kabisa; 13 ni ma-
wimbi ya bahari yasiyozuilika,
yakitoa aibu yao wenyewe ka-
ma povu; ni nyota zipoteazo,
ambao weusi wa giza ndio
akiba yao waliowekewa milele.

14 Na Henoko, mtu wa saba
baada ya Adamu, alitoa ma-
neno ya unabii juu ya hao,
akisema, Angalia, Bwana ali-
kuja na watakatifu wake,
maelfu maelfu, 15 ili afanye
hukumu juu ya watu wote, na
kuwaadhibisha wote wasio-
mcha Mungu, kwa ajili ya kazi
zao zote za upotevu walizozi-
tenda bila kumcha Mungu, na
kwa ajili ya maneno magumu
yote ambayo hao wenye dha-
mbi wasiomcha Mungu wa-
meyanena juu yake.   16 Watu
hawa ni wenye kunung'unika,
wenye kulalamika, waendao
kwa tamaa zao, na vinywa
vyao vyanena maneno makuu
mno ya kiburi, wakipendelea
watu wenye cheo kwa ajili ya
faida.

17 Bali ninyi, wapenzi, ya-
kumbukeni maneno yaliyo-
nenwa zamani na mitume wa
Bwana wetu Yesu Kristo,
18 ya kwamba waliwaambia
ya kuwa, Wakati wa mwisho
watakuwako watu wenye ku-
dhihaki, wakizifuata tamaa
zao wenyewe za upotevu.
19 Watu hao ndio waletao
matengano, watu wa dunia hii
tu, wasio na Roho.   20 Bali
ninyi, wapenzi, mkijijenga juu
ya imani yenu iliyo takatifu
sana, na kuomba katika Roho
Mtakatifu, 21 jilindeni katika
upendo wa Mungu, huku mki-
ngojea rehema ya Bwana wetu
Yesu Kristo, hata mpate uzima
wa milele.   22 Wahurumieni
wengine walio na shaka, 23 na
wengine waokoeni kwa kuwa-
nyakua katika moto; na we-
ngine wahurumieni kwa hofu,
mkilichukia hata vazi lililo-
tiwa uchafu na mwili.

Baraka

24 Yeye awezaye kuwalinda
ninyi msijikwae, na kuwasi-
mamisha mbele ya utukufu
wake bila mawaa katika furaha
kuu;   25 Yeye aliye Mungu
pekee, Mwokozi wetu kwa
Yesu Kristo Bwana wetu; utu-
kufu una yeye, na ukuu, na
uwezo, na nguvu, tangu milele,
na   sasa,   na   hata   milele.
Amina.

UFUNUO WA YOHANA

1 Ufunuo wa Yesu Kristo, aliopewa na Mungu awaonyeshe watumwa wake mambo ambayo kwamba hayana budi kuwako upesi; naye akatuma kwa mkono wa malaika akamwonyesha mtumwa wake Yohana; 2 aliyelishuhudia Neno la Mungu, na ushuhuda wa Yesu Kristo, yaani, mambo yote aliyoyaona. 3 Heri asomaye na wao wayasikiao maneno ya unabii huu, na kuyashika yaliyoandikwa humo; kwa maana wakati u karibu.

4 Yohana, kwa yale makanisa saba yaliyoko Asia: Neema na iwe kwenu na amani, zitokazo kwake yeye aliyeko na aliyekuwako na atakayekuja; na zitokazo kwa roho saba walioko mbele ya kiti chake cha enzi; 5 tena zitokazo kwa Yesu Kristo, shahidi aliye mwaminifu, mzaliwa wa kwanza wa waliokufa, na mkuu wa wafalme wa dunia. Yeye atupendaye na kutuosha dhambi zetu katika damu yake, 6 na kutufanya kuwa ufalme, na makuhani kwa Mungu, naye ni Baba yake; utukufu na ukuu una Yeye hata milele na milele.

Amina. 7 Tazama, yuaja na mawingu; na kila jicho litamwona, na hao waliomchoma; na kabila zote za dunia wataomboleza kwa ajili yake. Naam. Amina.

8 Mimi ni Alfa na Omega, mwanzo na mwisho, asema Bwana Mungu, aliyeko na aliyekuwako na atakayekuja, Mwenyezi.

Maono ya Kristo

9 Mimi Yohana, ndugu yenu na mwenye kushiriki pamoja nanyi katika mateso na ufalme na subira ya Yesu Kristo, nalikuwa katika kisiwa kiitwacho Patmo, kwa ajili ya Neno la Mungu, na ushuhuda wa Yesu. 10 Nalikuwa katika Roho, siku ya Bwana; nikasikia sauti kuu nyuma yangu, kama sauti ya baragumu, 11 ikisema, Haya uyaonayo uyaandike katika chuo, ukayapeleke kwa hayo makanisa saba: Efeso, na Smirna, na Pergamo, na Thiatira, na Sardi, na Filadelfia, na Laodikia. 12 Nikageuka niione ile sauti iliyosema nami. Na nilipogeuka, niliona vinara

453

vya taa saba vya dhahabu; 13 na katikati ya vile vinara nikaona mtu mfano wa Mwanadamu, amevaa vazi lililofika miguuni, na kufungwa mshipi wa dhahabu matitini. 14 Kichwa chake na nywele zake zilikuwa nyeupe kama sufu nyeupe, kama theluji; na macho yake kama mwali wa moto; 15 na miguu yake kama shaba iliyosuguliwa sana, kana kwamba imesafishwa katika tanuru; na sauti yake kama sauti ya maji mengi. 16 Naye alikuwa na nyota saba katika mkono wake wa kuume; na upanga mkali, wenye makali kuwili, ukitoka katika kinywa chake; na uso wake kama jua liking'aa kwa nguvu zake.

17 Nami nilipomwona, nalianguka miguuni pake kama mtu aliyekufa. Akaweka mkono wake wa kuume juu yangu, akisema, Usiogope, Mimi ni wa kwanza na wa mwisho, 18 na aliye hai; nami nalikuwa nimekufa, na tazama, ni hai hata milele na milele. Nami ninazo funguo za mauti, na za kuzimu. 19 Basi, uyaandike mambo hayo uliyoyaona, nayo yaliyopo, na yale yatakayokuwa baada ya hayo. 20 Siri ya zile nyota saba ulizoziona katika mkono wangu wa kuume, na ya vile vinara saba vya

dhahabu: zile nyota saba ni malaika wa yale makanisa saba; na vile vinara saba ni makanisa saba.

Barua kwa kanisa la Efeso

2 Kwa malaika wa kanisa lililoko Efeso andika;

Haya ndiyo anenayo yeye azishikaye hizo nyota saba katika mkono wake wa kuume, yeye aendaye katikati ya vile vinara saba vya dhahabu. 2 Nayajua matendo yako, na taabu yako, na subira yako, na ya kuwa huwezi kuchukuliana na watu wabaya, tena umewajaribu wale wajiitao mitume, nao sio, ukawaona kuwa waongo; 3 tena ulikuwa na subira na kuvumilia kwa ajili ya jina langu, wala hukuchoka. 4 Lakini nina neno juu yako, ya kwamba umeuacha upendo wako wa kwanza. 5 Basi, kumbuka ni wapi ulikoanguka; ukatubu, ukayafanye matendo ya kwanza. Lakini, usipofanya hivyo, naja kwako, nami nitakiondoa kinara chako katika mahali pake, usipotubu. 6 Lakini unalo neno hili, kwamba wayachukia matendo ya Wanikolai, ambayo na mimi nayachukia. 7 Yeye aliye na sikio, na alisikie neno hili ambalo Roho ayaambia makanisa. Yeye ashindaye, nitampa kula matunda ya mti wa uzima, ulio katika bustani ya Mungu.

Barua kwa kanisa la Smirna

8 Na kwa malaika wa kanisa lililoko Smirna andika;

Haya ndiyo anenayo yeye aliye wa kwanza na wa mwisho, aliyekuwa amekufa, kisha akawa hai. 9 Naijua dhiki yako na umaskini wako, (lakini u tajiri), naijua na matukano ya hao wasemao ya kuwa ni Wayahudi, nao sio, bali ni sinagogi la Shetani. 10 Usiogope mambo yatakayokupata; tazama, huyo Ibilisi atawatupa baadhi yenu gerezani ili mjaribiwe, nanyi mtakuwa na dhiki siku kumi. Uwe mwaminifu hata kufa, nami nitakupa taji ya uzima. 11 Yeye aliye na sikio, na alisikie neno hili ambalo Roho ayaambia makanisa. Yeye ashindaye hatapatikana na madhara ya mauti ya pili.

Barua kwa kanisa la Pergamo

12 Na kwa malaika wa kanisa lililoko Pergamo andika;

Haya ndiyo anenayo yeye aliye na huo upanga mkali, wenye makali kuwili. 13 Napajua ukaapo, ndipo penye kiti cha enzi cha Shetani; nawe walishika sana jina langu, wala hukuikana imani yangu, hata katika siku za Antipa shahidi wangu, mwaminifu wangu, aliyeuawa kati yenu, hapo akaapo Shetani. 14 Lakini ninayo maneno machache juu yako, kwa kuwa unao huko watu washikao mafundisho ya Balaamu, yeye aliyemfundisha Balaki atie ukwazo mbele ya Waisraeli, kwamba wavile vitu vilivyotolewa sadaka kwa sanamu, na kuzini. 15 Vivyo hivyo wewe nawe unao watu wayashikao mafundisho ya Wanikolai vile vile. 16 Basi tubu; na usipotubu, naja kwako upesi, nami nitafanya vita juu yao kwa huo upanga wa kinywa changu. 17 Yeye aliye na sikio, na alisikie neno hili ambalo Roho ayaambia makanisa. Yeye ashindaye nitampa baadhi ya ile mana iliyofichwa, nami nitampa jiwe jeupe, na juu ya jiwe hilo limeandikwa jina jipya asilolijua mtu ila yeye anayelipokea.

Barua kwa kanisa la Thiatira

18 Na kwa malaika wa kanisa lililoko Thiatira andika;

Haya ndiyo anenayo Mwana wa Mungu, yeye aliye na macho yake kama mwali wa moto, na miguu yake mfano wa shaba iliyosuguliwa sana.

19 Nayajua matendo yako na upendo na imani na huduma na subira yako; tena kwamba matendo yako ya mwisho yamezidi yale ya kwanza. 20 Lakini nina neno juu yako, ya kwamba wamridhia yule mwanamke Yezebeli, yeye ajiitaye nabii na kuwafundisha watumishi wangu na kuwapoteza, ili wazini na kula vitu vilivyotolewa sadaka kwa sanamu. 21 Nami nimempa muda ili atubu, wala hataki kuutubia uzinzi wake. 22 Tazama, nitamtupa juu ya kitanda, na hao wazinio pamoja naye, wapate dhiki kubwa wasipotubia matendo yake; 23 nami nitawaua watoto wake kwa mauti. Na makanisa yote watajua ya kuwa mimi ndiye achunguzaye viuno na mioyo. Nami nitampa kila mmoja wenu kwa kadiri ya matendo yake. 24 Lakini nawaambia ninyi wengine mlioko Thiatira, wo wote wasio na mafundisho hayo, wasiozijua fumbo za Shetani, kama vile wasemavyo, Sitaweka juu yenu mzigo mwingine. 25 Ila mlicho nacho kishikeni sana, hata nitakapokuja. 26 Na yeye ashindaye, na kuyatunza matendo yangu hata mwisho, nitampa mamlaka juu ya mataifa, 27 naye atawachunga kwa fimbo ya chuma, kama vyombo vya mfinyanzi vipo-

ndwavyo, kama mimi nami nilivyopokea kwa Baba yangu. 28 Nami nitampa ile nyota ya asubuhi. 29 Yeye aliye na sikio, na alisikie neno hili ambalo Roho ayaambia makanisa.

Barua kwa kanisa la Sardi

3 Na kwa malaika wa kanisa lililoko Sardi andika; Haya ndiyo anenayo yeye aliye na hizo Roho saba za Mungu, na zile nyota saba. Nayajua matendo yako, ya kuwa una jina la kuwa hai, nawe umekufa. 2 Uwe mwenye kukesha, ukayaimarishe mambo yaliyosalia, yanayotaka kufa. Maana sikuona matendo yako kuwa yametimilika mbele za Mungu wangu. 3 Basi kumbuka jinsi ulivyopokea, na jinsi ulivyosikia; yashike hayo na kutubu. Walakini usipokesha, nitakuja kama mwivi, wala hutaijua saa nitakayokuja kwako. 4 Lakini unayo majina machache katika Sardi, watu wasioyatia mavazi yao uchafu. Nao watakwenda pamoja nami hali wamevaa mavazi meupe, kwa kuwa wamestahili. 5 Yeye ashindaye atavikwa hivyo mavazi meupe, wala sitalifuta kamwe jina lake katika kitabu cha uzima, nami nitalikiri jina lake mbele za Baba yangu, na mbele ya malaika zake. 6 Ye-

ye aliye na sikio, na alisikie neno hili ambalo Roho ayaambia makanisa.

Barua kwa kanisa la Filadelfia

7 Na kwa malaika wa kanisa lililoko Filadelfia andika; Haya ndiyo anenayo yeye aliye mtakatifu, aliye wa kweli, aliye na ufunguo wa Daudi, yeye mwenye kufungua wala hapana afungaye, naye afunga wala hapana afunguaye. 8 Nayajua matendo yako. Tazama, nimekupa mlango uliofunguliwa mbele yako, ambao hapana awezaye kuufunga, kwa kuwa unazo nguvu kidogo, nawe umelitunza neno langu, wala hukulikana jina langu. 9 Tazama, nakupa walio wa sinagogi la Shetani, wasemao kwamba ni Wayahudi, nao sio, bali wasema uongo. Tazama, nitawafanya waje kusujudu mbele ya miguu yako, na kujua ya kuwa nimekupenda. 10 Kwa kuwa umelishika neno la subira yangu, mimi nami nitakulinda, utoke katika saa ya kujaribiwa iliyo tayari kuujilia ulimwengu wote, kuwajaribu wakaao juu ya nchi. 11 Naja upesi. Shika yako ulicho nacho, asije mtu akaitwaa taji yako. 12 Yeye ashindaye, nitamfanya kuwa nguzo katika hekalu la Mungu wangu, wala hatatoka humo tena kabisa, nami nitaandika juu yake jina la Mungu wangu, na jina la mji wa Mungu wangu, huo Yerusalemu mpya, ushukao kutoka mbinguni kwa Mungu wangu, na jina langu mwenyewe, lile jipya. 13 Yeye aliye na sikio, na alisikie neno hili ambalo Roho ayaambia makanisa.

Barua kwa kanisa la Laodikia

14 Na kwa malaika wa kanisa lililoko Laodikia andika;

Haya ndiyo anenayo yeye aliye Amina, Shahidi aliye mwaminifu na wa kweli, mwanzo wa kuumba kwa Mungu. 15 Nayajua matendo yako, ya kuwa hu baridi wala hu moto; ingekuwa heri kama ungekuwa baridi au moto. 16 Basi, kwa sababu una uvuguvugu, wala hu baridi wala moto, nitakutapika utoke katika kinywa changu. 17 Kwa kuwa wasema, Mimi ni tajiri, nimejitajirisha, wala sina haja ya kitu; nawe hujui ya kuwa wewe u mnyonge, na mwenye mashaka, na maskini, na kipofu, na uchi. 18 Nakupa shauri, ununue kwangu dhahabu iliyosafishwa kwa moto, upate kuwa tajiri; na mavazi meupe upate kuvaa, aibu ya uchi wako isionekane; na dawa ya macho ya kujipaka macho yako, upate kuona. 19 Wote niwapendao mimi nawakemea, na kuwarudi; basi uwe na bidii, ukatubu. 20 Tazama, nasimama mlangoni, nabisha; mtu akiisikia sauti yangu na kuufungua mlango, nitaingia kwake, nami nitakula pamoja naye, na yeye pamoja nami. 21 Yeye ashindaye, nitampa kuketi pamoja nami katika kiti changu cha enzi, kama mimi nilivyoshinda nikaketi pamoja na Baba yangu katika kiti chake cha enzi. 22 Yeye aliye na sikio, na alisikie neno hili ambalo Roho ayaambia makanisa.

Maono ya mbinguni

4 Baada ya hayo naliona, na tazama, mlango ukafunguka mbinguni, na sauti ile ya kwanza niliyoisikia kama sauti ya baragumu ikinena nami, ikisema, Panda hata huku, nami nitakuonyesha mambo ambayo hayana budi kuwako baada ya hayo. 2 Na mara nalikuwa katika Roho; na tazama, kiti cha enzi kimewekwa mbinguni na mmoja ameketi juu ya kile kiti; 3 na yeye aliyeketi alionekana mithili ya jiwe la yaspi na akiki, na upinde wa mvua ulikizunguka kile kiti cha enzi, ukionekana mithili ya zumaridi. 4 Na viti ishirini na vinne vilikizunguka kile kiti cha enzi, na juu ya vile viti naliona wazee ishirini na wanne, wameketi, wamevikwa mavazi meupe; na juu ya vichwa vyao walikuwa na taji za dhahabu. 5 Na katika kile kiti cha enzi kunatoka umeme na sauti na ngurumo. Na taa saba za moto zilikiwaka mbele ya kile kiti cha enzi, ndizo Roho saba za Mungu. 6 Na mbele ya kile kiti cha enzi kulikuwa na mfano wa bahari ya kioo, kama bilauri; na katikati ya kile kiti cha enzi, na pande zote za kile kiti, walikuwako wenye uhai wanne, wamejaa macho mbele na nyuma. 7 Na huyo mwenye uhai wa kwanza alikuwa mfano wa simba; na mwenye uhai wa pili alikuwa mfano wa ndama; na mwenye uhai wa tatu alikuwa na uso kama uso wa mwanadamu; na mwenye uhai wa nne alikuwa mfano wa tai arukaye. 8 Na hawa wenye uhai wanne, kila mmoja alikuwa na mabawa sita; na pande zote na ndani wamejaa macho, wala hawapumziki mchana wala usiku, wakisema, Mtakatifu, Mtakatifu, Mtakatifu, Bwana Mungu Mwenyezi, aliyekuwako na aliyeko na atakayekuja. 9 Na hao wenye uhai wanapompa yeye aketiye juu ya kiti cha enzi utukufu, na heshima, na shukrani, yeye aliye hai hata milele na milele, 10 ndipo hao wazee ishirini na wanne huanguka mbele zake yeye aketiye juu ya kile kiti cha enzi, nao humsujudia yeye aliye hai hata milele na milele, nao huzitupa taji zao mbele ya kile kiti cha enzi, wakisema, 11 Umestahili wewe, Bwana wetu na Mungu wetu, kuupokea utukufu na heshima na uweza; kwa kuwa wewe ndiwe uliyeviumba vitu vyote, na kwa sababu ya mapenzi yako vilikuwako, navyo vikaumbwa.

Maono ya Mwana-Kondoo wa Mungu

5 Kisha nikaona katika mkono wa kuume wake yeye aliyeketi juu ya kile kiti cha enzi kitabu kilichoandikwa ndani na nyuma, kimetiwa muhuri saba. 2 Nikaona malaika mwenye nguvu akihubiri kwa sauti kuu, N'nani astahiliye kukifungua kitabu, na kuzivunja muhuri zake? 3 Wala hapakuwa na mtu mbinguni, wala juu ya nchi, wala chini ya nchi, aliyeweza kukifungua hicho kitabu, wala kukitazama. 4 Nami nikalia sana kwa kuwa hapakuonekana mtu astahiliye kukifu-

ngua hicho kitabu, wala kukitazama. 5 Na mmojawapo wa wale wazee akaniambia, Usilie; tazama, Simba aliye wa kabila ya Yuda, Shina la Daudi, yeye ameshinda apate kukifungua kile kitabu, na zile muhuri zake saba. 6 Nikaona katikati ya kile kiti cha enzi na wale wenye uhai wanne, na katikati ya wale wazee, Mwana-Kondoo amesimama, alikuwa kana kwamba amechinjwa, mwenye pembe saba na macho saba, ambazo ni Roho saba za Mungu zilizotumwa katika dunia yote. 7 Akaja, akakitwaa kile kitabu katika mkono wa kuume wake yeye aliyeketi juu ya kile kiti cha enzi. 8 Hata alipokitwaa kile kitabu, hao wenye uhai wanne na wale wazee ishirini na wanne wakaanguka mbele za Mwana-Kondoo, kila mmoja wao ana kinubi, na vitasa vya dhahabu vilivyojaa manukato, ambayo ni maombi ya watakatifu. 9 Nao waimba wimbo mpya wakisema, Wastahili wewe kukitwaa hicho kitabu na kuzifungua muhuri zake; kwa kuwa ulichinjwa, ukamnunulia Mungu kwa damu yako watu wa kila kabila na lugha na jamaa na taifa, 10 ukawafanya kuwa ufalme na makuhani kwa Mungu wetu; nao wanamiliki juu ya nchi. 11 Nikaona, nikasikia sauti ya malaika wengi pande zote za kile kiti cha enzi, na za wale wenye uhai, na za wale wazee, na hesabu yao ilikuwa elfu kumi mara elfu kumi na elfu mara elfu, 12 wakisema kwa sauti kuu, Astahili Mwana-Kondoo aliyechinjwa, kuupokea uweza na utajiri na hekima na nguvu na heshima na utukufu na baraka. 13 Na kila kiumbe kilichoko mbinguni na juu ya nchi na chini ya nchi na juu ya bahari, na vitu vyote vili-vyomo ndani yake, nalivisikia, vikisema, Baraka na heshima na utukufu na uweza una yeye aketiye juu ya kiti cha enzi, na yeye Mwana-Kondoo, hata milele na milele. 14 Na wale wenye uhai wanne wakasema, Amina. Na wale wazee wa-kaanguka, wakasujudu.

Kuzifungua muhuri

6 Kisha nikaona hapo Mwana-Kondoo alipofu-ngua moja ya zile muhuri saba, nikasikia mmoja wa wale wenye uhai wanne akisema, kama kwa sauti ya ngurumo, Njoo! 2 Nikaona, na tazama, farasi mweupe, na yeye aliye-mpanda ana uta, akapewa taji, naye akatoka, ali akishinda tena apate kushinda.

3 Na alipoifungua muhuri ya pili, nikamsikia yule mwe-nye uhai wa pili akisema,

Njoo! 4 Akatoka farasi mwi-ngine, mwekundu sana, na yeye aliyempanda alipewa kui-ondoa amani katika nchi, ili watu wauane, naye akapewa upanga mkubwa.

5 Na alipoifungua muhuri ya tatu, nikamsikia yule wa tatu mwenye uhai akisema, Njoo! Nikaona, na tazama, farasi mweusi, na yeye aliye-mpanda ana mizani mkononi mwake. 6 Nikasikia kama sauti katikati ya hao wenye uhai wanne, ikisema, Kibaba cha ngano kwa nusu rupia, na vibaba vitatu vya shayiri kwa nusu rupia, wala usiyadhuru mafuta wala divai.

7 Na alipoifungua muhuri ya nne, nikasikia sauti ya yule mwenye uhai wa nne akisema, Njoo! 8 Nikaona, na tazama, farasi wa rangi ya kijivujivu, na yeye aliyempanda jina lake ni Mauti, na Kuzimu akafuatana naye. Nao wakapewa ma-mlaka juu ya robo ya nchi, waue kwa upanga na kwa njaa na kwa tauni na kwa haya-wani wa nchi.

9 Na alipoifungua muhuri ya tano, nikaona chini ya madhabahu roho zao walio-chinjwa kwa ajili ya neno la Mungu, na kwa ajili ya ushu-huda waliokuwa nao. 10 Wa-kalia kwa sauti kuu, wakisema, Ee Mola, Mtakatifu, Mwenye kweli, hata lini kutokuhu-

kumu, wala kuipatia haki damu yetu kwa hao wakaao juu ya nchi? 11 Nao wakapewa kila mmoja nguo ndefu, nyeupe, wakaambiwa wastarehe bado muda mchache, hata itakapotimia hesabu ya wajoli wao na ndugu zao, watakaouawa vile vile kama wao.

12 Nami nikaona, alipoifungua muhuri ya sita, palikuwa na tetemeko kuu la nchi; jua likawa jeusi kama gunia la singa, mwezi wote ukawa kama damu, 13 na nyota zikaanguka juu ya nchi kama vile mtini upukutishavyo mapooza yake, utikiswapo na upepo mwingi. 14 Mbingu zikaondolewa kama ukurasa ulivyokunjwa, na kila mlima na kisiwa kikahamishwa kutoka mahali pake. 15 Na wafalme wa dunia, na wakuu, na majemadari, na matajiri, na wenye nguvu, na kila mtumwa, na mwungwana, wakajificha katika pango na chini ya miamba ya milima, 16 wakiiambia milima na miamba, Tuangukieni, tusitirini, mbele za uso wake yeye aketiye juu ya kiti cha enzi, na hasira ya Mwana-Kondoo. 17 Kwa maana siku iliyo kuu, ya hasira yao, imekuja; naye ni nani awezaye kusimama?

Kutiwa muhuri kwa wale watu mia na arobaini na nne elfu

7 Baada ya hayo nikaona malaika wanne wamesimama katika pembe nne za nchi, wakizizuia pepo nne za nchi, upepo usivume juu ya nchi, wala juu ya bahari, wala juu ya mti wo wote. 2 Nikaona malaika mwingine, akipanda kutoka maawio ya jua, mwenye muhuri ya Mungu aliye hai; akawapiga kelele kwa sauti kuu wale malaika wanne waliopewa kuidhuru nchi na bahari, 3 akisema, Msiidhuru nchi, wala bahari, wala miti, hata tutakapokwisha kuwatia muhuri watumwa wa Mungu wetu juu ya vipaji vya nyuso zao. 4 Nikasikia hesabu yao waliotiwa muhuri katika kila kabila ya Waisraeli, watu mia na arobaini na nne elfu.

5 Wa kabila ya Yuda kumi na mbili elfu waliotiwa muhuri.

Wa kabila ya Reubeni kumi na mbili elfu.

Wa kabila ya Gadi kumi na mbili elfu.

6 Wa kabila ya Asheri kumi na mbili elfu.

Wa kabila ya Naftali kumi na mbili elfu.

Wa kabila ya Manase kumi na mbili elfu.

7 Wa kabila ya Simeoni kumi na mbili elfu.

Wa kabila ya Lawi kumi na mbili elfu.

Wa kabila ya Isakari kumi na mbili elfu.

8 Wa kabila ya Zabuloni kumi na mbili elfu.

Wa kabila ya Yusufu kumi na mbili elfu.

Wa kabila ya Benyamini kumi na mbili elfu waliotiwa muhuri.

Maono ya Waliokombolewa wakionekana mbinguni

9 Baada ya hayo nikaona, na tazama, mkutano mkubwa sana ambao hapana mtu awezaye kuuhesabu, watu wa kila taifa, na kabila, na jamaa, na lugha, wamesimama mbele ya kile kiti cha enzi, na mbele za Mwana-Kondoo, wamevikwa mavazi meupe, wana matawi ya mitende mikononi mwao; 10 wakilia kwa sauti kuu wakisema, Wokovu una Mungu wetu aketiye katika kiti cha enzi, na Mwana-Kondoo. 11 Na malaika wote walikuwa wakisimama pande zote za kile kiti cha enzi, na za hao wazee, na za wale wenye uhai wanne, nao wakaanguka kifulifuli mbele ya kile kiti cha enzi, wakamsujudu Mungu, 12 wakisema, Amina; Baraka na utukufu na hekima na shukrani na heshima na uweza na nguvu zina Mungu wetu hata milele na milele. Amina.

13 Akajibu mmoja wa wale wazee akiniambia, Je! watu hawa waliovikwa mavazi meupe ni akina nani? nao wametoka wapi? 14 Nikamwambia, Bwana wangu, wajua wewe. Akaniambia, Hao ndio wanaotoka katika dhiki ile iliyo kuu, nao wamefua mavazi yao, na kuyafanya meupe katika damu ya Mwana-Kondoo. 15 Kwa hiyo wako mbele ya kiti cha enzi cha Mungu, nao wanamtumikia mchana na usiku katika hekalu lake, na yeye aketiye katika kiti cha enzi atatanda hema yake juu yao. 16 Hawataona njaa tena, wala hawataona kiu tena, wala jua halitawapiga, wala hari iliyo yote. 17 Kwa maana huyo Mwana-Kondoo, aliye katikati ya kiti cha enzi, atawachunga, naye atawaongoza kwenye chemchemi za maji yenye uhai, na Mungu atayafuta machozi yote katika macho yao.

Kupigwa kwa Baragumu Saba

8 Hata alipoifungua muhuri ya saba, kukawa kimya mbinguni kama muda wa nusu saa. 2 Nami nikawaona wale malaika saba wasimamao mbele za Mungu, nao wakapewa baragumu saba. 3 Na malaika mwingine akaja akasimama mbele ya madhabahu,

mwenye chetezo cha dhahabu, akapewa uvumba mwingi, ili autie pamoja na maombi ya watakatifu wote juu ya madhabahu ya dhahabu, iliyo mbele ya kiti cha enzi. 4 Na moshi wa ule uvumba ukapanda mbele za Mungu pamoja na maombi ya watakatifu, kutoka mkononi mwa malaika. 5 Na huyo malaika akakitwaa kile chetezo, akakijaza moto wa madhabahu, akautupa juu ya nchi, kukawa radi na sauti na umeme na tetemeko la nchi.

6 Na wale malaika saba wenye baragumu saba wakajifanya tayari ili wazipige.

7 Malaika wa kwanza akapiga baragumu, kukawa mvua ya mawe na moto vilivyotangamana na damu, vikatupwa juu ya nchi; theluthi ya nchi ikateketea, na theluthi ya miti ikateketea, na majani mabichi yote yakateketea.

8 Malaika wa pili akapiga baragumu, na kitu, mfano wa mlima mkubwa uwakao moto, kikatupwa katika bahari; theluthi ya bahari ikawa damu. 9 Wakafa theluthi ya viumbe vilivyomo baharini, vyenye uhai; theluthi ya merikebu zikaharibiwa.

10 Malaika wa tatu akapiga baragumu, nyota kubwa ikaanguka kutoka mbinguni, iliyokuwa ikiwaka kama taa, ikaanguka juu ya theluthi ya mito, na juu ya chemchemi za maji. 11 Na jina lake ile nyota yaitwa Pakanga; theluthi ya maji ikawa pakanga, na wanadamu wengi wakafa kwa maji hayo, kwa kuwa yalitiwa uchungu.

12 Malaika wa nne akapiga baragumu, theluthi ya jua ikapigwa, na theluthi ya mwezi, na theluthi ya nyota, ili kwamba ile theluthi itiwe giza, mchana usiangaze theluthi yake, wala usiku vivyo hivyo.

Ole tatu

13 Kisha nikaona, nikasikia tai mmoja akiruka katikati ya mbingu, akisema kwa sauti kuu, Ole, ole, ole wao wakaao juu ya nchi! kwa sababu za sauti zisaliazo za baragumu za malaika watatu, walio tayari kupiga.

9 Malaika wa tano akapiga baragumu, nikaona nyota iliyotoka mbinguni, imeanguka juu ya nchi; naye akapewa ufunguo wa shimo la kuzimu. 2 Akalifungua shimo la kuzimu; moshi ukapanda kutoka mle shimoni kama moshi wa tanuru kubwa; jua na anga vikatiwa giza kwa sababu ya ule moshi wa shimoni. 3 Nzige wakatoka katika ule moshi, wakaenda juu ya nchi, wakapewa nguvu kama nguvu waliyo nayo nge wa nchi.

4 Wakaambiwa wasiyadhuru majani ya nchi, wala kitu chochote kilicho kibichi, wala mti wo wote, ila wale watu wasio na muhuri ya Mungu katika vipaji vya nyuso zao. 5 Wakapewa amri kwamba wasiwaue, bali wateswe miezi mitano. Na maumivu yao yalikuwa kama kuumwa na nge, aumapo mwanadamu. 6 Na siku zile wanadamu watatafuta mauti, wala hawataiona kamwe. Nao watatamani kufa, nayo mauti itawakimbia. 7 Na maumbo ya hao nzige yalikuwa kama farasi waliowekwa tayari kwa vita, na juu ya vichwa vyao kama taji, mfano wa dhahabu, na nyuso zao zilikuwa kama nyuso za wanadamu. 8 Nao walikuwa na nywele kama nywele za wanawake. Na meno yao yalikuwa kama meno ya simba. 9 Nao walikuwa na dirii kifuani kama dirii za chuma. Na sauti ya mabawa yao ilikuwa kama sauti ya magari, ya farasi wengi waendao kasi vitani. 10 Nao wana mikia kama ya nge, na miiba; na nguvu yao ya kuwadhuru wanadamu miezi mitano ilikuwa katika mikia yao. 11 Na juu yao wanaye mfalme, naye ni malaika wa kuzimu, jina lake kwa Kiebrania ni Abadoni, na kwa Kiyunani analo jina lake Apolioni.

12 Ole wa kwanza umekwisha pita. Tazama, bado ziko ole mbili, zinakuja baadaye.

13 Malaika wa sita akapiga baragumu, nikasikia sauti moja iliyotoka katika zile pembe za madhabahu ya dhahabu iliyo mbele za Mungu, 14 ikimwambia yule malaika wa sita aliyekuwa na baragumu, Wafungue hao malaika wanne waliofungwa kwenye mto mkubwa Frati. 15 Wale malaika wanne wakafunguliwa, waliokuwa wamewekwa tayari kwa ile saa na siku na mwezi na mwaka, ili kwamba waue theluthi ya wanadamu. 16 Na hesabu ya majeshi ya wapanda farasi ilikuwa elfu ishirini mara elfu kumi; nilisikia hesabu yao. 17 Hivyo ndivyo nilivyowaona hao farasi katika maono yangu, nao waliokaa juu yao, wana dirii kifuani, kama za moto, na za samawi, na za kiberiti; na vichwa vya farasi hao ni kama vichwa vya simba, na katika vinywa vyao hutoka moto na moshi na kiberiti. 18 Theluthi ya wanadamu wakauawa kwa mapigo matatu hayo, kwa moto huo na moshi huo na kiberiti hicho, yaliyotoka katika vinywa vyao. 19 Kwa maana, nguvu za hao farasi ni katika vinywa vyao, na katika mikia yao; maana mikia yao ni mfano wa nyoka, ina vichwa,

nao wanadhuru kwa hivyo.
20 Na wanadamu waliosalia,
wasiouawa kwa mapigo hayo,
hawakuzitubia zile kazi za
mikono yao, hata wasiwasu-
judie mashetani, na sanamu za
dhahabu na za fedha na za
shaba na za mawe na za miti,
zisizoweza kuona wala kusikia
wala kuenenda.   21 Wala ha-
wakuutubia uuaji wao, wala
uchawi wao, wala uasherati
wao, wala wivi wao.

*Malaika mwenye nguvu na
kitabu kidogo*

10 Kisha nikaona malaika
mwingine mwenye ngu-
vu akishuka kutoka mbinguni,
amevikwa wingu; na upinde
wa mvua juu ya kichwa chake;
na uso wake ulikuwa kama
jua, na miguu yake kama
nguzo za moto.   2 Na katika
mkono wake alikuwa na kitabu
kidogo kimefunguliwa.   Aka-
weka mguu wake wa kuume
juu ya bahari, nao wa kushoto
juu ya nchi. 3 Naye akalia
kwa sauti kuu, kama simba
angurumavyo.   Na alipolia,
zile ngurumo saba zikatoa
sauti zao. 4 Hata ngurumo
saba zilipotoa sauti zao, nali-
kuwa tayari kuandika.   Nami
nalisikia sauti kutoka mbi-
nguni ikisema, Yatie muhuri
maneno hayo yaliyonenwa na

hizo ngurumo saba, usiya-
andike.   5 Na yule malaika
niliyemwona, akisimama juu
ya bahari na juu ya nchi,
akainua mkono wake wa ku-
ume kuelekea mbinguni, 6 aka-
apa kwa yeye aliye hai hata
milele na milele, yeye aliye-
ziumba mbingu na vitu vili-
vyomo, na nchi na vitu vili-
vyomo, na bahari na vitu
vilivyomo, ya kwamba hapata-
kuwa na wakati baada ya
haya; 7 isipokuwa katika
siku za sauti ya malaika wa
saba, atakapokuwa tayari ku-
piga baragumu; hapo ndipo
siri ya Mungu itakapotimizwa,
kama alivyowahubiri watu-
mishi wake hao manabii.
8 Na sauti ile niliyoisikia
kutoka mbinguni ilinena na-
mi tena, ikisema, Enenda,
ukakitwae kile kitabu kilicho-
funguliwa katika mkono wa
yule malaika, aliyesimama juu
ya bahari na juu ya nchi.
9 Nikamwendea malaika yule
nikamwambia kwamba anipe
kile kitabu kidogo. Akani-
ambia, Kitwae, ukile, nacho
kitakutia uchungu tumboni
mwako, bali katika kinywa
chako kitakuwa kitamu kama
asali.   10 Nikakitwaa kile ki-
tabu kidogo katika mkono wa
malaika yule, nikakila; nacho
kikawa kitamu kama asali
kinywani mwangu, na nilipo-
kwisha kukila tumbo langu

likatiwa uchungu. 11 Wa-
kaniambia, Imekupasa kutoa
unabii tena juu ya watu na
taifa na lugha na wafalme
wengi.

Mashahidi Wawili

11 Nikapewa mwanzi ka-
ma fimbo; na mmoja
akaniambia, Inuka, ukalipime
hekalu la Mungu, na madha-
bahu, na hao wasujuduo
humo. 2 Na behewa iliyo nje
ya hekalu uiache nje wala usi-
ipime, kwa maana Mataifa
wamepewa hiyo, nao watau-
kanyaga mji mtakatifu miezi
arobaini na miwili. 3 Nami
nitawaruhusu mashahidi wa-
ngu wawili, nao watatoa una-
bii siku elfu na mia mbili na
sitini, hali wamevikwa ma-
gunia. 4 Hao ndio ile mizei-
tuni miwili na vile vinara
viwili visimamavyo mbele za
Bwana wa nchi. 5 Na mtu
akitaka kuwadhuru, moto hu-
toka katika vinywa vyao hu-
kuwala adui zao. Na mtu
akitaka kuwadhuru, hivyo
ndivyo impasavyo kuuawa.
6 Hao wana amri ya kuzifunga
mbingu, ili mvua isinye katika
siku za unabii wao. Nao
wana amri juu ya maji kuya-
geuza kuwa damu, na kuipiga
nchi kwa kila pigo, kila wata-

kapo. 7 Hata watakapouma-
liza ushuhuda wao, yule mnya-
ma atokaye katika kuzimu
atafanya vita nao, naye ata-
washinda na kuwaua. 8 Na
mizoga yao itakuwa katika
njia ya mji ule mkuu, uitwao
kwa jinsi ya roho Sodoma, na
Misri, tena ni hapo Bwana wao
aliposulibiwa. 9 Na watu wa
hao jamaa na kabila na lugha
na taifa waitazama mizoga yao
siku tatu u nusu, wala hawai-
achi mizoga yao kuwekwa
kaburini. 10 Nao wakaao
juu ya nchi wafurahi juu yao
na kushangilia. Nao watape-
lekeana zawadi wao kwa wao,
kwa kuwa manabii hao wa-
wili waliwatesa wao wakaao
juu ya nchi. 11 Na baada ya
siku hizo tatu u nusu, roho ya
uhai itokayo kwa Mungu ika-
waingia, wakasimama juu ya
miguu yao; na hofu kuu
ikawaangukia watu waliowa-
tazama. 12 Wakasikia sauti
kuu kutoka mbinguni ikiwa-
ambia, Pandeni hata huku.
Wakapanda mbinguni katika
wingu, adui zao wakiwata-
zama. 13 Na katika saa ile
palikuwa na tetemeko kuu la
nchi, na sehemu ya kumi ya
mji ikaanguka; wanadamu elfu
saba wakauawa katika tete-
meko lile. Na waliosalia wa-
kaingiwa na hofu, wakamtu-
kuza Mungu wa mbingu.

14 Ole wa pili umekwisha

pita, tazama ole wa tatu unakuja upesi.

Baragumu ya Saba

15 Malaika wa saba akapiga baragumu, pakawa na sauti kuu katika mbingu, zikisema, Ufalme wa dunia umekwisha kuwa ufalme wa Bwana wetu na wa Kristo wake, naye atamiliki hata milele na milele. 16 Na wale wazee ishirini na wanne waketio mbele za Mungu katika viti vya enzi vyao wakaanguka kifulifuli, wakamsujudia Mungu, 17 wakisema, Tunakushukuru wewe, Bwana Mungu Mwenyezi, uliyeko na uliyekuwako, kwa sababu umeutwaa uweza wako ulio mkuu, na kumiliki. 18 Na mataifa walikasirika, hasira yako nayo ikaja, na wakati ukaja wa kuhukumiwa waliokufa, na wa kuwapa thawabu yao watumwa wako manabii na watakatifu, na hao walichao jina lako, wadogo kwa wakubwa, na wa kuwaharibu hao waiha#ribuo nchi.

19 Kisha Hekalu la Mungu lililoko mbinguni likafunguliwa, na sanduku la agano lake likaonekana ndani ya hekalu lake. Kukawa na umeme, na sauti, na radi, na tetemeko la nchi, na mvua ya mawe nyingi sana.

Maono ya Mwanamke na Joka Kubwa

12 Na ishara kuu ilionekana mbinguni; mwanamke aliyevikwa jua, na mwezi ulikuwa chini ya miguu yake, na juu ya kichwa chake taji ya nyota kumi na mbili. 2 Naye alikuwa ana mimba, akilia, hali ana utungu na kuumwa katika kuzaa. 3 Ikaonekana ishara nyingine mbinguni; na tazama, joka kubwa jekundu, alikuwa na vichwa saba na pembe kumi, na juu ya vichwa vyake vilemba saba. 4 Na mkia wake wakokota theluthi ya nyota za mbinguni, na kuziangusha katika nchi. Na yule joka akasimama mbele ya yule mwanamke aliye tayari kuzaa, ili azaapo, amle mtoto wake. 5 Naye akazaa mtoto mwanamume, yeye atakayewachunga mataifa yote kwa fimbo ya chuma. Na mtoto wake akanyakuliwa hata kwa Mungu, na kwa kiti chake cha enzi. 6 Yule mwanamke akakimbilia nyikani, ambapo ana mahali palipotengenezwa na Mungu, ili wamlishe huko muda wa siku elfu na mia mbili na sitini.

7 Kulikuwa na vita mbinguni; Mikaeli na malaika zake wakapigana na yule joka, yule joka naye akapigana nao pamoja na malaika zake;

8 nao hawakushinda, wala mahali pao hapakuonekana tena mbinguni. 9 Yule joka akatupwa, yule mkubwa, nyoka wa zamani, aitwaye Ibilisi na Shetani, audanganyaye ulimwengu wote; akatupwa hata nchi, na malaika zake wakatupwa pamoja naye. 10 Nikasikia sauti kuu mbinguni, ikisema, Sasa kumekuwa wokovu, na nguvu, na ufalme wa Mungu wetu, na mamlaka ya Kristo wake; kwa maana ametupwa chini mshitaki wa ndugu zetu, yeye awashitakiye mbele za Mungu wetu, mchana na usiku. 11 Nao wakamshinda kwa damu ya Mwana-Kondoo, na kwa neno la ushuhuda wao; ambao hawakupenda maisha yao hata kufa. 12 Kwa hiyo shangilieni, enyi mbingu, nanyi mkaao humo. Ole wa nchi na bahari! kwa maana yule Ibilisi ameshuka kwenu mwenye ghadhabu nyingi, akijua ya kuwa ana wakati mchache tu.

13 Na joka yule alipoona ya kuwa ametupwa katika nchi, alimwudhi mwanamke yule aliyemzaa mtoto mwanamume. 14 Mwanamke yule akapewa mabawa mawili ya tai yule mkubwa, ili aruke, aende zake nyikani hata mahali pake, hapo alishwapo kwa wakati na nyakati na nusu ya wa-

kati, mbali na nyoka huyo. 15 Nyoka akatoa katika kinywa chake, nyuma ya huyo mwanamke, maji kama mto, amfanye kuchukuliwa na mto ule. 16 Nchi ikamsaidia mwanamke; nchi ikafunua kinywa chake, ikaumeza mto ule alioutoa yule joka katika kinywa chake. 17 Joka akamkasirikia yule mwanamke, akaenda zake afanye vita juu ya wazao wake waliosalia, wazishikao amri za Mungu, na kuwa na ushuhuda wa Yesu; 18 naye akasimama juu ya mchanga wa bahari.

Maono ya Wanyama wawili

13 Kisha nikaona mnyama akitoka katika bahari, mwenye pembe kumi, na vichwa saba, na juu ya pembe zake ana vilemba kumi, na juu ya vichwa vyake majina ya makufuru. 2 Na yule mnyama niliyemwona alikuwa mfano wa chui, na miguu yake ilikuwa kama miguu ya dubu, na kinywa chake kama kinywa cha simba; yule joka akampa nguvu zake na kiti chake cha enzi na uwezo mwingi. 3 Nikaona kimoja cha vichwa vyake kana kwamba kimetiwa jeraha la mauti, na pigo lake la mauti likapona. Dunia yote ikamstaajabia mnyama yule.

4 Wakamsujudu yule joka kwa sababu alimpa huyo mnyama uwezo wake; nao wakamsujudu yule mnyama, wakisema, Ni nani afananaye na mnyama huyu? Tena ni nani awezaye kufanya vita naye? 5 Naye akapewa kinywa cha kunena maneno makuu, ya makufuru. Akapewa uwezo wa kufanya kazi yake miezi arobaini na miwili. 6 Akafunua kinywa chake amtukane Mungu, na kulitukana jina lake, na maskani yake, nao wakaao mbinguni. 7 Tena akapewa kufanya vita na watakatifu na kuwashinda, akapewa uwezo juu ya kila kabila na jamaa na lugha na taifa. 8 Na watu wote wakaao juu ya nchi watamsujudu, kila ambaye jina lake halikuandikwa katika kitabu cha uzima cha Mwana-Kondoo, aliyechinjwa tangu kuwekwa misingi ya dunia. 9 Mtu akiwa na sikio na asikie. 10 Mtu akichukua mateka, atachukuliwa mateka. Mtu akiua kwa upanga, atauawa kwa upanga. Hapa ndipo penye subira na imani ya watakatifu.

11 Kisha nikaona mnyama mwingine, akipanda juu kutoka katika nchi; naye alikuwa na pembe mbili mfano wa Mwana-Kondoo, akanena kama joka. 12 Naye atumia uwezo wote wa mnyama yule wa kwanza mbele yake. Naye aifanya dunia na wote wakaao ndani yake wamsujudie mnyama wa kwanza, ambaye jeraha lake la mauti lilipona. 13 Naye afanya ishara kubwa, hata kufanya moto kushuka kutoka mbinguni uje juu ya nchi mbele ya wanadamu. 14 Naye awakosesha wale wakaao juu ya nchi, kwa ishara zile alizopewa kuzifanya mbele ya huyo mnyama, akiwaambia wakaao juu ya nchi kumfanyia sanamu yule mnyama, aliyekuwa na jeraha la upanga naye akaishi. 15 Akapewa kutia pumzi katika ile sanamu ya mnyama, hata ile sanamu ya mnyama inene, na kuwafanya hao wote wasioisujudu sanamu ya mnyama wauawe. 16 Naye awafanya wote, wadogo kwa wakubwa, na matajiri kwa maskini, na walio huru kwa watumwa, watiwe chapa katika mkono wao wa kuume, au katika vipaji vya nyuso zao; 17 tena kwamba mtu awaye yote asiweze kununua wala kuuza, isipokuwa ana chapa ile, yaani, jina la mnyama yule, au hesabu ya jina lake. 18 Hapa ndipo penye hekima. Yeye aliye na akili, na aihesabu hesabu ya mnyama huyo; maana ni hesabu ya kibinadamu. Na hesabu yake ni mia sita, sitini na sita.

*Maono ya Mwana-Kondoo
na Waliokombolewa*

14 Kisha nikaona, na ta-
zama, huyo Mwana-
Kondoo amesimama juu ya
mlima Sayuni, na watu mia na
arobaini na nne elfu pamoja
naye, wenye jina lake na jina
la Baba yake limeandikwa
katika vipaji vya nyuso zao.
2 Nami nikasikia sauti kutoka
mbinguni, kama sauti ya maji
mengi, na kama sauti ya radi
kuu. Na hiyo sauti niliyo-
isikia ilikuwa kama sauti ya
wapiga vinubi, wakivipiga vi-
nubi vyao; 3 na kuimba
wimbo mpya mbele ya kile kiti
cha enzi, na mbele ya wale
wenye uhai wanne, na wale
wazee; wala hapana mtu aliye-
weza kujifunza wimbo ule, ila
wale mia na arobaini na nne
elfu, walionunuliwa katika
nchi. 4 Hawa ndio wasiotiwa
unajisi pamoja na wanawake,
kwa maana ni bikira. Hawa
ndio wamfuatao Mwana-
Kondoo kila aendako. Hawa
wamenunuliwa katika wana-
damu, malimbuko kwa Mungu
na kwa Mwana-Kondoo.
5 Na katika vinywa vyao
haukuonekana uongo. Ma-
ana hawana mawaa.

Maono ya malaika watatu

6 Kisha nikaona malaika
mwingine, akiruka katikati ya
mbingu, mwenye Injili ya
milele, awahubiri hao wakaao
juu ya nchi, na kila taifa na
kabila na lugha na jamaa,
7 akasema kwa sauti kuu,
Mcheni Mungu, na kumtu-
kuza, kwa maana saa ya hu-
kumu yake imekuja. Msuju-
dieni yeye aliyezifanya mbingu
na nchi na bahari na che-
mchemi za maji.

8 Kisha mwingine, malaika
wa pili, akafuata, akisema,
Umeanguka, umeanguka Ba-
beli, mji ule ulio mkubwa,
maana ndio uliowanywesha
mataifa yote mvinyo ya
ghadhabu ya uasherati
wake.

9 Na mwingine, malaika wa
tatu, akawafuata, akisema
kwa sauti kuu, Mtu awaye
yote akimsujudu huyo mnya-
ma na sanamu yake, na
kuipokea chapa katika kipaji
cha uso wake, au katika
mkono wake, 10 yeye naye
atakunywa katika mvinyo ya
ghadhabu ya Mungu iliyo-
tengenezwa, pasipo kuchanga-
nywa na maji, katika kikombe
cha hasira yake; naye ataeswa
kwa moto na kiberiti mbele
ya malaika watakatifu, na
mbele za Mwana-Kondoo.
11 Na moshi wa maumivu yao
hupanda juu hata milele na
milele, wala hawana raha
mchana wala usiku, hao wa-
msujuduo huyo mnyama na

sanamu yake, na kila aipokeaye chapa ya jina lake. 12 Hapa ndipo penye subira ya watakatifu, hao wazishikao amri za Mungu, na imani ya Yesu.

13 Nikasikia sauti kutoka mbinguni ikisema, Andika, Heri wafu wafao katika Bwana tangu sasa. Naam, asema Roho, wapate kupumzika baada ya taabu zao; kwa kuwa matendo yao yafuatana nao.

Mavuno na Kuchumwa kwa vichala vya mzabibu wa nchi

14 Kisha nikaona, na tazama, wingu jeupe, na juu ya wingu hilo ameketi mmoja, mfano wa Mwanadamu, mwenye taji ya dhahabu juu ya kichwa chake, na katika mkono wake mundu mkali. 15 Na malaika mwingine akatoka katika hekalu, akimlilia kwa sauti kuu yeye aliyekuwa ameketi juu ya lile wingu, Tia mundu wako, ukavune; kwa kuwa saa ya kuvuna imekuja; kwa kuwa mavuno ya nchi yamekomaa. 16 Na yeye aliyeketi juu ya wingu akatupa mundu wake juu ya nchi, nchi ikavunwa.

17 Kisha malaika mwingine akatoka katika lile hekalu lililoko mbinguni, yeye naye ana mundu mkali. 18 Na malaika mwingine akatoka katika ile madhabahu, yule mwenye mamlaka juu ya moto; naye akamlilia kwa sauti kuu yule mwenye mundu ule mkali, akisema, Tia mundu wako mkali, ukachume vichala vya mzabibu wa nchi, maana zabibu zake zimeiva sana. 19 Malaika yule akautupa mundu wake hata nchi, akauchuma mzabibu wa nchi, akazitupa zabibu katika shinikizo hilo kubwa la ghadhabu ya Mungu. 20 Shinikizo lile likakanyagwa nje ya mji, damu ikatoka katika shinikizo mpaka kwenye hatamu za farasi, kama mwendo wa maili mia mbili.

Maono ya vitasa sabaa na mapigo

15 Kisha nikaona ishara nyingine katika mbinguni, iliyo kubwa, na ya ajabu; malaika saba wenye mapigo saba ya mwisho; maana katika hayo ghadhabu ya Mungu imetimia.

2 Tena nikaona kitu kama mfano wa bahari ya kioo iliyochangamana na moto, na wale wenye kushinda, watokao kwa yule mnyama, na sanamu yake, na kwa hesabu ya jina lake, walikuwa wamesimama kandokando ya hiyo bahari ya kioo, wenye vinubi vya Mungu. 3 Nao wauimba wimbo wa

Musa, mtumwa wa Mungu, na wimbo wa Mwana-Kondoo, wakisema, Ni makuu, na ya ajabu, matendo yako, Ee Bwana Mungu Mwenyezi; Ni za haki, na za kweli, njia zako, Ee Mfalme wa mataifa. 4 Ni nani asiyekucha, Ee Bwana, na kulitukuza jina lako? kwa kuwa wewe peke yako u Mtakatifu; kwa maana mataifa yote watakuja na kusujudu mbele zako; kwa kuwa matendo yako ya haki yamekwisha kufunuliwa.

5 Na baada ya hayo nikaona, na hekalu la hema ya ushuhuda mbinguni lilifunguliwa; 6 na wale malaika saba, wenye mapigo saba, wakatoka katika hekalu, wamevikwa mavazi ya kitani safi, ya kung'aa, wamefungwa vifuani mwao mishipi ya dhahabu. 7 Na mmoja wa wale wenye uhai wanne akawapa wale malaika saba vitasa saba vya dhahabu, vimejaa ghadhabu ya Mungu, aliye hai hata milele na milele. 8 Hekalu likajazwa moshi uliotoka kwenye utukufu wa Mungu na uweza wake. Wala hapakuwa na mtu aliyeweza kuingia ndani ya hekalu, hata yatimizwe mapigo saba ya wale malaika saba.

16 Nikasikia sauti kuu kutoka hekaluni, ikiwaambia wale malaika saba,

Enendeni, mkavimimine vile vitasa saba vya ghadhabu ya Mungu juu ya nchi.

2 Akaenda huyo wa kwanza, akakimimina kitasa chake juu ya nchi; pakawa na jipu baya, bovu, juu ya wale watu wenye chapa ya huyo mnyama, na wale wenye kuisujudia sanamu yake.

3 Na huyo wa pili akakimimina kitasa chake juu ya bahari; ikawa damu kama damu ya mfu, na vitu vyote vyenye roho ya uhai katika bahari vikafa.

4 Na huyo wa tatu akakimimina kitasa chake juu ya mito na chemchemi za maji; zikawa damu. 5 Nami nikamsikia malaika wa maji akisema, Wewe u mwenye haki, uliyeko na uliyekuwako, Mtakatifu, kwa kuwa umehukumu hivi; 6 kwa kuwa walimwaga damu ya watakatifu na ya manabii, nawe umewapa damu wainywe; nao wamestahili. 7 Nikaisikia hiyo madhabahu ikisema, Naam, Bwana Mungu Mwenyezi, ni za kweli, na za haki, hukumu zako.

8 Na huyo wa nne akakimimina kitasa chake juu ya jua; nalo likapewa kuwaunguza wanadamu kwa moto. 9 Wanadamu wakaunguzwa maunguzo makubwa, nao wakalitukana jina la Mungu aliye na mamlaka juu ya mapigo

hayo; wala hawakutubu wala kumpa utukufu.

10 Na huyo wa tano akakimimina kitasa chake juu ya kiti cha enzi cha yule mnyama; ufalme wake ukatiwa giza; wakatafuna ndimi zao kwa sababu ya maumivu, 11 wakamtukana Mungu wa mbingu kwa sababu ya maumivu yao, na kwa sababu ya majipu yao; wala hawakuyatubia matendo yao.

12 Na huyo wa sita akakimimina kitasa chake juu ya mto ule mkubwa Frati; maji yake yakakauka, ili njia itengenezwe kwa wafalme watokao katika maawio ya jua. 13 Nikaona roho tatu za uchafu zilizofanana na vyura, zikitoka katika kinywa cha yule joka, na katika kinywa cha yule mnyama, na katika kinywa cha yule nabii wa uongo. 14 Hizo ndizo roho za mashetani, zifanyazo ishara, zitokazo na kuwaendea wafalme wa ulimwengu wote, kuwakusanya kwa vita ya siku ile kuu ya Mungu Mwenyezi. 15 (Tazama, naja kama mwivi. Heri akeshaye, na kuyatunza mavazi yake, asiende uchi hata watu wakaione aibu yake). 16 Wakawakusanya hata mahali paitwapo kwa Kiebrania, Har-Magedoni.

17 Na huyo wa saba akakimimina kitasa chake juu ya anga. Sauti kuu ikatoka katika hekalu, katika kile kiti cha enzi, ikisema, Imekwisha kuwa. 18 Pakawa na umeme na sauti na radi; na palikuwa na tetemeko la nchi kubwa, ambalo tangu wanadamu kuwako juu ya nchi hapakuwa namna ile, jinsi lilivyokuwa kubwa tetemeko hilo. 19 Na mji ule mkuu ukagawanyika mafungu matatu; na miji ya mataifa ikaanguka; na Babeli ule mkuu ukakumbukwa mbele za Mungu, kupewa kikombe cha mvinyo ya ghadhabu ya hasira yake. 20 Na kisiwa kikakimbia, wala milima haikuonekana tena. 21 Na mvua ya mawe kubwa sana, ya mawe mazito kama talanta, ikashuka kutoka mbinguni juu ya wanadamu. Wanadamu wakamtukana Mungu kwa sababu ya lile pigo la mvua ya mawe; kwa maana pigo lake ni kubwa mno.

Maono ya Kahaba na Mnyama

17 Akaja mmoja wa wale malaika saba, wenye vile vitasa saba, akanena nami, akisema, Njoo huku, nitakuonyesha hukumu ya yule kahaba mkuu aketiye juu ya maji mengi; 2 ambaye wafalme wa nchi wamezini naye, nao wakaao katika nchi wa-

melevywa kwa mvinyo ya uasherati wake. 3 Akanichukua katika Roho hata jangwani, nikaona mwanamke, ameketi juu ya mnyama mwekundu sana, mwenyc kujaa majina ya makufuru, mwenye vichwa saba na pembe kumi. 4 Na mwanamke yule alikuwa amevikwa nguo ya rangi ya zambarau, na nyekundu, amepambwa kwa dhahabu, na kito cha thamani, na lulu, naye alikuwa na kikombe cha dhahabu mkononi mwake, kilichojawa na machukizo, na machafu ya uasherati wake. 5 Na katika kipaji cha uso wake alikuwa na jina limeandikwa, la siri, BABELI MKUU, MAMA WA MAKAHABA NA MACHUKIZO YA NCHI. 6 Nikamwona yule mwanamke amelewa kwa damu ya watakatifu, na kwa damu ya mashahidi wa Yesu. Nami nilipomwona nikastaajabu ajabu kuu. 7 Na yule malaika akaniambia, Kwani kustaajabu? Nitakuambia siri ya mwanamke huyu, na ya mnyama huyu amchukuaye, mwenye vile vichwa saba na zile pembe kumi. 8 Yule mnyama uliyemwona alikuwako, naye hayuko, naye yu tayari kupanda kutoka kuzimu na kwenda kwenye uharibifu. Na hao wakaao juu ya nchi, wasioandikwa majina yao katika kitabu cha uzima tangu kuwekwa misingi ya ulimwengu, watastaajabu wamwonapo yule mnyama, ya kwamba alikuwako, naye hayuko, naye atakuwako. 9 Hapo ndipo penye akili zenye hekima. Vile vichwa saba ni milima saba anayokalia mwanamke huyo. 10 Navyo ni wafalme saba. Watano wamekwisha kuanguka, na mmoja yupo, na mwingine hajaja bado. Naye atakapokuja itampasa kukaa muda mchache. 11 Na yule mnyama aliyekuwako naye hayuko, yeye ndiye wa nane, naye ni mmoja wa wale saba, naye aenenda kwenye uharibifu.

12 Na zile pembe kumi ulizoziona ni wafalme kumi, ambao hawajapokea ufalme bado, lakini wapokea mamlaka kama wafalme muda wa saa moja pamoja na yule mnyama. 13 Hawa wana shauri moja, nao wampa yule mnyama nguvu zao na mamlaka yao. 14 Hawa watafanya vita na Mwana-Kondoo, na Mwana-Kondoo atawashinda, kwa maana Yeye ni Bwana wa Mabwana, na Mfalme wa Wafalme; na hao walio pamoja naye ndio walioitwa, na wateule, na waaminifu. 15 Kisha akaniambia, Yale maji uliyoyaona, hapo aketipo yule kahaba, ni jamaa na makutano na mataifa na lugha.

16 Na zile pembe kumi ulizoziona, na huyo mnyama, hao watamchukia yule kahaba, nao watamfanya kuwa mkiwa na uchi, watamla nyama yake, watamteketeza kabisa kwa moto. 17 Maana Mungu ametia mioyoni mwao kufanya shauri lake, na kufanya shauri moja, na kumpa yule mnyama ufalme wao hata maneno ya Mungu yatimizwe. 18 Na yule mwanamke uliyemwona, ni mji ule mkubwa, wenye ufalme juu ya wafalme wa nchi.

Kuanguka kwa Mji Mkuu

18 Baada ya hayo naliona malaika mwingine, akishuka kutoka mbinguni, mwenye mamlaka kuu; na nchi ikaangazwa kwa utukufu wake. 2 Akalia kwa sauti kuu, akisema, Umeanguka, umeanguka Babeli ule mkuu; umekuwa maskani ya mashetani, na ngome ya kila roho mchafu, na ngome ya kila ndege mchafu mwenye kuchukiza; 3 kwa kuwa mataifa yote wamekunywa mvinyo ya ghadhabu ya uasherati wake, na wafalme wa nchi wamezini naye, na wafanya biashara wa nchi wamepata mali kwa nguvu za kiburi chake.

4 Kisha nikasikia sauti nyingine kutoka mbinguni, ikisema, Tokeni kwake, enyi watu wangu, msishiriki dhambi zake, wala msipokee mapigo yake. 5 Kwa maana dhambi zake zimefika hata mbinguni, na Mungu amekumbuka maovu yake. 6 Mlipeni kama yeye alivyolipa, mkamlipe mara mbili kwa kadiri ya matendo yake. Katika kikombe kile alichokichanganyisha, mchanganyishieni maradufu. 7 Kwa kadiri alivyojitukuza na kufanya anasa, mpeni maumivu na huzuni kadiri iyo hiyo. Kwa kuwa husema moyoni mwake, Nimeketi malkia, wala si mjane, wala sitaona huzuni kamwe. 8 Kwa sababu hiyo mapigo yake yatakuja katika siku moja, mauti, na huzuni, na njaa, naye atateketezwa kabisa kwa moto. Kwa maana Bwana Mungu aliyemhukumu ni mwenye nguvu.

9 Na hao wafalme wa nchi, waliozini naye na kufanya anasa pamoja naye, watalia na kumwombolezea, wauonapo moshi wa kuungua kwake, 10 wakisimama mbali kwa hofu ya maumivu yake, wakisema, Ole, ole, mji ule ulio mkuu, Babeli, mji ule ulio na nguvu! kwa kuwa katika saa moja hukumu yako imekuja. 11 Na wafanya biashara wa nchi walia na kumwombolezea, kwa sababu hapana mtu

anunuaye bidhaa yao tena; 12 bidhaa ya dhahabu, na fedha, na kito chenye thamani, na lulu, na kitani nzuri, na nguo ya rangi ya zambarau, na hariri, na nguo nyekundu; na kila mti wa uudi, na kila chombo cha pembe, na kila chombo cha mti wa thamani nyingi, na cha shaba, na cha chuma, na cha marimari; 13 na mdalasini, na iliki, na uvumba, na marhamu, na ubani, na mvinyo, na mafuta ya mzeituni, na unga mzuri, na ngano, na n'gombe, na kondoo, na farasi, na magari, na miili na roho za wanadamu. 14 Na matunda yaliyotamaniwa na roho yako yamekuondokea; na vitu vyote vilivyo laini na vitu vya fahari vimekupotea; wala watu hawataviona tena kamwe.

15 Na wafanya biashara ya vitu hivyo, waliopata mali kwake, watasimama mbali, kwa hofu ya maumivu yake; wakilia na kuomboleza, 16 wakisema, Ole, ole, mji ule mkuu! uliovikwa kitani nzuri, na nguo ya rangi ya zambarau, na nguo nyekundu, na kupambwa kwa dhahabu, na kito cha thamani, na lulu; 17 kwa kuwa katika saa moja utajiri mwingi namna hii umekuwa ukiwa. Na kila nahodha na kila aendaye mahali popote kwa matanga, na mabaharia,

nao wote watendao kazi baharini, wakasimama mbali; 18 wakilia sana, walipouona moshi wa kuungua kwake, wakisema, Ni mji upi ulio mfano wa mji huu mkubwa! 19 Wakatupa mavumbi juu ya vichwa vyao, wakilia, wakitokwa na machozi na kuomboleza, wakisema, Ole, ole, mji ule ulio mkuu! ambao ndani yake wote wenye merikebu baharini walipata mali kwa utajiri wake; kwa kuwa katika saa moja umekuwa ukiwa. 20 Furahini juu yake, enyi mbingu, nanyi watakatifu na mitume na manabii; kwa maana Mungu amehukumu hukumu yenu juu yake.

21 Na malaika mmoja mwenye nguvu akainua jiwe, kama jiwe kubwa la kusagia, akalitupa katika bahari, akisema, Kama hivi, kwa nguvu nyingi, utatupwa Babeli, mji ule mkuu, wala hautaonekana tena kabisa. 22 Wala sauti ya wapiga vinanda, na ya wapiga zomari, na ya wapiga filimbi, na ya wapiga baragumu, haitasikiwa ndani yako tena kabisa; wala fundi awaye yote wa kazi yo yote hataonekana ndani yako tena kabisa; wala sauti ya jiwe la kusagia haitasikiwa ndani yako tena kabisa; 23 wala nuru ya taa haitamulika ndani yako tena kabisa; wala sauti ya bwana-

arusi na bibi-arusi haitasikiwa ndani yako tena kabisa; maana hao wafanya biashara wako walikuwa wakuu wa nchi, kwa kuwa mataifa yote walidanganywa kwa uchawi wako. 24 Na ndani yake ilionekana damu ya manabii, na ya watakatifu, na ya wale wote waliouawa juu ya nchi.

Mashindo mbinguni na Arusi ya Mwana-Kondoo

19 Baada ya hayo nikasikia sauti kama sauti ya makutano mengi, sauti kubwa mbinguni, ikisema, Haleluya;* Wokovu na utukufu na nguvu zina Bwana Mungu wetu; 2 kwa kuwa hukumu zake ni za kweli na za haki; maana amemhukumu yule kahaba mkuu aliyeiharibu nchi kwa uasherati wake, na kuipatiliza damu ya watumwa wake mkononi mwake. 3 Wakasema mara ya pili, Haleluya. Na moshi wake hupaa juu hata milele na milele. 4 Na wale wazee ishirini na wanne, na wale wenye uhai wanne, wakasujudu na kumwabudu Mungu, aketiye katika kile kiti cha enzi, wakisema, Amina, Haleluya. 5 Sauti ikatoka katika kile kiti cha enzi ikisema, Msifuni Mungu wetu, enyi watumwa wake wote,

ninyi mnaomcha, wadogo kwa wakuu. 6 Nikasikia sauti kama sauti ya makutano mengi, na kama sauti ya maji mengi, na kama sauti ya radi yenye nguvu, ikisema, Haleluya; kwa kuwa Bwana Mungu wetu, Mwenyezi, amemiliki. 7 Na tufurahi, tukashangilie, tukampe utukufu wake; kwa kuwa arusi ya Mwana-Kondoo imekuja, na mkewe amejiweka tayari. 8 Naye amepewa kuvikwa kitani nzuri, ing'arayo, safi; kwa maana kitani nzuri hiyo ni matendo ya haki ya watakatifu.

9 Naye akaniambia, Andika, Heri walioalikwa karamu ya arusi ya Mwana-Kondoo. Akaniambia, Maneno haya ni maneno ya kweli ya Mungu. 10 Nami nikaanguka mbele ya miguu yake, ili nimsujudie; akaniambia, Angalia, usifanye hivi; mimi ni mjoli wako na wa ndugu zako walio na ushuhuda wa Yesu. Msujudie Mungu. Kwa maana ushuhuda wa Yesu ndio roho ya unabii.

Kristo aliyeshinda

11 Kisha nikaziona mbingu zimefunuka na tazama, farasi mweupe, na yeye aliyempanda, aitwaye Mwaminifu na Wakweli, naye kwa haki ahukumu

* Haleluya: maana yake ni, Msifuni Bwana.

na kufanya vita. 12 Na macho yake yalikuwa kama mwali wa moto, na juu ya kichwa chake vilemba vingi; naye ana jina lililoandikwa, asilolijua mtu ila yeye mwenyewe. 13 Naye amevikwa vazi lililochovywa katika damu, na jina lake aitwa, Neno la Mungu. 14 Na majeshi yaliyo mbinguni wakamfuata, wamepanda farasi weupe na kuvikwa kitani nzuri, nyeupe, safi. 15 Na upanga mkali hutoka kinywani mwake ili awapige mataifa kwa huo. Naye atawachunga kwa fimbo ya chuma, naye anakanyaga shinikizo la mvinyo ya ghadhabu ya hasira ya Mungu Mwenyezi. 16 Naye ana jina limeandikwa katika vazi lake na paja lake, MFALME WA WAFALME, NA BWANA WA MABWANA.

Maangamizo ya adui zake

17 Kisha nikaona malaika mmoja amesimama katika jua; akalia kwa sauti kuu, akiwaambia ndege wote warukao katikati ya mbingu, Njoni mkutane kwa karamu ya Mungu iliyo kuu; 18 mpate kula nyama ya wafalme, na nyama ya majemadari, na nyama ya watu hodari, na nyama ya farasi na ya watu wawapandao, na nyama ya watu wote, waungwana kwa watumwa, wadogo kwa wakubwa.

19 Kisha nikamwona huyo mnyama, na wafalme wa nchi, na majeshi yao, wamekutana kufanya vita na yeye aketiye juu ya farasi yule, tena na majeshi yake. 20 Yule mnyama akakamatwa, na yule nabii wa uongo pamoja naye, yeye aliyezifanya hizo ishara mbele yake, ambazo kwa hizo aliwadanganya watu wale walioipokea ile chapa ya huyo mnyama, nao walioisujudia sanamu yake; hao wawili wakatupwa wangali hai katika lile ziwa la moto liwakalo kwa kiberiti; 21 na wale waliosalia waliuawa kwa upanga wake yeye aliyeketi juu ya yule farasi, upanga utokao katika kinywa chake. Na ndege wote wakashiba kwa nyama zao.

Kufungwa kwa Shetani kwa miaka elfu

20 Kisha nikaona malaika akishuka kutoka mbinguni, mwenye ufunguo wa kuzimu, na mnyororo mkubwa mkononi mwake. 2 Akamshika yule joka, yule nyoka wa zamani, ambaye ni Ibilisi na Shetani, akamfunga miaka elfu; 3 akamtupa katika kuzimu, akamfunga, akatia muhuri juu yake, asipate kuwadanganya mataifa tena, hata ile miaka elfu itimie; na baada ya hayo yapasa afunguliwe muda mchache.

4 Kisha nikaona viti vya enzi, wakaketi juu yake, nao wakapewa hukumu; nami nikaona roho zao waliokatwa vichwa kwa ajili ya ushuhuda wa Yesu, na kwa ajili ya neno la Mungu, na hao wasiomsujudia yule mnyama, wala sanamu yake, wala hawakuipokea ile chapa katika vipaji vya nyuso zao, wala katika mikono yao; nao wakawa hai, wakatawala pamoja na Kristo miaka elfu. 5 Hao wafu waliosalia hawakuwa hai, hata itimie ile miaka elfu. Huo ndio ufufuo wa kwanza. 6 Heri, na mtakatifu, ni yeye aliye na sehemu katika ufufuo wa kwanza; juu ya hao mauti ya pili haina nguvu; bali watakuwa makuhani wa Mungu na wa Kristo, nao watatawala pamoja naye hiyo miaka elfu.

Kufunguliwa kwa Shetani na vita vya mwisho

7 Na hiyo miaka elfu itakapokwisha, Shetani atafunguliwa, atoke kifungoni mwake; 8 naye atatoka kuwadanganya mataifa walio katika pembe nne za nchi, Gogu na Magogu, kuwakusanya kwa vita, ambao hesabu yao ni kama mchanga wa bahari. 9 Wakapanda juu ya upana wa nchi, wakaizingira kambi ya watakatifu, na mji huo uliopendwa. Moto ukashuka kutoka mbinguni, ukawala. 10 Na yule Ibilisi, mwenye kuwadanganya, akatupwa katika ziwa la moto na kiberiti, alimo yule mnyama na yule nabii wa uongo. Nao watateswa mchana na usiku hata milele na milele.

Ufufuo wa wanadamu wote na Hukumu ya Mwisho

11 Kisha nikaona kiti cha enzi, kikubwa, cheupe, na yeye aketiye juu yake; ambaye nchi na mbingu zikakimbia uso wake, na mahali pao hapakuonekana. 12 Nikawaona wafu, wakubwa kwa wadogo wamesimama mbele ya hicho kiti cha enzi; na vitabu vikafunguliwa; na kitabu kingine kikafunguliwa, ambacho ni cha uzima; na hao wafu wakahukumiwa katika mambo hayo yaliyoandikwa katika vile vitabu, sawasawa na matendo yao. 13 Bahari ikawatoa wafu waliokuwamo ndani yake; na Mauti na Kuzimu zikawatoa wafu waliokuwamo ndani yake. Wakahukumiwa kila mtu kwa kadiri ya matendo yake. 14 Mauti na Kuzimu zikatu-

pwa katika lile ziwa la moto. Hii ndiyo mauti ya pili, yaani, hilo ziwa la moto. 15 Na iwapo mtu ye yote, hakuonekana ameandikwa katika kitabu cha uzima, alitupwa katika lile ziwa la moto.

Mbingu mpya na Dunia mpya

21 Kisha nikaona mbingu mpya na nchi mpya; kwa maana mbingu za kwanza na nchi ya kwanza zimekwisha kupita, wala hapana bahari tena. 2 Nami nikaona mji ule mtakatifu, Yerusalemu mpya, ukishuka kutoka mbinguni kwa Mungu, umewekwa tayari, kama bibi-arusi aliyekwisha kupambwa kwa mumewe. 3 Nikasikia sauti kubwa kutoka katika kile kiti cha enzi ikisema, Tazama, maskani ya Mungu ni pamoja na wanadamu, naye atafanya maskani yake pamoja nao, nao watakuwa watu wake. Naye Mungu mwenyewe atakuwa pamoja nao.* 4 Naye atafuta kila chozi katika macho yao, wala mauti haitakuwapo tena; wala maombolezo, wala kilio, wala maumivu hayatakuwapo tena; kwa kuwa mambo ya kwanza yamekwisha kupita. 5 Na yeye aketiye juu ya kile

kiti cha enzi akasema, Tazama, nayafanya yote kuwa mapya. Akaniambia, Andika ya kwamba maneno hayo ni amini na kweli. 6 Akaniambia, Imekwisha kuwa. Mimi ni Alfa na Omega, Mwanzo na Mwisho. Mimi nitampa yeye mwenye kiu, ya chemchemi ya maji ya uzima, bure. 7 Yeye ashindaye atayarithi haya, nami nitakuwa Mungu wake, naye atakuwa mwanangu. 8 Bali waoga, na wasioamini, na wachukizao, na wauaji, na wazinzi, na wachawi, na hao waabuduo sanamu, na waongo wote, sehemu yao ni katika lile ziwa liwakalo moto na kiberiti. Hii ndiyo mauti ya pili.

Yerusalemu ya mbinguni

9 Akaja mmoja wa wale malaika saba waliokuwa na vile vitasa saba vilivyojaa yale mapigo saba ya mwisho, naye akanena nami, akisema, Njoo huku, nami nitakuonyesha yule Bibi-arusi, mke wa Mwana-Kondoo. 10 Akanichukua katika Roho mpaka mlima mkubwa, mrefu, akanionyesha ule mji mtakatifu, Yerusalemu, ukishuka kutoka mbinguni kwa Mwenyezi Mungu; 11 wenye utukufu wa Mungu, na mwangaza wake ulikuwa

* Au hivi, Naye mwenyewe, Mungu pamoja nao, atakuwa Mungu wao.

mfano wa kito chenye thamani nyingi kama kito cha yaspi, safi kama bilauri; 12 ulikuwa na ukuta mkubwa, mrefu, wenye milango kumi na miwili, na katika ile milango malaika kumi na wawili; na majina yameandikwa ambayo ni majina ya kabila kumi na mbili za Waisraeli. 13 Upande wa mashariki milango mitatu; na upanda wa kaskazini milango mitatu; na upande wa kusini milango mitatu; na upande wa magharibi milango mitatu. 14 Na ukuta wa mji ulikuwa na misingi kumi na miwili, na katika ile misingi majina kumi na mawili ya wale mitume kumi na wawili wa Mwana-Kondoo. 15 Na yeye aliyesema nami alikuwa na mwanzi wa dhahabu, apate kuupima huo mji, na milango yake, na ukuta wake. 16 Na ule mji ni wa mraba, na marefu yake sawasawa na mapana yake. Akaupima mji kwa ule mwanzi; ulikuwa kama maili elfu na mia tano; marefu yake na mapana yake na kwenda juu kwake ni sawasawa. 17 Akaupima ukuta wake, ukapata dhiraa mia na arobaini na nne, kwa kipimo cha kibinadamu, maana yake, cha malaika. 18 Na majenzi ya ule ukuta wake yalikuwa ya yaspi, na mji ule ulikuwa wa dhahabu safi, mfano wa kioo safi. 19 Na misingi ya ukuta wa mji ilikuwa imepambwa kwa vito vya thamani vya kila namna. Msingi wa kwanza ulikuwa yaspi; wa pili yakuti samawi; na tatu kalkedoni; wa nne zumaridi; 20 wa tano sardoniki; wa sita akiki; wa saba krisolitho; na nane zabarajadi; wa kenda yakuti ya manjano; wa kumi krisopraso; wa kumi na moja hiakintho; wa kumi na mbili amethisto.

21 Na ile milango kumi na miwili ni lulu kumi na mbili; kila mlango ni lulu moja. Na njia ya mji ni dhahabu safi kama kioo kiangavu. 22 Nami sikuona hekalu ndani yake; kwa maana Bwana Mungu Mwenyezi na Mwana-Kondoo, ndio hekalu lake.

23 Na mji ule hauhitaji jua wala mwezi kuuangaza, kwa maana utukufu wa Mungu huutia nuru, na taa yake ni Mwana-Kondoo. 24 Na mataifa watatembea katika nuru yake. Na wafalme wa nchi huleta utukufu wao ndani yake. 25 Na milango yake haitafungwa kamwe mchana; kwa maana humo hamna usiku. 26 Nao wataleta utukufu na heshima ya mataifa ndani yake. 27 Na ndani yake hakitaingia kamwe cho chote kilicho kinyonge, wala yeye afanyaye machukizo na uongo, bali wale walioandi-

kwa katika kitabu cha uzima
cha Mwana-Kondoo.

Kuja kwa Kristo

22 Kisha akanionyesha mto wa maji ya uzima, wenye kung'aa kama bilauri, ukitoka katika kiti cha enzi cha Mungu, na cha Mwana-Kondoo, 2 katikati ya njia kuu yake. Na upande huu na upande huu wa ule mto, ulikuwapo mti wa uzima, uzaao matunda, aina kumi na mbili, wenye kutoa matunda yake kila mwezi; na majani ya mti huo ni ya kuwaponya mataifa. 3 Wala hapatakuwa na laana ya yote tena. Na kiti cha enzi cha Mungu na cha Mwana-Kondoo kitakuwamo ndani yake. Na watumwa wake watamtumikia; 4 nao watamwona uso wake, na jina lake litakuwa katika vipaji vya nyuso zao. 5 Wala hapatakuwa na usiku tena; wala hawana haja ya taa wala ya nuru ya jua; kwa kuwa Bwana Mungu huwatia nuru, nao watatawala hata milele na milele.

6 Kisha akaniambia, Maneno haya ni amini na kweli. Naye Bwana, Mungu wa roho za manabii, alimtuma malaika wake kuwaonyesha watumwa wake mambo ambayo hayana budi kuwako upesi. 7 Na

tazama, naja upesi; heri yeye ayashikaye maneno ya unabii wa kitabu hiki.

8 Nami Yohana ndimi niliyeyasikia na kuyaona mambo hayo. Na hapo nilipoyasikia na kuyaona nalianguka, ili nisujudu mbele ya miguu ya malaika yule mwenye kunionyesha hayo. 9 Naye akaniambia, Angalia, usifanye hivi; mimi ni mjoli wako, na wa ndugu zako manabii, na wa wale wayashikao maneno ya kitabu hiki. Msujudie Mungu.

10 Akaniambia, Usiyatie muhuri maneno ya unabii wa kitabu hiki, kwa maana wakati huo umekaribia. 11 Mwenye kudhulumu na azidi kudhulumu; na mwenye uchafu na azidi kuwa mchafu; na mwenye haki na azidi kufanya haki; na mtakatifu na azidi kutakaswa. 12 Tazama, naja upesi, na ujira wangu u pamoja nami, kumlipa kila mtu kama kazi yake ilivyo. 13 Mimi ni Alfa na Omega, mwanzo na mwisho, wa kwanza na wa mwisho. 14 Heri wazifuao nguo zao, wawe na amri kuuendea huo mti wa uzima, na kuingia mjini kwa milango yake. 15 Huko nje wako mbwa, na wachawi, na wazinzi, na wauaji, na hao waabuduo sanamu, na kila mtu apendaye uongo na kuufanya.

16 Mimi Yesu nimemtuma malaika wangu kuwashuhudia ninyi mambo hayo katika makanisa. Mimi ndimi niliye Shina na Mzao wa Daudi; ile nyota yenye kung'aa ya asubuhi.

17 Na Roho na Bibi-arusi wasema, Njoo! Naye asikiaye na aseme, Njoo! Naye mwenye kiu na aje; na yeye atakaye, na ayatwae maji ya uzima bure.

18 Namshuhudia kila mtu ayasikiaye maneno ya unabii wa kitabu hiki, Mtu ye yote akiyaongeza, Mungu atamwo-ngezea hayo mapigo yaliyo-andikwa katika kitabu hiki. 19 Na mtu ye yote akiondoa lo lote katika maneno ya unabii wa kitabu hiki, Mungu atamwondolea sehemu yake katika ule mti wa uzima, na katika ule mji mtakatifu, ambao habari zake zimeandikwa katika kitabu hiki.

20 Yeye mwenye kuyashuhudia haya asema, Naam; naja upesi. Amina; na uje, Bwana Yesu.

21 Neema ya Bwana Yesu na iwe pamoja nanyi nyote. Amina.

ZABURI

KITABU CHA KWANZA

1 Heri mtu yule asiyekwenda
   Katika shauri la wasio haki;
Wala hakusimama katika njia ya wakosaji;
   Wala hakuketi barazani pa wenye mizaha.
2 Bali sheria ya BWANA ndiyo impendezayo,
   Na sheria yake huitafakari mchana na usiku.
3 Naye atakuwa kama mti uliopandwa
   Kandokando ya vijito vya maji,
Uzaao matunda yake kwa majira yake,
Wala jani lake halinyauki;
   Na kila alitendalo litafanikiwa.

4 Sivyo walivyo wasio haki;
   Hao ni kama makapi yapeperushwayo na upepo.
5 Kwa hiyo wasio haki hawatasimama hukumuni,
   Wala wakosaji katika kusanyiko la wenye haki.
6 Kwa kuwa BWANA anaijua njia ya wenye haki,
   Bali njia ya wasio haki itapotea.

2 Mbona mataifa wanafanya ghasia,
   Na makabila wanatafakari ubatili?
2 Wafalme wa dunia wanajipanga,
   Na wakuu wanafanya shauri pamoja,
Juu ya BWANA,
   Na juu ya masihi* wake,
3 Na tuvipasue vifungo vyao,
   Na kuzitupia mbali nasi kamba zao.

4 Yeye aketiye mbinguni anacheka,
   Bwana anawafanyia dhihaka.
5 Ndipo atakaposema nao kwa hasira yake,
   Na kuwafadhaisha kwa ghadhabu yake.
6 Nami nimemweka mfalme wangu
   Juu ya Sayuni, mlima wangu mtakatifu.

* Au, mtiwa mafuta.
3

7 Nitaihubiri amri; BWANA aliniambia,
    Ndiwe mwanangu, Mimi leo nimekuzaa.
8 Uniombe, nami nitakupa mataifa kuwa urithi wako,
    Na miisho ya dunia kuwa milki yako.
9 Utawaponda kwa fimbo ya chuma,
    Na kuwavunja kama chombo cha mfinyanzi.

10 Na sasa, enyi wafalme, fanyeni akili,
    Enyi waamuzi wa dunia, mwadibiwe.
11 Mtumikieni BWANA kwa kicho,
    Shangilieni kwa kutetemeka.
12 Shikeni yaliyo bora*, asije akafanya hasira
    Nanyi mkapotea njiani,
  Kwa kuwa hasira yake itawaka upesi;
    Heri wote wanaomkimbilia.

3 BWANA, watesi wangu wamezidi kuwa wengi,
      Ni wengi wanaonishambulia,
 2 Ni wengi wanaoiambia nafsi yangu,
    Hana wokovu huyu kwa Mungu.
 3 Na Wewe, BWANA, U ngao yangu pande zote,
    Utukufu wangu na mwinua kichwa changu.
 4 Kwa sauti yangu namwita BWANA,
    Naye aniitikia toka mlima wake mtakatifu.
 5 Nalijilaza nikalala usingizi, nikaamka,
    Kwa kuwa BWANA ananitegemeza.
 6 Sitayaogopa makumi elfu ya watu,
    Waliojipanga juu yangu pande zote.
 7 BWANA, uinuke, Mungu wangu, uniokoe,
    Maana umewapiga taya adui zangu wote;
    Umewavunja meno wasio haki.
 8 Wokovu una BWANA;
    Baraka yako na iwe juu ya watu wako.

4 Ee Mungu wa haki yangu, uniitikie niitapo;
      Umenifanyizia nafasi wakati wa shida;
      Unifadhili na kuisikia sala yangu.
 2 Enyi wanadamu, hata lini utukufu wangu utafedheheka?
    Je! mtapenda ubatili na kutafuta uongo?

* Au, Pokeeni mafundisho: au, Mbusuni Mwana.

3 Bali jueni ya kuwa Bwana amejiteulia mtauwa;
   Bwana atasikia nimwitapo.
4 Mwe na hofu wala msitende dhambi,
   Tafakarini vitandani mwenu na kutulia.
5 Toeni dhabihu za haki,
   Na kumtumaini Bwana.
6 Wengi husema, Nani atakayetuonyesha mema?
   Bwana, utuinulie nuru ya uso wako.
7 Umenitia furaha moyoni mwangu,
   Kupita yao wanapozidishiwa nafaka na divai.
8 Katika amani nitajilaza na kupata usingizi mara,
   Maana Wewe, Bwana, peke yako,
   Ndiwe unijaliaye kukaa salama.

5 Ee Bwana, uyasikilize maneno yangu,
   Ukuangalie kutafakari kwangu.
2 Uisikie sauti ya kilio changu,
   Ee Mfalme wangu na Mungu wangu,
   Kwa maana Wewe ndiwe nikuombaye.
3 Bwana, asubuhi utaisikia sauti yangu,
   Asubuhi nitakupangia dua yangu na kutazamia.
4 Maana huwi Mungu apendezwaye na ubaya;
   Mtu mwovu hatakaa kwako;
5 Wajivunao hawatasimama mbele za macho yako;
   Unawachukia wote watendao ubatili.
6 Utawaharibu wasemao uongo;
   Bwana humzira mwuaji na mwenye hila.
7 Bali mimi, kwa wingi wa fadhili zako,
   Nitaingia nyumbani mwako;
   Na kusujudu kwa kicho,
   Nikilielekea hekalu lako takatifu.
8 Bwana, uniongoze kwa haki yako,
   Kwa sababu yao wanaoniotea.
   Uisawazishe njia yako mbele ya uso wangu,
9   Maana vinywani mwao hamna uaminifu;
   Mtima wao ni shimo tupu, koo lao ni kaburi wazi,
   Ulimi wao hujipendekeza.
10 Wewe, Mungu, uwapatilize,
   Na waanguke kwa mashauri yao.
   Uwatoe nje kwa ajili ya wingi wa makosa yao,

Kwa maana wamekuasi Wewe.
11 Nao wote wanaokukimbilia watafurahi;
 Watapiga daima kelele za furaha.
Kwa kuwa Wewe unawahifadhi,
 Walipendao jina lako watakufurahia.
12 Kwa maana Wewe utambariki mwenye haki;
 BWANA, utamzungushia radhi kama ngao.

6 BWANA, usinikemee kwa hasira yako,
 Wala usinirudi kwa ghadhabu yako.
2 BWANA, unifadhili, maana ninanyauka;
 BWANA, uniponye, mifupa yangu imefadhaika.
3 Na nafsi yangu imefadhaika sana;
 Na Wewe, BWANA, hata lini?
4 BWANA, urudi, uniopoe nafsi yangu,
 Uniokoe kwa ajili ya fadhili zako.
5 Maana mautini hapana kumbukumbu lako;
 Katika kuzimu ni nani atakayekushukuru?
6 Nimechoka kwa kuugua kwangu;
 Kila usiku nakieleza kitanda changu;
 Nalilowesha godoro langu kwa machozi yangu.
7 Jicho langu limeharibika kwa masumbufu,
 Na kuchakaa kwa sababu yao wanaoniudhi.
8 Ondokeni kwangu, ninyi nyote mtendao uovu;
 Kwa kuwa BWANA ameisikia sauti ya kilio changu.
9 BWANA ameisikia dua yangu;
 BWANA atayatakabali maombi yangu.
10 Adui zangu wote wataaibika na kufadhaika,
 Watarudi nyuma, kwa ghafula wataaibika.

7 BWANA, Mungu wangu, nimekukimbilia Wewe,
 Uniokoe na wote wanaonifuatia, uniponye.
2 Asije akaipapura nafsi yangu kama simba,
 Akiivunja-vunja pasipokuwa na wa kuponya.
3 BWANA, Mungu wangu, ikiwa nimetenda haya,
 Ikiwa mna uovu mikononi mwangu,
4 Ikiwa nimemlipa mabaya
 Yeye aliyekaa kwangu salama;
 (Hasha! nimemponya yeye
 Aliyekuwa mtesi wangu bila sababu;)

5 Basi adui na anifuatie,
    Na kuikamata nafsi yangu;
Naam, aukanyage uzima wangu,
    Na kuulaza utukufu wangu mavumbini.
6 BWANA, uondoke kwa hasira yako;
    Ujiinue juu ya jeuri ya watesi wangu;
Uamke kwa ajili yangu;
    Umeamuru hukumu.
7 Kusanyiko la mataifa na likuzunguke,
    Na juu yake uketi utawale.
8 BWANA atawaamua mataifa,
    BWANA, unihukumu mimi,
Kwa kadiri ya haki yangu,
    Sawasawa na unyofu nilio nao.
9 Ubaya wao wasio haki na ukome,
    Lakini umthibitishe mwenye haki.
Kwa maana mjaribu mioyo na viuno
    Ndiye Mungu aliye mwenye haki.
10 Ngao yangu ina Mungu,
    Awaokoaye wanyofu wa moyo.
11 Mungu ni mwamuzi mwenye haki,
    Naam, Mungu aghadhibikaye kila siku.
12 Mtu asiporejea ataunoa upanga wake;
    Ameupinda uta wake na kuuweka tayari;
13 Naye amemtengenezea silaha za kufisha,
    Akifanya mishale yake kuwa ya moto.
14 Tazama, huyu ana utungu wa uovu,
    Amechukua mimba ya madhara, amezaa uongo.
15 Amechimba shimo, amelichimba chini sana,
    Akatumbukia katika handaki aliyoifanya!
16 Madhara yake yatamrejea kichwani pake,
    Na dhuluma yake itamshukia utosini.
17 Nitamshukuru BWANA kwa kadiri ya haki yake;
    Nitaliimbia jina la BWANA Aliye juu.

8 Wewe, MUNGU, Bwana wetu,
    Jinsi lilivyo tukufu jina lako duniani mwote!
Wewe umeuweka utukufu wako mbinguni;
2 Vinywani mwa watoto wachanga na wanyonyao
    Umeiweka misingi ya nguvu;

Kwa sababu yao wanaoshindana nawe;
  Uwakomeshe adui na mijilipiza kisasi.
3 Nikiziangalia mbingu zako, kazi ya vidole vyako,
  Mwezi na nyota ulizoziratibisha;
4 Mtu ni kitu gani hata umkumbuke,
  Na binadamu hata umwangalie?
5 Umemfanya mdogo punde kuliko Mungu;
  Umemvika taji ya utukufu na heshima;
6 Umemtawaza juu ya kazi za mikono yako;
  Umevitia vitu vyote chini ya miguu yake.
7 Kondoo, na ng'ombe wote pia;
  Naam, na wanyama wa kondeni;
8 Ndege wa angani, na samaki wa baharini;
  Na kila kipitiacho njia za baharini.
9 Wewe, MUNGU, Bwana wetu,
  Jinsi lilivyo tukufu jina lako duniani mwote!

9 Nitamshukuru BWANA kwa moyo wangu wote;
  Nitayasimulia matendo yako yote ya ajabu;
2 Nitafurahi na kukushangilia Wewe;
  Nitaliimbia jina lako, Wewe Uliye juu.
3 Kwa sababu adui zangu hurudi nyuma;
  Hujikwaa na kuangamia mbele zako.
4 Kwa maana umenifanyia hukumu na haki;
  Umeketi kitini pa enzi ukihukumu kwa haki.
5 Umewakemea mataifa;
  Na kumwangamiza mdhalimu;
  Umelifuta jina lao milele na milele;
6 Adui wamekoma na kuachwa ukiwa milele.
  Nayo miji yao uliing'oa;
  Hata kumbukumbu lao limepotea.
7 Bali BWANA atakaa milele,
  Ameweka kiti chake tayari kwa hukumu.
8 Naye atauhukumu ulimwengu kwa haki;
  Atawaamua watu kwa adili.
9 BWANA atakuwa ngome kwake aliyeonewa,
  Naam, ngome kwa nyakati za shida.
10 Nao wakujuao jina lako wakutumaini Wewe,
  Maana Wewe, BWANA, hukuwaacha wakutafutao.
11 Mwimbieni BWANA akaaye Sayuni,

Yatangazeni kati ya watu matendo yake.

12 Maana mlipiza kisasi cha damu awakumbuka,
　　Hakukisahau kilio cha wanyonge.

13 Wewe, BWANA, unifadhili,
　　Tazama mateso niteswayo na wanaonichukia;
　　Wewe uniinuaye katika malango ya mauti,

14 　Ili nizisimulie sifa zako zote;
　　Katika malango ya binti Sayuni
　　Nitaufurahia wokovu wako.

15 Mataifa wamezama katika shimo walilolifanya;
　　Kwa wavu walioficha imenaswa miguu yao.

16 BWANA amejidhihirisha na kutekeleza hukumu;
　　Amemnasa mdhalimu kwa kazi ya mikono yake.

17 Wadhalimu watarejea kuzimu,
　　Naam, mataifa yote wanaomsahau Mungu.

18 Kwa maana mhitaji hatasahauliwa daima;
　　Matumaini ya wanyonge hayatapotea milele.

19 BWANA, usimame, mwanadamu asipate nguvu,
　　Mataifa wahukumiwe mbele zako.

20 BWANA, uwawekee kitisho,
　　Mataifa na wajijue kuwa ni binadamu.

10 Ee BWANA, kwa nini wasimama mbali?
　　Kwani kujificha nyakati za shida?

2 Kwa kiburi chake asiye haki mnyonge anafuatiwa kwa
　　　ukali;
　　Na wanaswe kwa hila zizo hizo walizoziwaza.

3 Maana mdhalimu hujisifia tamaa ya nafsi yake,
　　Na mwenye choyo humkana BWANA na kumdharau.

4 Mdhalimu kwa kiburi cha uso wake
　　Asema, Hatapatiliza.
　　Jumla ya mawazo yake ni, Hakuna Mungu;

5 　Njia zake ni thabiti kila wakati.
　　Hukumu zako ziko juu asizione,
　　Adui zake wote awafyonya.

6 Asema moyoni mwake, Sitaondoshwa,
　　Kizazi baada ya kizazi sitakuwamo taabuni.

7 Kinywa chake kimejaa laana,
　　Na hila na dhuluma.
　　Chini ya ulimi wake kuna madhara na uovu,

8   Hukaa katika maoteo ya vijiji.
    Mahali pa siri humwua asiye na hatia,
    Macho yake humvizia mtu duni.

9   Huotea faraghani kama simba pangoni,
    Huotea amkamate mtu mnyonge.
    Naam, humkamata mtu mnyonge,
    Akimkokota wavuni mwake.

10 Hujikunyata na kuinama;
    Watu duni huanguka kwa nguvu zake.

11 Asema moyoni mwake, Mungu amesahau,
    Auficha uso wake, haoni kamwe.

12 BWANA, uondoke, Ee Mungu, uuinue mkono wako,
    Usiwasahau wanyonge.

13 Kwani mdhalimu kumdharau Mungu,
    Akisema moyoni mwake, Hutapatiliza?

14 Umeona, maana unaangalia madhara na jeuri,
    Uyatwae mkononi mwako.
    Mtu duni hukuachia nafsi yake,
    Maana umekuwa msaidizi wa yatima.

15 Uuvunje mkono wake mdhalimu,
    Na mbaya, uipatilize Jhukuma yake, hata usiione.

16 BWANA ndiye Mfalme milele na milele;
    Mataifa wamepotea kutoka nchi yake.

17 BWANA, umeisikia tamaa ya wanyonge,
    Utaitengeneza mioyo yao, utalitega sikio lako.

18 Ili kumhukumu yatima naye aliyeonewa,
    Binadamu aliye udongo asizidi kudhulumu.

11 BWANA ndiye niliyemkimbilia.
        Mbona mnaiambia nafsi yangu,
        Kimbia kama ndege mlimani kwenu?

2   Maana, tazama, wasio haki wanaupinda uta,
    Wanaitia mishale yao katika upote,
    Ili kuwapiga gizani wanyofu wa moyo.

3   Kama misingi ikiharibika,
    Mwenye haki atafanya nini?

4   BWANA yu katika hekalu lake takatifu.
    BWANA ambaye kiti chake kiko mbinguni,
    Macho yake yanaangalia;
    Kope zake zinawajaribu wanadamu.

5 BWANA humjaribu mwenye haki;
   Bali nafsi yake humchukia asiye haki,
   Na mwenye kupenda udhalimu.
6 Awanyeshee wasio haki mitego,
   Moto na kiberiti na upepo wa hari,
   Na viwe fungu la kikombe chao.
7 Kwa kuwa BWANA ndiye mwenye haki,
   Apenda matendo ya haki,
   Wanyofu wa moyo watamwona uso wake.

12 BWANA, uokoe, maana mcha Mungu amekoma,
     Maana waaminifu wametoweka katika wanadamu.
2 Husemezana yasiyofaa kila mtu na mwenziwe,
   Wenye midomo ya kujipendekeza;
   Husemezana kwa mioyo ya unafiki;
3 BWANA ataikata midomo yote ya kujipendekeza,
   Nao ulimi unenao maneno ya kiburi;
4 Waliosema, Kwa ndimi zetu tutashinda;
   Midomo yetu ni yetu wenyewe,
   Ni nani aliye bwana juu yetu?
5 Kwa ajili ya kuonewa kwao wanyonge,
   Kwa ajili ya kuugua kwao wahitaji,
  Sasa nitasimama, asema BWANA,
   Nitamweka salama yeye wanayemfyonya.
6 Maneno ya BWANA ni maneno safi,
   Ni fedha iliyojaribiwa kalibuni juu ya nchi;
   Iliyosafishwa mara saba.
7 Wewe, BWANA, ndiwe utakayetuhifadhi,
   Utatulinda na kizazi hiki milele.
8 Wasio haki hutembea pande zote,
   Ufisadi ukitukuka kati ya wanadamu.

13 Ee BWANA, hata lini utanisahau, hata milele?
     Hata lini utanificha uso wako?
2 Hata lini nifanye mashauri nafsini mwangu,
  Nikihuzunika moyoni mchana kutwa?
   Hata lini adui yangu atukuke juu yangu?
3 Ee BWANA, Mungu wangu, uangalie, uniitikie;
   Uyatie nuru macho yangu,
   Nisije nikalala usingizi wa mauti.

4 Adui yangu asije akasema, Nimemshinda;
   Watesi wangu wasifurahi ninapoondoshwa.
5 Nami nimezitumainia fadhili zako;
   Moyo wangu na uufurahie wokovu wako.
6 Naam, nimwimbie BWANA,
   Kwa kuwa amenitendea kwa ukarimu.

14 Mpumbavu amesema moyoni, Hakuna Mungu;
   Wameharibu matendo yao na kuyafanya chukizo,
      Hakuna atendaye mema.
2 Toka mbinguni BWANA aliwachungulia wanadamu,
   Aone kama yuko mtu mwenye akili,
      Amtafutaye Mungu.
3 Wote wamepotoka, wameoza wote pamoja,
   Hakuna atendaye mema,
      La! hata mmoja.
4 Je! wote wafanyao maovu hawajui?
   Walao watu wangu kama walavyo mkate,
      Hawamwiti BWANA.
5 Hapo ndipo walipoingiwa na hofu nyingi,
   Maana Mungu yupo pamoja na kizazi cha haki.
6 Mnalitia aibu shauri la mtu mnyonge,
   Bali BWANA ndiye aliye kimbilio lake.
7 Laiti wokovu wa Israeli utoke katika Sayuni!
   BWANA awarudishapo wafungwa wa watu wake;
      Yakobo atashangilia,
      Israeli atafurahi.

15 BWANA, ni nani atakayekaa
      Katika hema yako?
   Ni nani atakayefanya maskani yake
      Katika kilima chako kitakatifu?
2 Ni mtu aendaye kwa ukamilifu,
   Na kutenda haki.
   Asemaye kweli kwa moyo wake,
3   Asiyesingizia kwa ulimi wake.
   Wala hakumtenda mwenziwe mabaya,
      Wala hukumsengenya jirani yake.
4 Machoni pake mtu asiyefaa hudharauliwa,
   Bali huwaheshimu wamchao BWANA.

Ingawa ameapa kwa hasara yake,
   Hayabadili maneno yake.
5 Hakutoa fedha yake apate kula riba,
   Hakutwaa rushwa amwangamize asiye na hatia.
Mtu atendaye mambo hayo.
   Hataondoshwa milele.

16 Mungu, unihifadhi mimi,
   Kwa maana nakukimbilia Wewe.
2 Nimemwambia BWANA, Ndiwe BWANA wangu;
   Sina wema ila utokao kwako.
3 Watakatifu waliopo duniani ndio walio bora,
   Hao ndio niliopendezwa nao.
4 Huzuni zao zitaongezeka
   Wambadilio Mungu kwa mwingine;
Sitazimimina sadaka zao za damu,
   Wala kuyataja majina yao midomoni mwangu.
5 BWANA ndiye fungu la posho langu,
   Na la kikombe changu;
   Wewe unaishika kura yangu.
6 Kamba zangu zimeniangukia mahali pema,
   Naam, nimepata urithi mzuri.
7 Nitamhimidi BWANA aliyenipa shauri,
   Naam, mtima wangu umenifundisha usiku.
8 Nimemweka BWANA mbele yangu daima,
   Kwa kuwa yako kuumeni kwangu, sitaondoshwa.
9 Kwa hiyo moyo wangu unafurahi,
   Nao utukufu wangu unashangilia,
   Naam, mwili wangu nao utakaa kwa kutumaini.
10 Maana hutakuachia kuzimu nafsi yangu,
   Wala hutamtoa mtakatifu wako aone uharibifu.
11 Utanijulisha njia ya uzima;
   Mbele za uso wako ziko furaha tele;
   Na katika mkono wako wa kuume
   Mna mema ya milele.

17 Ee BWANA, usikie haki, ukisikilize kilio changu,
   Utege sikio lako kwa maombi yangu,
   Yasiyotoka katika midomo ya hila.
2 Hukumu yangu na itoke kwako,

Macho yako na yatazame mambo ya adili.

3 Umenijaribu moyo wangu, umenijilia usiku,
   Umenihakikisha usione neno;
   Nimenuia kinywa changu kisikose.

4 Mintarafu matendo ya wanadamu;
   Kwa neno la midomo yako
   Nimejiepusha na njia za wenye jeuri.

5 Nyayo zangu zimeshikamana na njia zako,
   Hatua zangu hazikuondoshwa.

6 Ee Mungu, nimekuita kwa maana utaitika,
   Utege sikio lako ulisikie neno langu.

7 Dhihirisha fadhili zako za ajabu,
   Wewe uwaokoaye wanaokukimbilia;
   Kwa mkono wako wa kuume
   Uwaokoe nao wanaowaondokea.

8 Unilinde kama mboni ya jicho,
   Unifiche chini ya uvuli wa mbawa zako;

9 Wasinione wasio haki wanaonionea,
   Adui za roho yangu wanaonizunguka.

10 Wameukaza moyo wao,
   Kwa vinywa vyao hutoa majivuno.

11 Sasa wametuzunguka hatua zetu,
   Na kuyakaza macho yao watuangushe chini.

12 Kama mfano wa simba atakaye kurarua,
   Kama mwana-simba aoteaye katika maoteo yake.

13 Ee BWANA, usimame, umkabili, umwinamishe,
   Kwa upanga wako uniokoe nafsi na mtu mbaya.

14 Ee BWANA, kwa mkono wako uniokoe na watu,
   Watu wa dunia hii ambao fungu lao li katika maisha haya.
   Matumbo yao wayajaza kwa hazina yako,
   Hushiba wana, huwaachia watoto wao akiba zao.

15 Bali mimi nikutazame uso wako katika haki,
   Niamkapo nishibishwe kwa sura yako.

18 Wewe, BWANA, nguvu zangu, nakupenda sana;
   2 BWANA ni jabali langu, na boma langu, na mwokozi
      wangu,
   Mungu wangu, mwamba wangu ninayemkimbilia,
   Ngao yangu, na pembe ya wokovu wangu, na ngome yangu
3 Nitamwita BWANA astahiliye kusifiwa,

Hivyo nitaokoka na adui zangu.

4 Kamba za mauti zilinizunguka,
   Mafuriko ya uovu yakanitia hofu.

5 Kamba za kuzimu zilinizunguka,
   Mitego ya mauti ikanikabili.

6 Katika shida yangu nalimwita BWANA,
   Na kumlalamikia Mungu wangu.
   Akaisikia sauti yangu hekaluni mwake,
   Kilio changu kikaingia masikioni mwake.

7 Ndipo nchi ilipotikisika na kutetemeka,
   Misingi ya milima ikasuka-suka;
   Ikatikisika kwa sababu alikuwa na ghadhabu.

8 Kukapanda moshi kutoka puani mwake,
   Moto ukatoka kinywani mwake ukala,
   Makaa yakawashwa nao.

9 Aliziinamisha mbingu akashuka,
   Kukawa na giza kuu chini ya miguu yake.

10 Akapanda juu ya kerubi akaruka,
   Naam, aliruka upesi juu ya mabawa ya upepo.

11 Alifanya giza kuwa mahali pake pa kujificha,
   Kuwa hema yake ya kumzunguka.
   Giza la maji na mawingu makuu ya mbinguni.

12 Toka mwangaza uliokuwa mbele zake
   Kukapita mawingu yake makuu.
   Mvua ya mawe na makaa ya moto.

13 BWANA alipiga radi mbinguni,
   Yeye Aliye juu akaitoa sauti yake,
   Mvua ya mawe na makaa ya moto.

14 Akaipiga mishale yake akawatawanya,
   Naam, umeme mwingi sana, akawatapanya.

15 Ndipo ilipoonekana mikondo ya maji,
   Msingi ya ulimwengu ikafichuliwa,
   Ee BWANA, kwa kukemea kwako,
   Kwa mvumo wa pumzi ya puani mwako.

16 Alipeleka kutoka juu akanishika,
   Na kunitoa katika maji mengi.

17 Akaniokoa na adui yangu mwenye nguvu,
   Na wale walionichukia,
   Maana walikuwa na nguvu kuliko mimi.

18 Walinikabili siku ya msiba wangu,

Lakini Bwana alikuwa tegemeo langu.

19 Akanitoa akanipeleka panapo nafasi,
    Aliniponya kwa kuwa alipendezwa nami.

20 Bwana alinitendea sawasawa na haki yangu,
    Sawasawa na usafi wa mikono yangu akanilipa.

21 Maana nimezishika njia za Bwana,
    Wala sikumwasi Mungu wangu.

22 Hukumu zake zote zilikuwa mbele yangu,
    Wala amri zake sikujiepusha nazo.

23 Nami nalikuwa mkamilifu mbele zake,
    Nikajilinda na uovu wangu.

24 Mradi Bwana amenilipa sawasawa na haki yangu,
    Sawasawa na usafi wa mikono yangu mbele zake.

25 Kwa mtu mwenye fadhili utakuwa mwenye fadhili;
    Kwa mkamilifu utajionyesha kuwa mkamilifu;

26 Kwake ajitakasaye utajionyesha kuwa mtakatifu;
    Na kwa mpotovu utajionyesha kuwa mkaidi.

27 Maana Wewe utawaokoa watu wanaoonewa,
    Na macho ya kiburi utayadhili.

28 Kwa kuwa Wewe unaiwasha taa yangu;
    Bwana Mungu wangu aniangazia giza langu.

29 Maana kwa msaada wako nafuatia jeshi
    Kwa msaada wa Mungu wangu naruka ukuta.

30 Mungu, njia yake ni kamilifu,
    Ahadi ya Bwana imehakikishwa,
    Yeye ndiye ngao yao
    Wote wanaomkimbilia.

31 Maana ni nani aliye Mungu ila Bwana?
    Ni nani aliye mwamba ila Mungu wetu?

32 Mungu ndiye anifungaye mshipi wa nguvu,
    Naye anaifanya kamilifu njia yangu.

33 Miguu yangu anaifanya kuwa ya kulungu,
    Na kunisimamisha mahali pangu pa juu.

34 Ananifundisha mikono yangu vita,
    Mikono yangu ikaupinda upinde wa shaba.

35 Nawe umenipa ngao ya wokovu wako,
    Mkono wako wa kuume umenitegemeza,
    Na unyenyekevu wako umenikuza.

36 Umezifanyizia nafasi hatua zangu,
    Na miguu yangu haikuteleza.

37 Nitawafuatia adui zangu na kuwapata,
    Wala sitarudi nyuma hata wakomeshwe.
38 Nitawapiga-piga wasiweze kusimama,
    Wataanguka chini ya miguu yangu.
39 Nawe hunifunga mshipi wa nguvu kwa vita,
    Hunitiishia chini yangu walioniondokea.
40 Naam, adui zangu umewafanya wanipe visogo,
    Nao walionichukia nimewakatilia mbali.
41 Walipiga yowe, lakini hakuna wa kuokoa,
    Walimwita BWANA lakini hakuwajibu,
42 Nikawaponda kama mavumbi mbele ya upepo,
    Nikawatupa nje kama matope ya njiani.
43 Umeniokoa na mashindano ya watu,
    Umenifanya niwe kichwa cha mataifa.
    Watu nisiowajua walinitumikia.
44 Kwa kusikia tu habari zangu,
    Mara wakanitii.
    Wageni walinijia wakinyenyekea.
45 Wageni nao walitepetea,
    Walitoka katika ngome zao wakitetemeka.
46 BWANA ndiye aliye hai;
    Na ahimidiwe mwamba wangu,
    Na atukuzwe Mungu wa wokovu wangu;
47 Ndiye Mungu anipatiaye kisasi;
    Na kuwatiisha watu chini yangu.
48 Huniponya na adui zangu;
    Naam, waniinua juu yao walioniinukia,
    Na kuniponya na mtu wa jeuri.
49 Basi, BWANA, nitakushukuru kati ya mataifa,
    Nami nitaliimbia jina lako.
50 Ampa mfalme wake wokovu mkuu,
    Amfanyia fadhili masihi* wake,
    Daudi na mzao wake hata milele.

19 Mbingu zauhubiri utukufu wa Mungu,
    Na anga laitangaza kazi ya mikono yake.
2 Mchana husemezana na mchana,
    Usiku hutolea usiku maarifa.
3 Hakuna lugha wala maneno,

                    * Au, mtiwa mafuta.

Sauti yao haisikilikani.
4 Sauti yao imeenea duniani mwote,
   Na maneno yao hata miisho ya ulimwengu.
Katika hizo ameliwekea jua hema,
5   Kama bwana arusi akitoka chumbani mwake,
Lafurahi kama mtu aliye hodari
   Kwenda mbio katika njia yake.
6 Kutoka kwake lautoka mwisho wa mbingu,
   Na kuzunguka kwake hata miisho yake,
Wala kwa hari yake
   Hakuna kitu kilichositirika.

7 Sheria ya Bwana ni kamilifu,
   Huiburudisha nafsi.
Ushuhuda wa Bwana ni amini,
   Humtia mjinga hekima.
8 Maagizo ya Bwana ni ya adili,
   Huufurahisha moyo.
Amri ya Bwana ni safi,
   Huyatia macho nuru.
9 Kicho cha Bwana ni kitakatifu,
   Kinadumu milele.
Hukumu za Bwana ni kweli,
   Zina haki kabisa.
10 Ni za kutamanika kuliko dhahabu,
    Kuliko wingi wa dhahabu safi.
Nazo ni tamu kuliko asali,
    Kuliko sega la asali.
11 Tena mtumishi wako huonywa kwazo,
    Katika kuzishika kuna thawabu nyingi.
12 Ni nani awezaye kuyatambua makosa yake?
    Unitakase na mambo ya siri.
13 Umzuie mtumishi wako asitende mambo ya kiburi,
    Yasinitawale mimi.
Ndipo nitakapokuwa kamili,
    Nami nitakuwa safi, sina kosa lililo kubwa.
14 Maneno ya kinywa changu,
    Na mawazo ya moyo wangu,
Yapate kibali mbele zako, Ee Bwana,
    Mwamba wangu, na mwokozi wangu.

20 BWANA akujibu siku ya dhiki,
    Jina la Mungu wa Yakobo likuinue.
2 Akupelekee msaada toka patakatifu pake,
    Na kukutegemeza toka Sayuni.
3 Azikumbuke sadaka zako zote,
    Na kuzitakabali dhabihu zako.
4 Akujalie kwa kadiri ya haja ya moyo wako,
    Na kuyatimiza mashauri yako yote.
5 Na tuushangilie wokovu wako,
    Kwa jina la Mungu wetu tuzitweke bendera zetu.
    BWANA akutimizie matakwa yako yote.
6 Sasa najua kuwa BWANA amwokoa masihi* wake;
    Atamjibu toka mbingu zake takatifu,
    Kwa matendo makuu ya wokovu
    Ya mkono wake wa kuume.
7 Hawa wanataja magari na hawa farasi,
    Bali sisi tutalitaja jina la BWANA, Mungu wetu.
8 Wao wameinama na kuanguka,
    Bali sisi tumeinuka na kusimama.
9 BWANA, umwokoe mfalme,
    Utuitikie siku tuitayo.

21 Ee BWANA, mfalme atazifurahia nguvu zako,
    Na wokovu wako ataufanyia shangwe nyingi sana.
2 Umempa haja ya moyo wake,
    Wala hukumzuilia matakwa ya midomo yake.
3 Maana umemsogezea baraka za heri,
    Umemvika taji ya dhahabu safi kichwani pake.
4 Alikuomba uhai, ukampa,
    Muda mrefu wa siku nyingi, milele na milele.
5 Utukufu wake ni mkuu kwa wokovu wako,
    Heshima na adhama waweka juu yake.
6 Maana umemfanya kuwa baraka za milele,
    Wamfurahisha kwa furaha ya uso wake.
7 Kwa kuwa mfalme humtumaini BWANA,
    Na kwa fadhili zake Aliye juu hataondoshwa.
8 Mkono wako utawapata adui zako wote,
    Mkono wako wa kuume utawapata wanaokuchukia.
9 Utawafanya kuwa kama tanuru ya moto,

* Au, mtiwa mafuta.

Wakati wa ghadhabu yako.
BWANA atawameza kwa ghadhabu yake,
    Na moto utawala.

10 Matunda yao utayaharibu na kuyaondoa katika nchi,
    Na wazao wao katika wanadamu.

11 Madhali walinuia kukutenda mabaya,
    Waliwaza hila wasipate kuitimiza.

12 Kwa maana utawafanya kukupa kisogo,
    Kwa upote wa uta wako ukiwaelekeza mishale.

13 Ee BWANA, utukuzwe kwa nguvu zako,
    Nasi tutaimba na kuuhimidi uweza wako.

22 Mungu wangu, Mungu wangu,
    Mbona umeniacha?
Mbona U mbali na wokovu wangu,
    Na maneno ya kuugua kwangu?

2 Ee Mungu wangu, nalia mchana lakini hujibu
    Na wakati wa usiku lakini sipati raha.

3 Na Wewe U Mtakatifu,
    Uketiye juu ya sifa za Israeli.

4 Baba zetu walikutumaini Wewe,
    Walitumaini, na Wewe ukawaokoa.

5 Walikulilia Wewe wakaokoka,
    Walikutumaini wasiaibike.

6 Lakini mimi ni mdudu wala si mtu,
    Laumu ya wanadamu na mzaha wa watu.

7 Wote wanionao hunicheka sana,
    Hunifyonya, wakitikisa vichwa vyao;

8 *Husema*, Umtegemee BWANA; na amponye;
    Na amwokoe sasa, maana apendezwa naye.

9 Naam, Wewe ndiwe uliyenitoa tumboni,
    Ulinitumainisha matitini mwa mama yangu.

10 Kwako nalitupwa tangu tumboni,
    Toka tumboni mwa mamangu ndiwe Mungu wangu.

11 Usiwe mbali nami maana taabu i karibu,
    Kwa maana hakuna msaidizi.

12 Mafahali wengi wamenizunguka,
    Walio hodari wa Bashani wamenisonga;

13 Wananifumbulia vinywa vyao,
    Kama simba apapuraye na kunguruma.

14 Nimemwagika kama maji,
   Mifupa yangu yote imeteguka,
 Moyo wangu umekuwa kama nta,
   Na kuyeyuka ndani ya mtima wangu.
15 Nguvu zangu zimekauka kama gae,
   Ulimi wangu waambatana na taya zangu;
   Unaniweka katika mavumbi ya mauti.
16 Kwa maana mbwa wamenizunguka;
   Kusanyiko la waovu wamenisonga;
   Wamenizua mikono na miguu.
17 Naweza kuihesabu mifupa yangu yote;
   Wao wananitazama na kunikodolea macho.
18 Wanagawanya nguo zangu,
   Na vazi langu wanalipigia kura.
19 Nawe, BWANA, usiwe mbali,
   Ee Nguvu zangu, fanya haraka kunisaidia.
20 Uniponye nafsi yangu na upanga,
   Mpenzi wangu na nguvu za mbwa.
21 Kinywani mwa simba uniokoe;
   Naam, toka pembe za nyati umenijibu.

22 Nitalihubiri jina lako kwa ndugu zangu,
   Katikati ya kusanyiko nitakusifu.
23 Ninyi mnaomcha BWANA, msifuni,
   Enyi nyote mlio wazao wa Yakobo, mtukuzeni,
   Mcheni, enyi nyote mlio wazao wa Israeli.
24 Maana hakulidharau teso la mteswa,
   Wala hakuchukizwa nalo;
 Wala hakumficha uso wake,
   Bali alipomlilia akamsikia.
25 Kwako zinatoka sifa zangu
   Katika kusanyiko kubwa.
 Nitaziondoa nadhiri zangu
   Mbele yao wamchao.
26 Wapole watakula na kushiba,
   Wamtafutao BWANA watamsifu;
 Mioyo yenu na iishi milele.
27   Miisho yote ya dunia itakumbuka,
   Na watu watamrejea BWANA;
   Jamaa zote za mataifa watamsujudia.

28 Maana ufalme una BWANA,
   Naye ndiye awatawalaye mataifa.
29 Wakwasi wote wa dunia watakula na kusujudu,
   Humwinamia wote washukao mavumbini;
   Naam, yeye asiyeweza kujihuisha nafsi yake,
30   Wazao wake watamtumikia.
   Zitasimuliwa habari za BWANA,
   Kwa kizazi kitakachokuja,
31 Nao watawahubiri watakaozaliwa haki yake,
   Ya kwamba ndiye aliyeyafanya.

23 BWANA ndiye mchungaji wangu,
   Sitapungukiwa na kitu.
2 Katika malisho ya majani mabichi hunilaza,
   Kando ya maji ya utulivu huniongoza.
3 Hunihuisha nafsi yangu; na kuniongoza
   Katika njia za haki kwa ajili ya jina lake.
4 Naam, nijapopita kati ya bonde la uvuli wa mauti,
   Sitaogopa mabaya;
   Kwa maana Wewe upo pamoja nami,
   Gongo lako na fimbo yako vyanifariji.
5 Waandaa meza mbele yangu,
   Machoni pa watesi wangu.
   Umenipaka mafuta kichwani pangu,
   Na kikombe changu kinafurika.
6 Hakika wema na fadhili zitanifuata
   Siku zote za maisha yangu;
   Nami nitakaa nyumbani mwa BWANA milele.

24 Nchi na vyote viijazavyo ni mali ya BWANA,
   Dunia na wote wakaao ndani yake.
2 Maana ameiweka misingi yake juu ya bahari,
   Na juu ya mito ya maji aliithibitisha.
3 Ni nani atakayepanda katika mlima wa BWANA?
   Ni nani atakayesimama katika patakatifu pake?
4 Mtu aliye na mikono safi na moyo mweupe,
   Asiyeiinua nafsi yake kwa ubatili,
   Wala hakuapa kwa hila.
5 Atapokea baraka kwa BWANA,
   Na haki kwa Mungu wa wokovu wake.

6 Hiki ndicho kizazi cha wamtafutao,
  Wakutafutao uso wako, Ee Mungu wa Yakobo.

7 Inueni vichwa vyenu, enyi malango,
    Inukeni, enyi malango ya milele,
  Mfalme wa utukufu apate kuingia.
8 Ni nani Mfalme wa utukufu?
    BWANA mwenye nguvu, hodari,
    BWANA hodari wa vita.
9 Inueni vichwa vyenu, enyi malango,
    Naam, viinueni, enyi malango ya milele,
  Mfalme wa utukufu apate kuingia.
10 Ni nani huyu Mfalme wa utukufu?
    BWANA wa majeshi,
      Yeye ndiye Mfalme wa utukufu.

25 Ee BWANA, nakuinulia nafsi yangu,
  2 Ee Mungu wangu,
  Nimekutumaini Wewe, nisiaibike,
    Adui zangu wasifurahi kwa kunishinda.
3 Naam, wakungojao hawataaibika hata mmoja;
    Wataaibika watendao uhaini bila sababu.
4 Ee BWANA, unijulishe njia zako,
    Unifundishe mapito yako,
5 Uniongoze katika kweli yako,
    Na kunifundisha.
  Maana Wewe ndiwe Mungu wa wokovu wangu,
    Nakungoja Wewe mchana kutwa.
6 Ee BWANA, kumbuka rehema zako na fadhili zako,
    Maana zimekuwako tokea zamani.
7 Usiyakumbuke makosa ya ujana wangu,
    Wala maasi yangu.
  Unikumbuke kwa kadiri ya fadhili zako,
    Ee BWANA, kwa ajili ya wema wako.
8 BWANA yu mwema, mwenye adili,
    Kwa hiyo atawafundisha wenye dhambi njia.
9 Wenye upole atawaongoza katika hukumu,
    Wenye upole atawafundisha njia yake.
10 Njia zote za BWANA ni fadhili na kweli,
    Kwao walishikao agano lake na shuhuda zake.

11 Ee Bwana, kwa ajili ya jina lako,
     Unisamehe uovu wangu, maana ni mwingi.
12 Ni nani amchaye Bwana?
     Atamfundisha katika njia anayoichagua.
13 Nafsi yake itakaa hali ya kufanikiwa;
     Wazao wake watairithi nchi.
14 Siri ya Bwana iko kwao wamchao,
     Naye atawajulisha agano lake.
15 Macho yangu humwelekea Bwana daima,
     Naye atanitoa miguu yangu katika wavu.
16 Uniangalie na kunifadhili,
     Maana mimi ni mkiwa na mteswa.
17 Katika shida za moyo wangu unifanyie nafasi,
     Na kunitoa katika dhiki zangu.
18 Utazame teso langu na taabu yangu;
     Unisamehe dhambi zangu zote.
19 Uwatazame adui zangu, maana ni wengi,
     Wananichukia kwa machukio ya ukali.
20 Unilinde nafsi yangu na kuniponya,
     Nisiaibike, maana nakukimbilia Wewe.
21 Ukamilifu na unyofu zinihifadhi,
     Maana nakungoja Wewe.
22 Ee Mungu, umkomboe Israeli,
     Katika taabu zake zote.

26 Ee Bwana, unihukumu mimi,
     Maana nimekwenda kwa ukamilifu wangu,
     Nami nimemtumaini Bwana bila wasiwasi.
2 Ee Bwana, unijaribu na kunipima;
     Unisafishe mtima wangu na moyo wangu.
3 Maana fadhili zako zi mbele ya macho yangu,
     Nami nimekwenda katika kweli yako.
4 Sikuketi pamoja na watu wa ubatili,
     Wala sitaingia mnamo wanafiki.
5 Nimelichukia kusanyiko la watenda mabaya,
     Wala sitaketi pamoja na watu waovu.
6 Nitanawa mikono yangu kwa kutokuwa na hatia,
     Na kuizunguka madhabahu yako, Ee Bwana.
7 Ili niitangaze sauti ya kushukuru,
     Na kuzisimulia kazi zako za ajabu.

8 Bwana, nimependa makao ya nyumba yako,
   Na mahali pa maskani ya utukufu wako.
9 Usiiondoe nafsi yangu pamoja na wakosaji,
   Wala uhai wangu pamoja na watu wa damu.
10 Mikononi mwao mna madhara,
   Na mkono wao wa kuume umejaa rushwa.
11 Ila mimi nitakwenda kwa ukamilifu wangu;
   Unikomboe, unifanyie fadhili.
12 Mguu wangu umesimama palipo sawa;
   Katika makusanyiko nitamhimidi Bwana.

27 Bwana ni nuru yangu na wokovu wangu,
     Nimwogope nani?
   Bwana ni ngome ya uzima wangu,
     Nimhofu nani?
2 Watenda mabaya waliponikaribia,
   Wanile nyama yangu,
  Watesi wangu na adui zangu,
   Walijikwaa wakaanguka.
3 Jeshi lijapojipanga kupigana nami,
   Moyo wangu hautaogopa.
  Vita vijaponitokea,
   Hata hapo nitatumaini.
4 Neno moja nimelitaka kwa Bwana,
   Nalo ndilo nitakalolitafuta,
  Nikae nyumbani mwa Bwana
   Siku zote za maisha yangu.
  Niutazame uzuri wa Bwana,
   Na kutafakari hekaluni mwake.
5 Mradi atanisitiri bandani mwake siku ya mabaya,
   Atanisitiri katika sitara ya hema yake,
   Na kuniinua juu ya mwamba.
6 Na sasa kichwa changu kitainuka
   Juu ya adui zangu wanaonizunguka.
  Nami nitatoa dhabihu za shangwe hemani mwake;
   Nitaimba, naam, nitamhimidi Bwana.

7 Ee Bwana, usikie, kwa sauti yangu ninalia,
   Unifadhili, unijibu.
8 *Uliposema*, Nitafuteni uso wangu,

Moyo wangu umekuambia,
BWANA, uso wako nitautafuta.
9 Usinifiche uso wako,
Usijiepushe na mtumishi wako kwa hasira.
Umekuwa msaada wangu, usinitupe,
Wala usiniache, Ee Mungu wa wokovu wangu.
10 Baba yangu na mama yangu wameniacha,
Bali BWANA atanikaribisha kwake.
11 Ee BWANA, unifundishe njia yako,
Na kuniongoza katika njia iliyonyoka;
Kwa sababu yao wanaoniotea;
12   Usinitie katika nia ya watesi wangu;
Maana mashahidi wa uongo wameniondokea,
Nao watoao jeuri kama pumzi.
13 Naamini ya kuwa nitauona wema wa BWANA
Katika nchi ya walio hai.
14 Umngoje BWANA, uwe hodari,
Upige moyo konde, naam, umngoje BWANA.

28 Ee BWANA, nitakuita Wewe, mwamba wangu,
Usiwe kwangu kama kiziwi.
Nisije nikafanana nao washukao shimoni,
Ikiwa umeninyamalia.
2 Uisikie sauti ya dua yangu nikuombapo,
Nikipainulia patakatifu pako mikono yangu.
3 Usinikokote pamoja na wasio haki,
Wala pamoja na watenda maovu.
Wawaambiao jirani zao maneno ya amani,
Lakini mioyoni mwao mna madhara.
4 Uwape sawasawa na vitendo vyao,
Na kwa kadiri ya ubaya wa kufanya kwao,
Uwape sawasawa na kazi ya mikono yao,
Uwalipe stahili zao.

5 Maana hawazifahamu kazi za BWANA,
Wala matendo ya mikono yake.
Atawavunja wala hatawajenga;
6 Na ahimidiwe BWANA.
Maana ameisikia sauti ya dua yangu;
7 BWANA ni nguvu zangu na ngao yangu.

Moyo wangu umemtumaini,
Nami nimesaidiwa;
  Basi, moyo wangu unashangilia,
  Na kwa wimbo wangu nitamshukuru.
8 BWANA ni nguvu za watu wake,
  Naye ni ngome ya wokovu kwa masihi* wake.
9 Uwaokoe watu wako, uubariki urithi wako,
  Uwachunge, uwachukue milele.

29 Mpeni BWANA, enyi wana wa Mungu,
      Mpeni BWANA utukufu na nguvu;
2 Mpeni BWANA utukufu wa jina lake;
  Mwabuduni BWANA kwa uzuri wa utakatifu.

3 Sauti ya BWANA i juu ya maji;
  Mungu wa utukufu alipiga radi;
  BWANA yu juu ya maji mengi.
4 Sauti ya BWANA ina nguvu;
  Sauti ya BWANA ina adhama;
5 Sauti ya BWANA yaivunja mierezi;
  Naam, BWANA aivunja-vunja mierezi ya Lebanoni;
6 Airusha-rusha kama ndama wa ng'ombe;
  Lebanoni na Sirioni kama mwana-nyati.
7 Sauti ya BWANA yaipasua miali ya moto;
8 Sauti ya BWANA yalitetemesha jangwa;
  BWANA alitetemesha jangwa la Kadeshi.
9 Sauti ya BWANA yawazalisha ayala,
  Na kuifichua misitu;
Na ndani ya hekalu lake
  Wanasema wote, Utukufu.

10 BWANA aliketi juu ya Gharika;
   Naam, BWANA ameketi hali ya mfalme milele.
11 BWANA atawapa watu wake nguvu;
   BWANA atawabariki watu wake kwa amani.

30 Ee BWANA, nitakutukuza kwa maana umeniinua,
      Wala hukuwafurahisha adui zangu juu yangu.
2 Ee BWANA, Mungu wangu,
  Nalikulilia ukaniponya.

* Au, mtiwa mafuta.

3 Umeniinua nafsi yangu,
   Ee BWANA, kutoka kuzimu.
Umenihuisha na kunitoa
   Miongoni mwao washukao shimoni.
4 Mwimbieni BWANA zaburi,
   Enyi watauwa wake.
Na kufanya shukrani!
   Kwa kumbukumbu la utakatifu wake.
5 Maana ghadhabu zake ni za kitambo kidogo,
   Katika radhi yake mna uhai.
Huenda kilio huja kukaa usiku,
   Lakini asubuhi huwa furaha.
6 Nami nilipofanikiwa nalisema,
   Sitaondoshwa milele.
7 BWANA, kwa radhi yako
   Wewe uliuimarisha mlima wangu.
Uliuficha uso wako,
   Nami nikafadhaika.
8 Ee BWANA, nalikulilia Wewe,
   Naam, kwa BWANA naliomba dua.
9 Mna faida gani katika damu yangu
   Nishukapo shimoni?
Mavumbi yatakusifu?
   Yataitangaza kweli yako?
10 Ee BWANA, usikie, unirehemu,
   BWANA, uwe msaidizi wangu.
11 Uligeuza matanga yangu kuwa machezo;
   Ulinivua gunia, ukanivika furaha.
12 Ili utukufu wangu ukusifu,
   Wala usinyamaze.
Ee BWANA, Mungu wangu,
   Nitakushukuru milele.

31 Nimekukimbilia Wewe, BWANA,
   Nisiaibike milele.
   Kwa haki yako uniponye,
2 Unitegee sikio lako, uniokoe hima.
   Uwe kwangu mwamba wa nguvu,
   Nyumba yenye maboma ya kuniokoa.
3 Ndiwe genge langu na ngome yangu;

Kwa ajili ya jina lako uniongoze, unichunge.
4 Utanitoa katika wavu walionitegea kwa siri,
Maana Wewe ndiwe ngome yangu.
5 Mikononi mwako naiweka roho yangu;
Umenikomboa, Ee Bwana, Mungu wa kweli.
6 Nawachukia wao washikao yasiyofaa yenye uongo;
Bali mimi namtumaini Bwana.
7 Na nishangilie, nizifurahie fadhili zako,
Kwa kuwa umeyaona mateso yangu.
Umeijua nafsi yangu taabuni,
8 Wala hukunitia mikononi mwa adui;
Miguu yangu umeisimamisha panapo nafasi.
9 Ee Bwana, unifadhili, maana ni katika dhiki,
Jicho langu limenyauka kwa masumbufu,
Naam, mwili wangu na nafsi yangu.
10 Maana maisha yangu yamekoma kwa huzuni,
Na miaka yangu kwa kuugua.
Nguvu zangu zinatetemeka kwa uovu wangu,
Na mifupa yangu imekauka.
11 Kwa sababu ya watesi wangu nimekuwa laumu,
Naam, hasa kwa jirani zangu;
Na kitu cha kutisha kwa rafiki zangu;
Walioniona njiani walinikimbia.
12 Nimesahauliwa kama mfu asiyekumbukwa;
Nimekuwa kama chombo kilichovunjika.
13 Maana nimesikia masingizio ya wengi;
Hofu ziko pande zote.
Waliposhauriana juu yangu,
Walifanya hila wauondoe uhai wangu.
14 Lakini mimi nakutumaini Wewe, Bwana,
Nimesema, Wewe ndiwe Mungu wangu.
15 Nyakati zangu zimo mikononi mwako;
Uniponye na adui zangu, nao wanaonifuatia.
16 Umwangaze mtumishi wako
Kwa nuru ya uso wako;
Uniokoe kwa ajili ya fadhili zako.
17 Ee Bwana, nisiaibishwe, maana nimekuita;
Waaibishwe wasio haki, wanyamaze kuzimuni.
18 Midomo ya uongo iwe na ububu,
Imneneayo mwenye haki maneno ya kiburi,

Kwa majivuno na dharau.
19 Jinsi zilivyo nyingi fadhili zako
    Ulizowawekea wakuchao;
    Ulizowatendea wakukimbiliao
    Mbele ya wanadamu!
20 Utawasitiri na fitina za watu
    Katika sitara ya kuwapo kwako;
    Utawaficha katika hema
    Na mashindano ya ndimi.
21 BWANA ahimidiwe; kwa maana amenitendea
    Fadhili za ajabu katika mji wenye boma.
22 Nami nalisema kwa haraka yangu,
    Nimekatiliwa mbali na macho yako;
    Lakini ulisikia sauti ya dua yangu
    Wakati nilipokululia.
23 Mpendeni BWANA,
    Ninyi nyote mlio watauwa wake.
    BWANA huwahifadhi waaminifu,
    Humlipa atendaye kiburi malipo tele.
24 Iweni hodari, mpige moyo konde,
    Ninyi nyote mnaomngoja BWANA.

32 Heri aliyesamehewa dhambi,
      Na kusitiriwa makosa yake.
2 Heri BWANA asiyemhesabia upotovu,
    Ambaye rohoni mwake hamna hila.
3 Niliponyamaza mifupa yangu ilichakaa
    Kwa kuugua kwangu mchana kutwa.
4 Kwa maana mchana na usiku
    Mkono wako ulinilemea.
  Jasho langu likakauka hata nikawa
    Kama nchi kavu wakati wa kaskazi.
5 Nalikujulisha dhambi yangu,
    Wala sikuuficha upotovu wangu.
  Nalisema, Nitayakiri maasi yangu kwa BWANA,
    Nawe ukanisamehe upotovu wa dhambi yangu.

6 Kwa hiyo kila mtu mtauwa
    Akuombe wakati unapopatikana.
  Hakika maji makuu yafurikapo,

Hayatamfikia yeye.

7 Ndiwe sitara yangu, utanihifadhi na mateso,
   Utanizungusha nyimbo za wokovu.

8 Nitakufundisha na kukuonyesha njia utakayoiendea;
   Nitakushauri, jicho langu likikutazama.

9 Msiwe kama farasi wala nyumbu,
   Walio hawana akili.
   Kwa matandiko ya lijamu na hatamu
   Sharti kuwazuia hao, au hawatakukaribia.

10 Naye mtu mwovu ana mapigo mengi,
   Bali amtumainiye Bwana fadhili zitamzunguka.

11 Mfurahieni Bwana;
   Shangilieni, enyi wenye haki.
   Pigeni vigelegele vya furaha;
   Ninyi nyote mlio wanyofu wa moyo.

33 Mpigieni Bwana vigelegele, enyi wenye haki,
   Kusifu kunawapasa wanyofu wa moyo.

2 Mshukuruni Bwana kwa kinubi,
   Kwa kinanda cha nyuzi kumi mwimbieni sifa.

3 Mwimbieni wimbo mpya,
   Pigeni kwa ustadi kwa sauti ya shangwe.

4 Kwa kuwa neno la Bwana lina adili,
   Na kazi yake yote huitenda kwa uaminifu.

5 Huzipenda haki na hukumu,
   Nchi imejaa fadhili za Bwana.

6 Kwa neno la Bwana mbingu zilifanyika,
   Na jeshi lake lote kwa pumzi ya kinywa chake.

7 Hukusanya maji ya bahari chungu chungu,
   Huviweka vilindi katika ghala.

8 Nchi yote na imwogope Bwana,
   Wote wakaao duniani na wamche.

9 Maana Yeye alisema, ikawa;
   Na Yeye aliamuru, ikasimama.

10 Bwana huyabatilisha mashauri ya mataifa,
   Huyatangua makusudi ya watu.

11 Shauri la Bwana lasimama milele,
   Makusudi ya moyo wake vizazi na vizazi.

12 Heri taifa ambalo Bwana ni Mungu wao,
   Watu aliowachagua kuwa urithi wake.

13 Toka mbinguni Bwana huchungulia,
     Huwatazama wanadamu wote pia.
14 Toka mahali pake aketipo
     Huwaangalia wote wakaao duniani.
15 Yeye aiumbaye mioyo yao wote
     Huzifikiri kazi zao zote.
16 Hapana mfalme aokokaye kwa wingi wa uwezo,
     Wala shujaa haokoki kwa wingi wa nguvu.
17 Farasi hafai kitu kwa wokovu,
     Wala hamponyi mtu kwa wingi wa nguvu zake.
18 Tazama, jicho la Bwana li kwao wamchao,
     Wazingojeao fadhili zake.
19 Yeye huwaponya nafsi zao na mauti,
     Na kuwahuisha wakati wa njaa.
20 Nafsi zetu zinamngoja Bwana;
     Yeye ndiye msaada wetu na ngao yetu.
21 Maana mioyo yetu itamfurahia,
     Kwa kuwa tumelitumainia jina lake takatifu.
22 Ee Bwana, fadhili zako zikae nasi,
     Kama vile tulivyokungoja Wewe.

34 Nitamhimidi Bwana kila wakati,
     Sifa zake zi kinywani mwangu daima.
2 Katika Bwana nafsi yangu itajisifu,
     Wanyenyekevu wasikie wakafurahi.
3 Mtukuzeni Bwana pamoja nami,
     Na tuliadhimishe jina lake pamoja.
4 Nalimtafuta Bwana akanijibu,
     Akaniponya na hofu zangu zote.
5 Wakamwelekea macho wakatiwa nuru,
     Wala nyuso zao hazitaona haya.
6 Maskini huyu aliita, Bwana akasikia,
     Akamwokoa na taabu zake zote.
7 Malaika wa Bwana hufanya kituo,
     Akiwazungukia wamchao na kuwaokoa.
8 Onjeni mwone ya kuwa Bwana yu mwema;
     Heri mtu yule anayemtumaini.
9 Mcheni Bwana, enyi watakatifu wake,
     Yaani, wamchao hawahitaji kitu.
10 Wana-simba hutindikiwa, huona njaa;

Bali wamtafutao Bwana hawatahitaji kitu cho chote
    kilicho chema.
11 Njoni, enyi wana, mnisikilize,
    Nami nitawafundisha kumcha Bwana.
12 Ni nani mtu yule apendezwaye na uzima,
    Apendaye siku nyingi apate kuona mema?
13 Uuzuie ulimi wako na mabaya,
    Na midomo yako na kusema hila.
14 Uache mabaya ukatende mema,
    Utafute amani ukaifuatie.
15 Macho ya Bwana huwaelekea wenye haki,
    Na masikio yake hukielekea kilio chao.
16 Uso wa Bwana ni juu ya watenda mabaya,
    Aliondoe kumbukumbu lao duniani.
17 Walilia, naye Bwana akasikia,
    Akawaponya na taabu zao zote.
18 Bwana yu karibu nao waliovunjika moyo,
    Na waliopondeka roho huwaokoa.
19 Mateso ya mwenye haki ni mengi,
    Lakini Bwana humponya nayo yote.
20 Huhifa lhi mifupa yake yote,
    Haukuvunjika hata mmoja.
21 Uovu utamwua asiye haki,
    Nao wamchukiao mwenye haki watahukumiwa.
22 Bwana huzikomboa nafsi za watumishi wake,
    Wala hawatahukumiwa wote wamkimbiliao.

35 Ee Bwana, utete nao wanaoteta nami,
    Upigane nao wanaopigana nami.
2 Uishike ngao na kigao,
    Usimame unisaidie.
3 Uutoe na mkuki uwapinge wanaonifuatia,
    Uiambie nafsi yangu, Mimi ni wokovu wako.
4 Waaibishwe, wafedheheshwe,
    Wanaoitafuta nafsi yangu.
    Warudishwe nyuma, wafadhaishwe,
    Wanaonizulia mabaya.
5 Wawe kama makapi mbele ya upepo,
    Malaika wa Bwana akiwaangusha chini.
6 Njia yao na iwe giza na utelezi,

Malaika wa BWANA akiwafuatia.

7 Maana bila sababu wamenifichia wavu,
    Bila sababu wameichimbia shimo nafsi yangu.

8 Uharibifu na umpate kwa ghafula,
    Na wavu alioficha umnase yeye mwenyewe;
    Kwa uharibifu aanguke ndani yake.

9 Na nafsi yangu itamfurahia BWANA,
    Na kuushangilia wokovu wake.

10 Mifupa yangu yote itasema,
    BWANA, ni nani aliye kama Wewe?
    Umponyaye maskini na mtu aliye hodari kumshinda yeye,
    Naam, maskini na mhitaji na mtu amtekaye.

11 Mashahidi wa udhalimu wanasimama,
    Wananiuliza mambo nisiyoyajua.

12 Wananilipa mabaya badala ya mema,
    Hata nafsi yangu ikaingia ukiwa.

13 Bali mimi, walipougua wao,
    Nguo yangu ilikuwa gunia.
    Nalijitesa nafsi yangu kwa kufunga;
    Maombi yangu yakarejea kifuani mwangu.

14 Nalijifanya kama kwamba ni rafiki au ndugu yangu,
    Naliinama nikilia kama aliyefiwa na mamaye.

15 Lakini nikijikwaa hufurahi na kukusanyana,
    Walinikusanyikia watu ovyo nisiowajua,
    Wananipapura wala hawakomi.

16 Kama wenye mzaha wakikufuru karamuni
    Wananisagia meno.

17 BWANA, hata lini utatazama?
    Uiokoe nafsi yangu na maharabu yao,
    Na mpenzi wangu na wana-simba.

18 Nitakushukuru katika kusanyiko kubwa;
    Nitakusifu kati ya watu wengi.

19 Walio adui zangu bure wasinisimangize,
    Wanaonichukia bila sababu wasining'ong'e.

20 Maana hawasemi maneno ya amani,
    Na juu ya watulivu wa nchi huwaza hila.

21 Nao wananifumbulia vinywa vyao,
    Husema, Ewe! Ewe! jicho letu limeona.

22 Wewe, BWANA, umeona, usinyamaze;
    Ee Bwana, usiwe mbali nami.

23 Uamke, uwe macho ili kunipatia hukumu
     Kwa ajili ya madai yangu,
     Mungu wangu na Bwana wangu.
24 Unihukumu kwa haki yako,
     Ee BWANA, Mungu wangu,
     Wala wasinisimangize.
25 Wasiseme moyoni, Haya! ndivyo tutakavyo;
     Wasiseme, Tumemmeza.
26 Waaibishwe, wafedheheshwe pamoja,
     Wanaoifurahia hali yangu mbaya.
   Wavikwe aibu na fedheha,
     Wanaojikuza juu yangu.
27 Washangilie na kufurahi,
     Wapendezwao na haki yangu.
   Naam, waseme daima, Atukuzwe BWANA,
     Apendezwaye na amani ya mtumishi wake.
28 Na ulimi wangu utanena haki yako,
     Na sifa zako mchana kutwa.

36 Kuasi kwake yule mwovu hunena moyoni mwake,
     Hakuna hofu ya Mungu mbele ya macho yake.
 2 Kwa maana hujipendekeza machoni pake
     Kuwa upotovu wake hautaonekana na kuchukiwa.
 3 Maneno ya kinywa chake ni uovu na hila,
     Ameacha kuwa na akili na kutenda mema.
 4 Huwaza maovu kitandani pake,
     Hujiweka katika njia mbaya; ubaya hauchukii.
 5 Ee BWANA, fadhili zako zafika hata mbinguni,
     Uaminifu wako hata mawinguni.
 6 Haki yako ni kama milima ya Mungu,
     Hukumu zako ni vilindi vikuu,
     Ee BWANA, unawaokoa wanadamu na wanyama.
 7 Ee Mungu, jinsi zilivyo na thamani fadhili zako!
     Wanadamu huukimbilia uvuli wa mbawa zako.
 8 Watashibishwa kwa unono wa nyumba yako,
     Nawe utawanywesha mto wa furaha zako.
 9 Maana kwako Wewe iko chemchemi ya uzima,
     Katika nuru yako tutaona nuru.
10 Uwadumishie wakujuao fadhili zako,
     Na wanyofu wa moyo uaminifu wako.

11 Mguu wa kiburi usinikaribie,
  Wala mkono wa wasio haki usinifukuze.
12 Huko ndiko walikoanguka wafanyao maovu;
  Wameangushwa chini wasiweze kusimama.

37 Usikasirike kwa sababu ya watenda mabaya,
  Usiwahusudu wafanyao ubatili.
2 Maana kama majani watakatika mara,
  Kama miche mibichi watanyauka.
3 Umtumaini BWANA ukatende mema,
  Ukae katika nchi, upendezwe na uaminifu.
4 Nawe utajifurahisha kwa BWANA,
  Naye atakupa haja za moyo wako.
5 Umkabidhi BWANA njia yako,
  Pia umtumaini, naye atafanya.
6 Ataitokeza haki yako kama nuru,
  Na hukumu yako kama adhuhuri.
7 Ukae kimya mbele za BWANA,
  Nawe umngojee kwa saburi;
  Usimkasirikie yeye afanikiwaye katika njia yake,
  Wala mtu afanyaye hila.
8 Ukomeshe hasira, uache ghadhabu,
  Usikasirike, mwisho wake ni kutenda mabaya.
9 Maana watenda mabaya wataharibiwa,
  Bali wamngojao BWANA ndio watakaoirithi nchi.
10 Maana bado kitambo kidogo asiye haki hatakuwapo,
  Utapaangalia mahali pake wala hatakuwapo.
11 Bali wenye upole watairithi nchi,
  Watajifurahisha kwa wingi wa amani.
12 Asiye haki hunuia mabaya juu ya mwenye haki,
  Na kumsagia meno yake.
13 BWANA atamcheka,
  Maana ameona kwamba siku yake inakuja.
14 Wasio haki wamefuta upanga na kupinda uta,
  Wamwangushe chini maskini na mhitaji,
  Na kuwaua wenye mwenendo wa unyofu.
15 Upanga wao utaingia mioyoni mwao wenyewe,
  Na nyuta zao zitavunjika.
16 Kidogo alicho nacho mwenye haki ni bora
  Kuliko wingi wa mali wa wasio haki wengi.

17 Maana mikono ya wasio haki itavunjika,
   Bali BWANA huwategemeza wenye haki.
18 BWANA anazijua siku za wakamilifu,
   Na urithi wao utakuwa wa milele.
19 Hawataaibika wakati wa ubaya,
   Na siku za njaa watashiba.
20 Bali wasio haki watapotea,
   Nao wamchukiao BWANA watatoweka,
   Kama uzuri wa mashamba,
   Kama moshi watatoweka.
21 Asiye haki hukopa wala halipi,
   Bali mwenye haki hufadhili, hukirimu.
22 Maana waliobarikiwa na yeye watairithi nchi,
   Nao waliolaaniwa na yeye wataharibiwa.
23 Hatua za mtu zaimarishwa na BWANA,
   Naye aipenda njia yake.
24 Ajapojikwaa hataanguka chini,
   BWANA humshika mkono na kumtegemeza.
25 Nalikuwa kijana nami sasa ni mzee,
   Lakini sijamwona mwenye haki ameachwa,
   Wala mzao wake akiomba chakula.
26 Mchana kutwa hufadhili na kukopesha,
   Na mzao wake hubarikiwa.
27 Jiepue na uovu, utende mema,
   Na kukaa hata milele.
28 Kwa kuwa BWANA hupenda haki,
   Wala hawaachi watauwa wake.
   Wao hulindwa milele,
   Bali mzao wa wasio haki ataharibiwa.
29 Wenye haki watairithi nchi,
   Nao watakaa humo milele.
30 Kinywa chake mwenye haki hunena hekima,
   Na ulimi wake husema hukumu.
31 Sheria ya Mungu wake imo moyoni mwake.
   Hatua zake hazitelezi.
32 Mtu asiye haki humvizia mwenye haki,
   Na kutafuta jinsi ya kumfisha.
33 BWANA hatamwacha mkononi mwake,
   Wala hatamlaumu atakapohukumiwa.
34 Wewe umngoje BWANA,

Uishike njia yake,
  Naye atakutukuza uirithi nchi,
    Wasio haki watakapoharibiwa uta*ao*na.

35 Nimemwona mtu asiye haki mkali sana,
     Akijieneza kama mwerezi wa Lebanoni.

36 Nikapita na kumbe! hayuko,
     Nikamtafuta wala hakuonekana.

37 Umwangalie sana mtu mkamilifu,
     Umtazame mtu mnyofu,
       Maana mwisho wake mtu huyo ni amani.

38 Wakosaji wataangamizwa pamoja,
     Wasio haki mwisho wao wataharibiwa.

39 Na wokovu wa wenye haki una BWANA;
     Yeye ni ngome yao wakati wa taabu.

40 Naye BWANA huwasaidia na kuwaopoa;
     Huwaopoa na wasio haki na kuwaokoa;
       Kwa kuwa wamemtumaini Yeye.

38 Ee BWANA, usinilaumu katika ghadhabu yako,
       Wala usiniadhibu kwa ukali wa hasira yako.

2 Kwa maana mishale yako imenichoma,
    Na mkono wako umenipata.

3 Hamna uzima katika mwili wangu
    Kwa sababu ya ghadhabu yako.
  Wala hamna amani mifupani mwangu
    Kwa sababu ya hatia zangu.

4 Maana dhambi zangu zimenifunikiza kichwa,
    Kama mzigo mzito zimenilemea mno.

5 Jeraha zangu zinanuka, zimeoza,
    Kwa sababu ya upumbavu wangu.

6 Nimepindika na kuinama sana,
    Mchana kutwa nimekwenda nikihuzunika.

7 Maana viuno vyangu vimejaa homa,
    Wala hamna uzima katika mwili wangu.

8 Nimedhoofika na kuchubuka sana,
    Nimeugua kwa fadhaa ya moyo wangu.

9 Bwana, haja zangu zote ziko mbele zako,
    Kuugua kwangu hakukusitirika kwako.

10 Moyo wangu unapwita-pwita,
     Nguvu zangu zimeniacha;

Nuru ya macho yangu nayo imeniondoka.

11 Wanipendao na rafiki zangu wanasimama mbali na pigo
    langu;
    Naam, karibu zangu wamesimama mbali.

12 Nao wanaoutafuta uhai wangu hutega mitego;
    Nao wanaotaka kunidhuru hunena mabaya;
    Na kufikiri hila mchana kutwa.

13 Lakini kama kiziwi sisikii,
    Nami ni kama bubu asiyefumbua kinywa chake.

14 Naam, nimekuwa kama mtu asiyesikia,
    Ambaye hamna hoja kinywani mwake.

15 Kwa kuwa nakungoja Wewe, BWANA,
    Wewe utajibu, Ee Bwana, Mungu wangu.

16 Maana nalisema, Wasije wakanifurahia;
    Mguu wangu ukiteleza wajitukuza juu yangu.

17 Kwa maana mimi ni karibu na kusita,
    Na maumivu yangu yako mbele yangu daima.

18 Kwa maana nitaungama uovu wangu,
    Na kusikitika kwa dhambi zangu.

19 Lakini adui zangu ni wazima wenye nguvu,
    Nao wanaonichukia bure wamekuwa wengi.

20 Naam, wakilipa mabaya kwa mema,
    Huwa adui zangu kwa kuwa nalifuata lililo jema.

21 Wewe, BWANA, usiniache,
    Mungu wangu, usijitenge nami.

22 Ufanye haraka kunisaidia,
    Ee Bwana, wokovu wangu.

39 Nalisema, Nitazitunza njia zangu
    Nisije nikakosa kwa ulimi wangu;
    Nitajitia lijamu kinywani,
    Maadamu mtu mbaya yupo mbele yangu.

2 Nalikuwa sisemi, nalinyamaa kimya,
    Sina faraja, maumivu yangu yakazidi.

3 Moyo wangu ukawa moto ndani yangu,
    Na katika kuwaza kwangu moto ukawaka;
    Nalisema kwa ulimi wangu,

4 BWANA, unijulishe mwisho wangu,
    Na kiasi cha siku zangu ni kiasi gani;
    Nijue jinsi nilivyo dhaifu.

5 Tazama, umefanya siku zangu kuwa mashubiri;
   Maisha yangu ni kama si kitu mbele zako.
   Kila mwanadamu, ingawa amesitawi, ni ubatili.
6 Binadamu huenda tu huko na huko kama kivuli;
   Hufanya ghasia tu kwa ajili ya ubatili;
   Huweka akiba wala hajui ni nani atakayeichukua.
7 Na sasa ninangoja nini, Ee Bwana?
   Matumaini yangu ni kwako.
8 Uniokoe na maasi yangu yote,
   Usinifanye laumu ya mpumbavu.
9 Nimenyamaza, sitafumbua kinywa changu,
   Maana Wewe ndiwe uliyeyafanya.
10 Uniondolee pigo lako;
   Kwa uadui wa mkono wako nimeangamia.
11 Ukimrudi mtu kwa kumkemea kwa uovu wake,
   Watowesha uzuri wake kama nondo.
   Kila mwanadamu ni ubatili.
12 Ee Bwana, usikie maombi yangu,
   Utege sikio lako niliapo,
   Usiyanyamalie machozi yangu.
   Kwa maana mimi ni mgeni wako,
   Msafiri kama baba zangu wote.
13 Uniachilie nikunjuke uso,
   Kabla sijaondoka nisiwepo tena.

40 Nalimngoja Bwana kwa saburi,
   Akaniinamia akakisikia kilio changu.
2 Akanipandisha toka shimo la uharibifu,
   Toka udongo wa utelezi;
   Akaisimamisha miguu yangu mwambani,
   Akaziimarisha hatua zangu.
3 Akatia wimbo mpya kinywani mwangu,
   Ndio sifa zake Mungu wetu.
   Wengi wataona na kuogopa,
   Nao watamtumaini Bwana.
4 Heri aliyemfanya Bwana kuwa tumaini lake,
   Wala hakuwaelekea wenye kiburi,
   Wala hao wanaogeukia uongo.
5 Ee Bwana, Mungu wangu, umefanya kwa wingi
   Miujiza yako na mawazo yako kwetu;

Hakuna awezaye kufananishwa nawe;
   Kama ningependa kuyatangaza na kuyahubiri,
   Ni mengi sana hayahesabiki.
6 Dhabihu na matoleo hukupendezwa nazo,
   Masikio yangu umeyazibua,
   Kafara na sadaka za dhambi hukuzitaka.
7 Ndipo niliposema, Tazama nimekuja,
   (Katika gombo la chuo nimeandikiwa,)
8 Kuyafanya mapenzi yako,
   Ee Mungu wangu, ndiyo furaha yangu;
   Naam, sheria yako imo moyoni mwangu.
9 Nimehubiri habari za haki katika kusanyiko kubwa,
   Sikuizuia midomo yangu; Ee BWANA, unajua.
10 Sikusitiri haki yako moyoni mwangu;
   Nimetangaza uaminifu wako na wokovu wako.
   Sikuficha fadhili zako wala kweli yako
   Katika kusanyiko kubwa.
11 Nawe, BWANA, usinizuilie rehema zako,
   Fadhili zako na kweli yako na zinihifadhi daima.
12 Kwa maana mabaya yasiyohesabika
   Yamenizunguka mimi.
   Maovu yangu yamenipata,
   Wala siwezi kuona.
   Yamezidi kuliko nywele za kichwa changu,
   Na moyo wangu umeniacha.

13 Ee BWANA, uwe radhi kuniokoa,
   Ee BWANA, unisaidie hima.
14 Waaibike, wafedheheke pamoja,
   Wanaoitafuta nafsi yangu waiangamize.
   Warudishwe nyuma, watahayarishwe,
   Wapendezwao na shari yangu.
15 Wakae hali ya ukiwa, na iwe aibu yao,
   Wanaoniambia, Ewe! Ewe!
16 Washangilie, wakufurahie,
   Wote wakutafutao.
   Waupendao wokovu wako
   Waseme daima, Atukuzwe BWANA.
17 Nami ni maskini na mhitaji,
   Bwana atanitunza.

Ndiwe msaada wangu na mwokozi wangu,
Ee Mungu wangu, usikawie.

41 Heri amkumbukaye mnyonge;
     BWANA atamwokoa siku ya taabu.

2 BWANA atamlinda na kumhifadhi hai,
Naye atafanikiwa katika nchi;
Wala usimtie katika hali wamtakiayo adui zake.

3 BWANA atamtegemeza alipo mgonjwa kitandani.
Katika ugonjwa wake umemtandikia.

4 Nami nalisema, BWANA, unifadhili,
Uniponye roho yangu maana nimekutenda dhambi.

5 Adui zangu wananitaja kwa maneno mabaya,
Atakufa lini, jina lake likapotea?

6 Na mmoja wao akija kunitazama asema uongo,
Moyo wake hujikusanyia maovu,
Naye atokapo nje huyanena.

7 Wote wanaonichukia wananinong'ona,
Wananiwazia mabaya.

8 Neno la kisirani limengandama,
Na iwapo amelala hatasimama tena.

9 Msiri wangu tena niliyemtumaini,
Aliyekula chakula changu,
Ameniinulia kisigino chake.

10 Lakini Wewe, BWANA, unifadhili,
Uniinue nipate kuwalipa.

11 Kwa neno hili nimejua ya kuwa wapendezwa nami.
Kwa kuwa adui yangu hasimangi kwa kunishinda.

12 Nami katika ukamilifu wangu umenitegemeza,
Umeniweka mbele za uso wako milele.

     *   *   *

13 Na atukuzwe BWANA, Mungu wa Israeli,
Tangu milele hata milele. Amina na Amina.

KITABU CHA PILI

42 Kama ayala aioneavyo shauku mito ya maji.
     Vivyo hivyo nafsi yangu inakuonea shauku, Ee Mungu.

2 Nafsi yangu inamwonea kiu MUNGU, Mungu aliye hai,

Lini nitakapokuja nionekane mbele za Mungu?
3 Machozi yangu yamekuwa chakula changu mchana na
    usiku,
    Pindi wanaponiambia mchana kutwa, Yuko wapi Mu-
    ngu wako?
4 Nayakumbuka hayo nikiweka wazi nafsi yangu ndani yangu,
    Jinsi nilivyokuwa nikienda na mkutano,
    Na kuwaongoza nyumbani kwa Mungu,
    Kwa sauti ya furaha na kusifu, mkutano wa sikukuu.
5   Nafsi yangu, kwa nini kuinama,
           Na kufadhaika ndani yangu?
              Umtumaini Mungu;
           Kwa maana nitakuja kumsifu,
           Aliye afya ya uso wangu,
              Na Mungu wangu.

6 Nafsi yangu imeinama ndani yangu, kwa hiyo nitakuku-
    mbuka,
    Toka nchi ya Yordani, na Mahermoni, na toka kilima
    cha Mizari.
7 Kilindi chapigia kelele kilindi kwa sauti ya maboromoko
    ya maji yako,
    Gharika zako zote na mawimbi yako yote yamepita juu
    yangu.
8 Mchana BWANA ataagiza fadhili zake, na usiku wimbo
    wake utakuwa nami,
    Naam, maombi kwa Mungu aliye uhai wangu.
9 Nitamwambia Mungu, mwamba wangu, Kwa nini umeni-
    sahau?
    Kwa nini ninakwenda nikihuzunika, adui wakinionea?
10 Watesi wangu hunitukana mithili ya kuniponda mifupa
    yangu,
    Pindi wanaponiambia mchana kutwa, Yuko wapi Mu-
    ngu wako?
11   Nafsi yangu, kwa nini kuinama,
           Na kufadhaika ndani yangu?
              Umtumaini Mungu;
           Kwa maana nitakuja kumsifu,
           Aliye afya ya uso wangu,
              Na Mungu wangu.

43 Ee Bwana, unihukumu, unitetee kwa taifa lisilo haki,
Uniokoe na mtu wa hila asiye haki.

2 Kwa kuwa Wewe ndiwe Mungu uliye nguvu zangu; kwa
nini umenitupa?
Kwa nini ninakwenda nikihuzunika, adui wakinionea?

3 Niletewe nuru yako na kweli yako ziniongoze,
Zinifikishe kwenye mlima wako mtakatifu na hata
maskani yako.

4 Hivyo nitakwenda madhabahuni kwa Mungu, kwa Mungu
aliye furaha yangu na shangwe yangu;
Nitakusifu kwa kinubi, Ee MUNGU, Mungu wangu.

5 Nafsi yangu, kwa nini kuinama,
Na kufadhaika ndani yangu?
Umtumaini Mungu;
Kwa maana nitakuja kumsifu,
Aliye afya ya uso wangu,
Na Mungu wangu.

44 Ee Mungu, tumesikia kwa masikio yetu,
Baba zetu wametuambia,
Matendo uliyoyatenda siku zao, siku za kale.

2 Wewe kwa mkono wako uliwafukuza mataifa,
Ukawakalisha wao.
Wewe uliwatesa watu wa nchi,
Ukawaeneza wao.

3 Maana si kwa upanga wao walivyoimiliki nchi,
Wala si mkono wao uliowaokoa;
Bali mkono wako wa kuume, naam, mkono wako,
Na nuru ya uso wako, kwa kuwa uliwaridhia.

4 Ee Mungu, Wewe ndiwe mfalme wangu,
Uagize mambo ya wokovu kwa Yakobo.

5 Kwa nguvu zako tutawaangusha watesi wetu:
Kwa jina lako tutawakanyaga watupingao.

6 Maana sitautumainia upinde wangu,
Wala upanga wangu hautaniokoa.

7 Bali Wewe ndiwe uliyetuokoa na watesi wetu;
Na watuchukiao umewaaibisha.

8 Tumejisifia Mungu mchana kutwa,
Na jina lako tutalishukuru milele.

9 Lakini umetutupa, umetufedhehesha,

Wala hutoki na majeshi yetu.

10 Waturudisha nyuma tukampa mtesi kisogo,
Na watuchukiao wanajipatia mateka.

11 Umetutoa kama kondoo tuwe chakula,
Na kututawanya kati ya mataifa.

12 Wawauza watu wako bila kupata mali,
Wala hukupata faida kwa thamani yao.

13 Umetufanya kuwa lawama kwa jirani zetu,
Mzaha na dhihaka kwao wanaotuzunguka.

14 Umetufanya kuwa mithali kwa mataifa,
Sababu ya kutikisa kichwa kwa watu wa nchi.

15 Mchana kutwa fedheha yangu i mbele yangu,
Na haya ya uso wangu imenifunika,

16 Kwa sauti ya mwenye kulaumu na kukufuru,
Kwa sababu ya adui na mjilipiza kisasi.

17 Haya yote yametupata, bali hatukukusahau,
Wala hatukulihalifu agano lako.

18 Hatukuiacha mioyo yetu irudi nyuma,
Wala hatua zetu hazikuiacha njia yako.

19 Hata utuponde katika kao la mbwa-mwitu,
Na kutufunika kwa uvuli wa mauti.

20 Ikiwa tumelisahau jina la Mungu wetu,
Au kumnyoshea mungu mgeni mikono yetu;

21 Je! Mungu hatalichunguza neno hilo?
Maana ndiye azijuaye siri za moyo.

22 Hasha! kwa ajili yako tunauawa mchana kutwa;
Tunafanywa kondoo waendao kuchinjwa.

23 Amka, Bwana, mbona umelala?
Ondoka, usitutupe kabisa.

24 Mbona unatuficha uso wako,
Na kusahau kuonewa na kudhulumiwa kwetu?

25 Maana nafsi yetu imeinama mavumbini,
Tumbo letu limegandamana na nchi.

26 Uondoke, uwe msaada wetu,
Utukomboe kwa ajili ya fadhili zako.

45 Moyo wangu umefurika kwa neno jema,
Mimi nasema niliyomfanyizia mfalme;
Ulimi wangu ni kalamu ya mwandishi mstadi.

2 Wewe u mzuri sana kuliko wanadamu;
    Neema imemiminiwa midomoni mwako,
    Kwa hiyo Mungu amekubariki hata milele.

3 Jifungie upanga wako pajani, wewe uliye hodari,
    Utukufu ni wako na fahari ni yako.

4 Katika fahari yako usitawi uendelee
    Kwa ajili ya kweli na upole na haki.
    Na mkono wako wa kuume
    Utakufundisha mambo ya kutisha.

5 Mishale yako ni mikali, watu huanguka chini yako;
    Imo mioyoni mwa adui za mfalme.

6 Kiti chako cha enzi, Mungu, ni cha milele na milele,
    Fimbo ya ufalme wako ni fimbo ya adili.

7 Umeipenda haki;
    Umeichukia dhuluma.
    Kwa hiyo Mungu, Mungu wako, amekupaka mafuta,
    Mafuta ya furaha kuliko wenzako.

8 Mavazi yako yote hunukia manemane
    Na uudi na mdalasini.
    Katika majumba ya pembe
    Vinubi vimekufurahisha.

9 Binti za wafalme wamo
    Miongoni mwa akina bibi wako wastahiki.
    Mkono wako wa kuume amesimama malkia,
    Amevaa dhahabu ya Ofiri.

10 Sikia, binti, utazame, utege sikio lako,
    Uwasahau watu wako na nyumba ya baba yako.

11 Naye mfalme atautamani uzuri wako,
    Maana ndiye bwana wako, nawe umsujudie.

12 Na binti Tiro analeta kipawa chake,
    Nao matajiri wa watu watajipendekeza kwako.

13 Binti mfalme yumo ndani ana fahari tupu,
    Mavazi yake ni ya nyuzi za dhahabu.

14 Atapelekwa kwa mfalme
    Na mavazi yaliyofumwa kwa uzuri.
    Wanawali wenzake wanaomfuata,
    Watapelekwa kwako.

15 Watapelekwa kwa furaha na shangwe,
    Na kuingia katika nyumba ya mfalme.

16 Badala ya baba zako watakuwapo watoto wako,

Utawafanya kuwa wakuu katika nchi zote.
17 Jina lako nitalifanya kuwa kumbukumbu
Katika vizazi vyote.
Kwa hiyo mataifa watakushukuru
Milele na milele.

46 Mungu kwetu sisi ni kimbilio na nguvu,
Msaada utakaoonekana tele wakati wa mateso.
2 Kwa hiyo hatutaogopa ijapobadilika nchi,
Ijapotetemeka milima moyoni mwa bahari.
3 Maji yake yajapovuma na kuumuka,
Ijapopepesuka milima kwa kiburi chake.

4 Kuna mto, vijito vyake vyaufurahisha mji wa Mungu,
Patakatifu pa maskani zake Aliye juu.
5 Mungu yu katikati yake hautatetemeshwa;
Mungu atausaidia asubuhi na mapema.
6 Mataifa yalighadhibika, falme zikataharuki;
Alitoa sauti yake, nchi ikayeyuka.
7 BWANA wa majeshi yu pamoja nasi,
Mungu wa Yakobo ni ngome yetu.

8 Njoni myatazame matendo ya BWANA,
Jinsi alivyofanya ukiwa katika nchi.
9 Avikomesha vita hata mwisho wa dunia;
Avunja uta, akata mkuki, achoma moto magari.
10 Acheni, mjue ile kuwa Mimi ni Mungu,
Nitakuzwa katika mataifa, nitakuzwa katika nchi.
11 BWANA wa majeshi yu pamoja nasi,
Mungu wa Yakobo ni ngome yetu.

47 Enyi watu wote, pigeni makofi,
Mpigieni Mungu kelele kwa sauti ya shangwe.
2 Kwa kuwa BWANA Aliye juu, mwenye kuogofya,
Ndiye mfalme mkuu juu ya dunia yote.
3 Atawatiisha watu wa nchi chini yetu,
Na mataifa chini ya miguu yetu.
4 Atatuchagulia urithi wetu,
Fahari ya Yakobo ambaye alimpenda.
5 Mungu amepaa kwa kelele za shangwe,
BWANA kwa sauti ya baragumu.

6 Mwimbieni Mungu, naam, imbeni;
   Mwimbieni mfalme wetu, naam, imbeni.
7 Maana Mungu ndiye mfalme wa dunia yote,
   Imbeni kwa akili.
8 Mungu awamiliki mataifa,
   Mungu ameketi katika kiti chake kitakatifu.
9 Wakuu wa watu wamekusanyika,
   Wawe watu wa Mungu wa Ibrahimu.
   Maana ngao za dunia zina Mungu,
   Ametukuka sana.

48 Bwana ndiye aliye mkuu,
       Na mwenye kusifiwa sana.
   Katika mji wa Mungu wetu,
   Katika mlima wake mtakatifu.
2 Kuinuka kwake ni mzuri sana,
   Ni furaha ya dunia yote.
   Mlima Sayundi pande za kaskazini,
   Mji wa Mfalme mkuu.
3 Mungu katika majumba yake
   Amejijulisha kuwa ngome.
4 Maana, tazama, wafalme walikusanyika;
   Walipita wote pamoja.
5 Waliona, mara wakashangaa;
   Wakafadhaika na kukimbia.
6 Papo hapo tetemeko liliwashika,
   Utungu kama wa mwanamke azaaye.
7 Kwa upepo wa mashariki
   Wavunja jahazi za Tarshishi.
8 Kama tulivyosikia, ndivyo tulivyoona,
   Katika mji wa BWANA wa majeshi.
   Mji wa Mungu wetu;
   Mungu ataufanya imara hata milele.
9 Tumezitafakari fadhili zako, Ee Mungu,
   Katikati ya hekalu lako.
10 Kama lilivyo jina lako, Ee Mungu,
    Ndivyo na sifa yako hata miisho ya dunia.
    Mkono wako wa kuume umejaa haki;
11 Na ufurahi mlima Sayuni.
    Binti za Yuda na washangilie

Kwa sababu ya hukumu zako.
12 Tembeeni katika Sayuni,
    Uzungukeni mji,
Ihesabuni minara yake,
13   Tieni moyoni boma zake,
    Yafikirini majumba yake,
    Mpate kuwaambia kizazi kitakachokuja.
14 Kwa maana ndivyo alivyo
    MUNGU, Mungu wetu.
    Milele na milele
      Yeye ndiye atakayetuongoza.

49 Sikieni haya, enyi mataifa yote;
    Sikilizeni, ninyi nyote mnaokaa duniani.
2 Watu wakuu na watu wadogo wote pia,
    Tajiri na maskini wote pamoja.
3 Kinywa changu kitanena hekima,
    Na fikira za moyo wangu zitakuwa za busara.
4 Nitatega sikio langu nisikie mithali,
    Na kufumbua fumbo langu kwa kinubi.

5 Kwa nini niogope siku za uovu,
    Ubaya ukinizunguka miguuni pangu?
6 Wa hao wanaozitumainia mali zao,
    Na kujisifia wingi wa utajiri wao;
7 Hakuna mtu awezaye kumkomboa ndugu yake,
    Wala kumpa Mungu fidia kwa ajili yake,
8 (Maana fidia ya nafsi zao ina gharama,
    Wala hana budi kuiacha hata milele;)
9 Ili aishi sikuzote asilione kaburi.
10 Naam, ataliona, hata wenye hekima hufa;
    Mpumbavu na mjinga hupotea pamoja,
    Na kuwaachia wengine mali zao.
11 Makaburi ni nyumba zao hata milele,
    Maskani zao vizazi hata vizazi.
    Hao waliotaja mashamba yao
    Kwa majina yao wenyewe.
12 Lakini mwanadamu hadumu katika heshima,
    Bali amefanana na wanyama wapoteao.

13 Hiyo ndiyo njia yao, ujinga wao,

Nao walioko baada yao huyaridhia maneno yao.

14 Kama kondoo wamewekwa kwenda kuzimu,
   Na mauti itawachunga;
   Watu wanyofu watawamiliki asubuhi;
   Umbo lao litachakaa, kao lao ni kuzimu.

15 Bali Mungu atanikomboa nafsi yangu,
   Atanitoa mkononi mwa kuzimu, maana atanikaribisha.

16 Usiogope mtu atakapopata utajiri,
   Na fahari ya nyumba yake itakapozidi.

17 Maana atakapokufa hatachukua cho chote;
   Utukufu wake hautashuka ukimfuata.

18 Ajapojibariki nafsi yake alipokuwa hai,
   Na watu watakusifu ukijitendea mema,

19 Atakwenda kwenye kizazi cha baba zake;
   Hawataona nuru hata milele.

20 Mwanadamu mwenye heshima, iwapo hana akili,
   Amefanana na wanyama wapoteao.

50 Mungu, Mungu BWANA, amenena, ameiita nchi,
   Toka maawio ya jua hata machweo yake.

2 Tokea Sayuni, ukamilifu wa uzuri,
   Mungu amemulika.

3 Mungu wetu atakuja wala hatanyamaza,
   Moto utakula mbele zake, na tufani yavuma sana
   ikimzunguka pande zote.

4 Ataziita mbingu zilizo juu,
   Na nchi pia awahukumu watu wake.

5 Nikusanyieni wacha Mungu wangu
   Waliofanya agano nami kwa dhabihu.

6 Na mbingu zitatangaza haki yake,
   Kwa maana Mungu ndiye aliye hakimu.

7 Sikieni, enyi watu wangu, nami nitanena,
   Mimi nitakushuhudia, Israeli;
   Mimi ndimi niliye MUNGU, Mungu wako.

8 Sitakukemea kwa ajili ya dhabihu zako,
   Na kafara zako ziko mbele zangu daima.

9 Sitatwaa ng'ombe katika nyumba yako,
   Wala beberu katika mazizi yako.

10 Maana kila hayawani ni wangu,

Na makundi juu ya milima elfu.

11 Nawajua ndege wote wa milima,
    Na wanyama wote wa mashamba ni wangu.

12 Kama ningekuwa na njaa singekuambia,
    Maana ulimwengu ni wangu, navyo viujazavyo.

13 Je! nile nyama ya mafahali!
    Au ninywe damu ya mbuzi!

14 Mtolee Mungu dhabihu za kushukuru;
    Mtimizie Aliye juu nadhiri zako.

15 Ukaniite siku ya mateso;
    Nitakuokoa, na wewe utanitukuza.

16 Bali mtu asiye haki, Mungu amwambia,
    Una nini wewe kuitangaza sheria yangu,
    Na kuliweka agano langu kinywani mwako?

17 Maana wewe umechukia maonyo,
    Na kuyatupa maneno yangu nyuma yako.

18 Ulipomwona mwivi ulikuwa radhi naye,
    Ukashirikiana na wazinzi.

19 Umekiachia kinywa chako kinene mabaya,
    Na ulimi wako watunga hila.

20 Umekaa na kumsengenya ndugu yako,
    Na mwana wa mama yako umemsingizia.

21 Ndivyo ulivyofanya, nami nikanyamaza;
    Ukadhani ya kuwa Mimi ni kama wewe.
    Walakini nitakukemea;
    Nitayapanga hayo mbele ya macho yako.

22 Yafahamuni hayo,
    Ninyi mnaomsahau Mungu,
    Nisije nikawararueni,
    Asipatikane mwenye kuwaponya.

23 Atoaye dhabihu za kushukuru,
    Ndiye anayenitukuza.
    Naye autengenezaye mwenendo wake,
    Nitamwonyesha wokovu wa Mungu.

51

Ee Mungu, unirehemu,
    Sawasawa na fadhili zako.
Kiasi cha wingi wa rehema zako,
    Uyafute makosa yangu.

2 Unioshe kabisa na uovu wangu,
   Unitakase dhambi zangu.

3 Maana nimejua mimi makosa yangu,
   Na dhambi yangu i mbele yangu daima.
4 Nimekutenda dhambi Wewe peke yako,
   Na kufanya maovu mbele za macho yako.
   Wewe ujulikane kuwa una haki unenapo,
   Na kuwa safi utoapo hukumu.
5 Tazama, mimi naliumbwa katika hali ya uovu;
   Mama yangu alinichukua mimba hatiani.
6 Tazama, wapendezwa na kweli iliyo moyoni;
   Nawe utanijulisha hekima kwa siri,
7 Unisafishe kwa hisopo nami nitakuwa safi,
   Unioshe, nami nitakuwa mweupe kuliko theluji.
8 Unifanye kusikia furaha na shangwe,
   Mifupa uliyoiponda ifurahi.
9 Usitiri uso wako usitazame dhambi zangu;
   Uzifute hatia zangu zote.

10 Ee Mungu, uniumbie moyo safi,
    Uifanye upya roho iliyotulia ndani yangu.
11 Usinitenge na uso wako,
    Wala roho yako mtakatifu usiniondolee.
12 Unirudishie furaha ya wokovu wako;
    Unitegemeze kwa roho ya wepesi.
13 Nitawafundisha wakosaji njia zako,
    Na wenye dhambi watarejea kwako.
14 Ee Mungu, Mungu wa wokovu wangu,
    Uniponye na damu za watu,
    Na ulimi wangu utaiimba haki yako.
15 Ee Bwana, uifumbue midomo yangu,
    Na kinywa changu kitazinena sifa zako.
16 Maana hupendezwi na dhabihu, au ningeitoa,
    Wewe huridhii sadaka ya kuteketezwa.
17 Dhabihu za Mungu ni roho iliyovunjika;
    Moyo uliovunjika na kupondeka,
    Ee Mungu, hutaudharau.

18 Uitendee mema Sayuni kwa radhi yako,
    Uzijenge kuta za Yerusalemu.

19 Ndipo utakapopendezwa na dhabihu za haki,
  Na sadaka za kuteketezwa, na kafara.
  Ndipo watakapotoa ng'ombe
  Juu ya madhabahu yako.

52 Kwa nini kujisifia, Ewe jabari?
  Wema wa Mungu upo sikuzote.
2 Ulimi wako watunga madhara,
  Kama wembe mkali, Ewe mwenye hila.
3 Umependa mabaya kuliko mema,
  Na uongo kuliko kusema kweli.
4 Umependa maneno yote ya kupoteza watu,
  Ewe ulimi wenye hila.
5 Lakini Mungu atakuharibu hata milele;
  Atakuondolea mbali;
  Atakunyakua hemani mwako;
  Atakung'oa katika nchi ya walio hai.
6 Nao wenye haki wataona;
  Wataingiwa na hofu na kumcheka;
7 Kumbe! huyu ndiye mtu yule,
  Asiyemfanya Mungu kuwa nguvu zake.
  Aliutumainia wingi wa mali zake,
  Na kujifanya hodari kwa madhara yake.
8 Bali mimi ni kama mzeituni
  Umeao katika nyumba ya Mungu.
  Nazitumainia fadhili za Mungu milele na milele.
9 Nitakushukuru milele kwa maana umetenda;
  Nitalingojea jina lako kwa kuwa ni jema;
  Mbele ya wacha Mungu wako.

53 Mpumbavu amesema moyoni, Hakuna Mungu;
  Wametenda uovu wa ufisadi na kuchukiza,
  Hakuna atendaye mema.
2 Toka mbinguni MUNGU aliwachungulia wanadamu,
  Aone kama yuko mtu mwenye akili,
  Amtafutaye Mungu.
3 Kila mtu amepotoka, wameoza wote pamoja,
  Hakuna atendaye mema,
    La! hata mmoja.
4 Je! wafanyao maovu hawajui?

Walao watu wangu kama walavyo mkate,
  Hawakumwita MUNGU.
5 Hapo waliingiwa na hofu pasipokuwapo hofu,
  Maana Mungu ameitawanya mifupa yake aliyekuhusuru.
Umewatia aibu,
  Kwa sababu MUNGU amewadharau.
6 Laiti wokovu wa Israeli utoke katika Sayuni!
  MUNGU awarudishapo wafungwa wa watu wake;
    Yakobo atashangilia,
    Israeli atafurahi.

54

Ee Mungu, kwa jina lako uniokoe,
  Na kwa uweza wako unifanyie hukumu.
2 Ee Mungu, uyasikie maombi yangu,
  Uyasikilize maneno ya kinywa changu.
3 Kwa maana wageni wamenishambulia;
  Watu watishao wananitafuta nafsi yangu;
  Hawakumweka Mungu mbele yao.
4 Tazama, Mungu ndiye anayenisaidia;
  Bwana ndiye anayenitegemeza nafsi yangu.
5 Atawarudishia adui zangu ubaya wao;
  Uwaangamize kwa uaminifu wako.
6 Kwa ukunjufu wa moyo nitakutolea dhabihu;
  Ee BWANA, nitalishukuru jina lako, maana ni jema.
7 Kwa kuwa limeniokoa na kila taabu;
  Na jicho langu limeridhika
  Kwa kuwatazama adui zangu.

55

Ee Mungu, uisikilize sala yangu,
  Wala usijifiche nikuombapo rehema.
2 Unisikilize na kunijibu,
  Nimetanga-tanga nikilalama na kuugua.
3 Kwa sababu ya sauti ya adui,
  Kwa sababu ya dhuluma yake yule mwovu.
Kwa maana wananitupia uovu,
  Na kwa ghadhabu wananiudhi.
4 Moyo wangu unaumia ndani yangu,
  Na hofu za mauti zimeniangukia.
5 Hofu na tetemeko limenijia,
  Na hofu kubwa imenifunikiza.

6 Nikasema, Ningekuwa na mbawa kama njiwa,
   Ningerukia mbali na kustarehe.

7 Ningekwenda zangu mbali,
   Ningetua jangwani.

8 Ningefanya haraka kuzikimbia
   Dhoruba na tufani.

9 Ee Bwana, uwaangamize, uzichafue ndimi zao,
   Maana nimeona dhuluma na fitina katika mji.

10 Mchana na usiku huzunguka kutani mwake;
   Uovu na taabu zimo ndani yake;

11 Tamaa mbaya zimo ndani yake;
   Dhuluma na hila haziondoki mitaani mwake.

12 Kwa maana aliyetukana si adui;
   Kama ndivyo, ningevumilia.
   Aliyejitukuza juu yangu siye anichukiaye;
   Kama ndivyo, ningejificha asinione.

13 Bali ni wewe, mtu mwenzangu,
   Rafiki yangu, niliyejuana nawe sana.

14 Tulipeana shauri tamu; na kutembea
   Nyumbani mwa Mungu pamoja na mkutano.

15 Mauti na iwapate kwa ghafula,
   Na washuke kuzimu wangali hai,
   Maana uovu u makaoni mwao na katikati yao.

16 Nami nitamwita Mungu,
   Na Bwana ataniokoa;

17 Jioni, asubuhi, na adhuhuri nitalalama na kuugua,
   Naye ataisikia sauti yangu.

18 Ameiokoa nafsi yangu iwe salama, asinikaribie mtu,
   Maana walioshindana nami walikuwa wengi.

19 Mungu atasikia na kuwajibu;
   Ndiye Yeye akaaye tangu milele.
   Mageuzi ya mambo hayawapati hao,
   Kwa hiyo hawamchi Mungu.

20 Amenyosha mkono awadhuru waliopatana naye,
   Amelihalifu agano lake.

21 Kinywa chake ni laini kuliko siagi,
   Bali moyo wake ni vita.
   Maneno yake ni mororo kuliko mafuta,
   Bali hayo ni panga wazi.

22 Umtwike Bwana mzigo wako naye atakutegemeza,

Hatamwacha mwenye haki aondoshwe milele.
23 Nawe, Ee Mungu, utawatelemsha,
  Walifikilie shimo la uharibifu;
Watu wa damu na hila hawataishi nusu ya siku zao,
  Bali mimi nitakutumaini Wewe.

56 Mungu, unirehemu, maana yuko atakaye kunimeza,
  Mchana kutwa ananionea akileta vita.
2 Adui zangu wanataka kunimeza mchana kutwa,
  Maana waletao vita juu yangu kwa kiburi ni wengi.
3 Siku ya hofu yangu nitakutumaini Wewe;
4 Kwa msaada wa MUNGU nitalisifu neno lake.
    Nimemtumaini Mungu, sitaogopa;
    Mwenye mwili atanitenda nini?
5 Mchana kutwa wanapotosha maneno yangu,
  Mawazo yao yote ni juu yangu kunitakia mabaya.
6 Hukutanika, hujificha, huziangalia nyayo zangu,
  Kwa kuwa wameniotea nafsi yangu.
7 Je! wataokoka kwa uovu wao?
  Ee Mungu, uwaangamize kwa hasira yako.

8 Umehesabu kutanga-tanga kwangu;
    Uyatie machozi yangu katika chupa yako;
    (Je! hayamo katika kitabu chako?)
9 Ndipo adui zangu watarudi nyuma siku ile niitapo.
  Neno hili najua kuwa MUNGU yu upande wangu;
10 Kwa msaada wa MUNGU nitalisifu neno lake.
  Kwa msaada wa BWANA nitalisifu neno lake.
11   Nimemtumaini Mungu, sitaogopa;
    Mwanadamu atanitenda nini?
12 Ee Mungu, nadhiri zako zi juu yangu;
  Nitakutolea dhabihu za kushukuru.
13 Maana umeniponya nafsi yangu na mauti;
  Je! hukuizuia miguu yangu isianguke?
Ili nienende mbele za Mungu
  Katika nuru ya walio hai.

57 Unirehemu, Ee Mungu, unirehemu mimi,
  Maana nafsi yangu imekukimbilia Wewe.
Nitaukimbilia uvuli wa mbawa zako,
  Hata misiba hii itakapopita.

2 Nitamwita MUNGU Aliye juu,
  Mungu anitimiziaye mambo yangu.
3 Atapeleka toka mbinguni na kuniokoa,
  Atukanapo yule atakaye kunimeza.
  Mungu atazipeleka
  Fadhili zake na kweli yake.
4 Nafsi yangu i kati ya simba,
  Nitastarehe kati yao waliowaka moto.
  Wanadamu meno yao ni mikuki na mishale,
  Na ndimi zao ni upanga mkali.
5   Ee Mungu, utukuzwe juu ya mbingu,
        Na juu ya nchi yote uwe utukufu wako.

6 Wameweka wavu ili kuninasa miguu;
  Nafsi yangu imeinama;
  Wamechimba shimo mbele yangu;
  Wametumbukia ndani yake!
7 Ee Mungu, moyo wangu u thabiti,
  Moyo wangu u thabiti.
  Nitaimba, nitaimba zaburi,
8 Amka, utukufu wangu.
  Amka, kinanda na kinubi,
  Nitaamka alfajiri.
9 Ee Bwana, nitakushukuru kati ya watu,
  Nitakuimbia zaburi kati ya mataifa.
10 Maana fadhili zako ni kubwa hata mbinguni,
  Na uaminifu wako hata mawinguni.
11   Ee Mungu, utukuzwe juu ya mbingu,
        Na juu ya nchi yote uwe utukufu wako.

58 Ni kweli, enyi wakuu, mnanena haki?
        Enyi wanadamu, mnahukumu kwa adili?
2 Sivyo! mioyoni mwenu mnatenda maovu;
  Katika nchi mnapima udhalimu wa mikono yenu.
3 Wasio haki wamejitenga tangu kuzaliwa kwao;
  Tangu tumboni wamepotea, wakisema uongo.
4 Sumu yao, mfano wake ni sumu ya nyoka;
  Mfano wao ni fira kiziwi azibaye sikio lake.
5 Asiyeisikiliza sauti ya waganga,
  Ijapo wanafanya uganga kwa ustadi.

6 Ee Mungu, uyavunje meno yao vinywani mwao;
  Ee BWANA, uyavunje magego ya wana-simba.
7 Na watoweke kama maji yapitayo kwa kasi;
  Akiielekeza mishale yake, iwe imetiwa ubutu.
8 Kama konokono ayeyukaye na kutoweka,
  Kama mimba iliyoharibika, isiyoliona jua.
9 Kabla ya masufuria yenu kupata moto wa miiba,
  Ataipeperusha kama chamchela,
  Iliyo mibichi na iliyo moto.
10 Mwenye haki atafurahi akionapo kisasi;
  Ataiosha miguu yake katika damu ya wasio haki.
11 Na mwanadamu atasema,
  Hakika iko thawabu yake mwenye haki.
  Hakika yuko Mungu
  Anayehukumu katika dunia.

59 Ee Mungu wangu, uniponye na adui zangu,
       Uniinue juu yao wanaoshindana nami.
2 Uniponye nao wafanyao maovu,
  Uniokoe na watu wa damu.
3 Kwa maana wanaiotea nafsi yangu;
  Wenye nguvu wamenikusanyikia;
  Ee BWANA, si kwa kosa langu,
  Wala si kwa hatia yangu.
4 Bila kosa langu huenda mbio, hujiweka tayari;
  Uamke uonane nami, na kutazama.
5 Na Wewe, BWANA, Mungu wa majeshi,
  Mungu wa Israeli, uamke.
  Uwapatilize mataifa yote;
  Usiwarehemu waovu wafanyao uovu hata mmoja.

6 Wakati wa jioni hurudi, hulia kama mbwa,
  Na kuzunguka-zunguka mjini.
7 Tazama, kwa vinywa vyao huteuka,
  Midomoni mwao mna panga,
  Kwa maana ni nani asikiaye?
8 Na Wewe, BWANA, utawacheka,
  Utawadhihaki mataifa yote.
9 Ee nguvu zangu, nitakungoja Wewe,
  Maana Mungu ndiye aliye ngome yangu.

10 Mungu wa fadhili zangu atanitangulia,
   Mungu atanijalia kuwatazama adui zangu.

11 Usiwaue, watu wangu wasije wakasahau;
   Uwatawanye kwa uweza wako,
   Na kuwaangamiza, Ee Bwana, ngao yetu.

12 Kwa dhambi ya kinywa chao,
   Na kwa neno la midomo yao,
   Wanaswe kwa kiburi chao,
   Kwa ajili ya kulaani na uongo wasemao.

13 Uwakomeshe kwa hasira,
   Uwakomeshe watoweke,
   Wajue ya kuwa Mungu atawala katika Yakobo,
   Na hata miisho ya dunia.

14 Wakati wa jioni hurudi, hulia kama mbwa,
   Na kuzunguka-zunguka mjini.

15 Watatanga-tanga hao wakitafuta chakula;
   Wasiposhiba watakesha usiku kucha.

16 Nami nitaziimba nguvu zako asubuhi,
   Nitaziimba fadhili zako kwa furaha.
   Kwa kuwa ndiwe uliyekuwa ngome yangu,
   Na makimbilio siku ya shida yangu.

17 Ee nguvu zangu, nitakuimbia kwa furaha,
   Maana Mungu ndiye aliye ngome yangu,
   Mungu wa fadhili zangu.

60 Ee Mungu, umetutupa na kututawanya,
   Umekuwa na hasira, uturudishe tena.

2 Umeitetemesha nchi na kuipasua,
   Upaponye palipobomoka, maana inatikisika.

3 Umewaonyesha watu wako mazito,
   Na kutunywesha mvinyo ya kutuyumbisha.

4 Umewapa wakuogopao bendera,
   Ili itwekwe kwa ajili ya kweli.

5 Ili wapenzi wako waopolewe,
   Uokoe kwa mkono wako wa kuume, utuitikie.

6 Mungu amenena kwa utakatifu wake,
   Nami nitashangilia.

Nitaigawanya Shekemu,
  Nitalipima bonde la Sukothi.
7 Gileadi ni yangu, na Manase ni yangu,
  Na Efraimu ni nguvu ya kichwa changu.
  Yuda ni fimbo yangu ya kifalme,
8 Moabu ni bakuli langu la kunawia.
  Nitamtupia Edomu kiatu changu,
  Na kumpigia Filisti kelele za vita.

9 Ni nani atakayenipeleka hata mji wenye boma?
  Ni nani atakayeniongoza hata Edomu?
10 Ee Mungu, si Wewe uliyetutupa?
  Wala, Ee Mungu, hutoki na majeshi yetu?
11 Utuletee msaada juu ya mtesi,
  Maana wokovu wa binadamu haufai.
12 Kwa msaada wa Mungu tutatenda makuu,
  Maana Yeye atawakanyaga watesi wetu.

61 Ee Mungu, ukisikie kilio changu,
      Uyasikilize maombi yangu.
2 Toka mwisho wa nchi nitakulilia nikizimia moyo,
  Uniongoze juu ya mwamba nisioweza kuupanda.
3 Kwa maana ulikuwa kimbilio langu,
  Ngome yenye nguvu adui asinipate.
4 Nitakaa katika hema yako milele,
  Nitaikimbilia sitara ya mbawa zako.
5 Maana Wewe, Mungu, umezisikia nadhiri zangu.
  Umewapa urithi wao waliogopao jina lako.
6 Utaziongeza siku za mfalme,
  Miaka yake itakuwa kama vizazi vingi.
7 Atakaa mbele za Mungu milele,
  Ziagize fadhili na kweli zimhifadhi.
8 Ndivyo nitakavyoliimbia jina lako daima,
  Ili niondoe nadhiri zangu kila siku.

62 Nafsi yangu yamnoja Mungu peke yake kwa kimya,
      Wokovu wangu hutoka kwake.
2 Yeye tu ndiye mwamba wangu na wokovu wangu,
  Ngome yangu, sitatikisika sana.
3 Hata lini mtamshambulia mtu,
  Mpate kumwua ninyi nyote pamoja?

Kama ukuta unaoinama,
    Kama kitalu kilicho tayari kuanguka,
4 Hufanya shauri kumwangusha tu katika cheo chake;
    Huufurahia uongo.
Kwa kinywa chao hubariki;
    Kwa moyo wao hulaani.
5 Nafsi yangu, umngoje Mungu peke yake kwa kimya,
    Tumaini langu hutoka kwake.
6 Yeye tu ndiye mwamba wangu na wokovu wangu,
    Ngome yangu, sitatikisika sana.

7 Kwa Mungu wokovu wangu,
    Na utukufu wangu;
Mwamba wa nguvu zangu,
    Na kimbilio langu ni kwa Mungu.
8 Enyi watu, mtumainini sikuzote,
    Ifunueni mioyo yenu mbele zake;
Mungu ndiye kimbilio letu.
9 Hakika binadamu ni ubatili,
    Na wenye cheo ni uongo,
    Katika mizani huinuka;
    Wote pamoja ni hafifu kuliko ubatili.
10 Msiitumainie dhuluma,
    Wala msijivune kwa unyang'anyi;
    Mali izidipo msiiangalie sana moyoni.
11 Mara moja amenena Mungu;
    Mara mbili nimeyasikia haya,
    Ya kuwa nguvu zina Mungu,
12 Na fadhili ziko kwako, Ee Bwana;
    Maana ndiwe umlipaye kila mtu
    Sawasawa na haki yake.

63 Ee Mungu, Mungu wangu, nitakutafuta mapema,
    Nafsi yangu inakuonea kiu,
Mwili wangu wakuonea shauku,
    Katika nchi kame na uchovu, isiyo na maji.
2 Ndivyo nilivyokutazama katika patakatifu,
    Nizione nguvu zako na utukufu wako.
3 Maana fadhili zako ni njema kuliko uhai;
    Midomo yangu itakusifu.

4 Ndívyo nitakavyokubariki maadamu ni hai;
  Kwa jina lako nitaiinua mikono yangu.

5 Nafsi yangu itakinai kama kushiba mafuta na vinono;
  Kinywa changu kitakusifu kwa midomo ya furaha.

6 Ninapokukumbuka kitandani mwangu,
  Nakutafakari Wewe makesha yote ya usiku.

7 Maana Wewe umekuwa msaada wangu,
  Na uvulini mwa mbawa zako nitashangilia.

8 Nafsi yangu inakuandama sana;
  Mkono wako wa kuume unanitegemeza.

9 Bali waitafutao nafsi yangu, ili kuiharibu,
  Wataingia pande za nchi zilizo chini.

10 Watatolewa wafe kwa nguvu za upanga,
   Watakuwa riziki za mbwa-mwitu.

11 Bali mfalme atamfurahia Mungu,
   Kila aapaye kwa Yeye atashangilia,
   Kwa maana vinywa vya waongo vitafumbwa.

64 Mungu, uisikie sauti yangu katika malalamiko yangu;
     Unilinde uhai wangu na hofu ya adui.

2 Utanificha mbali na shauri la siri la watenda mabaya,
  Mbali na ghasia ya watu wafanyao maovu,

3 Waliounoa ulimi wao kama upanga,
  Wameielekeza mishale yao, maneno ya uchungu,

4 Wapate kumpiga mkamilifu faraghani,
  Kwa ghafula humpigia wala hawaogopi.

5 Walijifanya hodari katika jambo baya;
  Hushauriana juu ya kutega mitego;
  Husema, Ni nani atakayeiona?

6 Hutunga maovu; husema, Tumefanya shauri kamili;
  Na mawazo ya ndani ya kila mmoja wao,
  Na moyo wake, huwa siri kabisa.

7 Kwa hiyo Mungu atawapiga shabaha,
  Kwa mshale mara watapigwa.

8 Ndivyo watakavyokwazwa,
  Ulimi wao wenyewe ukishindana nao.
  Wote wawaonao watatikisa kichwa.

9 Na watu wote wataogopa,
  Wataitangaza kazi ya Mungu,
  Na kuyafahamu matendo yake.

10 Mwenye haki atamfurahia BWANA na kumkimbilia,
   Na wote wenye moyo wa adili watajisifu.

65 Ee Mungu, sifa zakulaiki katika Sayuni,
   Na kwako Wewe itaondolewa nadhiri.
2 Wewe usikiaye kuomba,
   Wote wenye mwili watakujia.
3 Ingawa maovu mengi yanatushinda,
   Wewe utayafunika maasi yetu.
4 Heri mtu yule umchaguaye,
   Na kumkaribisha akae nyuani mwako.
   Na tushibe wema wa nyumba yako,
   Patakatifu pa hekalu lako.
5 Kwa mambo ya kutisha utatujibu,
   Katika haki, Ee Mungu wa wokovu wetu.
   Wewe uliye tumaini la miisho yote ya dunia,
   Na la bahari iliyo mbali sana.
6 Milima waiweka imara kwa nguvu zako,
   Huku ukijifunga uweza kama mshipi.
7 Wautuliza uvumi wa bahari,
   Uvumi wa mawimbi yake,
   Na ghasia ya mataifa;
8 Kwa hiyo wakaao mbali kabisa huogopa ishara zako;
   Milango ya asubuhi na jioni waifurahisha.
9 Umeijilia nchi na kuisitawisha,
   Umeitajirisha sana;
   Mto wa Mungu umejaa maji;
   Wawaruzuku watu nafaka,
   Maana ndiwe uitengenezaye ardhi.
10 Matuta yake wayajaza maji;
   Wapasawazisha palipoinuka,
   Wailainisha nchi kwa manyunyu;
   Waibariki mimea yake.
11 Umeuvika mwaka taji ya wema wako;
   Mapito yako yadondoza unono.
12 Huyadondokea malisho ya nyikani,
   Na vilima vyajifunga furaha.
13 Na malisho yamevikwa kondoo,
   Na mabonde yamepambwa nafaka,
   Yanashangilia, naam, yanaimba.

66 Mpigie Mungu kelele za shangwe, nchi yote,
2 Imbeni utukufu wa jina lake,
  Tukuzeni sifa zake.

3 Mwambieni Mungu, Matendo yako yatisha kama nini!
  Kwa ajili ya wingi wa nguvu zako,
    Adui zako watakuja kunyenyekea mbele zako.
4 Nchi yote itakusujudia na kukuimbia,
    Naam, italiimbia jina lako.
5 Njoni yatazameni matendo ya Mungu;
    Hutisha kwa mambo awatendayo wanadamu;
6 Aligeuza bahari ikawa nchi kavu;
    Katika mto walivuka kwa miguu;
    Huko ndiko tulikomfurahia.
7 Atawala kwa uweza wake milele;
    Macho yake yawaangalia mataifa;
    Waasio wasijitukuze nafsi zao.

8 Enyi mataifa, mtukuzeni Mungu wetu,
    Itangazeni sauti ya sifa zake;
9 Aliyeiweka nafsi yetu katika uhai,
    Wala hakuuacha mguu wetu usogezwe.
10 Kwa maana umetupima, Ee Mungu,
    Umetujaribu inavyojaribiwa fedha.
11 Ulituingiza ndani ya wavu,
    Na kuweka viunoni mwetu mzigo uliotulemea.
12 Uliwapandisha watu
    Juu ya vichwa vyetu.
  Tulipita motoni na majini;
    Ukatutoa na kutuleta kunako wingi.
13 Nitaingia nyumbani mwako na kafara;
    Nitaondoa kwako nadhiri zangu;
14 Ambazo midomo yangu ilizinena;
    Kinywa changu kikazisema nilipokuwa taabuni.
15 Kafara za vinono nitakutolea,
  Pamoja na fukizo la kondoo waume,
    Nitatoa ng'ombe pamoja na mbuzi.
16 Njoni, sikieni, ninyi nyote mnaomcha Mungu,
    Nami nitayatangaza aliyonitendea roho yangu.
17 Nalimwita kwa kinywa changu,
    Na sifa kuu zilikuwa chini ya ulimi wangu.

18 Kama ningaliwaza maovu moyoni mwangu,
   Bwana asingesikia.
19 Hakika Mungu amesikia;
   Ameisikiliza sauti ya maombi yangu.
20 Na ahimidiwe Mungu asiyeyakataa maombi yangu,
   Wala kuniondolea fadhili zake.

67 Mungu na atufadhili na kutubariki,
   Na kutuangazia uso wake.
2 Njia yake ijulike duniani,
   Wokovu wake katikati ya mataifa yote.
3   Watu na wakushukuru, Ee Mungu,
   Watu wote na wakushukuru.

4 Mataifa na washangilie,
   Naam, waimbe kwa furaha,
   Maana kwa haki utawahukumu watu,
   Na kuwaongoza mataifa walioko duniani.
5   Watu na wakushukuru, Ee Mungu,
   Watu wote na wakushukuru.

6 Nchi imetoa mazao yake;
   MUNGU, Mungu wetu, ametubariki.
7 Mungu atatubariki sisi;
   Miisho yote ya dunia itamcha Yeye.

68 Mungu huondoka, adui zake wakatawanyika,
   Nao wamchukiao huukimbia uso wake.
2 Kama moshi upepeerushwavyo,
   Ndivyo uwapeperushavyo wao;
   Kama nta iyeyukavyo mbele ya moto,
   Ndivyo waovua wapoteavyo usoni pa Mungu.
3 Bali wenye haki hufurahi,
   Na kuushangilia uso wa Mungu,
   Naam, hupiga kelele kwa furaha.
4 Mwimbieni Mungu, lisifuni jina lake,
   Mtengenezeeni njia ya barabara,
   Apitaye majangwani kama mpanda farasi;
   Jina lake ni YAHU; shangilieni mbele zake.
5 Baba wa yatima na mwamuzi wa wajane,
   Mungu katika kao lake takatifu.

6 Mungu huwakalisha wapweke nyumbani;
   Huwatoa wafungwa wakae hali ya kufanikiwa;
   Bali wakaidi hukaa katika nchi kavu.

7 Ee Mungu, ulipotoka mbele ya watu wako,
   Ulipopita nyikani,
8 Nchi ilitetemeka.
   Naam, mbingu zilidondoka usoni pa Mungu;
   Hata Sinai usoni pa Mungu; Mungu wa Israeli.
9 Ee Mungu, ulinyesha mvua ya neema;
   Urithi wako ulipochoka uliutia nguvu.
10 Kabila yako ilifanya kao lake huko,
   Ee Mungu, kwa wema wako uliwaruzuku walioonewa.
11 Bwana analitoa neno lake;
   Wanawake watangazao habari ni jeshi kubwa;
12 Wafalme wa majeshi wanakimbia, wanakimbia;
   Na mwanamke akaaye nyumbani agawa nyara.
13 Kwa nini kulala mazizini arukapo hua,
   Mbawa zake ziking'aa kama fedha
   Na manyoya yake kama dhahabu?
14 Mwenyezi Mungu alipotawanya wafalme huko,
   Kulikunya theluji katika Salmoni.
15 Ni mlima wa Mungu mlima Bashani,
   Ni mlima mrefu mlima Bashani.
16 Enyi milima mirefu, kwani kuutazama kwa wivu
   Mlima alioutamani Mungu akae juu yake?
   Naam, Bwana atakaa juu yake milele.
17 Magari ya Mungu ni ishirini elfu, maelfu maelfu;
   Bwana yumo kati yao kama katika Sinai,
   Katika patakatifu.
18 Wewe umepaa juu, umeteka mateka,
   Umepewa vipawa katikati ya wanadamu;
   Naam, hata na wakaidi, Bwana Mungu akae nao.

19   Na ahimidiwe Bwana,
   Siku kwa siku hutuchukulia mzigo wetu;
   Mungu ndiye wokovu wetu.
20 Mungu kwetu sisi ni Mungu wa kuokoa;
   Na njia za kutoka mautini zina Yehova Bwana.
21 Naam, Mungu atakipasua kichwa cha adui zake,
   Utosi wenye nywele wa mtu afulizaye kukosa.

22 Bwana alisema, Kutoka Bashani nitawarudisha,
　　Nitawarudisha kutoka vilindi vya bahari;
23 Uuchovye mguu wako katika damu ya adui zako,
　　Na ulimi wa mbwa zako upate sehemu yake.
24 Ee Mungu, wameiona miendo yako;
　　Miendo ya Mungu wangu, Mfalme wangu, katika
　　　　patakatifu.
25 Waimbaji hutangulia, nyuma yao wapigao vinanda,
　　Kati ya wanawali wapiga matari.
26 Mhimidini Mungu katika mikutano,
　　Bwana katika makusanyiko ya Israeli.
27 Yuko Benyamini mdogo, mtawala wao;
　　Wakuu wa Yuda, kundi lao;
　　Wakuu wa Zabuloni;
　　Wakuu wa Naftali.

28 Ee Mungu, uziamuru nguvu zako;
　　Ee Mungu, uwe hodari uliyetufanyia makuu.
29 Kwa ajili ya hekalu lako Yerusalemu
　　Wafalme watakuletea hedaya.
30 Mkemee mnyama wa manyasini;
　　Kundi la mafahali, na ndama za watu;
　　Hata wanyenyekee na kuleta vipande vya fedha,
　　Uwatawanye watu wapendao vita.
31 Masheki watakuja kutoka Misri,
　　Kushi itamnyoshea Mungu mikono yake mara.
32 Enyi falme za dunia, mwimbieni Mungu,
　　Msifuni Bwana kwa nyimbo.
33 Apandaye mbingu za mbingu za tangu milele;
　　Aitoa sauti yake, sauti ya nguvu.
34 Mhesabieni Mungu nguvu;
　　Enzi yake i juu ya Israeli;
　　Na nguvu zake zi mawinguni.
35 Mungu ni mwenye kutisha
　　Kutoka patakatifu pako.
　　Ndiye Mungu wa Israeli;
　　Yeye huwapa watu wake nguvu na uwezo.
　　　　　　Na ahimidiwe Mungu.

69 Ee Mungu, uniokoe,
　　Maana maji yamefika mpaka nafsini mwangu.

2 Ninazama katika matope mengi,
   Pasipowezekana kusimama.
   Nimefika penye maji ya vilindi,
   Mkondo wa maji unanigharikisha.

3 Nimechoka kwa kulia kwangu,
   Koo yangu imekauka.
   Macho yangu yamedhoofu
   Kwa kumngoja Mungu wangu.

4 Wanaonichukia bure ni wengi
   Kuliko nywele za kichwa changu.
   Watakao kunikatilia mbali wamekuwa hodari,
   Adui zangu kwa sababu isiyo kweli.
   Hata mimi nalilipishwa kwa nguvu
   Vitu nisivyovichukua.

5 Ee Mungu, unajua upumbavu wangu,
   Wala hukufichwa dhambi yangu.

6 Wanaokungoja Wewe wasiaibishwe,
   Kwa ajili yangu, Bwana, Mungu wa majeshi.
   Wanaokutafuta Wewe wasifedheheshwe,
   Kwa ajili yangu, Ee Mungu wa Israeli.

7 Maana kwa ajili yako nimestahimili laumu,
   Fedheha imenifunika uso wangu.

8 Nimekuwa mgeni kwa ndugu zangu,
   Na msikwao kwa wana wa mama yangu.

9 Maana wivu wa nyumba yako umenila,
   Na laumu zao wanaokulaumu zimenipata.

10 Nilipolia na kuiadhibu roho yangu kwa kufunga,
   Ikawa laumu juu yangu.

11 Nilipofanya gunia kuwa nguo zangu,
   Nikawa mithali kwao.

12 Waketio langoni hunisema,
   Na nyimbo za walevi hunidhihaki.

13 Nami maombi yangu nakuomba Wewe, Bwana,
   Wakati ukupendezao; Ee Mungu,
   Kwa wingi wa fadhili zako unijibu,
   Katika kweli ya wokovu wako.

14 Uniponye kwa kunitoa matopeni,
   Wala usiniache nikazama.
   Na niponywe nao wanaonichukia,

    Na katika vilindi vya maji.

15 Mkondo usinigharikishe, wala vilindi visinimeze,
    Wala shimo lisifumbe kinywa chake juu yangu.

16 Ee BWANA, unijibu, maana fadhili zako ni njema,
    Kwa kadiri ya rehema zako unielekee.

17 Wala usinifiche uso wako, mimi mtumishi wako,
    Maana mimi nimo taabuni, unijibu upesi.

18 Uikaribie nafsi yangu, uikomboe,
    Kwa sababu ya adui zangu unifidie.

19 Wewe umejua kulaumiwa kwangu,
    Na kuaibika na kufedheheka kwangu,
      Mbele zako Wewe wako watesi wangu wote.

20 Laumu imenivunja moyo,
    Nami ninaugua sana.
    Nikangoja aje wa kunihurumia, wala hakuna;
    Na wa kunifariji, wala sikumwona mtu.

21 Wakanipa uchungu kuwa chakula changu;
    Nami nilipokuwa na kiu wakaninywesha siki.

22 Meza yao mbele yao na iwe mtego;
    Naam, wakiwa salama na iwe tanzi.

23 Macho yao yatiwe giza wasione,
    Na viuno vyao uvitetemeshe daima.

24 Uimwage ghadhabu yako juu yao,
    Na ukali wa hasira yako uwapate.

25 Matuo yao na yawe ukiwa,
    Pasiwe na mtu wa kukaa hemani mwao.

26 Maana wanamwudhi mtu uliyempiga Wewe,
    Wanasimulia maumivu ya hao uliowatia jeraha.

27 Uwaongezee uovu juu ya uovu,
    Wala wasiingie katika haki yako.

28 Na wafutwe katika chuo cha uhai,
    Wala pamoja na wenye haki wasiandikwe.

29 Nami niliye maskini na mtu wa huzuni,
    Mungu, wokovu wako utaniinua.

30 Nitalisifu jina la Mungu kwa wimbo,
    Nami nitamtukuza kwa shukrani.

31 Nayo yatampendeza BWANA kuliko ng'ombe,
    Au ndama mwenye pembe na kwato.

32 Walioonewa watakapoona watafurahi;

Enyi mmtafutao Mungu, mioyo yenu ihuishwe.
33 Kwa kuwa BWANA huwasikia wahitaji,
    Wala hawadharau wafunga wake.
34 Mbingu na nchi zimsifu,
    Bahari na vyote viendavyo ndani yake.
35 Maana Mungu ataiokoa Sayuni, na kuijenga miji ya Yuda,
    Na watu watakaa ndani yake na kuimiliki.
36 Wazao wa watumishi wake watairithi,
    Nao walipendao jina lake watakaa humo.

70 Ee Mungu, uniokoe,
        Ee BWANA, unisaidie hima.
2 Waaibike, wafedheheke,
    Wanaoitafuta nafsi yangu.
    Warudishwe nyuma, watahayarishwe,
    Wapendezwao na shari yangu.
3 Warudi nyuma, na iwe aibu yao,
    Wanaosema, Ewe! Ewe!
4 Washangilie, wakufurahie,
    Wote wakutafutao.
    Waupendao wokovu wako
    Waseme daima, Atukuzwe Mungu.
5 Nami ni maskini na mhitaji,
    Ee Mungu, unijilie kwa haraka.
    Ndiwe msaada wangu na mwokozi wangu,
    Ee BWANA, usikawie.

71 Nimekukimbilia Wewe, BWANA,
        Nisiaibike milele.
2 Kwa haki yako uniponye, uniopoe,
    Unitegee sikio lako, uniokoe.
3 Uwe kwangu mwamba wa makazi yangu,
    Nitakakokwenda sikuzote.
    Umeamuru niokolewe,
    Ndiwe genge langu na ngome yangu.
4 Ee Mungu wangu, uniopoe mkononi mwa mkorofi,
    Katika mkono wake mwovu, mdhalimu.
5 Maana ndiwe taraja langu, Ee Bwana MUNGU,
    Tumaini langu tokea ujana wangu.
6 Nimekutegemea Wewe tangu kuzaliwa,

Ndiwe uliyenitoa tumboni mwa mama yangu,
Ninakusifu Wewe daima.

7 Nimekuwa kitu cha ajabu kwa watu wengi,
Na Wewe ndiwe kimbilio langu la nguvu.

8 Kinywa changu kitajazwa sifa zako,
Na heshima yako mchana kutwa.

9 Usinitupe wakati wa uzee,
Nguvu zangu zipungukapo usiniache.

10 Kwa maana adui zangu wananiamba,
Nao wanaoniotea roho yangu hushauriana.

11 Wakisema, Mungu amemwacha,
Mfuatieni, mkamateni, hakuna wa kumponya

12 Ee Mungu, usiwe mbali nami;
Ee Mungu wangu, fanya haraka kunisaidia.

13 Waaibishwe, watoweshwe, adui za nafsi yangu,
Wavikwe laumu na aibu wanaonitakia mabaya.

14 Nami nitatumaini daima,
Nitazidi kuongeza sifa zako zote.

15 Kinywa changu kitasimulia haki na wokovu wako
Mchana kutwa; maana sijui hesabu yake.

16 Nitakuja na mambo ya ajabu ya Bwana MUNGU;
Nitawakumbusha watu haki yako Wewe peke yako.

17 Ee Mungu, umenifundisha tokea ujana wangu;
Nimekuwa nikitangaza miujiza yako hata leo.

18 Na hata nikiwa ni mzee mwenye mvi,
Ee Mungu, usiniache.
Hata niwaeleze watu wa kizazi hiki nguvu zako,
Na kila atakayekuja uweza wako.

19 Na haki yako, Ee Mungu,
Imefika juu sana.
Wewe uliyefanya mambo makuu;
Ee Mungu, ni nani aliye kama Wewe?

20 Wewe, uliyetuonyesha mateso mengi, mabaya,
Utatuhuisha tena.
Utatupandisha juu tena
Tokea pande za chini ya nchi.

21 Laiti ungeniongezea ukuu!
Urejee tena na kunifariji moyo.

22 Nami nitakushukuru kwa kinanda,
Na kweli yako, Ee Mungu wangu.

Nitakuimbia Wewe kwa kinubi,
   Ee Mtakatifu wa Israeli.
23 Midomo yangu itafurahi sana nikuimbiapo,
   Na nafsi yangu uliyoikomboa.
24 Ulimi wangu nao utasimulia
   Haki yako mchana kutwa.
   Kwa maana wameaibishwa,
   Wametahayarika, wanaonitakia mabaya.

72 Ee Mungu, mpe mfalme hukumu zako,
       Na mwana wa mfalme haki yako.
 2 Atawaamua watu wako kwa haki,
   Na watu wako walioonewa kwa hukumu.
 3 Milima itawazalia watu amani,
   Na vilima navyo kwa haki.
 4 Atawahukumu walioonewa wa watu,
   Atawaokoa wahitaji, atamseta mwenye kuonea.
 5 Watakuogopa wakati wote wa kudumu jua,
   Na wakati wa kung'aa mwezi kizazi hata kizazi.
 6 Atashuka kama mvua juu ya majani yaliyokatwa,
   Kama manyunyu yainyweshayo nchi.
 7 Siku zake yeye, mtu mwenye haki atasitawi,
   Na wingi wa amani hata mwezi utakapokoma.
 8 Na awe na enzi toka bahari hata bahari,
   Toka Mto hata miisho ya dunia.
 9 Wakaao jangwani na wainame mbele zake;
   Adui zake na warambe mavumbi.
10 Wafalme wa Tarshishi na visiwa na walete kodi;
   Wafalme wa Sheba na Seba na watoe vipawa.
11 Naam, wafalme wote na wamsujudie;
   Na mataifa yote wamtumikie.
12 Kwa maana atamwokoa mhitaji aliapo,
   Na mtu aliyeonewa iwapo hana msaidizi.
13 Atamhurumia aliye dhaifu na maskini,
   Na nafsi za wahitaji ataziokoa.
14 Atawakomboa nafsi zao na kuonewa na udhalimu,
   Na damu yao ina thamani machoni pake.
15 Basi na aishi;
   Na wampe dhahabu ya Sheba;
   Na wamwombee daima;

Na kumbariki mchana kutwa.
16 Na uwepo wingi wa nafaka
     Katika ardhi juu ya milima;
     Matunda yake na yawaye-waye kama Lebanoni,
     Na watu wa mjini wasitawi kama majani ya nchi.
17 Jina lake na lidumu milele,
     Pindi ling'aapo jua jina lake liwe na wazao;
     Mataifa yote na wajibariki katika yeye,
       Na kumwita heri.

          *   *   *

18 Na ahimidiwe BWANA, Mungu, Mungu wa Israeli,
     Atendaye miujiza Yeye peke yake;
19 Jina lake tukufu na lihimidiwe milele;
     Dunia yote na ijae utukufu wake. Amina na Amina.

          *   *   *

20 Maombi ya Daudi mwana wa Yese yamekwisha.

KITABU CHA TATU

73 Hakika Mungu ni mwema kwa Israeli,
     Kwa hao walio safi mioyo yao.
2 Nami miguu yangu ilikuwa karibu na kupotoka,
     Hatua zangu zilikuwa karibu na kuteleza.
3 Maana naliwaonea wivu wenye kujivuna,
     Nilipoiona hali ya amani ya wasio haki.
4 Maana hawana maumivu katika kufa kwao,
     Na mwili wao una nguvu.
5 Katika taabu ya watu hawamo,
     Wala hawapati mapigo pamoja na wanadamu.
6 Hivyo kiburi kimekuwa mkufu shingoni mwao,
     Jeuri huwavika kama nguo.
7 Macho yao hutokeza kwa kunenepa,
     Wameipita kadiri ya mawazo ya mioyo yao.
8 Hudhihaki, husimulia mabaya,
     Husimulia udhalimu kana kwamba wako juu.
9 Wameweka kinywa chao mbinguni,
     Na ulimi wao hutanga-tanga duniani.

10 Kwa hiyo watu wake hugeuka huko,
   Na maji yaliyojaa humezwa nao.
11 Nao husema, Mungu ajuaje?
   Yako maarifa kwake aliye juu?
12 Fahamu, ndivyo walivyo wasio haki,
   Na kwa kustarehe sikuzote wamepata mali nyingi.
13 Hakika nimejisafisha moyo wangu bure,
   Nimenawa mikono yangu kwa kutokukosa.
14 Maana mchana kutwa nimepigwa,
   Na kuadhibiwa kila asubuhi.
15 Kama ningalisema, Nitasimulia kama hayo;
   Kumbe! ningaliwadanganya kizazi cha wana wako.
16 Nami nalifikiri jinsi ya kufahamu hayo;
   Ikawa taabu machoni pangu;
17 Hata nilipoingia katika patakatifu pa Mungu,
   Nikautafakari mwisho wao.
18 Hakika Wewe huwaweka penye utelezi,
   Huwaangusha mpaka palipoharibika.
19 Namna gani wamekuwa ukiwa mara!
   Wametokomea na kutoweshwa kwa utisho.
20 Ee Bwana, kama ndoto wakati wa kuamka,
   Uondokapo utaidharau sanamu yao.
21 Moyo wangu ulipoona unchungu,
   Viuno vyangu viliponichoma,
22 Nalikuwa kama mjinga, sijui neno;
   Nalikuwa kama mnyama tu mbele zako.
23 Walakini mimi ni pamoja nawe daima,
   Umenishika mkono wa kuume.
24 Utaniongoza kwa shauri lako,
   Na baadaye utanikaribisha kwa utukufu.
25 Ni nani niliye naye mbinguni,
   Wala duniani sina cha kupendeza ila Wewe.
26 Mwili wangu na moyo wangu hupunguka,
   Bali Mungu ni mwamba wa moyo wangu
   Na sehemu yangu milele.
27 Maana wajitengao nawe watapotea;
   Umewaangamiza wote waliokuacha Wewe.
28 Nami kumkaribia Mungu ni kwema kwangu;
   Nimefanya kimbilio kwa Bwana MUNGU,
   Niyahubiri matendo yako yote.

74 Ee Mungu, mbona umetutupa milele?
      Kwa nini hasira yako inatoka moshi
      Juu ya kondoo wa malisho yako?

2 Ulikumbuke kusanyiko lako,
      Ulilolinunua zamani.
   Ulilolikomboa liwe kabila ya urithi wako,
      Mlima Sayuni ulioufanya maskani yako.

3 Upainulie miguu yako palipoharibika milele;
      Adui ameufanya kila ubaya katika patakatifu.

4 Watesi wako wamenguruma kati ya kusanyiko lako;
      Wameweka bendera zao ziwe alama.

5 Wanaonekana kama watu wainuao mashoka,
      Waikate miti ya msituni.

6 Na sasa nakishi yake yote pia
      Wanaivunja-vunja kwa mashoka na nyundo.

7 Wamepatia moto patakatifu pako;
      Wamelinajisi kao la jina lako hata chini.

8 Walisema mioyoni mwao,
      Na tuwaangamize kabisa;
   Mahali penye mikutano ya Mungu
      Wamepachoma moto katika nchi pia.

9 Hatuzioni ishara zetu, wala sasa hakuna nabii,
      Wala kwetu hakuna ajuaye, hata lini?

10 Ee Mungu, mtesi atalaumu hata lini?
      Adui alidharau jina lako hata milele?

11 Mbona unaurudisha mkono wako,
      Naam, mkono wako wa kuume,
   Uutoe kifuani mwako,
      Ukawaangamize kabisa.

12 Lakini Mungu ni mfalme wangu tokea zamani,
      Afanyaye mambo ya wokovu katikati ya nchi.

13 Wewe umeipasua bahari kwa nguvu zako,
      Umevivunja vichwa vya nyangumi juu ya maji.

14 Wewe ulivisela vichwa vya lewiathani,
      Awe chakula cha watu wa jangwani.

15 Wewe ulitokeza chemchemi na kijito;
      Wewe ulikausha mito yenye maji sikuzote.

16 Mchana ni wako, usiku nao ni wako,
      Ndiwe uliyeufanya mwanga na jua.

17 Wewe uliiweka mipaka yote ya dunia,
　　Kaskazi na kusi Wewe ulizitengeneza.
18 Ee Bwana, uyakumbuke hayo, adui amelaumu,
　　Na watu wapumbavu wamelidharau jina lako.
19 Usimpe mnyama mkali nafsi ya hua wako;
　　Usiusahau milele uhai wa watu wako walioonewa.
20 Ulitafakari agano;
　　Maana mahali penye giza katika nchi
　　Pamejaa makao ya ukatili.
21 Aliyeonewa asirejee ametiwa haya,
　　Mnyonge na mhitaji na walisifu jina lako.
22 Ee Mungu, usimame, ujitetee mwenyewe,
　　Ukumbuke unavyotukanwa na mpumbavu mchana
　　　　kutwa.
23 Usiisahau sauti ya watesi wako,
　　Ghasia yao wanaokuondokea inapaa daima.

75 Ee Mungu, twakushukuru.
　　Twakushukuru kwa kuwa Jina lako li karibu;
　　Watu huyasimulia matendo yako ya ajabu.
2 Nitakapoufikia wakati ulioamriwa,
　　Mimi nitahukumu hukumu za haki.
3 Ingawa dunia na wote wakaao humo wataharuki,
　　Mimi mwenyewe nimezisimamisha nguzo zake.
4 Naliwaambia waliojivuna, Msijivune;
　　Na wasio haki, Msiiinue pembe.
5 Msiiinue pembe yenu juu,
　　Wala msinene kwa shingo ya kiburi.
6 Maana siko mashariki wala magharibi,
　　Wala myikani itokako heshima.
7 Bali Mungu ndiye ahukumuye;
　　Humdhili huyu na kumwinua huyu.
8 Maana mkononi mwa Bwana mna kikombe,
　　Na mvinyo yake inatoka povu;
　Kimejaa machanganyiko;
　　Naye huyamimina.
　Na sira zake wasio haki wa dunia
　　Watazifyonza na kuzinywa.
9 Bali mimi nitatangaza matendo yako milele,
　　Nitamwimbia Mungu wa Yakobo.

10 Pembe zote za wasio haki nitazikata,
    Na pembe za mwenye haki zitainuka.

76 Katika Yuda Mungu amejulikana,
    Katika Israeli jina lake ni kuu.

2 Kibanda chake pia kiko Salemu,
    Na maskani yake iko Sayuni.

3 Huko ndiko alikoivunja mishale ya uta,
    Ngao, na upanga, na zana za vita.

4 Wewe U mwenye fahari na adhama,
    Toka milima ya mateka.

5 Wametekwa wenye moyo thabiti;
    Wamelala usingizi;
    Wala hawakuiona mikono yao
    Watu wote walio hodari.

6 Kwa kukemea kwako, Ee Mungu wa Yakobo,
    Gari na farasi wameshikwa na usingizi mzito.

7 Wewe ndiwe utishaye, naam, Wewe;
    Naye ni nani awezaye kusimama ufanyapo hasira?

8 Toka mbinguni ulitangaza hukumu;
    Nchi iliogopa, ikakaa kimya.

9 Mungu aliposimama ili kuhukumu
    Na kuwaokoa wapole wa dunia wote pia.

10 Maana hasira ya binadamu itakusifu,
    Masalio ya hasira utajifunga kama mshipi.

11 Wekeni nadhiri, mkaziondoe
    Kwa Bwana, Mungu wenu.
    Wote wanaomzunguka wamletee hedaya,
    Yeye astahiliye kuogopwa.

12 Yeye huzikata roho za wakuu;
    Na kuwatisha wafalme wa dunia.

77 Nimpazie Mungu sauti yangu,
    Naam, nimpazie Mungu, naye atanisikia.

2 Siku ya taabu yangu nalimtafuta Bwana;
    Mkono wangu ulinyoshwa usiku, haukulegea,
    Nafsi yangu ilikataa kufarijika.

3 Nilipotaka kumkumbuka Mungu nalifadhaika;
    Nilipotaka kutafakari roho yangu ilizimia.

4 Ulizishika kope za macho yangu zisifumbike;
   Naliona mashaka nisiweze kunena.

5 Nalifikiri habari za siku za kale,
   Miaka ya zamani zilizopita.

6 Nakumbuka wimbo wangu usiku,
   Nawaza moyoni mwangu,
   Roho yangu ikatafuta.

7 Je! Bwana atatupa milele na milele?
   Hatatenda fadhili tena kabisa?

8 Rehema zake zimekoma hata milele?
   Ahadi yake imekwisha hata vizazi vyote?

9 Mungu amesahau fadhili zake?
   Amezuia kwa hasira rehema zake?

10 Nikasema, Ndio udhaifu wangu huo;
   Lakini nitaikumbuka miaka ya mkono wa kuume wake
   Aliye juu.

11 Nitayakumbuka matendo ya Bwana;
   Naam, nitayakumbuka maajabu yako ya kale.

12 Pia nitaitafakari kazi yako yote;
   Nitaziwaza habari za matendo yako.

13 Ee, Mungu, njia yalo i katika utakatifu;
   Ni nani aliye mungu mkuu kama Mungu?

14 Wewe ndiwe Mungu ufanyaye maajabu;
   Uliudhihirisha uweza wako kati ya mataifa.

15 Kwa mkono wako umewakomboa watu wako,
   Wana wa Yakobo na Yusufu.

16 Ee Mungu, yale maji yalikuona,
   Yale maji yalikuona, yakaogopa.
   Vilindi vya maji navyo vikatetemeka,

17 Mawingu yakamwaga maji.
   Mbingu nazo zikatoa sauti,
   Mishale yako nayo ikatapakaa.

18 Sauti ya radi yako ikawa katika kisulisuli;
   Umeme uliuangaza ulimwengu.
   Nchi ilitetemeka na kutikisika;

19 Njia yako ilikuwa katika bahari.
   Na mapito yako yalikuwa katika maji makuu;
   Hatua zako hazikujulikana.

20 Uliwaongoza watu wako kama kundi,
   Kwa mkono wa Musa na Haruni.

78 Enyi watu wangu, sikilizeni sheria yangu,
    Tegeni masikio kwa maneno ya kinywa changu.
2 Na nifunue kinywa changu kwa mithali,
    Niyatamke mafumbo ya kale.
3 Mambo tuliyoyasikia na kuyafahamu,
    Ambayo baba zetu walituambia.
4 Hayo hatutawaficha wana wao,
    Huku tukiwaambia kizazi kingine,
Sifa za BWANA, na nguvu zake,
    Na mambo yake ya ajabu aliyoyafanya.
5 Maana alikaza ushuhuda katika Yakobo,
    Na sheria aliiweka katika Israeli.
Aliyowaamuru baba zetu
    Wawajulishe wana wao,
6 Ili kizazi kingine wawe na habari,
    Ndio hao wana watakaozaliwa.
Wasimame na kuwaambia wana wao
7 Wamwekee Mungu tumaini lao.
    Wala wasiyasahau matendo ya Mungu,
    Bali wazishike amri zake.
8 Naam, wasiwe kama baba zao,
    Kizazi cha ukaidi na uasi.
Kizazi kisichojitengeneza moyo,
    Wala roho yake haikuwa amini kwa Mungu.
9 Wale Waefraimu, wenye silaha, wapiga upinde,
    Walirudi nyuma siku ya vita.
10 Hawakulishika agano la Mungu;
    Wakakataa kuenenda katika sheria yake;
11 Wakayasahau matendo yake,
    Na mambo yake ya ajabu aliyowaonyesha.
12 Mbele ya baba zao alifanya mambo ya ajabu,
    Katika nchi ya Misri, konde la Soani.
13 Aliipasua bahari akawavusha;
    Aliyasimamisha maji mfano wa chungu.
14 Akawaongoza kwa wingu mchana,
    Na usiku kucha kwa nuru ya moto.
15 Akapasua miamba jangwani;
    Akawanywesha maji mengi kama maji ya vilindi.
16 Akatokeza na vijito gengeni,
    Akatelemsha maji kama mito.

17 Lakini wakazidi kumtenda dhambi,
     Walipomwasi Aliye juu katika nchi ya kiu.
18 Wakamjaribu Mungu mioyoni mwao
     Kwa kutaka chakula kwa tamaa zao.
19 Naam, walimwamba Mungu, wakasema,
     Je! Mungu aweza kuandika meza jangwani?
20 Tazama, aliupiga mwamba;
     Maji yakabubujika, ikafurika mito.
     Pia aweza kutupa chakula?
     Atawaandalia watu wake nyama?
21 Hivyo BWANA aliposikia akaghadhibika;
     Moto ukawashwa juu ya Yakobo,
     Hasira nayo ikapanda juu ya Israeli.
22 Kwa kuwa hawakumwamini Mungu,
     Wala hawakuutumainia wokovu wake.
23 Lakini aliyaamuru mawingu juu;
     Akaifungua milango ya mbinguni;
24 Akawanyeshea mana ili wale;
     Akawapa nafaka ya mbinguni.
25 Mwanadamu akala chakula cha mashujaa;
     Aliwapelekea chakula cha kuwashibisha.
26 Aliuelekeza upepo wa mashariki mbinguni;
     Akaiongoza kusi kwa uweza wake.
27 Akawanyeshea nyama kama mavumbi,
     Na ndege wenye mbawa,
     Kama mchanga wa bahari.
28 Akawaangusha kati ya matuo yao,
     Pande zote za maskani zao.
29 Wakala wakashiba sana;
     Maana aliwaletea walivyovitamani;
30 Hawakuachana na matakwa yao.
     Ila chakula chao kikali ki vinywani mwao
31 Hasira ya Mungu ikapanda juu yao,
     Akawaua waliokuwa wanono;
     Akawaangusha chini vijana wa Israeli.
32 Pamoja na hayo wakazidi kutenda dhambi,
     Wala hawakuyaamini matendo yake ya ajabu.
33 Kwa hiyo akazikomesha siku zao kama pumzi,
     Na miaka yao kwa hofu ya kuwasitusha.
34 Alipowaua ndipo walipokuwa wakimtafuta;

Wakarudi wakamtaka Mungu kwa bidii.

35 Wakakumbuka kuwa Mungu ni mwamba wao,
    Na Mungu Aliye juu ni mkombozi wao.
36 Lakini walimdanganya kwa vinywa vyao,
    Wakamwambia uongo kwa ndimi zao.
37 Kwa maana mioyo yao haikuwa thabiti kwake,
    Wala hawakuwa waaminifu katika agano lake.
38 Lakini Yeye, kwa kuwa anayo rehema,
    Husamehe uovu wala haangamizi.
    Mara nyingi huipishia mbali ghadhabu yake,
    Wala haiwashi hasira yake yote.
39 Akakumbuka ya kuwa wao ni kiwiliwili,
    Upepo upitao wala haurudi.
40 Walimwasi jangwani mara ngapi?
    Na kumhuzunisha nyikani!
41 Wakarudi nyuma wakamjaribu Mungu;
    Wakampa mpaka Mtakatifu wa Israeli.
42 Hawakuukumbuka mkono wake,
    Wala siku ile alipowakomboa na mtesi.
43 Alivyoziweka ishara zake katika Misri,
    Na miujiza yake katika konde la Soani.
44 Aligeuza damu mito yao,
    Na vijito wasipate kunywa.
45 Aliwapelekea mainzi wakawala,
    Na vyura wakawaharibu.
46 Akawapa tunutu mazao yao,
    Na nzige kazi yao.
47 Aliiharibu mizabibu yao kwa mvua ya mawe,
    Na mikuyu yao kwa mawe ya barafu.
48 Akaacha ng'ombe zao wapigwe kwa mvua ya mawe,
    Na makundi yao kwa umeme.
49 Akawapelekea ukali wa hasira yake,
    Ghadhabu, na uchungu, na taabu,
    Kundi la malaika waletao mabaya.
50 Akiifanyizia njia hasira yake;
    Wala hakuziepusha roho zao na mauti,
    Bali aliiachia tauni uhai wao;
51 Akampiga kila mzaliwa wa kwanza wa Misri,
    Malimbuko ya nguvu katika hema za Hamu.

52 Bali aliwaongoza watu wake kama kondoo,
   Akawachunga kama kundi jangwani.

53 Hao akawachukua salama wala hawakuogopa,
   Bali bahari iliwafunikiza adui zao.
54 Akawapeleka hadi mpaka wake mtakatifu,
   Mlima aliounua kwa mkono wake wa kuume.
55 Akawafukuza mataifa mbele yao,
   Akawapimia urithi kwa kamba,
   Na kuwakalisha kabila za Israeli katika hema zao.
56 Lakini walimjaribu Mungu Aliye juu, wakamwasi,
   Wala hawakuzishika shuhuda zake.
57 Bali walirudi nyuma, wakahaini kama baba zao;
   Wakaepea kama upinde usiofaa.
58 Wakamkasirisha kwa mahali pao pa juu,
   Wakamtia wivu kwa sanamu zao.
59 Mungu akasikia, akaghadhibika,
   Akamkataa Israeli kabisa.
60 Akaiacha maskani ya Shilo,
   Hema aliyoiweka katikati ya wanadamu;
61 Akaziacha nguvu zake kutekwa,
   Na fahari yake mkononi mwa mtesi.
62 Akawatoa watu wake wapigwe kwa upanga;
   Akaughadhibikia urithi wake.
63 Moto ukawala vijana wao,
   Wanawali wao hawakuimbiwa nyimbo za arusi,
64 Makuhani wao walianguka kwa upanga,
   Wala wajane wao hawakuomboleza.
65 Ndipo Bwana alipoamka kama aliyelala usingizi,
   Kama shujaa apigaye kelele sababu ya mvinyo;
66 Akawapiga watesi wake akawarudisha nyuma,
   Akawatia aibu ya milele.
67 Ila akaikataa hema ya Yusufu;
   Wala hakuichagua kabila ya Efraimu.
68 Bali aliichagua kabila ya Yuda,
   Mlima Sayuni alioupenda.
69 Akajenga patakatifu pake kama vilele,
   Kama dunia aliyoiweka imara milele.
70 Akamchagua Daudi, mtumishi wake,
   Akamwondoa katika mazizi ya kondoo.

71 Nyuma ya kondoo wanyonyeshao alimwondoa,
　　Awachunge Yakobo watu wake, na Israeli urithi wake.
72 Akawalisha kwa ukamilifu wa moyo wake,
　　Na kuwaongoza kwa busara ya mikono yake.

79 Ee Mungu, mataifa wameingia katika urithi wako,
　　Wamelinajisi hekalu lako takatifu.
　　Wamefanya Yerusalemu chungu chungu.

2 Wameziacha maiti za watumishi wako
　　Ziwe chakula cha ndege wa angani.
　Na miili ya watauwa wako
　　Iwe chakula cha wanyama wa nchi.

3 Wamemwaga damu yao kama maji
　　Pande zote za Yerusalemu,
　　Wala hapakuwa na mzishi.

4 Tumekuwa lawama kwa jirani zetu,
　　Mzaha na dhihaka kwao wanaotuzunguka.

5 Ee BWANA, hata lini? Utaona hasira milele?
　　Wivu wako utawaka kama moto?

6 Ukali wako uwamwagie mataifa wasiokujua,
　　Na falme za hao wasioliitia jina lako.

7 Kwa maana wamemla Yakobo,
　　Na matuo yake wameyaharibu.

8 Usikumbuke juu yetu maovu ya baba zetu,
　　Rehema zako zije kutulaki hima,
　　Kwa maana tumedhilika sana.

9 Ee Mungu wa wokovu wetu, utusaidie,
　　Kwa ajili ya utukufu wa jina lako.
　Utuokoe, utughofiri dhambi zetu,
　　Kwa ajili ya jina lako.

10 Kwa nini mataifa kusema,
　　Yuko wapi Mungu wao?
　Kisasi cha damu ya watumishi wako iliyomwagika
　　Kijulike kati ya mataifa machoni petu.

11 Kuugua kwake aliyefungwa
　　Na kuingie mbele zako.
　Kwa kadiri ya uweza wa mkono wako
　　Uwahifadhi wana wa mauti.

12 Uwalipe jirani zetu mara saba vifuani mwao
　　Laumu zao walizokulaumu, Ee Bwana.

13 Na sisi tulio watu wako,
  Na kondoo za malisho yako,
 Tutakushukuru milele;
  Tutazisimulia sifa zako kizazi kwa kizazi.

80 Wewe uchungaye Israeli usikie,
  Wewe umwongozaye Yusufu kama kundi;
  Wewe uketiye juu ya makerubi, utoe nuru.
2 Mbele ya Efraimu, na Benyamini, na Manase,
  Uziamshe nguvu zako,
  Uje, utuokoe.
3 Ee Mungu, uturudishe,
  Uangazishe uso wako nasi tutaokoka.

4 Ee BWANA, Mungu wa majeshi, hata lini?
  Utayaghadhibikia maombi ya watu wako?
5 Umewalisha mkate wa machozi,
  Umewanywesha machozi kwa kipimo kikuu.
6 Unatufanya sababu ya ugomvi kwa jirani zetu,
  Na adui zetu wanacheka wao kwa wao.
7 Ee Mungu wa majeshi, uturudishe,
  Uangazishe uso wako nasi tutaokoka.
8 Ulileta mzabibu kutoka Misri,
  Ukawafukuza mataifa ukaupanda.
9 Ulitengeneza nafasi mbele yake,
  Nao ukatia mizizi sana ukaijaza nchi.
10 Milima ilifunikwa kwa uvuli wake,
  Matawi yake ni kama mierezi ya Mungu.
11 Nao uliyaeneza matawi yake hata baharini,
  Na vichipukizi vyake hata kunako Mto.
12 Kwa nini umezibomoa kuta zake,
  Wakauchuma wote wapitao njiani?
13 Nguruwe wa msituni wanauharibu,
  Na hayawani wa kondeni wanautafuna.
14 Ee Mungu wa majeshi, tunakusihi, urudi,
  Utazame toka juu uone, uujilie mzabibu huu.

15 Na mche ule ulioupanda
  Kwa mkono wako wa kuume;
 Na tawi lile ulilolifanya
  Kuwa imara kwa nafsi yako.

16 Umechomwa moto; umekatwa;
    Kwa lawama ya uso wako wanapotea.
17 Mkono wako na uwe juu yake
    Mtu wa mkono wako wa kuume;
    Juu ya mwanadamu uliyemfanya
    Kuwa imara kwa nafsi yako;
18 Basi hatutakuacha kwa kurudi nyuma;
    Utuhuishe nasi tutaliitia jina lako.
19 Ee BWANA, Mungu wa majeshi, uturudishe,
    Uangazishe uso wako nasi tutaokoka.

81 Mwimbieni Mungu, nguvu zetu, nyimbo za furaha,
      Mshangilieni Mungu wa Yakobo.
 2 Pazeni zaburi, pigeni matari,
    Kinubi chenye sauti nzuri, na kinanda.
 3 Pigeni panda mwandamo wa mwezi,
    Wakati wa mbalamwezi, sikukuu yetu.
 4 Kwa maana ni sheria kwa Israeli,
    Ni hukumu ya Mungu wa Yakobo.
 5 Aliamuru iwe ushuhuda katika Yusufu,
    Alipoondoka juu ya nchi ya Misri;
    Maneno yake nisiyemjua naliyasikia.
 6 Nimelitenga bega lake na mzigo,
    Mikono yake ikaachana na kikapu.
 7 Katika shida uliniita nikakuokoa;
    Nalikuitikia katika sitara ya radi;
    Nalikujaribu penye maji ya Meriba.
 8 Enyi watu wangu, sikieni, nami nitawaonya,
    Ee Israeli, kama ukitaka kunisikiliza;
 9 Usiwe na mungu mgeni ndani yako;
    Wala usimsujudie mungu mwingine.
10 Mimi ndimi BWANA, Mungu wako,
    Niliyekupandisha toka nchi ya Misri;
    Fumbua sana kinywa chako nami nitakijaza.
11 Lakini watu wangu hawakuisikiliza sauti yangu,
    Wala Israeli hawakunitaka.
12 Nikawaacha wakaenda kwa ukaidi wa mioyo yao,
    Waenende katika mashauri yao.
13 Laiti watu wangu wangenisikiliza,
    Na Israeli angeenda katika njia zangu;

14 Ningewadhili adui zao kwa upesi,
   Na juu ya watesi wao ningegeuza mkono wangu;
15 Wamchukiao BWANA wangenyenyekea mbele zake,
   Bali wakati wao ungedumu milele.
16 Naam, ningewalisha kwa unono wa ngano,
   Ningewashibisha kwa asali itokayo mwambani.

82

Mungu asimama katika kusanyiko la Mungu;
   Katikati ya miungu anahukumu.
2 Hata lini mtahukumu kwa dhuluma,
   Na kuzikubali nyuso za wabaya?
3 Mfanyieni hukumu maskini na yatima;
   Mtendeeni haki aliyeonewa na fukara;
4 Mwokoeni maskini na mhitaji;
   Mwopoeni mikononi mwa wadhalimu.
5 Hawajui wala hawafahamu, hutembea gizani;
   Misingi yote ya nchi imetikisika.
6 Mimi nimesema, Ndinyi miungu,
   Na wana wa Aliye juu, nyote pia.
7 Lakini mtakufa kama wanadamu,
   Mtaaguka kama mmoja wa wakuu.
8 Ee Mungu, usimame, uihukumu nchi,
   Maana Wewe utawarithi mataifa yote.

83

Ee Mungu, usistarehe,
   Ee Mungu, usinyamae, wala usitulie.
2 Maana adui zako wanafanya ghasia,
   Nao wakuchukiao wameviinua vichwa vyao.
3 Juu ya watu wako wanafanya hila,
   Na kushauriana juu yao uliowaficha.
4 Wamesema, Njoni, tuwakatilie mbali wasiwe taifa,
   Na jina la Israeli halitakumbukwa tena.
5 Maana wanashauriana kwa moyo mmoja,
   Juu yako wanafanyana agano.
6 Hema za Edomu, na Waishmaeli,
   Na Moabu, na Wahagari,
7 Gebali, na Amoni, na Amaleki,
   Na Filisti, nao wanaokaa Tiro,
8 Ashuri naye amepatana nao,
   Wamewasaidia wana wa Lutu.

9 Uwatende kama Midiani, kama Sisera,
    Kama Yabini, penye kijito Kishoni.
10 Ambao waliangamizwa Endori;
    Wakawa samadi juu ya nchi.
11 Uwafanye wakuu wao kama Orebu na Zeebu,
    Na masheki yao wote kama Zeba na Zalmuna,
12 Ambao walisema,
    Na tutamalaki mkao ya Mungu.
13 Ee Mungu, uwafanye kama mavumbi ya kisulisuli,
    Mithili ya wishwa mbele ya upepo,
14 Kama moto uteketezao msitu,
    Kama miali ya moto iiwashayo milima,
15 Ndivyo utakavyowafuatia kwa tufani yako,
    Na kuwafadhaisha kwa dhoruba yako.
16 Uwajaze nyuso zao fedheha;
    Wakalitafute jina lako, BWANA.
17 Waaibike, wafadhaike milele,
    Naam, watahayarike na kupotea.
18 Wajue ya kuwa Wewe, uitwaye jina lako YEHOVA,
    Ndiwe peke yako Uliye juu, juu ya nchi yote.

84 Maskani zako zapendeza kama nini,
    Ee BWANA wa majeshi!
2 Nafsi yangu imezionea shauku nyua za BWANA,
    Naam, na kuzikondea.
    Moyo wangu na mwili wangu
    Vinamlilia Mungu aliye hai.
3 Shomoro naye ameona nyumba,
    Na mbayuwayu amejipatia kioto,
    Alipoweka makinda yake,
    Kwenye madhabahu zako, Ee BWANA wa majeshi,
    Mfalme wangu na Mungu wangu.
4 Heri wakaao nyumbani mwako,
    Wanakuhimidi daima.
5 Heri ambaye nguvu zake zatoka kwako,
    Na njia ziendazo Sayuni zimo moyoni mwake.
6 Wakipita kati ya bonde la Vilio,
    Hulifanya kuwa chemchemi,
    Naam, mvua ya vuli hulivika baraka.
7 Huendelea toka nguvu hata nguvu,

Huonekana Sayuni kila mmoja mbele za Mungu.

8 BWANA, Mungu wa majeshi, uyasikie maombi yangu,
   Ee Mungu wa Yakobo, usikilize,

9 Ee Mungu, ngao yetu, uangalie,
   Umtazame uso masihi* wako.

10 Hakika siku moja katika nyua zako
   Ni bora kuliko siku elfu.
   Ningependa kuwa bawabu nyumbani mwa Mungu wangu,
   Kuliko kukaa katika hema za uovu.

11 Kwa kuwa BWANA, Mungu, ni jua na ngao,
   BWANA atatoa neema na utukufu.
   Hatawanyima kitu chema
   Hao waendao kwa ukamilifu.

12 Ee BWANA wa majeshi,
   Heri mwanadamu anayekutumaini Wewe.

85

BWANA, umeiridhia nchi yako,
   Umewarejeza mateka wa Yakobo.

2 Umeusamehe uovu wa watu wako,
   Umezisitiri hatia zao zote.

3 Umeiondoa ghadhabu yako yote,
   Umerudi na kuuacha ukali wa hasira yako.

4 Mungu wa wokovu wetu, uturudishe,
   Uikomeshe hasira uliyo nayo juu yetu.

5 Je! utatufanyia hasira hata milele?
   Utadumisha ghadhabu kizazi hata kizazi?

6 Je! hutaki kurudi na kutuhuisha,
   Watu wako wakufurahie?

7 Ee BWANA, utuonyeshe rehema zako,
   Utupe wokovu wako.

8 Na nisikie atakavyosema Mungu BWANA,
   Maana atawaambia watu wake amani,
   Naam, na watauwa wake pia,
   Bali wasiurudie upumbavu tena.

9 Hakika wokovu wake u karibu na wamchao,
   Utukufu ukae katika nchi yetu.

10 Fadhili na kweli zimekutana,
   Haki na amani zimebusiana.

11 Kweli imechipuka katika nchi,

                    * Au, mtiwa mafuta.

Haki imechungulia kutoka mbinguni.

12 Naam, BWANA atatoa kilicho chema,
Na nchi yetu itatoa mazao yake.

13 Haki itakwenda mbele zake,
Nayo itazifanya hatua zake kuwa njia.

86 Ee BWANA, utege sikio lako unijibu,
Maana mimi ni maskini na mhitaji.

2 Unihifadhi nafsi yangu,
Maana mimi ni mcha Mungu.
Wewe uliye Mungu wangu,
Umwokoe mtumishi wako anayekutumaini.

3 Wewe, Bwana, unifadhili,
Maana nakululia Wewe mchana kutwa.

4 Uifurahishe nafsi ya mtumishi wako,
Maana nafsi yangu nakuinulia Wewe, Bwana.

5 Kwa maana Wewe, Bwana, U mwema,
Umekuwa tayari kusamehe,
Na mwingi wa fadhili,
Kwa watu wote wakuitao.

6 Ee BWANA, uyasikie maombi yangu;
Uisikilize sauti ya dua zangu.

7 Siku ya mateso yangu nitakuita,
Kwa maana utaniitikia.

8 Katikati ya miungu hakuna kama Wewe, Bwana,
Wala matendo mfano wa matendo yako.

9 Mataifa yote uliowafanya watakuja,
Watakusujudia Wewe, Bwana,
Watalitukuza jina lako;

10 Kwa kuwa ndiwe uliye mkuu,
Wewe ndiwe mfanya miujiza,
Ndiwe Mungu peke yako.

11 Ee BWANA, unifundishe njia yako;
Nitakwenda katika kweli yako;
Moyo wangu na ufurahi kulicha jina lako;

12 Nitakusifu Wewe, Bwana, Mungu wangu,
Kwa moyo wangu wote,
Nitalitukuza jina lako milele.

13 Maana fadhili zako kwangu ni nyingi sana;
Umeiopoa nafsi yangu na kuzimu.

14 Ee Mungu, wenye kiburi wamenishambulia;
    Mkutano wa wakatili wamenitafuta roho.
  Wala hawakukuweka Wewe
    Mbele ya macho yao.
15 Lakini Wewe, Bwana,
    U Mungu wa rehema na neema,
  Mvumilivu, mwingi wa fadhili na kweli.
16   Unielekee na kunifadhili mimi;
  Mpe mtumishi wako nguvu zako,
    Umwokoe mwana wa mjakazi wako.
17 Unifanyie ishara ya wema,
    Wanichukiao waione na kuaibishwa.
  Kwa kuwa Wewe, BWANA,
    Umenisaidia na kunifariji.

87 Msingi wake upo
     Juu ya milima mitakatifu.
 2 BWANA ayapenda malango ya Sayuni
    Kuliko maskani zote za Yakobo.
 3 Umetajwa kwa mambo matukufu,
    Ee Mji wa Mungu.
 4 Nitataja Rahabu na Babeli
    Miongoni mwao wanaonijua.
  Tazama Filisti, na Tiro, na Kushi;
    Huyu alizaliwa humo.
 5 Naam, mintarafu Sayuni itasemwa,
    Huyu na huyu alizaliwa humo.
  Na Yeye Aliye juu
    Ataufanya imara.
 6 BWANA atahesabu, awaandikapo mataifa,
    Huyu alizaliwa humo.
 7 Waimbao na wachezao na waseme,
    Visima vyangu vyote vimo mwako.

88 Ee BWANA, Mungu wa wokovu wangu,
     Mchana na usiku nimelia mbele zako.
 2 Maombi yangu yafike mbele zako,
    Uutegee ukelele wangu sikio lako.
 3 Maana nafsi yangu imeshiba taabu,
    Na uhai wangu umekaribia kuzimu.

4 Nimehesabiwa pamoja nao washukao shimoni;
   Nimekuwa kama mtu asiye na msaada.
5 Miongoni mwao waliokufa nimetupwa,
   Kama waliouawa walalao makaburini.
   Hao ambao Wewe huwakumbuki tena,
   Wametengwa mbali na mkono wako.
6 Mimi umenilaza katika shimo la chini,
   Katika mahali penye giza vilindini.
7 Ghadhabu yako imenilemea,
   Umenitesa kwa mawimbi yako yote.
8 Wanijuao umewatenga nami;
   Umenifanya kuwa chukizo kwao;
   Nimefungwa wala siwezi kutoka.
9 Jicho langu limefifia kwa ajili ya mateso:
   BWANA, nimekuita kila siku;
   Nimekunyoshea Wewe mikono yangu.
10 Wafu je! utawafanyia miujiza?
    Au waliofariki watasimama na kukuhimidi?
11 Fadhili zako zitasimuliwa kaburini?
    Au uaminifu wako katika uharibifu?
12 Miujiza yako itajulikana gizani?
    Au haki yako katika nchi ya usahaulifu?
13 Lakini mimi nimekulilia Wewe, BWANA,
    Na asubuhi maombi yangu yatakuwasilia.
14 BWANA, kwa nini kuitupa nafsi yangu,
    Na kunificha uso wako?
15 Nateswa mimi hali ya kufa tangu ujana,
    Nimevumilia vitisho vyako na kufadhaika.
16 Hasira zako kali zimepita juu yangu,
    Maogofyo yako yameniangamiza.
17 Yamenizunguka kama maji mchana kutwa,
    Yamenisonga yote pamoja.
18 Mpenzi na rafiki umewatenga nami,
    Nao wanijuao wamo gizani.

89 Fadhili za BWANA nitaziimba milele;
    Kwa kinywa changu nitavijulisha vizazi vyote
    uaminifu wako.
2 Maana nimesema, Fadhili zitajengwa milele;
    Katika mbingu utauthibitisha uaminifu wako.

3 Nimefanya agano na mteule wangu,
   Nimemwapia Daudi, mtumishi wangu.

4 Wazao wako nitawafanya imara milele,
   Nitakijenga kiti chako cha enzi hata milele.

5 Ee BWANA, mbingu zitayasifu maajabu yako,
   Uaminifu wako katika kusanyiko la watakatifu.

6 Maana ni nani katika mbingu awezaye kulinganishwa na
       BWANA?
   Ni nani afananaye na BWANA miongoni mwa malaika?

7 Mungu huogopwa sana barazani pa watakatifu,
   Ni wa kuhofiwa kuliko wote wanaomzunguka.

8 BWANA, Mungu wa majeshi,
   Ni nani aliye hodari kama Wewe, Ee YAHU?
   Na uaminifu wako unakuzunguka.

9 Wewe ndiwe ukitawalaye kiburi cha bahari.
   Mawimbi yake yainukapo wayatuliza Wewe.

10 Ndiwe uliyemseta Rahabu akawa kama aliyeuawa,
   Kwa mkono hodari umewatawanya wakuchukiao.

11 Mbingu ni mali yako, nchi nayo ni mali yako,
   Ulimwengu na vyote viujazavyo
   Ndiwe uliyeupiga msingi wake.

12 Kaskazini na kusini ndiwe uliyeziumba,
   Tabori na Hermoni hulifurahia jina lako.

13 Mkono wako ni mkono wenye uweza,
   Mkono wako una nguvu,
   Mkono wako wa kuume umetukuka.

14 Haki na hukumu ndio msingi wa kiti chako,
   Fadhili na kweli zahudhuria mbele za uso wako.

15 Heri watu wale waijuao sauti ya shangwe,
   Ee BWANA, huenenda katika nuru ya uso wako.

16 Kwa jina lako hufurahi mchana kutwa,
   Na kwa haki yako hutukuzwa.

17 Maana fahari ya nguvu zao ni Wewe,
   Na kwa radhi yako pembe yetu itatukuka.

18 Maana ngao yetu ina BWANA,
   Na mfalme wetu ni wake Mtakatifu wa Israeli.

19 Ndipo ulipowaambia watakatifu wako kwa njozi,
   Ukasema, nimempa aliye hodari msaada;
   Nimemtukuza aliyechaguliwa miongoni mwa watu.

20 Nimemwona Daudi, mtumishi wangu,
　　Nimempaka mafuta yangu matakatifu.
21 Ambaye mkono wangu utakuwa thabiti kwake,
　　Na mkono wangu utamtia nguvu.
22 Adui hatamwonea,
　　Wala mwana wa uovu hatamtesa.
23 Bali nitawaponda watesi wake mbele yake,
　　Nitawapiga wanaomchukia.
24 Uaminifu wangu na fadhili zangu atakuwa nazo,
　　Na kwa jina langu pembe yake itatukuka.
25 Nitaweka mkono wake juu ya bahari,
　　Na mkono wake wa kuume juu ya mito.
26 Yeye ataniita, Wewe baba yangu,
　　Mungu wangu na mwamba wa wokovu wangu.
27 Nami nitamjalia kuwa mzaliwa wangu wa kwanza,
　　Kuwa juu sana kuliko wafalme wa dunia.
28 Hata milele nitamwekea fadhili zangu,
　　Na agano langu litafanyika amini kwake.
29 Wazao wake nao nitawadumisha milele,
　　Na kiti chake cha enzi kama siku za mbingu.

30 Wanawe wakiiacha sheria yangu,
　　Wasiende katika hukumu zangu,
31 Wakizihalifu amri zangu,
　　Wasiyashike maagizo yangu,
32 Basi, nitawarudi makosa yao kwa fimbo,
　　Na uovu wao kwa mapigo.
33 Lakini fadhili zangu sitamwondolea yeye,
　　Wala sitafanya uaminifu wangu kuwa uongo.
34 Mimi sitalihalifu agano langu,
　　Sitalibadili neno lililotoka midomoni mwangu.
35 Neno moja nimeliapa kwa utakatifu wangu,
　　Hakika sitamwambia Daudi uongo,
36 Wazao wake watadumu milele,
　　Na kiti chake kitakuwa kama jua mbele zangu.
37 Kitathibitika milele kama mwezi;
　　Shahidi aliye mbinguni mwaminifu.

38 Walakini Wewe umemtupa na kumkataa,
　　Umemghadhibikia masihi* wako.

* Au, mtiwa mafuta.

39 Umechukizwa na agano la mtumishi wako,
    Umeinajisi taji yake na kuitupa chini.
40 Umeyabomoa maboma yake yote,
    Umezifanya ngome zake kuwa magofu.
41 Wote wapitao njiani wanateka mali zake;
    Amekuwa laumu kwa jirani zake.
42 Umeutukuza mkono wa kuume wa watesi wake;
    Umewafurahisha wote wanaomchukia.
43 Pia umeurudisha nyuma ukali wa upanga wake;
    Wala hukumsimamisha vitani.
44 Umeikomesha fahari yake;
    Kiti chake cha enzi umekitupa chini.
45 Umezipunguza siku za ujana wake;
    Umemvika aibu.
46 Ee BWANA, hata lini? Utajificha hata milele?
    Ghadhabu yako itawaka kama moto?
47 Ukumbuke jinsi mimi nisivyo wa kudumu;
    Kwa ubatili gani umeiumba jamii ya wanadamu!
48 Ni mwanamume gani atakayeishi asione mauti,
    Atakayejiokoa nafsi yake na mkono wa kuzimu?
49 Bwana, zi wapi fadhili zako za kwanza,
    Ulizomwapia Daudi kwa uaminifu wako?
50 Ee BWANA, ukumbuke,
    Wanavyosimangwa watumishi wako;
Jinsi ninavyostahimili kifuani mwangu
    Masimango ya watu wengi.
51 Ambayo adui zako wamesimanga, Ee BWANA,
    Naam, wamezisimanga hatua za masihi* wako.

         *   *   *

52 Na ahimidiwe BWANA milele. Amina na Amina.

KITABU CHA NNE

90 Wewe, Bwana, umekuwa makao yetu,
    Kizazi baada ya kizazi.
2 Kabla haijazaliwa milima, wala hujaiumba dunia,
    Na tangu milele hata milele ndiwe Mungu.

         * Au, mtiwa mafuta.

3 Wamrudisha mtu mavumbini,
   Usemapo, Rudini, enyi wanadamu.
4 Maana miaka elfu machoni pako
   Ni kama siku ya jana ikiisha kupita,
   Na kama kesha la usiku.
5 Wawagharikisha, huwa kama usingizi,
   Asubuhi huwa kama majani yameayo.
6 Asubuhi yachipuka na kumea,
   Jioni yakatika na kukauka.
7 Maana tumetoweshwa kwa hasira yako,
   Na kwa ghadhabu yako tumefadhaishwa.
8 Umeyaweka maovu yetu mbele zako,
   Siri zetu katika mwanga wa uso wako.
9 Maana siku zetu zote zimepita katika hasira yako,
   Tumetowesha miaka yetu kama kite.
10 Siku za miaka yetu ni miaka sabini,
   Na ikiwa tuna nguvu miaka themanini;
   Na kiburi chake ni taabu na ubatili,
   Maana chapita upesi tukatokomea mara.
11 Ni nani aujuaye uweza wa hasira yako?
   Na ghadhabu yako kama ipasavyo kicho chako?
12 Basi, utujulishe kuzihesabu siku zetu,
   Tujipatie moyo wa hekima.
13 Ee BWANA, urudi, hata lini?
   Uwahurumie watumishi wako.
14 Utushibishe asubuhi kwa fadhili zako,
   Nasi tutashangilia na kufurahi siku zetu zote.
15 Utufurahishe kwa kadiri ya siku ulizotutesa,
   Kama miaka ile tuliyoona mabaya.
16 Matendo yako na yaonekane kwa watumishi wako,
   Na adhama yako kwa watoto wao.
17 Na uzuri wa BWANA, Mungu wetu, uwe juu yetu,
   Na kazi ya mikono yetu utufanyie thabiti,
   Naam, kazi ya mikono yetu uithibitishe.

91 Aketiye mahali pa siri pake Aliye juu
   Atakaa katika uvuli wake Mwenyezi.

2 Nitasema, BWANA ndiye kimbilio langu na ngome yangu,
   Mungu wangu nitakayemtumaini.
3 Maana Yeye atakuokoa na mtego wa mwindaji,

Na katika tauni iharibuyo.

4 Kwa manyoya yake atakufunika,
   Chini ya mbawa zake utapata kimbilio;
   Uaminifu wake ni ngao na kigao.

5 Hutaogopa hofu ya usiku,
   Wala mshale urukao mchana,

6 Wala tauni ipitayo gizani,
   Wala uele uharibuo adhuhuri,

7 Ijapo watu elfu waanguka ubavuni pako.
   Naam, kumi elfu mkono wako wa kuume!
   Hata hivyo hautakukaribia wewe.

8 Ila kwa macho yako utatazama,
   Na kuyaona malipo ya wasio haki.

9 Kwa kuwa Wewe BWANA ndiwe kimbilio langu;
   Umemfanya Aliye juu kuwa makao yako.

10 Mabaya hayatakupata wewe,
   Wala tauni haitaikaribia hema yako.

11 Kwa kuwa atakuagizia malaika zake
   Wakulinde katika njia zako zote.

12 Mikononi mwao watakuchukua,
   Usije ukajikwaa mguu wako katika jiwe.

13 Utawakanyaga simba na nyoka,
   Mwana-simba na joka utawaseta kwa miguu.

14 Kwa kuwa amekaza kunipenda
   Nitamwokoa, na kumweka palipo juu,
   Kwa kuwa amelijua Jina langu.

15 Ataniita nami nitamwitikia;
   Nitakuwa pamoja naye taabuni,
   Nitamwokoa na kumtukuza;

16 Kwa siku nyingi nitamshibisha,
   Nami nitamwonyesha wokovu wangu.

92 Ni neno jema kumshukuru BWANA,
   Na kuliimbia jina lako, Ee Uliye juu.

2 Kuzitangaza rehema zako asubuhi,
   Na uaminifu wako wakati wa usiku.

3 Kwa chombo chenye nyuzi kumi,
   Na kwa kinanda,
   Na kwa mlio wa kinubi.

4 Kwa kuwa umenifurahisha, BWANA,

Kwa kazi yako; nitashangilia
Kwa ajili ya matendo ya mikono yako.

5 Ee BWANA, jinsi yalivyo makuu matendo yako!
Mawazo yako ni mafumbo makubwa.

6 Mtu mjinga hayatambui hayo,
Wala mpumbavu hayafahamu.

7 Wasio haki wakichipuka kama majani,
Na wote watendao maovu wakisitawi.
Ni kwa kusudi waangamizwe milele;

8 Bali Wewe, BWANA, U Mtukufu hata milele.

9 Maana hao adui zako, Ee BWANA,
Hao adui zako watapotea,
Na watendao maovu watatawanyika wote pia.

10 Bali pembe yangu umeiinua kama pembe ya nyati,
Nimepakwa mafuta mabichi.

11 Na jicho langu limewatazama walioniotea,
Sikio langu limesikia habari za waovu walionishambulia.

12 Mwenye haki atasitawi kama mtende,
Atakua kama mwerezi wa Lebanoni.

13 Waliopandwa katika nyumba ya BWANA
Watasitawi katika nyua za Mungu wetu.

14 Watazaa matunda hadi wakati wa uzee,
Watajaa utomvu, watakuwa na ubichi.

15 Watangaze ya kuwa BWANA ni mwenye adili,
Mwamba wangu, ndani yake hamna udhalimu.

93

BWANA ametamalaki, amejivika adhama,
BWANA amejivika, na kujikaza nguvu.
Naam, ulimwengu umethibitika usitikisike;

2 Kiti chako kimekuwa thabiti tokea zamani;
Wewe ndiwe uliye tangu milele.

3 Ee BWANA, mito imepaza,
Mito imepaza sauti zake,
Mito imepaza uvumi wake.

4 Kupita sauti ya maji mengi, maji makuu,
Kupita mawimbi ya bahari yaumkayo,
BWANA Aliye juu ndiye mwenye ukuu.

5 Shuhuda zako ni amini sana;
Utakatifu ndio uifaao nyumba yako,
Ee BWANA, milele na milele.

94 Ee BWANA, Mungu wa kisasi,
    Mungu wa kisasi, uangaze,

2 Mwenye kuihukumu nchi, ujitukuze,
    Uwape wenye kiburi stahili zao.

3 BWANA, hata lini wasio haki,
    Hata lini wasio haki watashangilia?

4 Je! wote watendao uovu watatoa maneno,
    Na kusema majivuno, na kufanya kiburi?

5 Ee BWANA, wanawaseta watu wako;
    Wanautesa urithi wako;

6 Wanamwua mjane na mgeni;
    Wanawafisha yatima.

7 Nao husema, BWANA haoni;
    Mungu wa Yakobo hafikiri.

8 Enyi wajinga miongoni mwa watu, fikirini;
    Enyi wapumbavu, lini mtakapopata akili?

9 Aliyelitia sikio mahali pake asisikie?
    Aliyelifanya jicho asione?

10 Awaadibuye mataifa asikemee?
    Amfundishaye mwanadamu *asijue*?

11 BWANA anajua mawazo ya mwanadamu,
    Ya kuwa ni ubatili.

12 Ee BWANA, heri mtu yule umwadibuye,
    Na kumfundisha kwa sheria yako;

13 Upate kumstarehesha siku za mabaya,
    Hata asiye haki atakapochimbiwa shimo.

14 Kwa kuwa BWANA hatawatupa watu wake,
    Wala hutauacha urithi wake,

15 Maana hukumu itairejea haki,
    Na wote walio wanyofu wa moyo wataifuata.

16 Ni nani atakayesimama
    Kwa ajili yangu juu ya wabaya?
Ni nani atakayenisaidia
    Juu yao wafanyao maovu?

17 Kama BWANA asingalikuwa msaada wangu,
    Nafsi yangu kwa upesi ingalikaa penye kimya.

18 Niliposema, Mguu wangu unateleza;
    Ee BWANA, fadhili zako zilinitegemeza.

19 Katika wingi wa mawazo ya moyoni mwangu,
    Faraja zako zaifurahisha roho yangu.

20 Je! kiti cha udhalimu kishirikiane nawe,
   Kitungacho madhara kwa njia ya sheria?
21 Huishambulia nafsi yake mwenye haki,
   Na kuihukumu damu isiyo na hatia.
22 Lakini BWANA amekuwa ngome kwangu,
   Na Mungu wangu mwamba wangu wa kukimbilia.
23 Naye atawarudishia uovu wao,
   Atawaangamiza katika ubaya wao,
   Naam, BWANA, Mungu wetu, atawaangamiza.

95 Njoni, tumwimbie BWANA,
   Tumfanyie shangwe mwamba wa wokovu wetu.
2 Tuje mbele zake kwa shukrani,
   Tumfanyie shangwe kwa zaburi.
3 Kwa kuwa BWANA ni Mungu mkuu,
   Na Mfalme mkuu juu ya miungu yote.
4 Mkononi mwake zimo bonde za dunia,
   Hata vilele vya milima ni vyake.
5 Bahari ni yake, ndiye aliyeifanya,
   Na mikono yake iliumba nchi kavu.
6 Njoni, tuabudu, tusujudu,
   Tupige magoti mbele za BWANA aliyetuumba.
7 Kwa maana ndiye Mungu wetu,
   Na sisi tu watu wa malisho yake,
   Na kondoo za mkono wake.
   Ingekuwa heri leo msikie sauti yake!
8 Msifanye migumu mioyo yenu;
   Kama vile huko Meriba,
   Kama siku ya Masa jangwani.
9 Hapo waliponijaribu baba zenu,
   Wakanipima, wakayaona matendo yangu.
10 Miaka arobaini nalihuzunika na kizazi kile,
   Nikasema, Hao ni watu waliopotoka mioyo,
   Hawakuzijua njia zangu.
11 Nikaapa kwa hasira yangu
   Wasiingie rahani mwangu.

96 Mwimbieni BWANA wimbo mpya,
   Mwimbieni BWANA, nchi yote.
2 Mwimbieni BWANA, libarikini jina lake,

Tangazeni wokovu wake siku kwa siku.
3 Wahubirini mataifa habari za utukufu wake,
  Na watu wote habari za maajabu yake.
4 Kwa kuwa BWANA ni mkuu mwenye kusifiwa sana.
  Na wa kuhofiwa kuliko miungu yote.
5 Maana miungu yote ya watu si kitu,
  Lakini BWANA ndiye aliyezifanya mbingu.
6 Heshima na adhama ziko mbele zake,
  Nguvu na uzuri zimo katika patakatifu pake.
7 Mpeni BWANA, enyi jamaa za watu,
  Mpeni BWANA utukufu na nguvu.
8 Mpeni BWANA utukufu wa jina lake,
  Leteni sadaka mkaziingie nyua zake.
9 Mwabuduni BWANA kwa uzuri wa utakatifu,
  Tetemekeni mbele zake, nchi yote.
10 Semeni katika mataifa, BWANA ametamalaki;
  Naam, ulimwengu umethibitika usitikisike,
  Atawahukumu watu kwa adili.
11 Mbingu na zifurahi, nchi na ishangilie,
  Bahari na ivume na vyote viijazavyo,
12 Mashamba na yashangilie, na vyote vilivyomo,
  Ndipo miti yote ya mwituni iimbe kwa furaha;
13 Mbele za BWANA, kwa maana anakuja,
  Kwa maana anakuja aihukumu nchi.
Atauhukumu ulimwengu kwa haki,
  Na mataifa kwa uaminifu wake.

97 BWANA ametamalaki, nchi na ishangilie,
  Vlsiwa vingi na vifurahi.
2 Mawingu na giza vyamzunguka,
  Haki na hukumu ndio msingi wa kiti chake.
3 Moto hutangulia mbele zake,
  Nao huwateketeza watesi wake pande zote.
4 Umeme wake uliuangaza ulimwengu,
  Nchi ikaona ikatemeka.
5 Milima iliyeyuka kama nta mbele za BWANA,
  Mbele za Bwana wa dunia yote.
6 Mbingu zimetangaza haki yake,
  Na watu wote wameuona utukufu wake.
7 Na waaibishwe wote waabuduo sanamu,

Wajivunao kwa vitu visivyofaa;
    Enyi miungu yote, msujuduni Yeye.
8 Sayuni imesikia na kufurahi,
    Binti za Yuda walishangilia,
    Kwa sababu ya hukumu zako, Ee BWANA.
9 Maana Wewe, BWANA, ndiwe Uliye juu,
    Juu sana kuliko nchi yote;
    Umetukuka sana juu ya miungu yote.
10 Enyi mmpendao BWANA, uchukieni uovu;
    Huwalinda nafsi zao watauwa wake,
    Na kuwaokoa na mkono wa wasio haki.
11 Nuru imemzukia mwenye haki,
    Na furaha wanyofu wa moyo.
12 Enyi wenye haki, mfurahieni BWANA,
    Na kulishukuru jina lake takatifu.

98 Mwimbieni BWANA wimbo mpya,
    Kwa maana ametenda mambo ya ajabu.
Mkono wa kuume wake mwenyewe,
    Mkono wake mtakatifu umemtendea wokovu.
2 BWANA ameufunua wokovu wake,
    Machoni pa mataifa ameidhihirisha haki yake.
3 Amezikumbuka rehema zake,
    Na uaminifu wake kwa nyumba ya Israeli.
Miisho yote ya dunia imeuona
    Wokovu wa Mungu wetu.
4 Mshangilieni BWANA, nchi yote,
    Inueni sauti, imbeni kwa furaha, imbeni zaburi.
5 Mwimbieni BWANA zaburi kwa kinubi,
    Kwa kinubi na sauti ya zaburi.
6 Kwa panda na sauti ya baragumu.
    Shangilieni mbele za Mfalme, BWANA.
7 Bahari na ivume na vyote viijazavyo,
    Ulimwengu nao wanaokaa ndani yake.
8 Mito na ipige makofi,
    Milima na iimbe pamoja kwa furaha.
9 Mbele za BWANA;
    Kwa maana anakuja aihukumu nchi.
    Atauhukumu ulimwengu kwa haki,
    Na mataifa kwa adili.

99
BWANA ametamalaki, mataifa wanatetemeka;
Ameketi juu ya makerubi, nchi inatikisika.

2 BWANA katika Sayuni ni mkuu,
Naye ametukuka juu ya mataifa yote.

3 Na walishukuru jina lake kuu la kuhofiwa;
Ndiye mtakatifu.

4 Nguvu za mfalme nazo zapenda hukumu;
Wewe ndiwe uliyeithibitisha adili;
Ulifanya hukumu na haki katika Yakobo.

5 Mtukuzeni BWANA, Mungu wetu;
Sujuduni penye kiti cha miguu yake;
Ndiye mtakatifu.

6 Musa na Haruni miongoni mwa makuhani wake,
Na Samweli miongoni mwao waliitiao jina lake,
Walipomwita Bwana aliwaitikia;

7 Katika nguzo ya wingu alikuwa akisema nao.
Walishika shuhuda zake na amri aliyowapa.

8 Ee BWANA, Mungu wetu, ndiwe uliyewajibu;
Ulikuwa kwao Mungu mwenye kusamehe
Ingawa uliwapatiliza matendo yao.

9 Mtukuzeni BWANA, Mungu wetu;
Sujuduni mkiukabili mlima wake mtakatifu;
Maana BWANA, Mungu wetu, ndiye mtakatifu.

100
Mfanyieni BWANA shangwe, dunia yote;
2 Mtumikieni BWANA kwa furaha;
Njoni mbele zake kwa kuimba;

3 Jueni kwamba BWANA ndiye Mungu;
Ndiye aliyetuumba na sisi tu watu wake;
Tu watu wake, na kondoo wa malisho yake.

4 Ingieni malangoni mwake kwa kushukuru;
Nyuani mwake kwa kusifu;
Mshukuruni, lihimidini jina lake;

5 Kwa kuwa BWANA ndiye mwema;
Rehema zake ni za milele;
Na uaminifu wake vizazi na vizazi.

101
Rehema na hukumu nitaziimba,
Ee BWANA, nitakuimbia zaburi.

2 Nitaiangalia njia ya unyofu;
   Utakuja kwangu lini?
   Nitakwenda kwa unyofu wa moyo
     Ndani ya nyumba yangu.
3 Sitaweka mbele ya macho yangu
     Neno la uovu.
   Kazi yao waliopotoka naichukia,
     Haitaambatana nami.
4 Moyo wa ukaidi utaondoka kwangu,
     Lililo ovu sitalijua.
5 Amsingiziaye jirani yake kwa siri,
     Huyo nitamharibu.
   Mwenye macho ya kiburi na moyo wa majivuno,
     Huyo sitavumilia naye.
6 Macho yangu yatawaelekea waaminifu katika nchi,
     Hao wakae nami.
   Yeye aendaye katika njia kamilifu,
     Ndiye atakayenitumikia.
7 Hatakaa ndani ya nyumba yangu
     Mtu atendaye hila.
   Asemaye uongo hatathibitika
     Mbele ya macho yangu.
8 Asubuhi hata asubuhi nitawaharibu
     Wabaya wote wa nchi.
   Niwatenge wote watendao uovu
     Na mji wa BWANA.

102 Ee BWANA, usikie kuomba kwangu,
     Kilio changu kikufikie.
2 Usinifiche uso wako siku ya shida yangu,
     Unitegee sikio lako, siku niitapo unijibu upesi.
3 Maana siku zangu zinatoweka kama moshi,
     Na mifupa yangu inateketea kama kinga.
4 Moyo wangu umepigwa kama majani na kukauka,
     Naam, ninasahau kula chakula changu.
5 Kwa ajili ya sauti ya kuugua kwangu
     Mifupa yangu imegandamana na nyama yangu.
6 Nimekuwa kama mwari nyuni wa jangwani,
     Na kufanana na bundi wa mahameni.
7 Nakesha, tena nimekuwa kama shomoro

Aliye peke yake juu ya nyumba.

8 Adui zangu wananilaumu mchana kutwa;
    Wanaonichukia kana kwamba wana wazimu
    Huapa kwa kunitaja mimi.
9 Maana nimekula majivu kama chakula,
    Na kukichanganya kinywaji changu na machozi.
10 Kwa sababu ya ghadhabu yako na hasira yako;
    Maana umeniinua na kunitupilia mabli.
11 Siku zangu zi kama kivuli kilichotandaa,
    Nami ninanyauka kama majani.
12 Bali Wewe, BWANA, utaketi ukimiliki milele,
    Na kumbukumbu lako kizazi hata kizazi.
13 Wewe mwenyewe utasimama,
    Na kuirehemu Sayuni,
    Kwa maana ndio wakati wa kuihurumia,
    Naam, majira yaliyoamriwa yamewadia.
14 Maana watumishi wako wameyaridhia mawe yake,
    Na kuyaonea huruma mavumbi yake.

15 Kisha mataifa wataliogopa jina la BWANA,
    Na wafalme wote wa dunia utukufu wako;
16 BWANA atakapokuwa ameijenga Sayuni,
    Atakapoonekana katika utukufu wake,
17 Atakapoyaelekea maombi yake aliye mkiwa,
    Asiyadharau maombi yao.
18 Kizazi kitakachokuja kitaandikiwa hayo,
    Na watu watakaoumbwa watamsifu BWANA.
19 Maana ametazama toka patakatifu pake pa juu,
    Toka mbinguni BWANA ameiangalia nchi,
20 Ili akusikie kuugua kwake aliyefungwa,
    Na kuwafungua walioandikiwa kufa.
21 Watu walitangaze jina la BWANA katika Sayuni,
    Na sifa zake katika Yerusalemu,
22 Pindi mataifa watapokusanyika pamoja,
    Falme nazo ili kumtumikia BWANA.

23 Amezipunguza nguvu zangu njiani;
    Amezifupisha siku zangu.
24 Nitasema, Ee Mungu wangu, usiniondoe katikati ya siku
    zangu;

Miaka yako ni tangu kizazi hata kizazi.
25 Hapo mwanzo uliutia msingi wa nchi,
   Na mbingu ni kazi ya mikono yako.
26 Hizi zitaharibika, bali Wewe utadumu;
   Naam, hizi zitachakaa kama nguo;
   Na kama mavazi utazibadilisha,
   Nazo zitabadilika.
27 Lakini Wewe U Yeye yule;
   Na miaka yako haitakoma.
28 Wana wa watumishi wako watakaa,
   Na wazao wao wataimarishwa mbele zako.

103 Ee nafsi yangu, umhimidi BWANA.
      Naam, vyote vilivyo ndani yangu
   Vilihimidi jina lake takatifu.
2 Ee nafsi yangu, umhimidi BWANA,
   Wala usizisahau fadhili zake zote.
3 Akusamehe maovu yako yote,
   Akuponya magonjwa yako yote,
4 Aukomboa uhai wako na kaburi,
   Akutia taji ya fadhili na rehema,
5 Aushibisha mema uzee wako,
   Ujana wako ukarejezwa kama tai;
6 BWANA ndiye afanyaye mambo ya haki,
   Na hukumu kwa wote wanaoonewa.
7 Alimjulisha Musa njia zake,
   Wana wa Israeli matendo yake.
8 BWANA amejaa huruma na neema,
   Haoni hasira upesi, ni mwingi wa fadhili.
9 Yeye hatateta sikuzote,
   Wala hatashika hasira yake milele.
10 Hakututenda sawasawa na hatia zetu,
   Wala hakutulipa kwa kadiri ya maovu yetu.
11 Maana mbingu zilivyoinuka juu ya nchi,
   Kadiri ile ile rehema zake ni kuu kwa wamchao.
12 Kama mashariki ilivyo mbali na magharibi,
   Ndivyo alivyoweka dhambi zetu mbali nasi.
13 Kama vile baba awahurumiavyo watoto wake,
   Ndivyo BWANA anavyowahurumia wamchao.
14 Kwa maana Yeye anatujua umbo letu,

Na kukumbuka ya kuwa sisi tu mavumbi.

15 Mwanadamu siku zake zi kama majani;
    Kama ua la kondeni ndivyo asitawivyo.

16 Maana upepo hupita juu yake, kumbe haliko!
    Na mahali pake hapatalijua tena.

17 Bali fadhili za BWANA zina wamchao
    Tangu milele hata milele,
    Na haki yake ina wana wa wana;

18 Maana, wale walishikao agano lake,
    Na kuyakumbuka maagizo yake ili wayafanye.

19 BWANA ameweka kiti chake cha enzi mbinguni,
    Na ufalme wake unavitawala vitu vyote.

20 Mhimidini BWANA, enyi malaika zake,
    Ninyi mlio hodari, mtendao neno lake,
    Mkiisikiliza sauti ya neno lake.

21 Mhimidini BWANA, enyi majeshi yake yote,
    Ninyi watumishi wake mfanyao mapenzi yake.

22 Mhimidini BWANA, enyi matendo yake yote,
    Mahali pote pa milki yake.
    Ee nafsi yangu, umhimidi BWANA.

104
Ee nafsi yangu, umhimidi BWANA.
    Wewe, BWANA, Mungu wangu,
Umejifanya mkuu sana;
    Umejivika heshima na adhama.

2 Umejivika nuru kama vazi;
    Umezitandika mbingu kama pazia;

3 Na kuziweka nguzo za orofa zake majini.
    Huyafanya mawingu kuwa gari lake,
    Na kwenda juu ya mabawa ya upepo.

4 Huwafanya malaika zake kuwa pepo,
    Na watumishi wake kuwa moto wa miali.

5 Uliiweka nchi juu ya misingi yake,
    Isitikisike milele.

6 Uliifunika kwa vilindi kama kwa vazi,
    Maji yalikuwa yakisimama juu ya milima.

7 Kwa kukemea kwako yakakimbia,
    Kwa sauti ya radi yako yakaenda zake kasi,

8 Yakapanda milima, yakatelemka mabondeni,
    Mpaka mahali ulipoyatengeneza.

9 Umeweka mpaka yasiupite,
  Wala yasirudi kuifunikiza nchi.

10 Hupeleka chemchemi katika mabonde;
   Zapita kati ya milima;

11 Zamnywesha kila mnyama wa kondeni;
   Punda-mwitu huzima kiu yao.

12 Kandokando hukaa ndege wa angani;
   Kati ya matawi hutoa sauti zao.

13 Huinywesha milima toka orofa zake;
   Nchi imeshiba mazao ya kazi zako.

14 Huyameesha majani kwa makundi,
   Na maboga kwa matumizi ya mwanadamu;
   Ili atoe chakula katika nchi,

15 Na divai imfurahishe mtu moyo wake.
   Aung'aze uso wake kwa mafuta,
   Na mkate umburudishe mtu moyo wake.

16 Miti ya BWANA nayo imeshiba,
   Mierezi ya Lebanoni aliyoipanda.

17 Ndimo ndege wafanyamo vitundu vyao,
   Na korongo, misunobari ni nyumba yake.

18 Milima mirefu ndiko waliko mbuzi wa mwitu,
   Na magenge ni kimbilio la wibari.

19 Aliufanya mwezi kwa ajili ya nyakati,
   Jua latambua kuchwa kwake.

20 Wewe hufanya giza, kukawa usiku,
   Ndipo atambaapo kila mnyama wa mwitu.

21 Wana-simba hunguruma wakitaka mawindo,
   Ili kutafuta chakula chao kwa Mungu.

22 Jua lachomoza, wanakwenda zao,
   Na jujilaza mapangoni mwao.

23 Mwanadamu atoka kwenda zake kazini,
   Na kwenye utumishi wake mpaka jioni.

24 Ee BWANA, jinsi yalivyo mengi matendo yako!
   Kwa hekima umevifanya vyote pia.
   Dunia imejaa mali zako.

25 Bahari iko kule, kubwa na upana,
   Ndimo mlimo viendavyo visivyohesabika,
   Viumbe hai vidogo kwa vikubwa.

26 Ndimo zipitamo merikebu,
   Ndimo alimo lewiathani uliyemwumba acheze humo.

27 Hao wote wanakungoja Wewe,
  Uwape chakula chao kwa wakati wake.
28 Wewe huwapa,
  Wao wanakiokota;
  Wewe waukunjua mkono wako,
  Wao wanashiba mema;
29 Wewe wauficha uso wako,
  Wao wanafadhaika;
  Waiondoa pumzi yao, wanakufa,
  Na kuyarudia mavumbi yao.
30 Waipeleka roho yako, wanaumbwa,
  Nawe waufanya upya uso wa nchi.
31 Utukufu wa BWANA na udumu milele;
  BWANA na ayafurahie matendo yake.
32 Aitazama nchi, inatetemeka;
  Aigusa milima, inatoka moshi.
33 Nitamwimbia BWANA maadamu ninaishi;
  Nitamshangilia Mungu wangu nikiwa hai;
34 Kutafakari kwangu na kuwe kutamu kwake;
  Mimi nitamfurahia BWANA.
35 Wenye dhambi waangamizwe katika nchi,
  Watendao ubaya wasiwepo tena.
    Ee nafsi yangu, umhimidi BWANA.

105

Haleluya*.
  Mshukuruni BWANA, liitieni jina lake,
  Wajulisheni watu matendo yake.
2 Mwimbieni, mwimbieni kwa zaburi,
  Zitafakarini ajabu zake zote.
3 Jisifuni kwa jina lake takatifu,
  Na ufurahi moyo wao wamtafutao BWANA.
4 Mtakeni BWANA na nguvu zake,
  Utafuteni uso wake sikuzote.
5 Zikumbukeni ajabu zake alizozifanya,
  Miujiza yake na hukumu za kinywa chake.
6 Enyi wazao wa Ibrahimu, mtumishi wake;
  Enyi wana wa Yakobo, wateule wake.
7 Yeye, BWANA, ndiye Mungu wetu;
  Duniani mwote mna hukumu zake.

    * Haleluya, maana yake ni, Msifuni BWANA.

8 Analikumbuka agano lake milele;
   Neno lile aliloviamuru vizazi elfu.
9 Agano alilofanya na Ibrahimu,
   Na uapo wake kwa Isaka.
10 Alilomthibitishia Yakobo liwe amri,
   Na Israeli liwe agano la milele.
11 Akisema, Nitakupa wewe nchi ya Kanaani,
   Iwe urithi wenu mliopimiwa.
12 Walipokuwa watu wawezao kuhesabiwa,
   Naam, watu wachache na wageni ndani yake,
13 Wakatanga-tanga toka taifa hata taifa,
   Toka ufalme mmoja hata kwa watu wengine.
14 Hakumwacha mtu awaonee,
   Hata wafalme aliwakemea kwa ajili yao.
15 Akisema, Msiwaguse masihi* wangu,
   Wala msiwadhuru nabii zangu.
16 Akaiita njaa iijilie nchi,
   Akakiharibu chakula chote walichokitegemea.
17 Alimpeleka mtu mbele yao,
   Yusufu aliuzwa utumwani.
18 Walimwumiza miguu yake kwa pingu,
   Akatiwa katika minyororo ya chuma.
19 Hata wakati wa kuwadia neno lake,
   Ahadi ya BWANA ilimjaribu.
20 Mfalme alituma watu akamfungua,
   Mkuu wa watu akamwachia.
21 Akamweka kuwa bwana wa nyumba yake,
   Na mwenye amri juu ya mali zake zote.
22 Awafunge masheki wake kama apendavyo,
   Na kuwafundisha wazee wake hekima.
23 Israeli naye akaingia Misri,
   Yakobo akawa mgeni katika nchi ya Hamu.
24 Akawajalia watu wake wazae sana,
   Akawafanya kuwa hodari kuliko watesi wao.
25 Akawageuza moyo wawachukie watu wake,
   Wakawatendea hila watumishi wake.
26 Akamtuma Musa, mtumishi wake,
   Na Haruni ambaye amemchagua.
27 Akaweka mambo ya ishara zake kati yao,

* Au, mtiwa mafuta.

Na miujiza katika nchi ya Hamu.

28 Alituma giza, kukafunga giza,
   Wala hawakuyaasi maneno yake.

29 Aliyageuza maji yao yakawa damu,
   Akawafisha samaki wao.

30 Nchi yao ilijaa vyura,
   Vyumbani mwa wafalme wao.

31 Alisema, kukaja makundi ya mainzi,
   Na chawa mipakani mwao mwote.

32 Badala ya mvua aliwapa mvua ya mawe,
   Na moto wa miali katika nchi yao.

33 Akaipiga mizabibu yao na mitini yao,
   Akaivunja miti ya mipaka yao.

34 Alisema, kukaja nzige,
   Na tunutu wasiohesabika;

35 Wakaila miche yote ya nchi yao,
   Wakayala matunda ya ardhi yao.

36 Akawapiga wazaliwa wa kwanza katika nchi,
   Malimbuko ya nguvu zao.

37 Akawatoa hali wana fedha na dhahabu,
   Katika kabila zao asiwepo mwenye kukwaa.

38 Misri ilifurahi walipoondoka,
   Maana kwa ajili yao hofu imewaangukia.

39 Alitandaza wingu liwe funiko,
   Na moto utoe nuru usiku.

40 Walipotaka akaleta kware,
   Akawashibisha chakula cha mbinguni.

41 Akaufunua mwamba, kukababubujika maji,
   Yakapita pakavuni kama mto.

42 Maana alilikumbuka neno lake takatifu,
   Na Ibrahimu, mtumishi wake.

43 Akawatoa watu wake kwa shangwe,
   Na wateule wake kwa nyimbo za furaha.

44 Akawapa nchi za mataifa, wakairithi kazi za watu;
45   Ili wazishike amri zake, na kuzitii sheria zake.
     Haleluya.

106

Haleluya.
Mshukuruni BWANA kwa kuwa ni mwema,
Kwa maana fadhili zake ni za milele.

2 Nani awezaye kuyanena matendo makuu ya BWANA,
   Kuzihubiri sifa zake zote.
3 Heri washikao hukumu,
   Na kutenda haki sikuzote.
4 Ee BWANA, unikumbuke mimi,
   Kwa kibali uliyo nayo kwa watu wako.
   Unijilie kwa wokovu wako,
5 Ili niuone wema wa wateule wako.
   Nipate kuifurahia furaha ya taifa lako,
   Na kujisifu pamoja na watu wako.
6 Tumetenda dhambi pamoja na baba zetu,
   Tumetenda maovu, tumefanya ubaya.
7 Baba zetu katika Misri
   Hawakufikiri matendo yako ya ajabu;
   Hawakukumbuka wingi wa fadhili zako;
   Wakaasi penye bahari, bahari ya Shamu.
8 Lakini akawaokoa kwa ajili ya jina lake,
   Ayadhihirishe matendo yake makuu.
9 Akaikemea bahari ya Shamu ikakauka,
   Akawaongoza vilindini kana kwamba ni uwanda.
10 Akawaokoa na mkono wa mtu aliyewachukia,
   Na kuwakomboa na mkono wa adui zao.
11 Maji yakawafunika watesi wao,
   Hakusalia hata mmoja wao.
12 Ndipo walipoyaamini maneno yake,
   Waliziimba sifa zake.
13 Wakayasahau matendo yake kwa haraka,
   Hawakulingojea shauri lake.
14 Bali walitamani sana jangwani,
   Wakamjaribu Mungu nyikani.
15 Akawapa walichomtaka,
   Akawakondesha roho zao.
16 Wakamhusudu Musa matuoni,
   Na Haruni, mtakatifu wa BWANA.
17 Nchi ikapasuka ikammeza Dathani,
   Ikaufunika mkutano wa Abiramu.
18 Moto ukawaka katika mkutano wao,
   Miali yake ikawateketeza wabaya.
19 Walifanya ndama huko Horebu,
   Wakaisujudia sanamu ya kuyeyuka.

20 Wakaubadili utukufu wao
   Kuwa mfano wa ng'ombe mla majani.
21 Wakamsahau Mungu, mwokozi wao,
   Aliyetenda makuu katika Misri.
22 Matendo ya ajabu katika nchi ya Hamu,
   Mambo ya kutisha penye bahari ya Shamu.
23 Akasema ya kuwa atawaangamiza,
   Kama Musa, mteule wake, asingalisimama,
   Mbele zake kama mahali palipobomoka,
   Ili aigeuze hasira yake asije akawaharibu.
24 Wakaidharau nchi ile ya kupendeza,
   Wala hawakuliamini neno lake.
25 Bali wakanung'unika hemani mwao,
   Wala hawakuisikiliza sauti ya Bwana.
26 Ndipo alipowainulia mkono wake,
   Ya kuwa atawaangamiza jangwani,
27 Na kuwatawanya wazao wao kati ya mataifa,
   Na kuwatapanya katika nchi mbali.
28 Wakajiambatiza na Baal-Peori,
   Wakazila dhabihu za wafu.
29 Wakamkasirisha kwa matendo yao;
   Tauni ikawashambulia.
30 Ndipo Finehasi akasimama akafanya hukumu;
   Tauni ikazuiliwa.
31 Akahesabiwa kuwa ana haki
   Kizazi baada ya kizazi hata milele.
32 Wakamghadhibisha penye maji ya Meriba,
   Hasara ikampata Musa kwa ajili yao,
33 Kwa sababu waliiasi roho yake,
   Akasema yasiyofaa kwa midomo yake.
34 Hawakuwaharibu watu wa nchi
   Kama Bwana alivyowaambia;
35 Bali walijichanganya na mataifa,
   Wakajifunza matendo yao.
36 Wakazitumikia sanamu zao,
   Nazo zikawa mtego kwao.
37 Naam, walitoa wana wao na binti zao
   Kuwa dhabihu kwa mashetani.
38 Wakamwaga damu isiyo na hatia,
   Damu ya wana wao na binti zao,

Waliowatoa dhabihu kwa sanamu za Kanaani;
    Nchi ikatiwa unajisi kwa damu.
39 Ndivyo walivyotiwa uchafu kwa kazi zao,
    Wakafanya uasherati kwa matendo yao.
40 Hasira ya BWANA ikawaka juu ya watu wake,
    Akauchukia urithi wake.
41 Akawatia mikononi mwa mataifa,
    Nao waliowachukia wakawatawala.
42 Adui zao wakawaonea,
    Wakatiishwa chini ya mkono wao.
43 Mara nyingi aliwaponya,
    Bali walikuwa wakimwasi kwa mashauri yao,
    Wakadhilika katika uovu wao.
44 Lakini aliyaangalia mateso yao,
    Aliposikia kilio chao.
45 Akawakumbukia agano lake;
    Akawahurumia kwa wingi wa fadhili zake;
46 Akawajalia kuhurumiwa
    Na watu wote waliowateka.

47 Ee BWANA, Mungu wetu, utuokoe,
    Utukusanye kwa kututoa katika mataifa,
    Tulishukuru jina lako takatifu,
    Tuzifanyie shangwe sifa zako.

48 Na ahimidiwe BWANA, Mungu wa Israeli,
    Tangu milele hata milele.
    Watu wote na waseme, Amina.
      Haleluya.

KITABU CHA TANO

107 Mshukuruni BWANA kwa kuwa ni mwema,
    Kwa maana fadhili zake ni za milele.
2 Na waseme hivi waliokombolewa na BWANA,
    Wale aliowakomboa na mkono wa mtesi.
3 Akawakusanya kutoka nchi zote,
    Mashariki na magharibi, kaskazini na kusini.
4 Walitanga-tanga jangwani katika njia ya nyika;

    Hawakuona mji wa kukaa.
5 Waliona njaa, waliona na kiu,
    Nafsi yao ilikuwa ikizimia ndani yao.
6 Wakamlilia BWANA katika dhiki zao,
    Akawaponya na shida zao.
7 Akawaongoza kwa njia ya kunyoka,
    Wapate kwenda mpaka mji wa kukaa.
8 Na wamshukuru BWANA kwa fadhili zake,
    Na maajabu yake kwa wanadamu.
9 Maana hushibisha nafsi yenye shauku,
    Na nafsi yenye njaa huijaza mema.

10 Waliokaa katika giza na uvuli wa mauti,
    Wamefungwa katika taabu na chuma,
11 Kwa sababu waliyaasi maneno ya Mungu,
    Wakalidharau shauri lake Aliye juu.
12 Hata akawadhili moyo kwa taabu,
    Wakajikwaa wala hakuna msaidizi.
13 Wakamlilia BWANA katika dhiki zao,
    Akawaponya na shida zao.
14 Aliwatoa katika giza na uvuli wa mauti,
    Akayavunja mafungo yao.
15 Na wamshukuru BWANA kwa fadhili zake,
    Na maajabu yake kwa wanadamu.
16 Maana ameivunja milango ya shaba,
    Ameyakata mapingo ya chuma.

17 Wapumbavu, kwa sababu ya ukosaji wao,
    Na kwa sababu ya maovu yao, hujitesa.
18 Nafsi zao zachukia kila namna ya chakula,
    Wameyakaribia malango ya mauti.
19 Wakamlilia BWANA katika dhiki zao,
    Akawaponya na shida zao.
20 Hulituma neno lake, huwaponya,
    Huwatoa katika maangamizo yao.
21 Na wamshukuru BWANA kwa fadhili zake,
    Na maajabu yake kwa wanadamu.
22 Na wamtolee dhabihu za kushukuru,
    Na kuyasimulia matendo yake kwa kuimba.

23 Washukao baharini katika merikebu,

Wafanyao kazi yao katika maji mengi,
24 Hao huziona kazi za BWANA,
   Na maajabu yake vilindini.
25 Maana husema, akavumisha upepo wa dhoruba,
   Ukayainua juu mawimbi yake.
26 Wapanda mbinguni, watelemka vilindini,
   Nafsi yao yayeyuka kwa hali mbaya.
27 Wayumba-yumba, wapepesuka kama mlevi,
   Akili zao zote zawapotea.
28 Wakamlilia BWANA katika dhiki zao,
   Akawaponya na shida zao.
29 Huituliza dhoruba, ikawa shwari,
   Mawimbi yake yakanyamaza.
30 Ndipo walipofurahi kwa kuwa yametulia;
   Naye huwaleta mpaka bandari waliyoitamani.
31 wamshukuru BWANA kwa fadhili zake,
   Na maajabu yake kwa wanadamu.
32 Na wamtukuze katika kusanyiko la watu,
   Na wamhimidi katika baraza ya wazee.

33 Amegeuza mito ikawa jangwa,
   Na chemchemi za maji zikawa nchi ya kiu.
34 Nchi ya matunda mengi ikawa uwanda wa chumvi,
   Kwa sababu ya ubaya wao walioikaa.
35 Amegeuza jangwa ikawa ziwa la maji,
   Na nchi kavu ikawa chemchemi za maji.
36 Maana amewakalisha huko wenye njaa,
   Nao wametengeneza mji wa kukaa.
37 Wakapanda mbegu katika mashamba,
   Na kutia mizabibu iliyotoa matunda yake.
38 Naye huwabariki wakaongezeka sana,
   Wala hayapunguzi makundi yao.
39 Kisha wakapungua na kudhilika,
   Kwa kuonewa na mabaya na huzuni.
40 Akawamwagia wakuu dharau,
   Na kuwazungusha katika nyika isiyo na njia.
41 Akamweka mhitaji juu mbali na mateso,
   Akamfanyia jamaa kama kundi la kondoo.
42 Wanyofu wa moyo wataona na kufurahi,
   Na uovu wa kila namna utajifumba kinywa.

43 Aliye na hekima na ayaangalie hayo;
   Na wazitafakari fadhili za BWANA.

108 Ee Mungu, moyo wangu u thabiti,
   Nitaimba, nitaimba zaburi,
   Naam, kwa utukufu wangu.

2 Amka, kinanda na kinubi,
   Nitaamka alfajiri.

3 Ee BWANA, nitakushukuru kati ya watu,
   Nitakuimbia zaburi kati ya mataifa,

4 Maana fadhili zako ni kubwa hata mbinguni,
   Na uaminifu wako hata mawinguni.

5   Ee Mungu, utukuzwe juu ya mbingu,
   Na juu ya nchi yote uwe utukufu wako.

6 Ili wapenzi wako waopolewe,
   Uokoe kwa mkono wako wa kuume, uniitikie.

7 Mungu amenena kwa utakatifu wake,
   Nami nitashangilia.
   Nitaigawanya Shekemu,
   Nitalipima bonde la Sukothi.

8 Gileadi ni yangu, na Manase ni yangu,
   Na Efraimu ni nguvu ya kichwa changu.
   Yuda ni fimbo yangu ya kifalme,

9 Moabu ni bakuli langu la kunawia.
   Nitamtupia Edomu kiatu changu,
   Na kumpigia Filisti kelele za vita.

10 Ni nani atakayenipeleka hata mji wenye boma?
   Ni nani atakayeniongoza hata Edomu?

11 Ee Mungu, si Wewe uliyetutupa?
   Wala, Ee Mungu, hutoki na majeshi yetu?

12 Utuletee msaada juu ya mtesi,
   Maana wokovu wa binadamu haufai.

13 Kwa msaada wa Mungu tutatenda makuu,
   Maana Yeye atawakanyaga watesi wetu.

109 Ee Mungu wa sifa zangu, usinyamaze,
   2 Kwa maana wamenifumbulia kinywa;
   Kinywa cha mtu asiye haki, cha hila,
   Wamesema nami kwa ulimi wa uongo.

3 Naam, kwa maneno ya chuki wamenizunguka,
　　Wamepigana nami bure.
4 Badala ya upendo wangu wao hunishitaki,
　　Ijapokuwa naliwaombea.
5 Wamenichukuza mabaya badala ya mema,
　　Na chuki badala ya upendo wangu.

6 Uweke mtu mkorofi juu yake,
　　Mshitaki asimame mkono wake wa kuume.
7 Katika kuhukumiwa ataonekana hana haki,
　　Na sala yake itadhaniwa kuwa ni dhambi.
8 Siku zake na ziwe chache,
　　Usimamizi wake na atwae mtu mwingine.
9 Wanawe na wawe yatima,
　　Na mkewe na awe mjane.
10 Kutanga na watange wanawe na kuomba,
　　Watafute chakula mbali na mahame yao.
11 Mdai na anase vitu vyote alivyo navyo,
　　Wageni na wateke mapato ya kazi yake.
12 Asiwe na mtu wa kumfanyia fadhili,
　　Wala mtu wa kuwahurumia yatima wake.
13 Wazao wake waangamizwe,
　　Jina lao likafutwe katika kizazi cha pili.
14 Uovu wa baba zake ukumbukwe mbele za BWANA,
　　Na dhambi ya mamaye isifutwe.
15 Ziwe mbele za BWANA daima,
　　Aliondoe kumbukumbu lao duniani.
16 Kwa kuwa hakukumbuka kutenda fadhili,
　　Bali alimfukuza mnyonge na mhitaji,
　　Hata akamfisha mtu aliyevunjika moyo,
17 Naye alipenda kulaani, nako kukampata.
　　Hakupendezwa na kubariki, kukawa mbali naye,
18 Alijivika laana kana kwamba ni vazi lake.
　　Ikamwingilia moyoni kama maji,
　　Na kama mafuta mifupani mwake.
19 Na iwe kwake kama vazi ajivikalo,
　　Na kama mshipi ajifungao daima.
20 Ndiyo malipo ya washitaki wangu toka kwa BWANA,
　　Na ya hao wanaoisingizia nafsi yangu mabaya.

21 Na Wewe, MUNGU, Bwana, unitendee kwa ajili ya jina lako,

Kwa kuwa fadhili zako ni njema uniokoe.

22 Kwa maana mimi ni mnyonge na mhitaji,
    Na moyo wangu umejeruhi ndani yangu.

23 Ninapita kama kivuli kianzacho kutoweka,
    Ninapeperushwa kama nzige.

24 Magoti yangu yamedhoofu kwa kufunga,
    Na mwili wangu umekonda kwa kukosa mafuta.

25 Nami nalikuwa laumu kwao,
    Wanionapo hutikisa vichwa vyao.

26 Ee BWANA, Mungu wangu, unisaidie,
    Uniokoe sawasawa na fadhili zako.

27 Nao wakajue ya kuwa ndio mkono wako;
    Wewe, BWANA, umeyafanya hayo.

28 Wao walaani, bali Wewe utabariki,
    Wameondoka wao wakaaibishwa,
    Bali mtumishi wako atafurahi.

29 Washitaki wangu watavikwa fedheha,
    Watajivika aibu yao kama joho.

30 Nitamshukuru BWANA kwa kinywa changu,
    Naam, nitamsifu katikati ya mkutano.

31 Maana atasimama mkono wa kuume wa mhitaji,
    Amwokoe na wanaoihukumu nafsi yake.

110

Neno la BWANA kwa Bwana wangu,
Uketi mkono wangu wa kuume,
Hata niwafanyapo adui zako
Kuwa chini ya miguu yako.

2 BWANA atainyosha toka Sayuni
Fimbo ya nguvu zako.
Uwe na enzi kati ya adui zako;

3 Watu wako wanajitoa kwa hiari,
Siku ya uwezo wako;
Kwa uzuri wa utakatifu,
Tokea tumbo la asubuhi,
Unao umande wa ujana wako.

4 BWANA ameapa,
Wala hataghairi,
Ndiwe kuhani hata milele,
Kwa mfano wa Melkizedeki.

5 Bwana yu mkono wako wa kuume;

Ataseta wafalme,
Siku ya ghadhabu yake.

6 Atahukumu kati ya mataifa,
   Ataijaza nchi mizoga;
   Ataseta kichwa katika nchi nyingi.

7 Atakunywa maji ya mto njiani;
   Kwa hiyo atakiinua kichwa chake.

111

Haleluya*.
Nitamshukuru BWANA kwa moyo wangu wote,
Barazani pa wanyofu wa moyo na katika mkutano.

2 Matendo ya BWANA ni makuu,
   Yafikiriwa sana na wapendezwao nayo.

3 Kazi yake ni heshima na adhama,
   Na haki yake yakaa milele.

4 Amefanya ukumbusho wa matendo yake ya ajabu;
   BWANA ni mwenye fadhili na rehema.

5 Amewapa wamchao chakula;
   Atalikumbuka agano lake milele.

6 Amewajulisha watu wake uwezo wa matendo yake,
   Kwa kuwapa urithi wa mataifa.

7 Matendo ya mikono yake ni kweli na hukumu,
   Maagizo yake yote ni amini,

8 Yamethibitika milele na milele,
   Yamefanywa katika kweli na adili.

9 Amewapelekea watu wake ukombozi,
   Ameamuru agano lake liwe la milele,
   Jina lake ni takatifu la kuogopwa.

10 Kumcha BWANA ndio mwanzo wa hekima,
   Wote wafanyao hayo wana akili njema,
   Sifa zake zakaa milele.

112

Haleluya.
Heri mtu yule amchaye BWANA,
Apendezwaye sana na maagizo yake.

2 Wazao wake watakuwa hodari duniani;
   Kizazi cha wenye adili kitabarikiwa.

3 Nyumbani mwake mna utajiri na mali,
   Na haki yake yakaa milele.

* Haleluya, maana yake ni, Msifuni BWANA.

4 Nuru huwazukia wenye adili gizani;
  Ana fadhili na huruma na haki.
5 Heri atendaye fadhili na kukopesha;
  Atengenezaye mambo yake kwa haki.
6 Kwa maana hataondoshwa kamwe;
  Mwenye haki atakumbukwa milele.
7 Hataogopa habari mbaya;
  Moyo wake u imara ukimtumaini BWANA.
8 Moyo wake umethibitika hataogopa,
  Hata awaone watesi wake wameshindwa.
9 Amekirimu, na kuwapa maskini,
  Haki yake yakaa milele,
  Pembe yake itatukuzwa kwa utukufu.
10 Asiye haki ataona na kusikitika,
   Atasaga meno yake na kuyeyuka,
   Tamaa ya wasio haki itapotea.

113 Haleluya.
      Enyi watumishi wa BWANA, sifuni,
      Lisifuni jina la BWANA.
2 Jina la BWANA lihimidiwe
  Tangu leo na hata milele.
3 Toka maawio ya jua hata machweo yake
  Jina la BWANA husifiwa.
4 BWANA ni mkuu juu ya mataifa yote,
  Na utukufu wake ni juu ya mbingu.
5 Ni nani aliye mfano wa BWANA,
  Mungu wetu aketiye juu;
6 Anyenyekeaye kutazama,
  Mbinguni na duniani?
7 Humwinua mnyonge kutoka mavumbini,
  Na kumpandisha maskini kutoka jaani.
8 Amketishe pamoja na wakuu,
  Pamoja na wakuu wa watu wake.
9 Huweka nyumbani mwanamke aliye tasa,
  Awe mama ya watoto mwenye furaha.

114 Haleluya.
      Israeli alipotoka Misri,
      Na Yakobo katika watu wa lugha ya kigeni.
2 Yuda ilikuwa patakatifu pake,

Israeli milki yake.
3 Bahari iliona ikakimbia,
    Yordani ilirudishwa nyuma.
4 Milima iliruka kama kondoo waume,
    Vilima kama wana-kondoo.
5 Ee bahari, una nini, ukimbie?
    Yordani, urudi nyuma?
6 Enyi milima, mruke kama kondoo waume?
    Enyi vilima, kama wana-kondoo?
7 Tetemeka, Ee nchi, mbele za uso wa Bwana,
    Mbele za uso wa Mungu wa Yakobo.
8 Augeuza mwamba kuwa ziwa la maji,
    Jiwe gumu kuwa chemchemi.

115

Ee Bwana, kutukuza usitutukuze sisi,
    Bali ulitukuze jina lako,
Kwa ajili ya fadhili zako,
    Kwa ajili ya uaminifu wako.
2 Kwa nini mataifa kusema,
    Yuko wapi Mungu wao?
3 Lakini Mungu wetu yuko mbinguni,
    Alitakalo lote amelitenda.
4 Sanamu zao ni fedha na dhahabu,
    Kazi ya mikono ya wanadamu.
5 Zina vinywa lakini hazisemi,
    Zina macho lakini hazioni,
6 Zina masikio lakini hazisikii,
    Zina pua lakini hazisikii harufu,
7 Mikono lakini hazishiki, miguu lakini haziendi,
    Wala hazitoi sauti kwa koo zake.
8 Wazifanyao watafanana nazo,
    Kila mmoja anayezitumainia.
9 Enyi Israeli, mtumainini Bwana;
    Yeye ni msaada wao na ngao yao.
10 Enyi mlango wa Haruni, mtumainini Bwana;
    Yeye ni msaada wao na ngao yao.
11 Enyi mmchao Bwana, mtumainini Bwana;
    Yeye ni msaada wao na ngao yao.
12 Bwana ametukumbuka,
    Naye atatubariki sisi.

Ataubariki mlango wa Israeli,
  Ataubariki mlango wa Haruni,
13 Atawabariki wamchao Bwana,
  Wadogo kwa wakubwa.
14 Bwana na awaongeze ninyi,
  Ninyi na watoto wenu.
15 Na mbarikiwe ninyi na Bwana,
  Aliyezifanya mbingu na nchi.
16 Mbingu ni mbingu za Bwana,
  Bali nchi amewapa wanadamu.
17 Sio wafu wamsifuo Bwana,
  Wala wo wote washukao kwenye kimya;
18 Bali sisi tutamhimidi Bwana,
  Tangu leo na hata milele.

116

Haleluya.
Nampenda Bwana kwa kuwa anaisikiliza
  Sauti yangu na dua zangu.
2 Kwa maana amenitegea sikio lake,
  Kwa hiyo nitamwita siku zangu zote.
3 Kamba za mauti zilinizunguka,
  Shida za kuzimu zilinipata.
  Naliona taabu na huzuni;
4 Nikaliitia jina la Bwana.
  Ee Bwana, nakuomba sana.
  Uniokoe nafsi yangu.
5 Bwana ni mwenye neema na haki,
  Naam, Mungu wetu ni mwenye rehema.
6 Bwana huwalinda wasio na hila;
  Nalidhilika, akaniokoa.
7 Ee nafsi yangu, urudi rahani mwako,
  Kwa kuwa Bwana amekutendea ukarimu.
8 Maana umeniponya nafsi yangu na mauti,
  Macho yangu na machozi,
  Na miguu yangu na kuanguka.
9 Nitaenenda mbele za Bwana
  Katika nchi za walio hai.
10 Naliamini, kwa maana nitasema,
  Mimi naliteswa sana.
11 Mimi nalisema kwa haraka yangu,

Wanadamu wote ni waongo.

12 Nimrudishie BWANA nini
Kwa ukarimu wake wote alionitendea?

13 Nitakipokea kikombe cha wokovu;
Na kulitangaza jina la BWANA.

14 Nitaziondoa nadhiri zangu kwa BWANA,
Naam, mbele ya watu wake wote.

15 Ina thamani machoni pa BWANA
Mauti ya wacha Mungu wake.

16 Ee BWANA, hakika mimi ni mtumishi wako,
Mtumishi wako, mwana wa mjakazi wako,
Umevifungua vifungo vyangu.

17 Nitakutolea dhabihu ya kushukuru;
Na kulitangaza jina la BWANA;

18 Nitaziondoa nadhiri zangu kwa BWANA,
Naam, mbele ya watu wake wote.

19 Katika nyua za nyumba ya BWANA,
Ndani yako, Ee Yerusalemu.

117 Haleluya.
Enyi mataifa yote, msifuni BWANA,
Enyi watu wote, mhimidini.

2 Maana fadhili zake kwetu sisi ni kuu,
Na uaminifu wa BWANA ni wa milele.

118 Haleluya.
Mshukuruni BWANA kwa kuwa ni mwema,
Kwa maana fadhili zake ni za milele.

2 Israeli na aseme sasa,
Ya kwamba fadhili zake ni za milele.

3 Mlango wa Haruni na waseme sasa,
Ya kwamba fadhili zake ni za milele.

4 Wamchao BWANA na waseme sasa,
Ya kwamba fadhili zake ni za milele.

5 Katika shida yangu nalimwita BWANA;
BWANA akanijibu akaniweka panapo nafasi.

6 BWANA yuko upande wangu, sitaogopa;
Mwanadamu atanitenda nini?

7 BWANA yuko upande wangu, msaidizi wangu,
Kwa hiyo nitawaona wanaonichukia wameshindwa.

8 Ni heri kumkimbilia BWANA
   Kuliko kuwatumainia wanadamu.

9 Ni heri kumkimbilia BWANA
   Kuliko kuwatumainia wakuu.

10 Mataifa yote walinizunguka;
   Kwa jina la BWANA naliwakatilia mbali.

11 Walinizunguka, naam, walinizunguka;
   Kwa jina la BWANA naliwakatilia mbali.

12 Walinizunguka kama nyuki,
   Walizimika kama moto wa miibani;
   Kwa jina la BWANA naliwakatilia mbali.

13 Ulinisukuma sana ili nianguke;
   Lakini BWANA akanisaidia.

14 BWANA ni nguvu zangu na wimbo wangu,
   Naye amekuwa wokovu wangu.

15 Sauti ya furaha na wokovu
   Imo hemani mwao wenye haki;
   Mkono wa kuume wa BWANA hutenda makuu.

16 Mkono wa kuume wa BWANA umetukuzwa;
   Mkono wa kuume wa BWANA hutenda makuu.

17 Sitakufa bali nitaishi,
   Nami nitayasimulia matendo ya BWANA.

18 BWANA ameniadhibu sana,
   Lakini hakuniacha nife.

19 Nifungulieni malango ya haki,
   Nitaingia na kumshukuru BWANA.

20 Lango hili ni la BWANA,
   Wenye haki ndio watakaoliingia.

21 Nitakushukuru kwa maana umenijibu,
   Nawe umekuwa wokovu wangu.

22 Jiwe walilolikataa waashi
   Limekuwa jiwe kuu la pembeni.

23 Neno hili limetoka kwa BWANA,
   Nalo ni ajabu machoni petu.

24 Siku hii ndiyo aliyofanya BWANA,
   Tutashangilia na kuifurahia.

25 Ee BWANA, utuokoe, twakusihi;
   Ee BWANA, utufanikishe, twakusihi.

26 Na abarikiwe yeye ajaye kwa jina la BWANA;
   Tumewabarikia toka nyumbani mwa BWANA.

27 Bwana ndiye aliye Mungu,
   Naye ndiye aliyetupa nuru.
Ifungeni dhabihu kwa kamba
   Pembeni mwa madhabahu.
28 Ndiwe Mungu wangu, nami nitakushukuru,
   Ndiwe Mungu wangu, nami nitakutukuza.
29 Mshukuruni Bwana kwa kuwa ni mwema,
   Kwa maana fadhili zake ni za milele.

119 Heri walio kamili njia zao,
      Waendao katika sheria ya Bwana.
 2 Heri wazitiio shuhuda zake,
   Wamtafutao kwa moyo wote.
 3 Naam, hawakutenda ubatili,
   Wamekwenda katika njia zake.
 4 Wewe umetuamuru mausia yako,
   Ili sisi tuyatii sana.
 5 Ningependa njia zangu ziwe thabiti,
   Nizitii amri zako.
 6 Ndipo mimi sitaaibika,
   Nikiyaangalia maagizo yako yote.
 7 Nitakushukuru kwa unyofu wa moyo,
   Nikiisha kujifunza hukumu za haki yako.
 8 Nitazitii amri zako,
   Usiniache kabisa.

         *   *   *

 9 Jinsi gani kijana aisafishe njia yake?
   Kwa kutii, akilifuata neno lako.
10 Kwa moyo wangu wote nimekutafuta,
   Usiniache nipotee mbali na maagizo yako.
11 Moyoni mwangu nimeliweka neno lako,
   Nisije nikakutenda dhambi.
12 Ee Bwana, umehimidwa,
   Unifundishe amri zako.
13 Kwa midomo yangu nimezisimulia
   Hukumu zote za kinywa chako.
14 Nimeifurahia njia ya shuhuda zako
   Kana kwamba ni mali mengi.
15 Nitayatafakari mausia yako,

Nami nitaziangalia njia zako.
16 Nitajifurahisha sana kwa amri zako,
Sitalisahau neno lako.

* * *

17 Umtendee mtumishi wako ukarimu,
Nipate kuishi, nami nitalitii neno lako.
18 Unifumbue macho yangu niyatazame
Maajabu yatokayo katika sheria yako.
19 Mimi ni mgeni katika nchi,
Usinifiche maagizo yako.
20 Roho yangu imepondeka kwa kutamani
Hukumu zako kila wakati.
21 Umewakemea wenye kiburi,
Wamelaaniwa waendao mbali na maagizo yako.
22 Uniondolee laumu na dharau,
Kwa maana nimezishika shuhuda zako.
23 Wakuu nao waliketi wakaninena,
Lakini mtumishi wako atazitafakari amri zako.
24 Shuhuda zako nazo ndizo furaha yangu,
Na washauri wangu.

* * *

25 Nafsi yangu imeambatana na mavumbi,
Unihuishe sawasawa na neno lako.
26 Nalizisimulia njia zangu ukanijibu,
Unifundishe amri zako.
27 Unifahamishe njia ya mausia yako,
Nami nitayatafakari maajabu yako.
28 Nafsi yangu imeyeyuka kwa uzito,
Unitie nguvu sawasawa na neno lako.
29 Uniondolee njia ya uongo,
Unineemeshe kwa sheria yako.
30 Nimeichagua njia ya uaminifu,
Na kuziweka hukumu zako mbele yangu.
31 Nimeambatana na shuhuda zako,
Ee BWANA, usiniaibishe.
32 Nitakwenda mbio katika njia ya maagizo yako
Utakaponikunjua moyo wangu.

* * *

33 Ee BWANA, unifundishe njia ya amri zako.
  Nami nitaishika hata mwisho.
34 Unifahamishe nami nitaishika sheria yako,
  Naam, nitaitii kwa moyo wangu wote.
35 Uniendeshe katika mapito ya maagizo yako,
  Kwa maana nimependezwa nayo.
36 Unielekeze moyo wangu na shuhuda zako,
  Wala usiielekee tamaa.
37 Unigeuze macho yangu nisitazame visivyofaa,
  Unihuishe katika njia yako.
38 Umthibitishie mtumishi wako ahadi yako,
  Inayohusu kicho chako.
39 Uniondolee laumu niiogopayo,
  Maana hukumu zako ni njema.
40 Tazama, nimeyatamani mausia yako,
  Unihuishe kwa haki yako.

* * *

41 Ee BWANA, fadhili zako zinifikie na mimi,
  Naam, wokovu wako sawasawa na ahadi yako.
42 Nami nitamjibu neno anilaumuye,
  Kwa maana nalitumainia neno lako.
43 Usiliondoe neno la kweli kinywani mwangu kamwe,
  Maana nimezingojea hukumu zako.
44 Nami nitaitii sheria yako daima,
  Naam, milele na milele.
45 Nami nitakwenda panapo nafasi,
  Kwa kuwa nimejifunza mausia yako.
46 Nitazinena shuhuda zako mbele ya wafalme,
  Wala sitaona aibu.
47 Nami nitajifurahisha sana kwa maagizo yako,
  Ambayo nimeyapenda.
48 Na mikono yangu nitayainulia maagizo yako niliyoyapenda,
  Nami nitazitafakari amri zako.

* * *

49 Likumbuke neno ulilomwambia mtumishi wako,
  Kwa sababu umenitumainisha.
50 Hii ndiyo faraja yangu katika taabu yangu,
  Ya kwamba ahadi yako imenihuisha.

51 Wenye kiburi wamenidharau mno,
    Sikujiepusha na sheria zako.
52 Nimezikumbuka hukumu zako za kale,
    Ee BWANA, nikajifariji.
53 Ghadhabu imenishika kwa sababu ya wasio haki,
    Waiachao sheria yako.
54 Amri zako zimekuwa nyimbo zangu,
    Katika nyumba ya ugeni wangu.
55 Wakati wa usiku nimelikumbuka jina lako,
    Ee BWANA, nikaitii sheria yako.
56 Hayo ndiyo niliyokuwa nayo,
    Kwa sababu nimeyashika mausia yako.

*   *   *

57 BWANA ndiye aliye fungu langu,
    Nimesema kwamba nitayatii maneno yako.
58 Nimekuomba radhi kwa moyo wangu wote,
    Unifadhili sawasawa na ahadi yako.
59 Nalizitafakari njia zangu,
    Na miguu yangu nalizielekeza shuhuda zako.
60 Nalifanya haraka wala sikukawia,
    Kuyatii maagizo yako.
61 Kamba za wasio haki zimenifunga,
    Sikuisahau sheria yako.
62 Katikati ya usiku nitaamka nikushukuru,
    Kwa sababu ya hukumu zako za haki.
63 Mimi ni mwenzao watu wote wakuchao,
    Na wale wayatiio mausia yako.
64 BWANA, dunia imejaa fadhili zako,
    Unifundishe amri zako.

*   *   *

65 Umemtendea mema mtumishi wako,
    Ee BWANA, sawasawa na neno lako.
66 Unifundishe akili na maarifa,
    Maana nimeyaamini maagizo yako.
67 Kabla sijateswa mimi nalipotea,
    Lakini sasa nimelitii neno lako.
68 Wewe U mwema na mtenda mema,
    Unifundishe amri zako.

69 Wenye kiburi wamenizulia uongo,
   Kwa moyo wangu wote nitayashika mausia yako.
70 Mioyo yao imenenepa kama shahamu,
   Mimi nimeifurahia sheria yako.
71 Ilikuwa vema kwangu kuwa naliteswa,
   Nipate kujifunza amri zako.
72 Sheria ya kinywa chako ni njema kwangu,
   Kuliko maelfu ya dhahabu na fedha.

*   *   *

73 Mikono yako ilinifanya ikanitengeneza,
   Unifahamishe nikajifunze maagizo yako.
74 Wakuchao na wanione na kufurahi,
   Kwa sababu nimelingojea neno lako.
75 Najua ya kuwa hukumu zako ni za haki,
   Ee BWANA, na kwa uaminifu umenitesa.
76 Nakuomba, fadhili zako ziwe faraja kwangu,
   Sawasawa na ahadi yako kwa mtumishi wako.
77 Rehema zako zinijie nipate kuishi,
   Maana sheria yako ni furaha yangu.
78 Wenye kiburi waaibike, maana wamenidhulumu kwa
   uongo,
   Mimi nitayatafakari mausia yako.
79 Wakuchao na wanirudie,
   Nao watazijua shuhuda zako.
80 Moyo wangu na uwe mkamilifu katika amri zako,
   Nisije mimi nikaaibika.

*   *   *

81 Nafsi yangu imefifia kwa kuutamani wokovu wako,
   Nimelingojea neno lako.
82 Macho yangu yamefifia kwa kuitazamia ahadi yako,
   Nisemapo, Lini utakaponifariji?
83 Maana nimekuwa kama kiriba katika moshi,
   Sikuzisahau amri zako.
84 Siku za mtumishi wako ni ngapi,
   Lini utakapowahukumu wale wanaonifuatia?
85 Wenye kiburi wamenichimbia mashimo,
   Ambao hawaifuati sheria yako.

86 Maagizo yako yote ni amini,
   Wananifuatia bure, unisaidie.
87 Walikuwa karibu na kunikomesha katika nchi,
   Lakini sikuyaacha mausia yako.
88 Unihuishe kwa fadhili zako,
   Nami nitazishika shuhuda za kinywa chako.

* * *

89 Ee BWANA, neno lako lasimama
   Imara mbinguni hata milele.
90 Uaminifu wako upo kizazi baada ya kizazi,
   Umeiweka nchi, nayo inakaa.
91 Kwa hukumu zako vimesimama imara hata leo,
   Maana vitu vyote ni watumishi wako.
92 Kama sheria yako isingalikuwa furaha yangu,
   Hapo ningalipotea katika taabu zangu.
93 Hata milele sitayasahau maagizo yako,
   Maana kwa hayo umenihuisha.
94 Mimi ni wako, uniokoe,
   Kwa maana nimejifunza mausia yako.
95 Wasio haki wameniotea ili kunipoteza,
   Nitazitafakari shuhuda zako.
96 Nimeona ukamilifu wote kuwa na mwisho,
   Bali agizo lako ni pana mno.

* * *

97 Sheria yako naipenda mno ajabu,
   Ndiyo kutafakari kwangu mchana kutwa.
98 Maagizo yako hunitia hekima kuliko adui zangu,
   Kwa maana ninayo sikuzote.
99 Ninazo akili kuliko wakufunzi wangu wote,
   Maana shuhuda zako ndizo nizifikirizo.
100 Ninao ufahamu kuliko wazee,
    Kwa kuwa nimeyashika mausia yako.
101 Nimeiepusha miguu yangu na kila njia mbaya,
    Ili nilitii neno lako.
102 Sikujiepusha na hukumu zako,
    Maana Wewe mwenyewe umenifundisha.
103 Mausia yako ni matamu sana kwangu,
    Kupita asali kinywani mwangu.

104 Kwa mausia yako najipatia ufahamu,
Ndiyo maana naichukia kila njia ya uongo.

*   *   *

105 Neno lako ni taa ya miguu yangu,
Na mwanga wa njia yangu.

106 Nimeapa nami nitaifikiliza,
Kuzishika hukumu za haki yako.

107 Nimeteswa mno;
Ee BWANA, unihuishe sawasawa na neno lako.

108 Ee BWANA, uziridhie sadaka za kinywa changu,
Na kunifundisha hukumu zako.

109 Nafsi yangu imo mkononi mwangu daima,
Lakini sheria yako sikuisahau.

110 Watendao uovu wamenitegea mtego,
Lakini sikuikosa njia ya mausia yako.

111 Shuhuda zako nimezifanya urithi wa milele,
Maana ndizo changamko la moyo wangu.

112 Nimeuelekeza moyo wangu nizitende amri zako,
Daima, naam, hata milele.

*   *   *

113 Watu wa kusita-sita nawachukia,
Lakini sheria yako naipenda.

114 Ndiwe sitara yangu na ngao yangu,
Neno lako nimelingojea.

115 Enyi watenda mabaya, ondokeni kwangu,
Niyashike maagizo ya Mungu wangu.

116 Unitegemeze sawasawa na ahadi yako, nikaishi,
Wala usiniache niyaaibikie matumaini yangu.

117 Unisaidie nami nitakuwa salama,
Nami nitaziangalia amri zako daima.

118 Umewakataa wote wazikosao amri zako,
Kwa maana hila zao ni uongo.

119 Wabaya wa nchi pia umewaondoa kama takataka,
Ndiyo maana nimezipenda shuhuda zako.

120 Mwili wangu unatetemeka kwa kukucha Wewe,
Nami ninaziogopa hukumu zako.

*   *   *

121 Nimefanya hukumu na haki,
    Usiniache mikononi mwao wanaonionea.
122 Uwe mdhamini wa mtumishi wako, apate mema,
    Wenye kiburi wasinionee.
123 Macho yangu yamefifia kwa kuutamani wokovu wako,
    Na ahadi ya haki yako.
124 Kama zilivyo rehema zako umtendee mtumishi wako,
    Na amri zako unifundishe.
125 Mimi ni mtumishi wako, unifahamishe,
    Nipate kuzijua shuhuda zako.
126 Wakati umewadia BWANA atende kazi;
    Kwa kuwa wameitangua sheria yako.
127 Ndiyo maana nimeyapenda maagizo yako,
    Kuliko dhahabu, naam, dhahabu iliyo safi.
128 Maana nayaona mausia yako yote kuwa ya adili,
    Kila njia ya uongo naichukia.

          *   *   *

129 Shuhuda zako ni za ajabu,
    Ndiyo maana roho yangu imezishika.
130 Kufafanusha maneno yako kwatia nuru,
    Na kumfahamisha mjinga.
131 Nalifunua kinywa changu nikatweta,
    Maana naliyatamani maagizo yako.
132 Unigeukie, unirehemu mimi,
    Kama iwahusuvyo walipendao jina lako.
133 Uzielekeze hatua zangu kwa neno lako,
    Uovu usije ukanimiliki.
134 Unikomboe na dhuluma ya mwanadamu,
    Nipate kuyashika mausia yako.
135 Umwangazie mtumishi wako uso wako,
    Na kunifundisha amri zako.
136 Macho yangu yachuruzika mito ya maji,
    Kwa sababu hawaitii sheria yako.

          *   *   *

137 Ee BWANA, Wewe ndiwe mwenye haki,
    Na hukumu zako ni za adili.
138 Umeziagiza shuhuda zako kwa haki,
    Na kwa uaminifu mwingi.

139 Juhudi yangu imeniangamiza,
    Maana watesi wangu wameyasahau maneno yako.
140 Neno lako limesafika sana,
    Kwa hiyo mtumishi wako amelipenda.
141 Mimi ni mdogo, nadharauliwa,
    Lakini siyasahau mausia yako.
142 Haki yako ni haki ya milele,
    Na sheria yako ni kweli.
143 Taabu na dhiki zimenipata,
    Maagizo yako ni furaha yangu.
144 Haki ya shuhuda zako ni ya milele,
    Unifahamishe, nami nitaishi.

*   *   *

145 Nimeita kwa moyo wangu wote; Ee BWANA, uitike;
    Nitazishika amri zako.
146 Nimekuita Wewe, uniokoe,
    Nami nitazishika shuhuda zako.
147 Kutangulia mapambazuko naliomba msaada,
    Naliyangojea maneno yako kwa tumaini.
148 Macho yangu yalitangulia makesha ya usiku,
    Ili kuitafakari ahadi yako.
149 Uisikie sauti yangu sawasawa na fadhili zako,
    Ee BWANA, unihuishe sawasawa na hukumu yako.
150 Wanakaribia wanaonifuatia kwa chuki,
    Wamekwenda mbali na sheria yako.
151 Ee BWANA, Wewe U karibu,
    Na maagizo yako yote ni kweli.
152 Tokea zamani nimejua kwa shuhuda zako,
    Ya kuwa umeziweka zikae milele.

*   *   *

153 Uyaangalie mateso yangu, uniokoe,
    Maana sikuisahau sheria yako.
154 Unitetee na kunikomboa,
    Unihuishe sawasawa na ahadi yako.
155 Wokovu u mbali na wasio haki,
    Kwa maana hawajifunzi amri zako.
156 Ee BWANA, rehema zako ni nyingi,
    Unihuishe sawasawa na hukumu zako.

157 Wanaonifuatia na watesi wangu ni wengi,
  Lakini sikujiepusha na shuhuda zako.
158 Nimewaona watendao uhaini nikachukizwa,
  Kwa sababu hawakulitii neno lako.
159 Uangalie niyapendavyo mausia yako,
  Ee BWANA, unihuishe sawasawa na fadhili zako.
160 Jumla ya neno lako ni kweli,
  Na kila hukumu ya haki yako ni ya milele.

*   *   *

161 Wakuu wameniudhi bure,
  Ila moyo wangu unayahofia maneno yako.
162 Naifurahia ahadi yako,
  Kama apataye mateka mengi.
163 Nimeuchukia uongo, umenikirihi,
  Sheria yako nimeipenda.
164 Mara saba kila siku nakusifu,
  Kwa sababu ya hukumu za haki yako.
165 Wana amani nyingi waipendao sheria yako,
  Wala hawana la kuwakwaza.
166 Ee BWANA, nimeungojea wokovu wako,
  Na maagizo yako nimeyatenda.
167 Nafsi yangu imezishika shuhuda zako,
  Nami nazipenda mno.
168 Nimeyashika mausia yako na shuhuda zako,
  Maana njia zangu zote zi mbele zako.

*   *   *

169 Ee BWANA, kilio changu na kikukaribie,
  Unifahamishe sawasawa na neno lako.
170 Dua yangu na ifike mbele zako,
  Uniponye sawasawa na ahadi yako.
171 Midomo yangu na itoe sifa,
  Kwa kuwa unanifundisha mausia yako.
172 Ulimi wangu na uiimbe ahadi yako,
  Maana maagizo yako yote ni ya haki.
173 Mkono wako na uwe tayari kunisaidia,
  Maana nimeyachagua mausia yako.
174 Ee BWANA, nimeutamani wokovu wako,
  Na sheria yako ndiyo furaha yangu.

175 Nafsi yangu na iishi, ipate kukusifu,
     Na hukumu zako zinisaidie.
176 Nimetanga-tanga kama kondoo aliyepotea;
     Umtafute mtumishi wako;
     Kwa maana sikuyasahau maagizo yako.

120 Katika shida yangu nalimlilia BWANA
        Naye akaniitikia.
2 Ee BWANA, uiponye nafsi yangu
   Na midomo ya uongo na ulimi wa hila.
3 Akupe nini, akuzidishie nini,
   Ewe ulimi wenye hila?
4 Mishale ya mtu hodari iliyochongoka,
   Pamoja na makaa ya mretemu.
5 Ole wangu mimi!
   Kwa kuwa nimekaa katika Mesheki;
   Na kufanya maskani yangu
   Katikati ya hema za Kedari.
6 Nafsi yangu imekaa siku nyingi,
   Pamoja naye aichukiaye amani.
7 Mimi ni wa amani;
   Bali ninenapo, wao huelekea vita.

121 Nitayainua macho yangu niitazame milima;
        Msaada wangu utatoka wapi?
2 Msaada wangu u katika BWANA,
   Aliyezifanya mbingu na nchi.
3 Asiuache mguu wako usogezwe;
   Asisinzie akulindaye;
4 Naam, hatasinzia wala hatalala usingizi,
   Yeye aliye mlinzi wa Israeli.
5 BWANA ndiye mlinzi wako;
   BWANA ni uvuli mkono wako wa kuume.
6 Jua halitakupiga mchana,
   Wala mwezi wakati wa usiku.
7 BWANA atakulinda na mabaya yote,
   Atakulinda nafsi yako.
8 BWANA atakulinda utokapo na uingiapo,
   Tangu sasa na hata milele.

122 Nalifurahi waliponiambia,
        Na twende nyumbani kwa BWANA.
2 Miguu yetu imesimama
        Ndani ya malango yako, Ee Yerusalemu.
3 Ee Yerusalemu uliyejengwa
        Kama mji ulioshikamana,
4 Huko ndiko walikopanda kabila,
        Kabila za BWANA;
Ushuhuda kwa Israeli,
        Walishukuru jina la BWANA.
5 Maana huko viliwekwa viti vya hukumu,
        Viti vya enzi vya mbari ya Daudi.
6 Utakieni Yerusalemu amani;
        Na wafanikiwe wakupendao;
7 Amani na ikae ndani ya kuta zako,
        Na kufanikiwa ndani ya majumba yako.
8 Kwa ajili ya ndugu zangu na rafiki zangu
        Niseme sasa, Amani ikae nawe.
9 Kwa ajili ya nyumba ya BWANA, Mungu wetu,
        Nikutafutie mema.

123 Nimekuinulia macho yangu,
        Wewe uketiye mbinguni.
2 Kama vile macho ya watumishi
        Kwa mkono wa bwana zao;
Kama macho ya mjakazi
        Kwa mkono wa bibi yake;
Hivyo macho yetu humlekea BWANA, Mungu wetu,
        Hata atakapoturehemu.
3 Uturehemu, Ee BWANA, uturehemu sisi,
        Kwa maana tumeshiba dharau.
4 Nafsi zetu zimeshiba mzaha wa wenye raha,
        Na dharau ya wenye kiburi.

124 Kama si BWANA aliyekuwa pamoja nasi,
        Israeli na aseme sasa,
2 Kama si BWANA aliyekuwa pamoja nasi,
        Wanadamu walipotushambulia.
3 Papo hapo wangalitumeza hai,
        Hasira yao ilipowaka juu yetu;

4 Papo hapo maji yangalitugharikisha,
   Mto ungalipita juu ya roho zetu;
5 Papo hapo yangalipita juu ya nafsi zetu
   Maji yafurikayo.
6 Na ahimidiwe BWANA;
   Asiyetutoa kuwa mawindo kwa meno yao.
7 Nafsi yetu imeokoka kama ndege
   Katika mtego wa wawindaji,
   Mtego umevunjika, nasi tumeokoka.
8 Msaada wetu u katika jina la BWANA,
   Aliyezifanya mbingu na nchi.

125 Wamtumainio BWANA ni kama mlima Sayuni,
           Ambao hautatikisika, wakaa milele.
2 Kama milima inavyouzunguka Yerusalemu,
   Ndivyo BWANA anavyowazunguka watu wake,
   Tangu sasa na hata milele.
3 Kwa maana fimbo ya udhalimu
   Haitakaa juu ya fungu la wenye haki;
   Wenye haki wasije wakainyosha
   Mikono yao kwenye upotovu.
4 Ee BWANA, uwatendee mema walio wema,
   Nao walio wanyofu wa moyo.
5 Bali wao wanaozigeukia njia zao zilizopotoka,
   BWANA atawaondoa pamoja na watenda maovu.
       Amani ikae na Israeli.

126 BWANA alipowarejeza mateka wa Sayuni,
           Tulikuwa kama waotao ndoto.
2 Ndipo kinywa chetu kilipojaa kicheko,
   Na ulimi wetu kelele za furaha.
   Ndipo waliposema katika mataifa,
   BWANA amewatendea mambo makuu.
3 BWANA alitutendea mambo makuu,
   Tulikuwa tukifurahi.
4 Ee BWANA, uwarejeze watu wetu waliofungwa,
   Kama vijito vya Kusini.
5 Wapandao kwa machozi
   Watavuna kwa kelele za furaha.
6 Ingawa mtu anakwenda zake akilia,

Azichukuapo mbegu za kupanda.
Hakika atarudi kwa kelele za furaha,
  Aichukuapo miganda yake.

127 Bwana asipoijenga nyumba
      Waijengao wafanya kazi bure.
Bwana asipoulinda mji
  Yeye aulindaye akesha bure.
2 Kazi yenu ni bure, mnaoamka mapema,
  Na kukawia kwenda kulala,
  Na kula chakula cha taabu;
  Yeye humpa mpenzi wake usingizi.
3 Tazama, wana ndio urithi wa Bwana,
  Uzao wa tumbo ni thawabu.
4 Kama mishale mkononi mwa shujaa,
  Ndivyo walivyo wana wa ujanani.
5 Heri mtu yule
  Aliyelijaza podo lake hivyo.
Naam, hawataona aibu
  Wanaposema na adui langoni.

128 Heri kila mtu amchaye Bwana,
      Aendaye katika njia yake.
2 Taabu ya mikono yako hakika utaila;
  Utakuwa heri, na kwako kwema.
3 Mkeo atakuwa kama mzabibu uzaao,
  Vyumbani mwa nyumba yako.
Wanao kama miche ya mizeituni
  Wakiizunguka meza yako.
4 Tazama, atabarikiwa hivyo, yule amchaye Bwana.
5 Bwana akubariki toka Sayuni;
  Uone uheri wa Yerusalemu siku zote za maisha yako;
6 Naam, ukawaone wana wa wanao.
  Amani ikae na Israeli.

129 Mara nyingi wamenitesa tangu ujana wangu,
      Israeli na aseme sasa,
2 Mara nyingi wamenitesa tangu ujana wangu,
  Lakini hawakuniweza.
3 Wakulima wamelima mgongoni mwangu,

Wamefanya mirefu mifuo yao.
4 BWANA ndiye mwenye haki,
   Amezikata kamba zao wasio haki.
5 Na waaibishwe, warudishwe nyuma,
   Wote wanaoichukia Sayuni.
6 Na wawe kama majani ya darini
   Yanyaukayo kabla hayajamea.
7 Ambayo mvunaji haujazi mkono wake,
   Wala mfunga miganda kifua chake.
8 Wala hawasemi wapitao, Amani ya BWANA ikae nanyi,
   Twawabariki kwa jina la BWANA.

130 Ee BWANA, toka vilindini nimekulilia.
2   Bwana, uisikie sauti yangu.
   Masikio yako na yaisikilize
   Sauti ya dua zangu.
3 BWANA, kama Wewe ungehesabu maovu,
   Ee BWANA, nani angesimama?
4 Lakini kwako kuna msamaha,
   Ili Wewe uogopwe.
5 Nimemngoja BWANA, roho yangu imengoja,
   Na neno lake nimelitumainia.
6 Nafsi yangu inamngoja Bwana,
   Kuliko walinzi waingojavyo asubuhi,
   Naam, walinzi waingojao asubuhi.
7 Ee Israeli, umtarajie BWANA;
   Maana kwa BWANA kuna fadhili,
   Na kwake kuna ukombozi mwingi.
8   Yeye atamkomboa Israeli na maovu yake yote.

131 BWANA, moyo wangu hauna kiburi,
   Wala macho yangu hayainuki.
Wala sijishughulishi na mambo makuu,
   Wala na mambo yashindayo nguvu zangu.
2 Hakika nimeituliza nafsi yangu,
   Na kuinyamazisha.
Kama mtoto aliyeachishwa
   Kifuani mwa mama yake;
Kama mtoto aliyeachishwa,
   Ndivyo roho yangu ilivyo kwangu.

3 Ee Israeli, umtarajie BWANA,
   Tangu leo na hata milele.

132 BWANA, umkumbukie Daudi
      Taabu zake zote alizotaabika.

2 Ndiye aliyemwapia BWANA,
   Akaweka nadhiri kwa Shujaa wa Yakobo.

3 Sitaingia hemani mwa nyumba yangu,
   Wala sitapanda matandiko ya kitanda changu,

4 Sitaacha macho yangu kuwa na usingizi,
   Wala kope zangu kusinzia;

5 Hata nitakapompatia BWANA mahali,
   Na Shujaa wa Yakobo maskani.

6 Tazama, tulisikia habari zake katika Efrata,
   Katika konde la Yearimu tuliona.

7 Na tuingie katika maskani yake,
   Tusujudu penye kiti cha kuwekea miguu yake.

8 Ee BWANA, uinuke, uende kwenye raha yako,
   Wewe na sanduku la nguvu zako.

9 Makuhani wako na wavikwe haki,
   Watauwa wako na washangilie.

10 Kwa ajili ya Daudi, mtumishi wako,
   Usiurudishe nyuma uso wa masihi* wako.

11 BWANA amemwapia Daudi neno la kweli,
   Hatarudi nyuma akalihalifu,
   Baadhi ya wazao wa mwili wako
   Nitawaweka katika kiti chako cha enzi.

12 Wanao wakiyashika maagano yangu,
   Na shuhuda nitakazowafundisha;
   Watoto wao nao wataketi
   Katika kiti chako cha enzi milele.

13 Kwa kuwa BWANA ameichagua Sayuni,
   Ameitamani akae ndani yake.

14 Hapo ndipo mahali pangu pa raha milele,
   Hapo nitakaa kwa maana nimepatamani.

15 Hakika nitavibariki vyakula vyake,
   Wahitaji wake nitawashibisha chakula.

16 Na makuhani wake nitawavika wokovu.
   Na watauwa wake watashangilia.

        * Au, mtiwa mafuta.

17 Hapo nitamchipushia Daudi pembe,
  Na taa nimemtengenezea masihi* wangu.
18 Adui zake nitawavika aibu,
  Bali juu yake taji yake itasitawi.

133 Tazama, jinsi ilivyo vema, na kupendeza,
  Ndugu wakae pamoja, kwa umoja.
2 Ni kama mafuta mazuri kichwani,
  Yashukayo ndevuni, ndevu za Haruni,
  Yashukayo mpaka upindo wa mavazi yake.
3 Kama umande wa Hermoni ushukao milimani pa Sayuni.
  Maana ndiko BWANA alikoamuru baraka,
  Naam, uzima hata milele.

134 Tazama, enyi watumishi wa BWANA,
  Mhimidini BWANA, nyote pia.
Ninyi mnaosimama usiku
Katika nyumba ya BWANA.
2 Painulieni patakatifu mikono yenu,
  Na kumhimidi BWANA.
3 BWANA akubariki toka Sayuni,
  Aliyezifanya mbingu na nchi.

135 Haleluya.
  Lisifuni jina la BWANA,
  Enyi watumishi wa BWANA, sifuni.
2 Ninyi msimamao nyumbani mwa BWANA,
  Nyuani mwa nyumba ya Mungu wetu.
3 Msifuni BWANA kwa kuwa BWANA ni mwema,
  Liimbieni jina lake kwa maana lapendeza.
4 Kwa sababu BWANA amejichagulia Yakobo,
  Na Israeli, wawe watu wake hasa.
5 Maana najua mimi ya kuwa BWANA ni mkuu,
  Na Bwana wetu yu juu ya miungu yote.
6 BWANA amefanya kila lililompendeza,
  Katika mbingu na katika nchi,
  Katika bahari na katika vilindi vyote.
7 Ndiye apandishaye mvuke toka miisho ya nchi;
  Huifanyia mvua umeme;
  Hutoa upepo katika hazina zake.

* Au, mtiwa mafuta.

8 Aliwapiga wazaliwa wa kwanza wa Misri,
   Wa wanadamu na wa wanyama.
9 Alipeleka ishara na maajabu kati yako, Ee Misri,
   Juu ya Farao na watumishi wake wote.
10 Aliwapiga mataifa mengi,
   Akawaua wafalme wenye nguvu;
11 Sihoni, mfalme wa Waamori,
   Na Ogu, mfalme wa Bashani,
   Na falme zote za Kanaani.
12 Akaitoa nchi yao iwe urithi,
   Urithi wa Israeli watu wake.
13 Ee BWANA, jina lako ni la milele,
   BWANA, kumbukumbu lako vizazi hata vizazi.
14 Kwa kuwa BWANA atawaamua watu wake,
   Atawahurumia watumishi wake.
15 Sanamu za mataifa ni fedha na dhahabu,
   Kazi ya mikono ya wanadamu.
16 Zina vinywa lakini hazisemi,
   Zina macho lakini hazioni,
17 Zina masikio lakini hazisikii,
   Wala hamna pumzi vinywani mwake.
18 Wazifanyao watafanana nazo,
   Na kila mmoja anayezitumainia.
19 Enyi mlango wa Israeli, mhimidini BWANA;
   Enyi mlango wa Haruni, mhimidini BWANA;
20 Enyi mlango wa Lawi, mhimidini BWANA;
   Ninyi mnaomcha BWANA, mhimidini BWANA.
21 Na ahimidiwe BWANA toka Sayuni,
   Akaaye Yerusalemu.
   Haleluya.

136

Mshukuruni BWANA kwa kuwa ni mwema;
   Kwa maana fadhili zake ni za milele.
2 Mshukuruni Mungu wa miungu;
   Kwa maana fadhili zake ni za milele.
3 Mshukuruni Bwana wa mabwana;
   Kwa maana fadhili zake ni za milele.
4 Yeye peke yake afanya maajabu makuu;
   Kwa maana fadhili zake ni za milele.
5 Yeye aliyefanya mbingu kwa fahamu zake;

Kwa maana fadhili zake ni za milele.

6 Yeye aliyeitandaza nchi juu ya maji;
Kwa maana fadhili zake ni za milele.

7 Yeye aliyefanya mianga mikubwa;
Kwa maana fadhili zake ni za milele.

8 Jua litawale mchana;
Kwa maana fadhili zake ni za milele.

9 Mwezi na nyota zitawale usiku;
Kwa maana fadhili zake ni za milele.

10 Yeye aliyewapiga Wamisri kwa kuwaua wazaliwa wa
kwanza wao;
Kwa maana fadhili zake ni za milele.

11 Akawatoa Waisraeli katikati yao;
Kwa maana fadhili zake ni za milele.

12 Kwa mkono hodari na mkono ulionyoshwa;
Kwa maana fadhili zake ni za milele.

13 Yeye aliyeigawa Bahari ya Shamu;
Kwa maana fadhili zake ni za milele.

14 Akawavusha Israeli katikati yake;
Kwa maana fadhili zake ni za milele.

15 Akamwangusha Farao na jeshi lake katika Bahari ya
Shamu;
Kwa maana fadhili zake ni za milele.

16 Yeye aliyewaongoza watu wake jangwani;
Kwa maana fadhili zake ni za milele.

17 Yeye aliyewapiga wafalme wakuu;
Kwa maana fadhili zake ni za milele.

18 Akawaua wafalme mashuhuri;
Kwa maana fadhili zake ni za milele.

19 Sihoni, mfalme wa Waamori;
Kwa maana fadhili zake ni za milele.

20 Na Ogu, mfalme wa Bashani;
Kwa maana fadhili zake ni za milele.

21 Akaitoa nchi yao iwe urithi;
Kwa maana fadhili zake ni za milele.

22 Urithi wa Israeli mtumishi wake;
Kwa maana fadhili zake ni za milele.

23 Aliyetukumbuka katika unyonge wetu;
Kwa maana fadhili zake ni za milele.

24 Akatuokoa na watesi wetu;

Kwa maana fadhili zake ni za milele.
25 Kila chenye mwili akipa chakula chake;
Kwa maana fadhili zake ni za milele.
26 Mshukuruni Mungu wa mbingu;
Kwa maana fadhili zake ni za milele.

137 Kando ya mito ya Babeli ndiko tulikoketi,
Tukalia tulipoikumbuka Sayuni.
2 Katika miti iliyo katikati yake
Tulivitundika vinubi vyetu.
3 Maana huko waliotuchukua mateka
Walitaka tuwaimbie;
Na waliotuonea walitaka furaha;
Tuimbieni baadhi ya nyimbo za Sayuni.
4 Tuuimbeje wimbo wa Bwana
Katika nchi ya ugeni?
5 Ee Yerusalemu, nikikusahau wewe,
Mkono wangu wa kuume na usahau.
6 Ulimi wangu na ugandamane
Na kaakaa la kinywa changu, nisipokukumbuka.
Nisipoikuza Yerusalemu
Zaidi ya furaha yangu iliyo kuu.
7 Ee Bwana, uwakumbuke wana wa Edomu,
Siku ya Yerusalemu.
Waliosema, Bomoeni!
Bomoeni hata misingini!
8 Ee binti Babeli, uliye karibu na kuangamia,
Heri atakayekupatiliza, ulivyotupatiliza sisi.
9 Heri yeye atakayewakamata wadogo wako,
Na kuwaseta wao juu ya mwamba.

138 Nitakushukuru kwa moyo wangu wote,
Mbele ya miungu nitakuimbia zaburi.
2 Nitasujudu nikilikabili hekalu lako takatifu,
Nitalishukuru jina lako,
Kwa ajili ya fadhili zako na uaminifu wako,
Kwa maana umeikuza ahadi yako,
Kuliko jina lako lote.
3 Siku ile niliyokuita uliniitikia,
Ukanifariji nafsi kwa kunitia nguvu.

4 Ee BWANA, wafalme wote wa dunia watakushukuru,
   Watakapoyasikia maneno ya kinywa chako.
5 Naam, watazimba njia za BWANA,
   Kwa maana utukufu wa BWANA ni mkuu.
6 Ingawa BWANA yuko juu, amwona mnyenyekevu,
   Naye amjua mwenye kujivuna tokea mbali.
7 Nijapokwenda kati ya shida utanihuisha,
   Utanyosha mkono juu ya hasira ya adui zangu,
   Na mkono wako wa kuume utaniokoa.
8 BWANA atanitimilizia mambo yangu;
   Ee BWANA, fadhili zako ni za milele;
   Usiziache kazi za mikono yako.

139 Ee BWANA, umenichunguza na kunijua.
   2 Wewe wajua kuketi kwangu na kuondoka kwangu;
   Umelifahamu wazo langu tokea mbali.
3 Umepepeta kwenda kwangu na kulala kwangu,
   Umeelewa na njia zangu zote.
4 Maana hamna neno ulimini mwangu
   Usilolijua kabisa, BWANA.
5 Umenizingira nyuma na mbele,
   Ukaniwekea mkono wako.
6 Maarifa hayo ni ya ajabu, yanishinda mimi,
   Hayadirikiki, siwezi kuyafikia.
7 Niende wapi nijiepushe na roho yako?
   Niende wapi niukimbie uso wako?
8 Kama ningepanda mbinguni, Wewe uko;
   Ningefanya kuzimu kitanda changu, Wewe uko.
9 Ningezitwaa mbawa za asubuhi,
   Na kukaa pande za mwisho za bahari.
10 Huko nako mkono wako utaniongoza,
    Na mkono wako wa kuume utanishika.
11 Kama nikisema, Hakika giza litanifunika,
    Na nuru inizungukayo ingekuwa usiku;
12 Giza nalo halikufichi kitu,
    Bali usiku huangaza kama mchana;
    Giza na mwanga kwako ni sawasawa.
13 Maana Wewe ndiwe uliyeniumba mtima wangu,
    Uliniunga tumboni mwa mama yangu.
14 Nitakushukuru kwa kuwa nimeumbwa

Kwa jinsi ya ajabu ya kutisha.
Matendo yako ni ya ajabu,
     Na nafsi yangu yajua sana,
15 Mifupa yangu haikusitirika kwako,
     Nilipoumbwa kwa siri,
     Nilipoungwa kwa ustadi pande za chini za nchi;
16 Macho yako yaliniona kabla sijakamilika;
     Chuoni mwako ziliandikwa zote pia,
     Siku zilizoamriwa kabla hazijawa bado.
17 Mungu, fikira zako zina thamani nyingi kwangu;
     Jinsi ilivyo kubwa jumla yake!
18 Kama ningezihesabu ni nyingi kuliko mchanga;
     Niamkapo nikali pamoja nawe.
19 Ee Mungu, laiti ungewafisha waovu!
     Enyi watu wa damu, ondokeni kwangu;
20 Kwa maana wakuasi kwa ubaya,
     Adui zako wakutaja jina lako bure.
21 Je! BWANA, nisiwachukie wanaokuchukia?
     Nisikirihike nao wakuasio?
22 Nawachukia kwa ukomo wa chuki,
     Wamekuwa adui kwangu.
23 Ee Mungu, unichunguze, uujue moyo wangu,
     Unijaribu, uyajue mawazo yangu;
24 Uone kama iko njia iletayo majuto ndani yangu,
     Ukaniongoze katika njia ya milele.

140 Ee BWANA, uniokoe na mtu mbaya,
     Unihifadhi na mtu wa jeuri.
2 Waliowaza mabaya mioyoni mwao,
     Kila siku huondokesha vita.
3 Wamenoa ndimi zao kama nyoka,
     Sumu ya fira i chini ya midomo yao.
4 Ee BWANA, unilinde na mikono ya mtu asiye haki;
     Unihifadhi na mtu wa jeuri;
     Waliowaza kuzipotosha hatua zangu.
5 Wenye kiburi wamenifichia mtego na kamba;
     Wametandika wavu kando ya njia;
     Wameniwekea matanzi.
6 Nimemwambia BWANA, Ndiwe Mungu wangu;
     Ee BWANA, uisikie sauti ya dua zangu.

7 Ee MUNGU Bwana, nguvu za wokovu wangu,
Umenifunika kichwa changu siku ya vita.

8 Ee BWANA, usimpe asiye haki tamaa zake,
Usiifanikishe hila yake, wasije wakajiinua.

9 Nao wainuapo vichwa watu wanaonizunguka,
Madhara ya midomo yao yawafunike.

10 Makaa ya moto yawaangukie, watupwe motoni,
Na katika mashimo, wasipate kusimama tena.

11 Msingiziaji hatawekwa imara katika nchi,
Mtu wa jeuri, uovu humwinda kumwangamiza.

12 Najua ya kuwa BWANA atamfanyia mnyonge hukumu,
Na wahitaji haki yao.

13 Hakika wenye haki watalishukuru jina lako,
Wenye adili watakaa mahali ulipo Wewe.

141 Ee BWANA, nimekuita, unijie hima,
Uisikie sauti yangu nikuitapo.

2 Sala yangu ipae mbele zako kama uvumba,
Kuinuliwa mikono yangu kama dhabihu ya jioni.

3 Ee BWANA, uweke mlinzi kinywani pangu,
Mngojezi mlangoni pa midomo yangu.

4 Usiuelekeze moyo wangu kunako jambo baya,
Nisiyazoelee matendo yasiyofaa,
Pamoja na watu watendao maovu;
Wala nisile vyakula vyao vya anasa.

5 Mwenye haki na anipige, itakuwa fadhili;
Anikemee, itakuwa kama mafuta kichwani;
Kichwa changu kisikatae,
Maana siachi kusali kati ya mabaya yao.

6 Makadhi wao wakiangushwa kando ya genge,
Watayasikia maneno yangu, maana ni matamu.

7 Kama kupasua kuni na kuzichanja juu ya nchi,
Ndivyo ilivyo mifupa yetu mdomoni pa kuzimu.

8 Macho yangu yanakuelekea Wewe, MUNGU Bwana,
Nimekukimbilia Wewe, usiniache nafsi yangu.

9 Unilinde na mtego walionitegea,
Na matanzi yao watendao maovu.

10 Wabaya na waanguke katika nyavu zao wenyewe,
Pindi mimi ninapopita salama.

142 Kwa sauti yangu nitamlilia BWANA,
Kwa sauti yangu nitamwomba BWANA dua.

2 Nitafunua mbele zake malalamiko yangu,
Shida yangu nitaitangaza mbele zake.

3 Nilipozimia roho uliyajua mapito yangu;
Katika njia niendayo wamenifichia mtego.

4 Utazame mkono wa kuume ukaone,
Kwa maana sina mtu anijuaye.
Makimbilio yamenipotea,
Hakuna wa kunitunza roho.

5 BWANA, nimekuita nikasema, Ndiwe kimbilio langu,
Fungu langu katika nchi ya walio hai.

6 Ukisikilize kilio changu,
Kwa maana nimedhilika sana.
Uniponye nao wanaonifuatia,
Kwa maana wao ni hodari kuliko mimi.

7 Uitoe nafsi yangu kifungoni.
Nipate kulishukuru jina lako.
Wenye haki watanizunguka,
Kwa kuwa Wewe unanikirimu.

143 Ee BWANA, uisikie sala yangu, uzisikilize dua zangu,
Kwa uaminifu wako unijibu kwa haki yako.

2 Wala usimhukumu mtumishi wako,
Maana kwako hakuna aliye hai mwenye haki.

3 Maana adui ameifuatia nafsi yangu,
Ameutupa chini uzima wangu.
Amenikalisha mahali penye giza,
Kama watu waliokufa zamani.

4 Na roho yangu imezimia ndani yangu,
Moyo wangu ndani yangu umesituka.

5 Nimezikumbuka siku za kale,
Nimeyatafakari matendo yako yote,
Naziwaza kazi za mikono yako.

6 Nakunyoshea mikono yangu;
Nafsi yangu inakuonea kiu kama nchi kame.

7 Ee BWANA, unijibu hima, roho yangu imelegea;
Usinifiche uso wako,
Nisifanane nao washukao shimoni.

8 Unifanye kusikia fadhili zako asubuhi,

Kwa maana nimekutumaini Wewe.
Unijulishe njia nitakayoiendea,
   Kwa maana nakuinulia nafsi yangu.
9 Ee BWANA, uniponye na adui zangu;
   Nimekukimbilia Wewe, unifiche.
10 Unifundishe kuyatenda mapenzi yako,
   Kwa maana ndiwe Mungu wangu;
   Roho yako mwema aniongoze kwenye nchi sawa,
11 Ee BWANA, unihuishe kwa ajili ya jina lako,
   Kwa haki yako unitoe roho yangu taabuni;

12 Kwa fadhili zako utawakatilia mbali adui zangu;
   Na kuwaangamiza wote wanitesao nafsi,
   Kwa maana mimi ni mtumishi wako.

144 Na ahimidiwe BWANA, mwamba wangu,
   Anifundishaye mikono yangu vita,
   Vidole vyangu kupigana.
2 Mhisani wangu na boma langu,
   Ngome yangu na mwokozi wangu,
   Ngao yangu niliyemkimbilia,
   Huwatiisha watu wangu chini yangu.
3 Ee BWANA, mtu ni kitu gani hata umjue?
   Na binadamu hata umwangalie?
4 Binadamu amefanana na ubatili,
   Siku zake ni kama kivuli kipitacho.
5 BWANA, uziinamishe mbingu zako, ushuke,
   Uiguse milima nayo itatoka moshi.
6 Utupe umeme, uwatawanye,
   Uipige mishale yako, uwafadhaishe.
7 Uinyoshe mikono yako toka juu, uniponye,
   Unitoe katika maji mengi, katika mkono wa wageni.
8 Vinywa vyao vyasema visivyofaa,
   Na mkono wao wa kuume ni mkono wa uongo.
9 Ee Mungu, nitakuimbia wimbo mpya,
   Kwa kinanda chenye nyuzi kumi nitakuimbia.
10 Awapaye wafalme wokovu,
   Amwokoa Daudi, mtumishi wake, na upanga wa uovu.
11 Uniponye, unitoe,
   Katika mkono wa wageni.

Vinywa vyao vyasema visivyofaa,
    Na mkono wao wa kuume ni mkono wa uongo.

12 Wana wetu na wawe kama miche
    Waliokua ujanani.
    Binti zetu kama nguzo za pembeni
    Zilizonakishwa kwa kupamba hekalu.
13 Ghala zetu na zijae
    Zenye akiba za jinsi zote.
    Kondoo zetu na wazae
    Elfu na makumi elfu mashambani mwetu.
14 Ng'ombe zetu na wachukue mizigo,
    Kusiwe na kushambuliwa,
    Wala kusiwe na kuhamishwa,
    Wala malalamiko katika njia zetu.
15 Heri watu wenye hali hiyo,
    Heri watu wenye BWANA kuwa Mungu wao.

145 Ee Mungu wangu, Mfalme, nitakutukuza,
        Nitalihimidi jina lako milele na milele.
2 Kila siku nitakuhimidi,
    Nitalisifu jina lako milele na milele.
3 BWANA ndiye mkuu mwenye kusifiwa sana,
    Wala ukuu wake hautambulikani.
4 Kizazi kwa kizazi kitayasifu matendo yako,
    Kitayatangaza matendo yako makuu,
5 Nitaifikiri fahari ya utukufu wa adhama yako,
    Na matendo yako yote ya ajabu.
6 Watu watayataja matendo yako ya kutisha,
    Nami nitausimulia ukuu wako.
7 Watalihubiri kumbukumbu la wema wako mkuu,
    Wataiimba haki yako.
8 BWANA ana fadhili, ni mwingi wa huruma,
    Si mwepesi wa hasira, ni mwingi wa rehema,
9 BWANA ni mwema kwa watu wote,
    Na rehema zake zi juu ya kazi zake zote.
10 Ee BWANA, kazi zako zote zitakushukuru,
    Na wacha Mungu wako watakuhimidi.
11 Wataunena utukufu wa ufalme wako,
    Na kuuhadithia uweza wako.

12 Ili kuwajulisha watu matendo yake makuu,
   Na utukufu wa fahari ya ufalme wake.
13 Ufalme wako ni ufalme wa zamani zote,
   Na mamlaka yako ni ya vizazi vyote.
14 BWANA huwategemeza wote waangukao,
   Huwainua wote walioinama chini.
15 Macho ya watu wote yakuelekea Wewe,
   Nawe huwapa chakula chao wakati wake.
16 Waufumbua mkono wako,
   Wakishibisha kila kilicho hai matakwa yake.
17 BWANA ni mwenye haki katika njia zale zote,
   Na mwenye fadhili juu ya kazi zake zote.
18 BWANA yu karibu na wote wamwitao,
   Wote wamwitao kwa uaminifu.
19 Atawafanyia wamchao matakwa yao,
   Naye atakisikia kilio chao na kuwaokoa.
20 BWANA huwahifadhi wote wampendao,
   Na wote wasio haki atawaangamiza.
21 Kinywa changu kitazinena sifa za BWANA;
   Wote wenye wenye mwili na walihimidi jina lake takatifu
   milele na milele.

146
Haleluya*.
Ee nafsi yangu, umsifu BWANA.

2 Nitamsifu BWANA muda ninaoishi,
  Nitamwimbia Mungu wangu ningali ni hai.
3 Msiwatumainie wakuu,
  Wala binadamu ambaye hakuna wokovu kwake.
4 Pumzi yake hutoka, huurudia udongo wake,
  Siku hiyo mawazo yake yapotea.
5 Heri ambaye Mungu wa Yakobo ni msaada wake,
  Na tumaini lake ni kwa BWANA, Mungu wake.
6 Aliyezifanya mbingu na nchi,
  Bahari na vitu vyote vilivyomo.
  Huishika kweli milele.
7 Huwafanyia hukumu walioonewa,
  Huwapa wenye njaa chakula.
  BWANA hufungua waliofungwa;
8 BWANA huwafumbua macho waliopofuka;

_____
* Haleluya, maana yake ni, Msifuni BWANA.

BWANA huwainua walioinama;
BWANA huwapenda wenye haki;
9 BWANA huwahifadhi wageni;
Huwategemeza yatima na mjane;
Bali njia ya wasio haki huipotosha.
10 BWANA atamiliki milele,
Mungu wako, Ee Sayuni, kizazi hata kizazi.
Haleluya.

147 Haleluya.
Msifuni Bwana;
Maana ni vema kumwimbia Mungu wetu,
Maana kwapendeza, kusifu ni kuzuri.
2 BWANA ndiye aijengaye Yerusalemu,
Huwakusanya waliotawanyika wa Israeli.
3 Huwaponya waliopondeka moyo,
Na kuziganga jeraha zao.
4 Huihesabu idadi ya nyota,
Huzipa zote majina.
5 Bwana wetu ni mkuu na mwingi wa nguvu,
Akili zake hazina mpaka.
6 BWANA huwategemeza wenye upole,
Huwaangusha chini wenye jeuri.
7 Mwimbieni BWANA kwa kushukuru,
Mwimbieni Mungu wetu kwa kinubi.
8 Huzifunika mbingu kwa mawingu,
Huitengenezea nchi mvua,
Na kuyameesha majani milimani.
9 Humpa mnyama chakula chake,
Wana-kunguru waliao.
10 Hapendezwi na nguvu za farasi,
Wala hairidhii miguu ya mtu.
11 BWANA huwaridhia wao wamchao,
Na kuzitarajia fadhili zake.
12 Msifu BWANA, Ee Yerusalemu;
Msifu Mungu wako, Ee Sayuni.
13 Maana ameyakaza mapingo ya malango yako,
Amewabariki wanao ndami yako.
14 Ndiye afanyaye amani mipakani mwako,
Akushibishaye kwa unono wa ngano.

15 Huipeleka amri yake juu ya nchi,
   Neno lake lapiga mbio sana.
16 Ndiye atoaye theluji kama sufu,
   Huimwaga barafu yake kama majivu,
17 Hutupa mvua ya mawe kama makombo,
   Mbele ya baridi yake ni nani awezaye kusimama?
18 Hulituma neno lake na kuviyeyusha,
   Huuvumisha upepo wake, maji yakatiririka.
19 Humhubiri Yakobo neno lake,
   Na Israeli amri zake na hukumu zake.
20 Hakulitendea taifa lo lote mambo kama hayo,
   Wala hukumu zake hawakuzijua.
      Haleluya.

148 Haleluya.
   Msifuni BWANA kutoka mbinguni;
   Msifuni katika mahali palipo juu.
2 Msifuni, enyi malaika zake wote;
   Msifuni, majeshi yake yote.
3 Msifuni, jua na mwezi;
   Msifuni, nyota zote zenye mwanga.
4 Msifuni, enyi mbingu za mbingu,
   Nanyi maji mlioko juu ya mbingu.
5   Na vilisifu jina la BWANA,
         Kwa maana aliamuru, vikaumbwa.
6   Amevithibitisha hata milele na milele,
         Ametoa amri wala haitapita.

7 Msifuni BWANA kutoka nchi,
   Enyi nyangumi na vilindi vyote.
8 Moto na mvua ya mawe, theluji na mvuke,
   Upepo wa dhoruba ulitendao neno lake.
9 Milima na vilima vyote,
   Miti yenye matunda na mierezi yote.
10 Hayawani, na wanyama wafugwao,
    Vitambaavyo, na ndege wenye mbawa.
11 Wafalme wa dunia, na watu wote,
    Wakuu, na makadhi wote wa dunia.
12 Vijana waume, na wanawali,
    Wazee, na watoto;
13   Na walisifu jina la BWANA,

Maana jina lake peke yake limetukuka;
Adhama yake i juu ya nchi na mbingu.
14 Naye amewainulia watu wake pembe,
Sifa za watauwa wake wote;
Wana wa Israeli, watu walio karibu naye.
Haleluya.

149
Haleluya.
Mwimbieni BWANA wimbo mpya,
Sifa zake katika kusanyiko la watauwa.
2 Israeli na amfurahie Yeye aliyemfanya,
Wana wa Sayuni na wamshangilie mfalme wao.
3 Na walisifu jina lake kwa kucheza,
Kwa matari na kinubi wamwimbie.
4 Kwa kuwa BWANA awaridhia watu wake,
Huwapamba wenye upole kwa wokovu.
5 Watauwa na waushangilie utukufu,
Waimbe kwa sauti kuu vitandani mwao.
6 Sifa kuu za Mungu na ziwe vinywani mwao,
Na upanga mkali kuwili mikononi mwao.
7 Ili kufanya kisasi juu ya mataifa,
Na adhabu juu ya kabila za watu.
8 Wawafunge wafalme wao kwa minyororo,
Na wakuu wao kwa pingu za chuma.
9 Kuwafanyia hukumu iliyoandikwa;
Hiyo ndiyo heshima ya watauwa wake wote.
Haleluya.

150
Haleluya.
Msifuni Mungu katika patakatifu pake;
Msifuni katika anga la uweza wake.
2 Msifuni kwa matendo yake makuu;
Msifuni kwa kadiri ya wingi wa ukuu wake.
3 Msifuni kwa mvumo wa baragumu;
Msifuni kwa kinanda na kinubi;
4 Msifuni kwa matari na kucheza;
Msifuni kwa zeze na filimbi;
5 Msifuni kwa matoazi yaliayo;
Msifuni kwa matoazi yavumayo sana.
6 Kila mwenye pumzi na amsifu BWANA.
Haleluya.

MAELEZO YA MANENO

KADHA WA KADHA

A

adha:	mateso, udhia.
adhama:	ubora, enzi, ukuu.
-adhimisha:	-tukuza.
adhuhuri:	mchana kati.
adili:	uelekevu, unyofu.
-afikiana:	-patana.
-ambata:	-shika, -unga.
angali:	akali.
-apiza:	-laani.
arabuni:	amana, rehani.
Areopago:	baraza kuu ya Waathene, au mahali walipokutana.
-ashiria:	-pungia, -fanyia ishara.
asi:	asiyetii.
askofu:	mwangalizi.
awali:	mwanzo.
azima:	kusudi.
-azima:	-kopesha.
-azimu:	-kusudia.

B

baghairi:	zaidi ya, bila, mbali na.
-bagua:	-tenga.
baina:	kati ya.
balasi:	kasiki, nzio.
-batilisha:	-tangua, -vunja.
bawabu:	mngoje mlango.
bayana:	hakika, yakini.
beliari:	ufisadi.
-bidi:	-lazimu, -pasa.
bildi:	kitu cha kupimia kina cha maji.
-bisha:	-shindana, -hoji.

155

-buni: -anza.
-burudisha: -pumzisha.
-burura: -buruta.
busara: werevu, hekima.

C

-chachusha: -fanya chachu.
chango: vidudu vya tumboni.
chembe: punje.
-chora: -nakshi.
-chunguza: -tafuta, -peleleza.

D

daawa: neno, mashitaka.
dahari: wakati, muda, zamani.
-dai: -taka, -wia.
dalili: alama, ishara.
dhabihu: sadaka.
dhamiri: nia.
-dhihirisha: -julisha, -onyesha.
-dhili: -shusha, -tweza, -nyenyekeza.
dinari: kama senti 75.
-diriki: -weza, -wahi.
-dondoshea: -tonekea.

E

-egama: -tegemea.
-epuka: -enda kando.

F

-fafanua: -eleza.
-faidia: -faa, -toa faida.
faraka: matengano.
-farakana: -tengana, -baguana.
fedheha: aibu.
fidia: makombozi.
-fisha: -ua.
-fuasa: -fuata, -fuatisha.
fumbo: mfano, mithali ya maneno.
-fyolea: -dharau, -tukana.

G

-ghairi:	-geuka, -tubu, -juta.
gharika:	mafuriko ya maji.
-ghoshi:	-changanya, -haribu.
gidamu:	kigwe cha kiatu.
-gongomea:	-kaza kwa misumari, au kwa viginji.

H

hadaa:	udanganyifu, ujanja.
Haleluya:	Msifuni Bwana.
-halifu:	-vunja sheria.
-harimisha:	-fanya haramu.
hatia:	kosa.
-hatirisha:	-tia hatarini.
hayawani:	mnyama.
hiari:	bila lazima.
-hifadhi:	-linda, -shika.
-himidi:	-sifu.
-hoji:	-uliza sana.
hori:	mkono wa bahari.
hua:	njiwa.
-hudhuria:	kuwapo.
-hudhurisha:	-onyesha, -weka mbele ya.
huduma:	utumishi, kazi.
-hudumu:	-tumika.
-huisha:	-fanya hai.
husuda:	wivu.
-husuru:	-zingira (kwa vita).

I

idhini:	radhi, ukubali.
ijara:	ujira.
-imarisha:	-fanya imara.

J

-jadiliana:	-shindana kwa maneno.
-jali:	-heshimu, -tii.
-jazi:	-lipa.
-jidai:	-jidhania, -jifanya.
-jihoji:	-jiuliza.

jimbi:	jogoo.
jira:	namna ya kiungo cha kukolezea.
-jiri:	-timia, -fika.
-jiudhuru:	-jipa udhuru.
jududi:	bidii.
juya:	jarife, nyavu.
-juzu:	-faa, -pasa.

K

-kabidhi:	-toa amana.
-kabili:	-elekea.
-kanusha:	-kataa, -kana.
karama:	kipawa.
kasoro:	pungufu.
-katibu:	-andika.
-kengeuka:	-geuka.
kiango:	kinara.
kibali:	upendeleo, wema.
kichala:	kishada, kitawi.
kigeugeu:	geuka-geuka, badili-badili.
kikosi:	jeshi, kundi.
kioto:	kitundu.
-kirimu:	-pa, -toa bure.
kitimvi:	hila.
kiwiko:	kifundo (cha mkono).
kiyama:	ufufuo wa watu wote.
-kokota:	-burura, -buruta.
-komaa:	-pevuka.
konde:	shamba.
-kota:	-ota.
-kufuru:	-tukana Mungu.
-kunjua:	-funua, -weka wazi.
-kwama:	-shikwa, -zuiwa, -sakama.

L

ladha:	mwonjo.
limbuko:	tunda la kwanza.
-linganisha:	-fananisha.

M

maadamu:	iwapo, ikiwa.

madaraka:	kazi, uwakili, matengezo.
madhehebu:	jamii ya watu wenye shauri moja.
mafu:	yaliyokufa.
magugu:	nyasi.
majusi:	mchunguzi wa nyota.
makapi:	matwa, wishwa.
malkia:	mfalme mke.
manukato:	harufu nzuri, uvumba.
maran atha:	Bwana wetu anakuja.
matetesi:	uvumi.
mathubuti:	imara, hasa, halisi.
maumbile:	uumbaji.
mbari:	ukoo.
mbisho:	mbele.
mchokoo:	chuma, au mti wa kuchokorea.
mchongezi:	salata.
mdadisi:	mwenye maswali mengi.
mdhamini:	mwenye kutwaa daraka.
mede:	shabaha, lengo.
-mimina:	-mwaga.
mjanja:	mdanganyifu.
mjoli:	mtumwa mwenzi.
mkatale:	namna ya pingu ya kufungia mtu.
mkogo:	kujionya, ushaufu.
mkorofi:	mbaya sana.
mnanaa:	mchicha, ujaka.
mng'ao:	umemetufu.
mororo:	laini.
mpanzi:	mpandaji wa mbegu.
mstahiki:	mwenye kustahiwa.
mtauwa:	mcha Mungu.
muhula:	wakati, muda.
-mulika:	-ng'ara.
mwaliko:	sauti kuu (ya kupasuka).
mwanana:	mpole.
mwanzilizi:	mwenye kuanziliza.
mzoevu:	mwenye kuzoelea.
mzoga:	kiwiliwili.
mzushi:	mwenye kuzua.

N

-nasa: -kamata (kwa mtego).
nasaba: ukoo, jadi.
nasibu: bahati.
-ng'amua: -tambua, -fahamu.
-ng'oa nanga: -pandisha nanga juu.
-nyakua: -kamata juu, -chukua juu.
nyapo: viapo.
nyuni: ndege.
-nyunyiza: -rasha-rasha.

O

-ogofya: -tia woga.
-omboleza: -lia.
omo (ya merikebu):   mbele.

P

-paa (moto):   -kusanya moto.
-pambanua: -tofautisha, -chagua.
-pandikiza: -tia katika mti mwingine.
pepeto: uteo.
pindi: wakati.
-pinga: -zuia, shikia kinyume.
-ponza: -hatirisha.
-posa: -taka uchumba.
-potoka: -enda kombo.
Praitorio: nyumba ya liwali.
-pukutika: -angusha majani (mti).
-punja: -danganya, -kopa.
punje: chembe (tembe).
-pura: -piga, -fikicha.
-pwelewa: -kwama nchi kavu.

R

riba: faida.
-ridhisha: -pendeza.
riziki: vifaa vya maisha.

S

safina: chombo, jahazi.

-saili:	-uliza.
-salimisha:	-weka salama, -okoa.
-saliti:	-chongea, -shitaki kwa uongo.
-sengenya:	-semea vibaya kwa siri.
-shangilia:	-furahi.
-shawishi:	-funzia, -rai-rai.
shehena:	mzigo (wa merikebu au mashua).
shekeli:	kama shilingi 3.
shemasi:	mtumishi wa kanisa.
-shutumu:	-tukana.
sinagogi:	msikiti wa Wayahudi.
sindikia:	-aga, adi.
-singizia:	-shitaki kwa uongo.
-sita-sita:	-hangaika, -ona wasiwasi.
-stahi:	-heshimu.
suluhu:	amani, upatanisho.

T

-tabaruku:	-anzilisha, -weka wakf.
-taharakisha:	-fadhaisha.
talaka:	tanguko la ndoa.
talanta:	kama shilingi 5000.
tama:	uchafu, kinyaa.
tamasha:	kitu cha kutazamwa, shani, ajabu.
-tangua:	-batilisha, -vunja, -ondoa.
-tanua:	-panua, -eneza.
-tapanya:	-tawanya.
taraja:	tumaini.
-tatuka:	-raruka.
-tawadha:	oga (mbele ya kusali).
-tekewa:	-shikwa na bumbuazi.
tezi (ya merikebu):	nyuma.
thawabu:	ujira, tuzo.
-tiisha:	-nyenyekeza, -tweza.
timamu:	kamili.
-tindika:	-isha, -malizika.
tita:	mtumba.
torati:	sheria ya Musa.
towashi:	hasai.
-tweza:	-dharau, -dhihaki.

U

uapo:	kiapo.
ubatili:	bure, -siofaa.
ufasaha:	ubora, uhodari wa maneno.
ufisadi:	uchafu.
ujanja:	werevu wa udanganyifu.
ujasiri:	uhodari.
ujuzi:	elimu.
ukarimu:	moyo wa kutoa kwa kupenda.
ukoo:	kizazi, mbari.
ulinganifu:	usawa.
umati:	wingi.
umbu:	ndugu mke, dada.
-umbua:	-haribu, -potoa.
unajisi:	uchafu.
-ungua:	-teketea.
unyimivu:	choyo.
unyofu:	ukweli, uelekevu.
upatu:	toasi.
usahihi:	usawa, ukweli.
ushupavu:	ukaidi.
uta:	upinde.
utasi:	uzito wa kusema.
uteo:	pepeto.
uvuguvugu:	utepetevu, baridi-moto.

W

-wadia:	-fika.
wajibu:	haki, neno lifaalo.
wasaa:	nafasi.

Y

yodi:	nukta, ncha.
yowe:	kelele, kilio.

Z

-zinga:	-badili, -zingira.
-zua:	-sema uongo.
-zuka:	-tokea ghafula.
-zuri:	-apa kwa uongo.